ವಿಶ್ವಕಥಾಕೋಶ

ಸಂಪುಟ - ೯

ಪ್ರಧಾನ ಸಂಪಾದಕ
ನಿರಂಜನ

ಹೆಜ್ಜೆ ಗುರುತು

ರಷ್ಯ ಕಥೆಗಳು

ಅನುವಾದ
ಕೆ. ಎಸ್. ನಿಸಾರ್ ಅಹಮದ್

AA000329

೫೦ರ ಸಂಭ್ರಮ ೧೯೬೦-೨೦೧೦

HEJJE GURUTHU (Kannada)
An anthology of short stories from Russia, being the ninth volume of Vishwa Kathaa Kosha, a treasury of world's great short stories in 25 volumes in Kannada. Translated by K. S. Nisar Ahmed. Editor-in-Chief: Niranjana Editors: S. R. Bhat, C. R. Krishna Rao, C. Sitaram. Secretary: R. S. Rajaram.

Third Print : 2012 **Pages : 208** **Price : ₹ 75**

Paper used for this book : 70 gsm Maplitho 18.6 Kgs (1/8 Demy Size)

ಮೊದಲನೇ ಮುದ್ರಣ : 1981
ಎರಡನೇ ಮುದ್ರಣ : 2011
ಮೂರನೇ ಮುದ್ರಣ : 2012

ಪ್ರತಿಗಳ ಸಂಖ್ಯೆ : 1000

ಪ್ರಧಾನ ಸಂಪಾದಕ : ನಿರಂಜನ
ಸಂಪಾದಕರು : ಎಸ್. ಆರ್. ಭಟ್, ಸಿ. ಆರ್. ಕೃಷ್ಣರಾವ್, ಸಿ. ಸೀತಾರಾಮ್
ಕಾರ್ಯದರ್ಶಿ : ಆರ್. ಎಸ್. ರಾಜಾರಾಮ್
ಕಲಾ ಸಲಹೆಗಾರರು : ಎಸ್. ರಮೇಶ್, ಕಮಲೇಶ್, ಅಮಿತ್

ಕೃತಿಸ್ವಾಮ್ಯ : ಆಯಾ ಕಥೆಗಳ ಲೇಖಕರದ್ದು / ಲೇಖಕರ ವಾರಸುದಾರರದ್ದು

ಬೆಲೆ : ₹ 75
(25 ಸಂಪುಟಗಳ ಪೂರ್ತಿ ಸೆಟ್‌ನ ವಿಶೇಷ ಬೆಲೆ ₹ 1750 ಮಾತ್ರ)

ಮುಖಚಿತ್ರ : ಎಸ್. ರಮೇಶ್

ಪ್ರಕಾಶಕರು
ನವಕರ್ನಾಟಕ ಪಬ್ಲಿಕೇಷನ್ಸ್ ಪ್ರೈವೆಟ್ ಲಿಮಿಟೆಡ್
ಎಂಬೆಸಿ ಸೆಂಟರ್, ಕ್ರೆಸೆಂಟ್ ರಸ್ತೆ, ಬೆಂಗಳೂರು - 560 001
ದೂರವಾಣಿ: 080-30578020/22 ಫ್ಯಾಕ್ಸ್ : 080-30578023
Email : navakarnataka@gmail.com

ಶಾಖೆಗಳು/ಮಳಿಗೆಗಳು
ನವಕರ್ನಾಟಕ, ಕ್ರೆಸೆಂಟ್ ರಸ್ತೆ, ಬೆಂಗಳೂರು - 1, ✆ 080-30578028/35, Email : nkpsales@gmail.com
ನವಕರ್ನಾಟಕ, ಗಾಂಧಿನಗರ, ಬೆಂಗಳೂರು - 9, ✆ 080-22251382, Email : nkpgnr@gmail.com
ನವಕರ್ನಾಟಕ, ಕೆ.ಎಸ್.ರಾವ್ ರಸ್ತೆ, ಮಂಗಳೂರು - 1, ✆ 0824-2441016, Email : nkpmng@gmail.com
ನವಕರ್ನಾಟಕ, ಬಲ್ಮಠ, ಮಂಗಳೂರು - 1, ✆ 0824-2425161, Email : nkpbalmatta@gmail.com
ನವಕರ್ನಾಟಕ, ರಾಮಸ್ವಾಮಿ ವೃತ್ತ, ಮೈಸೂರು - 24, ✆ 0821-2424094, Email : nkpmys@yahoo.co.in
ನವಕರ್ನಾಟಕ, ಸ್ಟೇಷನ್ ರಸ್ತೆ, ಗುಲಬರ್ಗಾ - 2, ✆ 08472-224302, Email : nkpglb@gmail.com

0305123421 **ISBN 978-81-8467-208-4**

Printed by R. S. Rajaram at Navakarnataka Printers, No. 167 & 168 10th Main, III Phase, Peenya Industrial Area, Bangalore - 560 058 and published by him for Navakarnataka Publications Private Limited 101, Embassy Centre, Crescent Road, P B 5159, Bangalore - 560 001 (INDIA)

ಅರ್ಪಣೆ

ನಿರಂಜನ
(1924–1991)

ಇವರ ನೆನಪಿಗೆ

3

ಪರಿವಿಡಿ

ಪ್ರಕಾಶಕರ ನುಡಿ

ವಿಶ್ವಕಥಾಕೋಶದ ಮೊದಲ ಎಂಟು ಸಂಪುಟಗಳನ್ನು ಕಳೆದ ಯುಗಾದಿ ಮತ್ತು ದೀಪಾವಳಿಗಳಂದು ಎರಡು ಕಂತುಗಳಲ್ಲಿ ನಾವು ಈಗಾಗಲೇ ಓದುಗರ ಕೈಗಿತ್ತಿದ್ದೇವೆ.

ಈಗ ಮತ್ತಿದೋ ಮೂರನೆಯ ಕಂತಿನ ನಾಲ್ಕು ಸಂಪುಟಗಳು. ಇವು ಈ ವರ್ಷದ ಯುಗಾದಿಯ ಕಾಣಿಕೆ.

ಈ ನಾಲ್ಕರಲ್ಲೊಂದು 'ಹೆಜ್ಜೆ ಗುರುತು'. ಇದರಲ್ಲಿ ರಷ್ಯದ ಕಥಾ ಸಾಹಿತ್ಯದಿಂದ ಆಯ್ದ ಹೃದಯಂಗಮವಾದ ಹದಿನೇಳು ಕಥೆಗಳಿವೆ. ಇದು ಕಥಾಕೋಶದ ಒಂಬತ್ತನೇ ಸಂಪುಟ. ಈ ಸಂಪುಟವನ್ನು ಕನ್ನಡಕ್ಕೆ ಅನುವಾದಿಸಿದವರು ಶ್ರೀ ಕೆ. ಎಸ್. ನಿಸಾರ್ ಅಹಮದ್ ಅವರು. ಇದಕ್ಕೆ ಅಂದವಾದ ಮುಖಚಿತ್ರವನ್ನು ಬರೆದುಕೊಟ್ಟವರು ಕಲಾವಿದ ಎಸ್. ರಮೇಶ್. ಹಿಮ್ಮೈ ವಿನ್ಯಾಸ ಶ್ರೀ ಕಮಲೇಶ್ ಅವರದು. ಪುಸ್ತಕವನ್ನು ಸೊಗಸಾಗಿ ಮುದ್ರಿಸಿದ ಶ್ರೇಯಸ್ಸು ಜನಶಕ್ತಿ ಮುದ್ರಣಾಲಯದ ನಮ್ಮ ಬಂಧುಗಳಿಗೆ ಸಲ್ಲಬೇಕು. ಇದರ ರಕ್ಷಾಕವಚದ ಮುದ್ರಣ ಕಾರ್ಯವನ್ನು ನಿರ್ವಹಿಸಿದವರು ಶಿವಕಾಶಿಯ ಜೇಯೆಮ್ ಆಫ್‌ಸೆಟ್ ಪ್ರಿಂಟರ್ಸ್ ಅವರು. ಇವರಿಗೆಲ್ಲ ಈ ಸಂದರ್ಭದಲ್ಲಿ ನಮ್ಮ ಹೃತ್ಪೂರ್ವಕ ಕೃತಜ್ಞತೆಗಳು ಸಲ್ಲುತ್ತವೆ.

ಇವರಲ್ಲದೆ ಈ ಸಂಪುಟವನ್ನು ಹೊರತರಲು ಇನ್ನೂ ಅನೇಕ ಮಂದಿ ಮಿತ್ರರು ನಮಗೆ ನೆರವಾಗಿದ್ದಾರೆ. ಸಂಪುಟದ ಕೊನೆಯಲ್ಲಿ ಅವರಿಗೆ ನಮ್ಮ ವಿಶೇಷ ಕೃತಜ್ಞತೆಗಳನ್ನು ಸಮರ್ಪಿಸಲಾಗಿದೆ.

ಈ ಸಂಪುಟದಲ್ಲಿ ಬಳಸಲಾದ, ಕೃತಿಸ್ವಾಮ್ಯವನ್ನು ಹೊಂದಿರುವ ಎಲ್ಲ ಕಥೆಗಳ ಕರ್ತೃಗಳಿಂದ ಅಥವಾ ಅವರ ವಾರಸುದಾರರಿಂದ ಅವುಗಳ ಪ್ರಕಟಣೆಗೆ ಅನುಮತಿ ಪಡೆಯಲು ನಾವು ಆದಷ್ಟು ಪ್ರಯತ್ನಿಸಿದ್ದೇವೆ. ಅವರೆಲ್ಲರಿಗೂ ನಾವು ಋಣಿಗಳು. ಆದರೆ ಒಂದು ವೇಳೆ ಯಾರದಾದರೂ ಅನುಮತಿ ಬಿಟ್ಟುಹೋಗಿದ್ದರೆ, ಈ ಯೋಜನೆಯ ಮಹತ್ವವನ್ನು ಮನಗಂಡು ಅವರು ನಮ್ಮನ್ನು ಕ್ಷಮಿಸುವರೆಂದು ನಂಬಿದ್ದೇವೆ.

ಕಥಾಕೋಶದ ಒಟ್ಟು ಸಂಪುಟಗಳು 25. ಈ ಸಲದ ಬಿಡುಗಡೆಯೂ ಸೇರಿದಂತೆ, ಇವುಗಳಲ್ಲಿ 12ನ್ನು ನಾವೀಗ ಹೊರತಂದಿದ್ದೇವೆ.

ಇನ್ನು 4 ಸಂಪುಟಗಳು ಈ ವರ್ಷದ ದೀಪಾವಳಿಯ ಸಮಯದಲ್ಲಿ ಪುನಃ ಪ್ರಕಟವಾಗಲಿವೆ. ಉಳಿದ 9 ಸಂಪುಟಗಳ ಬಿಡುಗಡೆ 1982ರ ಯುಗಾದಿ ಮತ್ತು ದೀಪಾವಳಿಗಳಂದು.

ಶ್ರೀ ನಿರಂಜನರ ಪ್ರಧಾನ ಸಂಪಾದಕತ್ವದಲ್ಲಿ ಕಾರ್ಯಗತವಾಗುತ್ತಿರುವ ಈ ಯೋಜನೆ, ಕನ್ನಡ ಓದುಗರಿಗೆ ನವಕರ್ನಾಟಕ ಪ್ರಕಾಶನದ ಹೆಮ್ಮೆಯ ಕೊಡುಗೆ. ಬೆಲೆ ಏರಿಕೆಯ ಇಂದಿನ ದಿನಗಳಲ್ಲಿ 25 ಸಂಪುಟಗಳ ಇಂಥ ಬೃಹತ್ ಯೋಜನೆಯ ಪ್ರಕಟಣೆ ಬಹಳ ಕಷ್ಟಸಾಧ್ಯವಾದ ಕಾರ್ಯ. ಆದರೂ ಓದುಗರ ಹಿತದೃಷ್ಟಿಯನ್ನು ಗಮನದಲ್ಲಿರಿಸಿಕೊಂಡು ಕಥಾಕೋಶದ ಬೆಲೆಯನ್ನು ನಾವು ಏರಿಸಿಲ್ಲ. ಬಿಡಿ ಸಂಪುಟಗಳ ಬೆಲೆ ರೂ. 10–00. 25 ಸಂಪುಟಗಳಿಗೆ ರೂ. 250–00. ಹೀಗೆಯೇ ಇಡೀ ಕೋಶವನ್ನು ಕೊಳ್ಳಬಯಸುವವರಿಗೆ ಹಿಂದಿನಂತೆ ರೂ. 50/–ರ ರಿಯಾಯಿತಿಯೂ ಇದೆ. 'ನವಕರ್ನಾಟಕ ಪಬ್ಲಿಕೇಷನ್ಸ್ (ಪ್ರೈ) ಲಿಮಿಟೆಡ್' – ಈ ಹೆಸರಿಗೆ 200 ರೂ.ಗಳನ್ನು ಡ್ರಾಫ್ಟ್ ಮೂಲಕ ಇಂದೇ ಕಳುಹಿಸಿಕೊಡಿ. ಈಗ ಪ್ರಕಟವಾಗಿರುವ ಸಂಪುಟಗಳನ್ನು ತಕ್ಷಣ ಮತ್ತು ಮುಂದಿನ ಸಂಪುಟಗಳನ್ನು ಅವು ಪ್ರಕಟವಾದಂತೆ ನಮ್ಮ ವೆಚ್ಚದಲ್ಲಿ ನಿಮ್ಮ ಮನೆ ಬಾಗಿಲಿಗೆ ತಲಪಿಸಲಾಗುವುದು.

ಕೊನೆಯದಾಗಿ ಕಥಾಕೋಶದ ಮೊದಲ ಎಂಟು ಸಂಪುಟಗಳಿಗೆ ಓದುಗರು ನೀಡಿದ ಆದರದ ಸ್ವಾಗತ ಈ ಸಂಪುಟಗಳಿಗೂ ದೊರೆಯುವುದೆಂದು ನಾವು ನಂಬಿದ್ದೇವೆ.

ಯುಗಾದಿ, 1981
ಬೆಂಗಳೂರು

ಆರ್. ಎಸ್. ರಾಜಾರಾಮ್
ಕಾರ್ಯದರ್ಶಿ
ನವಕರ್ನಾಟಕ ಪಬ್ಲಿಕೇಷನ್ಸ್ (ಪ್ರೈ) ಲಿಮಿಟೆಡ್

ಪ್ರಕಾಶಕರ ನುಡಿ

(ಎರಡನೇ ಮುದ್ರಣ)

ನವಕರ್ನಾಟಕ ಪ್ರಕಾಶನದ 50ರ ಸಂಭ್ರಮದಲ್ಲಿ 'ವಿಶ್ವಕಥಾಕೋಶ'ದ ಇಪ್ಪತ್ತೈದು ಸಂಪುಟಗಳನ್ನು ಪುನರ್ಮುದ್ರಿಸಿ ಓದುಗರ ಕೈಗಿಡುತ್ತಿದ್ದೇವೆ. ಮೂವತ್ತು ವರ್ಷಗಳ ಕಾಲ ಅಲಭ್ಯವಾಗಿದ್ದ ಜಗತ್ತಿನ ಸಾಹಿತ್ಯ ಕಥಾ ಕಣಜ ಬೆಳಕು ಕಾಣುವ ಈ ಸಮಯದಲ್ಲಿ ಈ ಯೋಜನೆಯ ಹೊಣೆ ಹೊತ್ತ ಶ್ರೇಷ್ಠ ಕಥೆಗಾರ, ಸಾಹಿತಿ ನಿರಂಜನರು ನಮ್ಮೊಂದಿಗೆ ಇದ್ದಿದ್ದರೆ, ನವಕರ್ನಾಟಕದ ಚಿನ್ನದ ಹಬ್ಬ ಹೆಚ್ಚು ಅರ್ಥಪೂರ್ಣವಾಗುತ್ತಿತ್ತು. ಈ ಸಂಪುಟಗಳನ್ನು ಅವರಿಗೆ ಅರ್ಪಿಸಿ, ಅವರನ್ನು ನೆನೆಯುತ್ತೇವೆ.

ಸಂಪುಟಗಳನ್ನು ಅನುವಾದಿಸಿ ನೆರವಾದ ಅನೇಕ ಲೇಖಕ ಮಿತ್ರರು ಈ ಮೂರು ದಶಕಗಳಲ್ಲಿ ನಮ್ಮನ್ನು ಅಗಲಿದ್ದಾರೆ. 'ವಿಶ್ವಕಥಾಕೋಶ'ದ ಎಲ್ಲಾ ಅನುವಾದಗಳನ್ನು ಓದಿ, ಪರಿಷ್ಕರಿಸಿ, ಮುದ್ರಣಕ್ಕೆ ಸಿದ್ಧಗೊಳಿಸಿದ ಸಂಪಾದಕರಲ್ಲಿ ಒಬ್ಬರಾದ ಶ್ರೀ ಎಸ್. ಆರ್. ಭಟ್ಟರ ಅಗಲಿಕೆಯ ನೆನಪು ಈ ಸಂದರ್ಭದಲ್ಲಿ ನಮ್ಮನ್ನು ಕಾಡುತ್ತಿದೆ.

ಮೂವತ್ತು ವರ್ಷಗಳ ಹಿಂದೆ 25 ಸಂಪುಟಗಳನ್ನು ರೂ. 250ಕ್ಕೆ ನೀಡಿದ್ದೆವು. ಬೆಲೆಯೇರಿಕೆಯ ಇಂದಿನ ದಿನಗಳಲ್ಲಿ ಮರುಮುದ್ರಿಸಿದಲ್ಲಿ, ಅದರ ಬೆಲೆಯನ್ನು ಎಂಟು-ಹತ್ತು ಪಟ್ಟು ಏರಿಸಬೇಕಾಗಬಹುದು ಎನ್ನುವ ಭೀತಿಯೂ ವಿಳಂಬಕ್ಕೆ ಕಾರಣವಾಯಿತು. ಈ ಸಂದರ್ಭದಲ್ಲಿ ಈ ಸಂಪುಟಗಳನ್ನು ಸುಲಭ ಬೆಲೆಗೆ ನೀಡಲು ನೆರವಾದವರು ಇನ್ಫೋಸಿಸ್ ಫೌಂಡೇಷನ್‌ನ ಅಧ್ಯಕ್ಷೆ ಶ್ರೀಮತಿ ಸುಧಾ ಮೂರ್ತಿಯವರು. ಅವರಿಗೆ ನಾವು ಕೃತಜ್ಞರಾಗಿದ್ದೇವೆ.

ಈ ಯೋಜನೆಯ ಲೇಖಕರು ಈ ಅವಧಿಯಲ್ಲಿ ಸಾಕಷ್ಟು ಹೊಸ ಬರೆಹಗಳನ್ನು ಮಾಡಿದ್ದಾರೆ, ಗೌರವ ಪುರಸ್ಕಾರಗಳಿಗೆ ಪಾತ್ರರಾಗಿದ್ದಾರೆ. ಕೆಲವರು ನಮ್ಮೊಂದಿಗಿಲ್ಲ. ಈ ಎಲ್ಲ ಲೇಖಕರ ಪರಿಚಯಗಳಿಗೆ ಹೊಸ ಸೇರ್ಪಡೆಗಳನ್ನು ಮಾಡಿಕೊಟ್ಟ ಡಾ|| ಆರ್. ಪೂರ್ಣಿಮಾ ಮತ್ತು ಶ್ರೀಮತಿ ರೋಸಿ ಡಿ'ಸೋಜಾ ಅವರ ನೆರವನ್ನು ಸ್ಮರಿಸುತ್ತೇವೆ.

ಮರುಮುದ್ರಣದ ಈ ಕಾರ್ಯದಲ್ಲಿ ನೆರವಾದ ಎಲ್ಲರನ್ನೂ ನೆನೆಯುತ್ತೇವೆ.

ಯುಗಾದಿ, 2011
ಬೆಂಗಳೂರು

ಆರ್. ಎಸ್. ರಾಜಾರಾಮ್
ವ್ಯವಸ್ಥಾಪಕ ನಿರ್ದೇಶಕ, ನವಕರ್ನಾಟಕ ಪ್ರಕಾಶನ

ಪ್ರಸ್ತಾವನೆ

1

ಸೋವಿಯೆತ್ ಒಕ್ಕೂಟ ಎಂದು ಕರೆಯಲ್ಪಡುವ ಭೂಭಾಗ ಇಡೀ ಜಗತ್ತಿನ ವಿಸ್ತಾರದ ಆರರಲ್ಲಿ ಒಂದು ಪಾಲಿನಷ್ಟಿದೆ. ಪಶ್ಚಿಮದ ಬಾಲ್ಟಿಕ್ ಸಮುದ್ರದಿಂದ ಪೂರ್ವದಿಕ್ಕಿನ ಶಾಂತ ಸಾಗರದವರೆಗೆ, ಉತ್ತರದ ಆರ್ಕ್‌ಟಿಕ್ ಸಾಗರದಿಂದ ದಕ್ಷಿಣದ ಕಪ್ಪು ಸಮುದ್ರದ ತನಕ ಆ ದೇಶ ಚಾಚಿದೆ, ಆ ನೆಲದಲ್ಲಿ, ಈಗಿನ ಆರ್ಮೆನಿಯ, ಅಲ್ತಾಯ್, ಆಮುರ್ ಪ್ರದೇಶಗಳಲ್ಲಿ, ಸುಮಾರು 400,000 ವರ್ಷ ಹಿಂದಿನಿಂದ 100,000 ವರ್ಷಗಳವರೆಗೆ ಕಲ್ಲಿನ ಒರಟು ಉಪಕರಣಗಳನ್ನು ಹಿಡಿದ ಮನುಷ್ಯರು ಓಡಾಡಿದ್ದರೆಂಬುದಕ್ಕೆ ಸಾಕ್ಷ್ಯಗಳು ದೊರೆತಿವೆ. ನಿರ್ದಿಷ್ಟ ಶಿಲಾಯುಗದ ಪ್ರಾರಂಭ ಕಾಲದಲ್ಲಿ, ಕಪ್ಪು ಸಮುದ್ರದ ಸುತ್ತಲ ಪ್ರದೇಶಗಳಲ್ಲಿ – ಕೊಕಾಸಸ್, ತುರ್ಕಮೇನಿಯ, ಕಿರ್ಗೀಜಿಯಗಳಲ್ಲಿ – ಬದುಕಿನ ಹೋರಾಟದಲ್ಲಿ ಮಾನವ ನಿರತನಾಗಿದ್ದ.

ಮುಂದೆ ಪೂರ್ವ ಯೂರೋಪ್, ದ್ನೀಪರ್ ದೋನ್ ನದೀ ಪಾತ್ರಗಳು, ಉಕ್ರಾಯಿನ್‌ಗಳನ್ನು – ಏಷ್ಯ ಭೂಖಂಡದ ಭಾಗವನ್ನು ಕೂಡ–ಹಿಮ ಆವರಿಸಿತು. ಆ ಹಿಮಯುಗದಲ್ಲಿ ಮರಗಿಡಗಳೂ ಪಶು ಪ್ರಾಣಿಗಳೂ ನಾಶವಾದುವು. ಬಿಸಿಲನ್ನು ಬಯಸಿದ ಜೀವಜಂತುಗಳಲ್ಲಿ ಹಲವು ದಕ್ಷಿಣಕ್ಕೆ ಸರಿದಿರಲೂ ಸಾಕು, ಕುಳಿಮನೆಗಳಲ್ಲೊ ಗವಿಗಳಲ್ಲೊ ಮನುಷ್ಯ ಬದುಕಿ ಉಳಿದದ್ದು ವಿಸ್ಮಯಕರ ಸಂಗತಿ.

ಪುರಾತನ ಶಿಲಾಯುಗದಲ್ಲಿ – 40,000ದಿಂದ 14,000 ವರ್ಷಗಳ ಅವಧಿಯಲ್ಲಿ – ಆತ ಬೆಂಕಿ ಮಾಡಲು ಕಲಿತ. ಆ ಘಟ್ಟದ ಅನಂತರದ್ದು ಬದಲಾದ ಬದುಕು.

ಹಿಮದ ಹೊದಿಕೆಗಳು ಕರಗಿದಂತೆ, ಚಳಿ ಮೈ ಕೊರೆದರೂ ಮಾನವ ಕಾರ್ಯಶೀಲನಾದ. ಓಡಾಡತೊಡಗಿದ ಸಣ್ಣಪುಟ್ಟ ಪ್ರಾಣಿಗಳನ್ನು ಬೇಟೆಯಾಡಿದ. ಸರೋವರಗಳಲ್ಲೂ ನದಿಗಳಲ್ಲೂ ಕಾಣಿಸಿಕೊಂಡ ಮೀನುಗಳನ್ನು ಹಿಡಿದ. ಬೀಡು ಬಿಡಲು ಅನುಕೂಲವಾದ ನೆಲೆಗಳನ್ನು ಗುರುತಿಸಿದ. ಆ ಜನರಲ್ಲಿ ಮುಖ್ಯವಾಗಿ ಎರಡು ಬಗೆ : ಐರೋಪ್ಯ ಚಹರೆ, ಮಂಗೋಲ ಚಹರೆ.

ಜನರ ಗುಂಪುಗಳು ಆಹಾರವನ್ನು ಅರಸುತ್ತಿದ್ದುದು ಒಟ್ಟಾಗಿ.

ವಾಸ ಒಂದೇ ಕಡೆ. ಮೈ ಕಾಯಿಸುವುದಕ್ಕೂ ಮಾಂಸ ಬೇಯಿಸುವುದಕ್ಕೂ ಒಂದೇ ಬೆಂಕಿ. ಅದು ಮಾತೃಪ್ರಧಾನವಾಗಿದ್ದ ಬಣಜೀವನ. ಗಿಡಗಳ ಸಂಗ್ರಹ, ಬೆಂಕಿ ಆರದಂತೆ ನೋಡಿಕೊಳ್ಳುವುದು. ಅಡುಗೆ, ಆಹಾರ ದಾಸ್ತಾನು, ತೊಗಲಿನ ಉಡುಪುಗಳನ್ನು ತಯಾರಿಸುವುದು – ಎಲ್ಲವೂ ಹೆಣ್ಣಿನ ಕೆಲಸ. ಬಣದ ಅರ್ಥವ್ಯವಸ್ಥೆಯಲ್ಲಿ ಪ್ರಧಾನ ಪಾತ್ರ ಅವಳದೇ. ಇಷ್ಟಲ್ಲದೆ, ಬೇಟೆಯಲ್ಲೂ ಆಕೆ ಭಾಗವಹಿಸುತ್ತಿದ್ದುದುಂಟು.

14,000–4,000 ಅವಧಿಯಲ್ಲಿ, ಮಧ್ಯಶಿಲಾಯುಗದಲ್ಲಿ, ಹಿಮ ಯುಗ ಕೊನೆಯ ಉಸಿರೆಳೆಯಿತು. ಹವಾಮಾನ ಬೆಚ್ಚಗಾದಂತೆ, ಕಾಡುಗಳು ಬೆಳೆದುವು. ಜತೆಗೆ ಪಶುಪಕ್ಷಿಗಳೂ ವೃದ್ಧಿಯಾದುವು. ಕಡವೆ, ಚಿಗರಿ, ಕಾಡುಹಂದಿ, ಕರಡಿ ಅಡವಿಗಳಲ್ಲೂ ಜಿಂಕೆ, ಕುದುರೆ, 'ಕಾಡುಕತ್ತೆ'ಗಳು ಹುಲ್ಲುಗಾವಲುಗಳಲ್ಲೂ ಮೆರೆದುವು. ಸೈಬೀರಿಯದ ಉತ್ತರ ಭಾಗದಲ್ಲಿ ಬೃಹತ್ ಗಾತ್ರದ ಆನೆಗಳ ಕೊನೆಯ ಸಂತತಿ ಅಲೆಯಿತು.

ಬೆಂಕಿಯ ಬಳಿಕ ಮನುಷ್ಯನ ಮಹತ್ ಸಾಧನೆ ಬಿಲ್ಲು, ಬಾಣ. ಗಾಯಗೊಂಡ ಪ್ರಾಣಿಗಳನ್ನೂ ಹಿಡಿದು ತಂದ ಮರಿಗಳನ್ನೂ ಅವನು ಸಲಹಿದ, ಪಳಗಿಸಿದ. ಬಿಲ್ಲುಬಾಣ ತಯಾರಿಸಲು ಮರದ ಕಿರುಗಾತ್ರದ ರೆಂಬೆ, ಸ್ನಾಯು, ಮೂಳೆಗಳನ್ನು ಆತ ಬಳಸಿದ. ಬಾಣದ ತುದಿಗೆ ಮೊನಚು ಕಲ್ಲುಗಳನ್ನಿಡುವುದನ್ನೂ ಕಲಿತ.

ಕ್ರಿಸ್ತ ಪೂರ್ವ 4 ಮತ್ತು 3 ಸಾವಿರ ವರ್ಷ ನವಶಿಲಾಯುಗದ ಮತ್ತು ತಾಮ್ರ ಯುಗದ ಅವಧಿ. ಕೃಷಿ, ಪಶುಸಂಗೋಪನಗಳತ್ತ, ಜನ ಹೆಚ್ಚು ಗಮನ ನೀಡಿದರು. ಬುಡಕಟ್ಟು ಬುಡಕಟ್ಟುಗಳ ನಡುವೆ ಸಂಬಂಧ ಕುದುರಿತು. ಮಣ್ಣಿನ, ಸುಡದ ಇಟ್ಟಿಗೆಗಳಿಂದ ಆಯತಾಕಾರದ ಮನೆಗಳನ್ನು ಕಟ್ಟಿದರು. ಸುಮೇರಿಯ, ಮೆಸಪೊಟಾಮಿಯ ಸಂಸ್ಕೃತಿಗಳ ಜತೆ ಸಂಪರ್ಕ ಏರ್ಪಟ್ಟಿತು. ಕಪ್ಪು ಸಮುದ್ರದ ಉತ್ತರದಲ್ಲಿ ನೇಗಿಲಿನಿಂದ ಉತ್ತು, ಯವೆ ಗೋಧಿ ಬೆಳೆಸಿದರು. ಕಂದುಕಂಚುಯುಗದಲ್ಲೂ ಈ ಜೀವನ ವಿಧಾನ ಮುಂದುವರಿಯಿತು. (ಸೈಬೀರಿಯ, ಉರಲ್ ಬೆಟ್ಟಗಳು, ಕೇಂದ್ರ ಏಷ್ಯ – ಇಲ್ಲೆಲ್ಲ ನವಶಿಲಾಯುಗದ ಸಂಸ್ಕೃತಿ ವ್ಯಾಪಕವಾಗಿತ್ತು ಎಂಬುದಕ್ಕೆ ಆಧಾರಗಳು ಸಿಕ್ಕಿವೆ.)

ಕಬ್ಬಿಣ ಕ್ರಿ. ಪೂ. 1000 ವರ್ಷಗಳ ಅವಧಿಯಲ್ಲಿ ರಷ್ಯದ ಐರೋಪ್ಯ ವಿಭಾಗದಲ್ಲಿ ಬಳಕೆಗೆ ಬಂತು. ಆ ಲೋಹ ಆಯುಧವಾಗಿ ಮಾರ್ಪಟ್ಟಾಗ ಕೆಲ ಬುಡಕಟ್ಟುಗಳ ಜನ ಕೃಷಿಯನ್ನು ಬಿಟ್ಟರು. ಶಸ್ತ್ರಧಾರಿಗಳಾಗಿ ಕುದುರೆ ಏರಿ, ಇತರರ ಮೇಲೆ ಎರಗಿ, ದೋಚಿ ಬದುಕತೊಡಗಿದರು. ಬಣಗಳು ಬಿಡಿ ಕುಟುಂಬಗಳಾಗಿ ಒಡೆದುದೂ ಆ ಕಾಲದಲ್ಲೇ. ಕ್ರಿ. ಪೂ. 9ನೆಯ ಶತಮಾನದಲ್ಲಿ ಆರ್ಮೇನಿಯದ ಗುಡ್ಡಪ್ರದೇಶದಲ್ಲಿ

ಉರಾರ್ತು ಎಂಬ ರಾಜ್ಯ ಅಸ್ತಿತ್ವಕ್ಕೆ ಬಂತು. ಅದರ ಮುಖ್ಯ ಪಟ್ಟಣ – ತುಷ್ಪಾ, ಕ್ರಿ.ಪೂ. 50ರಲ್ಲಿ ಅಲೆಮಾರಿಗಳಾಗಿ ನೆಲದ ಉದ್ದಗಲಕ್ಕೆ ದೌಡಾಯಿಸಿದವರು ಸಿಥಿಯನರು; ಎರಡು ಶತಮಾನಗಳ ಅನಂತರ ಅವರನ್ನು ಅನುಕರಿಸಿದವರು ಸರ್ಮಾಷಿಯನರು.

ಕ್ರಿಸ್ತಶಕ 400ರಲ್ಲಿ ದ್ನೀಪರ್ ದ್ನೀಸ್ತರ್ ನದೀ ಪ್ರದೇಶಗಳಲ್ಲಿ ಕೊಡಲಿಗಳಿಂದ ಕಾಡುಕಡಿದು, ಬಯಲು ರಚಿಸಿ ಕೃಷೀವಲರಾಗಿ ನೆಲೆಸಿದವರು ಸ್ಲಾವರು; ಇವರೇ ಇಂದಿನ ರಷ್ಯನರ ಪೂರ್ವಜರು. ಸ್ಲಾವ್ ಬುಡಕಟ್ಟುಗಳು ನೆಲೆಯೂರಿದ ಪ್ರದೇಶಗಳಲ್ಲಿ ಪಟ್ಟಣಗಳು ರೂಪುಗೊಂಡುವು. ಅಂಥದೊಂದು ಪಟ್ಟಣ–ಕೀಯೆವ್, ಸುಮಾರು ಕ್ರಿ. ಶ. ಆರನೆಯ ಶತಮಾನದಲ್ಲಿ ಸ್ಥಾಪಿತವಾದ ಮೊದಲ ರಷ್ಯನ್ ರಾಜ್ಯವೇ 'ಕೀಯೆವ್ ರುಸಿ' – 'ಕೀಯೆವ್ ರಷ್ಯ'.

ಬಹಳ ಕಾಲದಿಂದ ಬೈಜಾಂಟಿಯಮ್ ಸಾಮ್ರಾಜ್ಯಕ್ಕೂ ಕೀಯೆವ್ ರಷ್ಯಕ್ಕೂ ವಾಣಿಜ್ಯ ಸಂಬಂಧಗಳಿದ್ದುವು. ಸ್ಕಾಂಡಿನೇವಿಯದಿಂದ ವೈಕಿಂಗ್ ವ್ಯಾಪಾರಿಗಳೂ ಕೀಯೆವ್‌ಗೆ ಬರುತ್ತಿದ್ದರು. ಸ್ಲಾವ್‌ಜನ ಪ್ರಕೃತಿಯ ಪ್ರತೀಕಗಳಾಗಿ ಆರಾಧಿಸುತ್ತಿದ್ದುದು ಮರದಿಂದ ಕೆತ್ತಿದ ವಿವಿಧ ದೇವಮೂರ್ತಿಗಳನ್ನು. ಜನರನ್ನು ಒಂದಾಗಿ ಬೆಸೆಯಲು, ಬಿಗಿಹಿಡಿತದಿಂದ ಆಳಲು ಧರ್ಮ ಒಳ್ಳೆಯ ಸಾಧನ ಎಂದು ಕೀಯೆವ್‌ನ ದೊರೆ ವ್ಲದಿಮಿರ್ ಮನಗಂಡಿದ್ದ. ವಿವಿಧ ದೇಶಗಳ ಧಾರ್ಮಿಕ ಆಚರಣೆಗಳನ್ನು ಗಮನಿಸಿ ವರದಿ ಒಪ್ಪಿಸಲು ಪ್ರತಿನಿಧಿಗಳನ್ನು ಆತ ಕಳಿಸಿದ. ಯೆಹೂದ್ಯರ, ಮುಸಲ್ಮಾನರ, ರೋಮನ್ ಕ್ಯಾಥಲಿಕರ, ಬೈಜಾಂಟಿಯಮಿನ ಸಂಪ್ರದಾಯಬದ್ಧ ಇಗರ್ಜಿಗಳ ವಿಧಿವಿಧಾನ ಗಳನ್ನೆಲ್ಲ ಈಕ್ಷಿಸಿ ಬಂದ ಪ್ರತಿನಿಧಿಗಳೆಂದರು :

"ಬೈಜಾಂಟಿಯಮಿನಲ್ಲಿದ್ದಾಗ ನಮಗೆ, ನಾವು ಸ್ವರ್ಗದಲ್ಲಿದ್ದೇವೋ ಭೂಮಿಯಲ್ಲಿದ್ದೇವೋ ಎಂಬುದೇ ತಿಳಿಯದಾಯಿತು."

988ರಲ್ಲಿ ವ್ಲದಿಮಿರ್ ಕ್ರೈಸ್ತ ಧರ್ಮಾನುಯಾಯಿಯಾದ. ಎಂಟು ನೂರು ಉಪಪತ್ನಿಯರಿದ್ದ ಈ ಭೂಪ ಬೈಜಾಂಟಿಯಮಿನ ಸಮ್ರಾಟನ ಸೋದರಿಯನ್ನು ಹೊಸ ಧರ್ಮದ ವಿಧಿಗಳಿಗೆ ಅನುಸಾರವಾಗಿ ಮದುವೆಯಾದ. ವ್ಲದಿಮಿರನೂ ರಾಜವಂಶಜನೇ ಎನ್ನುವುದಕ್ಕೆ ಒಂದು ದಂತಕಥೆ ಇದೆ. ರೂರಿಕ್ ಎಂಬ ರಾಜಕುಮಾರನೊಬ್ಬ ಲದೋಗ ಎಂಬಲ್ಲಿಂದ ಬಂದು 882ರ ಸುಮಾರಿನಲ್ಲಿ ಕೀಯೆವನ್ನು ಗೆದ್ದನಂತೆ. ಆ ರೂರಿಕ್‌ನ ಸಂತತಿಯವನಂತೆ ವ್ಲದಿಮಿರ್.

ತನ್ನಂತೆ ಪ್ರಜೆಗಳೂ ಕ್ರೈಸ್ತರಾಗಬೇಕೆಂದು ವ್ಲದಿಮಿರ್ ದೊರೆ ಆಜ್ಞಾಪಿಸಿದ. ಇಗರ್ಜಿಗಳನ್ನು ಕಟ್ಟಿಸಿದ. ಅಪ್ಪಣೆಯನ್ನು ಪಾಲಿಸಿ ಸ್ಲಾವರು ಕ್ರೈಸ್ತರಾದರೂ ವಿರಸದ ಯಾವುದೋ ಘಳಿಗೆಯಲ್ಲಿ ಈ

ಧರ್ಮ ಬೇಡ ಎಂದರೆ ? ಇದಕ್ಕಾಗಿ, ತನ್ನ ಅರಮನೆಯ ಪಕ್ಕದಲ್ಲೇ ಗುಡ್ಡದ ಮೇಲೆ ವಿವಿಧ ಬುಡಕಟ್ಟುಗಳ ಆರು ದೇವತಾ ಮೂರ್ತಿಗಳನ್ನು ವ್ಲದಿಮಿರ್ ಪ್ರತಿಷ್ಠಾಪಿಸಿದ. ಇಗರ್ಜಿಯಲ್ಲಿ ಸಂದುದು ಗುಡ್ಡದಲ್ಲೂ ಸಂದಿತು !

ಇಡಿಯ ರಷ್ಯ ಒಂದು ರಾಷ್ಟ್ರವಾಗಿರಲಿಲ್ಲ. ಬಾಲ್ಟಿಕ್ ಸಮುದ್ರದ ಸಮಿಪದಲ್ಲಿದ್ದ ವಾಣಿಜ್ಯ ಕೇಂದ್ರ ನವಗೋರದ್ 12ನೆಯ ಶತಮಾನದಲ್ಲಿ ಒಂದು ರೀತಿಯ ಪ್ರಜಾಪ್ರಭುತ್ವವಿದ್ದ ಗಣರಾಜ್ಯವಾಗಿತ್ತು. ಪುರ ಪ್ರಮುಖರೇ ಆಡಳಿತಗಾರರು. ಸಭೆಗಾಗಿ ಮುಖ್ಯ ಚೌಕಕ್ಕೆ ಬರುವಂತೆ ಘಂಟೆ ಬಾರಿಸಿ ಪ್ರಜೆಗಳನ್ನು ಕರೆಯುತ್ತಿದ್ದರು. 1147ರಲ್ಲಿ ಸ್ಥಾಪಿತವಾದ ಮಾಸ್ಕೊ ನಗರವೂ ಪ್ರಸಿದ್ಧಿಗೆ ಬಂತು.

ಪಾಳೆಯಗಾರ ಸಮಾಜ ವ್ಯವಸ್ಥೆ. ನೊಗಭಾರದಿಂದ ನರಳಿಕೆ ರೈತಾಪಿ ಜನರಿಗೆ. ಗಣನೀಯ ಸಂಖ್ಯೆಯಲ್ಲಿ ರೈತರನ್ನು ಗುಲಾಮ ದುಡಿಮೆಗಾಗಿ ಪರದೇಶಗಳಿಗೆ ರಫ್ತು ಮಾಡಲಾಗುತ್ತಿತ್ತು. ವಿಕ್ರಯದ ಇತರ ವಸ್ತುಗಳು : ಫರ್‌ಗಳು, ಮೇಣ, ಮರ, ಜೇನು ಇತ್ಯಾದಿ.

ಸುಲಿಗೆಯ ಕ್ರೌರ್ಯ ತೀವ್ರವಾದಾಗ ಆಕ್ರೋಶದ ಧ್ವನಿ ಕೇಳಿಸುತ್ತದೆ. 1068ರಲ್ಲಿ ಕೀಯೆವ್‌ನಲ್ಲೂ ನವಗೋರದ್‌ನಲ್ಲೂ ಬಡವರ್ಗದ ಜನ ದಂಗೆ ಎದ್ದರು. ಬಲಿಷ್ಠರು ಅವರನ್ನು ಚಚ್ಚಿದರು.

13ನೇ ಶತಮಾನದಲ್ಲಿ ಮಂಗೋಲರು ಚೆಂಗೀಸ್‌ಖಾನನ ನಾಯಕತ್ವದಲ್ಲಿ 'ಜಗತ್ತನ್ನು ಜಯಿಸಲು' ಸಿದ್ಧವಾಗಿದ್ದರು. ಕಾರಣವಿಷ್ಟೆ : ಬುಡಕಟ್ಟಿನ ರೀತಿ ರಿವಾಜುಗಳ ಬದಲು ಊಳಿಗಮಾನ್ಯ ಪದ್ಧತಿಯ ಅಂಶಗಳ ಸ್ವೀಕಾರ ಮಂಗೋಲರಲ್ಲಿ ಆರಂಭವಾಗಿತ್ತು. ಆಗ ಅವರ ಸಿರಿವಂತ ವರ್ಗಕ್ಕೆ ಬೇಕಿದ್ದುದು ಭೋಗಿಸಲು ಪರರ ಸೊತ್ತುಗಳು. ಬಿಟ್ಟಿ ದುಡಿಮೆಗಾಗಿ ತೊತ್ತುಗಳು. ಸುಲಿಗೆಗಾಗಿ ದೌಡಾಯಿಸಿದ್ದು, ನಾಗರಿಕತೆಯನ್ನು ರೂಪಿಸತೊಡಗಿದ್ದ ಶ್ರೀಮಂತ ನಗರಗಳತ್ತ.

ರಷ್ಯನರು (ಸ್ಲಾವರು) ಮಂಗೋಲರನ್ನು ತಾತರರೆಂದು ಕರೆಯುತ್ತಿದ್ದರು. ಆ ತಾತರರಿಗೆ ರುಸಿ ನೆಲದ ಬಹುಭಾಗ ಶರಣಾಯಿತು. 'ತಾತರರ ಆಳ್ವಿಕೆ ನಮ್ಮ ಪಾಪಗಳಿಗಾಗಿ ದೇವರು ನೀಡಿದ ದಂಡನೆ' ಎಂದು, ಸ್ವಾತಂತ್ರ್ಯವನ್ನು ಕಳೆದುಕೊಂಡ ಜನ ಗೋಳಾಡಿದರು. (ದಾಸ್ಯಕ್ಕೆ ಒಳಗಾದವರೆಲ್ಲರ ಏಕರಾಗ ಇದು.) ಸಮಕಾಲೀನ ಇತಿಹಾಸಕಾರ ಇಬ್ನ್‌ಅಲ್-ಅಸಿರ್ ಹೀಗೆ ಬರೆದ:

"ಜಗತ್ತು ಸೃಷ್ಟಿಯಾದಂದಿನಿಂದ ಇದಕ್ಕಿಂತ ಹೆಚ್ಚು ಭೀಕರವಾದ ದುರಂತಕ್ಕೆ ಮಾನವತೆ ಈಡಾದುದಿಲ್ಲ; ಇಂಥದೇ ಇನ್ನೊಂದು ದುರಂತ, ಕಾಲದ ಅಂತ್ಯದವರೆಗೆ – ಅಂತಿಮ ತೀರ್ಪಿನ ತನಕ – ಸಂಭವಿಸುವುದೂ ಇಲ್ಲ."

ತಾತರರ ಕೈಗೆ ಸಿಗದ ನಗರಗಳಿಗೆ ಬೇರೆ ಗಂಡಾಂತರ ಕಾದಿತ್ತು. ನೆವಾ ನದಿ ದಂಡೆಯಲ್ಲಿದ್ದ ನವಗೋರದನ್ನು ವಶಪಡಿಸಿಕೊಳ್ಳಲು 1240ರಲ್ಲಿ ಸ್ವೀಡರ ದಂಡು ಬಂತು. ನಗರದ ಮುಖ್ಯಸ್ಥನಾಗಿದ್ದ ಅಲೆಕ್ಸಾಂಡರ್ ಯರಸ್ಲಾವಿಚ್ ನೆವಾ ನದಿಯಲ್ಲಿ ಸ್ವೀಡರನ್ನು ಇದಿರಿಸಿ ಸೋಲಿಸಿದ, ಜನ ಅವನನ್ನು 'ಅಲೆಕ್ಸಾಂಡರ್ ನೆವ್‌ಸ್ಕಿ (ನೆವಾದವನು)' ಎಂದು ಕರೆದು, ಕೊಂಡಾಡಿದರು. ಮುಂದೆ ಎರಡೇ ವರ್ಷಗಳಲ್ಲಿ ಜರ್ಮನ್ ಆಕ್ರಮಣಕಾರರು ಬಂದರು. ಹೆಪ್ಪುಗಟ್ಟಿದ್ದ ಚುದ್‌ಸ್ಕಯೆ ಸರೋವರದ ಮೇಲೆ ಯುದ್ಧ ('ಮಂಜುಗಡ್ಡೆಯ ಸಮರ'). ನೆವ್‌ಸ್ಕಿಗೆ ಇನ್ನೊಂದು ವಿಜಯ ಪ್ರಾಪ್ತಿ. ಈ ರಾಷ್ಟ್ರೀಯ ವೀರ ಜಾನಪದ ಕಾವ್ಯಗಳಿಗೆ ವಸ್ತುವಾದ.

ಮತವಿಚಾರದಲ್ಲಿ ತಾತರರು ಹಸ್ತಕ್ಷೇಪ ಮಾಡಲಿಲ್ಲ. ಮತ್ತೆ ಚಿಗುರ ತೊಡಗಿದ್ದ ಪಟ್ಟಣ ನಗರಗಳನ್ನು ಆಳಲು ದೇಶೀಯರಿಗೇ ಅವರು 'ಲೈಸೆನ್ಸ್' ನೀಡತೊಡಗಿದರು. ಪ್ರತಿಯಾಗಿ ಕಪ್ಪಸಂದಾಯ. ಗೊಣಗು ಕೇಳಿಸಿತೋ ಶಿರಚ್ಛೇದನ. ಆ ಶತಮಾನದ ಒಬ್ಬ ಬರಹಗಾರನ ಪ್ರಕಾರ:

"ನೀರನ್ನು ಗಟಗಟನೆ ಕುಡಿಯುವಂತೆ ನಮ್ಮ ಪಿತೃಗಳ ಮತ್ತು ಭ್ರಾತೃಗಳ ರಕ್ತವನ್ನು ಭೂಮಿ ಹೀರಿತು; ನಮ್ಮ ಎಷ್ಟೋ ಜನ ಅಣ್ಣ ತಮ್ಮಂದಿರನ್ನೂ ಮಕ್ಕಳನ್ನೂ ತೊತ್ತುಗಳಾಗಿ ಒಯ್ದರು; ಹಳ್ಳಿಯ ತುಂಬ ಲಂಟಾಣ ಬೆಳೆಯಿತು; ನಮ್ಮ ಹಿರಿಮೆ ಕುಗ್ಗಿತು; ಸೌಂದರ್ಯ ನಾಶವಾಯಿತು; ವಿಧರ್ಮೀಯರು ಸಂಪತ್ತನ್ನು ಸೂರೆಮಾಡಿದರು... ನಮ್ಮ ದುಡಿಮೆ ಅವರದಾಯಿತು... ನಮ್ಮ ನೆಲ ವಿದೇಶೀಯರ ಸೊತ್ತಾಯಿತು."

ನೆವ್‌ಸ್ಕಿಯ ಕಿರಿಯ ಮಗ ದಾನೀಲ್ 13ನೇ ಶತಮಾನದ ಕೊನೆಯ ದಶಕಗಳಲ್ಲಿ ಮಾಸ್ಕೊ ನಗರದ ದೊರೆಯಾದ. ಹೆದ್ದಾರಿಗಳು ಸಂಧಿಸುತ್ತಿದ್ದ ಊರು. ಬೇಗನೆ ಬೆಳೆಯಿತು. ತಾತರರ ಕಣ್ಕಾಪಿನ ಬಗ್ಗೆ ಇರಸುಮುರಸು ಆರಂಭ. ಸ್ವಾತಂತ್ರ್ಯ ಕನಸಾಗಿ ಕಾಡುವುದು ದಾಸ್ಯದ ಸಂಕೋಲೆಯಿಂದ ಬಂಧಿತರಾದವರನ್ನು ಮಾತ್ರ. ಮಾಸ್ಕೊದಲ್ಲೂ ಇತರ ರುಸಿ ನಗರಗಳಲ್ಲೂ ಚಡಪಡಿಕೆ ಆರಂಭ.

ನವಗೋರದನ್ನು ಬಗ್ಗು ಬಡಿಯುವುದು ಅವಶ್ಯವೆಂದು ತಾತರರಿಗೆ ಅನಿಸಿತು. ನೂರು ಮೈಲುಗಳ ದಾರಿ ಇದೆ ಎನ್ನುವಾಗ ನದಿಗಳಲ್ಲಿ ವಸಂತದ ಪ್ರವಾಹ ಬಂತು. ತಾತರ್ ನಾಯಕ ಮಾಮಯ್ ದಂಡನ್ನು ದಕ್ಷಿಣಕ್ಕೆ ತಿರುಗಿಸಿದ. ಮಾಸ್ಕೊ ಪ್ರದೇಶದ ದೊರೆಯಾಗಿದ್ದ ದ್ಮಿತ್ರಿ ಇವಾನೋವಿಚ್ ರುಸಿ ಭೂಮಿಯ ಹೆಚ್ಚಿನ ಅರಸರಿಂದ ನೆರವು ಸಂಪಾದಿಸಿ ತಾತರ್ ಸೇನೆಯ ಬೆನ್ನಟ್ಟಿದ. ದೋನ್ ನದಿಯ

ಬಲದಂಡೆಯ ಕುಲಿಕೋವ ಬಯಲಿನಲ್ಲಿ 1380 ಸೆಪ್ಟೆಂಬರ್ 8ರಂದು ಭೀಕರ ಕದನ ನಡೆದು, ತಾತರರು ಪರಾಜಿತರಾದರು.* ಆ ಮಹತ್ವದ ವಿಜಯ ಮನಗಾಣಿಸಿಕೊಟ್ಟ ಅಂಶಗಳು: 'ರಷ್ಯನರು ಒಗ್ಗೂಡಿದರೆ ತಾತರರನ್ನು ಹೊಡೆದಟ್ಟಬಹುದು; ರಷ್ಯದ ರಾಜಕೀಯಕೇಂದ್ರಗಳ ಕ್ರೋಡೀಕರಣ ಅಗತ್ಯ; ಎಲ್ಲ ಪ್ರದೇಶಗಳನ್ನೂ ಒಳಗೊಂಡ ರಷ್ಯ ದೇಶ ಅಸ್ತಿತ್ವಕ್ಕೆ ಬರುವುದು ಅವಶ್ಯ.'

ದ್ಮಿತ್ರಿ ಪ್ರಖ್ಯಾತನಾದ. ದೋನ್ ನದೀತಟದ ವಿಜಯಿಾವೀರನನ್ನು ಜನ ಮಮತೆಯಿಂದ ದ್ಮಿತ್ರಿ ದೋನ್‌ಸ್ಕೊಯ್ ಎಂದು ಕರೆದರು.

ಚೆಂಗೀಸನ ವಂಶಜನೆಂದು ಹೇಳಿಕೊಂಡ ತೈಮೂರ ತಾತರ್ ಸಾಮ್ರಾಜ್ಯದ ಸಡಿಲಿದ ಕಟ್ಟುಗಳನ್ನು ಬಿಗಿಗೊಳಿಸಲು ಶ್ರಮಿಸಿದ. ಅವನ ನೇತೃತ್ವದಲ್ಲಿ ತಾತರರ ಆಳ್ವಿಕೆ 35 ವರ್ಷ ಇದ್ದಿತು.

ಆ ನಡುವೆ 1439ರಲ್ಲಿ, ರೋಮನ್ ಕ್ಯಾಥಲಿಕರು ಮತ್ತು ಸಂಪ್ರದಾಯಬದ್ಧರ ಒಕ್ಕೂಟ ಸಾಧಿಸುವ ಯತ್ನ ನಡೆಯಿತು. ರಷ್ಯದ ಧರ್ಮಪೀಠ ಅದಕ್ಕೆ ಒಪ್ಪದೆ ತನ್ನ ಸ್ವಾತಂತ್ರ್ಯ ಸಾರಿತು. ಮುಂದೆ ಮಾಸ್ಕೊದಲ್ಲಿ ಅಧಿಕಾರಕ್ಕೆ ಬಂದ (ಮಹಾನ್) ಇವಾನ್ ತಾತರರಿಗೆ ಕಪ್ಪ ಕೊಡಲು ನಿರಾಕರಿಸಿದ. 'ಮಾಸ್ಕೊ ಮೂರನೆಯ ರೋಮ್' ಎಂದ. (ಬೈಜಾಂಟಿಯಮಿನ ರಾಜಧಾನಿ ಕಾನ್‌ಸ್ಟಾಂಟಿನೋಪ್‌ಲ್ 'ಎರಡನೆಯ ರೋಮ್' ಎನಿಸಿಕೊಂಡಿತ್ತು.) ನಾಣ್ಯ ಟಂಕಿಸಿದ್ದ ಮಾಸ್ಕೊನಗರ ಫಿರಂಗಿಗಳನ್ನೂ ಎರಕ ಹೊಯ್ದಿದ್ದು. ಆ ಫಿರಂಗಿಗಳು ಬೆಂಕಿಯುಗುಳಿದುವು.

ಪ್ರತಿಯೊಬ್ಬ ಪ್ರಭು ಸತ್ತಾಗಲೂ ಅಧಿಕಾರಕ್ಕಾಗಿ ಕಾರಸ್ಥಾನ, ಕಾದಾಟ ಸಾಮಾನ್ಯ. ಮಾಸ್ಕೊದ ಸುತ್ತುಮುತ್ತಣ ಪ್ರದೇಶದ ಅರಸನಾಗಬೇಕಾಗಿದ್ದ ವ್ಯಾಸಿಲಿಯ ಕಣ್ಣುಗಳನ್ನು ಎದುರಾಳಿ ಕುಕ್ಕಿ ತೆಗೆದ. ಕುರುಡನ ಬಗೆಗೇ ಸಾರ್ವತ್ರಿಕ ಸಹಾನುಭೂತಿ. 'ಕತ್ತಲೆಯ ವ್ಯಾಸಿಲಿ' ಎಂದು ಕರೆಸಿಕೊಂಡೇ ಆತ ತನ್ನ ಪ್ರದೇಶವನ್ನು ವಿಸ್ತರಿಸಿ ದೊಡ್ಡ ರಾಜ್ಯ ಕಟ್ಟಿದ.

ಮಹಾನ್ ಇವಾನನ ಮೊಮ್ಮಗ ಮೂರನೆಯ ಇವಾನನು ವ್ಯಾಸಿಲಿಯ ಧೋರಣೆಯನ್ನು ಮುಂದುವರಿಸಿ, ರಾಷ್ಟ್ರವನ್ನು ಭದ್ರಗೊಳಿಸಿದ. ನವಗೋರದ್ ಅವನ ಅಧೀನವಾಯಿತು. (ಸಭೆ

---

* ಆ ಸಮರವನ್ನು ಕುರಿತ ಸಾಹಿತ್ಯ ಕೃತಿಯಿಂದ :

"ಮಿರುಗುವ ಲೋಹ ಕವಚಗಳಿಂದ ಟಿಂಟಿಣಿನಾದ ಹೊರಟಿತು. ಕೆಂಪು ಢಾಲುಗಳು ಪರಸ್ಪರ ಢಿಕ್ಕಿಹೊಡೆದುವು. ಉಕ್ಕಿನ ಖಡ್ಗಗಳು ಝಣತ್ಕರಿಸಿದುವು. ತೀಕ್ಷ್ಣ ಕೈಗತ್ತಿಗಳು ಯೋಧರ ತಲೆಗಳ ಮೇಲ್ಗಡೆ ಫಳಫಳಿಸಿದವು. ಅಶ್ವಾರೋಹಿಗಳ ರಕ್ತ ಜೀನುಗಳ ಮೇಲಿಂದ ಕೆಳಕ್ಕೆ ಹರಿಯಿತು. ಮಿರುಗುವ ಶಿರಸ್ತ್ರಾಣಗಳು ಕುದುರೆಗಳ ಗೊರಸುಗಳ ಕೆಳಗೆ ಉರುಳಾಡಿದುವು."

ಸೇರಲು ನಗರದ ಚೌಕಕ್ಕೆ ಜನರನ್ನು ಕರೆಯುತ್ತಿದ್ದ ಘಂಟೆ ಮೌನ ತಳೆಯಿತು.) ಇವಾನ್ ದೇಶದ ಪ್ರಥಮ 'ತ್ಸಾರ್' ಎಂಬ ಬಿರುದಿನೊಂದಿಗೆ ಕಿರೀಟಧಾರಣೆ ಮಾಡಿಸಿಕೊಂಡ. ರೋಮನ್ ಪದವಾದ 'ಸೀಸರ್'ಗೆ ಸಮಾನ ಅರ್ಥವುಳ್ಳದ್ದು 'ತ್ಸಾರ್'. ಅರಸ ಬೈಜಾಂಟಿಯಮಿನ ಕೊನೆಯ ಸಮ್ರಾಟನ ಸೊಸೆಯನ್ನು ಮದುವೆಯಾಗಿ, ಆ ಸಾಮ್ರಾಜ್ಯದ ಲಾಂಛನವಾದ ಎರಡು ತಲೆಯ ಗಿಡುಗವನ್ನು ತನ್ನ ಲಾಂಛನದಲ್ಲಿ ಸೇರಿಸಿಕೊಂಡ.

ನಿರ್ಗಮಿಸಿದ ತಾತರರು ಬಿಟ್ಟುಹೋಗಿದ್ದ ಬಳುವಳಿ ಮೂರು: ಜನಗಣತಿ ಪದ್ಧತಿ; ಅಂಚೆ ವ್ಯವಸ್ಥೆ; ನಿರಂಕುಶ ಪ್ರಭುತ್ವ...

ರೈತ ಸಮುದಾಯಕ್ಕೆ ಹೊಸದೆ ನಿರಂಕುಶ ರಾಜ್ಯಭಾರ ? ಹಿಂದೆ, ಇಗರ್ಜಿಗಳು ಭೂಮಾಲಿಕರನ್ನು ಬೆಂಬಲಿಸಬಾರದು, ಮತ ಪ್ರಸಾರಕರು ಧನಕನಕ ಸಂಗ್ರಹಿಸಬಾರದು-ಎಂದು ರೈತರು ಆಗ್ರಹ ತೊಟ್ಟಾಗ, ಅವರನ್ನು ನಿರ್ದಯವಾಗಿ ಹತ್ತಿಕ್ಕಲಾಗಿತ್ತು. ನಾಯಕರನ್ನು ವೋಲ್ಖೊವ್ ನದಿಯ ಸೇತುವೆಯ ಮೇಲಿಂದ ಕೆಳಗಿನ ಆಳಕ್ಕೆ ಎಸೆದು, ಮುಳುಗಿಸಿ ಸಾಯಿಸಲಾಗಿತ್ತು.

ರಷ್ಯ, 15ನೇ ಶತಮಾನದ ಅಂತ್ಯದ ವೇಳೆಗೆ, ಯೂರೋಪಿನ ಅತ್ಯಂತ ದೊಡ್ಡ ರಾಷ್ಟ್ರವಾಗಿತ್ತು. ಆಗಿನ ಜನಸಂಖ್ಯೆ ಸುಮಾರು 60 ಲಕ್ಷ. 16ನೆಯ ಶತಮಾನದ ಮಧ್ಯದಲ್ಲಿ ಅದು 90 ಲಕ್ಷಕ್ಕೇರಿತು. (ಆ ಕಾಲದ ಇಂಗ್ಲೆಂಡಿನ ಜನಸಂಖ್ಯೆಯ ಎರಡರಷ್ಟು.) ರಫ್ತು ಆಮದು ಎರಡರಲ್ಲೂ ಹೆಚ್ಚಳ. ಸಾಮಗ್ರಿಗಳಲ್ಲೂ ವೈವಿಧ್ಯವಿತ್ತು. ಹಲವು ದೇಶಗಳ ಜತೆ ವ್ಯವಹಾರ. ವರ್ತಕ ಪ್ರತಿನಿಧಿ ಪ್ರವಾಸಿ ಅಫನಾಸೀ ನಿಕಿತಿನ್ ಹಿಂದಿನ ಶತಮಾನದಲ್ಲೇ ದೂರದ ಭಾರತಕ್ಕೂ ಹೋಗಿ ವರದಿ ತಂದಿದ್ದ. ದೇಶದ ಎಲ್ಲೆಡೆಗಳಲ್ಲೂ ಕೊಡು-ಕೊಳ್ಳುವ ಮಾರುಕಟ್ಟೆಗಳು ಸ್ಥಾಪಿತವಾದುವು. ಆಸ್ಥಾನಿಕರು ಪ್ರಬಲರಾಗಬಾರದೆಂದು ಅವರ ಅಪಾರ ಆಸ್ತಿಗಳನ್ನು ಹೆಚ್ಚು ಜನರಲ್ಲಿ ಹಂಚಿದುದರಿಂದ, ಮಧ್ಯಮ ಭೂಮಾಲಿಕರ ಸಂಖ್ಯೆ ಬೆಳೆಯಿತು. ಆದರೆ ದುಡಿಯುವ ರೈತರದು ಮಾತ್ರ ಗುಲಾಮ ಜೀವನವೇ. ಆದರೆ ಇಲ್ಲಿಯೂ ಒಂದು ಮುಖ್ಯ ಬದಲಾವಣೆಯಾಯಿತು. ದವಸ ಧಾನ್ಯಗಳ ರೂಪದಲ್ಲಿ ದಿನಗೂಲಿ ನೀಡುವುದರ ಬದಲು, ಹಣ ಚಲಾವಣೆಗೆ ಬಂತು. ವರ್ತಕರ ಮಾರುಕಟ್ಟೆಗಳಿಗೆ ಹೋಗಲು ರೈತರೂ ಶಕ್ತರಾದರು !

ಫಿತೂರಿಗಳನ್ನು ಹತ್ತಿಕ್ಕಿ ಪಟ್ಟವನ್ನು ಉಳಿಸಿಕೊಂಡ ನಾಲ್ಕನೆಯ ಇವಾನ್ ಕ್ರೌರ್ಯಕ್ಕೆ ಹೆಸರಾದವನು. ರಾಷ್ಟ್ರದ ಹಿರಿಯ ಧರ್ಮಾಧಿಕಾರಿ ಅವನ ಮಿತ್ರ. ಆದರೂ, ಆತನ ಸಲಹೆಗಳಿಂದ ತನಗೆಷ್ಟು ಬೇಕೋ ಅಷ್ಟನ್ನು ಮಾತ್ರ ಇವಾನ್ ಸ್ವೀಕರಿಸುತ್ತಿದ್ದ. ತನ್ನ ಉಗ್ರ ಕಾರ್ಯಾಚರಣೆ ಗಳಿಂದಾಗಿ 'ಇವಾನ್ ಭಯಂಕರ' ಎಂದು ಆತ ಕುಪ್ರಸಿದ್ಧನಾದ.

ರಷ್ಯದ ದಕ್ಷಿಣ ಅಂಚಿನಲ್ಲಿದ್ದ ಕಜಾನ್‌ರಾಜ್ಯ ತಾತರ್ ಹಿರಿಮೆಯ ಅವಶೇಷ. ಇವಾನ್ ದಂಡೆತ್ತಿಹೋಗಿ ಕಜಾನಿನ ಖಾನನನ್ನು ಸೋಲಿಸಿದ. ಅಲ್ಲಿನ ಬಹು ಜನಾಂಗೀಯ ವಿಸ್ತಾರ ಪ್ರದೇಶ ರಷ್ಯದ ವ್ಯಾಪ್ತಿಗೆ ಒಳಪಟ್ಟಿತು.

ಬೋರಿಸ್ ಗೊದುನವನ ಆಳ್ವಿಕೆಗೆ ಎಲ್ಲ ಭೂಮಾಲಿಕರ ಬೆಂಬಲವಿತ್ತು. ಆದರೆ, ಜೀತರೈತರ ಬದುಕು ದುರ್ಭರವಾಯಿತು. ಅಶಾಂತಿ ಹೊಗೆಯಾಡಿ, ಉರಿಬೆಂಕಿ ನಾಲಿಗೆ ಚಾಚುವ ಕಾಲ ಹತ್ತಿರವಾಯಿತು.

ಮಾಸ್ಕೊದಲ್ಲಿ ಅಧಿಕಾರಕ್ಕಾಗಿ ಕಚ್ಚಾಟ. ಗ್ರಾಮಾಂತರ ಪ್ರದೇಶಗಳಲ್ಲಿ ಹಿಡಿ ತುತ್ತಿಗಾಗಿ ಹೋರಾಟ. 1667–71ರಲ್ಲಿ ಅದು ಯುದ್ಧದ ರೂಪವನ್ನೇ ತಳೆಯಿತು. ಅದರ ದಳಪತಿ ಒಬ್ಬ ಬಡ ಕೊಸ್ಸಾಕ್– ಸ್ತೇಪಾನ್ ರೆಜಿನ್. ನಿಷ್ಠುರ ಬದುಕಿನ ಎಂಟೆದೆಯವನು. ಅವನ ಯೋಧರ ಸಂಖ್ಯೆ 7,000. ಕೊನೆಯಲ್ಲಿ ದೋನ್ ತೀರದಲ್ಲಿ ಶ್ರೀಮಂತ ಕೊಸ್ಸಾಕರು ಅವನನ್ನು ಹಿಡಿದರು. ಮಾಸ್ಕೊಗೆ ಒಯ್ದು ಕೆಂಪು ಚೌಕದಲ್ಲಿ ರೆಜಿನ್‌ಗೆ ಮರಣದಂಡನೆ ವಿಧಿಸಲಾಯಿತು. ವಿಫಲ ಬಂಡಾಯದ ನಾಯಕ ರೆಜಿನ್ ದಂತಕಥೆಯಲ್ಲಿ ಅಮರನಾದ.

ತಾತರ್ ಆಕ್ರಮಣದ ಕಾರಣದಿಂದ, ಪಶ್ಚಿಮದ ಮುಂದುವರಿದ ರಾಷ್ಟ್ರಗಳಿಗಿಂತ ಎರಡು ಶತಮಾನ ಹಿಂದೆ ಬಿದ್ದಿತ್ತು, ರಷ್ಯ. ಅದನ್ನು ಎಚ್ಚರಿಸಿ ಮೂಗು ಹಿಡಿದೆಳೆದು ಮುಂದಕ್ಕೆ ಒಯ್ದವನು ದೊರೆ (ಮಹಾನ್) ಪ್ಯೋತರ್ (1682–1725). ಹದಿನೈದು–ಹದಿನಾರರ ವಯಸ್ಸಿನಲ್ಲೆ ಪ್ಯೋತರ್ ಪಶ್ಚಿಮ ಯೂರೋಪಿನಲ್ಲಿ ಹದಿನೆಂಟು ತಿಂಗಳು ಸುತ್ತಾಡಿದ. ಹಾಲೆಂಡ್, ಇಂಗ್ಲೆಂಡ್‌ಗಳ ಹಡಗು ನಿರ್ಮಾಣ ಕೇಂದ್ರಗಳಲ್ಲಿ ಕಾರಖಾನೆಗಳಲ್ಲಿ ಸಾಮಾನ್ಯ ಕಾರ್ಮಿಕನಂತೆ ದುಡಿದ. ತನ್ನ ದೇಶದಲ್ಲಿ ಉದ್ಯೋಗಕ್ಕೆ ತಂತ್ರಜ್ಞರನ್ನು ಆಹ್ವಾನಿಸಿದ. ರಷ್ಯದ ಯುವಕರಿಗೆ ಹೊರ ದೇಶಗಳಲ್ಲಿ ಶಿಕ್ಷಣ ಕೊಡಿಸಿದ. 18ನೆಯ ಶತಮಾನ ರಷ್ಯದಲ್ಲಿ ತಟ್ಟುವ ಕುಟ್ಟುವ ಸದ್ದುಗದ್ದಲಗಳೊಂದಿಗೆ ಆರಂಭವಾಯಿತು. ಪ್ಯೋತರ್ ಸ್ವತಃ ಕತ್ತರಿ ಹಿಡಿದು ತನ್ನ ಆಸ್ಥಾನಿಕರ ಗಡ್ಡಗಳನ್ನು ಕತ್ತರಿಸಿದ. ನಿಲುವಂಗಿಗಳನ್ನು ಕಳಚಿ ಐರೋಪ್ಯ ಪೋಷಾಕು ತೊಡುವಂತೆ ಅವರನ್ನು ಆಗ್ರಹಿಸಿದ. ಹುಬ್ಬೇರಿಸಿದ ಆಸ್ಥಾನಿಕರನ್ನು ಮೆಟ್ಟಿನಿಂತು ತನ್ನ ಸುತ್ತಲೂ ಆಧುನಿಕ ಪ್ರತಿಷ್ಠಿತರ ಬಣವನ್ನು ರೂಪಿಸಿದ. ಪಶ್ಚಿಮದ ವಾಸ್ತುಶಿಲ್ಪವನ್ನು ಬಳಸಿ ನೇವಾ ನದೀತಟದಲ್ಲಿ ಭವ್ಯವಾದ ಪೀಟರ್ಸ್‌ಬರ್ಗ್ ನಗರ ನಿರ್ಮಾಣ ಪ್ಯೋತರನ ದೊಡ್ಡ ಸಾಧನೆ. 1712ರಲ್ಲಿ ದೇಶದ ರಾಜಧಾನಿಯನ್ನೇ ಅಲ್ಲಿಗೆ ಸ್ಥಳಾಂತರಿಸಿದ. ಅವನ ದೃಷ್ಟಿಯಲ್ಲಿ ಪೀಟರ್ಸ್‌ಬರ್ಗ್ ಬದಲಾದ ರಷ್ಯದ ಪ್ರತೀಕ ('ಯೂರೋಪಿನತ್ತ ತೆರೆದ ರಷ್ಯದ ಕಿಟಿಕಿ').

ರಷ್ಯದ ಆರ್ಥಿಕ ವ್ಯವಸ್ಥೆಯಲ್ಲಿ ಆಗ ಕಾಣಿಸುತ್ತಿದ್ದುದು ಬಂಡವಾಳದ ಮೊಳಕೆಗಳು ಮಾತ್ರ. ಪ್ಯೋತರ್ ತನ್ನ ಕನಸಿನ ಕಟ್ಟಡಗಳನ್ನು ನಿರ್ಮಿಸಲು ಬಳಸಿದ್ದು ಸಹಸ್ರ ಸಹಸ್ರ ರೈತರ ಕಡ್ಡಾಯದ ಬಿಟ್ಟಿ ದುಡಿಮೆಯನ್ನು.

ಹಿಂದೆಯೊಮ್ಮೆ ಒಬ್ಬ ತ್ಸಾರ್ ಮಾಸ್ಕೊದಿಂದ ಹೊರಹೋಗಿದ್ದ ವೇಳೆಯಲ್ಲಿ, ಹಿರಿಯ ಧರ್ಮಾಧಿಕಾರಿ ಕೂಗಾಡಿದ್ದ:

"ತ್ಸಾರ್ ನೀಡುವ ಸಹಾಯವೆಲ್ಲ ಬೆಲೆ ಇಲ್ಲದ್ದು. ನನಗೆ ಅದರಿಂದ ಪ್ರಯೋಜನವಿಲ್ಲ. ಅದರ ಮೇಲೆ ನಾನು ಉಗುಳ್ತೇನೆ, ನೆಗಡಿ ಸೀಟ್ತೇನೆ."

ಈಗಲೋ, ಪ್ಯೋತರನ ಹೆಸರು ಹೇಳಿದರೇ ಸಾಕು ಇಡಿಯ ರಷ್ಯವೇ ಗದಗದ ನಡುಗುವ ಪರಿಸ್ಥಿತಿ. "ರಷ್ಯದ ಧರ್ಮಪೀಠಕ್ಕೆ ತ್ಸಾರನೇ ಪರಮಾಧಿಕಾರಿ" ಎಂದು ಪ್ಯೋತರ್ ಸಾರಿದ. ವೈದ್ಯಕೀಯ ಶಾಲೆ, ನೌಕಾದಳ ಫಿರಂಗಿ ದಳಗಳಿಗಾಗಿ ಎಂಜಿನಿಯರಿಂಗ್ ಶಾಲೆಗಳು ಆರಂಭವಾದುವು. 1724ರಲ್ಲಿ ರಷ್ಯನ್ ವಿಜ್ಞಾನಗಳ ಅಕಾಡೆಮಿ ಸ್ಥಾಪಿತವಾಯಿತು. ಜತೆಗೆ ರಾಜಕಾಂತ್ರಿಕರಿಗೂ ಒಂದು ತರಬೇತಿ ಕೇಂದ್ರ ! ಈ ಸುಂದರ ಚಿತ್ರವನ್ನು ಹೊರಳಿಸಿದಾಗ ಕಂಡುಬರುತ್ತಿದ್ದ ನೋಟ: ದುಡಿಮೆಯನ್ನು ಮಾರಿ ಬದುಕಲು ರೈತರಂತೆ ವೃತ್ತಿಪರ ಕಾರ್ಮಿಕರ ಪಡೆಯ ಅಲೆದಾಟ. ಉರಲಿನ ಬಟ್ಟೆ ಕಾರಖಾನೆಗಳಲ್ಲಿ ಕಬ್ಬಿಣ ಗಣಿಗಳಲ್ಲಿ ಮುಂಜಾವದಿಂದ ನಸುಕಿನವರೆಗೆ ದುಡಿಮೆ. ಜೀವಂತವಾಗಿ ಗೋರಿ ಕಾಣಲು ಅವಕಾಶ! ಗಣಿಕಾರ್ಮಿಕರು ಓಡಿಹೋಗದಂತೆ ಕೈಗಾಡಿಗಳಿಗೆ ಅವರನ್ನು ಸರಪಣಿಯಿಂದ ಕಟ್ಟುತ್ತಿದ್ದರು. ಭಿಕ್ಷುಕರು, ಅಲೆಮಾರಿಗಳು ಹಾಗೂ ಸೈನಿಕ ಪತ್ನಿಯರು ಕಾರಖಾನೆಗಳಲ್ಲಿ ದುಡಿಯಬೇಕೆಂದು ಕಟ್ಟಪ್ಪಣೆ. ಸಿಗುತ್ತಿದ್ದುದು ಹಿಟ್ಟಿಗೆ ಸಾಲದ ಪುಡಿಗಾಸು. ಸಾಲದ್ದಕ್ಕೆ 'ತಲೆಗಂದಾಯ'. ಪ್ರತಿಭಟನೆ ಇದ್ದಿತು, ಅಲ್ಲಲ್ಲಿ. ಆದರೆ ಅದು, ರಾಜ್ಯ ಯಂತ್ರದ ಕರ್ಕಶ ರವದೆದುರು ಕೇಳಿಸದೇ ಹೋದ ಕೀರಲು ಅಳಲು.

ರಾಜಧಾನಿಯ ಪ್ರತಿಷ್ಠಿತ ಯುವಕರ ಅಧ್ಯಯನಕ್ಕಾಗಿ ಪ್ಯೋತರ್ ಒಂದು 'ಮಾರ್ಗದರ್ಶಿ' ಪುಸ್ತಕವನ್ನು ಬರೆಸಿದ. ಅದು ಹೇಳಿತು :

"ಭೋಜನಕೂಟದಲ್ಲಿ ಹಂದಿಯ ಹಾಗೆ ಗಬಗಬನೆ ತಿನ್ನಬೇಡಿ. ಮೂಗಿನ ಹೊಳ್ಳೆಗಳಿಂದ ಕಸ ತೆಗೆಯಬೇಡಿ. ಸೇವಕರ ಎದುರಲ್ಲಿ ಯಾವುದಾದರೂ ವಿದೇಶೀ ಭಾಷೆಯಲ್ಲಿ ಮಾತನಾಡಿ; ಆ ತೊತ್ತುಗಳಲ್ಲಿ ಅಲ್ಪತನದ ಭಾವನೆ ಮೂಡುವಂತೆ ಮಾಡಿ."

ಸಮ್ರಾಟತಂದೆಯ ಅವಸರದ ಯೋಜನೆಗಳು ತನಗಿಷ್ಟವಿಲ್ಲ ಎಂದ, ಆತನ ಮಗ ಅಲೆಕ್ಸಿ. ನ್ಯಾಯಸ್ಥಾನ ವಿಚಾರಣೆ ನಡಿಸಿ, ರಾಜಕುಮಾರನನ್ನು ಮರಣದಂಡನೆಗೆ ಗುರಿಪಡಿಸಿತು !

ಪ್ಯೋತರ್ ಮುಳುಗುತ್ತಿದ್ದ ನಾವಿಕರನ್ನು ಉಳಿಸಲು ಹೋಗಿ, ಶೈತ್ಯಕ್ಕೆ

ತುತ್ತಾಗಿ ತನ್ನ 43ನೇ ವಯಸ್ಸಿನಲ್ಲೇ, ಮಡಿದ. ಮುಂದಿನವರಿಗಾಗಿ ಆತ ಬಿಟ್ಟುಹೋದುದು: ಬಾಲ್ಟಿಕ್ ತೀರದಿಂದ ಉರಲ್ ತನಕ ಹರಡಿದ್ದ ಪ್ರಬಲ ರಾಷ್ಟ್ರ; 300,000 ಸೈನಿಕರ ದಂಡು; 40 ಹಡಗುಗಳಿದ್ದ ನೌಕಾ ಪಡೆ; ಉದ್ಯಮಗಳಲ್ಲಿ ತೊಡಗಿಸಲು ಬಂಡವಾಳ ಸಂಗ್ರಹಿಸುತ್ತಿದ್ದ ಬಲಿಷ್ಠ ವರ್ತಕ ವರ್ಗ; ಬಡಜನರ ಪಾಲಿಗೆ ಕಣ್ಣೀರಲ್ಲಿ ಕೈತೊಳೆಯುವ ಬದುಕು.

ಅರಮನೆ ಫಿತೂರಿಗಳ ಸರಣಿಯೇ ನಡೆದು 1741ರಲ್ಲಿ ಪ್ಯೋತರನ ಮಗಳು ಎಲಿಜಬೆಥ್ ಸಮ್ರಾಜ್ಞಿಯಾದಳು. ತೊತ್ತುಗಳನ್ನು ಆಧರಿಸಿದ್ದ ಭೂಮಾಲಿಕ ವ್ಯವಸ್ಥೆ ತಾನಿನ್ನು ಸುಭದ್ರ ಎಂದುಕೊಂಡಿತು. ತಮಗೆ ಇಷ್ಟವಾಗದವರನ್ನು ಸಿಬೀರ್‌ಗೆ ಅಟ್ಟುವ ಹಕ್ಕು ಹಿರಿಯ ಹೊಲ ದೊಡೆಯರಿಗೆ ಲಭಿಸಿತು. ಆದರೆ ವರ್ತಕ ಬಂಡವಾಳ ತನ್ನ ಬಲೆ ನೇಯುತ್ತಿತ್ತು. ರೈತರ ಶ್ರಮಶಕ್ತಿಯನ್ನು ಕೊಳ್ಳಲು ಅವರಿಗೂ ಅನುಮತಿ ನೀಡಬೇಕಾಯಿತು.

ತಂದೆಯ ಅನೇಕ ಕಾರ್ಯಕ್ರಮಗಳನ್ನು ಮಗಳು ಮುಂದುವರಿಸಿದಳು. ಅವಳ ಕಿರೀಟದ ತುರಾಯಿಯಾದದ್ದು, 1755ರಲ್ಲಿ ಮಾಸ್ಕೊ ವಿಶ್ವವಿದ್ಯಾನಿಲಯದ ಸ್ಥಾಪನೆ. ಸಾಮಾನ್ಯ ರೈತನ ಮಗ ನೆಲದಿಂದ ಬಾನಿಗೆ ಕವಣೆ ಬೀಸಿ ಜ್ಞಾನದ ಮುಗಿಲನ್ನು ಕೆಳಕ್ಕೆ ಕೆಡವಿದ್ದ. ಮಿಖೈಯಿಲ್ ಲೊಮೊನೋಸವ್, ವಿಜ್ಞಾನಿ, ವಿಚಾರಿ, ಕವಿ. ದೇಶವಾಸಿಗಳ ಮನ್ನಣೆಗಳಿಸಿದ ಈತ ವಿಶ್ವವಿದ್ಯಾನಿಲಯದ ಯೋಜನೆ ರೂಪಿಸಿದ. "ನಮ್ಮ ಮಕ್ಕಳಿಗೆ ಮಾತ್ರ ಉಚ್ಚ ಶಿಕ್ಷಣ" ಎಂದರು ಧನಾಢ್ಯರು. "ಎಲ್ಲರೂ ಬರಲಿ", ಎಂದ ಲೊಮೊನೋಸವ್. ಕೊನೆಗೆ, ತೊತ್ತುಗಳನ್ನು ಹೊರತುಪಡಿಸಿ ಉಳಿದವರು ಬರಬಹುದು ಎಂದಾಯಿತು. ಆಗ ಇತರ ದೇಶಗಳ ವಿಶ್ವವಿದ್ಯಾನಿಲಯಗಳಲ್ಲಿ ಲ್ಯಾಟಿನ್ ಮೂಲಕ ಬೋಧನೆ ನಡೆಯುತ್ತಿತ್ತು. ಆದರೆ ಮಾಸ್ಕೊ ವಿಶ್ವ ವಿದ್ಯಾನಿಲಯದಲ್ಲಿ ರಷ್ಯನ್ ಭಾಷೆಯೇ ಶಿಕ್ಷಣ ಮಾಧ್ಯಮವಾಯಿತು ! (ಮುಂದೆ ಲೊಮೊನೋಸವ್ ವಿಶ್ವವಿದ್ಯಾಲಯವೆಂದೇ ಆ ವಿದ್ಯಾಲಯ ವಿಖ್ಯಾತವಾಯಿತು.)

18ನೆಯ ಶತಮಾನದ ಉತ್ತರಾರ್ಧದಲ್ಲಿ ರಷ್ಯದ ಸಮ್ರಾಜ್ಞಿಯಾಗಿ ಮೆರೆದವಳು ಕ್ಯಾಥರೀನ್. ಈಕೆಗೆ ಸಾಮ್ರಾಜ್ಯ ವಿಸ್ತರಿಸುವ ಹಂಬಲ. ಐರೋಪ್ಯ ವೈಚಾರಿಕತೆಯನ್ನು ಅರಿಯುವ ಬಯಕೆ. ಎರಡನ್ನೂ ಅವಳು ಸಾಧಿಸಿದಳು. ವಾಲ್ಟೇರ್, ಡಿಡಿರೊರೊಂದಿಗೆ ಪತ್ರ ವ್ಯವಹಾರ ನಡೆಸಿದಳು. ವಿಶ್ವಕೋಶ ನಿರ್ಮಾಪಕ ಡಿಡಿರೊನನ್ನು ಮಾಸ್ಕೊಗೆ ಕರೆಸಿದಳು. ಫ್ರೆಂಚ್ ಕ್ರಾಂತಿಯಾದಾಗ ಮಾತ್ರ, ಅವಳ ಎದೆ ಝಲ್ಲೆಂದಿತು. ವೈಚಾರಿಕರನ್ನು ಅವರ ಪಾಡಿಗೆ ಬಿಟ್ಟು, ತನ್ನ ಕರ್ತವ್ಯ ಪಾಲನೆಯಲ್ಲಿ ನಿರತಳಾದಳು ! 850,000 ತೊತ್ತುಗಳಿಗೆ ಭೂಮಿ

ಹಂಚಿದ ತನ್ನ ಕೈಯಿಂದಲೇ, ಕೊಸ್ಸಾಕರ ಮುಖಂಡತ್ವದಲ್ಲಿ ನಡೆದ ಭಾರಿ ಬಂಡಾಯವನ್ನು ನಿರ್ದಯವಾಗಿ ಹತ್ತಿಕ್ಕಿದಳು. ಬಂಡಾಯದ ನಾಯಕ ಪುಗಾಚ್ಯೋವ್. ವಾಡಿಕೆಯಂತೆ ಹೆಡೆಮುರಿಕಟ್ಟಿ ಅವನನ್ನು ಮಾಸ್ಕೊಗೆ ತಂದರು. ವಾಡಿಕೆಯಂತೆ ತಲೆ ಕಡಿದು ಕೊಂದು, ಹುತಾತ್ಮ ಪಟ್ಟ ನೀಡಿದರು. ಅಂಥದೇ ಗೌರವ ಪುಗಾಚ್ಯೋವ್‌ನ ಹಲವು ಸಂಗಡಿಗರಿಗೂ ಸಂದಿತು(1775).

ಫ್ರಾನ್ಸಿನಲ್ಲಿ 18ನೇ ಶತಮಾನದ ಅಂತ್ಯದಲ್ಲಿ ಪ್ರತಿಕ್ರಾಂತಿ ನಡೆದು ಬಂಡವಾಳಶಾಹಿಗೆ ಮೇಲುಗೈಯಾದಾಗ, ರಷ್ಯದ ಪಟ್ಟಭದ್ರರು ನಿರಾತಂಕವಾಗಿ ಉಸಿರಾಡಿದರು. ತುರ್ಕಿ ಮತ್ತಿತರ ದೇಶಗಳ ವಿರುದ್ಧ ನಡೆದ ಯುದ್ಧಗಳಲ್ಲಿ ರಷ್ಯ ಗೆದ್ದಿತು. ಈ ವಿಜಯಕ್ಕೆ ಕಾರಣನಾದವನು ಸಮರ್ಥ ಸೇನಾನಿ ಸುವರೋವ್. ಅಧಿಕಾರಾರೂಢನಾದ ಅರಸ ಪಾಲ್ ಒಬ್ಬ ಹುಚ್ಚಪ್ಪ. ರಾತ್ರಿ ಎಂಟು ಗಂಟೆಗೆ ತಾನು ಶಯ್ಯಾಗೃಹಕ್ಕೆ ತೆರಳಿದೊಡನೆ, ರಾಜಧಾನಿಯಲ್ಲಿ ಎಲ್ಲರೂ ದೀಪಗಳನ್ನಾರಿಸಬೇಕು – ಎಂದು ಆಜ್ಞಾಪಿಸಿದ. 'ದೇಶದ 100,000 ಭೂಮಾಲಿಕರೆಲ್ಲ ಸಂಬಳವಿಲ್ಲದ ಪೋಲೀಸ್ ಮುಖ್ಯಸ್ಥರು; ರೈತರಿಗೆ ಅವರು ಬುದ್ಧಿ ಕಲಿಸಲಿ'–ಎಂದ. 'ದೇಶಬಾಂಧವ' 'ಪಿತೃಭೂಮಿ' ಎಂಬ ಪದಗಳ ಬಳಕೆ ನಿಷಿದ್ಧವಾಯಿತು. ವಿದೇಶಗಳಿಂದ ಪುಸ್ತಕಗಳನ್ನು ತರಿಸಬಾರದು– ಎಂದು ಅಪ್ಪಣೆ ಮಾಡಿದ. ಇದೆಲ್ಲದರ ಫಲಶ್ರುತಿಯಾಗಿ ಕ್ರಾಂತಿಕಾರಿ ವಿಚಾರಗಳು ಮತ್ತಷ್ಟು ಬಲಗೊಂಡುವು. ಯಾವ ಕ್ಷಣದಲ್ಲಾದರೂ ಅರಸ ತಮ್ಮನ್ನು ಸಿಬೀರ್‌ಗೆ ಗಡಿಪಾರು ಮಾಡಬಹುದೆಂಬ ಹೆದರಿಕೆ ಇದ್ದುದರಿಂದ, ಜೇಬಿನಲ್ಲಿ ದುಡ್ಡಿಟ್ಟುಕೊಂಡೇ ಅಧಿಕಾರಿಗಳು ಕವಾಯತು ಬಯಲಿಗೆ ಬರುತ್ತಿದ್ದರು. ಅರಸ ತನಗಾಗಿ ಒಂದು ಅಭೇದ್ಯ ಕೋಟೆಯನ್ನು ನಿರ್ಮಿಸಲು ಹೊರಟ. ರಾಜಧಾನಿಯ ಆಢ್ಯರು ಆ ಕೋಟೆಯೊಳಗೇ ಅವನನ್ನು ಕತ್ತು ಹಿಸುಕಿ ಕೊಂದರು.

ಉತ್ತರಾಧಿಕಾರಿ ಪಾಲ್‌ನ ಸೋದರ ಅಲೆಕ್ಸಾಂದರ್‌ಗೆ ಒದಗಿದ್ದು, ದೀಪ ಆರಿಸದೆಯೇ ನಿದ್ದೆ ಹೋಗುವ ಅವಸ್ಥೆ.

ಹೆಚ್ಚು ಕಮ್ಮಿ ಪಶ್ಚಿಮ ಯೂರೋಪನ್ನೆಲ್ಲ ವಶಪಡಿಸಿಕೊಂಡ ನೆಪೋಲಿಯನ್ 1811ರಲ್ಲಿ ನುಡಿದ:

"ಇನ್ನು ಐದು ವರ್ಷಗಳಲ್ಲಿ ನಾನು ಲೋಕದ ಒಡೆಯನಾಗುವೆ. ಅಡ್ಡಿಯಾಗಿ ರಷ್ಯವೊಂದು ಉಳಿದಿದೆ; ಅದನ್ನು ಈಗ ಪುಡಿಗೂಡಿಸುವೆ."

ಮರು ವರ್ಷ, ಔಪಚಾರಿಕವಾಗಿ ಯುದ್ಧಸಾರದೆಯೆ, 640,000 ಸೈನಿಕರ ಮಹಾಸೇನೆಯೊಡನೆ ಮಾಸ್ಕೊದತ್ತ ಆತ ನುಗ್ಗಿದ. ಅರ್ಧ ಶತಮಾನದ ಬಳಿಕ ತನ್ನ 'ಸಮರ ಮತ್ತು ಶಾಂತಿ" ಮಹಾ ಕಾದಂಬರಿಯಲ್ಲಿ ತಲ್‌ಸ್ತೊಯ್ (ಅರ್ಥ : ಲೆವ್–ಸಿಂಹ; ತಲ್‌ಸ್ತೊಯ್– ಧಡೂತಿ) ಬಣ್ಣಿಸಿದಂತೆ, "ಜನತೆಯ ಯುದ್ಧದ ಗದೆ ಮೇಲೆದ್ದಿತು;

ತನ್ನೆಲ್ಲ ಭೀಕರತೆಯನ್ನೂ ಅಗಾಧ ಶಕ್ತಿಯನ್ನೂ ತೋರ್ಪಡಿಸಿತು." ಜನರು ಮನೆಗಳನ್ನು ಸುಟ್ಟು ಕಾಡು ಸೇರಿದರು. ಸೇನಾನಿ ಕುತುಜೋವ್ ಮಾಸ್ಕೊ ನಗರವನ್ನು ತ್ಯಜಿಸಬೇಕು ಎಂದ. ಅಲ್ಲಿನ ನಿವಾಸಿಗಳು ನಗರತ್ಯಾಗ ಮಾಡಿ, ತಮ್ಮ ಸೈನ್ಯವನ್ನು ಹಿಂಬಾಲಿಸಿದರು. (ಕುತುಜೋವ್ : "ಮಾಸ್ಕೊ ತ್ಯಜಿಸಿದರೆ ರಷ್ಯ ಹೋದಂತಾಗುವುದಿಲ್ಲ; ಸೈನ್ಯವನ್ನು ಕಳಕೊಂಡರೆ ಮಾತ್ರ ರಷ್ಯವೇ ಇಲ್ಲವಾಗ್ತದೆ.")

ಮಾಸ್ಕೊದ ಹೆಬ್ಬಾಗಿಲಿಗೆ ಬಂದ ನೆಪೋಲಿಯನನನ್ನು ಇದಿರ್ಗೊಂಡದ್ದು ನಗರವನ್ನು ಸುಡುತ್ತಿದ್ದ ಬೆಂಕಿ. 30,000 ಮನೆಗಳಲ್ಲಿ 25,000ಕ್ಕೂ ಹೆಚ್ಚು ಬೂದಿಯಾದುವು. ಹತಾಶನಾದ ನೆಪೋಲಿಯನ್ ಪಶ್ಚಿಮಕ್ಕೆ ಹೊರಳಿದ. ಕುತುಜೋವ್ ಅಡ್ಡಗಟ್ಟಿದಾಗ ಸೋಲು ಅನಿವಾರ್ಯವಾಯಿತು. ಚಿಂದಿಯಾದ ಬಾವುಟದೊಡನೆ, ಮೂವತ್ತು ಸಾವಿರಕ್ಕೆ ಕುಗ್ಗಿದ್ದ ಬಳಲಿದ ದಂಡಿನೊಡನೆ ನೆಪೋಲಿಯನ್ ಫ್ರಾನ್ಸಿಗೆ ಮರಳಿದ.

ಒಂದರ ಮೇಲೊಂದರಂತೆ ಅನೇಕ ದೇಶಗಳಲ್ಲಿ ಬಂಡಾಯಗಳೂ ಸ್ವಾತಂತ್ರ್ಯ ಯುದ್ಧಗಳೂ ನಡೆದುವು. 1812ರ ವಿಜಯದಿಂದ ರಷ್ಯದ ಜನತೆಗೆ ಹೆಮ್ಮೆ ಎನಿಸಿತ್ತು. ಸೈನ್ಯದ ಯುವ ಅಧಿಕಾರಿಗಳ ಮೇಲೆ ಐರೋಪ್ಯ ಪ್ರಜಾಪ್ರಭುತ್ವವಾದಿ ವಿಚಾರಗಳು ಮೋಡಿ ಬೀರಿದ್ದುವು. ಪ್ರಗತಿಪರ ವಿಚಾರಗಳ ಅ ಪ್ರಸಾರವನ್ನು ತಡೆಯಲು ಧರ್ಮವನ್ನು ಬಳಸಲಾಯಿತು. "ಪವಿತ್ರ ಧರ್ಮಪೀಠವು ಅನಾದಿ ಕಾಲದಿಂದ ತ್ರಿಕೋನವನ್ನು ದೇವರ ಸಂಕೇತವಾಗಿ ಬಳಸಿದೆ," ಎಂದು ಬೋಧಿಸುವಂತೆ, 1820ರಲ್ಲಿ, ಕಜಾನ್ ವಿಶ್ವವಿದ್ಯಾನಿಲಯದ ಅಧ್ಯಾಪಕರಿಗೆ ಸೂಚನೆ ಬಂತು. ಹಾಗೆ ಹೇಳಲು ನಿರಾಕರಿಸಿದ ಅಧ್ಯಾಪಕರನ್ನು ಸರಕಾರದ ಅಧಿಕಾರಿಗಳು ಹೊರದಬ್ಬಿದರು.

ಬಂಡಾಯದ ಸುಂಟರಗಾಳಿ ಬೀಸಿತು. 'ಬಂಧಮುಕ್ತಿಯ ಕೂಟ' ದೇಶದ ವಿವಿಧ ಕಡೆಗಳಲ್ಲಿ ರಚಿತವಾಯಿತು. ರಷ್ಯವನ್ನು ಗಣರಾಜ್ಯವಾಗಿ ಮಾಡುವುದು ಈ ಕೂಟದ ಹಂಬಲ. 1825ರ ನವೆಂಬರ್‌ನಲ್ಲಿ ಅಲೆಕ್ಸಾಂದರ್ ಸತ್ತ. ಇನ್ನೊಬ್ಬ ಪಟ್ಟ ಏರುವುದಕ್ಕೆ ಮುಂಚೆಯೇ ಸೈನ್ಯಕ್ರಾಂತಿ ಮೇಲು, ಎಂದು ಬಂಡಾಯಗಾರರು ಭಾವಿಸಿದರು. ಅದು ಪೀಟರ್ಸ್‌ಬರ್ಗ್‌ನಲ್ಲಿ ನಡೆದ ಮಿಲಿಟರಿ ಕ್ರಾಂತಿ. ಹೊಸ ಅರಸನಾಗಿ ಗದ್ದುಗೆ ಏರಿದವನು ನಿಕೋಲಸ್. ಅವನಿಗೆ ನಿಷ್ಠೆ ತೋರಿದ ತುಕಡಿಗಳು ಬಂಡಾಯಗಾರರನ್ನು ಸುತ್ತುವರಿದುವು. ಇನ್ನೊಂದು ವಿಫಲ ಕ್ರಾಂತಿ! ಐವರು ನಾಯಕರಿಗೆ ಮರಣ ದಂಡನೆ. ಇತರ ನೂರಾರು ಜನರಿಗೆ ನಾನಾ ಬಗೆಯ ಶಿಕ್ಷೆ. "ಆ ಚೌಕದಲ್ಲಿ ಬಂದೂಕುಗಳಿಂದ ಸಿಡಿದ ಗುಂಡುಗಳ ಸಪ್ಪಳಕ್ಕೆ ಇಡಿಯ ಒಂದು ಪೀಳಿಗೆಯೇ ಎಚ್ಚತ್ತಿತು" – ಎಂದು ಬರೆದ, ವಿಚಾರವಾದಿ ಹೆರ್ಜೆನ್.

ಮುಂದೆ ಮೂವತ್ತು ವರ್ಷ ಆಳಿದ ನಿಕೋಲಸ್ ಎಣೆ ಇಲ್ಲದ ಕ್ರೌರ್ಯ ಮತ್ತು ಕೆಲ ಅಧುನಿಕ ವಿಚಾರಗಳ ಮಿಶ್ರಣವಾಗಿದ್ದ. ಅವನೆಂದ : "ನನಗೆ ಸುಶಿಕ್ಷಿತ ಜನರು ಬೇಡ; ನಿಷ್ಠಾವಂತ ಪ್ರಜೆಗಳು ಬೇಕು." ಆತನ ಕಾಲದಲ್ಲಿಯೇ ರಷ್ಯದಲ್ಲಿ ಔದ್ಯೋಗಿಕ ಕ್ರಾಂತಿಯ ಶಕೆ ಆರಂಭವಾಯಿತು. (ಆಗ ಇಂಗ್ಲೆಂಡಿನಲ್ಲಿ 15,000 ಜರ್ಮನಿಯಲ್ಲಿ 10,000 ಕಿಲೊಮೀಟರ್ ಉದ್ದ ರೈಲು ದಾರಿಗಳಿದ್ದುವು. ರಷ್ಯದಲ್ಲಿದ್ದದ್ದು 1,500 ಕಿಲೊಮೀಟರ್ ಮಾತ್ರ.) ರಷ್ಯಕ್ಕೆ ಉಗಿಯಂತ್ರಗಳ ಆಗಮನವಾಯಿತು. ಕಾರಖಾನೆಗಳು ಹೆಚ್ಚಿದವು; ಮೈತುಂಬಿಕೊಂಡ ಬಂಡವಾಳವರ್ಗಕ್ಕೆ ಕೋಡು ಮೂಡಿತು. ಚೂಪುಕೋಡುಗಳೊಡನೆ ಶಕ್ತಿಶಾಲಿಯಾದ ಕಾರ್ಮಿಕವರ್ಗ ಅಸ್ತಿತ್ವಕ್ಕೆ ಬಂತು. ಈ ಎಲ್ಲ ಮಹತ್ವದ ಸಂಭವಗಳ ವೈಜ್ಞಾನಿಕ ಪೃಥಕ್ಕರಣವನ್ನು ಸಾಧ್ಯಗೊಳಿಸುವ ಅಪೂರ್ವಸಾಧನ ಲಭ್ಯವಾಯಿತು, 1848ರಲ್ಲಿ. ಅದು ಜರ್ಮನಿಯ ಮಾರ್ಕ್ಸ್ ಮತ್ತು ಎಂಗೆಲ್ಸ್ ರಚಿಸಿದ 'ಕಮ್ಯೂನಿಸ್ಟ್ ಘೋಷಣೆ.' 19ನೇ ಶತಮಾನದ ನಾಲ್ಕನೆಯ ದಶಕದಿಂದ ಪ್ರಜಾಪ್ರಭುತ್ವವಾದಿ ನಿಲುಮೆಗೆ ಭದ್ರಬುನಾದಿ ನಿರ್ಮಿಸುತ್ತ ಬಂದಿದ್ದ ರಷ್ಯದ ವೈಚಾರಿಕರ ಬ್ಳಗ ಮಾರ್ಕ್ಸ್‌ವಾದಿ ಚಿಂತನವನ್ನು ಆದರದಿಂದ ಸ್ವಾಗತಿಸಿತು. ಈ ಮಂದಿ ವಿಶ್ವವಿದ್ಯಾಲಯಗಳ ಕ್ರಾಂತಿಕಾರೀ ಒಳಸುಳಿಯಲ್ಲಿ ಪ್ರಬುದ್ಧರಾದವರು, – ಹೆಚ್ಚಿನವರು ಉಳ್ಳವರ ಮಕ್ಕಳು. ಈ ವೈಚಾರಿಕ ಅಲೆ ರಷ್ಯ ಸಾಮ್ರಾಜ್ಯದ ರಷ್ಯೇತರ ಜನಾಂಗಗಳಿಗೂ ತಟ್ಟಿತು.

ಮೂರು ವರ್ಷ ತುರ್ಕಿಯ ವಿರುದ್ಧ ನಡೆಸಿದ ಕ್ರಿಮಿಯಾ ಯುದ್ಧ 'ತ್ಸಾರನ ಸೇನಾನಿಗಳು ಕವಾಯತಿನಲ್ಲಿ ಚತುರರು, ಹೋರಾಟದಲ್ಲಿ ಹೇಡಿಗಳು' ಎಂಬುದನ್ನು ತೋರಿಸಿಕೊಟ್ಟಿತು. ನಿಕೋಲಸ್ ಮೃತನಾದ. ಅವಮಾನ ಸಹಿಸಲಾಗದೆ ವಿಷಸೇವಿಸಿ ಸತ್ತ ಎಂಬ ವದಂತಿ ಹಬ್ಬಿತು.

1801–1861ರಲ್ಲಿ ರಷ್ಯದಲ್ಲಿ ಒಟ್ಟು 2000 ರೈತ ಗಲಭೆಗಳಾದುವು. 61ರ ವೇಳೆಗೆ 2800 ಸಣ್ಣಪುಟ್ಟ ಕಾರಖಾನೆಗಳಲ್ಲಿ ಒಟ್ಟು 860,000 ಕಾರ್ಮಿಕರಿದ್ದರು. ನೂರಾರು ಕಡೆ ಮುಷ್ಕರ, ಘರ್ಷಣೆಗಳು ನಡೆದುವು. ಭೂಮಾಲಿಕರು ತಮ್ಮ ತೊತ್ತುಗಳನ್ನು 'ಆತ್ಮ'ಗಳೆಂದು ಕರೆಯುತ್ತಿದ್ದರು! ಆ ಆತ್ಮಗಳ ಸುಲಿಗೆ ಪರಾಕಾಷ್ಠೆ ಮುಟ್ಟಿತು. ಬಿಟ್ಟಿ ಬೇಗಾರಿಯ ಶ್ರಮವನ್ನೂ ಹಸಿವನ್ನೂ ತಾಳಲಾಗದೆ ಆತ್ಮಗಳು ಒಡೆಯರ ಮನೆಗಳಿಗೆ ಬೆಂಕಿ ಹಚ್ಚಿ ಪಲಾಯನ ಮಾಡತೊಡಗಿದುವು. ಈ ಅಶಾಂತಿಯ ಪರಿಣಾಮ 1861ರಲ್ಲಿ ಜಾರಿಗೆ ಬಂದ 'ರೈತ ಸುಧಾರಣೆ'.

ಹೊಸ ಅರಸ ಎರಡನೆಯ ಅಲೆಕ್ಸಾಂದರ್ ಮಾಸ್ಕೊ ಆಸ್ಥಾನಿಕರನ್ನು ಕೇಳಿದ: "ಕೆಳಗಿನಿಂದಲೇ ಬಂಧಮುಕ್ತರಾಗಲು ಅವರಿಗೆ ಅವಕಾಶ

ಈಯುವುದರ ಬದಲು, ಮೇಲಿನಿಂದ ಬಿಡುಗಡೆ ನೀಡುವುದು ಮೇಲಲ್ಲವೆ?"

ಅಮೆರಿಕದ ಸಂಯುಕ್ತ ಸಂಸ್ಥಾನಗಳಲ್ಲೂ ಭಾರತ, ಚೀನಗಳಲ್ಲೂ ವಿಮೋಚನೆಯ ಹೋರಾಟಗಳು ಆರಂಭವಾಗಿದ್ದುವು. 'ರೈತರಿಗೆ ಜೀತದ ಪರಾವಲಂಬನದಿಂದ ಬಿಡುಗಡೆ' ನೀಡುವ ಶಾಸನಕ್ಕೆ ತ್ಸಾರ್ ಸಹಿಹಾಕುವುದು ಅನಿವಾರ್ಯವಾಯಿತು. ಆವರೆಗೆ 'ಭೂಮಾಲಿಕ ಸಾಮ್ರಾಜ್ಯ' ವಾಗಿದ್ದ ರಷ್ಯ 'ಬಂಡವಾಳಶಾಹೀ ಸಾಮ್ರಾಜ್ಯ'ವಾಯಿತು. ಗ್ರಾಮೀಣ ಸ್ಥಾನಿಕ ಆಡಳಿತಕ್ಕೂ ಅನುಮತಿ ದೊರೆಯಿತು.

ಶಾಸನದಲ್ಲಿದ್ದುದೆಲ್ಲ ಆಚರಣೆಗೆ ಬರಬೇಕೆಂದು ಎಲ್ಲಿ ಬರೆದಿದೆ? ಹೊಲದೊಡೆಯರೂ ಇಗರ್ಜಿಗಳೂ ತಮ್ಮೊಡನೆ ಕಣ್ಣುಮುಚ್ಚಾಲೆ ಆಡುತ್ತಿದ್ದುದು ರೈತರಿಗೆ ಮನವರಿಕೆಯಾಯಿತು. ಶಾಸನಕ್ಕೆ ಸಹಿಬಿದ್ದ ವರ್ಷದಲ್ಲೇ 1800ಕ್ಕೂ ಹೆಚ್ಚು ರೈತ ಗಲಭೆಗಳಾದುವು. ಬಂಡಾಯದ ಕೇಂದ್ರದಲ್ಲಿ ಒಂದೇ ದಿನ ನೂರು ಜನ ರೈತರ ಕೊಲೆಯಾಯಿತು; ಅವರ ನಾಯಕ ಪೆತ್ರೋವ್‌ನನ್ನು ಗುಂಡಿಕ್ಕಿ ಕೊಂದರು.

1871ರಲ್ಲಿ ಫ್ರಾನ್ಸಿನ ರಾಜಧಾನಿಯಲ್ಲಿ ಒಂದು ಅಪೂರ್ವ ಬೆಳಕು ಕಾಣಿಸಿತು. ಪ್ಯಾರಿಸ್ ಕಮ್ಯೂನ್. ಇದ್ದುದು ಅಲ್ಪ ಕಾಲವಾದರೂ, ಉಜ್ವಲವಾಗಿದ್ದ ಪ್ರಭೆ. ಶ್ರಮಜೀವಿವರ್ಗದ ಸರ್ವಾಧಿಕಾರ ಸ್ಥಾಪಿಸಲು ಇತಿಹಾಸದಲ್ಲಿ ನಡೆದ ಮೊದಲ ಪ್ರಯತ್ನ ಅದು. ಲೋಕದ ಸುಲಿಗೆಯ ಗವಿಗಳನ್ನು ಅದು ಬೆಳಗಿತು.

ಆ ಬೆಳಕಿನಲ್ಲಿ ರಷ್ಯದಲ್ಲಿ ಕಂಡುಬಂದುದೇನು? ನಿರಂಕುಶ ತ್ಸಾರ್ ಪ್ರಭುತ್ವ : ಅದಕ್ಕಿದಿರಾಗಿ ಸೆಟೆದು ನಿಲ್ಲಲು ಯತ್ನಿಸುತ್ತಿದ್ದ ಪ್ರಜಾಪ್ರಭುತ್ವವಾದಿ ಶಕ್ತಿಗಳು. ಆ ಶಕ್ತಿಗಳೆಡೆಗೆ ಉತ್ಸಾಹದ ಚಿಲುಮೆಯಾಗಿ ಬಂದು ಬೆರೆತ ವಿದ್ಯಾರ್ಥಿ ಸಮುದಾಯ. ರೈತರ ಮೇಲಿನ ಮರ್ದನಕ್ಕಿದಿರು ಅವರ ಪ್ರತಿಭಟನೆ. ಸಾಧಿಸಬೇಕಾದ ಗುರಿ : ಕ್ರಾಂತಿಕಾರಿ ಪಕ್ಷದ ಸರ್ವಾಧಿಕಾರ, ಸಾಮಾಜಿಕ ಪ್ರಜಾಪ್ರಭುತ್ವವಾದಿ ಗಣರಾಜ್ಯದ ಸ್ಥಾಪನೆ. ಅದಕ್ಕಾಗಿ ಗೋಪ್ಯದಲ್ಲಿ ಕಾರ್ಯಾಚರಣೆ.

1881ರಲ್ಲಿ ದೊರೆ ಎರಡನೆಯ ಅಲೆಕ್ಸಾಂದರನ ಕೊಲೆಯಾಯಿತು. ಪ್ರತಿಯಾಗಿ ಆದದ್ದು, ಕೆಲ ವಿದ್ಯಾರ್ಥಿ ಮುಖಂಡರ ವಧೆ.

ಬಂಡವಾಳಶಾಹಿ ಘಟ್ಟವನ್ನು ತಲಪದೆಯೇ ರೈತನೆಲೆಯಿಂದಲೇ ಸಮಾಜವಾದದತ್ತ ಸಾಗಬಹುದೆಂದು ಕೆಲವರು ವಾದಿಸಿದರು. ಅವರು ನರೋದ್ನಿಕರು–ಜನವಾದಿಗಳು. ಆದರೆ ಜನತೆಯ ಸಂಘಟಿತ ಹೋರಾಟದಲ್ಲಿ ನಂಬುಗೆ ಇರದ ಅರಾಜಕರು. ಭಯೋತ್ಪಾದಕ ಚಟುವಟಿಕೆ, ಅವರ ದಾರಿ. 1887ರಲ್ಲಿ ಮೂರನೆಯ ಅಲೆಕ್ಸಾಂದರ್ ದೊರೆಯ ಹತ್ಯೆಗೆ ಯತ್ನಿಸಿದರೆಂಬ ಆರೋಪದ ಮೇಲೆ,

ಪೀಟರ್ಸ್‌ಬರ್ಗಿನ ವಿದ್ಯಾರ್ಥಿಗಳ ಒಂದು ಗುಂಪನ್ನು ಬಂಧಿಸಿದರು. ಅಲೆಕ್ಸಾಂದರ್ ಉಲ್ಯಾನೋವ್ (ಲೆನಿನನ ಅಣ್ಣ) ಆ ಗುಂಪಿನ ನಾಯಕನಾಗಿದ್ದ. ಆತನಿಗೂ ಸಂಗಡಿಗರಿಗೂ ಮರಣದಂಡನೆ ಲಭಿಸಿತು. ಅದೇ ವರ್ಷ ಲೆನಿನ್* (ವ್ಲದಿಮಿರ್ ಉಲ್ಯಾನೋವ್) ಕಜಾನ್ ವಿಶ್ವವಿದ್ಯಾನಿಲಯ ಸೇರಿದ್ದ. ಆಗ ಅವನಿಗೆ 17 ವರ್ಷ. 'ಚಟುವಟಿಕೆಯ ವಿದ್ಯಾರ್ಥಿ' ಎಂದು ಬಂಧಿತನಾದ. ಅವನನ್ನು ಸೆರೆಮನೆಗೆ ಕರೆದೊಯ್ದ ಪೋಲಿಸ್ ಅಧಿಕಾರಿ ದಾರಿಯಲ್ಲಿ ಹೇಳಿದ:

"ಯಾವುದರ ವಿರುದ್ಧ ನೀನು ಬಂಡಾಯ ಏಳ್ತಿದೀಯಪ್ಪ? ನಿನ್ನ ಎದುರು ಇರೋದು ಕಲ್ಲಿನ ಗೋಡೆ."

ಲೆನಿನ್ ಉತ್ತರಿಸಿದ. "ಅದು ಕುಸಿಯುತ್ತಿರುವ ಗೋಡೆ; ತಳ್ಳಿದರೆ ಸಾಕು, ಬಿದ್ದು ಹೋಗ್ತದೆ."

ಸೆರೆಮನೆವಾಸವೂ ದೇಶಾಂತರ ಶಿಕ್ಷೆಗಳೂ ಆಗಿನಿಂದಲೇ ಕ್ರಾಂತಿಕಾರಿ ಲೆನಿನ್‌ಗೆ ರೂಢಿಯಾದವು.

ಪ್ಲೆಕನೋವ್ ಮಾರ್ಕ್ಸ್‌ವಾದೀ ವಿಚಾರವನ್ನು ರಷ್ಯದಲ್ಲಿ ಪ್ರಚಾರ ಮಾಡಿದ ಮೊದಲಿಗ. ಜನವಾದಿಗಳ ದಾರಿ ತಪ್ಪು ಎಂಬುದನ್ನು ಅವನ ಬರೆಹಗಳು ಮನಗಾಣಿಸಿಕೊಟ್ಟುವು. ಆ ವಿಚಾರಸರಣಿಯನ್ನು ಲೆನಿನನ ಬರೆವಣಿಗೆ ಮೇಲಿನ ಹಂತಕ್ಕೆ ಒಯ್ದಿತು. ಮಾರ್ಕ್ಸ್‌ವಾದದ ಅಭ್ಯಾಸ ಕೂಟಗಳು ದೇಶದಾದ್ಯಂತ ಕಾರ್ಯಪ್ರವೃತ್ತವಾದುವು.

1894ರಲ್ಲಿ ಅಧಿಕಾರಕ್ಕೆ ಬಂದ ಎರಡನೆಯ ನಿಕೋಲಸ್ ಕುಂಠಿತ ವಿಚಾರಶಕ್ತಿಯವನು; ದುರ್ಬುದ್ಧಿ, ಕ್ರೌರ್ಯಗಳಲ್ಲಿ ಮಾತ್ರ ಸಾಟಿ ಇಲ್ಲದವನು. ಅವನೆನ್ನುತ್ತಿದ್ದ :

"ನಾನು ಯಾವಾಗಲೂ ಪ್ರತಿಯೊಂದು ವಿಷಯದಲ್ಲೂ ಪ್ರತಿಯೊಬ್ಬರ ಅಭಿಪ್ರಾಯವನ್ನೂ ಒಪ್ತೇನೆ. ಆದರೆ, ಮಾಡುವುದೆಲ್ಲ ನನಗಿಷ್ಟ ಬಂದಂತೆಯೇ !"

ಅವನನ್ನು ಲೆವ್ ತಲ್‌ಸ್ತೊಯ್ ನಿರ್ಭಯವಾಗಿ ಟೀಕಿಸಿದ್ದು ಹೀಗೆ: "ಈತ ತಂತಿ ವ್ಯವಸ್ಥೆ ಹೊಂದಿರುವ ಚೆಂಗೀಸ್‌ಖಾನ್ !"

ಶ್ರಮಜೀವಿಗಳ ಹೋರಾಟ ತೀವ್ರಗೊಳ್ಳತೊಡಗಿತು. 1898ರಲ್ಲಿ ರಷ್ಯನ್ ಸೋಷಿಯಲ್ ಡೆಮೊಕ್ರಾಟಿಕ್ ಲೇಬರ್ ಪಾರ್ಟಿ ಸ್ಥಾಪಿತವಾಯಿತು. ಗೋಪ್ಯವಾಗಿ ಸಂಘಟನಾ ಕಾರ್ಯ ನಡೆಯಿತು.

---

* ಸಿಬೀರ್‌ನ ಮೂರು ಮಹಾನದಿಗಳಲ್ಲೊಂದು ಲೆನಾ. 1902(3)ರಲ್ಲಿ ಲೆನಾದ ದಂಡೆಯಲ್ಲಿದ್ದ ಚಿನ್ನದ ಗಣಿಯ ಕಾರ್ಮಿಕರ ಮೇಲೆ ಗುಂಡು ಹಾರಿಸಲಾಯಿತು. ತಾನು ಭೂಗತ ಚಟುವಟಿಕೆ ಆರಂಭಿಸಿದಾಗ ಆ ಘಟನೆಯ ಸ್ಮರಣಾರ್ಥ 'ಲೆನಿನ್'–ಲೆನಾದವನು ಎಂಬ ಗುಪ್ತನಾಮವನ್ನು ವ್ಲದಿಮಿರ್ ಉಲ್ಯಾನೋವ್ ಇಟ್ಟುಕೊಂಡ.

‘ಇಸ್ಕ್ರಾ’ (ಕಿಡಿ) ಎಂಬ ಪತ್ರಿಕೆ ರಷ್ಯದ ಹೊರಗೆ ಜಿನೀವಾದಿಂದ ಲೆನಿನ್ ಸಂಪಾದಕತ್ವದಲ್ಲಿ 1900ರಲ್ಲಿ ಪ್ರಕಟಣೆ ಆರಂಭಿಸಿತು. ಅದೇ ವರ್ಷ ಖಾರ್ಕೋವ್ ನಗರದಲ್ಲಿ ಮೇ ದಿನ ಸಂಭ್ರಮದಿಂದ ಆಚರಿಸಲ್ಪಟ್ಟಿತು. 10,000 ಕಾರ್ಮಿಕರೂ ವಿದ್ಯಾರ್ಥಿಗಳೂ ಅದರಲ್ಲಿ ಭಾಗವಹಿಸಿದರು. ಆರ್.ಎಸ್.ಡಿ.ಎಲ್. ಪಾರ್ಟಿಯಲ್ಲಿ ‘ಬಹುಮತ’ ಇದ್ದವರು ‘ಬೊಲ್ಶೆವಿಕ’ ರೆಂದು ಪ್ರಖ್ಯಾತರಾದರು. ಅಲ್ಪಮತೀಯರು ಮೆನ್ಶೆವಿಕರು (ಟ್ರಾಟ್ಸ್ಕಿ ಮತ್ತಿತರರು,) ತೀವ್ರತರ ರಾಜಕೀಯ ಬೋಧನೆಯಿಂದ ಶ್ರಮಜೀವಿವರ್ಗವನ್ನೂ ವಿದ್ಯಾರ್ಥಿಗಳನ್ನೂ ಬುದ್ಧಿಜೀವಿಗಳನ್ನೂ ಕ್ರಾಂತಿಮಾರ್ಗದತ್ತ ಲೆನಿನ್ ಮತ್ತು ಸಂಗಡಿಗರು ಒಯ್ದರು.

ಇಪ್ಪತ್ತನೆಯ ಶತಮಾನ ಶುರುವಾದಾಗ ರಷ್ಯದ ಬಂಡವಾಳಶಾಹಿ ತನ್ನ ಅತ್ಯುನ್ನತವೂ ಕೊನೆಯದೂ ಆದ ಸಾಮ್ರಾಜ್ಯಶಾಹಿ ಘಟ್ಟವನ್ನು ತಲಪಿತ್ತು. 1904–5ರಲ್ಲಿ ನಡೆಯಿತು, ರಷ್ಯ–ಜಪಾನ್ ಯುದ್ಧ. ಇದರಲ್ಲಿ ಗೆಲುವು ಪಡೆಯುವುದರಿಂದ ತನ್ನ ಹಿರಿಮೆಯನ್ನು ರುಜುವಾತು ಪಡಿಸಿದಂತಾಗುತ್ತದೆ ಎಂದು ತ್ಸಾರ್ ಪ್ರಭುತ್ವ ಭಾವಿಸಿತ್ತು. ಗೆಲುವಿನ ಬದಲು ಸೋಲು ಉಂಟಾದಾಗ, ದುರ್ಬಲ ಅರಸೊತ್ತಿಗೆಯ ವಿರುದ್ಧ ಸಾಮಾನ್ಯ ಜನತೆಯ ಹೋರಾಟ ತೀವ್ರಗೊಂಡಿತು.

1905 ಜನವರಿ 22ರ ಭಾನುವಾರ ಪೀಟರ್ಸ್‌ಬರ್ಗಿನಲ್ಲಿ 150,000 ದುಡಿಯುವ ಜನ ಬೀದಿಗಿಳಿದರು. ಎತ್ತಿಹಿಡಿದದ್ದು ತ್ಸಾರ್‌ನ ದೊಡ್ಡ ಭಾವಚಿತ್ರಗಳನ್ನು ; ಇತರ ಕೈಗಳಲ್ಲಿ ಇಗರ್ಜಿಯ ಬಾವುಟಗಳು! ತಮ್ಮ ಅಹವಾಲುಗಳ ಅರ್ಜಿಯನ್ನು ಚಕ್ರವರ್ತಿಗೆ ಸಲ್ಲಿಸುವ ಉದ್ದೇಶದಿಂದ ಚಳಿಗಾಲದ ಅರಮನೆಯತ್ತ ಮೆರವಣಿಗೆ ಸಾಗಿತು. ಪಡೆಗಳು ಎದುರಾಗಿ, ಗುಂಡುಗಳ ಮಳೆ ಸುರಿಸಿ ಹಲವು ಸಹಸ್ರ ಜನರನ್ನು ಕೊಂದುವು. ಆ ‘ರಕ್ತಮಯ ರವಿವಾರ’ ಲೋಕದ ಮನಸ್ಸಾಕ್ಷಿಯನ್ನು ಕಲಕಿತು. ದೇಶವನ್ನು ಕುಲುಕಿತು. ಆ ತಿಂಗಳ ಕೊನೆಯೊಳಗಾಗಿ ಸುಮಾರು 5 ಲಕ್ಷ ಕಾರ್ಮಿಕರು ಮುಷ್ಕರ ಹೂಡಿದರು. ಕಪ್ಪು ಸಮುದ್ರದ ನೌಕಾಪಡೆಯಲ್ಲಿದ್ದ ‘ಪೊಟೆಮ್‌ಕಿನ್’ ಸಮರ ನೌಕೆಯ ನಾವಿಕರು ದಂಗೆ ಎದ್ದರು. ಅದರ ಮೇಲಿಂದ ಕೆಂಪು ಬಾವುಟ ಹಾರಾಡಿತು. ಅಕ್ಟೋಬರ್‌ನಲ್ಲಿ ರಾಷ್ಟ್ರೀಯ ರೈಲು ಸಂಪು ನಡೆಯಿತು. ರೈತರು ಭೂಮಾಲಿಕರ ವಿರುದ್ಧ ಬಂಡೆದ್ದರು.

ಸಮತೋಲ ಕಳೆದುಕೊಂಡ ಚಕ್ರವರ್ತಿ. (ಪಟ್ಟಾರೋಹಣದ ವಾರ್ಷಿಕೋತ್ಸವ ಸಮಾರಂಭದಲ್ಲಿ ಪ್ರತಿಭಟನೆಯ ಘೋಷ ಕೇಳಿಸಿತೆಂದು ಸಹಸ್ರಾರು ಜನರನ್ನು ಕೊಂದ ಸಂಜೆಯೇ, ಒಂದು ನೃತ್ಯಕೂಟದಲ್ಲಿ ಆತ ಭಾಗವಹಿಸಿದ!) ಮಹತ್ವಾಕಾಂಕ್ಷೆಯ ಸಮ್ರಾಜ್ಞಿ, ಅವಳ ಆಪ್ತ ಬಳಗದಲ್ಲೊಬ್ಬ ಸನ್ಯಾಸಿ–ರಸ್‌ಪುಟಿನ್. ಹಿಂದೆ ಕುದುರೆ

ಕಳ್ಳನಾಗಿದ್ದವನು, ಓದು ಬರಹ ಬರುತ್ತಿರಲಿಲ್ಲ; ವ್ಯಭಿಚಾರಿ. ಆತ 'ಅಂತಃಪುರ'ದ ಸಮಾಲೋಚಕನಾದ.

ಜನತೆಯನ್ನು ಸಾಂತ್ವನಪಡಿಸುವುದಾಕ್ಕಾಗಿ ಪ್ರಜಾಪ್ರತಿನಿಧಿತ್ವದ ಪ್ರಯೋಗ ನಡೆಸಲು ಅರಸ ಒಪ್ಪಿದ. ತನಗೆ ಬೇಕಾದವರನ್ನೇ ತುಂಬಿ ಡೂಮಾ (ಲೋಕಸಭೆ) ರೂಪಿಸಿದ.

ಡೂಮಾದ ಅಧಿವೇಶನ ನಡೆದಾಗ ಹಲವು ಸದಸ್ಯರು, ಆಗಬೇಕಾದ ಸುಧಾರಣೆಗಳ ಪ್ರವರ ಪ್ರಾರಂಭಿಸಿದರು. ಸಿಟ್ಟುಗೊಂಡ ಅರಸ, "ಡೂಮಾವನ್ನು ವಿಸರ್ಜಿಸಿದ್ದೇನೆ," ಎಂದು ಸಾರಿದ.

ಮತ್ತೊಂದು ಡೂಮಾದ ರಚನೆ. ಇದೆಲ್ಲ ಜನರನ್ನು ವಂಚಿಸುವ ನಾಟಕ, ಕ್ರಾಂತಿಯನ್ನು ಹತ್ತಿಕ್ಕುವ ಹೂಟ–ಎಂದು ಲೆನಿನ್ ಎಚ್ಚರಿಸಿದ. ಹೇಯ ದಮನಕಾಂಡದೊಂದಿಗೆ ಆ ವರ್ಷ ಕೊನೆಗೊಂಡಿತು.

ಲೋಕದ ನಾನಾಕಡೆ ರಷ್ಯನ್ ಕ್ರಾಂತಿಯನ್ನು ಬೆಂಬಲಿಸಿ ಧ್ವನಿ ಎತ್ತಿದವರು ಹಲವರು : ಫ್ರಾನ್ಸಿನ ಜೀನ್ ಜಾರೇಸ್, ಅನತೋಲ್ ಫ್ರಾನ್ಸ್ ; ಜರ್ಮನಿಯ ರೋಸಾ ಲುಕ್ಸೆಂಬರ್ಗ್ ; ಅಮೆರಿಕದ ಮಾರ್ಕ್ ಟ್ವೇನ್, ಜಾಕ್ ಲಂಡನ್... ಹೀಗೆ 1905–7ರ ಕ್ರಾಂತಿ 1917ರ ಅಕ್ಟೋಬರ್ ಕ್ರಾಂತಿಗೆ ರಂಗತಾಲೀಮು ಆಯಿತು.

1914ರಲ್ಲಿ ಮಹಾಯುದ್ಧದ ಹೊಗೆ ಲೋಕವನ್ನು ಆವರಿಸಿತು. ಮಾರುಕಟ್ಟೆಗಳ ಮರುಹಂಚಿಕೆಗಾಗಿ ಸಾಮ್ರಾಜ್ಯಶಾಹಿ ರಾಷ್ಟ್ರಗಳು ನಡೆಸಿದ ಯುದ್ಧ ಅದು. ಜರ್ಮನಿ ರಷ್ಯದ ಮೇಲೆ ಸಮರ ಸಾರಿತು. ರಷ್ಯದಲ್ಲಿ 40 ಲಕ್ಷ ರೈತರನ್ನು ಸೈನ್ಯಕ್ಕೆ ಕಡ್ಡಾಯವಾಗಿ ಭರ್ತಿ ಮಾಡಲಾಯಿತು. ಯುದ್ಧ ಮುಂದುವರಿದಂತೆ ಮತ್ತೂ ಒಂದೂವರೆ ಕೋಟಿ ರೈತರನ್ನು ಎಳೆದೊಯ್ದರು. "ಪಿತೃಭೂಮಿಗಾಗಿ ಯುದ್ಧ" ಎಂಬ ಘೋಷಕ್ಕೆ ಯಾರೂ ಓ ಕೊಡಲಿಲ್ಲ. 1916ರಲ್ಲಿ 10 ಲಕ್ಷ ಕಾರ್ಮಿಕರು ವಿವಿಧ ಮುಷ್ಕರಗಳಲ್ಲಿ ಭಾಗವಹಿಸಿದರು. (ಆ ವೇಳೆಗಾಗಲೇ ಸಾಕಷ್ಟು ಅವಾಂತರಕ್ಕೆ ಕಾರಣನಾಗಿದ್ದ ರಸ್‌ಪುಟಿನ್ ಕೊಲೆಯಾದ.) ರೈತ ಮಕ್ಕಳಾದ ಸೈನಿಕರಿಂದ ರೈತರ ಹೋರಾಟಗಳಿಗೆ ಬೆಂಬಲ ದೊರೆಯಿತು. ರಣರಂಗದಿಂದ ತಪ್ಪಿಸಿಕೊಂಡು ಬರುವವರ ಸಂಖ್ಯೆ ಹೆಚ್ಚಿತು.

1917 ಜನವರಿ, ಫೆಬ್ರವರಿಗಳಲ್ಲಿ ರಾಷ್ಟ್ರದ ನಾನಾಕಡೆ 670,000 ಕಾರ್ಮಿಕರು ಮುಷ್ಕರ ನಿರತರಾಗಿದ್ದರು. ಫೆಬ್ರವರಿ 25ರಂದು ಬೊಲ್ಶೆವಿಕ್ ಪಕ್ಷದ ಪೆತ್ರೊಗ್ರಾದ್ (ಹಿಂದಿನ ಪೀಟರ್ಸ್‌ಬರ್ಗ್; ಮುಂದೆ ಪೌರರ ಅಪೇಕ್ಷೆಯಂತೆ ಲೆನಿನ್‌ಗ್ರಾದ್) ಸಮಿತಿ "ಹೋರಾಟಕ್ಕಾಗಿ ಸರ್ವರೂ ಸನ್ನದ್ಧರಾಗಿ! ಪ್ರತಿಯೊಬ್ಬರೂ ಬೀದಿಗಿಳಿಯಿರಿ !" ಎಂದು ಕರೆ ನೀಡುವ ಕರಪತ್ರವನ್ನು ಪ್ರಕಟಿಸಿತು. ಆ ದಿನದ ಸಾರ್ವತ್ರಿಕ ಮುಷ್ಕರ ಇರುಳು ಕಳೆದು ಬೆಳಗಾಗುವುದರೊಳಗೆ ಸಶಸ್ತ್ರ ಬಂಡಾಯದ

ರೂಪತಳೆಯಿತು. ನಿಕೋಲಸ್ ಪದತ್ಯಾಗ ಮಾಡಿದ. ಒಂದು ದಿನದ ಮಟ್ಟಿಗೆ ಅರಸನಾದ ಆತನ ತಮ್ಮನೂ ಅಣ್ಣನ ಹಾದಿ ಹಿಡಿದ. ಡೂಮಾ "ರಷ್ಯವಿನ್ನು ಗಣರಾಜ್ಯ" ಎಂದು ಘೋಷಿಸಿತು. ಕೆರೆನ್ಸ್ಕಿಯನ್ನೂ ಬೇರೆ ಕೆಲವರನ್ನೂ ಮುಂದಿರಿಸಿ, ಜನರ ರೋಷದಿಂದ ಪಾರಾಗಲು ಆಳುವ ವರ್ಗದ ಅಧ್ಯರು ಯತ್ನಿಸಿದರು. ಹೀಗಾಗಿ ದೇಶದಲ್ಲಿ ಏಕಕಾಲದಲ್ಲೇ ಎರಡು ಅಧಿಕಾರಕೇಂದ್ರಗಳಿರುವುದು ಅನಿವಾರ್ಯವಾಯಿತು : ಒಂದು, ಬಂಡವಾಳಶಾಹಿಯ ಸರ್ವಾಧಿಕಾರ; ಇನ್ನೊಂದು, ಕಾರ್ಮಿಕರು ಮತ್ತು ರೈತರ ಪ್ರಜಾಪ್ರಭುತ್ವವಾದಿ ಸರ್ವಾಧಿಕಾರ.

ಆವರೆಗೂ ಭೂಗತವಾಗಿದ್ದ ಬೊಲ್ಶೆವಿಕ್ ಪಕ್ಷ ಬಹಿರಂಗವಾಗಿ ಕಾಣಿಸಿಕೊಂಡು, ಶ್ರಮಜೀವಿಗಳ ಕ್ರಾಂತಿಯನ್ನು ಮುನ್ನಡೆಸಿತು. ಕ್ರಾಂತಿಗೆ ನಿರ್ದೇಶನ ನೀಡುತ್ತ ಜೂರಿಚ್‌ನಲ್ಲಿದ್ದ ಲೆನಿನ್, ಸಂಗಡಿಗ ಬೊಲ್ಶೆವಿಕರೊಂದಿಗೆ, ಏಪ್ರಿಲ್ 3 ರಂದು ಪೆತ್ರೊಗ್ರಾದ್ ತಲಪಿದ. "ಇದೇ ಸಮಾಜವಾದವಲ್ಲ. ಇದು ಸಮಾಜವಾದದತ್ತ ಒಂದು ಹೆಜ್ಜೆ ಮಾತ್ರ," ಎಂದ. ಎಲ್ಲೆಡೆಗಳಲ್ಲೂ ಶ್ರಮಿಕರು-ಸೈನಿಕರ ನೇತೃತ್ವದಲ್ಲಿ ಸೋವಿಯೆತ್‌ಗಳು ರಚಿತವಾದುವು. "ಸೋವಿಯೆತ್ತುಗಳಿಗೇ ಎಲ್ಲ ಅಧಿಕಾರ !" ಎಂಬ ಘೋಷ ಮೊಳಗಿತು. ಅಕ್ಟೋಬರ್ 1 ರಂದು ಲೆನಿನ್ ನುಡಿದ : "ನಿರ್ಣಾಯಕ ಘಳಿಗೆ ಬಂದಿದೆ! ಬೊಲ್ಶೆವಿಕರು ಅಧಿಕಾರ ವಹಿಸಿಕೊಳ್ಳಬೇಕು!" ಹಾಗೆ ಅಧಿಕಾರ ವಹಿಸಿಕೊಂಡು ಶ್ರಮಜೀವಿಗಳ ಕ್ರಾಂತಿಯ ವಿಜಯವನ್ನು ಲೋಕಕ್ಕೆ ಸಾರಿದ ಚರಿತ್ರಾರ್ಹ ದಿನ – ಅಕ್ಟೋಬರ್ 25 (ಈಗಿನ ಕ್ಯಾಲೆಂಡರಿನಂತೆ ನವೆಂಬರ್ 7). ಕೆರೆನ್ಸ್ಕಿ ಬೆಳಗ್ಗೆಯೇ ಓಡಿಹೋಗಿದ್ದ.

ಆ ಹೊತ್ತಿಗೆ ಔದ್ಯೋಗಿಕ ಉತ್ಪನ್ನದಲ್ಲಿ ಜಗತ್ತಿನ ರಾಷ್ಟ್ರಗಳಲ್ಲಿ ರಷ್ಯಕ್ಕೆ 5ನೇ ಸ್ಥಾನವಿತ್ತು. ಮುಂದುವರಿದ ಕಾರ್ಮಿಕ ವರ್ಗದ ಜತೆಗೆ, ತೀರ ಹಿಂದುಳಿದ ರೈತಾಪಿ ಜನರೂ ಇದ್ದರು. ಅವರ ಐಕ್ಯವನ್ನು ಬೆಸೆದು, ಮಾರ್ಕ್ಸ್‌ವಾದವನ್ನು ರಷ್ಯದ ಸ್ಥಿತಿಗತಿಗಳಿಗೆ ಅನ್ವಯಿಸಿದ, ಕ್ರಾಂತಿಶಿಲ್ಪಿ ಲೆನಿನ್, ಅವನೊಡನೆ ಹಿರಿಯ ಬೊಲ್ಶೆವಿಕರಿದ್ದರು : ಬಬೂಷ್ಕಿನ್, ಕಾಲಿನಿನ್, ಲಿತ್ವಿನಾಫ್ ಮತ್ತು ಸಂಗಾತಿಯೂ ಪತ್ನಿಯೂ ಆಗಿದ್ದ ಕ್ರುಪ್ಸ್ಕಯ. ಲೋಕದೆಲ್ಲ ಶ್ರಮಜೀವಿಗಳಿಂದ, ಪ್ರಗತಿಪರರಿಂದ ರಷ್ಯದಲ್ಲಾದ ಸಮಾಜವಾದಿ ಕ್ರಾಂತಿಗೆ ಹಾರ್ದಿಕ ಸ್ವಾಗತ ದೊರೆಯಿತು. ಬಂಡವಾಳಶಾಹಿ ಸಾಮ್ರಾಜ್ಯಶಾಹಿಗಳ ನಾಭಿಯಲ್ಲಿ ನಡುಕ ಹುಟ್ಟಿತು. ಅವರು ಲೋಕ ಮಹಾಯುದ್ಧವನ್ನು ಮುಕ್ತಾಯಗೊಳಿಸಿ, ರಷ್ಯದತ್ತ ಹೊರಳಿದರು. ಪ್ರತಿಕ್ರಾಂತಿಗೆ ಯತ್ನ, ಅಂತರ್ಯುದ್ಧ, ಜತೆಗೆ 14 ಸಾಮ್ರಾಜ್ಯಶಾಹಿ ರಾಷ್ಟ್ರಗಳ ಸೇನೆಗಳಿಂದ ಹಸ್ತಕ್ಷೇಪ, ಚರ್ಚಿಲ್ ನಾಯಕತ್ವದಲ್ಲಿ (1919). ಈ ನಡುವೆ ಲೆನಿನನ

ಹತ್ಯೆಗೆ ವಿಫಲ ಪ್ರಯತ್ನವೂ ನಡೆಯಿತು. ಹುಸಿ ಆಸೆಯಿಂದ ಅವಿತುಕೊಂಡಿದ್ದ ರಾಜಸಂತತಿ ಕಸದ ಬುಟ್ಟಿ ಸೇರಿತು. ಇತಿಹಾಸದ ಗಾಲಿಗಳು ಮುಂದಕ್ಕೆ ಉರುಳಿದ್ದುವು, ಯಾರೂ ತಡೆಯಲಾಗದ ರಭಸದಿಂದ. ಕ್ಷಾಮ ಡಾಮರಗಳ ಪ್ರಕೋಪವನ್ನೂ ಇದಿರಿಸಿ ಶ್ರಮಜೀವಿಗಳ ಕ್ರಾಂತಿ ರಷ್ಯದಲ್ಲಿ ಸಂಪೂರ್ಣ ಜಯಗಳಿಸಿತು. ಅಷ್ಟೇ ಅಲ್ಲ, ಅನೇಕ ರಾಷ್ಟ್ರಗಳ ಜನತೆಯ ಬಂಧ ವಿಮೋಚನಾ ಹೋರಾಟಗಳಿಗೆ ಆ ಕ್ರಾಂತಿ ಚಾಲನೆ ನೀಡಿತು.

ಸೋವಿಯೆತ್ ಸಮಾಜವಾದಿ ಗಣರಾಜ್ಯಗಳ ಒಕ್ಕೂಟ ಸ್ಥಾಪಿತ ವಾಯಿತು, 1922ರಲ್ಲಿ. ಎಲ್ಲ ವಿಷಯಗಳಲ್ಲೂ ಸಮಾನತೆಯುಳ್ಳ 15 ಗಣರಾಜ್ಯಗಳು. ಮುಂದೆ ಎರಡೇ ವರ್ಷಗಳಲ್ಲಿ ಲೆನಿನ್ ತೀವ್ರ ಅಸ್ವಾಸ್ಥ್ಯದಿಂದ ತೀರಿಕೊಂಡುದು, ತುಂಬಲಾಗದ ನಷ್ಟ. ಆದರೆ ಆತ ರೂಪಿಸಿದ್ದ ಕಮ್ಯೂನಿಸ್ಟ್ ಪಕ್ಷವನ್ನು ತಬ್ಬಲಿತನ ಕಾಡುವುದು ಸಾಧ್ಯವಿರಲಿಲ್ಲ. ವ್ಯಕ್ತಿಪೂಜೆಯನ್ನು ಲೆನಿನ್ ಎಂದೂ ಸಹಿಸಿದವನಲ್ಲ. ಆತ ಕಂಡಿದ್ದ ಭೂಮಿಯ ಮೇಲಣ ಸ್ವರ್ಗದ ಕನಸನ್ನು ಕುರಿತು ಅವನ ಆಪ್ತಮಿತ್ರನಾಗಿದ್ದ ಸಾಹಿತಿ ಗೋರ್ಕಿ ಸ್ವಲ್ಪ ಸಮಯಕ್ಕೆ ಹಿಂದೆ ಒಂದು ಲೇಖನ ಬರೆದಿದ್ದ. ಅದರಲ್ಲಿ ತನ್ನ ಬಗೆಗೆ ಇದ್ದ ಪ್ರಶಂಸೆ ಕಂಡು ಲೆನಿನ್ ಕನಲಿದ. ಅವನ ಸೂಚನೆಯಂತೆ, ಪಕ್ಷದ ಕೇಂದ್ರ ಸಮಿತಿ ಗೋರ್ಕಿಯನ್ನು ಟೀಕಿಸಿತು ! ಆದರೆ ಎಲ್ಲರಿಗೂ ಲೆನಿನ್ನನ ವ್ಯಕ್ತಿತ್ವವೇ ಹೇಗೆ ಇರಬೇಕು ? ಸ್ತಾಲಿನ್ (ಉಕ್ಕಿನ ಮನುಷ್ಯ) ಸಮಾಜವಾದಿ ರಾಷ್ಟ್ರ ನಿರ್ಮಿಸುವ ಕಾರ್ಯದಲ್ಲಿ ದಕ್ಷತೆಯಿಂದ ದುಡಿದ. ಆದರೆ, ವ್ಯಕ್ತಿಪೂಜೆ ತನಗಿಷ್ಟವೆಂದು ಬೇಗನೆ ತೋರಿಸಿಕೊಟ್ಟ.

ಲೋಪದೋಷಗಳನ್ನು ಸಹಿಸಿಯೂ ಸಮಾಜವಾದದ ಅನುಷ್ಠಾನ ಸಾಧ್ಯವಾಯಿತು. ಉತ್ಪಾದನಾ ಸಾಧನಗಳ ಸಾಮಾಜಿಕ ಒಡೆತನ, ಸಮಾಜವಾದೀ ಔದ್ಯೋಗೀಕರಣ, ಸಾಮುದಾಯಿಕ ಬೇಸಾಯ, ಯೋಜಿತ ಆರ್ಥಿಕ ವ್ಯವಸ್ಥೆ (ಪಂಚವಾರ್ಷಿಕ ಯೋಜನೆಗಳು) ದೇಶದಾದ್ಯಂತ ವಿದ್ಯುತ್ ಜಾಲ. ಈ ದಾರಿಯಲ್ಲಿ ರಷ್ಯ ಮುಂದುವರಿದು, 1930ರ ವರ್ಷಗಳಲ್ಲಿ ಆರ್ಥಿಕ ಬೆಳವಣಿಗೆಯಲ್ಲಿ ಯೂರೋಪಿನಲ್ಲಿ ಪ್ರಥಮ ಸ್ಥಾನ ಪಡೆಯಿತು. ಸಮಾಜ ತಲಪಿದ್ದ ಹೊಸ ಹಂತವನ್ನು ಗಮನಿಸಿ, ಅದಕ್ಕೆ ಅನುಗುಣವಾದ ರಾಜ್ಯಾಂಗವನ್ನು ಸೋವಿಯೆತ್ ಒಕ್ಕೂಟ 1936ರಲ್ಲಿ ಸ್ವೀಕರಿಸಿತು.

ಆ ಅವಧಿಯಲ್ಲಿ ಇಟಲಿಯಲ್ಲಿ ಫಾಸಿಸ್ಟ್‌ವಾದ, ಜರ್ಮನಿಯಲ್ಲಿ ನಾಜಿವಾದ (ಎರಡೂ ಒಂದೇ) ತಲೆ ಎತ್ತಿದ್ದುವು. ಈ ಶಕ್ತಿ, ಬಂಡವಾಳವರ್ಗ ಜನ್ಮ ನೀಡಿದ್ದ ವಿರೂಪ–ಶಿಶು. ಸಮಾಜವಾದೀ ಘೋಷಗಳನ್ನು ಕೂಗುತ್ತ ಮೈಮುರಿದು ನಿಂತ ಸೈತಾನ ಅದು.

ಬಂಡವಾಳಶಾಹಿ ಜಗತ್ತಿನ ಆಂತರಿಕ ವೈರುಧ್ಯಗಳಿಗೆ ಪರಿಹಾರವಾಗಿ ಹಿಟ್ಲರ್ ಯೋಜಿಸಿದ್ದು, ಜಗತ್ತನ್ನು ಜಯಿಸುವ ದುಸ್ಸಾಹಸವನ್ನು. ಇನ್ನೊಂದು ಲೋಕ ಮಹಾಯುದ್ಧಕ್ಕಾಗಿ ಮೋಡಗಳು ದಟ್ಟೈಸ ತೊಡಗಿದುವು. ಕಮ್ಯೂನಿಸಮಿನ ನಾಶವೇ ತನ್ನ ಗುರಿ ಎಂದು ಕೂಗಿ ಹೇಳಲು ಹಿಟ್ಲರ್ ಮರೆತಿರಲಿಲ್ಲ. ಅಂಥ ಬಿಕ್ಕಟ್ಟಿನ ಪರಿಸ್ಥಿತಿಯಲ್ಲೂ ಸೋವಿಯೆತ್ ಒಕ್ಕೂಟ ಜಪಾನರ ದುರಾಕ್ರಮಣವನ್ನು ಇದಿರಿಸುವು ದಕ್ಕಾಗಿ ಚೀನಕ್ಕೆ 600 ಯುದ್ಧ ವಿಮಾನಗಳನ್ನು, 1000 ಫಿರಂಗಿ ಮತ್ತಿತರ ಅಸ್ತ್ರಗಳನ್ನು, 8000 ಮೆಷಿನ್‌ಗನ್ನುಗಳನ್ನು ಕೊಟ್ಟಿತು. 100 ಜನ ಸೋವಿಯೆತ್ ವೈಮಾನಿಕರು ಚೀನೀ ಸ್ವಾತಂತ್ರ್ಯದ ರಕ್ಷಣೆಗಾಗಿ ಸ್ವಯಂ ಸೇವಕರಾಗಿ ಹೋರಾಡಿ ಜೀವತೆತ್ತರು.

ನಾಜಿ ಪಡೆಗಳ ಬೂಟುಗಾಲುಗಳ ಸಪ್ಪಳ ಯೂರೋಪಿನಾದ್ಯಂತ ಪ್ರತಿಧ್ವನಿಸಿತು. "ಇನ್ನಷ್ಟು ಬೇಕು ! ಇನ್ನಷ್ಟು ಬೇಕು !" ಈ ಸಮಯದಲ್ಲಿ ನಾಜಿ ಜರ್ಮನಿ ಮತ್ತು ಸೋವಿಯೆತ್ ಒಕ್ಕೂಟಗಳ ನಡುವೆ ಅನಾಕ್ರಮಣ ಒಪ್ಪಂದ ಏರ್ಪಟ್ಟದ್ದು ಒಂದು ವಿಪರ್ಯಾಸ. ಅದು ರಾಜಕೀಯ ಚದುರಂಗದ ಆಟ ಮುಟ್ಟಿದ್ದ ಅನಿವಾರ್ಯ ಘಟ್ಟ. ಒಪ್ಪಂದ ಅಲ್ಪಾಯುವಾಯಿತು. 1941 ಜೂನ್ 22 ರಂದು, ಯುದ್ಧ ಸಾರದೆಯೇ, ಹಿಟ್ಲರ್ ಸೋವಿಯೆತ್ ಒಕ್ಕೂಟದ ಮೇಲೆ ದಾಳಿ ನಡೆಸಿದ. ಒಟ್ಟು 1,418 ದಿನ ನಡೆದ ಘೋರ ಸಮರ. ಸೋವಿಯೆತ್ ಒಕ್ಕೂಟಕ್ಕೆ ಅಪಾರ ಹಾನಿ ಸಂಭವಿಸಿತು. 1710 ಪಟ್ಟಣಗಳನ್ನೂ ನಗರಗಳನ್ನೂ ನಾಜಿ ಪಡೆಗಳು ನಾಶಪಡಿಸಿದುವು; 70,000 ಹಳ್ಳಿಗಳೂ 65,000 ಕಿಲೊಮೀಟರ್ ರೈಲು ಹಳಿಗಳೂ ನಿರ್ನಾಮ ವಾದುವು ; ರಾಷ್ಟ್ರೀಯ ಸಂಪತ್ತಿನ ಶೇಕಡ 30 ಭಾಗ ನಷ್ಟವಾಯಿತು. ಜನ ಹಾನಿ ಎರಡು ಕೋಟಿಗೂ ಹೆಚ್ಚು. ತಮ್ಮ ಕ್ರಾಂತಿ ಸಾಧಿಸಿದ್ದನ್ನೆಲ್ಲ ಕಳೆದುಕೊಳ್ಳಲು ಸೋವಿಯೆತ್ ಪ್ರಜೆಗಳು ಸಿದ್ಧರಿರಲಿಲ್ಲ. ಅವರು ನಡೆಸಿದ್ದು ಜನತೆಯ ಯುದ್ಧ – ಮಹಾ ದೇಶಾಭಿಮಾನದ ಯುದ್ಧ. ಅವರ ಪೂರ್ವಜರು ತಾತರರನ್ನು ಓಡಿಸಿದ್ದರು ; ನೆಪೋಲಿಯನನಿಗೆ ಬುದ್ಧಿ ಕಲಿಸಿದ್ದರು. ಹೊಸ ಪೀಳಿಗೆಯವರು ಹಿಟ್ಲರನನ್ನು ಬಗ್ಗು ಬಡಿದು, ಫಾಸಿಸಮಿನ ಉಚ್ಚಾಟನೆಯಲ್ಲಿ ಅಗ್ರಪಾತ್ರವಹಿಸಿದರು. 1945ರಲ್ಲಿ ಯುದ್ಧ ಮುಗಿದಾಗ, ಅರ್ಧ ಯೂರೋಪು ಸಮಾಜವಾದ ವನ್ನು ಸ್ವೀಕರಿಸಿತ್ತು. ಏಷ್ಯದಲ್ಲೂ ಆಫ್ರಿಕದಲ್ಲೂ ಗುಡ್ಡಗಾಡುಗಳು ಬಂಧವಿಮೋಚನೆಯ ಹೇಷಾರವದಿಂದ ಪ್ರತಿಧ್ವನಿಸಿದುವು; 1948ರಲ್ಲಿ ಚೀನದಲ್ಲಿ ಕಮ್ಯೂನಿಸ್ಟ್ ಪಕ್ಷದ ಮುಖಂಡತ್ವದಲ್ಲಿ (ಪಕ್ಷದ ಹಿರಿಯ ನೇತಾರ ಮಾವೊ) ಜನತಾ ಗಣರಾಜ್ಯ ಸ್ಥಾಪಿತವಾಯಿತು. ಜಗತ್ತಿನ ಬಂಡವಾಳ ವರ್ಗ ಬಗೆದದ್ದೊಂದು ಜನತೆ ನಿರ್ಧರಿಸಿದ್ದು ಬೇರೊಂದು!

ಯುದ್ಧಾನಂತರದ ಪುನರ್ನಿರ್ಮಾಣ ಕಾರ್ಯದಲ್ಲಿ ಇಡಿಯ ಸೋವಿಯೆತ್ ಒಕ್ಕೂಟವೇ ಪಾಲ್ಗೊಂಡಿತು. ಕುಂಟು ನಡಿಗೆಯ ಬದಲು, ಪ್ರಗತಿಯ ಮಾರ್ಗದಲ್ಲಿ ಪುನಃ ನಾಗಾಲೋಟ. ಆ ದೇಶದಲ್ಲಿ ಇಂದಿನ ರಾಷ್ಟ್ರೀಯ ಉತ್ಪನ್ನ ಯುದ್ಧಪೂರ್ವದ ರಾಷ್ಟ್ರೀಯ ಉತ್ಪನ್ನದ 11 ಪಟ್ಟು. ಇಷ್ಟರಿಂದಲೆ ಸ್ಪಷ್ಟವಾದೀತು ಆ ನಾಗಾಲೋಟದ ವೇಗ. 1954ರಲ್ಲಿ ಸ್ತಾಲಿನ್ ನಿಧನನಾದ ಮೇಲೆ, ವ್ಯಕ್ತಿಪೂಜೆ ಕೊನೆಗೊಂಡಿತು. 1956ರಲ್ಲಿ ಜರಗಿದ ಸೋವಿಯೆತ್ ಒಕ್ಕೂಟದ ಕಮ್ಯೂನಿಸ್ಟ್ ಪಕ್ಷದ 20ನೆಯ ಅಧಿವೇಶನದಲ್ಲಿ ಕೃಶ್ಚೇವ್ ಮಂಡಿಸಿದ ವರದಿ ಸ್ತಾಲಿನ್ 'ಶಕೆ'ಯ ಅತಿರೇಕಗಳನ್ನು ಬಹಿರಂಗಪಡಿಸಿತು. ಆ ಕಾಲದಲ್ಲಾದ ಸಾಧನೆ ಮತ್ತು ಅನ್ಯಾಯ ಎರಡರ ಪಟ್ಟಿಯೂ ಅದರಲ್ಲಿತ್ತು. ಕಮ್ಯೂನಿಸ್ಟ್ ವಿಚಾರಧಾರೆಗೆ ಪರಕೀಯವಾದ ವ್ಯಕ್ತಿಪೂಜೆ ಮುಂದೆಂದೂ ಆಗದಿರಲು, ಆ ಪ್ರಕರಣ ಎಚ್ಚರಿಕೆ ನೀಡಿದಂತಾಯಿತು. (ಆ ಕಾಲದಿಂದ ಬ್ರೆಝ್ನೇವ್ ತನಕ ಪಕ್ಷದೊಳಗಿನ ಆಂತರಿಕ ಪ್ರಜಾಪ್ರಭುತ್ವ ಸೋವಿಯೆತ್ ಒಕ್ಕೂಟದಲ್ಲಿ ಜಾಗರೂಕತೆಯಿಂದ ರಕ್ಷಿಸಲ್ಪಟ್ಟಿದೆ.)

ಸಮಾಜವಾದಿ ಕ್ರಾಂತಿಯಾದ 40ನೆಯ ವರ್ಷದಲ್ಲೇ (1957) ಸೋವಿಯೆತ್ ಒಕ್ಕೂಟ ಕೃತಕ ಭೂ ಉಪಗ್ರಹವನ್ನು ಬಾಹ್ಯಾಕಾಶಕ್ಕೆ ಹಾರಿ ಬಿಡಲು ಶಕ್ತವಾದದ್ದು ಸಾಧಾರಣ ಸಂಗತಿಯಲ್ಲ. ಆ ದೇಶದ ಪ್ರಜೆಯಾದ ಗಗಾರಿನ್ 1961ರಲ್ಲಿ ಪ್ರಪ್ರಥಮ ವ್ಯೋಮಯಾತ್ರಿಯಾಗಿ ಭೂಮಿಗೆ ಸುತ್ತು ಬಂದುದೂ ಅಷ್ಟೇ ಅಸಾಧಾರಣವಾದದ್ದು.

ಜಗತ್ತಿನ ಮೊದಲ ಸಮಾಜವಾದಿ ರಾಷ್ಟ್ರದ ಸಂಸ್ಥಾಪಕನಾದ ಲೆನಿನನ 100ನೆಯ ಹುಟ್ಟು ಹಬ್ಬವನ್ನು 1970ರಲ್ಲಿ ಇಡಿಯ ಲೋಕವೇ ಆಚರಿಸಿತೆನ್ನುವುದು, ಆತನ ದೇಶಬಾಂಧವರಿಗೆ ಎಷ್ಟು ಅಭಿಮಾನದ ವಿಷಯ! ಆ ಚೇತನ ತಮಗೂ ಮಾರ್ಗದರ್ಶಿ ಎನ್ನುವುದು, ಲೋಕದ ಹೋರಾಡುವ ಜನರಿಗೆಲ್ಲ ಎಷ್ಟು ಸಮಾಧಾನದ ಸಂಗತಿ !

ಕೆಲವು ಅಂಕೆಸಂಖ್ಯೆಗಳನ್ನು ಪರಿಶೀಲಿಸೋಣ. ರಾಷ್ಟ್ರದ ವಿಸ್ತೀರ್ಣ 2 ಕೋಟಿ 24 ಲಕ್ಷ ಚದರ ಕಿಲೊಮೀಟರ್. ಜನಸಂಖ್ಯೆ 26 ಕೋಟಿ. (ಈ ಮಟ್ಟಿಗೆ ಚೀನ ಮೊದಲು; ಭಾರತಕ್ಕೆ ಎರಡನೆಯ ಸ್ಥಾನ; ರಷ್ಯ ಮೂರನೆಯದು.) ಸೋವಿಯೆತ್ ಒಕ್ಕೂಟದ್ದು ಲೋಕದ ಜನಸಂಖ್ಯೆಯ ಶೇಕಡ 6ರಷ್ಟು ಮಾತ್ರವಾದರೂ, ಜಾಗತಿಕ ಔದ್ಯೋಗಿಕ ಉತ್ಪನ್ನದಲ್ಲಿ ಅದರ ಪಾಲು ಶೇಕಡ 20ರಷ್ಟು. ಈ ಕ್ಷೇತ್ರದಲ್ಲಿ 1913ರಲ್ಲಿದ್ದುದು 5ನೆಯ ಸ್ಥಾನ. ಈಗ ಅದರದು ದ್ವಿತೀಯ ಸ್ಥಾನ. ಎಣ್ಣೆ, ಕಲ್ಲಿದ್ದಲು, ಕಬ್ಬಿಣ, ಉಕ್ಕು, ಸಿಮೆಂಟ್, ಸಕ್ಕರೆ, ವ್ಯವಸಾಯೋಪಕರಣಗಳು, ಬಟ್ಟೆಬರೆ ಮತ್ತಿತರ ಕೆಲ ವಸ್ತುಗಳ ಉತ್ಪಾದನೆಯಲ್ಲಿ ಜಗತ್ತಿನಲ್ಲಿ ಸೋವಿಯೆತ್ ಒಕ್ಕೂಟದ್ದೇ ಪ್ರಥಮ ಸ್ಥಾನ.

ಸಮಾಜವಾದವನ್ನು ಇಷ್ಟಪಡದವರು – ಕಮ್ಯೂನಿಸಮಿನ ದ್ವೇಷಿಗಳು – ರಷ್ಯದಲ್ಲಿ ಅದಿಲ್ಲ ಇದಿಲ್ಲ ಎನ್ನುವುದುಂಟು. ಶತ ಶತಮಾನಗಳಿಂದ ಜಿಡ್ಡುಗಟ್ಟಿದ್ದ ಜೀವನದಲ್ಲಿ ಹೊಸ ಉಸಿರಿನ ಸಂಚಾರ ಸಾಧ್ಯವಾಗುವುದು ಸುಲಭದ ಮಾತಲ್ಲ. ಆ ಹೊಸ ಬದುಕಿನ ದರ್ಶನಕ್ಕಾಗಿ ಮಾಡಲಾದ ತ್ಯಾಗ, ಬಲಿದಾನ ಎಷ್ಟೊಂದು! ಹೆದ್ದಾರಿ ಕೈಮಾಡಿ ಕರೆಯುತ್ತಿರುವಾಗಲೂ, ಕ್ರಮಿಸಿದ ದಾರಿ ಎಷ್ಟು ಕಠಿನವಾಗಿತ್ತೆಂಬುದನ್ನು ಸೋವಿಯೆತ್ ಪ್ರಜೆಗಳು ಮರೆತಿಲ್ಲ.

ಮಾರ್ಕ್ಸ್–ಎಂಗೆಲ್ಸರ, ಲೆನಿನನ, ವಿಶ್ವದ ಎಚ್ಚತ್ತ ದಲಿತ ಜನತೆಯ ಕನಸಾದ ಕಮ್ಯೂನಿಸಂ ಸೋವಿಯೆತ್ ಒಕ್ಕೂಟದಲ್ಲಿನ್ನೂ ಸ್ಥಾಪಿತ ವಾಗಿಲ್ಲ. ಅಲ್ಲಿ ಈತನಕ ಸಾಧ್ಯವಾಗಿರುವುದು ಸಮಾಜವಾದ. **ಪ್ರತಿಯೊಬ್ಬನಿಂದ ಅವನ ಶಕ್ತಿಗೆ ಅನುಗುಣವಾಗಿ; ಪ್ರತಿಯೊಬ್ಬನಿಗೆ ಅವನ ಕೆಲಸಕ್ಕೆ ಅನುಸಾರವಾಗಿ.** ಕಮ್ಯೂನಿಸಮಿನ ಹಂತ ತಲಪಿದಾಗಲೊ? **"ಪ್ರತಿಯೊಬ್ಬನಿಂದ ಅವನ ಶಕ್ತಿಗೆ ಅನುಗುಣವಾಗಿ; ಪ್ರತಿಯೊಬ್ಬನಿಗೆ ಅವನ ಅಗತ್ಯಗಳಿಗೆ ಅನುಸಾರವಾಗಿ."**

ಇನ್ನೊಂದು ಮಹಾಯುದ್ಧವಾದರೆ ಸರ್ವನಾಶ ಸಾಧ್ಯ. ಅಂಥ ಯುದ್ಧವಾಗದಂತೆ ಶ್ರಮಿಸುತ್ತ, ಒಳ್ಳೆಯ ಬದುಕಿಗಾಗಿ ಹೋರಾಡುತ್ತಿರುವ ಎಲ್ಲ ದೇಶಗಳ ಜನತೆಗೆ ನೆರವಾಗುತ್ತ, ತನ್ನ ಗುರಿಯಾದ ಕಮ್ಯೂನಿಸಮನ್ನು ಮುಟ್ಟಲು ಸೋವಿಯೆತ್ ಒಕ್ಕೂಟ ಮುಂದೆ ಸಾಗಿದೆ.

2

ರುಸಿ ಭೂಮಿಯಲ್ಲಿ ಪ್ರಾಚೀನ ಮಾನವ ಚಿತ್ರಗಳನ್ನು ಬರೆದುದಕ್ಕೆ ಸಾಕ್ಷ್ಯಗಳು ದೊರೆತಿವೆ. ಸಾಕ್ಷ್ಯಗಳಿಲ್ಲವೆಂದ ಮಾತ್ರಕ್ಕೆ, ಆತ ಮತ್ತು ಆಕೆ ಹಾಡಲಿಲ್ಲವೆಂದೆ ? ಕುಣಿಯಲಿಲ್ಲವೆಂದೆ ? ಆಗಿನ ಬದುಕು ಆ ಚಿತ್ರಗಳಿಗೆ ಪ್ರೇರಣೆ ನೀಡಿತು ಎಂದು ಒಪ್ಪುವುದಾದರೆ, ಆ ಜನ ಹಾಡಿದ್ದೂ ಖಚಿತ, ಕುಣಿದದ್ದೂ ಖಚಿತ. ಸಂಜ್ಞೆಗಳ ಘಟ್ಟ ದಾಟಿ ಭಾಷೆ ರೂಪು ಗೊಂಡಂತೆ, ಹಾಡುಗಾರರೂ ರಂಗಪ್ರವೇಶ ಮಾಡಿರಬೇಕು. ಯಾವಾಗ, ಎಲ್ಲಿ ಎಂಬುದೆಲ್ಲ ತರ್ಕದ, ಊಹೆಯ ಲೋಕಕ್ಕೆ ಸಂಬಂಧಿಸಿದ್ದು.

ಭಾಷೆಯ ಲೋಕದಲ್ಲಿ ಕೊಡುಕೊಳ್ಳುವಿಕೆ ಸಾಮಾನ್ಯ ಸಂಗತಿ. ಮಾರಲು ಖರೀದಿ ಮಾಡಲು ವರ್ತಕರು ದೇಶವಿದೇಶಗಳಲ್ಲಿ ಅಲೆದಾಗಲಂತೂ ಕರಾರು ಪತ್ರ ಮತ್ತಿತರ ದಸ್ತಾವೇಜುಗಳನ್ನು ಬರೆದಿಡಲು ಲಿಪಿ ರೂಪಿಸಿರಬೇಕು; ಪ್ರಚಲಿತವಿದ್ದ ಲಿಪಿಯನ್ನು ಬಳಸಿರ ಬೇಕು. ಕ್ರಿಸ್ತ ಶಕ ಆರನೆಯ ಶತಮಾನದಲ್ಲಿ ಕೀಯೆವ್‌ನ ಸುತ್ತಲೂ ರುಸಿ ದೇಶ ರೂಪುಗೊಂಡಾಗ, ವ್ಯವಹಾರದ ಅಗತ್ಯಕ್ಕಾಗಿ ಬಳಸಲಾದ ಲಿಪಿಗಳು ಎರಡು : ಒಂದು, ಗ್ಲಗೊಲಿಟ್ಸ; ಇನ್ನೊಂದು, ಕಿರೀಲ್ಲಿಟ್ಸ

(ಕಿರಿಲ್ಲಿಕ್). ಬೈಜಾಂಟಿಯಮಿನಿಂದ ಬಂದ ಮತ ಪ್ರಸಾರಕರಲ್ಲೊಬ್ಬ ಕಿರಿಲ್ ಬಲ್ಗರ್ ದೇಶದ ಸ್ಲಾವರಿಗಾಗಿ ರಚಿಸಿದ ಲಿಪಿ, ಕಿರಿಲ್ಲಿಕ್. ಮುಂದೆ ರಷ್ಯದಲ್ಲೂ ಆ ಲಿಪಿಯೇ ವ್ಯಾಪಕವಾಗಿ ಬಳಕೆಗೆ ಬಂತು.

ಪ್ರಾಣಿಯ ತೊಗಲು ಅಥವಾ ಭೂರ್ಜ ಮರದ ತೊಗಟೆ 'ಬರೆಯಲು' ಉಪಯೋಗಿಸುತ್ತಿದ್ದ ಹಾಳೆ. ಚೂಪಾದ ಮೂಳೆ ಅಥವಾ ಚೂಪು ಕಬ್ಬಿಣವೇ ಲೇಖನಿ. ಬಣ್ಣದ ಮಸಿಗಳು. ಮುಂದಿನ ಶತಮಾನಗಳಲ್ಲಿ ಜಾನಪದ ಕಥೆಗಳನ್ನೂ ದಂತಕಥೆಗಳನ್ನೂ ಧಾರ್ಮಿಕ ಸಾಹಿತ್ಯವನ್ನೂ ಬರೆದಿಡಲು ತೊಡಗಿದಾಗ, ತೊಗಲು ಅಥವಾ ತೊಗಟೆ ಹಾಳೆಗಳನ್ನು ಹೊಲಿದು 'ಪುಸ್ತಕ' ಸಿದ್ಧ ಪಡಿಸುತ್ತಿದ್ದರು. ಇಂಥ ಪುಸ್ತಕಗಳು ಸಚಿತ್ರವೂ ಆಗಿರುತ್ತಿದ್ದವು. ಎಷ್ಟೋ ಜನರಿಗೆ 'ಪುಸ್ತಕ ಕಲೆ'ಯೇ ಕಸುಬಾಯಿತು.

ರಷ್ಯಕ್ಕೆ ಸಂಬಂಧಿಸಿದ ಐತಿಹಾಸಿಕ ಸಂಗತಿಗಳನ್ನು ಬರೆದಿಡುವ ಮೊದಲ ಪ್ರಯತ್ನ 11ನೆಯ ಶತಮಾನದ ಮಧ್ಯದಲ್ಲಿ ನಡೆಯಿತು. ಸನ್ಯಾಸಿ ಮಠಗಳು ಸಾಕ್ಷರತೆಯ ಪ್ರಸಾರಕ್ಕೂ ಚಿತ್ರಕಲೆಗೂ ಪ್ರೋತ್ಸಾಹ ನೀಡಿದುವು. ಸಂತರ ಜೀವನ ಚರಿತ್ರೆಗಳು ಬರೆಯಲ್ಪಟ್ಟುವು. ಗ್ರೀಕ್ ಹಿಬ್ರೂ ಭಾಷೆಗಳಿಂದ ಕೃತಿಗಳು ಅನುವಾದಗೊಂಡುವು. ಸುಂದರಿ ಹೆಲೆನ್ ರಷ್ಯನರಿಗೆ ಪರಿಚಿತಳಾದಳು. ದೊರೆ ವ್ಲದಿಮಿರ್ ಮನೋಮಾಹ್ 'ಮಕ್ಕಳ ನೀತಿ ನಡಾವಳಿ' ಎಂಬ ಪುಸ್ತಕ ಬರೆದ. ತನ್ನದೊಂದು ಪುಟ್ಟ ಆತ್ಮಚರಿತ್ರೆಯನ್ನೂ ರಚಿಸಿದ. ಅವನ ಇನ್ನೊಂದು ಕೃತಿ, ತನ್ನ ವೈರಿ ಒಲೆಗ್‌ಗೆ ಬರೆದ ಸುದೀರ್ಘ ಪತ್ರ !

ಮುಂದಿನ ಶತಮಾನದಲ್ಲಿ, ವೀರ ಅಲೆಕ್ಸಾಂಡರ್ ಕಥಾನಾಯಕನಾದ 'ಅಲೆಗ್ಸಾಂಡ್ರಿಯ' ಎಂಬ ಗ್ರೀಕ್ ಕಾದಂಬರಿ ರಷ್ಯನ್ ಭಾಷೆಗೆ ತರ್ಜುಮೆಗೊಂಡಿತು. ಪರಕೀಯರ ದಾಳಿಯನ್ನು ಇದಿರಿಸಿ ಸತ್ತ ತಮ್ಮ ಶೂರ ಯೋಧರನ್ನು ಕುರಿತ ಶೋಕಕಾವ್ಯಗಳನ್ನು ರಷ್ಯದ ಕವಿಗಳು ರಚಿಸಿದರು. 'ಪ್ರೊವೆಸ್ತ್' (ಘಟನಾವಳಿ) ಇತಿಹಾಸದ ದೃಷ್ಟಿಯಿಂದ ಮಹತ್ವದ ಕೃತಿ. 'ಇಗೊರನ ಆತಿಥೇಯನ ಗೀತೆ' ಎಂಬುದು ಪ್ರಾಚೀನ ರಷ್ಯನ್ ಸಾಹಿತ್ಯದ ಶ್ರೇಷ್ಠ ಕಾವ್ಯ.

ಸಾಕ್ಷರತೆ ಮತ್ತು ಸಾಹಿತ್ಯಾಸಕ್ತಿ ಕೀಯೆವ್, ನವಗೋರದ್‌ಗಳನ್ನು ದಾಟಿ ಬೇರೆ ಪಟ್ಟಣಗಳಿಗೂ ಹಬ್ಬಿತು.

'ಜ್ಞಾನಿ' ಎಂದು ಹೆಸರು ಪಡೆದಿದ್ದ ಯರಸ್ಲೋವ್ ದೊರೆ ಕೀಯೆವ್ ರಾಜ್ಯವನ್ನು ಆಳುತ್ತಿದ್ದಾಗ, ಭಾಷಾಂತರಕಾರರ ಒಂದು ಪಡೆಯೇ ಕಾರ್ಯನಿರತವಾಗಿತ್ತು. ಅವರ ಅವಿಶ್ರಾಂತ ದುಡಿಮೆಯ ಫಲವಾಗಿ ಅನ್ಯಭಾಷಾ ಕೃತಿಗಳು ಹೇರಳವಾಗಿ ರಷ್ಯನ್ ಭಾಷೆಯಲ್ಲಿ ದೊರೆಯತೊಡಗಿದುವು.

ಮುದ್ರಣ ಯಂತ್ರವಿಲ್ಲದ ಕಾಲ. ಒಂದೊಂದು ಪ್ರತಿಯೂ ಅಮೂಲ್ಯ. ಪ್ರತಿ ತೆಗೆಯುವುದೂ ಆದರಕ್ಕೆ ಪಾತ್ರವಾಗಿದ್ದ ಕಲಾವಂತಿಕೆ.

ಮಂಗೋಲಿಗ (ತಾತರರ) ಆಕ್ರಮಣ 13ನೆಯ ಶತಮಾನದಲ್ಲಿ ಆರಂಭವಾದೊಡನೆ, ರಷ್ಯದಲ್ಲಿ ಸಾಹಿತ್ಯ ಚಟುವಟಿಕೆ ನೇಪಥ್ಯಕ್ಕೆ ಸರಿಯಿತು. ಆದರೆ ಎಲ್ಲ ಪರತಂತ್ರ ದೇಶಗಳಲ್ಲೂ ನಡೆಯುವಂಥದು – ನೇಪಥ್ಯ ಸೇರಿದಾಗ ಅಳಲು, ರೋಷ. ಇಂದಿನ ಸಂಕಟವನ್ನು ಧೈರ್ಯದಿಂದ ಇದಿರಿಸಲು ಜನ ಪ್ರೇರಣೆ, ಸ್ಫೂರ್ತಿ ಪಡೆಯುವುದು ಗತಕಾಲದ ಸಂಭವಗಳಿಂದ, ಪೂರ್ವಜರ ಸಾಹಸ ಪ್ರದರ್ಶನದ ನೆನಪಿನಿಂದ. ಈ ಹಿನ್ನೆಲೆಯಲ್ಲಿ ಆ ಶತಮಾನದ ಉತ್ತರಾರ್ಧದಲ್ಲಿ ರಚಿತವಾದದ್ದು 'ರುಸಿ ಭೂಮಿಯ ಮರಣ ಕಾವ್ಯ' ಮತ್ತು 'ಅಲೆಕ್ಸಾಂದರ್ ನೆವ್‌ಸ್ಕಿಯ ಜೀವನವೃತ್ತ.' ಆ ಪುನರುದಯ ಪ್ರವೃತ್ತಿಯೇ ಮುಂದಿನ ಶತಮಾನದಲ್ಲೂ ಮುಂದುವರಿಯಿತು.

ಪರಕೀಯ ಆಕ್ರಮಣಕಾರರನ್ನು ಹೊರಹಾಕಿ ರಷ್ಯ ತನ್ನ ಸ್ವಂತಿಕೆಯನ್ನು ಮರಳಿ ಗಳಿಸಿದ ಕಾಲ 16ನೆಯ ಶತಮಾನ. ಕಬ್ಬಿಣವನ್ನು ಕರಗಿಸಿ ಎರಕ ಹುಯ್ಯುವುದನ್ನು ಕಲಿತದ್ದು ಎಷ್ಟು ಮಹತ್ವದ್ದೋ ಅಷ್ಟೇ ಮಹತ್ವದ್ದು ಮಾಸ್ಕೊದಲ್ಲಿ 1564ರಲ್ಲಿ ಮೊದಲ ಮುದ್ರಣ ಯಂತ್ರದ ಸ್ಥಾಪನೆ. ಸಾಕ್ಷರತೆಯ ಕ್ಷಿಪ್ರ ಪ್ರಸಾರಕ್ಕೆ ಇದರಿಂದ ಅನುಕೂಲವಾಯಿತು; ವಿದ್ವಾಂಸರಿಗೂ ಬರೆಹಗಾರರಿಗೂ ಉತ್ತೇಜನ ದೊರೆಯಿತು. ಆ ಶತಮಾನದಲ್ಲಿ ಒಟ್ಟು 20 ಪುಸ್ತಕಗಳು ರಷ್ಯದಲ್ಲಿ ಅಚ್ಚಾದುವು. ಅವುಗಳಲ್ಲೊಂದು 'ಸೃಷ್ಟಿ'ಯ ಕಾಲದಿಂದ 16ನೆಯ ಶತಮಾನದ ನಡುವಿನವರೆಗೂ ಜಗತ್ತಿನ ಇತಿಹಾಸವನ್ನು ನಿರೂಪಿಸುವ ಗ್ರಂಥ. ಅದರಲ್ಲಿದ್ದ ಚಿತ್ರಗಳು 10,000. ಇನ್ನೊಂದು ಅಮೂಲ್ಯ ಗ್ರಂಥ– 'ಮೂರು ಸಾಗರಗಳಾಚೆ ಪ್ರವಾಸ.' ಇದು 15ನೆಯ ಶತಮಾನದಲ್ಲಿ ಭಾರತಕ್ಕೆ (ಕರ್ನಾಟಕಕ್ಕೂ) ಬಂದಿದ್ದ ಅಫನಾಸೀ ನಿಕಿತಿನ್‌ನ ಪ್ರವಾಸ ಕಥನ.

17ನೆಯ ಶತಮಾನದ ಮಧ್ಯದಲ್ಲಿ ರಷ್ಯದಲ್ಲಿ 226 ಪಟ್ಟಣಗಳಿದ್ದುವು. ಅದಕ್ಕೆ ತಕ್ಕಂತೆ ಓದುಗರ ಸಂಖ್ಯೆಯೂ ಬೆಳೆಯಿತು. ಈ ಶತಮಾನದಲ್ಲಿ ರಷ್ಯನ್ ಭಾಷೆಯ ಪ್ರಥಮ ಸ್ವತಂತ್ರ ಕಾದಂಬರಿ ಪ್ರಕಟವಾಯಿತು. ಹೆಸರು 'ಸಾವಾ ಗ್ರುದ್‌ಸಿನ್'. ಒಬ್ಬ ಸಾಮಾನ್ಯ ವರ್ತಕ ಈ ಕಾದಂಬರಿಯ ನಾಯಕ. ಶತಮಾನದ ಉತ್ತರಾರ್ಧದಲ್ಲಿ ರಷ್ಯನ್ ರಂಗಭೂಮಿಯೂ ಮೈತಳೆಯಿತು.

ರಷ್ಯದಲ್ಲಿ ಲೇಖನಿ ಬದುಕಿಗೆ ಬಹಳ ಹತ್ತಿರವಾದದ್ದು, ಬರೆಹಗಾರರ ಜನಸಾಮಾನ್ಯರ ನೋವು ನಲಿವುಗಳಿಗೆ ತೀವ್ರವಾಗಿ ಸ್ಪಂದಿಸತೊಡಗಿದ್ದು, ಅಂತರರಾಷ್ಟ್ರೀಯ ವಿದ್ಯಮಾನಗಳಿಂದ ಪ್ರಭಾವಿತರಾದದ್ದು 18ನೆಯ ಶತಮಾನದಲ್ಲಿ. ಆಳುತ್ತಿದ್ದ ಸಮ್ರಾಜ್ಞಿ,

ಕ್ಯಾಥರೀನ್. ಆಳ್ವಿಕೆಯ ಆರಂಭದ ವರ್ಷಗಳಲ್ಲಿ ತನ್ನದು ತೆರೆದ-ಸುಶಿಕ್ಷಿತ-ಮನಸ್ಸು ಎಂದು ತೋರಿಸಿಕೊಂಡವಳು ಆಕೆ. ನಿಕೋಲಾಯಿ ನೋವಿಕೋವ್ ಎಂಬಾತ 'ಮಾಸ್ಕೊ ರೆಕಾರ್ಡರ್' ಎಂಬ ಪತ್ರಿಕೆ ಪ್ರಾರಂಭಿಸಿದ. ಬ್ರಿಟಿಷ್ ಸಾಮ್ರಾಜ್ಯಶಾಹಿಗಿದಿರಾಗಿ ಅಮೆರಿಕದ ವಸಾಹತುಗಳು ನಡೆಸುತ್ತಿದ್ದ ಸಮರದ ಬಗ್ಗೆ ಅವನಿಗೆ ಸಹಾನುಭೂತಿ. 1789ರಲ್ಲಾದ ಫ್ರೆಂಚ್ ಕ್ರಾಂತಿಯ ವಿಷಯದಲ್ಲೂ ಅಷ್ಟೆ. ಫ್ರೆಂಚ್‌ಕ್ರಾಂತಿ ಕಂಡು ಅಳುಕಿದ ಕ್ಯಾಥರೀನ್ ನೋವಿಕೋವ್‌ನ ಬಂಧನಕ್ಕೆ ಆಜ್ಞೆ ಇತ್ತಳು. ಕ್ಯಾಥರೀನಳ ಮರಣಾನಂತರವೇ ಅವನ ಬಿಡುಗಡೆ ಸಾಧ್ಯವಾಯಿತು. ಅಂಥವನೇ ಇನ್ನೊಬ್ಬ ಬರೆಹಗಾರ ಅಲೆಕ್ಸಾಂದರ್ ರಾದಿಟ್ಸೇವ್. ರೈತ ಕ್ರಾಂತಿಯನ್ನು ಸಮರ್ಥಿಸಿ 1790ರಲ್ಲಿ ಅವನೊಂದು ಲೇಖನ ಬರೆದ. ನ್ಯಾಯಸ್ಥಾನ 'ವಿಚಾರಣೆ' ನಡೆಸಿ ಮರಣದಂಡನೆ ವಿಧಿಸಿತು. 'ಕೊಲ್ಲಬೇಡಿ. ಆಜೀವ ಗಡೀಪಾರು ಶಿಕ್ಷೆ ಸಾಕು' ಎಂದಳು ಕ್ಯಾಥರೀನ್.

ಬೇರೊಬ್ಬ ಲೇಖಕ ದೇರ್ಷಾವಿನ್ ಸ್ವಲ್ಪ ಚತುರ. ಸಮ್ರಾಜ್ಞಿಯನ್ನು ಹೊಗಳುತ್ತಿದ್ದ; ಅದೇ ಉಸಿರಿನಲ್ಲಿ ಆಳುವ ಶ್ರೀಮಂತವರ್ಗದ ಮೇಲೆ ಉರಿಕಾರುತ್ತಿದ್ದ. ಅವನು ರಚಿಸಿದ್ದು ವಾಸ್ತವತೆಯಿಂದ ಸ್ಫುರಿಸಿದ ಕವನಗಳನ್ನು. ಆ ಕಾಲದಲ್ಲಿ, ಪಾಳೆಯಗಾರಿಕೆಗೆ ಇದಿರಾದ ಜಾನಪದ ಗೀತೆಗಳ ಬೆಳೆಯೂ ಹುಲುಸಾಗಿತ್ತು.

ಲಭ್ಯವಿದ್ದ ಸೀಮಿತ ಅಭಿವ್ಯಕ್ತಿ ಸ್ವಾತಂತ್ರ್ಯವನ್ನು ಉಪಯೋಗಿಸಿ ಕೊಂಡು ಸಣ್ಣಪುಟ್ಟ ಪತ್ರಿಕೆಗಳು ಹುಟ್ಟಿದುವು. ಕೆಲವು ಸಂಚಿಕೆಗಳ ಸುಖಕಂಡದ್ದು ಎಷ್ಟೋ ಅಷ್ಟೆ. ಸರಕಾರದ ಪ್ರಹಾರಕ್ಕೆ ಸಿಲುಕಿ ಅವು ಕಣ್ಣು ಮುಚ್ಚಿದುವು.

ವಾಸ್ತವತೆಯನ್ನು ಆಧರಿಸಿದ ಕಾವ್ಯ ಕಥೆ ಕಾದಂಬರಿಗಳು ಮತ್ತು ಪ್ರಬುದ್ಧ ವೈಚಾರಿಕ ಬರೆವಣಿಗೆಗಳೂ ಉದ್ದಕ್ಕೂ ಬೆಳಗಿದ ಶತಮಾನ 19ನೆಯದು. ಪೂಷ್ಕಿನ್, ಗಗೋಲ್, ಲೇರ್‌ಮಂತವ್, ತೂರ್ಗೆನೆಫ್, ತಲ್‌ಸ್ತೊಯ್, ದಸ್ತಯೆವ್‌ಸ್ಕಿ, ಕರಲ್ಯೆಂಕ, ಚೇಹವ್, ಗೊರ್ಕಿ.... ಹಾಗೆಯೇ... ಬೆಲಿನ್ಸ್ಕಿ, ಹೆರ್ಜೆನ್, ಚೇರ್ನಿಷೋವ್‌ಸ್ಕಿ, ದೋಬ್ರೊಲ್ಯೂಬೋವ್, ಪ್ಲೆಕನೋವ್.

ಬೆಲಿನ್ಸ್ಕಿ ಭೂಮಾಲಿಕರ ದೌರ್ಜನ್ಯವನ್ನು ಚಿತ್ರಿಸುವ ನಾಟಕ ಬರೆದುದಕ್ಕಾಗಿ ವಿಶ್ವವಿದ್ಯಾಲಯದಿಂದ ಹೊರತಳ್ಳಲ್ಪಟ್ಟವನು. ಮುಂದೆ ತನ್ನ ಅಲ್ಪ ಆಯುಸ್ಸನ್ನು ಬರೆಯುತ್ತಲೇ ಕಳೆದವನು. 'ತನ್ನ ರೈತರನ್ನು ಸುಲಿಯುವ ಹೊಲದೊಡೆಯ ದರೋಡೆಗಾರನಿಗಿಂತ ತುಚ್ಛನಲ್ಲವೆ ?' ಎಂದು ಒಂದು ಕರಪತ್ರದಲ್ಲಿ ಆತ ಪ್ರಶ್ನಿಸಿದ. ಸಮಕಾಲೀನ ಸಾಹಿತ್ಯದ ಶ್ರೇಷ್ಠ ವಿಮರ್ಶಕನಾಗಿ ರೂಪುಗೊಂಡ ಬೆಲಿನ್ಸ್ಕಿಯ ಪ್ರಕಾರ : "ವಾಸ್ತವತೆ – ಇದೀಗ ಆಧುನಿಕ ಜಗತ್ತಿನ ಘೋಷ ಮತ್ತು ಕೊನೇ

ಮಾತು !... ವಾಸ್ತವತೆ ಮಣ್ಣಿನಿಂದ ಚಿಮ್ಮುತ್ತದೆ; ಮತ್ತು ಎಲ್ಲ ವಾಸ್ತವತೆಯ ಮಾತೃಕೆಯಾದ ಮಣ್ಣೇ ಸಮಾಜ." ಆತ ಹೇಳಿದ : "ಕನಸಿನ ಜಗತ್ತಿನಲ್ಲಿ ಕವಿ ಇನ್ನು ಬಗುಸುವುದು ಸಾಧ್ಯವಿಲ್ಲ. ಅವನು, ಸಂತೋಷಪಡಿಸುವ ಬರಿಯ ಭಟ್ಟಂಗಿಯಾಗಬೇಕೆಂದು ಸಮಾಜ ಈಗ ಅಪೇಕ್ಷಿಸುವುದಿಲ್ಲ. ಬದಲು ಆತ... ಅತ್ಯಂತ ಕಠಿನ ಪ್ರಶ್ನೆಗಳಿಗೂ ಉತ್ತರವೀಯುವ ಪ್ರವಾದಿಯಾಗಬೇಕೆಂದು, ಬದುಕಿನ ಪ್ರತಿನಿಧಿಯಾಗ ಬೇಕೆಂದು, ಇತರರಲ್ಲಿನ ನೋವು ಸಂಕಟಗಳನ್ನು ಕಾಣುವುದಕ್ಕಿಂತ ಮುಂಚಿತವಾಗಿ ತನ್ನಲ್ಲೇ ಸಮಾನವಾದ ನೋವು ಸಂಕಟಗಳನ್ನು ಕಂಡು ಕಾವ್ಯಸ್ವರೂಪದಲ್ಲಿ ಅವನ್ನು ಒಡಮೂಡಿಸಿ, ಗುಣಪಡಿಸುವ ವೈದ್ಯನಾಗಬೇಕೆಂದು ಸಮಾಜ ಬಯಸುತ್ತದೆ." ಶುದ್ಧ ಕಲೆಯ ವಾದವನ್ನು ಹೀಗಳೆದು ಅವನೆಂದ : "ಮೊದಲಿನದಾಗಿ ಕವಿಯು ಒಬ್ಬ ಮನುಷ್ಯ, ಬಳಿಕ ಆತ ರಾಷ್ಟ್ರದ ಪ್ರಜೆ, ಅನಂತರ ತನ್ನ ಕಾಲದ ಕೂಸು... ಆದುದರಿಂದಲೇ, ಕಾವ್ಯವನ್ನೂ ಕವಿಯನ್ನೂ ವಾತಾವರಣದಿಂದ ಪ್ರತ್ಯೇಕಿಸಿ ಸೌಂದರ್ಯ ಮೀಮಾಂಸೆಯನ್ನು ಮಾಡುವುದು ಈಗ ಸಾಧ್ಯವಿಲ್ಲ." ಸಾಯುವುದಕ್ಕೆ ಮುನ್ನ ಬೆಲಿನ್ಸ್ಕಿ ಬರೆದ 'ಗಗೋಲ್‌ಗೆ ಕಾಗದ'ವನ್ನು ಸರಕಾರ ನಿಷೇಧಿಸಿತು. ಬೆಲಿನ್ಸ್ಕಿ ಸತ್ತು 57 ವರ್ಷ ಕಾಲ – 1905ರವರೆಗೆ–ಅದರ ಪ್ರಕಟಣೆ ಸಾಧ್ಯವಾಗಲಿಲ್ಲ. 'ರಷ್ಯದಲ್ಲಿ ಕಥೆ, ಕಾದಂಬರಿ ಉಳಿದೆಲ್ಲ ಸಾಹಿತ್ಯ ಪ್ರಕಾರಗಳನ್ನು ಹಿಂದಿಕ್ಕಿ ಮುನ್ನಡೆದಿದೆ,' ಎಂಬುದು ಬೆಲಿನ್ಸ್ಕಿಯ ಅಭಿಮತವಾಗಿತ್ತು.

'ಯೆವ್‌ಜಿನ್ ಒನಿಜಿನ್' ಮಹಾಕಾವ್ಯ ಬರೆದ ಪೂಷ್ಕಿನ್ ('ಶಬ್ದಗಳನ್ನು ಬಳಸಿ ಹೃದಯಗಳಿಗೆ ಕಿಚ್ಚನ್ನಿಡಲು' ಬಯಸಿದವನು) ಮುಂದಿನ ವರ್ಷಗಳಲ್ಲಿ ಕಥಾ ಕ್ಷೇತ್ರದಲ್ಲಿ ಹಿರಿಮೆ ಸಾಧಿಸಿದ. ಕವಿಗಳಾಗಿಯೇ ಉಳಿದ ಆರ್ಮೇನಿಯದ ತುಮಾನಿಯನ್ ಮತ್ತು ಇಸಾಕಿಯನ್ ಕೂಡ, ಜನತೆಯ ಬದುಕೇ ಸಾಹಿತ್ಯದ ಹೂರಣ ಎಂಬುದನ್ನು ಮನಗಂಡರು. ಒಂದು ಕವಿತೆಯಲ್ಲಿ ತುಮಾನಿಯನ್ ಅಂದ :

"... ನೀನು ಯೋಚನಾಮಗ್ನನಾಗಿ, ಮುಪ್ಪು ಹೊಸತುಗಳ ನಡುವೆ ಹಳೆಯ ಹೊಸ ಗಾಯಗಳೊಂದಿಗೆ ಜೀವಂತವಾಗಿ ನಿಲ್ಲು."

ಗಗೋಲನ ಖ್ಯಾತ ನೀಳ್ಗತೆ 'ಓವರ್‌ಕೋಟ್.' "ನಾವೆಲ್ಲ ಗಗೋಲನ ಓವರ್‌ಕೋಟಿನಿಂದಲೇ ಹೊರಬಂದವರು" ಎಂದ ದಸ್ತಯೆವ್‌ಸ್ಕಿ. ಗಗೋಲನ 'ಸತ್ತ ಆತ್ಮಗಳು' ಗುಲಾಮ ವ್ಯವಸ್ಥೆಯನ್ನು ಕಟುಟೀಕೆಗೆ ಗುರಿ ಮಾಡಿದ ಕಾದಂಬರಿ.

ಚೇರ್ನಿಷೋವ್‌ಸ್ಕಿಯ ಮುಖಂಡತ್ವದಲ್ಲಿ ವಿಚಾರವಾದಿಗಳ ಒಂದು ದೊಡ್ಡ ಬಳಗವಿತ್ತು. ಸರಕಾರದ ಹದ್ದು ಕಣ್ಣು ಆ ಬಳಗದ ಮೇಲೆ. ಇಪ್ಪತ್ತೊಂದು ಜನರನ್ನು ಬಂಧಿಸಿ ಮರಣ ಶಿಕ್ಷೆ ವಿಧಿಸಲಾಯಿತು.

ಹತ್ಯೆಗಾಗಿ ಬೀದಿ ಚೌಕಕ್ಕೆ ಕರೆತಂದು ಸಾಲಾಗಿ ನಿಲ್ಲಿಸಿದರು. ಇನ್ನೇನು ಗುಂಡುಗಳು ಹಾರಬೇಕು. ಅಷ್ಟರಲ್ಲಿ ಚಕ್ರವರ್ತಿಯಿಂದ ಸೂಚನೆ ಬಂತು. ಮರಣದಂಡನೆ ಬದಲು, ಸಂಕೋಲೆ ತೊಡಿಸಿ ಸಿಬೀರ್‌ಗೆ ಗಡೀಪಾರು. ಹಾಗೆ ಗಡೀಪಾರಾದವರಲ್ಲಿ ಒಬ್ಬ ದಸ್ತಯೆವ್‌ಸ್ಕಿ. ಸಮಾಜವನ್ನು ತನ್ನ ತಕ್ಕಡಿಯಲ್ಲಿ ತೂಗಿ, ಬದುಕಿನ ಆಳವನ್ನು ಕೆದಕಿ, ವ್ಯಕ್ತಿಯ ಒಳಗನ್ನು ಹೊಕ್ಕು, ಚಿರಕಾಲ ಬಾಳುವ ಕಥೆ ಕಾದಂಬರಿಗಳನ್ನು ಮುಂದೆ ಆತ ರಚಿಸಿದ.

ತನ್ನ ಮಾಯಾ ಕನ್ನಡಿಯಲ್ಲಿ ಬದುಕಿನ ವಿರಾಟ್ ರೂಪವನ್ನು ಸೆರೆ ಹಿಡಿದ ಮಹಾಮೇಧಾವಿ ತಲ್‌ಸ್ತೊಯ್. ಕ್ರೈಸ್ತಧರ್ಮ ಮಾನವೀಯತೆಯ ವಾಹಿನಿಯಾಗಬಹುದೆಂಬ ಆಸೆ ಇತ್ತು ಅವನಿಗೆ. ಸುತ್ತಲ ಬದುಕಿನ ಕಠೋರತೆಯಲ್ಲಿ ಪ್ರೇಮ ಅಹಿಂಸೆ ನುಚ್ಚುನೂರಾದಾಗ ಆತ ಹತಾಶನಾದ. 1901ರಲ್ಲಿ ರಷ್ಯದ ಧರ್ಮಪೀಠ ತಲ್‌ಸ್ತೊಯ್‌ಯನ್ನು ಮತಬಾಹಿರನನ್ನಾಗಿ ಮಾಡಿತು. ತನ್ನ ಕೊನೆಯ ವರ್ಷಗಳಲ್ಲಿ ಈ ಮಹರ್ಷಿ ಕ್ರಾಂತಿಕಾರಿಗಳೊಡನೆ ನಿಕಟ ಸಂಪರ್ಕ ಇಟ್ಟುಕೊಂಡ.

ಚೇಹವ್ ತನ್ನ ಕಥೆ ನಾಟಕಗಳಿಂದ ರಷ್ಯನ್ ಸಾಹಿತ್ಯವನ್ನು ಶ್ರೀಮಂತಗೊಳಿಸಿದ; ಅದರ ಜನತಾಂತ್ರಿಕ ಪರಂಪರೆಯನ್ನು ಮುಂದುವರಿಸಿದ.

ತನ್ನ ಮೊದಲ ಕಥೆ 'ಮಕರ್ ಚುದ್ರ'ದೊಂದಿಗೆ ರಷ್ಯನ್ ಸಾಹಿತ್ಯದ ಬಯಲಲ್ಲಿ ಬಿರುಗಾಳಿಯಾಗಿ ಬೀಸಿದವನು ಮಕ್ಸಿಮ್ ಗೋರ್ಕಿ (ಗೋರ್ಕಿ–ಕಹಿ). ಅವನೆಂದ : "ಒಬ್ಬ ಲೇಖಕ, ಪ್ರಥಮವಾಗಿ, ತನ್ನ ಕಾಲದ ಉತ್ಪನ್ನ. ತನ್ನ ಕಾಲಾವಧಿಯ ಸಂಭವಗಳಲ್ಲೂ ಘಟನೆಗಳಲ್ಲೂ ಆತ ಪಾಲುದಾರ. ಅವುಗಳಲ್ಲಿ ಆತ ಸಕ್ರಿಯವಾಗಿ ಭಾಗವಹಿಸುತ್ತಾನೆ."

1902ರಲ್ಲಿ ಗೋರ್ಕಿಗೆ ವಿಜ್ಞಾನ ಅಕಾಡೆಮಿಯ ಗೌರವ ಸದಸ್ಯತ್ವ ನೀಡಬೇಕೆಂದು ತೀರ್ಮಾನಿಸಲಾಯಿತು. ಆದರೆ ತ್ಸಾರ್ ಆ ತೀರ್ಮಾನವನ್ನು ತಳ್ಳಿಹಾಕಿದ. ಚೇಹವ್ ಮತ್ತು ಕರಲ್ಯೆಂಕ ಪ್ರತಿಭಟಿಸಿ, ಸದಸ್ಯತ್ವ ತಮಗೂ ಬೇಡವೆಂದು ರಾಜಿನಾಮೆ ಇತ್ತರು (1903). ಅದೇ ವರ್ಷ ಕಾದಂಬರಿಕಾರ ತೂರ್ಗೆನೀಫನ ನಿಧನದ ವಾರ್ಷಿಕ ದಿನವನ್ನು ಆಚರಿಸಲು ಸರಕಾರ ಸಮ್ಮತಿ ನೀಡಲಿಲ್ಲ.

ರಷ್ಯನ್ ಸಾಹಿತ್ಯದಲ್ಲಷ್ಟೇ ಅಲ್ಲದೆ, ಆ ಸಾಮ್ರಾಜ್ಯದೊಳಗಿದ್ದ ಇತರ ವಿವಿಧ ಭಾಷಾ ಸಾಹಿತ್ಯಗಳಲ್ಲೂ 19ನೆಯ ಶತಮಾನದಲ್ಲಿ 'ಹೊಸ ಅಲೆ' ಹುಟ್ಟಿತು. ಉಕ್ರಾಯಿನಾ ಭಾಷೆಯಲ್ಲಿ ಆ ಬಗೆಯ ಬರೆಹಗಾರರು : ಇವಾನ್ ಫ್ರಾನ್‌ಕೊ, ಲೆಸ್ಯ ಉಕ್ರಾಯಿನ್‌ಕ. ಜಾರ್ಜಿಯದಲ್ಲಿ ಇಲ್ಯಾ ಚೆವ್‌ಚೆವದ್ಸೆ, ಗಾಲಾಕ್ತಿಯೋನ್ ತಬಿದ್ಸೆ. ಅಜರ್‌ಬೈಜನ್‌ನಲ್ಲಿ ಜಲೀಲ್

ಮಾಮೆದ್ ಕುಲೇವ್, ಮಿರ್ಜಾ ಅಲೆಕ್ಸೇರ್ ಸಾಬಿರೇವ್. ಉತ್ತರ ಕೊಕಾಸಸ್‌ನಲ್ಲಿ ಕೋಸ್ತ್ಯ ಕ್ಕೆತಾಗುರೋವ್. ತಾತರ್ ಭಾಷೆಯಲ್ಲಿ ಅಬ್ದುಲ್ಲಾ ತುಕೋಯ್ ತಾಜಿಕ್‌ನಲ್ಲಿ ಸದ್ರಿದ್ದೀನ್ ಐನಿ. ಕಿರ್ಗೀಜಿಯ : ತಕ್ತೋಗುಲ್ ಸತುಲ್ಗನೋವ್, ತತೋಲ್ದೆ ಮೋಲ್ದ. ಎಸ್ಟೋನಿಯದಲ್ಲಿ ಪಿ. ಕುಲುಸ್‌ಬರ್ಗ್, ಉಜ್ಬೆಕ್‌ನಲ್ಲಿ ಎ. ಮುಖ್ತಾರ್.

ಕ್ರಾಂತಿಪುರುಷ ಲೆನಿನ್ ಸಾಹಿತ್ಯಾಧ್ಯಯನಕ್ಕೆ ಸಂಬಂಧಿಸಿ ಎಲ್ಲ ರಾಜಕಾರಣಿಗಳಿಗೂ ಮೇಲ್ಪಂಕ್ತಿಯಾಗಿದ್ದವನು. ಮಾರ್ಕ್ಸ್ – ಎಂಗೆಲ್ಸ್ ಮತ್ತು ಪ್ಲೆಕಾನೋವರ ಕೃತಿಗಳನ್ನು ಅಭ್ಯಸಿಸುವುದಕ್ಕೂ ಮುಂಚೆಯೇ ಒಂದು ಪುಸ್ತಕ ಲೆನಿನನ ಮೇಲೆ ಗಾಢವಾದ ಪ್ರಭಾವ ಬೀರಿತ್ತು. ಅದು ಚೇರ್ನಿಷೋವ್‌ಸ್ಕಿ ಬರೆದಿದ್ದ ಕಾದಂಬರಿ 'ಮಾಡಬೇಕಾದುದೇನು?' ಪ್ರತಿಯೊಬ್ಬ ಸುವಿಚಾರಿಯೂ ಕ್ರಾಂತಿಕಾರಿಯಾಗಬೇಕು ಎಂದು ಆ ಕಾದಂಬರಿ ಪ್ರತಿಪಾದಿಸಿತ್ತು; ಕ್ರಾಂತಿಕಾರಿ ಹೇಗಿರಬೇಕು ಎಂಬುದನ್ನು ಚಿತ್ರಿಸಿತ್ತು. ಮುಂದೆ ಲೆನಿನ್ ತನ್ನದೊಂದು ಪುಸ್ತಕಕ್ಕೂ (ಕಾದಂಬರಿಯಲ್ಲ !) 'ಮಾಡಬೇಕಾದುದೇನು?' ಎಂಬ ಹೆಸರನ್ನೇ ಇಟ್ಟ.

ರಷ್ಯದಲ್ಲಿ 18ನೆಯ ಶತಮಾನದಲ್ಲೇ ಸುಳಿಯತೊಡಗಿದ್ದ ಕ್ರಾಂತಿ ಚೇತನ 19ನೆಯ ಶತಮಾನದಲ್ಲಿ ಪ್ರಬಲಗೊಂಡು, ಕುದಿಬಿಂದುವಿನತ್ತ ಸರಿಯಿತು. ಈ ರಾಜಕೀಯ ಉಗಿ ವಿಜ್ಞಾನ, ಶಿಕ್ಷಣ, ಸಾಹಿತ್ಯ ಮತ್ತು ಇತರ ಕಲಾ ಪ್ರಕಾರಗಳ ಮೇಲೂ ಪ್ರಭಾವ ಬೀರಿತು. ಪ್ರತಿಯಾಗಿ ಇವೂ ರಾಜಕೀಯ ಸ್ಥಿತ್ಯಂತರಗಳ ಮೇಲೆ ಪ್ರಭಾವ ಬೀರಿದುವೆನ್ನುವುದು ಚಾರಿತ್ರಿಕ ಸತ್ಯ. ಲೊಮೊನೋಸವ್, ಮೆಂದಲೇಯೆವ್, ಪಾವ್ಲೊವ್ ವಿಜ್ಞಾನ ಕ್ಷೇತ್ರದ ಮೇರುವ್ಯಕ್ತಿಗಳು. ಶೇಕ್ಸ್‌ಪಿಯರ್, ಮೋಲಿಯೆರ್, ಹ್ಯೂಗೊ, ಷ್ಕಿಲ್ಲರ ವಿರಚಿತ ನಾಟಕಗಳ ರಷ್ಯನ್ ಭಾಷಾಂತರಗಳೂ ಚೇಹವನ ಕೃತಿಗಳೂ ರಷ್ಯದ ರಂಗಮಂದಿರಗಳನ್ನು ಬೆಳಗಿದುವು ; ಕೇವಲ ಮನರಂಜನೆಯ ಮಟ್ಟದಿಂದ ನಾಟಕಗಳನ್ನು ವೈಚಾರಿಕತೆಯ ಹಂತಕ್ಕೆ ಏರಿಸಿದವು. ಇದನ್ನು ಸಾಧಿಸಿದವರು ಷೆಲ್ಯಾಪಿನ್ ಹಾಗೂ ಸ್ತಾನಿಸ್ಲಾವ್‌ಸ್ಕಿ. ಸಂಗೀತ ವಲಯದಲ್ಲಿ ರಷ್ಯಕ್ಕೆ ಪ್ರಸಿದ್ಧಿ ತಂದುಕೊಟ್ಟವರು ಚಯ್‌ಕೊವ್‌ಸ್ಕಿ ಮತ್ತು ಮುಸೋರ್ಗ್‌ಸ್ಕಿ. ನೃತ್ಯದಲ್ಲಿ ರಷ್ಯನ್ ಬ್ಯಾಲೆಗೆ ಅಮರತ್ವ ಪ್ರಾಪ್ತವಾದದ್ದು ಅನ್ನಾ ಪವ್ಲೋವಾ ಮತ್ತು ನಿಜಿನ್ಸ್‌ಕಿಯರಿಂದ. ಚಿತ್ರಕಲೆ ಸ್ವಂತಿಕೆಯನ್ನು ಪಡೆದದ್ದು ರೆಪಿನ್, ಸುರಿಕೋವ್ ಮತ್ತಿತರರಿಂದ.

ಇವೇನಿದ್ದರೂ, ವಿಜ್ಞಾನ–ಕಲೆ–ಸಾಹಿತ್ಯ ಇತ್ಯಾದಿಗಳು ಜನ ಸಾಮಾನ್ಯರ ಜೀವನದಲ್ಲಿ ಹಾಸುಹೊಕ್ಕಾದದ್ದು, ಕುದಿಬಿಂದುವನ್ನು ತಲಪಿದ್ದ ಜನತೆಯ ಅಳಲು ಲಾವಾರಸದಂತೆ ರಷ್ಯನ್ ನೆಲದ ಮೇಲೆಲ್ಲ ಹರಿದಾಡಿದ ಬಳಿಕ, ಅಕ್ಟೋಬರ್ ಸಮಾಜವಾದಿ ಕ್ರಾಂತಿಯ ವಿಜಯದ ಅನಂತರ. 1906ರಲ್ಲಿ ಶಿಕ್ಷಣಕ್ಕೆ ಸಂಬಂಧಿಸಿದ ಒಂದು

ಪತ್ರಿಕೆಯಲ್ಲಿ ತಜ್ಞರು ಬರೆದಿದ್ದರು: "ರಷ್ಯದಲ್ಲಿ ಎಲ್ಲ ಗಂಡಸರೂ ಅಕ್ಷರಸ್ಥರಾಗಲು 180 ವರ್ಷ ಬೇಕು; ಎಲ್ಲ ಹೆಂಗಸರಿಗೂ ಓದುಬರಹ ಬರಲು 280 ವರ್ಷ ಬೇಕು." ಆದರೆ ಆದದ್ದೇನು? ಆ ಗುರಿಯಲ್ಲಿ ಬಹ್ವಂಶ, ಕ್ರಾಂತಿಯ ಅನಂತರದ ಕೇವಲ ಎರಡೇ ದಶಕಗಳಲ್ಲಿ ಸಾಧಿತವಾಯಿತು. ನೂರರಲ್ಲಿ ಒಬ್ಬರಿಗೂ ಅಕ್ಷರಜ್ಞಾನವಿರದಿದ್ದ ತಾಜಿಕ್, ಕಿರ್ಗಿಜ್, ಯಾಕುತ್ ಪ್ರದೇಶಗಳಲ್ಲೂ ವಿದ್ಯೆ ಪೂಜೆ ಗೊಂಡಿತು. ಶಿಲಾ ಯುಗದಿಂದಲೂ ಬದಲಾಗಿಯೇ ಇಲ್ಲವೇನೋ ಎಂಬಂತೆ ಕಾಣಿಸುತ್ತಿದ್ದ ಕೆಲ ಭಾಷೆಗಳು ನಾವೀನ್ಯದಿಂದ ಕಳೆ ಕಟ್ಟಿದುವು. ಚುಕ್‌ಚಿಯಂಥ ಭಾಷೆಗಳಿಗೆ ಹೊಸದಾಗಿ ಲಿಪಿ ರೂಪಿಸಲಾಯಿತು. ಕ್ರಾಂತಿ ಆದೊಡನೆಯೇ ಜ್ಞಾನದಾಹ ಎಷ್ಟೊಂದು ಉತ್ಕಟವಾಯಿತೆಂದರೆ, 1918ರ ಒಂದೇ ವರ್ಷದಲ್ಲಿ 'ಪ್ರಾವ್ದಾ' ಪತ್ರಿಕೆಯ ಎರಡೂವರೆ ಕೋಟಿ ಪ್ರತಿಗಳು ಅಚ್ಚಾದುವು.

ಮಧ್ಯವಯಸ್ಸಿನ ಗೋರ್ಕಿಗೆ, ಜೀತಮುಕ್ತರಾದ ಕಾಲದಿಂದ ಮೂರು ತಲೆಮಾರುಗಳವರೆಗಿನ ಒಂದು ರೈತಕುಟುಂಬದ ಬಗ್ಗೆ ಕಾದಂಬರಿ ಬರೆಯುವ ಮನಸ್ಸಾಯಿತು. ಅದನ್ನು ಅಂತ್ಯಗೊಳಿಸುವುದು ಹೇಗೆ ? ತಲ್‌ಸ್ತೊಯ್‌ಯೊಡನೆ ಚರ್ಚಿಸಿದ. ವಸ್ತು ತಲ್‌ಸ್ತೊಯ್‌ಗೆ ಬಹಳ ಹಿಡಿಸಿತು. "ಕೊನೆಯವನು ಸನ್ಯಾಸಿಯಾಗಿ, ತನ್ನ ಪೂರ್ವಜರನ್ನು ಕ್ಷಮಿಸೂಂತ ದೇವರನ್ನು ಪ್ರಾರ್ಥಿಸೋದು ಎಷ್ಟು ಚೆನ್ನ!" ಎಂದ. ಅಂಥ ಕಾದಂಬರಿ ಬರೆಯುವ ಇಚ್ಛೆಯನ್ನು ಗೋರ್ಕಿ ಲೆನಿನ್ ನೊಡನೆಯೂ ಪ್ರಸ್ತಾಪಿಸಿದ. "ಈಗ ಬೇಡ. ಕ್ರಾಂತಿ ಯಶಸ್ವಿಯಾದ ಮೇಲೆ ಬರಿ," ಎಂದ ಲೆನಿನ್, "ಈಗ ಬೇಕಾದ್ದು 'ತಾಯಿ' ಕಾದಂಬರಿ," ಎಂತಲೂ ಹೇಳಿದ. (ಗೋರ್ಕಿ ಮುಂದೆ ಬರೆದ ಆ ಕೃತಿಯೇ 'ಆರ್ತಮನೋವರು.') ಕ್ರಾಂತಿಯ ಹೊಗೆ ಆವರಿಸಿದ್ದಾಗ ಜನ ಓದಬೇಕಾದ್ದು 'ತಾಯಿ' ಕಾದಂಬರಿಯನ್ನು – ಎಂಬುದು ಲೆನಿನ್ನನ ಸ್ಪಷ್ಟ ಅಭಿಪ್ರಾಯವಾಗಿತ್ತು. ಸಾಹಿತ್ಯ ಕೃತಿ ಜನತೆಯ ಹೋರಾಟಕ್ಕೆ ಪೂರಕವಾಗಬೇಕು ಎಂದು ಲೆನಿನ್ ತಳೆದಿದ್ದ ನಿಲುಮೆಗೆ, ಮೇಲಿನ ಘಟನೆ ಒಂದು ದೃಷ್ಟಾಂತ.

ಕ್ರಾಂತಿಯ ಅನಂತರದ ಸಂಕಟದ ದಿನಗಳಲ್ಲಿ, ವಿಜ್ಞಾನಿಗಳು ಸಾಹಿತಿಗಳು ಕಲಾವಿದರಿಗೆಲ್ಲ ತೊಂದರೆಯಾಗದಂತೆ ನೋಡಿ ಕೊಳ್ಳುವ ಹೊಣೆಯನ್ನು ಲೆನಿನ್ ಗೋರ್ಕಿಗೆ ವಹಿಸಿಕೊಟ್ಟಿದ್ದ. ಹೊಸ ಪರಿಸ್ಥಿತಿಗೆ ಸುಲಭವಾಗಿ ಹೊಂದಿಕೊಳ್ಳುವುದು ಎಲ್ಲರಿಂದಲೂ ಆಗಲಿಲ್ಲ. ಅಂತರ್ಯುದ್ಧದ ಬೇಗೆಯಲ್ಲಿ ಕ್ರಾಂತಿ ಕಮರುತ್ತಿದ್ದಾಗಲೂ ಪಿಟೀಲು ಬಾರಿಸುತ್ತ ಕುಳಿತುಕೊಳ್ಳಲು ಬಯಸಿದವರಿದ್ದರು. ಅಂಥವರಿಗೆ ತಿಳಿಯ ಹೇಳುವುದು, ವಾಸ್ತವಾಂಶವನ್ನು ಮನವರಿಕೆ ಮಾಡಿಕೊಡುವುದು ಸಾಹಸದ ಕೆಲಸವೇ ಸರಿ.

ತನ್ನಿಂದಾದ ಪ್ರಮಾದವನ್ನು ಒಪ್ಪಿಕೊಳ್ಳುತ್ತ ಆಗಿನ ಕಲಾವಿದ ಮಾಸ್ಕೊವಿನ್ ಹೀಗೆ ಹೇಳಿದ :

"ಕ್ರಾಂತಿಯನ್ನು ನಾನು ಸಂತೋಷದಿಂದ ಸ್ವಾಗತಿಸಿದೆ. ಆದರೆ, ಹಳೆಯ ಜೀವನ ವಿಧಾನದಿಂದ ನಿರ್ದಯವಾಗಿ ಬೇರ್ಪಡುವ ಕ್ರಮಗಳನ್ನು ಅವರು ಕೈಗೊಂಡಾಗ, ನಾನು ಸ್ವಲ್ಪ ಕಕ್ಕಾವಿಕ್ಕಿಯಾದೆ, ಸಮತೋಲನ ಕಳೆದುಕೊಂಡೆ. ಹಾಗೇಂತ ಹೇಳೋದಕ್ಕೆ ಬೇಸರವಾಗ್ತದೆ."

ಸುಲಿಗೆಯೇ ಜೀವನಸೂತ್ರವಾಗಿದ್ದ ಹಿಂದುಳಿದ ನೆಲದಲ್ಲಿ ಹೊಸ ಮಾನವ ಅವತರಿಸಿದ್ದ. ಆತ ನವಭೂಮಿಯ ಕೇಂದ್ರವಾಗಿದ್ದ. ಬೇರೆಯೇ ಚಾರಿತ್ರಿಕ ಸ್ಥಿತಿಗತಿಗಳಲ್ಲಿ, ಸಮಾಜವಾದಿ ಮಾರ್ಗದಲ್ಲಿ, ಇನ್ನು ಆತನ ನಡಿಗೆ. ಆ ಬದುಕಿಗೆ ಸ್ಪಂದಿಸಿ ನವಸಾಹಿತ್ಯ ನಿರ್ಮಾಣದಲ್ಲಿ ನಿರತರಾದ ಗೋರ್ಕಿ, ಶೋಲಹೆವ್, ಮಯಕೊವ್‌ಸ್ಕಿ, ಎಸೆನಿನ್, ಫದೆಯೀವ್, ಅಸ್ಟ್ರೊವ್‌ಸ್ಕಿ, ಅಲೆಕ್ಸಿ ತಲ್‌ಸ್ತೊಯ್, ಫ್ಯಾದಿನ್, ತ್ವಾರ್ದೊವ್‌ಸ್ಕಿ, (ನಿರ್ಭಯ ಪ್ರಾಮಾಣಿಕತೆ ತೋರಿದ) ಅಲೆಕ್ಸಾಂದರ್ ಬ್ಲೋಕ್ – ಇವರದು ಅಗ್ರಶ್ರೇಣಿ.

ಯಾತನೆಗಳ ಕುಣಿಯಿಂದಲೇ ಎದ್ದು ಬಂತು ಸೋವಿಯೆತ್ ಸಿನಿಮಾ. ದಿಗ್ದರ್ಶಕ ಐಸೆನ್‌ಸ್ಟೀನ್ 'ಯುದ್ಧನೌಕೆ ಪೊಟೆಮ್‌ಕಿನ್' ಚಿತ್ರವನ್ನೂ ಪುದೋವ್‌ಕಿನ್ 'ತಾಯಿ', ಚಿತ್ರವನ್ನೂ ನಿರ್ಮಿಸಿ, ಜಗತ್ತಿನ ಚಲಚ್ಚಿತ್ರ ಲೋಕಕ್ಕೆ ಆ ಅಪೂರ್ವ ಕಾಣಿಕೆಗಳನ್ನು ನೀಡಿ, ತಾವು ಪ್ರಾತಃಸ್ಮರಣೀಯರಾದರು.

ನಾಟಕ ಮಂದಿರ ಬದುಕಿನ ಸೂಕ್ಷ್ಮದರ್ಶನ ಕ್ರಿಯೆಯನ್ನು ಮುಂದುವರಿಸಿತು. ಜನರು ತಮ್ಮ ಭಾಷೆಯಲ್ಲೇ ಹಾಪ್ಟ್‌ಮನ್, ಇಬ್ಸೆನರ ನಾಟಕಗಳನ್ನೂ ಗೋರ್ಕಿಯ ನಾಟಕಗಳನ್ನೂ ಕಂಡರು.

ಲೆನಿನ್ನನ ಮರಣ ಗೋರ್ಕಿಯ ಮೇಲೆ ಎರಗಿದ ಬರಸಿಡಿಲು. ಅನಂತರದ ಪರಿಸ್ಥಿತಿಯಲ್ಲಿ ಆತ ಸ್ವಲ್ಪ ಕಾಲ ಚಡಪಡಿಸಿದ್ದು ಸ್ವಾಭಾವಿಕ. ಆರೇಳು ವರ್ಷ ದೇಶಾಂತರ ಪ್ರವಾಸವನ್ನು ಅವನು ಕೈಗೊಂಡ. 1931ರಲ್ಲಿ ಸ್ವದೇಶಕ್ಕೆ ಮರಳಿದ. ಅನಂತರದ ಅವನ ಬದುಕು ಜೀವನದ ಮಹತ್ಸಾಧನೆಗೆ ಮೀಸಲು. ಆತ ಸೋವಿಯೆತ್ ಸಾಹಿತ್ಯದ ಸಂಸ್ಥಾಪಕನಾದ. ಸೋವಿಯೆತ್ ಒಕ್ಕೂಟದ ಲೇಖಕರ ಸಂಘವನ್ನು ಕಟ್ಟಿ, ಅದರ ಮೊದಲ ಅಧ್ಯಕ್ಷನಾದ. ರಷ್ಯನ್ ಸಾಹಿತ್ಯವೊಂದೇ ಸೋವಿಯೆತ್ ಸಾಹಿತ್ಯವಲ್ಲ. ಹೊಸ ದೇಶದಲ್ಲಿ 15 ಗಣರಾಜ್ಯಗಳಿದ್ದುವು. ಅಲ್ಲಿ ಒಟ್ಟು 80 ಪ್ರಮುಖ ಭಾಷೆಗಳಿದ್ದುವು. ಆ ಎಲ್ಲ ಭಾಷೆಗಳಲ್ಲಿ ಸೃಷ್ಟಿಯಾದ ಉತ್ತಮ ಕೃತಿಗಳು ರಷ್ಯನ್ ಮತ್ತಿತರ ಎಲ್ಲ ಭಾಷೆಗಳಲ್ಲೂ, ದೊರೆತಾಗಲೇ ಸೋವಿಯೆತ್ ಸಾಹಿತ್ಯದ ಉದಯ. ಆ ಸಾಹಿತ್ಯದ ಆಸ್ವಾದನೆಯಿಂದಲೇ ಭಾವೈಕ್ಯ. ಇದು ಬೃಹತ್ ಪ್ರಮಾಣದ ಅನುವಾದ

ಕಾರ್ಯದಿಂದ ಮಾತ್ರ ಸಾಧ್ಯ. ಸೋವಿಯೆತ್ ಜನತೆಯ ಪುಸ್ತಕದಾಹಕ್ಕೆ ಇಷ್ಟು ಉಣಿಸೂ ಸಾಲದು. ವಿಶ್ವದ ಎಲ್ಲ ಭಾಷೆಗಳ ಶ್ರೇಷ್ಠ ಸಾಹಿತ್ಯವೂ ಅವರಿಗೆ ದೊರೆಯಬೇಕು, ತಮ್ಮ ತಮ್ಮ ಭಾಷೆಗಳಲ್ಲಿ. (ಜತೆಗೆ, ತಮ್ಮ ಸಾಹಿತ್ಯವನ್ನು ಲೋಕದ ಇತರ ಭಾಷೆಗಳಲ್ಲೂ ಕೊಡುವ ತವಕ.) ಇದು ಯಾವ ಘನ ಕೈಗಾರಿಕೋದ್ಯಮಕ್ಕೂ ಕಮ್ಮಿ ಇಲ್ಲದ ಕೆಲಸ. ಈಡೇರಿಸುವುದಕ್ಕೆ ದೈತ್ಯಶಕ್ತಿಯ ಮಾನವ ಪಡೆಗಳು ಬೇಕು. ಅಂಥ ಪಡೆಗಳನ್ನು ಗೋರ್ಕಿ ರೂಪಿಸಿದ.

'ಸಂಸ್ಕೃತಿಯ ಓ ಪ್ರಭೃತಿಗಳೇ, ನೀವು ಯಾರ ಕಡೆ?' ಇದು 1932ರಲ್ಲಿ ಗೋರ್ಕಿ ಬರೆದ ಮಹತ್ವದ ಲೇಖನ. ಲೋಕದಲ್ಲಿ ಫಾಸಿಸಮ್ ಹೆಡೆಯಾಡಿಸತೊಡಗಿದ ಕಾಲಾವಧಿಯಲ್ಲಿ ಆತ ಕೇಳಿದ ಪ್ರಶ್ನೆ. ಇದು ಮತ್ತೆ ಮತ್ತೆ ಕೇಳಿ ಬರುತ್ತದೆ. ಲೋಕದ ಲೇಖಕರಿಂದ ಪುನಃ ಪುನಃ ಉತ್ತರ ಬಯಸುತ್ತದೆ.

1936ರಲ್ಲಿ ಗೋರ್ಕಿ ಸತ್ತ. ಆತ ಹಾಕಿಕೊಟ್ಟ ಗೆರೆಯೇ ಆ ದೇಶದ ಸಾಹಿತ್ಯ ಯಾತ್ರಿಕರಿಗೆ ಈಗ ಹೆದ್ದಾರಿ. ಕಜಾಹ್‌ನಲ್ಲಿ ಅವಾಯ್, ಲಾತ್ವಿಯದಲ್ಲಿ ಯಾನ್ ರಾಯಿನ್ನಿಸ್, ಲಿಥುವೇನಿಯದಲ್ಲಿ ಜೂಲಿಯದಲ್ಲಿ ಜೆಮೆಯ್ತೆ, ಎಸ್ಟೋನಿಯದಲ್ಲಿ ಎಡ್ವರ್ಡ್‌ವಿಲ್ದೆ, ಕಿರ್ಗಿ‌ಜಿಯದಲ್ಲಿ ಚೆಂಗಿಯ್ ಐತ್ಮತೋವ್ ಚುಕ್‌ಚಿ ಭಾಷೆಯಲ್ಲಿ ಯೂರಿಹ್ ಖಿತ್‌ಹೆವು, ಸಿಬೀರ್‌ನಲ್ಲಿ ಇಸಾಕ್ ಬಬೂಲ್, ಮಾನ್ಸಿ ಭಾಷೆಯಲ್ಲಿ ಯುವಾನ್ ಶೆರ್ತಲೋವ್, ನೇವ್ಕಾದಲ್ಲಿ ವ್ಲದಿಮಿರ್ ಸಂಗಿ-ಇವರೆಲ್ಲ ಒಂದು ಕಾಲದಲ್ಲಿ ಕಂಡು ಕೇಳಿರದ ಭಾಷೆ ಪ್ರದೇಶಗಳಲ್ಲಿನ ನವಸಾಹಿತ್ಯ ನಿರ್ಮಾಪಕರು. ಅದಿಗೇಯಿ ಭಾಷೆಯಲ್ಲಿ ಶಾಲೆಗಳು ಅರಂಭವಾದದ್ದು ಈ ಶತಮಾನದ ನಾಲ್ಕನೆಯ ದಶಕದಲ್ಲಿ. ಸಾಹಿತ್ಯ ಸೃಷ್ಟಿ ಮುಂದೆ ಇಪ್ಪತ್ತು ವರ್ಷಗಳ ಬಳಿಕ. ತುವ ಭಾಷೆಗೆ ಲಿಪಿ ದೊರೆತದ್ದೇ 1930ರ ವರ್ಷಗಳಲ್ಲಿ. ಮುಂದೆ ಹತ್ತೇ ವರ್ಷಗಳಲ್ಲಿ ಆ ಭಾಷೆಯ ಸಾಹಿತ್ಯ ತನ್ನ ಅಸ್ತಿತ್ವವನ್ನು ಮೆರೆಯಿತು.

ಜಾನಪದ ಭಾಷೆ-ಕಾವ್ಯಗಳ ಕಸುವು, ಈ ಎಲ್ಲ ಸಾಹಿತ್ಯಕ್ಕೆ. ಇಲ್ಲಿ ಕಥೆ ನೀಳ್ಗತೆಯಾಯಿತು; ನೀಳ್ಗತೆ ಕಾದಂಬರಿಯಾಯಿತು. ಸೋವಿಯೆತ್ ಒಕ್ಕೂಟ ಎಷ್ಟೊಂದು ದೊಡ್ಡ ಬಹುಭಾಷಾ ಅವಿಭಕ್ತ ಕುಟುಂಬ! ಕೇಳಿ ಬರುವುದು ಸೋದರತೆಯ ಸಮೂಹ ಗಾನ!

ನಾಜಿ ಪಡೆಗಳು 1941ರಲ್ಲಿ ಸೋವಿಯೆತ್ ಭೂಮಿಯನ್ನು ಆಕ್ರಮಿಸಿದಾಗ, 1000 ಸೋವಿಯೆತ್ ಲೇಖಕರು ಸೈನಿಕರ ಸಮವಸ್ತ್ರ ಧರಿಸಿ ರಣರಂಗಕ್ಕೆ ಹೋದರು. ಅವರಲ್ಲಿ ಒಬ್ಬ ಸಾಹಿತಿ ಲೆನಿನನ ಸಂಗಾತಿಯಾಗಿ ಅಕ್ಟೋಬರ್ ಕ್ರಾಂತಿಯಲ್ಲಿ ಭಾಗವಹಿಸಿದವನು, - ಎಂಬತ್ತರ 'ಯುವಕ' ಸೇರಾಫಿಮೋವಿಚ್. ಶೋಲಹೆವ್, ಫದೇಯೆವ್,

ಸಿಮನವ್, ಪೊಲಿವೊಯ್, ತೀಖನವ್, ವಾಂಡ ವ್ಯಾಸಿಲೇವ್‌ಸ್ಕಯ, ಎರಿನ್‌ಬರ್ಗ್ ಮತ್ತಿತರ ಪ್ರಮುಖ ಸಾಹಿತಿಗಳೂ ಅಲ್ಲಿದ್ದರು. ಕೆಲವರದು ದಳಪತಿಗಳ ಪಾತ್ರ; ಕೆಲವರು ರಾಜಕೀಯ ಬೋಧಕರು. ಮತ್ತೆ ಕೆಲವರು ಪತ್ರಿಕೆಗಳ ಸುದ್ದಿಗಾರರು. 275 ಜನ ಕವಿಗಳೂ ಲೇಖಕರೂ ರಣರಂಗದಲ್ಲಿ ದೇಹವಿಟ್ಟರು. ಗುಂಡು ತಗಲಿ, ಉರಿಯುವ ವಿಮಾನದಲ್ಲಿ, ವೈರಿಯ ಸೆರೆಮನೆಯಲ್ಲಿ–ಹೀಗೆ ನಾನಾ ಬಗೆಯ ಸಾವು. ನಾಜಿಗಳಿಗೆ ಸೆರೆಸಿಕ್ಕಿದವರಲ್ಲೊಬ್ಬ ತಾತರ್ ಕವಿ ಮುಸಾಷ್ಟಾಲಿಲ್. "ನಾಳೆ ನಿನ್ನ ವಧೆ" ಎಂದರು. ಅದರ ಹಿಂದಿನ ರಾತ್ರಿ ಆತ ಬರೆದ :

"ಇಲ್ಲ, ಕಸಾಯಿ, ನೀನು ಸುಳ್ಳಾಡುತ್ತಿರುವೆ
ಎಷ್ಟೇ ಚಿತ್ರಹಿಂಸೆ ನೀಡು
ಇಲ್ಲವೇ ಗುಲಾಮನಾಗಿ ನನ್ನನ್ನು ಮಾರು
ನಾನು ಮಂಡಿಯೂರಲಾರೆ !
ಕೊಡಲಿಯಿಂದ ನನ್ನ ತಲೆಕಡಿವೆಯಾದರೂ
ದಯೆ ಯಾಚಿಸಲಾರೆ !
ನೆಟ್ಟಗೆ ನಿಂತೇ ನಾನು ಸಾಯುವೆ !"

– ಬಯಸಿದ ಸಾವೇ ಷ್ಟಾಲಿಲ್‌ಗೆ ಒದಗಿತು. ಕವಿಯನ್ನು ಕೊಂದು ನಾಜಿಗಳು ಸತ್ತರು ; ಕವಿ ಸತ್ತು, ಬದುಕಿದ.

ಉಕ್ರಾಯಿನಿನ ವಿಜ್ಞಾನಗಳ ಅಕಾಡೆಮಿಯ ಗ್ರಂಥ ಭಂಡಾರದಿಂದ 320,000 ಅಪೂರ್ವ ಪುಸ್ತಕಗಳನ್ನೂ ಹಸ್ತಪ್ರತಿಗಳನ್ನೂ ನಾಜಿಗಳು ಕದ್ದೊಯ್ದರು. ಬೈಲೊರಷ್ಯದಲ್ಲಿ 15 ಲಕ್ಷ ಪುಸ್ತಕಗಳನ್ನು ಸುಟ್ಟರು. ಗ್ರಂಥಾಲಯದೊಳಗೆ ಕುದುರೆಗಳನ್ನು ಕಟ್ಟಲು ಆಜ್ಞಾಪಿಸಿದ್ದ 13ನೆಯ ಶತಮಾನದ ಚೆಂಗೀಸ್‌ಖಾನನಿಗೂ 20ನೆಯ ಶತಮಾನದ ಹಿಟ್ಲರನಿಗೂ ಇದ್ದುದು ಕಾಲದ ಅಂತರ ಮಾತ್ರ.

ಯುದ್ಧಕಾಲದಲ್ಲಿ ಜ್ಞಾನಭಂಡಾರಗಳ, ವಸ್ತುಸಂಗ್ರಹಾಲಯಗಳ, ಪ್ರಾಚೀನ ಸ್ಮಾರಕಗಳ, ಕಲಾಕೃತಿ ಸಂಗ್ರಹಗಳ ರಕ್ಷಣೆಗಾಗಿ ಸೋವಿಯೆತ್ ಸರಕಾರ ತೀವ್ರ ಎಚ್ಚರಿಕೆ ವಹಿಸಿತ್ತು. 1941ರ ಕೊನೆಯ ದಶಕಗಳಲ್ಲೂ 42ರ ಆರಂಭದ ವರ್ಷಗಳಲ್ಲೂ 50,000 ಸಾರ್ವಜನಿಕ ಗ್ರಂಥಾಲಯಗಳೂ ಸುಮಾರು 60,000 ವಾಚನಾಲಯಗಳೂ ತೆರೆದೇ ಇದ್ದುವು.

ದುಃಸ್ವಪ್ನ ಕಳೆದು ಬೆಳಗು. ಪುನರ್ನಿರ್ಮಾಣ ಕಾರ್ಯದಲ್ಲಿ ಧಕ್ಕೆ ತಗಲಿದ್ದ ಸ್ಮಾರಕಗಳನ್ನೂ ಮ್ಯೂಸಿಯಮ್‌ಗಳನ್ನೂ ಗ್ರಂಥಭಂಡಾರಗಳನ್ನೂ ಸರಿಪಡಿಸಲು ಆದ್ಯತೆ.

ಸೋವಿಯೆತ್ ಒಕ್ಕೂಟದಿಂದ ಬರುವ ಅಂಕೆಸಂಖ್ಯೆಗಳು– ಔದ್ಯೋಗಿಕ ಕ್ಷೇತ್ರದ್ದಿರಲಿ, ಲೇಖನ ಪ್ರಕಾಶನ ಕ್ಷೇತ್ರದ್ದಿರಲಿ–ನಮ್ಮನ್ನು

ದಂಗುಬಡಿಸುತ್ತವೆ. ಆ ದೇಶದಲ್ಲಿ ಪ್ರತಿ ವರ್ಷ ಪ್ರಕಟವಾಗುವ ಗ್ರಂಥಗಳ ಶೀರ್ಷಿಕೆಗಳು 7,000; ಪ್ರತಿಗಳ ಸಂಖ್ಯೆ 43 ಕೋಟಿ. 390,000 ಗ್ರಂಥಭಂಡಾರಗಳಿವೆ. ಅಲ್ಲಿ 200 ಕೋಟಿ ಗ್ರಂಥಪ್ರತಿಗಳಿವೆ. ದಿನಾಲೂ 7 ಕೋಟಿ ಜನ ಗ್ರಂಥಭಂಡಾರಗಳಿಗೆ ಭೇಟಿ ನೀಡುತ್ತಾರೆ. ದೇಶದಲ್ಲಿ ಪ್ರಕಟವಾಗುವ ಪತ್ರಿಕೆಗಳ ಪ್ರಸಾರ ಸಂಖ್ಯೆ 8 ಕೋಟಿ. (ಇದು ಲೋಕದ ಪತ್ರಿಕಾ ಪ್ರಸಾರದ ಮೂರರಲ್ಲಿ ಒಂದರಷ್ಟು) ಇನ್ನೊಂದು ಪ್ರಮುಖ ಸಮೂಹ ಮಾಧ್ಯಮವಾದ ರೇಡಿಯೊ ಪ್ರಸಾರವೂ ಸೋವಿಯೆತ್ ಒಕ್ಕೂಟದಲ್ಲಿ ಬೃಹತ್ ಪ್ರಮಾಣದ್ದು. ಒಕ್ಕೂಟದ 60 ಭಾಷೆಗಳಲ್ಲೂ 40 ವಿದೇಶೀಯ ಭಾಷೆಗಳಲ್ಲೂ ರೇಡಿಯೊ ಕಾರ್ಯಕ್ರಮಗಳು ಪ್ರಸಾರವಾಗುತ್ತವೆ. ದೂರದರ್ಶನಕ್ಕೆ ಸಂಬಂಧಿಸಿದ ಅಂಕೆಸಂಖ್ಯೆಗಳು ನನ್ನ ಟಿಪ್ಪಣಿ ಪುಟಗಳಲ್ಲಿ ಇಲ್ಲ, ಸದ್ಯಃ !

ಎಲ್ಲ ಸರಿಯೆ, ಸೋವಿಯೆತ್ ಒಕ್ಕೂಟದ ಬುದ್ಧಿಜೀವಿಗಳ ವಲಯದಿಂದ ('ಇಂಟೆಲಿಜೆಂಟ್ಸಿಯ' ಎಂಬ ಪದ ಜನ್ಮ ತಳೆದದ್ದೇ ರಷ್ಯದಲ್ಲಿ !) ಆಗೊಮ್ಮೆ ಈಗೊಮ್ಮೆ ಅಪಸ್ವರ ಕೇಳುತ್ತದಲ್ಲ ? ಒಬ್ಬ ಸೊಲ್‌ಜೆನಿಟ್ಸನೋ (ಕಾದಂಬರಿಕಾರ) ಒಬ್ಬ ಸಖರೋವನೋ (ವಿಜ್ಞಾನಿ) ತಮ್ಮ ಸಮಾಜ ವ್ಯವಸ್ಥೆಯ ಬಗ್ಗೆ ಅಸಮ್ಮತಿ ಸೂಚಿಸುತ್ತಾರಲ್ಲ? (ಮೂರು ನಾಲ್ಕು ತಲೆಮಾರುಗಳ 'ಕಥೆ' ಬರೆಯುವವರಿಗೆ ಒಳ್ಳೆಯ ವಸ್ತು!) ಯಾಕೆ ಹೀಗೆ ? ಉತ್ತರ ಸರಳವೂ ಆಗಬಹುದು, ಜಟಿಲವೂ ಆಗಬಹುದು. ಕಾರ್ಮಿಕಶಕ್ತಿಯ ಬಗ್ಗೆ ಆದರವಿಲ್ಲದವರು ಬಂಡವಾಳ ಶಕ್ತಿಯನ್ನು ಗೌರವಿಸುವುದು ಸಹಜ. ಎಲ್ಲೊ ದೂರದ ಮಜ ಮೋಜುಗಳ ಬದುಕು ಆಗ ಆಕರ್ಷಕವಾಗಿ ತೋರುತ್ತದೆ. (ಹೊರಟು ಹೋದವರಿಗೆ ಭ್ರಮೆನಿರಸನವಾದರೆ, 'ಮಾಡಿದ್ದುಣ್ಣೋ ಮಹರಾಯ !') ಏನೆಂದರೂ ಸೋವಿಯೆತ್ ಒಕ್ಕೂಟದ್ದು ಜನತೆ ಶ್ರಮವಹಿಸಿ ನಿರ್ಮಿಸಿದ, ಜೀವತೆತ್ತು ರಕ್ಷಿಸಿದ, ಹೊಸ ನಾಗರಿಕತೆ. ಎದುರಾದ ಕುತ್ತುಗಳು ಹಲವು. ಕಮ್ಯೂನಿಸಮಿನ ಕನಸು ನೆನಸಾಗುವುದಕ್ಕೆ ಮುನ್ನ ಇನ್ನೆಷ್ಟು ಗಂಡಾಂತರಗಳು ಒದಗಲಿವೆಯೊ? ಈ ನಾಗರಿಕತೆಗೆ ಒಂದು ನೂರು ವರ್ಷ ಆಯುಸ್ಸಾದರೂ ಆಗುವ ತನಕ ಅಪಸ್ವರಗಳ ಬಗ್ಗೆ ಯೋಚಿಸಬೇಕಾಗಿಲ್ಲ. ನಾಗರಿಕ ಮಾನವನ ಆರೆಂಟು ಸಾವಿರ ವರ್ಷಗಳ ಪಯಣದಲ್ಲಿ ಪ್ರಪ್ರಥಮವಾಗಿ ರೂಪಿತವಾಗಿರುವ ನೂತನ ನಾಗರಿಕತೆ ಇದು. ಇದರ ಮೌಲ್ಯಮಾಪನಕ್ಕೆ ನೂರು ವರ್ಷ ಖಂಡಿತವಾಗಿಯೂ ಹೆಚ್ಚಲ್ಲ.

3

'ಹೆಜ್ಜೆಗುರುತು' ಸಂಪುಟದಲ್ಲಿ ಹದಿನೇಳು ಕಥೆಗಳಿವೆ. ಸಂಕಲನಕಾರ ಗಮನಿಸಬೇಕಾದ ವಿವಿಧ ಅಂಶಗಳಲ್ಲಿ ಗ್ರಂಥವಿಸ್ತಾರವೂ ಒಂದು.

ಹೀಗಾಗಿ ಪೂಷ್ಕಿನ್, ಗಗೋಲರ ನೀಳ್ಗತೆಗಳನ್ನು ಅನಿವಾರ್ಯವಾಗಿ ಬಿಡಬೇಕಾಯಿತು. ಆದರೂ ಕ್ರಾಂತಿಪೂರ್ವ ಕಾಲದ ಐದು ಶ್ರೇಷ್ಠ ಕಥೆಗಳು ಈ ಸಂಕಲನದಲ್ಲಿವೆ – ಎಂದು ಸಮಾಧಾನ. ಉಳಿದ 12 ಕಥೆಗಳು ಕ್ರಾಂತಿಯ ಅನಂತರದ ಸೃಷ್ಟಿ.

ಸಾಮಾಜಿಕ, ಆರ್ಥಿಕ, ರಾಜಕೀಯ, ಸಾಹಿತ್ಯಕ, ಸಾಂಸ್ಕೃತಿಕ ಹಿನ್ನೆಲೆ ನೀಡುವ ಪ್ರಸ್ತಾವನೆಯೂ ಇಲ್ಲಿರುವ ಹದಿನೇಳು ಕಥೆಗಳೂ ನಮ್ಮ ಓದುಗರಿಗೆ ಹೊಸ ಅನುಭವ ಒದಗಿಸುತ್ತವೆಂದು ನಂಬಿದ್ದೇನೆ.

ಉಗಾದಿ, 1981   ನಿರಂಜನ
ಬೆಂಗಳೂರು   ಪ್ರಧಾನ ಸಂಪಾದಕ

ದಯವಿಟ್ಟು ಗಮನಿಸಿ

ಅಂಕಿತನಾಮಗಳ ಉಚ್ಚಾರವನ್ನು ಸಾಧ್ಯವಿದ್ದಷ್ಟು ಮಟ್ಟಿಗೂ ಮೂಲ ಭಾಷೆಯಲ್ಲಿರುವಂತೆಯೇ ಕೊಡುವುದು ನಮ್ಮ ಪದ್ಧತಿ. ಈ ಕಥಾ ಸಂಪುಟದಲ್ಲಿ ಅನುಸರಿಸಿರುವ ನೀತಿಯೂ ಅದೇ.

ಆದರೆ, ಈ ಶತಮಾನವೆಲ್ಲ ಇಂಗ್ಲಿಷ್ ಭಾಷೆಯ ಮೂಲಕ ರಷ್ಯನ್ ಕೃತಿಗಳನ್ನು ಓದಿ ರೂಢಿಯಾಗಿರುವವರಿಗೆ, ಹೊಸ ಉಚ್ಚಾರಗಳು ಮೊದಲ ನೋಟಕ್ಕೆ ತುಸು ವಿಚಿತ್ರವಾಗಿ ಕಾಣಿಸಬಹುದು. ರಷ್ಯನ್ ಭಾಷೆಯಿಂದಲೇ ನೇರವಾಗಿ ಕನ್ನಡಕ್ಕೆ ಅನುವಾದಿಸುವ ಕಾಲ ಹತ್ತಿರವಾಗುತ್ತಿರುವ ಈ ಅವಧಿಯಲ್ಲಿ, ಮೂಲದಲ್ಲಿರುವ ಉಚ್ಚಾರಗಳನ್ನೇ ಕನ್ನಡದಲ್ಲೂ ಕೊಡುವುದು ಉತ್ತಮ ಎಂದು ಭಾವಿಸಿದ್ದೇವೆ. ತೀರ ಆಭಾಸಕರ ಎನ್ನಿಸಬಹುದೇನೋ ಎನ್ನುವ ಕಡೆಗಳಲ್ಲಿ ಆಂಗ್ಲರೂಪದ ಉಚ್ಚಾರಗಳನ್ನು ಉಳಿಸಿಕೊಂಡಿದ್ದೇವೆ. ಇದು ಬದಲಾವಣೆಯ ಹಂತದ ಪುಟ್ಟ ರಾಜಿ. ದಿನ ಕಳೆದಂತೆ ಎಲ್ಲ ವಿದೇಶೀ ಅಂಕಿತನಾಮಗಳೂ ಮೂಲ ಉಚ್ಚಾರವನ್ನೇ ಕನ್ನಡದಲ್ಲಿ ಪಡೆಯುವುದರಲ್ಲಿ ಸಂದೇಹವಿಲ್ಲ.

–ಪ್ರ. ಸಂ.

ವಿಶ್ವಕಥಾಕೋಶ

೨೫ ಸಂಪುಟಗಳು – ಪ್ರಧಾನ ಸಂಪಾದಕರು : ನಿರಂಜನ

ಧರಣಿಮಂಡಲ ಮಧ್ಯದೊಳಗೆ : 22 ಕನ್ನಡ ಕಥೆಗಳು

ಆಫ್ರಿಕದ ಹಾಡು : ಆಫ್ರಿಕ ಖಂಡದ ಕಥೆಗಳು – ಅನು : ಸಿ. ಸೀತಾರಾಮ್

ಕಾಡಿನಲ್ಲಿ ಬೆಳದಿಂಗಳು : ವಿಯೆಟ್ನಾಮ್ ಕಥೆಗಳು – ಅನು : ಸಿ.ಪಿ. ರವಿಕುಮಾರ್

ಚೆಲುವು : ಮಂಗೋಲಿಯ, ಚೀನ, ಜಪಾನ್, ಕೊರಿಯ ಕಥೆಗಳು – ಅನು : ಜಿ.ಎಸ್. ಸದಾಶಿವ

ಸುಭಾಷಿಣಿ : ಭಾರತ, ನೆರೆಹೊರೆ ಕಥೆಗಳು – ಅನು : 23 ಅನುವಾದಕರು

ವಿಚಿತ್ರ ಕಕ್ಷಿದಾರ : ಇಂಗ್ಲೆಂಡ್ ಕಥೆಗಳು – ಅನು : ಎನ್.ಎಸ್. ರಾಮಚಂದ್ರಯ್ಯ, ಎಸ್.ಆರ್. ಭಟ್

ಮಂಜುಹೂವಿನ ಮದುವಣಿಗ : ಹಂಗೆರಿ, ರುಮಾನಿಯ ಕಥೆಗಳು –
ಅನು : ಕೆ.ಎಸ್. ನಾರಾಯಣಸ್ವಾಮಿ

ಬೂದುಬಣ್ಣದ ಕಾಂಗರೂ : ಆಸ್ಟ್ರೇಲಿಯ, ನ್ಯೂಝಿಲೆಂಡ್ ಕಥೆಗಳು –
ಅನು : ಪಾ. ಸಂಜೀವ ಬೋಳಾರ

ಹೆಜ್ಜೆಗುರುತು : ರಷ್ಯ, ನೆರೆಹೊರೆ ಕಥೆಗಳು – ಅನು : ಕೆ.ಎಸ್. ನಿಸಾರ್ ಅಹಮದ್

ಅರಬಿ : ಐರ್‌ಲೆಂಡ್, ವೇಲ್ಸ್, ಸ್ಕಾಟ್‌ಲೆಂಡ್ ಕಥೆಗಳು – ಅನು : ಶಾ. ಬಾಲು ರಾವ್

ನೆತ್ತರು ದೆವ್ವ : ಚೆಕೊಸ್ಲೊವಾಕಿಯ, ಪೋಲೆಂಡ್ ಕಥೆಗಳು – ಅನು : ಎಚ್.ಕೆ. ರಾಮಚಂದ್ರಮೂರ್ತಿ

ಬಾವಿಕಟ್ಟೆಯ ಬಳಿ : ಯುಗೊಸ್ಲಾವಿಯ, ಆಲ್ಬೇನಿಯ, ಬಲ್ಗೇರಿಯ ಕಥೆಗಳು –
ಅನು : ಚಿ. ಶ್ರೀನಿವಾಸರಾಜು

ಅದೃಷ್ಟ : ಅಮೆರಿಕ, ಕೆನಡ, ಮೆಕ್ಸಿಕೊ ಕಥೆಗಳು – ಅನು : ವೀಣಾ ಶಾಂತೇಶ್ವರ

ಸಜ್ಜನನ ಸಾವು : ಐಸ್‌ಲೆಂಡ್, ಡೆನ್‌ಮಾರ್ಕ್, ನಾರ್ವೆ, ಸ್ವೀಡನ್, ಫಿನ್‌ಲೆಂಡ್ ಕಥೆಗಳು –
ಅನು : ಕ.ನಂ. ನಾಗರಾಜು

ಡೇಗೆ ಹಕ್ಕಿ : ಇಟಲಿ, ಆಸ್ಟ್ರಿಯ ಕಥೆಗಳು – ಅನು : ಎಸ್. ಅನಂತನಾರಾಯಣ

ಅವಸಾನ : ಗ್ರೀಸ್, ಸೈಪ್ರಸ್, ಟರ್ಕಿ ಕಥೆಗಳು – ಅನು : ಎ. ಈಶ್ವರಯ್ಯ

ತಾತನ ಹುಟ್ಟುಹಬ್ಬ : ಹಾಲೆಂಡ್, ಬೆಲ್ಜಿಯಮ್, ಸ್ವಿಟ್ಜರ್‌ಲೆಂಡ್ ಕಥೆಗಳು –
ಅನು : ಸಿ.ಎಚ್. ಪ್ರಹ್ಲಾದ್‌ರಾವ್

ಬಾಲ ಮೇಧಾವಿ : ಜರ್ಮನಿ ಕಥೆಗಳು – ಅನು : ಎಚ್.ಎಸ್. ರಾಘವೇಂದ್ರರಾವ್

ಇಬ್ಬರು ಗೆಳೆಯರು : ಸ್ಪೇನ್, ಪೋರ್ಚುಗಲ್ ಕಥೆಗಳು – ಅನು : ಕೆ.ವಿ. ನಾರಾಯಣ

ಅಬಿಂದಾ - ಸಯಿದ್ : ಇಂಡೋನೇಷ್ಯ, ಫಿಲಿಪ್ಪೀನ್ಸ್, ಮಲಯ, ಸಿಂಗಾಪುರ,
ಥಾಯ್‌ಲೆಂಡ್ ಕಥೆಗಳು – ಅನು : ಎಸ್ಸಾರ್ಕೆ

ನಿಗೂಢ ಸೌಧ : ಫ್ರಾನ್ಸ್ ಕಥೆಗಳು – ಅನು : ಬಸವರಾಜ ನಾಯ್ಕರ

ಬೆಳಗಾಗುವ ಮುನ್ನ : ಕ್ಯೂಬಾ, ಜಮೇಯಿಕ ಕಥೆಗಳು – ಅನು : ಶ್ರೀಕಾಂತ

ಮರಳುಗಾಡಿನ ಮದುವೆ : ಪಶ್ಚಿಮ ಏಷ್ಯ ಕಥೆಗಳು – ಅನು : ವಾಸುದೇವ

ಕಿವುಡು ವನದೇವತೆ : ದಕ್ಷಿಣ ಅಮೆರಿಕ ಕಥೆಗಳು – ಅನು : ಈಶ್ವರಚಂದ್ರ

ಸಾವಿಲ್ಲದವರು : ಪಂಚ ಮಹಾಕಾವ್ಯಗಳಿಂದ ಆಯ್ದ ಕಥೆಗಳು –
ನಿರೂಪಣೆ : ಸಿ.ಕೆ. ನಾಗರಾಜ ರಾವ್

○ ಲೆವ್ ತಲ್‌ಸ್ತೊಯ್

ಹೆಜ್ಜೆ ಗುರುತು

ನಾವು ಕರಡಿ ಬೇಟೆಯ ಸಾಹಸ ಕೈಕೊಂಡು ಹೊರಟಿದ್ದೆವು. ನನ್ನ ಸಂಗಾತಿ ಒಂದು ಕರಡಿಯನ್ನು ಬಂದೂಕಿನಿಂದ ಹೊಡೆದಿದ್ದ. ಆದರೆ ಗುಂಡು ಮರ್ಮಸ್ಥಾನಕ್ಕೆ ತಗಲದೆ, ಅದಕ್ಕೆ ಗಾಯವಷ್ಟೇ ಆಗಿತ್ತು. ಹಿಮದ ಮೇಲೆ ರಕ್ತದ ಕಲೆಗಳು ಸ್ಪಷ್ಟಗೋಚರವಾಗಿದ್ದವು. ಕರಡಿ ಮಾತ್ರ ತಪ್ಪಿಸಿಕೊಂಡಿತ್ತು.

ಸದ್ಯಕ್ಕೆ ಕರಡಿಯನ್ನು ಪತ್ತೆ ಹಚ್ಚುವುದೊ ಅದು ಮತ್ತೆ ಸುಧಾರಿಸಿಕೊಂಡು ಮೊದಲಿನ ಸ್ಥಿತಿಗೆ ಮರಳುವ ತನಕ ಕಾದಿರುವುದೊ ಎಂದು ನಿರ್ಧರಿಸುವುದಕ್ಕೆ ನಾವು ಕಾಡಿನಲ್ಲಿ ಕಲೆತಿದ್ದೆವು. ಈ ವಿಷಯವಾಗಿ ರೈತ ಸೋವುಗಾರರನ್ನು ಕೇಳಿದೆವು. ಅವರಲ್ಲಿ ಒಬ್ಬ ವೃದ್ಧ ಹೇಳಿದ :

"ನಾವು ಕರಡಿಯನ್ನು ಹುಡುಕಿಕೊಂಡು ಹೋಗೋದು ಜಾಣತನವಾಗದು. ಅದು ಶಾಂತವಾಗೋದಕ್ಕೆ ಸ್ವಲ್ಪ ಕಾಲ ಬಿಡೋದು ಮೇಲು. ಐದು ದಿವಸದವರೆಗೆ ಕಾಯೋಣ. ಆಮೇಲೆ ಅದನ್ನ ಘೇರಾಯಿಸಬಹುದು. ಈಗಲೇ ಅದರ ಬೆನ್ನಟ್ಟಿ ಹೋದರೆ ಅದು ಬೆದರಿ ಓಡಿ ಬಿಡ್ತದೆ ; ಒಂದು ಕಡೆ ತಂಗೋದಿಲ್ಲ."

ಈ ಅಭಿಪ್ರಾಯವನ್ನೊಪ್ಪದ ತರುಣನೊಬ್ಬ, ಕರಡಿಯನ್ನು ಈಗಲೇ ಹಿಡಿಯುವುದು ಶಕ್ಯವೆಂದು ಮುದುಕನೊಡನೆ ವಾದ ಹೂಡಿದ. ಅವನೆಂದ :

"ಅದೊಂದು ಕೊಬ್ಬಿದ ದಢೂತಿ ಕರಡಿ. ಇಂಥ ಹಿಮದಲ್ಲಿ ಹೆಚ್ಚು ದೂರ ಹೋಗಲಾರದು. ಸಾಯಂಕಾಲದ ಹೊತ್ತಿಗೆ ಎಲ್ಲೋ ಒಂದು ಕಡೆ ತಂಗಲೇಬೇಕು. ಹಾಗಾಗದಿದ್ದ ಪಕ್ಷದಲ್ಲಿ ಹಿಮ ಜೋಡುಗಳ ಸಹಾಯದಿಂದ ನಾನು ಅದರ ಬಳಿ ಸೇರಬಲ್ಲೆ."

ನನ್ನ ಸಂಗಾತಿ ತರುಣನ ಅಭಿಪ್ರಾಯವನ್ನೊಪ್ಪದೆ, ವೃದ್ಧನ ಸಲಹೆಯನ್ನು ಅನುಮೋದಿಸಿದ. ಆಗ ನಾನೆಂದೆ : "ನಾವು ವಾದಿಸೋದು ಬೇಡ. ನಿನಗೆ ಸರಿಕಂಡಂತೆ ನೀನು ಮಾಡು. ದಿಮಿಯಾನ್ ಮತ್ತು ನಾನು ಕರಡಿಯನ್ನ ಬೆನ್ನಟ್ತೇವೆ. ಕರಡಿಯ ಮೊಖಾಬಿಲೆಯಾದರೆ ಸರಿ, ಇಲ್ಲದಿದ್ದರೆ ನಾವು ಕಳೆದು ಕೊಳ್ಳೋದಾದರೂ ಏನು ? ಅಲ್ಲದೆ ನಮಗೆ ಮಾಡೋದಕ್ಕೆ ಕೆಲಸವೇನೂ ಇಲ್ಲ."

ಅಂತೂ ಒಂದು ಇತ್ಯರ್ಥಕ್ಕೆ ಬಂದಂತಾಯಿತು.

ದಿಮಿಯಾನ್ ಮತ್ತು ನಾನು ಒಂದಷ್ಟು ರೊಟ್ಟಿಯನ್ನು ತಯಾರಿಸಿಕೊಂಡು ಕಾಡಿನಲ್ಲೇ ಉಳಿದೆವು. ಮಿಕ್ಕವರು ಜಾರುಬಂಡಿಗಳನ್ನೇರಿ ಹಳ್ಳಿಗೆ ಮರಳಿದರು. ನಾವು ಬಂದೂಕುಗಳನ್ನು ಪರೀಕ್ಷಿಸಿಕೊಂಡೆವು. ಉಣ್ಣೆಯ ಕೋಟಿನ ತುದಿಗಳನ್ನು ಬೆಲ್ಟಿಗೆ ಸಿಕ್ಕಿಸಿಕೊಂಡು ಕರಡಿಯ ಹೆಜ್ಜೆಗುರುತನ್ನು ಹಿಂಬಾಲಿಸಿ ಮುನ್ನಡೆದೆವು.

ಥಂಡಿಯಿಂದ ಕೂಡಿದ ಹವೆ ಹಿತಕರವಾಗಿತ್ತು. ಆದರೆ ಹಿಮಜೋಡುಗಳನ್ನು ಧರಿಸಿ ದಾರಿ ಸವೆಸುವುದು ಪ್ರಯಾಸಕರವಾಗಿತ್ತು. ಹಿಮ ಮೃದುವಾಗಿ, ಆಳವಾಗಿತ್ತು; ಇನ್ನೂ ಹಳಕುಗೊಳ್ಳದೆ ಬಿಡಿಬಿಡಿಯಾಗಿತ್ತು. ಹಿಂದಿನ ದಿನ ಬೇರೆ ಹಿಮ ಬಿದ್ದಿದ್ದರಿಂದ ನಮ್ಮ ಜೋಡುಗಳು ಅರ್ಧ ಅಡಿಯಷ್ಟು, ಕೆಲವೊಮ್ಮೆ ಇನ್ನೂ ಆಳ ಇಳಿಯುತ್ತಿದ್ದವು.

ಹೆಜ್ಜೆಗುರುತು ದೂರದಿಂದ ಕಾಣಿಸಿ, ಕರಡಿ ಸಾಗಿದ್ದ ಜಾಡನ್ನು ತಿಳಿಸಿತ್ತು. ಕೆಲವೊಮ್ಮೆ ಅದು ಹೊಟ್ಟೆಯವರೆಗೆ ಹಿಮದಲ್ಲಿ ಹೂತುಹೋಗಿ ನಡೆದದ್ದರಿಂದ, ಅಲ್ಲೆಲ್ಲ ಉತ್ತಹಾಗೆ ಕಾಣುತ್ತಿತ್ತು. ದೊಡ್ಡ ಮರಗಳ ಅಡಿಯಲ್ಲಿ ಆ ಹೆಜ್ಜೆಗುರುತಿನ ಹಾದಿ ಸ್ಪಷ್ಟವಾಗಿ ಗೋಚರಿಸುತ್ತಿತ್ತು. ಆದರೆ ಚಿಕ್ಕಪುಟ್ಟ ಫರ್‌ಪೊದೆಗಳು ಎದುರಾದಾಗ ದಿಮಿಯಾನ್ ನಿಲ್ಲುತ್ತಿದ್ದ. ಒಂದು ಕಡೆ ಅವನೆಂದ :

"ಹೆಜ್ಜೆ ಜಾಡನ್ನು ಹಿಡಿದು ಈಗ ಹೋಗೋದು ಬೇಡ. ಕರಡಿ ಇಲ್ಲೇ ಎಲ್ಲೊ ಅವಿತಿದೆ. ಹಿಮವನ್ನ ನೋಡಿದರೆ ಅದಿಲ್ಲಿ ಕೂತಂತೆ ತೋರ್‍ತದೆ. ಹೆಜ್ಜೆ ಜಾಡಿಂದ ಅತ್ತಿತ್ತ ಹೋಗಿ ನೋಡೋಣ... ಆದರೆ ಹುಷಾರು! ಸ್ವಲ್ಪವೂ ಸದ್ದಾಗಬಾರದು. ಕಿರಿಚೋದೊ ಕೆಮ್ಮೋದೊ ಮಾಡಬೇಡ. ಕರಡಿ ಹೆದರಿ ಓಡಿಹೋಗ್ತದೆ."

ಸರಿ, ನಾವು ಎಡಕ್ಕೆ ತಿರುಗಿದೆವು. ಐನೂರು ಗಜ ಹೋಗಿರಬಹುದು, ಆಗ ಮತ್ತೆ ಹೆಜ್ಜೆಗುರುತು ನಮ್ಮೆದುರಿಗೆ ಪ್ರತ್ಯಕ್ಷವಾಯಿತು. ಅದನ್ನು ಹಿಂಬಾಲಿಸಿದಾಗ ನಾವು ರಸ್ತೆಗೆ ತಲಪಿದೆವು. ಅಲ್ಲಿ ನಿಂತು ಕರಡಿ ಹೋಗಿರಬಹುದಾದ ದಿಕ್ಕಿನ ಅಂದಾಜು ಹಾಕಿದೆವು. ಹಿಮದ ಮೇಲೆ ಕರಡಿಯ ಪಂಜದ ಮೊನೆಯುಗುರಿನ ಗುರುತಿನ ಜೊತೆಗೆ ಇನ್ನಿತರ ಚಿಹ್ನೆಗಳು ಮೂಡಿದ್ದವು. ರೈತರ ತೊಗಟೆ ಮೆಟ್ಟುಗಳ ಗುರುತು ಕೂಡ ಸ್ಪಷ್ಟವಾಗಿತ್ತು. ಇದರಿಂದ ಕರಡಿ ಹಳ್ಳಿಯ ಕಡೆ ನಡೆದದ್ದು ಖಚಿತವಾಗಿತ್ತು.

ರಸ್ತೆ ಹಿಡಿದು ಹೊರಟಾಗ ದಿಮಿಯಾನ್ ಹೇಳಿದ :

"ರಸ್ತೆಯನ್ನು ಪರೀಕ್ಷಿಸ್ತಾ ಹೋಗೋದರಲ್ಲಿ ಅರ್ಥವಿಲ್ಲ. ಕರಡಿ ಎಡಕ್ಕೋ ಬಲಕ್ಕೋ ತಿರುಗಿ ನಡೆದಿರಬಹುದು. ಹಿಮದ ಮೇಲೆ ಮೂಡಿರಬಹುದಾದ ಗುರುತುಗಳಿಂದ ಅದನ್ನ ಪತ್ತೆಹಚ್ಚಬಹುದು. ನನಗನ್ನಿಸ್ತದೆ, ಅದು ಖಂಡಿತ ಹಳ್ಳಿ ಕಡೆ ಸಾಗಿಲ್ಲ, ಇಲ್ಲೇ ಎಲ್ಲೋ ತಿರುಗಿಕೊಂಡಿದೆ."

ರಸ್ತೆಯಲ್ಲಿ ನಾವು ಸುಮಾರು ಒಂದು ಮೈಲಿ ನಡೆದೆವು. ಮುಂದೆ ಹೆಜ್ಜೆಗುರುತು ರಸ್ತೆ ಬಿಟ್ಟು ಒಂದು ಕಡೆ ಕವಲೊಡೆದಿರುವುದನ್ನು ಗಮನಿಸಿದೆವು. ಪರೀಕ್ಷಿಸಿದಾಗ ಆಶ್ಚರ್ಯ ವಾಯಿತು! ಅದು ಕರಡಿಯ ಜಾಡೇನೋ ನಿಜ. ಆದರೆ ರಸ್ತೆಯಿಂದ ಕಾಡಿನ ಕಡೆ ಸಾಗದೆ, ಕಾಡಿನಿಂದ ರಸ್ತೆಗೆ ಇಳಿದಿತ್ತು! ಕಾಲ್ಬೆರಳಿನ ಗುರುತು ರಸ್ತೆ ಕಡೆ ಚಾಚಿಕೊಂಡಿತ್ತು.

"ಇದ ಬೇರೆ ಕರಡಿಯೊ, ಏನೊ ?" ಎಂದು ನಾನು ಅನುಮಾನ ವ್ಯಕ್ತಪಡಿಸಿದೆ.

ದಿಮಿಯಾನ್ ಸ್ವಲ್ಪ ಹೊತ್ತು ಅಜಮಾಯಿಷಿ ನಡೆಸಿದ ಮೇಲೆ ನುಡಿದ :

"ಅಲ್ಲ, ಅದೇ ಕರಡೀನೇ. ಹೊಸ ಉಪಾಯ ಹೂಡಿದೆ ಅಷ್ಟೆ. ರಸ್ತೆ ಬಿಟ್ಟು ಮತ್ತೆ ಹಿಂದಕ್ಕೆ ನಡೆದಿದೆ."

ಸರಿ, ಆ ಜಾಡನ್ನು ಹಿಂಬಾಲಿಸಿಗೆನು ದಿಮಿಯಾನ್‌ನ ಊಹೆ ಸರಿಯಾಗಿತ್ತು. ಕರಡಿ ಹತ್ತು ಹೆಜ್ಜೆ ಹಿನ್ನಡೆದು ಆಮೇಲೆ ಒಂದು ಫರ್ ಮರದ ಹಿಂದೆ ತಿರುಗಿಕೊಂಡು ನೇರ ಮಂದೆ ಸಾಗಿತ್ತು. ದಿಮಿಯಾನ್ ನಡಿಗೆ ನಿಲ್ಲಿಸಿ ಅಂದ :

"ಮುಂದೆ ಜೌಗಿದೆ. ಆದ್ದರಿಂದ ಕರಡಿ ಮುಂದುವರಿಯಲು ಸಾಧ್ಯವಾಗದೆ ಇಲ್ಲೆ ತಂಗಿರ ಬೇಕು. ಹೀಗೆ ನಡೆದರೆ ಅದರ ಹತ್ತಿರ ಹೋಗೋದು ಖಂಡಿತ. ಬಾ, ಮುಂದುವರಿಯೋಣ."

ಫರ್ ಪೊದರೊಂದನ್ನು ಬಳಸಿ ನಾವು ದಾರಿಮಾಡಿಕೊಂಡು ನಡೆದೆವು. ಈಗಾಗಲೆ ನಾನು ದಣಿದದ್ದರಿಂದ ಮುಂದುವರಿಯುವುದು ಕಷ್ಟವಾಗಿತ್ತು. ನಡೆಯುವಾಗ ನಾನು ಒಮ್ಮೊಮ್ಮೆ ಮುಳ್ಳುಪೊದೆಗಳತ್ತ ಜಾರಿ ನನ್ನ ಜೋಡುಗಳು ಅದರಲ್ಲಿ ಸಿಕ್ಕಿಕೊಳ್ಳುತ್ತಿದ್ದವು. ಇನ್ನೊಮ್ಮೆ ಯಾವುದೋ ಒಂದು ಪುಟ್ಟ ಫರ್‌ಗಿಡ ನನ್ನನ್ನು ತಡೆಯುತ್ತಿತ್ತು. ಅಭ್ಯಾಸ ವಿಲ್ಲದ್ದರಿಂದ ನನ್ನ ಹಿಮಜೋಡುಗಳು ಕಳಚಿಕೊಳ್ಳುತ್ತಿದ್ದವು. ಮತ್ತೊಮ್ಮೆ ಹಿಮದಲ್ಲಿ ಹೂತು ಹೋಗಿದ್ದ ಮರದ ದಿಮ್ಮಿಯನ್ನೊ, ಕತ್ತರಿಸಿ ಉಳಿದಿದ್ದ ಕಾಂಡವನ್ನೊ ಎಡವುತ್ತಿದ್ದೆ. ಬೆವರು ನನ್ನ ಮೈಯನ್ನು ತೊಯ್ಸಿದ್ದರಿಂದ ಉಣ್ಣೆಕೋಟನ್ನು ಕಳಚಿಹಾಕಿದೆ.

ದಿಮಿಯಾನ್ ಮಾತ್ರ ಹಿಮದಲ್ಲಿ ಸಲೀಸಾಗಿ ನಡೆಯುತ್ತಲೇ ಇದ್ದ. ದೋಣಿಯಲ್ಲಿ ಸಾಗಿದ್ದಂತೆ ಕಾಣುತ್ತಿತ್ತು ಅವನ ನಡಿಗೆ. ಅವನ ಜೋಡುಗಳು ಜಾರದೆ, ದಾರಿ ಬಲ್ಲಹಾಗೆ ಮುನ್ನಡೆಯುತ್ತಿದ್ದವು. ಅವಕ್ಕೆ ಯಾವ ಅಡೆ ತಡೆಯೂ ಎದುರಾದಂತೆ ಕಾಣಲಿಲ್ಲ. ಅಷ್ಟೇ ಅಲ್ಲ, ನನ್ನ ಕೋಟನ್ನು ತನ್ನ ಹೆಗಲಿಗೇರಿಸಿಕೊಂಡು, ಮುನ್ನಡೆಯಲು ನನ್ನನ್ನು ಹುರಿದುಂಬಿಸುತ್ತ ದಿಮಿಯಾನ್ ಮುಂದುವರಿಯುತ್ತಿದ್ದ.

ಎರಡು ಮೈಲಿ ನಡೆದು ಜೌಗು ದಾಟಿ ಅದರ ಇನ್ನೊಂದು ಬದಿಗೆ ನಾವು ಬಂದಿದ್ದೆವು. ನಾನು ಹಿಂದೆ ಬಿದ್ದಿದ್ದೆ. ಹಿಮಜೋಡು ಜಾರಿ, ಎಡವಿದೆ. ಮುಂದೆ ಸಾಗಿದ್ದ ದಿಮಿಯಾನ್ ಹಠಾತ್ತನೆ ನಿಂತು, ಗೋಣಾಡಿಸಿ ನನ್ನನ್ನು ಕರೆದ. ಹತ್ತಿರ ಹೋದಾಗ ಅವನು ಬಗ್ಗಿ ಒಂದು ಕಡೆ ಬೆರಳು ಮಾಡಿ ಪಿಸುಗುಟ್ಟಿದ :

"ಆ ಕುರುಚಲಿನ ಮೇಲೆ ಮ್ಯಾಗ್‌ಪೈ ಹಕ್ಕಿ ಗಳಹುತ್ತಿರುವುದು ಕೇಳಿಸಿತೆ? ಅದು ದೂರದಿಂದಲೆ ಕರಡಿಯ ವಾಸನೆಯನ್ನು ಪತ್ತೆಹಚ್ಚಬಲ್ಲದು ಆದ್ದರಿಂದ ಕರಡಿ ಇಲ್ಲೇ ಇರಬೇಕು."

ನಾವು ಅಲ್ಲಿ ಅಗಚಿಕೊಂಡು ಅರ್ಧಮೈಲಿ ನಡೆದು, ಪುನಃ ಹಳೆಯ ಜಾಡನ್ನು ತಲಪಿದೆವು. ಹೀಗಾಗಿ ಕರಡಿಗೆ ಹತ್ತಿರವಾಗಿದ್ದೆವು. ಅಲ್ಲಿ ನಿಂತೆವು. ನಾನು ಕುಲಾವಿ ಕಳಚಿ, ಉಡುಪನ್ನು ಸಡಿಲಗೊಳಿಸಿದೆ. ಬಿಸಿ ಆವಿಯ ಸ್ನಾನವಾದಂತೆ ಬೆವೆತಿದ್ದೆ. ಶರೀರ ತೊಯ್ದುತೊಪ್ಪೆಯಾಗಿ, ನೀರಿಗೆ ಬಿದ್ದ ಇಲಿಯಂತೆ ಚಡಪಡಿಸುತ್ತಿದ್ದೆ. ದಿಮಿಯಾನ್ ಸಹ ಬೆವೆತು, ತೋಳಿನಿಂದ ಮುಖವೊರೆಸಿಕೊಳ್ಳುತ್ತಿದ್ದ. ಅವನೆಂದ :

"ಸರಿಯಪ್ಪ, ನಮ್ಮ ಕೈಲಾದದ್ದನ್ನ ಮಾಡಿ ಆಗಿದೆ. ಈಗ ಒಂದಿಷ್ಟು ವಿಶ್ರಮಿಸೋಣ."

ಆಗಲೇ ಬೈಗುಗೆಂಪು ಅರಣ್ಯದ ಮಧ್ಯೆ ತೂರಿತ್ತು. ಹಿಮ ಜೋಡುಗಳನ್ನು ಕಳಚಿ ನಾವು ಅವುಗಳ ಮೇಲೆ ಕೂತೆವು. ಚೀಲದಿಂದ ಸ್ವಲ್ಪ ರೊಟ್ಟಿ ಮತ್ತು ಉಪ್ಪು ಹೊರ ತೆಗೆದೆವು.

ನಾನು ಮೊದಲಿಗೆ ಒಂದಷ್ಟು ಹಿಮವನ್ನು, ಆಮೇಲೆ ರೊಟ್ಟಿಯನ್ನು ತಿಂದೆ. ರೊಟ್ಟಿ ನನ್ನ ಜೀವಮಾನದಲ್ಲೇ ತಿನ್ನದಿದ್ದಷ್ಟು ರುಚಿಕರವಾಗಿತ್ತು. ಕತ್ತಲು ಕವಿಯುವ ತನಕ ಅಲ್ಲಿ ನಾವು ಕೂತಿದ್ದೆವು. ಬಳಿಕ ದಿಮಿಯಾನನೊಡನೆ ನಾನು ಕೇಳಿದೆ:

"ಹಳ್ಳಿ ಇಲ್ಲಿಗೆ ದೂರವಿದೆಯೆ ?"

"ಹೂಂ. ಎಂಟು ಮೈಲಿ ಆಗಬಹುದು. ರಾತ್ರಿ ವೇಳೆಗೆ ಅಲ್ಲಿ ಹೋಗೋಣ. ಆದರೆ ಈಗ ಮಾತ್ರ ನಾವು ವಿಶ್ರಮಿಸಬೇಕು. ಅಂದ ಹಾಗೆ ನಿನ್ನ ಕೋಟ್ ಹಾಕಿಕೊ, ಥಂಡಿಯಾದೀತು."

ದಿಮಿಯಾನ್ ಹಿಮವನ್ನು ಸಮಗೊಳಿಸಿ, ಕೆಲವು ಫರ್ ಕೊಂಬೆಗಳನ್ನು ಮುರಿದು ಹಾಸಿಗೆ ಸಿದ್ಧಪಡಿಸಿದ. ತಲೆಗೈಯಾಗಿ ಇಬ್ಬರೂ ಪಕ್ಕದಲ್ಲೇ ಬಿದ್ದುಕೊಂಡೆವು. ನನಗೆ ಯಾವಾಗ ನಿದ್ದೆ ಬಂದಿತೋ ತಿಳಿಯದು. ಎರಡು ತಾಸಿನ ಬಳಿಕ ಏನೋ ಸಿಡಿದಂತಾಗಿ ಎಚ್ಚರಗೊಂಡೆ. ಚೆನ್ನಾಗಿ ನಿದ್ದೆ ಹತ್ತಿದ್ದರಿಂದ ನಾನೆಲ್ಲಿದ್ದೇನೆ ಎಂಬ ಅರಿವೂ ನನಗಿರಲಿಲ್ಲ. ಕಣ್ಣುಜ್ಜಿಕೊಂಡು ನೋಡಿದೆ. ಅಬ್ಬ! ಎಂಥ ಆಶ್ಚರ್ಯ! ಯಾವುದೊ ಝುಗಝುಗಿಸುವ ದೊಡ್ಡ ಹಜಾರದಲ್ಲಿದ್ದಂತೆ ತೋರಿತು. ಅದಕ್ಕೆ ಆಸರೆಯಾಗಿ ಹಾಲುಬಿಳಿ ಬೆಳಕಿನ ಲಕಲಕಿಸುವ ಸ್ತಂಭಗಳಿದ್ದವು. ಮೇಲೆ ನೋಡಿದಾಗ ಅಲ್ಲೊಂದು ಸೂಕ್ಷ್ಮ ಸುಂದರ ಜಾಲರಿ ಗೋಚರಿಸಿತು. ಅದರ ತೆರಪುಗಳ ಮೂಲಕ ಬಣ್ಣ ಬಣ್ಣದ ದೀಪಗಳಿಂದ ಕಿಕ್ಕಿರಿದ ಮಸಿಗಪ್ಪು ಗುಮ್ಮಟವೊಂದು ಕಾಣಿಸಿತು. ಚೆನ್ನಾಗಿ ಗಮನಿಸಿದ ಮೇಲೆ ನಾನು ಕಾಡಿನಲ್ಲಿರುವ ತಥ್ಯ ಮನವರಿಕೆಯಾಯಿತು. ಹಜಾರ ಮತ್ತು ಕಂಬಗಳೆಂದು ನಾನು ಊಹಿಸಿದ್ದು ಮತ್ತೇನಲ್ಲ, ಹಿಮಾವೃತ ವೃಕ್ಷಗಳು; ಹಣತೆಗಳೆಂದುಕೊಂಡದ್ದು ಕೊಂಬೆಗಳ ನಡುವೆ ಫಳಫಳಿಸಿದ್ದ ನಕ್ಷತ್ರಗಳು. ರಾತ್ರಿ ದಟ್ಟ ಹಿಮಬಿದ್ದು ಗಟ್ಟಿಯಾಗಿ ನೆಲವನ್ನಾವರಿಸಿತ್ತು. ಕೊಂಬೆ ಕುಡಿಗಳನ್ನೆಲ್ಲ ಮುಚ್ಚಿ ಮರೆಸಿತ್ತು. ದಿಮಿಯಾನ್ ಕೂಡ ಅದರಲ್ಲಿ ಸುಮಾರು ಹೂತುಹೋಗಿದ್ದ. ಗಟ್ಟಿ ಹಿಮ ನನ್ನ ಕೋಟಿನ ಮೇಲೂ ಮರದಿಂದ ಜಾರಿಬಿದ್ದಿತ್ತು.

ನಾನು ದಿಮಿಯಾನ್‌ನನ್ನು ಎಬ್ಬಿಸಿದೆ. ಬಳಿಕ ಮೆಟ್ಟು ತೊಟ್ಟು ಇಬ್ಬರೂ ಹೊರಟೆವು. ಮೃದು ಹಿಮವನ್ನು ಗೀಚಿ ನಡೆಯುವ ಮೆಟ್ಟಿನ ಶಬ್ದದ ವಿನಾ ಅಡವಿ ನೀರವವಾಗಿತ್ತು. ಆದರೆ ಅಪರೂಪಕ್ಕೊಮ್ಮೆ ಮಂಜಿಗೆ ಬಿರಿಯುತ್ತಿದ್ದ ತೊಗಟೆಯ ಶಬ್ದ ಮಾರ್ದನಿಸುತ್ತಿತ್ತು. ಒಂದೇ ಒಂದು ಸಲ ಮಾತ್ರ ಯಾವುದೋ ಪ್ರಾಣಿಯ ಕೂಗು ನಮ್ಮ ಕಿವಿಗೆ ಬಿದ್ದಿತ್ತು. ಅದು ನಮಗೆ ತೀರಾ ಹತ್ತಿರ ಸುಳಿದು ಕ್ಷಣಾರ್ಧದಲ್ಲಿ ದೂರ ಧಾವಿಸಿಹೋದಂತಿತ್ತು. ನನಗೆ ಅದು ಕರಡಿಯ ಸದ್ದೆಂಬ ಗುಮಾನಿ ಬಲವಾಗತೊಡಗಿತು. ಆದರೆ ಶಬ್ದ ಹೊಮ್ಮಿದ ಜಾಗಕ್ಕೆ ಹೋಗಿ ನೋಡಿದಾಗ, ಅಲ್ಲಿ ಮೊಲಗಳ ಹೆಜ್ಜೆ ಗುರುತು ಮತ್ತು ತೊಗಟೆ ಹೆರೆದ ಕೆಲವು ಎಳೆಯ ಗಿಡಗಳು ಕಂಡುಬಂದವು. ಏನನ್ನೋ ತಿನ್ನುತ್ತಿದ್ದ ಕೆಲವು ಮೊಲಗಳು ನಮ್ಮ ಬರವಿನಿಂದ ಗಾಬರಿಗೊಂಡಿದ್ದವು.

ರಸ್ತೆ ಸೇರಿದ ಬಳಿಕ ನಾವು ಭಾರವಾದ ನಮ್ಮ ಹಿಮಜೋಡುಗಳನ್ನು ಕಳಚಿ, ಅವನ್ನು ಎಳೆದುಕೊಂಡು ನೇರ ನಡೆದೆವು. ಗಡಸು ರಸ್ತೆಯ ಮೇಲೆ ಆ ಜೋಡುಗಳು ಜಾರುತ್ತಿದ್ದವು. ನಮ್ಮ ಬೂಟುಗಳ ಕೆಳಗಿನ ಹಿಮ ಕಿರುಗುಟ್ಟುತ್ತಿತ್ತು. ಹರಳುಗೊಂಡ ತಣ್ಣಗಿನ ಹಿಮ, ಹಕ್ಕಿಯ ತುಪ್ಪುಳಿನಂತೆ ನಮ್ಮ ಮುಖಕ್ಕೆ ತಾಕುತ್ತಿತ್ತು. ರೆಂಬೆಗಳ ನಡುವೆ ವೀಕ್ಷಿಸಿದಾಗ, ತಾರೆಗಳು ಒಮ್ಮೆ ಮಿನುಗಿ ಒಮ್ಮೆ ಮಾಯವಾಗಿ, ನಮ್ಮನ್ನು ಭೇಟಿಯಾಗಲು ತವಕದಿಂದ

ಧಾವಿಸಿ ಬರುತ್ತಿದ್ದಂತೆ ಭಾಸವಾಗುತ್ತಿತ್ತು. ಇಡೀ ಗಗನಕ್ಕೆ ಚಲನಶೀಲತೆ ಒದಗಿದಂತಿತ್ತು.

ನಾವು ಹಳ್ಳಿ ತಲಪಿದೆವು. ನನ್ನ ಸಂಗಾತಿಯನ್ನು ನಾನು ನಿದ್ದೆಯಿಂದ ಎಚ್ಚರಗೊಳಿಸಿದೆ. ಅವನಿಗೆ ನಾವು ಕರಡಿಯ ಹತ್ತಿರ ಸಾಗಿದ್ದ ಕತೆಯನ್ನೆಲ್ಲ ನಿರೂಪಿಸಿದೆ. ನಮ್ಮ ಆತಿಥೇಯ ರೈತನಿಗೆ, ನಾಳೆ ಮುಂಜಾನೆ ಶೋವುಗಾರರನ್ನು ಒಂದುಕಡೆ ಸೇರಿಸಲು ಹೇಳಿ, ಊಟ ಮುಗಿಸಿ ನಿದ್ದೆಹೋದೆ.

ತುಂಬಾ ಆಯಾಸಗೊಂಡಿದ್ದರಿಂದ ಮಧ್ಯಾಹ್ನದ ತನಕ ಮಲಗಿರುತ್ತಿದ್ದೆನೊ ಏನೋ. ಆದರೆ ಸಂಗಾತಿ ನನ್ನನ್ನು ಎಚ್ಚರಿಸಿದ. ಗಡಬಡಿಸಿ ಎದ್ದೆ. ಅವನು ಆಗಲೆ ಉಡುಪು ಬದಲಾಯಿಸಿ, ಕೋವಿಯನ್ನು ಪರೀಕ್ಷಿಸುತ್ತಿದ್ದ.

"ದಿಮಿಯಾನ್ ಎಲ್ಲಿ ?" ನಾನೆಂದೆ.

"ಸೋವುಗಾರರನ್ನ ವಿಚಾರಿಸಿಕೊಳ್ಳೋದಕ್ಕೆ ಅವನು ಕಾಡಿಗೆ ಹೋಗಿ ಬಹಳ ಹೊತ್ತಾಯ್ತು."

ನಾನು ಮೈತೊಳೆದು ಬಟ್ಟೆ ಬದಲಾಯಿಸಿ, ಕೋವಿಗಳನ್ನು ತುಂಬಿಕೊಂಡೆ. ಆಮೇಲೆ ನಾವಿಬ್ಬರೂ ಮಂಜುಗಾಡಿಯನ್ನೇರಿ ಹೊರಟೆವು. ಕೊರೆಯುವ ಹಿಮ ಬೀಳುತ್ತಲೇ ಇತ್ತು. ಸುತ್ತೆಲ್ಲ ನೀರವತೆ ಆವರಿಸಿತ್ತು. ಸೂರ್ಯ ನಾಪತ್ತೆಯಾಗಿದ್ದ. ದಟ್ಟನಾದ ಮಂಜುತೆರೆ ಸಮಸ್ತವನ್ನೂ ಮರೆಸಿತ್ತು.

ರಸ್ತೆ ಹಿಡಿದು ಎರಡು ಮೈಲಿ ಸಾಗಿ ಅರಣ್ಯವನ್ನು ಸಮೀಪಿಸಿದಾಗ, ತಗ್ಗಿನಿಂದ ಏಳುತ್ತಿದ್ದ ಹೊಗೆ ಕಣ್ಣಿಗೆ ಬಿತ್ತು. ಅಲ್ಲಿ, ಈ ಹೊತ್ತಿಗಾಗಲೇ ದೊಣ್ಣೆಗಳಿಂದ ಸಜ್ಜಿತರಾಗಿದ್ದ ರೈತರನ್ನು ನಾವು ಕೂಡಿಕೊಂಡೆವು. ಗಂಡಸರು ಹೆಂಗಸರೊಡನೆ ಬಲು ದಿಲ್ಲಗಿಯಾಗಿ ಲಲ್ಲೆ ಹೊಡೆಯುತ್ತ, ಆಲೂಗಡ್ಡೆ ಸುಡುತ್ತ ಕೂತಿದ್ದರು. ನಾವು ಬಂದಾಗ ಅವರೆಲ್ಲ ಎದ್ದು ನಿಂತರು. ದಿಮಿಯಾನ್ ಅಲ್ಲೇ ಇದ್ದ. ಹಿಂದಿನ ದಿನ ನಾವು ರಚಿಸಿದ್ದ ವೃತ್ತದ ಸುತ್ತ ರೈತರನ್ನು ನಿಲ್ಲಿಸಲು ಆತ ಅವರನ್ನು ಕರೆದೊಯ್ದ. ಒಟ್ಟು ಮೂವತ್ತು ಮಂದಿಯಿದ್ದರು. ಅವರು ಸಾಲಾಗಿ ದಿಮಿಯಾನ್‌ನನ್ನು ಹಿಂಬಾಲಿಸಿದರು. ಹಿಮ ಎಷ್ಟು ಆಳವಾಗಿತ್ತೆಂದರೆ, ರೈತರ ಸೊಂಟದ ಭಾಗ ಮಾತ್ರ ಕಾಣಿಸುತ್ತಿತ್ತು. ಅವರು ಕಾಡಿನ ಕಡೆ ತಿರುಗಿದರು. ನಾನೂ, ನನ್ನ ಸಂಗಾತಿಯೂ ಅವರನ್ನು ಹಿಂಬಾಲಿಸಿದೆವು. ಅವರು ಮುಂದಾಗಿ ಹಾದಿ ರಚಿಸಿದ್ದರೂ ನಮಗೆ ನಡಿಗೆ ಸುಲಭವಾಗಿರಲಿಲ್ಲ. ಜಾರುವ ಅಪಾಯವಿರದಿದ್ದರೂ ಹಿಮದ ಎರಡು ಗೋಡೆಗಳ ಇಕ್ಕಟ್ಟಿನಲ್ಲಿ ನುಸುಳಿದಂತೆ ನಮಗೆ ಭಾಸವಾಗುತ್ತಿತ್ತು.

ಅರ್ಧ ಮೈಲಿ ನಡೆದಿರಬಹುದು, ಆಗ ದಿಮಿಯಾನ್ ಮತ್ತೊಂದು ದಿಕ್ಕಿನಿಂದ ನಮ್ಮ ಕಡೆಗೆ ಓಡೋಡಿ ಬರುತ್ತಿದ್ದುದು ಕಾಣಿಸಿತು. ಹಾಗೆ ಬರುವಾಗ ಕೈಸನ್ನೆಯಿಂದ ತನ್ನನ್ನು ಸೇರಿಕೊಳ್ಳಲು ಅವನು ನಮಗೆ ಸೂಚನೆ ನೀಡುತ್ತಿದ್ದ. ನಾವು ಅವನತ್ತ ಸಾಗಿದೆವು. ಅವನು ನಮ್ಮನ್ನು ಒಂದು ಕಡೆ ನಿಲ್ಲಿಸಿದ. ಅಲ್ಲಿಂದ ನಾನು ಸುತ್ತ ದೃಷ್ಟಿ ಹಾಯಿಸಿದೆ : ಎಡಕ್ಕೆ ದೊಡ್ಡ ಫರ್‌ಮರಗಳ ಗುಂಪಿತ್ತು. ಅದರ ನಡುವೆ ಹಾದಿ ಹಾಯ್ದಿತ್ತು. ಅಲ್ಲಿ ಕರಿಯ ತೇಪೆಯಂತೆ ಒಬ್ಬ ಸೋವುಗಾರ ಗೋಚರಿಸಿದ. ನನ್ನ ಎದುರಿನಲ್ಲಿ ಆಳುದ್ದದ ಎಳೆಯ ಫರ್‌ಗಿಡಗಳ ಪೊದೆಯೊಂದು ದಟ್ಟೈಸಿತ್ತು. ಭಾರಕ್ಕೆ ಅದರ ಹರೆಗಳೂ ಕೆಳ ವಾಲಿದ್ದವು. ಮಂಜು ಅವುಗಳನ್ನು ಬೆಸೆದಿತ್ತು. ಕುರುಚಲು ಬೆಳಸಿನ ನಡುವೆ ಹಿಮಾಚ್ಛಾದಿತ ಹಾದಿಯೊಂದು ನನ್ನ ತನಕ ಗೆರೆ ಬರೆದಿತ್ತು. ಪೊದೆ ನನ್ನ ಬಲಕ್ಕೆ ಹರಡಿಕೊಂಡು ಒಂದು ಕಿರು ಬಯಲಲ್ಲಿ ಮುಗಿದಿತ್ತು. ಅಲ್ಲಿ ದಿಮಿಯಾನ್ ನನ್ನ ಸಂಗಾತಿಯನ್ನು ನಿಲ್ಲಿಸುತ್ತಿದ್ದ.

ನನ್ನ ಬಳಿಯಿದ್ದ ಎರಡು ಬಂದೂಕುಗಳನ್ನೂ ಚೆನ್ನಾಗಿ ಪರೀಕ್ಷಿಸಿದೆ. ನಾನೆಲ್ಲಿ ನಿಲ್ಲಬೇಕೆಂದು ಅಂದಾಜು ಹಾಕಿಕೊಂಡೆ. ನನ್ನ ಹಿಂಬದಿಗೆ ಮೂರು ಮಾರು ದೂರದಲ್ಲಿ ಎತ್ತರವಾದ ಒಂದು ಫರ್ ವೃಕ್ಷ ಸೆಟೆದು ನಿಂತಿತ್ತು. ಆ ವೃಕ್ಷದ ಅಡಿಯಲ್ಲಿ ನಿಲ್ಲುವುದು ಸೂಕ್ತವೆನ್ನಿಸಿತು. ನನ್ನ ಬಳಿಯಿದ್ದ ಎರಡು ಕೋವಿಗಳಲ್ಲಿ ಒಂದನ್ನು ಅದರ ಬುಡಕ್ಕೆ ಆನಿಸಿ ನಿಲ್ಲಿಸುವುದಕ್ಕೂ ಆ ಸ್ಥಳ ಅನುಕೂಲವಾಗಿದೆ ಅನಿಸಿತು. ಸರಿ, ಹೆಜ್ಜೆ ಹೆಜ್ಜೆಗೂ ಮೊಣಕಾಲುಮಟ್ಟ ಹಿಮದಲ್ಲಿ ಹೂತು ಮರದ ಬುಡವನ್ನು ತಲಪಿದೆ. ಹಿಮವನ್ನು ಸಮವಾಗಿ ಮೆಟ್ಟಿ, ನಿಲ್ಲುವುದಕ್ಕೋಸ್ಕರ ಒಂದು ಚದರ ಗಜದಷ್ಟು ಜಾಗ ಮಾಡಿಕೊಂಡೆ. ಒಂದು ಕೋವಿಯನ್ನು ಕೈಗೆತ್ತಿಕೊಂಡು, ಬಾರ್ ಮಾಡಿದ ಮತ್ತೊಂದನ್ನು ಮರಕ್ಕೆ ಆನಿಸಿ ನಿಲ್ಲಿಸಿದೆ. ಅಗತ್ಯ ಬಿದ್ದಾಗ ತಕ್ಷಣ ಕೈಗೆ ಸಿಗುವಂತೆ ಒರೆಗಳಚಿ ಬಾಕುವನ್ನು ಹಿರಿದಿಟ್ಟುಕೊಂಡೆ. ಈ ಮುನ್ನೆಚ್ಚರಿಕೆಗಳನ್ನು ಪೂರೈಸುತ್ತಿದ್ದಂತೆ ದಿಮಿಯಾನ್ ಕಾಡಿನಿಂದ ಕೂಗಿಕೊಂಡಿದ್ದು ಕೇಳಿಸಿತು :

"ಹೋ ! ಕರಡಿ ಇಲ್ಲಿದೆ, ಕರಡಿ ಇಲ್ಲಿದೆ !"

ಇದಕ್ಕೆ ಉತ್ತರವೆಂಬಂತೆ ವೃತ್ತಾಕಾರದಲ್ಲಿ ನಿಂತಿದ್ದ ರೈತ ಗಂಡಸರು ಒಕ್ಕೊರಲಿನಿಂದ ಹರ್ಷೋದ್ಗಾರ ಮಾಡಿದರು. ಹೆಂಗಸರು ತಾರ ಸ್ವರದಲ್ಲಿ ಅದಕ್ಕೆ ತಮ್ಮ ದನಿಗೂಡಿಸಿದರು.

ಕರಡಿ ವೃತ್ತದ ಒಳಗಿತ್ತು. ದಿಮಿಯಾನ್ ಅದನ್ನು ಸೋವುತ್ತಿದ್ದಂತೆ ಜನರ ಬೊಬ್ಬೆಯೂ ಮುಗಿಲು ಮುಟ್ಟಿತು. ಮೌನವಾಗಿದ್ದವರೆಂದರೆ ನಾನು ಮತ್ತು ನನ್ನ ಸಂಗಾತಿ ಮಾತ್ರ. ಕರಡಿ ನಮ್ಮ ದಿಕ್ಕಿನಲ್ಲಿ ಧಾವಿಸಿ ಬರುವುದನ್ನು ಮೈಯೆಲ್ಲ ಕಿವಿಯಾಗಿ ನಿರೀಕ್ಷಿಸುತ್ತ ತದೇಕವಾಗಿ ನಾವು ನಿಂತಿದ್ದೆವು. ನನ್ನ ಹೃದಯ ಜೋರಾಗಿ ಡವಡವಿಸತೊಡಗಿತು. ಜಾರುವ ಕೋವಿಯನ್ನು ಭದ್ರವಾಗಿ ಹಿಡಿದುಕೊಳ್ಳುತ್ತ ದೇಹದಾದ್ಯಂತ ಕಂಪಿಸುತ್ತಿದ್ದೆ. ಜೊತೆಗೆ ನನಗೆ ನಾನೇ ಅಂದುಕೊಂಡೆ : 'ಕರಡಿ ಹಠಾತ್ತಾಗಿ ಎದುರಾಗ್ತದೆ. ಆಗ ಒಡನೆ ಗುರಿಯಿಟ್ಟು ಕೋವಿ ಹಾರಿಸಬೇಕು. ಕ್ಷಣಾರ್ಧದಲ್ಲಿ ಅದು ನೆಗೆದು ಬೀಳ್ತದೆ.'

ಇದ್ದಕ್ಕಿದ್ದಂತೆ ನನ್ನ ಎಡಕ್ಕೆ, ಕೊಂಚ ದೂರದಲ್ಲಿ ಏನೋ ಧೊಪ್ಪನೆ ಕುಸಿದು ಬಿದ್ದಂತಾಯಿತು. ತಟಕ್ಕನೆ ತಿರುಗಿ ನೋಡಿದೆ. ನೀಳವಾಗಿ ಸೆಟೆದಿದ್ದ ಫರ್ ಮರಗಳ ನಡುವೆ, ಕಾಂಡಗಳ ಹಿಂದುಗಡೆ, ಸುಮಾರು ಐವತ್ತು ಹೆಜ್ಜೆ ದೂರದಲ್ಲಿ, ಕಗ್ಗಿನ ದೊಡ್ಡ ಆಕೃತಿಯೊಂದು ಕಣ್ಣಿಗೆ ಬಿತ್ತು. ಗುರಿಯಿಟ್ಟು ಕಾದೆ. "ಇನ್ನಷ್ಟು ಹತ್ತಿರ ಬರಬಾರದೆ ?" ಅಂದುಕೊಂಡೆ.

ಹೀಗೆ ನಾನು ಕಾದು ನಿಂತಿದ್ದಾಗ ಆ ಪ್ರಾಣಿ ಕಿವಿ ಅಲುಗಿಸುತ್ತ ಹಿಂದಕ್ಕೆ ಸರಿಯುತ್ತಿತ್ತು. ಅದರ ದೈತ್ಯಾಕಾರ ಒಂದರೆಕ್ಷಣ ಸ್ಫುಟವಾಗಿ ದೃಷ್ಟಿಗೆ ಬಿತ್ತು. ನನ್ನ ಉದ್ವೇಗದಲ್ಲಿ ಕೋವಿಯ ಕುದುರೆ ಎಳೆದುಬಿಟ್ಟೆ. ಗುಂಡು ಕರಡಿಗೆ ತಾಗದೆ ಮರವೊಂದಕ್ಕೆ ಬಡಿಯಿತು. ಕರಡಿ ಮರಗಳ ಮಧ್ಯೆ ಮಾಯವಾಗಿ ವೃತ್ತದ ಕಡೆ ಮುನ್ನುಗ್ಗುತ್ತಿದ್ದುದು ಹೊಗೆಯ ಮೂಲಕ ಕಂಡಿತು.

'ಸರಿ ನನಗೆ ಒದಗಿದ್ದ ಸದವಕಾಶ ಮಣ್ಣೂಗಿಡಿತು. ಕರಡಿ ಇನ್ನು ನನ್ನ ಕಡೆ ಬರೋದಿಲ್ಲ. ಸಂಗಾತಿಯ ಬಂದೂಕಿಗೆ ಬಲಿಯಾಗ್ತದೆ. ಇಲ್ಲವೇ ಸೋವುಗಾರರ ಸಾಲಿನ ಮೂಲಕ ನುಗ್ಗಿ ತಪ್ಪಿಸಿಕೊಳ್ತದೆ. ಅಂತೂ ಅದನ್ನ ಕೊಲ್ಲುವ ಮತ್ತೊಂದು ಅವಕಾಶ ನನಗೆ ದೊರೆಯೋದು ಅಸಂಭವ,' ಎಂದು ನಾನು ಯೋಚಿಸಿದೆ.

ಆದರೂ ಕೋವಿಯನ್ನು ಪುನಃ ತುಂಬಿ ಕಿವಿ ನಿಮಿರಿಸಿ ನಿಂತೆ. ರೈತರ ಗುಲ್ಲು

ಕಿವಿಗಡಚಿಕ್ಕುವಂತೆ ಸುತ್ತಲು ಸಾಗಿಯೇ ಇತ್ತು. ಆಗ ನನ್ನ ಬಲಕ್ಕೆ, ನನ್ನ ಸಂಗಾತಿ ನಿಂತಿದ್ದ ದಿಕ್ಕಿನಿಂದ ಹೆಣ್ಣು ಮಗಳೊಬ್ಬಳು ಉದ್ವಿಗ್ನ ಧ್ವನಿಯಲ್ಲಿ ಅರಚಿಕೊಂಡಳು :

"ಹೋ! ಹೋ! ಕರಡಿ ಇಲ್ಲಿದೆ, ಬನ್ನಿ... ಬೇಗ ಬನ್ನಿ."

ಕರಡಿಯ ನಿರೀಕ್ಷಣೆಯನ್ನು ಕೈಬಿಟ್ಟು ನಾನು ನನ್ನ ಸಂಗಾತಿಯಿದ್ದ ದಿಕ್ಕಿನತ್ತ ದಿಟ್ಟಿಸಿದೆ. ಇದ್ದಕ್ಕಿದ್ದಂತೆ, ಅವನತ್ತ ಧಾವಿಸುತ್ತಿದ್ದ ದಿಮಿಯಾನ್ ಕಣ್ಣಿಗೆ ಬಿದ್ದ. ಅವನ ಕಾಲಲ್ಲಿ ಜೋಡುಗಳಿರಲಿಲ್ಲ. ಕೈಯಲ್ಲಿ ಬಲವಾದ ದೊಣ್ಣೆ ಹಿಡಿದಿದ್ದ. ಸಂಗಾತಿಯ ಹತ್ತಿರ ದಿಮಿಯಾನ್ ಬಾಗಿ ನಿಂತು, ದೊಣ್ಣೆಯಿಂದ ಏನನ್ನೋ ಗುರಿಯಿಟ್ಟು ತೋರಿಸುತ್ತಿದ್ದ. ಆಗ ತಕ್ಷಣ ಸಂಗಾತಿ ಆ ದಿಕ್ಕಿನಲ್ಲಿ ಬಂದೂಕು ಹಾರಿಸಿದ. ಢಮಾರ್!

"ಸರಿ, ಕರಡಿಯ ಕತೆ ಮುಗಿದ ಹಾಗೆಯೇ" ನಾನಂದುಕೊಂಡೆ.

ಆದರೆ ಸಂಗಾತಿ ಕರಡಿಯ ಕಡೆ ನುಗ್ಗದೆ, ನೆಟ್ಟ ಹಾರೆಯಂತೆ, ನಿಂತಲ್ಲಿ ನಿಂತಿದ್ದ. ಕರಡಿಗೆ ಗುಂಡು ತಾಕಿತೊ, ತಾಕಿದರೂ ಅದು ಸತ್ತಿತೊ ಇಲ್ಲವೊ ತಿಳಿಯಲಿಲ್ಲ.

'ಛೆ! ಕರಡಿ ತಪ್ಪಿಸಿಕೊಂಡು ಓಡಿಹೋಗ್ತದೆ. ಮತ್ತೆ ಅದು ನನ್ನ ಕಡೆ ಬರೋದು ಸಾಧ್ಯವೇ ಇಲ್ಲ' ಎಂದು ನಾನು ಚಿಂತಿಸುತ್ತಿದ್ದಂತೆ –

ಕರಡಿ ಘೂಂಕರಿಸುತ್ತ ಬಿರುಗಾಳಿಯಂತೆ ನನ್ನತ್ತ ಧಾವಿಸಿ ಬರುತ್ತಿತ್ತು. ಅದರ ನುಗ್ಗುವ ರಭಸಕ್ಕೆ ನನ್ನ ಹತ್ತಿರದವರೆಗೂ ಹಿಮ ಹಾರಿತ್ತು. ನಾನು ನೇರವಾಗಿ ನೋಡುತ್ತ ನಿಂತಿದ್ದೆ. ಕರಡಿ ಭಯೋದ್ವೇಗದಿಂದ ನನ್ನೆದುರು ಚಾಚಿದ್ದ ಹಾದಿಯಲ್ಲಿ ಬಾಣದಂತೆ ಮುನ್ನುಗ್ಗುತ್ತಿತ್ತು. ಅದು ಇನ್ನೇನು ಆರೇಳು ಹೆಜ್ಜೆ ಇದೆ ಎನ್ನುವಾಗ, ಅದರ ಕಪ್ಪಗಿನ ಎದೆ ಭಾಗ, ಕೆಂಪು ಪಟ್ಟೆಯ ದೊಡ್ಡ ತಲೆ ಸ್ಪಷ್ಟವಾಗಿ ಕಾಣಿಸಿತು. ದಿಕ್ಕೆಟ್ಟಂತೆ ಧಾವಿಸುತ್ತಿದ್ದ ಆ ದೈತ್ಯ ಪ್ರಾಣಿ ಹಿಮವನ್ನು ತುಂತುರಿನಂತೆ ಸುತ್ತ ಎರಚುತ್ತಿತ್ತು. ಅದು ನನ್ನನ್ನು ಗಮನಿಸಿದಂತೆ ಕಾಣಲಿಲ್ಲ. ಹುಚ್ಚು ಹುಚ್ಚಾಗಿ ನುಗ್ಗಿ ನಾನು ನಿಂತಿದ್ದ ಮರದ ಹತ್ತಿರಕ್ಕೆ ಬಂತು. ನಾನು ಕೋವಿ ಹಾರಿಸಿದೆ. ಗುರಿ ತಪ್ಪಿದ ಗುಂಡು ಕರಡಿಯನ್ನು ದಾಟಿ ಹೋಗಿತ್ತು. ನಾನು ಗುಂಡು ಹಾರಿಸಿದ್ದು ಅದಕ್ಕೆ ತಿಳಿದಂತೆ ತೋರಲಿಲ್ಲ. ಅದು ನನ್ನತ್ತ ಧಾವಿಸುತ್ತಲೇ ಇತ್ತು. ಮತ್ತೊಮ್ಮೆ ನಾನು ಅದರ ತಲೆಗೆ ಗುರಿಯಿಟ್ಟು ಗುಂಡು ಹಾರಿಸಿದೆ. ಢಮಾರ್!

ಗುಂಡೇನೊ ತಾಕಿತ್ತು, ಆದರೆ ಕರಡಿ ಸಾಯಲಿಲ್ಲ!

ಅದು ತಲೆ ಸೆಟೆಸಿ, ಕಿವಿಗಳನ್ನು ಹಿಂದಕ್ಕೆ ಚಾಚಿ, ತನ್ನ ಕ್ರೂರ ಹಲ್ಲುಗಳನ್ನು ಪ್ರದರ್ಶಿಸುತ್ತ ನನ್ನೆಡೆಗೆ ಬರುತ್ತಿತ್ತು.

ನಾನು ಕೋವಿಯನ್ನು ಸೆಳೆದುಕೊಳ್ಳುವಷ್ಟರಲ್ಲಿ ಕರಡಿ ನನ್ನ ಮೇಲೆರಗಿ, ನನ್ನನ್ನು ನೆಲಕ್ಕೆ ಕೆಡವಿ, ತೊತ್ತಳದುಳಿದು ಮುಂದೆ ಹಾದು ಹೋಯಿತು.

'ಸದ್ಯ ಬಚಾವಾದೆ...' ಎಂದು ನಾನು ಎದ್ದು ನಿಲ್ಲಲು ಪ್ರಯತ್ನಿಸಿದೆ. ಆದರೆ ಏನೋ ನನ್ನನ್ನು ಕೆಳಕ್ಕೆ ಅದುಮುತ್ತಿದ್ದಂತೆ ಭಾಸವಾಯಿತು. ಮುನ್ನುಗ್ಗುವ ಭರಾಟೆಯಲ್ಲಿ ಕರಡಿ ನನ್ನನ್ನು ದಾಟಿ ಹೋಗಿತ್ತಷ್ಟೆ. ಈಗ ಅದು ಮತ್ತೆ ಹಿಂತಿರುಗಿ ತನ್ನಿಡೀ ದೇಹಭಾರದೊಂದಿಗೆ ನನ್ನ ಮೇಲೆ ಎರಗಿತ್ತು. ಅದರ ಶರೀರದ ಶಾಖ ನನ್ನ ಅರಿವಿಗೆ ಬಂತು. ನನ್ನ ಮುಖವನ್ನು ಇಡಿಯಾಗಿ ಕಚ್ಚಿ ಹಿಡಿಯಲು ಅದು ಪ್ರಯತ್ನಿಸುತ್ತಿತ್ತು. ಆಗಲೆ ನನ್ನ ಮೂಗು ಅದರ ಬಾಯನ್ನು ಹೊಕ್ಕು ಒಂದು ಬಗೆಯ ಬಿಸಿಯೂ ಅದರ ನೆತ್ತರಿನ ಹಸಿವಾಸನೆಯೂ ನನಗೆ ತಟ್ಟಿತ್ತು. ಆಗಲೆ ನನ್ನ ಮೂಗು ಅದರ ಬಾಯನ್ನು ಹೊಕ್ಕು ಕರಡಿ ನಾನು ಮಿಸುಕಾಡದಂತೆ

ನನ್ನ ಭುಜಗಳನ್ನು ತನ್ನ ಪಂಜಗಳಿಂದ ಒತ್ತಿ ಹಿಡಿದಿತ್ತು. ಸದ್ಯಕ್ಕೆ ನಾನು ಮಾಡಬಹುದಾಗಿದ್ದದ್ದು ಇಷ್ಟೆ. ನನ್ನ ಮೂಗು ಕಣ್ಣುಗಳಲ್ಲಿ ಹಲ್ಲನ್ನೂರಲು ಪ್ರಯತ್ನಿಸುತ್ತಿದ್ದ ಕರಡಿಯ ಬಾಯಿಯಿಂದ ನನ್ನ ತಲೆಯನ್ನು ಎದೆಯ ಕಡೆಗೆ ಸೆಳೆದುಕೊಳ್ಳುವುದು. ಆಗ, ಅದು ನನ್ನ ಮುಂಗುರುಳಿನ ಕೆಳಗಿನ ಹಣೆ ಭಾಗವನ್ನು ತನ್ನ ಕೆಳದವಡೆಯಿಂದಲೂ ಕಣ್ಣಿ ಕೆಳಗಿನ ಮಾಂಸವನ್ನು ತನ್ನ ಮೇಲು ದವಡೆಯಿಂದಲೂ ಭದ್ರವಾಗಿ ಕಚ್ಚಿಹಿಡಿದದ್ದು ಅರಿವಿಗೆ ಬಂತು. ನನ್ನ ಮುಖವನ್ನು ಚಾಕುವಿನಿಂದ ಕೊಯ್ದು ಹೋಳು ಮಾಡಿದ ಹಾಗೆ ಅತೀವ ಸಂಕಟವಾಗುತ್ತಿತ್ತು. ನಾನು ಬಿಡಿಸಿಕೊಳ್ಳಲು ಪರದಾಡುತ್ತಿದ್ದಂತೆ, ಕರಡಿ ತನ್ನ ಹಲ್ಲುಗಳನ್ನು ಮತ್ತಷ್ಟು ಆಳವಾಗಿ ಊರಲು ತವಕಿಸುತ್ತಿತ್ತು. ನಾನು ಬಲು ಪ್ರಯಾಸಪಟ್ಟು ನನ್ನ ಮುಖವನ್ನು ಸೆಳೆದುಕೊಂಡೆ. ಆದರೆ ಕರಡಿ ಮತ್ತೆ ಅದನ್ನು ಕಚ್ಚಿ ಹಿಡಿಯಲು ಪ್ರಯತ್ನಿಸಿತು.

'ಸರಿ, ಇನ್ನು ಗತಿ ಮುಗಿದಂತೆಯೆ!' ಎಂದು ನಾನು ಅಂದುಕೊಳ್ಳುತ್ತಿರುವಾಗ ನನ್ನ ದೇಹದ ಮೇಲಿನಿಂದ ಆ ದೊಡ್ಡ ಹೊರೆಯನ್ನು ಎತ್ತಿದಂತಾಯಿತು. ಕಣ್ಣು ಹರಿಸಿದಾಗ ಕರಡಿ ಕಾಣಲಿಲ್ಲ. ಅದು ಥಂಗನೆ ನೆಗೆದು ನಾಗಾಲೋಟ ಕಿತ್ತಿತ್ತು.

ನನ್ನನ್ನು ಕೆಳಕ್ಕೆ ಕೆಡವಿ ಕರಡಿ ನನ್ನ ಮೇಲೆರಗಿದ್ದನ್ನು ಕಂಡು ನನ್ನ ಸಂಗಾತಿ ಹಾಗೂ ದಿಮಿಯಾನ್ ಕಳವಳಗೊಂಡಿದ್ದರು. ನನ್ನನ್ನು ಕರಡಿಯಿಂದ ಪಾರುಗೊಳಿಸಲು ಮುಂದಾಗಿದ್ದರು. ಈ ಧಾವಂತದಲ್ಲಿ ಸಂಗಾತಿ ಗೆರೆ ಗೊಂಡಿದ್ದ ಹಾದಿಯನ್ನು ಹಿಡಿದು ನಡೆಯದೆ, ಹಿಮದ ಆಳಕ್ಕೆ ಕುಸಿದು ಜಾರಿ ಬಿದ್ದಿದ್ದ. ಅವನು ಎದ್ದು ನಿಲ್ಲಲು ಒದ್ದಾಡುತ್ತಿದ್ದಾಗ, ಕರಡಿ ನನ್ನ ಮೇಲೇರಿ ಕಚ್ಚಲು ಶುರುಮಾಡಿತ್ತು. ಆಗ ಕೈಯಲ್ಲಿ ಕೋವಿಯಿರದೆ ದೊಣ್ಣೆ ಹಿಡಿದಿದ್ದ ದಿಮಿಯಾನ್, ಮುಂದೆ ಧಾವಿಸಿ ಅರಚಿದ್ದ :

"ಅಯ್ಯಯ್ಯೊ! ಒಡೆಯನನ್ನ ಕರಡಿ ತಿನ್ತಿದೆ! ತಿಂದು ಹಾಕ್ತಿದೆ!"

ಹಾಗೆ ಓಡುವಾಗ ಕರಡಿಯನ್ನುದ್ದೇಶಿಸಿ ಆತ ಹಲುಬಿದ್ದ :

"ಅಯ್ಯೋ, ಪ್ರಾರಬ್ಧವೇ! ಏನು ಮಾಡ್ತಿದೀಯ? ಬಿಡು, ಒಡೆಯನನ್ನು ಬಿಡು!"

ಕರಡಿ ಅವನ ಮಾತಿಗೆ ಬೆಲೆಗೊಟ್ಟಂತೆ ನನ್ನನ್ನು ಬಿಟ್ಟುಕೊಟ್ಟು ಪೇರಿ ಕಿತ್ತಿತ್ತು. ನಾನು ಸಾವರಿಸಿಕೊಂಡು ಎದ್ದಾಗ, ಕುರಿಯೊಂದನ್ನು ಕೊಚ್ಚಿ ಹಾಕಿದಂತೆ ಹಿಮದ ಮೇಲೆಲ್ಲ ನೆತ್ತರು ಹರಡಿತ್ತು. ನನ್ನ ಕಣ್ಣಿನ ಮೇಲ್ಭಾಗ ಕಿತ್ತುಹೋಗಿ ಮಾಂಸದ ಚೂರುಗಳು ಜೋತಾಡುತ್ತಿದ್ದವು. ಉದ್ವೇಗದ ಭರದಲ್ಲಿ ನನಗೆ ನೋವು ಮರೆತುಹೋಗಿತ್ತು.

ನನ್ನ ಸಂಗಾತಿ ನನ್ನ ಹತ್ತಿರ ನಿಂತಿದ್ದ. ಇತರರೂ ಬಂದರು. ನನ್ನ ಗಾಯಗಳಿಗೆ ಹಿಮವನ್ನೊತ್ತಿದರು. ನಾನೋ ಗಾಯ, ಸಂಕಟ ಯಾವುದರ ಪರಿವೆಯೂ ಇಲ್ಲದೆ, "ಎಲ್ಲಿ, ಕರಡಿ ಎಲ್ಲಿ? ಯಾವ ಕಡೆ ಹೋಯ್ತು?" ಎಂದು ಹಪಹಪಿಸಿದೆ.

ಇದ್ದಕ್ಕಿದ್ದಂತೆ "ಅರೆರೆ! ಇಲ್ಲಿದೆ... ಕರಡಿ ಇಲ್ಲದೆ" ಎಂಬ ಉದ್ಗಾರ ಕೇಳಿಸಿತು.

ಕರಡಿ ಪುನಃ ನಮ್ಮತ್ತ ಧಾವಿಸುತ್ತಿತ್ತು. ಆದರೆ ನಾವು ಕೋವಿಯನ್ನು ಎತ್ತಿಕೊಳ್ಳುವಷ್ಟರಲ್ಲಿ ಅದು ಮಿಂಚಿ ಮಾಯವಾಯಿತು. ಅದಕ್ಕೆ ಅಸಾಧ್ಯ ರೊಚ್ಚು ಬಂದಂತಿತ್ತು. ಮತ್ತೊಮ್ಮೆ ನನ್ನ ಮೇಲೆರಗಲು ಅದು ಸನ್ನಾಹ ನಡೆಸಿದಂತಿತ್ತು. ಆದರೆ ಅಲ್ಲಿ ಜಮಾಯಿಸಿದ್ದ ಜನಸಮೂಹವನ್ನು ಕಂಡು ಕಾಲಿಗೆ ಬುದ್ಧಿ ಹೇಳಿತ್ತು. ಅದರ ತಲೆಗೆ ಪೆಟ್ಟಾಗಿ ರಕ್ತ ಸೋರುತ್ತಿತ್ತು. ಅದನ್ನು ಬೆನ್ನಟ್ಟಿ ಹೋಗುವ ಆಸೆಯಾಗಿದ್ದರೂ, ನನಗೆ ಗಾಯಗಳ ದೆಸೆಯಿಂದ ಈಗ ವಿಪರೀತ ಯಾತನೆಯಾಗುತ್ತಿದ್ದುದರಿಂದ, ವೈದ್ಯನನ್ನು ಕಾಣಲು ಊರಿಗೆ ಮರಳಬೇಕಾಯಿತು.

ವೈದ್ಯ ನನ್ನ ಗಾಯಗಳನ್ನು ರೇಷ್ಮೆಯ ಎಳೆಗಳಿಂದ ಹೊಲಿದು, ಶುಶ್ರೂಷೆ ಮಾಡಿದ. ನಾನು ಬೇಗ ಗುಣಮುಖನಾದೆ.

ಒಂದು ತಿಂಗಳಾದ ಮೇಲೆ ನಾವು ಮತ್ತೆ ಕರಡಿ ಬೇಟೆ ಕೈಕೊಂಡೆವು. ಆದರೆ ಅದನ್ನು ಕೊಲ್ಲುವ ಕಿಂಚಿತ್ ಅವಕಾಶವೂ ನನಗೆ ದೊರಕಲಿಲ್ಲ. ಅದು ವೃತ್ತದಾಚೆ ಬಾರದೆ, ಒಳಗೇ ಸುತ್ತು ಹಾಕುತ್ತಿತ್ತು; ಕ್ರೂರವಾಗಿ ಅಬ್ಬರಿಸುತ್ತಿತ್ತು.

ಕೊನೆಗೆ ದಿಮಿಯಾನ್ ಅದನ್ನು ಕೊಂದು ಹಾಕಿದ. ಅದರ ಕೆಳದವಡೆ ಮುರಿದಿತ್ತು; ನನ್ನ ಗುಂಡಿಗೆ ಒಂದು ಹಲ್ಲು ಹಾರಿ ಬಿದ್ದಿತ್ತು.

ಅಚ್ಚಗಪ್ಪಿನ, ಮಿರಮಿರ ಹೊಳೆಯುವ ಮಖಮಲ್ಲಿನಂಥ ನಯವಾದ ತುಪ್ಪಳವಿದ್ದ ಬೃಹದ್ಗಾತ್ರದ ಪ್ರಾಣಿಯದು.

ಈಗ ಅದಕ್ಕೆ ಹುಲ್ಲು ತುಂಬಿ ನನ್ನ ಕೋಣೆಯಲ್ಲಿಟ್ಟಿದ್ದೇನೆ. ನನ್ನ ಹಣೆಯ ಗಾಯ ಸಂಪೂರ್ಣ ಮಾಯ್ದು, ಅದರ ಗುರುತು ಕೂಡ ಕಾಣದಾಗಿದೆ. ❍

○ ಫ್ಯೋದರ್ ದಸ್ತಯೆವ್‌ಸ್ಕಿ

ಕ್ರಿಸ್‌ಮಸ್ ವೃಕ್ಷ ಮತ್ತು ಮದುವೆ

ಮೊನ್ನೆ ನಾನು ಒಂದು ಮದುವೆಗೆ ಹೋಗಿದ್ದೆ... ಬೇಡ, ಅದು ಹಾಗಿರಲಿ! ನಾನೀಗ ನಿಮಗೆ ಹೇಳ ಬಯಸುವುದು ಕ್ರಿಸ್‌ಮಸ್ ವೃಕ್ಷವೊಂದರ ಬಗ್ಗೆ. ಮದುವೆಯೇನೋ ದಿವಿನಾಗಿ ನಡೆಯಿತು. ನನಗೆ ಬಹಳ ಇಷ್ಟವೂ ಆಯಿತೆನ್ನಿ. ಆದರೆ ಮತ್ತೊಂದು ಸಂಗತಿ ಇನ್ನೂ ಸ್ವಾರಸ್ಯಕರವಾಗಿತ್ತು. ಮದುವೆಯ ದೃಶ್ಯ ನನಗೆ ಕ್ರಿಸ್‌ಮಸ್ ವೃಕ್ಷವನ್ನು ಯಾಕೆ ನೆನಪಿಗೆ ತಂದಿತೋ ತಿಳಿಯದು. ಆದರೆ ಆದದ್ದು ಹಾಗೆಯೇ.

ಈಗ್ಗೆ ಸರಿಯಾಗಿ ಐದು ವರ್ಷಗಳ ಹಿಂದೆ, ಹೊಸ ವರ್ಷದ ಮೊದಲನೆಯ ದಿವಸದ ಸಂಜೆ ನಾನು ಮಕ್ಕಳ ನರ್ತನ ಗೋಷ್ಠಿಯೊಂದಕ್ಕೆ ಆಹ್ವಾನಿತನಾಗಿ, ಅಲ್ಲಿಗೆ ಹೋಗಿದ್ದೆ. ಆಹ್ವಾನ ಕಳಿಸಿದಾತ ವ್ಯಾಪಾರ ಜಗತ್ತಿನ ಒಬ್ಬ ಭಾರೀ ಕುಳ. ಅವನಿಗೆ ಸಮಾಜದ ಪ್ರತಿಷ್ಠಿತರ ವಲಯದೊಂದಿಗೆ ಆಪ್ತ ಸಂಪರ್ಕ ಹಾಗೂ ಗುಪ್ತ ಪ್ರಭಾವದ ಸಂಬಂಧವಿತ್ತು. ಸಂಶಯಕ್ಕೆ ಆಸ್ಪದವಿಲ್ಲದ ರೀತಿಯಲ್ಲಿ ಒಂದೆಡೆ ಕೂಡಿ, ತೀರಾ ಅನೌಪಚಾರಿಕ ರೀತಿಯಲ್ಲಿ ಕೆಲವು ಖಾಸಗಿ ವಿಷಯಗಳನ್ನು ಕುರಿತು ಪರಸ್ಪರ ಚರ್ಚಿಸಲು ಮಕ್ಕಳ ಪೋಷಕರಿಗೆ ಈ ನರ್ತನ ಗೋಷ್ಠಿ ಒಂದು ನಿಮಿತ್ತವಾಗಿದ್ದಂತೆ ನನಗೆ ಕಂಡಿತು.

ನಾನು ಈ ವಲಯಕ್ಕೆ ಹೊರಗಿನವನಾದ್ದರಿಂದ ಚರ್ಚೆ ಸಂವಾದಗಳಿಗೆ ನನ್ನಲ್ಲಿ ಯಾವ ವಿಶೇಷ ಸಂಗತಿಯೂ ಇರಲಿಲ್ಲ. ಹೀಗಾಗಿ ಇತರರ ಗೊಡವೆಯಿಲ್ಲದೆ ಸ್ವತಂತ್ರವಾಗಿ ಸಂಜೆಯನ್ನು ಕಳೆಯುವುದು ನನಗೆ ಸಾಧ್ಯವಾಯಿತು. ಈ ಕೌಟುಂಬಿಕ ಸಂತೋಷದ ಸಮಾರಂಭದಲ್ಲಿ ನನ್ನಂತೆ ಅಕಸ್ಮಾತ್ ತಲೆಹಾಕಿದ್ದ ಇನ್ನೊಬ್ಬ ಮಹನೀಯ ಕೂಡ ಅಲ್ಲಿದ್ದ. ನಿಜ ಹೇಳಬೇಕೆಂದರೆ ನನ್ನ ಗಮನವನ್ನು ಮೊದಲು ಸೆಳೆದವನು ಅವನೇನೆ. ಅವನನ್ನು ಕಂಡರೆ ಅನುಕೂಲಸ್ಥ ಕುಲೀನ ಕುಟುಂಬಕ್ಕೆ ಸೇರಿದಂತೆ ತೋರುತ್ತಿರಲಿಲ್ಲ. ಆತ ನೀಳವಾಗಿ ತೆಳ್ಳಗಿದ್ದ; ನೀಟಾಗಿ ಉಡುಪು ಧರಿಸಿದ್ದ. ಗಂಭೀರನಂತೆ ಕಾಣಿಸುತ್ತಿದ್ದ. ಇಂಥ ಕೌಟುಂಬಿಕ ಸಮಾರಂಭಗಳಲ್ಲಿ ಅವನಿಗೆ ಆಸಕ್ತಿಯಿದ್ದಂತೆ ತೋರುತ್ತಿರಲಿಲ್ಲ. ಹೀಗಾಗಿ ಅವನು ಮೂಲೆಯೊಂದನ್ನು

ಹಿಡಿದು ಕೂತಾಗ ಅವನ ಮುಖದ ಮೇಲಿನ ಮುಗುಳ್ನಗೆ ಮಾಯವಾಗಿ, ದಪ್ಪನೆಯ ಕಪ್ಪು ಹುಬ್ಬು ಗಂಟಿಕ್ಕಿದವು. ಆತಿಥೇಯನ ಹೊರತು ಅವನಿಗೆ ಇತರರ ಪರಿಚಯವಿರಲಿಲ್ಲ. ಕೊನೆಯ ತನಕ ಬಹಳ ಮಜವಾಗಿ ಕಾಲಕಳೆದವನಂತೆ ನಟಿಸಿದರೂ, ಬೇಸರದ ಚಿಹ್ನೆಗಳು ಅವನ ಮುಖದ ಮೇಲೆ ಎದ್ದು ಕಾಣುತ್ತಿದ್ದವು. ಅವನೊಬ್ಬ ಪ್ರಾಂತೀಯನೆಂದೂ ತನ್ನ ಊರಿನಿಂದ ಈ ನಗರಕ್ಕೆ ಯಾವುದೋ ಬಿಕ್ಕಟ್ಟಿನ ತುರ್ತು ವ್ಯವಹಾರದ ದೆಸೆಯಿಂದ ಬಂದಿದ್ದನೆಂದೂ ತಿಳಿಯಿತು. ಜೊತೆಗೆ ನಮ್ಮ ಆತಿಥೇಯನಿಗೆ ಒಂದು ವಶೀಲಿಪತ್ರ ತಂದಿದ್ದನೆಂದೂ ಇಲ್ಲಿ ಅವನನ್ನು ನೋಡಿಕೊಳ್ಳುವ ಹೊಣೆ ನಮ್ಮ ಆತಿಥೇಯ ಹೊತ್ತಿದ್ದನೆಂದೂ ಆಮೇಲೆ ತಿಳಿದುಬಂತು. ಹೃದಯಪೂರ್ವಕವಾಗಿ ಅಲ್ಲದೆ, ಕೇವಲ ಶಿಷ್ಟಾಚಾರದ ಸೌಜನ್ಯದಿಂದ ಮಾತ್ರ ಆ ವ್ಯಕ್ತಿಯನ್ನು ನಮ್ಮ ಆತಿಥೇಯ ಮಕ್ಕಳ ಸಮಾರಂಭಕ್ಕೆ ಕರೆದಿದ್ದನಂತೆ.

ಅಲ್ಲಿ ನೆರೆದಿದ್ದವರು ಅವನನ್ನು ಇಸ್ಪೀಟಿಗೆ ಕರೆಯಲಿಲ್ಲ; ಅವನಿಗೆ ಸಿಗರೇಟು ನೀಡಲಿಲ್ಲ. ರೆಕ್ಕೆ ಪುಕ್ಕಗಳನ್ನು ದೂರದಿಂದಲೇ ಕಂಡು ಈ ಹಕ್ಕಿಯ ಅಂತಸ್ತನ್ನು ಅವರು ನಿರ್ಧರಿಸಿದಂತಿತ್ತು. ಹೀಗಾಗಿ ಏನು ಮಾಡಬೇಕೆಂದು ತೋಚದ ಈ ಭೂಪತಿ, ಯಾವ ಕೆಲಸವೂ ಇರದ ತನ್ನ ಕೈಗಳಿಂದ ವಿಧಿಯಿಲ್ಲದೆ ತನ್ನ ಮೀಸೆಗಳನ್ನು ತೀಡುತ್ತ, ಸಂಜೆ ಕಳೆಯಬೇಕಾಯಿತು. ಅವನ ಮೀಸೆಗಳು ನಿಜಕ್ಕೂ ಪೊಗದಸ್ತಾಗಿದ್ದವು. ಆದರೆ ಅವನು ಅವುಗಳನ್ನು ತೀಡುತ್ತಿದ್ದ ವೈಖರಿಯನ್ನು ಗಮನಿಸಿದರೆ, ಜಗತ್ತಿಗೆ ಅವನ ಮೀಸೆ ಮೊದಲು ಪ್ರವೇಶಿಸಿ, ಆಮೇಲೆ ಅವುಗಳನ್ನು ತೀಡುವುದಕ್ಕೋಸ್ಕರವೇ ಈ ವ್ಯಕ್ತಿ ಜನ್ಮ ತಾಳಿದನೋ ಎನ್ನುವಂತಿತ್ತು.

ನನ್ನಲ್ಲಿ ಆಸಕ್ತಿ ಕೆರಳಿಸಿದ್ದ ಮತ್ತೊಬ್ಬ ಮಹನೀಯನೂ ಅಲ್ಲಿದ್ದ. ಆದರೆ ಅವನ ರೀತಿಯೇ ಬೇರೆ. ಅವನೊಬ್ಬ ಗಣ್ಯ ಆಸಾಮಿ. ಅವನ ಹೆಸರು ಯೂಲಿಯಾನ್ ಮಾಸ್ತಕೋವಿಚ್ ಎಂದು ತಿಳಿಯಿತು. ಆತ ಗೌರವಾನ್ವಿತ ಅತಿಥಿಯೆಂಬುದು ಮೊದಲ ನೋಟಕ್ಕೇ ಗೊತ್ತಾಗುತ್ತಿತ್ತು. ಮೀಸೆಯ ಮಹನೀಯನನ್ನು ನಮ್ಮ ಆತಿಥೇಯ ಯಾವ ಉಪೇಕ್ಷೆಯಿಂದ ಕಾಣುತ್ತಿದ್ದನೋ, ಅದೇ ಉಪೇಕ್ಷೆಯಿಂದ ಮಾಸ್ತಕೋವಿಚ್ ಆತಿಥೇಯನನ್ನು ಕಾಣುತ್ತಿದ್ದ. ಆತಿಥೇಯ ಮತ್ತವನ ಮಡದಿ ಮಾಸ್ತಕೋವಿಚ್‌ನನ್ನು ಮಹಾ ಗೌರವಾದರಗಳಿಂದ ನೋಡಿಕೊಳ್ಳುತ್ತಿದ್ದರು. ಅವನಿಗೆ ಮನಸ್ಸಂತೋಷವಾಗುವ ಸಕಲ ಸಂಗತಿಗಳನ್ನೂ ನಿವೇದಿಸುತ್ತಿದ್ದರು. ಮುತುವರ್ಜಿಯಿಂದ ಮೇಲೆ ಬಿದ್ದು ಉಪಚರಿಸುತ್ತಿದ್ದರು. ಅವನ ಕೃಪಾಕಟಾಕ್ಷಕ್ಕೆ ಹಾತೊರೆಯುವ ದೀನತೆ ಅವರ ಮುಖದ ಮೇಲೆ ಎದ್ದು ಕಾಣುತ್ತಿತ್ತು. ಇತರ ಅತಿಥಿಗಳನ್ನು ಅವನಿದ್ದಲ್ಲಿಗೆ ಕರೆತಂದು ಪರಿಚಯಿಸುತ್ತಿದ್ದರು.

ಇಂಥ ಸುಖಕರವಾದ ಸಂಜೆಯನ್ನು ತಾನು ಕಳೆದ ಸಂದರ್ಭಗಳು ಬಹಳ ಅಪರೂಪವೆಂದು ಯೂಲಿಯಾನ್ ಮಾಸ್ತಕೋವಿಚ್ ಹೇಳಿದಾಗ, ನಮ್ಮ ಆತಿಥೇಯನ ಕಣ್ಣುಗಳು ಹರ್ಷದಿಂದ ಹನಿಗೂಡಿದ್ದನ್ನು ನಾನು ಗಮನಿಸಿದೆ. ಆದರೆ ನನಗೇಕೋ ಈ ಗಣ್ಯನ ಸಹವಾಸ ಮುಜುಗರ ಬರಿಸಿತ್ತು. ಅದ್ದರಿಂದ ನಾನು ಆತಿಥೇಯನ ಐವರು ಮುದ್ದು ಮಕ್ಕಳ ಜೊತೆ ಸ್ವಲ್ಪ ಸಮಯ ವಿನೋದವಾಗಿ ಕಳೆದು, ಯಾರೂ ಇಲ್ಲದ ಒಂದು ಸಣ್ಣ ಕೋಣೆ ಹೊಕ್ಕೆ. ಅಲ್ಲಿ ಅರ್ಧ ಕೋಣೆಯನ್ನು ಆಕ್ರಮಿಸಿಕೊಂಡು ಕೂತೆ.

ಮಕ್ಕಳು ಚೂಟಿಯಾಗಿ ಮೋಹಕವಾಗಿದ್ದವು. ತಾಯಂದಿರು ಹಾಗು ಗೃಹಶಿಕ್ಷಕಿಯರು ಎಷ್ಟೇ ಬುದ್ಧಿ ಹೇಳಿದರೂ ಆ ಪೋರರು ಹಿರಿಯರ ಗಾಂಭೀರ್ಯವನ್ನು ಚೂರೂ ಲೆಕ್ಕಿಸದೆ, ತದ್ವಿರುದ್ಧವಾದ ವರ್ತನೆಯಲ್ಲಿ ತೊಡಗಿದ್ದರು, ಕ್ರಿಸ್‌ಮಸ್ ವೃಕ್ಷದ ಮೇಲೆ ಸಿಂಗರಿಸಿದ್ದ

ಸಿಹಿಪದಾರ್ಥಗಳನ್ನು ಆ ಎಳೆಯರು ಅತ್ಯಂತ ಅಲ್ಪ ಸಮಯದಲ್ಲಿ ಪೂರ್ತ ಸುಲಿದು ಲಪಟಾಯಿಸಿದ್ದರು. ಯಾವ ಆಟಿಗೆ ಯಾರಿಗೆ ಸೇರಿದ್ದು ಎಂದು ತಿಳಿಯುವ ಮುಂಚೆಯೇ ಸುಮಾರು ಅರ್ಧದಷ್ಟನ್ನು ಅವರು ಮುರಿದು ಹಾಕಿದ್ದರು.

ಆ ಮಕ್ಕಳಲ್ಲಿ ಒಬ್ಬ ನೋಡುವುದಕ್ಕೆ ತುಂಬಾ ಸ್ಫುರದ್ರೂಪಿಯಾಗಿದ್ದ. ಕಪ್ಪು ಕಣ್ಣಿನ ಗುಂಗುರುಗೂದಲಿನ ಆ ಚೆಲುವ ತನ್ನ ಮರದ ಬಂದೂಕಿನಿಂದ ಬಹಳ ಹೊತ್ತು ನನ್ನತ್ತ ಗುರಿಯಿಟ್ಟಿದ್ದ. ಆದರೆ ನನ್ನ ಗಮನವನ್ನು ಸೆಳೆದು ಕೇಂದ್ರೀಕರಿಸಿಕೊಂಡವಳೆಂದರೆ ಅವನ ತಂಗಿ. ಹನ್ನೊಂದು ತುಂಬಿದ್ದ ಆ ಪೋರಿ ರತಿಯಂತಿದ್ದಳು. ಶಾಂತ, ಗಂಭೀರ ಸ್ವಭಾವದವಳೆಂದು ಅವಳ ಮುಖ ನೋಡಿದೊಡನೆ ಹೇಳಬಹುದಿತ್ತು. ಕಳೆಯುಕ್ಕುವ, ಕನಸು ಸೂಸುವ ಬಟ್ಟಲುಗಣ್ಣಿನ ಕಟ್ಟಾಣಿ ಅವಳು. ಇತರ ಮಕ್ಕಳು ಅವಳ ಮನಸ್ಸು ನೋಯಿಸುವಂಥ ಯಾವುದೋ ಕೀಟಲೆ ಮಾಡಿದ್ದರ ಪರಿಣಾಮವಾಗಿ ಆ ಹುಡುಗಿ ಆಟ ಬಿಟ್ಟು ನಾನಿದ್ದ ಕೋಣೆಯ ಏಕಾಂತಕ್ಕೆ ಬಂದಿದ್ದಳು. ಅವಳು ತನ್ನ ಗೊಂಬೆಯೊಂದಿಗೆ ಕೋಣೆಯ ಮೂಲೆ ಹಿಡಿದು ಕೂತಳು. ಆ ಹುಡುಗಿಯನ್ನು ಕುರಿತು, ಅಲ್ಲಿ ನೆರೆದಿದ್ದ ಅತಿಥಿಗಳು "ಇವಳ ತಂದೆ ಭಾರೀ ಶ್ರೀಮಂತ, ದೊಡ್ಡ ವ್ಯಾಪಾರಸ್ಥ. ಇವಳ ಮದುವೆಯ ಸಮಯದಲ್ಲಿ ವರದಕ್ಷಿಣೆಯೆಂದು ಮೂರು ಲಕ್ಷ ರೂಬಲ್‌ಗಳನ್ನು ಈಗಲೇ ಬೇರೆ ತೆಗೆದಿಟ್ಟಿದ್ದಾನಂತೆ," ಎಂದು ಮಾತಾಡಿ ಕೊಳ್ಳುತ್ತಿದ್ದರು. ಹಾಗೆ ಅನ್ನುವಾಗ ಅವರ ಧ್ವನಿಯಲ್ಲಿ ಒಂದು ಬಗೆಯ ಭಯಚಕಿತ ಭಾವವನ್ನು ನಾನು ಗಮನಿಸಿದ್ದೆ. ಈ ಸುದ್ದಿ ತಿಳಿದ ಗುಂಪಿನ ಕಡೆ ನಾನು ತಿರುಗಿದಾಗ ನನ್ನ ಕಣ್ಣು ಯೂಲಿಯಾನ್ ಮಾಸ್ತಕೋವಿಚ್‌ನ ಕಣ್ಣುಗಳನ್ನು ಸಂಧಿಸಿದವು. ಅವನು ಬೆನ್ನುಗೈಯಾಗಿ, ತಲೆಯನ್ನು ಒಂದೆಡೆ ನಸುವಾಲಿಸಿ, ಈ ಸಪ್ಪೆ ಮಾತುಗಳನ್ನು ಚಿತ್ತೈಕಾಗ್ರತೆಯಿಂದ ಆಲಿಸುವವನಂತೆ ನಿಂತಿದ್ದ.

ಆಮೇಲೆ ನಮ್ಮ ಆತಿಥೇಯ ಮಕ್ಕಳಿಗೆ ಉಡುಗೊರೆಗಳನ್ನು ಹಂಚುವಲ್ಲಿ ತೋರಿಸಿದ ಚಾಲಾಕಿತನವನ್ನು ಮೆಚ್ಚುತ್ತಾ ನಾನು ಮೈಮರೆತಿದ್ದೆ. ಸಹಸ್ರಾರು ರೂಬಲ್ ವರದಕ್ಷಿಣೆಯ ಆ ಪುಟ್ಟ ಕನ್ಯೆಗೆ ಬಲು ಸುಂದರವಾದ ಗೊಂಬೆ ದಕ್ಕಿತ್ತು. ಇನ್ನುಳಿದ ಗೊಂಬೆಗಳನ್ನು ಆಯಾ ಮಕ್ಕಳ ತಂದೆತಾಯಿಗಳ ಸ್ಥಾನಮಾನ, ಜೀವನದಲ್ಲಿನ ಅಂತಸ್ತುಗಳಿಗೆ ಅನುಸಾರವಾಗಿ ಹಂಚಲಾಯಿತು. ಇದರ ಪರಿಣಾಮವಾಗಿ ಕೊಟ್ಟಕೊನೆಯ ಪೋರನ ಪಾಲಿಗೆ ಭಾಗ್ಯವಾಗಿ ಬಂದದ್ದೆಂದರೆ ಅಂದವಾದ ಚಿತ್ರಗಳಿಲ್ಲದ ನಿಸರ್ಗಕತೆಗಳ ಒಂದು ನರಪೇತಲ ಪುಸ್ತಕ. ತೆಳ್ಳನೆಯ ಮೈಕಟ್ಟಿನ ಆ ಕೆಂಗೂದಲಿನ ಹೈದನಿಗೆ ಹತ್ತು ವರ್ಷ ವಯಸ್ಸಿದ್ದಿರಬಹುದು. ಅವನ ತಾಯಿ ಒಬ್ಬ ಗೃಹಶಿಕ್ಷಕಿ, ಬಡ ವಿಧವೆ. ಆ ಹುಡುಗ ಪೆಚ್ಚು ಪೆಚ್ಚಾಗಿ ಕಾಣುತ್ತಿದ್ದ, ಅಗ್ಗದ ಬೆಲೆಯ ಹಳದಿ ಬಣ್ಣದ ಹತ್ತಿಯಂಗಿಯನ್ನು ಧರಿಸಿದ್ದ. ತನಗೆ ದೊರೆತ ಉಡುಗೊರೆಯಿಂದ ಅವಮಾನಿತನಾದಂತೆ ಅವನ ಮುಖಭಾವ ಸೂಚಿಸುತ್ತಿತ್ತು. ನಿಸರ್ಗಕತೆಗಳ ಪುಸ್ತಕ ಹಿಡಿದುಕೊಂಡು ಬೇರೆ ಮಕ್ಕಳ ಆಟಿಗೆಗಳ ಸುತ್ತ ಆತ ನಿಧಾನವಾಗಿ ಗಿರ್ಕಿ ಹಾಕತೊಡಗಿದ. ಅವುಗಳೊಂದಿಗೆ ಆಟವಾಡಲು ಅವನಿಗೆ ಬಹಳ ಇಷ್ಟವಿತ್ತು. ಆದರೆ ಆ ಧೈರ್ಯಮಾಡಲಿಲ್ಲ. ಆ ವಯಸ್ಸಿಗೇ ಅವನಿಗೆ ತನ್ನ ಸ್ಥಾನಮಾನದ ಕಲ್ಪನೆ ಚೆನ್ನಾಗಿ ಅರಿವಾದಂತಿತ್ತು.

ಮಕ್ಕಳ ವರ್ತನೆಯನ್ನು ಸೂಕ್ಷ್ಮವಾಗಿ ಗಮನಿಸುವುದರಲ್ಲಿ ನನಗೆ ಇನ್ನಿಲ್ಲದ ಆಸ್ಥೆ. ಒಂದೊಂದು ಮಗುವೂ ತನ್ನ ಹೆಚ್ಚುಗಾರಿಕೆಯನ್ನು ಸಮರ್ಥಿಸಿ ಸ್ಥಾಪಿಸಿಕೊಳ್ಳಲು ಹೆಣಗುವ ಕ್ರಿಯೆಯನ್ನು, ಸ್ವಂತಿಕೆಯನ್ನು ಕಣ್ಣಲ್ಲಿ ಕಣ್ಣಿಟ್ಟು ಅವಲೋಕಿಸುವುದು ಬಹಳ ಮೋಜಿನ ವಿಚಾರ.

ಆ ಕೆಂಗೂದಲ ಪೋರನ ಮೇಲೆ ಇತರ ಮಕ್ಕಳ ಆಟಿಗೆಗಳು ಭಾರೀ ಆಕರ್ಷಣೆ ಬೀರಿ ಅವನನ್ನು ತಮ್ಮೆಡೆಗೆ ಸೆಳೆಯುತ್ತಿದ್ದವು. ಅದರಲ್ಲೂ ಆ ರಂಗಮಂದಿರದ ಆಟಿಗೆ, ಅದರೊಂದಿಗೆ ಆಟವಾಡಲು ಅವನಿಗೆ ತುಂಬಾ ಇಷ್ಟವಿತ್ತು. ಹೀಗಾಗಿ ಅಲ್ಲಿದ್ದ ಮಕ್ಕಳನ್ನು ಒಲಿಸಿಕೊಳ್ಳಲು ಆತ ಪುಸಲಾವಣೆ ನಡೆಸುತ್ತಿದ್ದ. ಅವನು ಮುಗುಳ್ನಕ್ಕು ಅವರ ಜೊತೆ ಆಟದಲ್ಲಿ ಪಾಲ್ಗೊಂಡ. ತನಗಾಗಿ ಕಾಪಾಡಿಕೊಂಡಿದ್ದ ಒಂದೇ ಒಂದು ಸೇಬನ್ನು, ಈಗಾಗಲೇ ಮಿಠಾಯಿಯಿಂದ ಕಿಸೆ ಗಿಡಿದುಹೋಗಿದ್ದ ಡುಮ್ಮನೊಬ್ಬನಿಗೆ ನೀಡಿದ, ಅಲ್ಲದೆ ಇನ್ನೊಬ್ಬನನ್ನು ಕೂಸುಮರಿ ಮಾಡಿಕೊಂಡು ತಿರುಗಾಡಿದ. ತನ್ನನ್ನು ಆ ಮಕ್ಕಳೂ ಆಟದಿಂದ ಹೊರಗಟ್ಟದಿರಲಿ ಎಂಬ ಏಕೈಕ ಆಕಾಂಕ್ಷೆ ಇವೆಲ್ಲವನ್ನೂ ಅವನಿಂದ ಮಾಡಿಸಿತ್ತು. ಆದರೆ ಸ್ವಲ್ಪ ಸಮಯದಲ್ಲೇ ಒಬ್ಬ ಉದ್ಧಟ ಹುಡುಗ ಅಲ್ಲಿಗೆ ಆಗಮಿಸಿ ಆ ಪೋರನನ್ನು ಚೆನ್ನಾಗಿ ತದಕಿದ. ಪೋರನಿಗೆ ಅಳುವಷ್ಟು ಧೈರ್ಯವೂ ಇರಲಿಲ್ಲ. ಆಗ ಗೃಹಶಿಕ್ಷಕಿ ಅಲ್ಲಿಗೆ ಬಂದು, ಇತರ ಮಕ್ಕಳ ಜೊತೆ ಸೇರದೆ ಬೇರೆ ಆಡಿಕೊಳ್ಳಲು ಅವನಿಗೆ ತಿಳಿಸಿದಳು. ಹೀಗಾಗಿ ನಾನು ಮತ್ತು ಆ ಪುಟ್ಟ ಚೆಲುವೆಯಿದ್ದ ಕೋಣೆಗೆ ಆ ಹುಡುಗ ನುಸುಳಿದ. ಅವಳು ಅವನನ್ನು ತನ್ನ ಪಕ್ಕದಲ್ಲಿ ಕೂರಿಸಿಕೊಂಡಳು. ಇಬ್ಬರೂ ಬೆಲೆ ಬಾಳುವ ಗೊಂಬೆಯೊಂದಕ್ಕೆ ಬಟ್ಟೆಯುಡಿಸು ವುದರಲ್ಲಿ ತಲ್ಲೀನರಾದರು.

ಸುಮಾರು ಅರ್ಧಗಂಟೆ ಕಳೆಯಿತು. ಆ ಇಬ್ಬರು ಮಕ್ಕಳ ಹರಟೆಯನ್ನಾಲಿಸುತ್ತ ನಾನು ಹೆಚ್ಚುಕಡಿಮೆ ತೂಕಡಿಸುವ ಸ್ಥಿತಿಯಲ್ಲಿದ್ದೆ. ಆಗ ಮಾಸ್ತಕೋವಿಚ್ ಹಠಾತ್ತನೆ ನಮ್ಮ ಕೋಣೆ ಯೊಳಗೆ ಪ್ರವೇಶಿಸಿದ. ಮಕ್ಕಳ ಗಲಾಟೆಯ ನೆವಮಾಡಿಕೊಂಡು ಆತ ದಿವಾನಖಾನೆಯಿಂದ ಈ ಕೋಣೆಗೆ ನುಣುಚಿಕೊಂಡಿದ್ದ. ತನಗೆ ಆಗತಾನೆ ಪರಿಚಯವಾಗಿದ್ದ ಶ್ರೀಮಂತ ಹುಡುಗಿಯ ತಂದೆಯೊಡನೆ ಅವನು ಸಂಭಾಷಣೆಯಲ್ಲಿ ತೊಡಗಿದ್ದನ್ನು ನಾನು ಈ ಮೂಲೆಯಲ್ಲೇ ಕೂತು ಗಮನಿಸಿದ್ದೆ. ನಮ್ಮ ಕೋಣೆಗೆ ಬಂದಮೇಲೆ ಆತ ಒಂದು ಕ್ಷಣ ಏನನ್ನೋ ಜ್ಞಾಪಿಸಿಕೊಳ್ಳುವವನಂತೆ, ತನ್ನ ಬೆರಳುಗಳಿಂದ ಯಾವುದೋ ಲೆಕ್ಕವನ್ನು ಹಾಕುತ್ತಿರುವವನಂತೆ ಗೊಣಗುತ್ತ ನಿಂತ :

"ಮೂರು ಲಕ್ಷ-ಮೂರು ಲಕ್ಷ-ಹನ್ನೊಂದು, ಹನ್ನೆರಡು, ಹದಿಮೂರು... ಹದಿನಾರು- ಅಂದರೆ ಐದು ವರ್ಷಗಳಲ್ಲಿ ! ಶೇಕಡ ನಾಲ್ಕು ಎಂದಿಟ್ಟುಕೊಂಡರೂ...ಹನ್ನೆರಡೈದ್ಲ-ಅರವತ್ತು; ಮತ್ತು ಈ ಅರವತ್ತರ ಮೇಲೆ-ಐದು ವರ್ಷಗಳಲ್ಲಿ ಇದು ಎಷ್ಟಾಗಬಹುದು ? ಸರಿ, ನಾಲ್ಕು ಲಕ್ಷ. ಹ್ಞಾ ! ಹ್ಞಾ ! ಆದರೆ ಆ ಫಾಕಡಾ, ಆ ಮುದಿ ನರಿ, ಶೇಕಡ ನಾಲ್ಕಕ್ಕೆ ತೃಪ್ತಿ ಪಡೋ ಹಾಗೆ ಕಾಣಿಸೋದಿಲ್ಲ. ಅವನಿಗೆ ಶೇಕಡ ಎಂಟು ಹತ್ತು ಗಿಟ್ಟಿದರೂ ಗಿಟ್ಟೀತೆ... ಕೊನೆಯಪಕ್ಷ ಐದು.... ಲಕ್ಷ ಅಂತ ಇಟ್ಟುಕೊಳ್ಳೋಣ... ಅದಕ್ಕಿಂತ ಹೆಚ್ಚಿದರೆ ಜೇಬು ಖರ್ಚಿಗಾಯಿತು... ಹುಂ..."

ಈ ಲೆಕ್ಕಾಚಾರ ಮುಗಿದು, ಮಾಸ್ತಕೋವಿಚ್ ಮೂಗನ್ನು ಸೀದು ಕೋಣೆ ಬಿಡಬೇಕು ಅನ್ನುವಷ್ಟರಲ್ಲಿ ಆ ಹುಡುಗಿ ಅಲ್ಲಿರುವುದು ಅವನಿಗೆ ಪತ್ತೆಯಾಗಿ ಆತ ಮೂಕವಿಸ್ಮಿತನಾಗಿ ನಿಂತುಬಿಟ್ಟ. ಆದರೆ ನಾನು ಮರೆಯಲ್ಲಿದ್ದುದರಿಂದ ನನ್ನನ್ನು ಅವನು ನೋಡಲಿಲ್ಲ. ಅವನು ಉದ್ವೇಗಕ್ಕೆ ಒಳಗಾಗಿ ನಡುಗುತ್ತಿರುವಂತೆ ನನಗೆ ತೋರಿತು. ಅವನ ಲೆಕ್ಕಾಚಾರ ಅವನನ್ನು ಹಾಗೆ ವ್ಯಗ್ರಗೊಳಿಸಿರಬೇಕು. ಆತ ತನ್ನ ಕೈಗಳನ್ನು ಉಜ್ಜಿಕೊಳ್ಳುತ್ತ ಆ ಕಡೆಯಿಂದ ಈ ಕಡೆಗೆ ಜಿಗಿಯುತ್ತ ನಡೆದ. ಇದರಿಂದ ಅವನು ಮತ್ತಷ್ಟು ಉದ್ವಿಗ್ನನಾದಂತೆ ತೋರಿತು. ಕೊನೆಗೊಮ್ಮೆ

ತನ್ನ ಭಾವಾವೇಗವನ್ನು ತಹಬಂದಿಗೆ ತಂದುಕೊಂಡು ಆತ ನಿಶ್ಚಲನಾದ. ಭಾವೀ ಮದುಮಗಳ ಕಡೆ ದೃಷ್ಟಿ ನೆಟ್ಟ. ಅವಳತ್ತ ನಡೆಯುವ ಬಯಕೆ ಅವನಲ್ಲಿ ತೀವ್ರವಾಗಿರಬೇಕು. ಪಾಪಪ್ರಜ್ಞೆಯಿಂದಲೋ ಎಂಬಂತೆ ಆತ ತುದಿಗಾಲಿನ ಮೇಲೆ ನಡೆದು ಆ ಪುಟ್ಟ ಕನ್ಯೆಯ ಬಳಿಸಾರಿದ. ನಸುನಕ್ಕು ಬಗ್ಗಿ ಅವಳ ತಲೆಯನ್ನು ಮೃದುವಾಗಿ ಚುಂಬಿಸಿದ.

ಅವನ ಆಗಮನ ಆ ಹುಡುಗಿಗೆ ಅನಿರೀಕ್ಷಿತವಾಗಿ ಕಂಡು ಬಂದದ್ದರಿಂದ ಅವಳು ಚಿಟ್ಟನೆ ಚೀರಿಬಿಟ್ಟಳು.

"ಇಲ್ಲೇನು ಮಾಡ್ತಿದೀಯ ಮಗು ?" ಎಂದು ಪಿಸುನುಡಿದು, ಸುತ್ತ ಒಮ್ಮೆ ದೃಷ್ಟಿ ಹಾಯಿಸಿ, ಯಾರೂ ಗಮನಿಸುತ್ತಿಲ್ಲವೆಂದು ಖಾತ್ರಿಪಡಿಸಿಕೊಂಡು, ಆತ ಅವಳ ಕೆನ್ನೆಯನ್ನು ಚಿವುಟಿದ.

"ಇಬ್ರೂ ಆಟ ಆಡ್ತಿದೀವಿ," ಎಂದು ಆ ಪುಟ್ಟಿ ಉತ್ತರಿಸಿದಳು.

"ಏನು ? ಈ ಹೈದನ ಜೊತೆಯಲ್ಲೆ ?" ಎಂದು ಮಾಸ್ತಕೊವಿಚ್, ಆ ಗೃಹಶಿಕ್ಷಕಿಯ ಮಗನತ್ತ ವಕ್ರನೋಟ ಬೀರಿ, "ತಮ್ಮ! ಇಲ್ಲೇನಪ್ಪ ನಿನಗೆ ಕೆಲಸ ? ದಿವಾನಖಾನೆಗೆ ಹೋಗಪ್ಪ!" ಎಂದ.

ಹುಡುಗ ಮಾತಾಡದೆ ಆ ಅಪರಿಚಿತನನ್ನು ಬಿಟ್ಟ ಕಣ್ಣಿನಿಂದ ನೋಡತೊಡಗಿದ. ಮಾಸ್ತಕೋವಿಚ್ ಮತ್ತೊಮ್ಮೆ ಅತ್ತಿತ್ತ ಸಿಂಹಾವಲೋಕನ ಮಾಡಿ, ಹುಡುಗಿಯೆದುರುಬಾಗಿ ಕೇಳಿದ :

"ಏನ್ ಪುಟ್ಟಿ, ಅದೇನಮ್ಮ ನಿನ್ನ ಕೈಲಿರೋದು ? ಗೊಂಬೆನಾ ?"

ಹುಡುಗಿ ಮೊದಲು ಒಂದಿಷ್ಟು ದಿಗಿಲುಗೊಂಡವಳಂತೆ ಕಂಡು, ಆಮೇಲೆ "ಹೂಂ !" ಅಂದಳು. ಅವಳ ಹುಬ್ಬು ಗಂಟಿಕ್ಕಿತು. "ಗೊಂಬೆಗಳನ್ನು ಯಾವುದ್ರಿಂದ ಮಾಡ್ತಾರೆ ಹೇಳ್ತೀಯ, ಜಾಣಮರಿ ?"

"ಗೊತ್ತಿಲ್ಲ" – ಕ್ಷೀಣವಾಗಿ ಉತ್ತರಿಸಿ, ಹುಡುಗಿ ತಲೆತಗ್ಗಿಸಿದಳು.

"ಗೊತ್ತಿಲ್ವೆ ? ಗೊಂಬೆಗಳನ್ನು ಮಾಡೋದು ಹರಕು ಚಿಂದಿಗಳಿಂದ ಮಗು !"

ಬಳಿಕ ಮಾಸ್ತಕೋವಿಚ್ ಹುಡುಗನನ್ನು ನೋಡಿ ನಿಷ್ಠುರವಾಗಿ ಅಂದ :

"ಲೋ, ಪೋರ... ಹೋಗೋ, ದಿವಾನಖಾನೆಯಲ್ಲಿ ಆಡಿಕೋ ಹೋಗು !"

ಆ ಮಕ್ಕಳು ಹುಬ್ಬು ಗಂಟಿಕ್ಕಿದರು. ಅಗಲಲು ಇಷ್ಟಪಡದೆ ಒಬ್ಬರನ್ನೊಬ್ಬರು ಗಟ್ಟಿಯಾಗಿ ತಬ್ಬಿಕೊಂಡು ಕೂತರು.

ಮಾಸ್ತಕೋವಿಚ್ ತೀರಾ ತಗ್ಗಿದ ದನಿಯಲ್ಲಿ ಹುಡುಗಿಯೊಂದಿಗೆ ಕೇಳಿದ :

"ನಿನಗೆ ಆ ಗೊಂಬೇನ ಯಾಕೆ ಕೊಟ್ರು ಗೊತ್ತಾ ?"

"ಉಹುಂ."

"ಯಾಕೇಂದ್ರೆ, ನೀನೊಬ್ಬ ತುಂಬಾ ಒಳ್ಳೆಯ ಹುಡುಗಿ ಅಂತ, ಮುದ್ದಾದ ಹುಡುಗಿ ಅಂತ.. ಇಡೀ ವಾರ ನೀನು ಒಂದಿಷ್ಟೂ ತಂಟೆ ಮಾಡ್ಲಿಲ್ಲ ಅಂತ."

ಹೀಗೆ ಗಳಹಿದ ಮಾಸ್ತಕೋವಿಚ್ ಮನಸ್ಸಿನಲ್ಲಿ ಯಾವುದೋ ಭಾವ ವಿಕಾರಕ್ಕೆ ಒಳಗಾದ; ತುಮುಲಕ್ಕೆ ಸಿಕ್ಕಿ ಹೊಯ್ದಾಡಿದ. ಸುತ್ತ ಒಮ್ಮೆ ನೋಡಿ, ಸಹನೆಗೆಟ್ಟ ಉದ್ವೇಗಪೂರ್ಣ ಸ್ವರದಲ್ಲಿ ಕ್ಷೀಣವಾಗಿ ನುಡಿದ :

"ನಿಮ್ಮ ತಂದೆತಾಯಿನ ನೋಡೋದಕ್ಕೆ ನಿಮ್ಮ ಮನೆಗೆ ಬಂದಾಗ ನನ್ನನ್ನ... ನನ್ನನ್ನ ಪ್ರೀತಿಸ್ತೀಯ, ಚಿನ್ನ ?"

ಹೀಗೆಂದು ಆ ಪುಟ್ಟ ಸುಂದರಿಯನ್ನು ಚುಂಬಿಸಲು ಆತ ಪ್ರಯತ್ನಿಸಿದ. ಹುಡುಗಿಯ ಕಣ್ಣಲ್ಲಿ ಇನ್ನೇನು ನೀರು ಉಕ್ಕಿ ಹರಿಯುವುದರಲ್ಲಿತ್ತು. ಅದನ್ನು ನೋಡಿ ಆ ಕೆಂಗೂದಲಿನ ಪೋರ ಅವಳ ಕೈಯನ್ನು ಗಟ್ಟಿಯಾಗಿ ಹಿಡಿದು, ಅವಳ ಅಳುವಿನೊಂದಿಗೆ ತನ್ನ ಅಳುವನ್ನೂ ಸೇರಿಸಿದ. ಇದರಿಂದ ಮಾಸ್ತಕೋವಿಚ್ ಕ್ರುದ್ಧನಾಗಿ ಅವನನ್ನು ಗದರಿಸಿದ :

"ನಡಿ ! ಆಚೆ ನಡಿ ! ದಿವಾನಖಾನೆಯಲ್ಲಿರೋ ನಿನ್ನ ಜೊತೆಗಾರರನ್ನು ಕೂಡಿಕೊ ಹೋಗು"

ಹುಡುಗಿ ಅಳು ನಿಲ್ಲಿಸದೆ ಚೀರಿದಳು :

"ಬೇಡ, ಅವನು ಹೋಗೋದು ಬೇಡ. ನೀನು ಹೋಗು. ಅವನು ಇಲ್ಲಿರಲಿ, ಇಲ್ಲೇ ಇರಲಿ..."

ಬಾಗಿಲ ಬಳಿ ಹೆಜ್ಜೆ ಸಪ್ಪಳ ಕೇಳಿಸಿದ್ದರಿಂದ ಮಾಸ್ತಕೋವಿಚ್, ಬಾಗಿದ್ದ ತನ್ನ ಗೌರವಾನ್ವಿತ ಶರೀರವನ್ನ, ನೇರಗೊಳಿಸಿಕೊಂಡು ಹೊರಡಲನುವಾದ. ಅವನಿಗಿಂತ ಕೆಂಗೂದಲಿನ ಪೋರನಿಗೆ ಹೆಚ್ಚು ಗಾಬರಿಯಾದಂತಿತ್ತು. ಅವನು ಹುಡುಗಿಯ ಕೈಬಿಟ್ಟು, ಗೋಡೆಯುದ್ದ ಸರಿದು, ದಿವಾನಖಾನೆಯ ಮೂಲಕ ಊಟದ ಕೋಣೆಗೆ ಜಾರಿಕೊಂಡ. ಮಾಸ್ತಕೋವಿಚ್ ಸಹ ಯಾರ ಗಮನಕ್ಕೂ ಬೀಳದೆ ಮೆಲ್ಲಗೆ ಊಟದ ಕೋಣೆ ಸೇರಿಕೊಂಡ. ಅವನ ಮುಖ ಸಮುದ್ರದ ನಳ್ಳಿಯಂತೆ ಕೆಂಪೇರಿತ್ತು. ಕನ್ನಡಿಯಲ್ಲಿ ನೋಡಿಕೊಂಡಾಗ ಅವನ ಮುಖ ಅವನಲ್ಲೇ ಮುಜುಗರ ಹುಟ್ಟಿಸುವಂತಿತ್ತು. ತನ್ನ ಅತ್ಯುತ್ಸಾಹ ಹಾಗು ಸಂಯಮವಿಲ್ಲದ ವರ್ತನೆಯ ಬಗ್ಗೆ ಅವನಿಗೆ ಅಸಹ್ಯವಾಗಿತ್ತು. ಗಾಂಭೀರ್ಯಕ್ಕೆ ತಕ್ಕ ಘನತೆಯಿಂದ ತಾನು ನಡೆದುಕೊಂಡಿರಲಿಲ್ಲವೆಂಬ ಅರಿವು ಮೂಡಿತ್ತು. ತನ್ನ ಲೆಕ್ಕಾಚಾರಗಳೂ ತನ್ನನ್ನು ಅತ್ಯಾಸೆಯ ಕಾತರತೆಗೆ ದೂಡಿದ್ದ ತಥ್ಯತೆ ನೆನಪಾಗಿ ಅವನಿಗೆ ನಾಚಿಕೆಯಾಗಿತ್ತು. ಸಣ್ಣ ಹಸುಳೆಯೊಂದು ತನ್ನ ಮೆಚ್ಚಿನ ವಸ್ತುವನ್ನು ಆತುರದಿಂದ ಬಾಚಿಕೊಳ್ಳಲು ಮುಂದಾಗುವಂತೆ ಆ ಹುಡುಗಿಯ ವಿಷಯದಲ್ಲಿ ತಾನು ತೀರಾ ಬಾಲಿಶವಾಗಿ ವರ್ತಿಸಿದ್ದು, ಅವನಿಗೆ ಬಹಳ ಬೇಸರ ಬರಿಸಿತ್ತು. ಆ ವಸ್ತು ಇನ್ನೂ ತನ್ನದಾಗಿರಲಿಲ್ಲವೆಂಬ ಅರಿವೂ ಅವನಲ್ಲಿ ಮೂಡಿತ್ತು. ಅದು ತನ್ನ ವಶವಾಗಬೇಕಾದರೆ ಕನಿಷ್ಠ ಐದು ವರ್ಷಗಳಾದರೂ ಕಳೆಯಬೇಕು... ಆ ಸಭ್ಯ ಪ್ರಭೃತಿಯನ್ನು ನಾನು ದಿವಾನ ಖಾನೆಯವರೆಗೆ ಹಿಂಬಾಲಿಸಿದೆ. ಅಲ್ಲಿ ಅಸಾಧಾರಣ ದೃಶ್ಯವೊಂದು ಕಾದಿತ್ತು.

ಮಾಸ್ತಕೋವಿಚ್ ಕೋಪದಿಂದ ಕುದಿಯುತ್ತಿದ್ದ. ಅವನ ನೋಟ ನಂಜು ಕಾರುತ್ತಿತ್ತು. ಕೆಂಗೂದಲಿನ ಪೋರನನ್ನು ಆತ ಗದರಿಸಲು ಪ್ರಾರಂಭಿಸಿದ. ಆ ಹುಡುಗ ಹಿಂಜರಿಯುತ್ತ, ಹಿಂಜರಿಯುತ್ತ, ಕೊನೆಗೆ ಹಿಂಜರಿಯಲು ಜಾಗವಿಲ್ಲದೆ, ಅಲ್ಲಿಂದ ತಪ್ಪಿಸಿಕೊಳ್ಳುವುದು ಹೇಗೆಂದು ತಿಳಿಯದೆ ಗಲಿಬಿಲಿಯ ಸ್ಥಿತಿಯಲ್ಲಿದ್ದ.

"ತೊಲಗೂ ಇಲ್ಲಿಂದ ! ನಿನಗೇನೋ ಇಲ್ಲಿ ಕೆಲಸ ? ಹೂಂ, ನಡಿ, ಅಪ್ರಯೋಜಕ ಮುಂಡೇದೆ. ಹಣ್ಣನ್ನ ಕದೀತೀಯ ? ತೊಲಗ್ತೀಯೊ ಇಲ್ವೊ? ದರಿದ್ರ ಮುಖದೋನೆ, ನಡಿಯೋ ಆಚೆ !"

ಅಂಜಿಕೆಯಿಂದ ಹಿಂಜಿಹೋಗಿದ್ದ ಆ ಪೋರ, ಕೊನೆಯ ಪ್ರಯತ್ನವೆಂಬಂತೆ, ಕಣ್ಣು ಮುಚ್ಚಿ ತೆರೆಯುವುದರೊಳಗೆ ಮೇಜಿನ ಕೆಳಗೆ ತೂರಿಕೊಂಡ.

ಮಾಸ್ತಕೋವಿಚ್ ಕೋಪದಿಂದ ಹುಚ್ಚನಂತಾಗಿ ತನ್ನ ಕಿಸೆಯಿಂದ ರೇಸಿಮೆಯ ಕರವಸ್ತ್ರ ತೆಗೆದು ಅದನ್ನು ಆ ಹುಡುಗನ ಮೇಲೆ ಚಾವಟಿಯಂತೆ ಬೀಸುತ್ತಾ, ಮೇಜಿನ ಕೆಳಗಿನಿಂದ ಅವನನ್ನು ಹೊರದೂಡಲು ಪ್ರಯತ್ನಿಸಿದ.

ಮಾಸ್ತಕೋವಿಚ್ ಹೆಚ್ಚು ಕಡಿಮೆ ಚೆನ್ನಾಗಿ ಪೋಷಿಸಿ ಬೆಳೆಸಿದ ಕೊಬ್ಬಿದ ದೇಹದ ಧಾಂಡಿಗನಾಗಿದ್ದ. ಅವನ ಕೆನ್ನೆಗಳು ತುಂಬಿಕೊಂಡಿದ್ದವು. ಹೊಟ್ಟೆ ಡುಬ್ಬ. ಕಾಲಿನ ಹರಡಿನ ಮಾಂಸ ಉಬ್ಬಿಕೊಂಡು ಉರುಟಾಗಿತ್ತು. ಅವನು ಪೂರಾ ಬೆವತಿದ್ದ. ತಿದಿಯಂತೆ ಏದುಸಿರು ಬಿಡುತ್ತಿದ್ದ. ಆ ಪೋರನ ಬಗೆಗೆ ಅವನ ತಿರಸ್ಕಾರ (ಅಥವಾ ಮಾತ್ಸರ್ಯವೊ ?) ಎಷ್ಟು ತೀವ್ರವಾಗಿತ್ತೆಂದರೆ, ಅವನು ಹುಚ್ಚು ಹಿಡಿದವನಂತೆ ವರ್ತಿಸತೊಡಗಿದ.

ನಾನು ತೃಪ್ತಿಯಾಗುವಷ್ಟು ನಕ್ಕೆ. ಮಾಸ್ತಕೋವಿಚ್ ನನ್ನತ್ತ ತಿರುಗಿದ. ಅವನ ಮುಖ ಗೊಂದಲಗೆಟ್ಟಿತ್ತು. ಆ ಕ್ಷಣ ಅವನಿಗೆ ತನ್ನ ಗೌರವಯುತ ಸ್ಥಾನಮಾನಗಳ ಪರಿವೆಯೂ ಮಾಯವಾದಂತಿತ್ತು. ಆ ಹೊತ್ತಿಗೆ ಬಾಗಿಲಲ್ಲಿ ನಮ್ಮ ಆತಿಥೇಯ ಕಾಣಿಸಿಕೊಂಡ. ಪೋರ ಮೇಜಿನ ಕೆಳಗಿನಿಂದ ಛಂಗನೆ ಹಾರಿ ಮೊಣಕೈ ಮೊಣಕಾಲುಗಳನ್ನು ಒರೆಸಿಕೊಳ್ಳತೊಡಗಿದ. ಕರವಸ್ತ್ರದ ತುದಿಯನ್ನು ಹಿಡಿದಿದ್ದ ಮಾಸ್ತಕೋವಿಚ್, ಗಾಳಿಯಲ್ಲಿ ಜೋತಾಡುವ ಸ್ಥಿತಿಯಿಂದ ತನ್ನ ಮೂಗಿನ ಕಡೆ ಅದನ್ನು ರವಾನಿಸಲು ಅವಸರದಿಂದ ಪ್ರಯತ್ನಿಸಿದ. ಮಾಸ್ತಕೋವಿಚ್‌ನನ್ನು, ಹುಡುಗನನ್ನು ಹಾಗೂ ನನ್ನನ್ನು ನಮ್ಮ ಆತಿಥೇಯ ಗೊಂದಲ ಮತ್ತು ಸಂದೇಹಗಳಿಂದ ನೋಡುತ್ತಿದ್ದ. ಆದರೆ ಅವನು ಲೋಕ ವ್ಯವಹಾರ ಬಲ್ಲ ಜಾಣ, ಯಾವುದೇ ಸಂದರ್ಭಕ್ಕೆ ಸಲೀಸಾಗಿ ಹೊಂದಿಕೊಳ್ಳಬಲ್ಲ ಸ್ವಭಾವದವನು. ಆದ್ದರಿಂದ ತನ್ನ ಅತ್ಯಮೂಲ್ಯ ಅತಿಥಿಯ ಗಮನ ಸೆಳೆದು ಅವನಿಂದ ಲಾಭ ಪಡೆದುಕೊಳ್ಳಲು, ಈ ಅವಕಾಶವನ್ನು ಆತ ಬಳಸಿಕೊಂಡ. ಕೆಂಗೂದಲಿನ ಪೋರನನ್ನು ತೋರಿಸಿ, ಅವನೆಂದ :

"ನಿಮಗೆ ನಾನು ಹೇಳಿದ್ದೆನಲ್ಲ, ಆ ಹುಡುಗ ಇವನೇ ನೋಡಿ ! ಇವನ ಪರವಾಗಿ ನಾನು ನಿಮ್ಮ ಸಜ್ಜನಿಕೆ ಸಲಿಗೆಗಳನ್ನು ಬಳಸಿಕೊಳ್ಳುವ ಧಾರ್ಷ್ಟ್ಯ ತೋರಿಸಿದ್ದರೆ ಕ್ಷಮಿಸಿ...

ಇನ್ನೂ ಹತೋಟಿಗೆ ಬರದ ಮನಃಸ್ಥಿತಿಯಲ್ಲಿದ್ದ ಮಾಸ್ತಕೋವಿಚ್ "ಓಹ್ !" ಎಂದಷ್ಟೇ ಉದ್ಗರಿಸಿದ.

ನಮ್ಮ ಆತಿಥೇಯ ಅನುನಯದ ಧಾಟಿಯಲ್ಲಿ ಮುಂದುವರಿಸಿದ :

"ಇವನು ನಮ್ಮ ಮನೆಯ ಶಿಕ್ಷಕಿಯ ಮಗ. ಆಕೆ ಕಡು ಬಡವೆ, ವಿಧವೆ. ಆದ್ದರಿಂದ ನಿಮಗೆ ಸಾಧ್ಯವಾದರೆ ಒಂದು ಕೆಲಸ..."

ಮಾಸ್ತಕೋವಿಚ್ ಆತುರಾತುರವಾಗಿ ಅರಚಿದ :

"ಇಲ್ಲ, ಸಾಧ್ಯವೇ ಇಲ್ಲ ! ಫಿಲಿಪ್ ಅಲೆಕ್ಸಿಯೇವಿಚ್, ನನ್ನನ್ನ ಮನ್ನಿಸಿ, ಕೆಲಸ ಕೊಡಿಸೋದು ನನ್ನಿಂದ ಶಕ್ಯವಿಲ್ಲ. ನಾನು ವಿಚಾರಿಸಿ ಆಗಿದೆ, ಕೆಲಸ ಖಾಲಿ ಇಲ್ಲ. ಈ ಪೋರನಿಗಿಂತ ಹೆಚ್ಚು ಅರ್ಹತೆ ಇರೋ ಹತ್ತು ಮಂದಿ ಕಾಯುವ ಪಟ್ಟಿಯಲ್ಲಿದ್ದಾರೆ. ನನ್ನನ್ನ ಮನ್ನಿಸಿ...."

"ಛೆ ! ಇವನು ತುಂಬಾ ಶಾಂತ ಸ್ವಭಾವದ ಸರಳ ಹುಡುಗ."

"ಇಲ್ಲ, ಇಲ್ಲ, ಇವನೊಬ್ಬ ಮಹಾ ಘಟಿಂಗ !"

ಅನಂತರ ಹುಡುಗನನ್ನು ಉದ್ದೇಶಿಸಿ ಮಾಸ್ತಕೋವಿಚ್ ಎಂದ :

"ಲೋ ಹೈದ, ತೊಲಗೊ ಇಲ್ಲಿಂದ ... ಇನ್ನೂ ಇಲ್ಲೇ ನಿಂತಿದ್ದೀಯ ಹುಂ ! ನಡಿ, ಹುಡುಗರ ಜೊತೆ ಸೇರಿಕೊ, ಹೋಗು !"

ಕೋಪವನ್ನು ತಹಬಂದಿಗೆ ತರಲು ಸಾಧ್ಯವಾಗದ ಅವನ ಸ್ಥಿತಿಯನ್ನು ನಾನು ಗಮನಿಸುತ್ತಲಿದ್ದೆ. ನನ್ನತ್ತ ಅವನು ಓರೆನೋಟ ಬೀರಿದಾಗ, ನನಗೆ ತಡೆಯಲಾಗದೆ ಅವನ ಮುಖದೆದುರೇ ಗಹಗಹಸಿ ನಕ್ಕೆ. ಅವನು ಅಲ್ಲಿಂದ ಕಾಲುಕೀಳುತ್ತಾ, ನನಗೆ ಕೇಳಿಸುವಷ್ಟು

ದೊಡ್ಡ ಧ್ವನಿಯಿಂದ ಆತಿಥೇಯನಿಗೆ ನುಡಿದ : "ಆ ವಿಲಕ್ಷಣ ಯುವಕ ಯಾರು ?" ಆಮೇಲೆ ಅವರಿಬ್ಬರು ಏನನ್ನೋ ಪಿಸುಗುಟ್ಟುತ್ತ, ನನ್ನ ಇರವನ್ನೇ ಅಲಕ್ಷಿಸುವಂತೆ ಕೋಣೆಯನ್ನು ಬಿಟ್ಟರು.

ನಾನೋ ನಕ್ಕು ನಕ್ಕು ಸುಸ್ತಾದೆ. ಆಮೇಲೆ ದಿವಾನಖಾನೆಗೆ ನಡೆದೆ. ಅಲ್ಲಿ ಆಗಲೇ ಆ ದೊಡ್ಡ ಮನುಷ್ಯ ಮಕ್ಕಳ ತಂದೆತಾಯಿಯರಿಂದ, ಆತಿಥೇಯ ಹಾಗೂ ಅವನ ಮಡದಿಯಿಂದ ಸುತ್ತುವರಿಯಲ್ಪಟ್ಟಿದ್ದ. ಆಗಷ್ಟೇ ಪರಿಚಯವಾದ ಒಬ್ಬ ಮಹಿಳೆಯ ಜೊತೆ ಆತ ಸಂಭಾಷಣೆಯಲ್ಲಿ ಮಗ್ನನಾಗಿದ್ದ. ಆ ಮಹಿಳೆ ಪುಟ್ಟ ಚೆಲುಮೆಯ ಕೈಹಿಡಿದಿದ್ದಳು. ಮಾಸ್ತಕೋವಿಚ್ ಆ ಪೋರಿಯ ಗುಣಗಾನವನ್ನು ಆರಂಭಿಸಿದ್ದ. ಆ ಚೆಂದುಳ್ಳಿಯ ಲಾವಣ್ಯ ಪ್ರತಿಭೆ, ನಯವಂತಿಕೆ, ಅವಳನ್ನು ಬೆಳೆಸಿರುವ ಸುಸಂಸ್ಕೃತ ರೀತಿ ಮೊದಲಾದವನ್ನು ಹರ್ಷೋನ್ಮತ್ತನಾಗಿ ಸ್ತುತಿಸುತ್ತಿದ್ದ. ಈ ಸ್ತುತಿಯಿಂದ ಪರೋಕ್ಷವಾಗಿ ಆ ಪೋರಿಯ ತಾಯಿಯನ್ನೇ ಪ್ರಶಂಸಿಸಿದಂತಾಗಿ, ಆಕೆಯೋ ಕೇಳುತ್ತ ಕೇಳುತ್ತ, ಭಾವವಶಳಾಗಿ ಆನಂದ ಬಾಷ್ಪಗಳನ್ನು ಬಳಬಳನೆ ಉದುರಿಸತೊಡಗಿದಳು ! ಇನ್ನವಳ ಪತಿ ತನ್ನ ಜೀವನ ಪಾವನವಾಯಿತೆಂಬ ಧನ್ಯತೆ ಸೂಸುವ ನಗೆಯನ್ನು ಹೊಮ್ಮಿಸಿ ಕೃತಜ್ಞತೆ ಸೂಚಿಸಿದ.

ಇವರ ಹರ್ಷ ಸಾಂಕ್ರಾಮಿಕವಾಗತೊಡಗಿತು. ಅದು ಸಂಬಂಧಪಡದ ಇತರ ಅತಿಥಿಗಳಿಗೂ ಅಂಟಿತು. ಈ ಹರ್ಷದ ವಾತಾವರಣವನ್ನು ಕಲುಷಿತಗೊಳಿಸದಂತೆ ಆಟದಲ್ಲಿ ಗಲಾಟೆ ಮಾಡಿದ್ದ ಮಕ್ಕಳನ್ನು ಸುಮ್ಮನಿರಿಸಲಾಯಿತು. ಅಲ್ಲಿನ ಆವರಣ ಒಂದು ಬಗೆಯ ಭಯಭರಿತ ಭಕ್ತಿಯಿಂದ ಭಾರವಾಗತೊಡಗಿತು. ಸಂತೋಷ ಸಂಭ್ರಮಗಳಿಂದ ಆ ಪೋರಿಯ ತಾಯಿಯ ಆಳ ಆಳವೂ ಕಲಕುಮಲಕಾದಂತೆ ಅವಳ ಮುಖಭಾವ ಸೂಚಿಸುತ್ತಿತ್ತು. ಆಕೆ ವಿನಯಶೀಲತೆಯ ನವುರಿನಿಂದ ಗಿಡಿದು ಹೋದ ಅತ್ಯಂತ ಸುಕುಮಾರ ಶಿಷ್ಟ ಮಾತುಗಳಲ್ಲಿ, ಮಾಸ್ತಕೋವಿಚ್‌ನನ್ನು ತಮ್ಮ ಮನೆಗೆ ದಯಮಾಡಿಸಿ ತಮ್ಮನ್ನು ಪುನೀತಗೊಳಿಸಬೇಕೆಂದು ಬಿನ್ನವಿಸಿಕೊಂಡಳು. ಯೂಲಿಯಾನ್ ಮಾಸ್ತಕೋವಿಚ್ ಮಹಾಶಯ ಹುರುಪಿನಿಂದ ಆಕೆಯ ಆಮಂತ್ರಣವನ್ನು ಅಂಗೀಕರಿಸಿದ್ದೂ ನನಗೆ ಕೇಳಿಸಿತು. ಅತಿಥಿಗಳು ದಿವಾನಖಾನೆಯ ಬೇರೆ ಬೇರೆ ಜಾಗಗಳಿಗೆ ಚದರಿ ಹೋದರು. ಅವರೆಲ್ಲ ನಮ್ಮ ಆತಿಥೇಯನಾಗಿದ್ದ ಭಾರೀ ವ್ಯಾಪಾರಸ್ಥನನ್ನು, ಅವನ ಮಡದಿಯನ್ನು, ಅವರ ಸುಪುತ್ರಿಯನ್ನು, ಅದರಲ್ಲೂ ಮಾಸ್ತಕೋವಿಚ್‌ನನ್ನು ಗೌರವ ಭಕ್ತಿಗಳಿಂದ ಸಂಕೀರ್ತನೆ ಮಾಡಲು ಮರೆತಿರಲಿಲ್ಲ.

ಮಾಸ್ತಕೋವಿಚ್‌ನ ಪಕ್ಕದಲ್ಲಿ ನಿಂತಿದ್ದ, ನನಗೆ ಪರಿಚಿತನಾಗಿದ್ದ ಒಬ್ಬ ವ್ಯಕ್ತಿಯನ್ನು ದೊಡ್ಡ ದನಿಯಲ್ಲಿ ನಾನು ಕೇಳಿದೆ :

"ಈ ಮನುಷ್ಯನಿಗೆ ಮದುವೆಯಾಗಿದೆಯೆ ?"

ಮಾಸ್ತಕೋವಿಚ್ ಇದನ್ನು ಕೇಳಿಸಿಕೊಂಡು ನನ್ನನ್ನು ದುರುದುರು ನೋಡಿದ.

ನನ್ನ ಈ ಉದ್ದೇಶ ಪೂರಿತ ಕುಹಕದ ಪ್ರಶ್ನೆಗೆ ಬುಡಮಟ್ಟ ದಂಗು ಬಡಿದವನಂತೆ ಪರಿಚಿತ "ಇಲ್ಲ" ಎಂದ.

*　　　*　　　*

ಸ್ವಲ್ಪ ಸಮಯಕ್ಕೆ ಹಿಂದೆ ನಾನು... ಊರಿನ ಇಗರ್ಜಿಯನ್ನು ಹಾದು ಹೋಗಿದ್ದೆ. ಅಲ್ಲಿ ಭಾರೀ ಜನ ಸಮೂಹ ಜಮಾಯಿಸಿತ್ತು. ಅವರು ಒಂದು ಮದುವೆಯ ಸಮಾರಂಭವನ್ನು ವೀಕ್ಷಿಸಲು ಕಾದು ನಿಂತಿದ್ದರೆಂಬುದು ಸ್ಪಷ್ಟವಾಯಿತು. ಮಂಕುಕವಿದಂತೆ ಆ ದಿನ ಮ್ಲಾನವಾಗಿತ್ತು. ಆಕಾಶದಿಂದ ಹನಿಮಳೆ ಜಿನುಗಲು ಪ್ರಾರಂಭವಾಗಿತ್ತು. ಜನರನ್ನು ಭೇದಿಸಿಕೊಂಡು ನಾನು

ಇಗರ್ಜಿಯ ಒಳಗೆ ಹೋದೆ. ಮದುವಣಿಗ ದುಂಡು ದುಂಡಾಗಿ ಮೋಪಾಗಿ ಬೆಳೆದಿದ್ದ ಗಿಡ್ಡನೆಯ ಆಸಾಮಿ. ಹೊಟ್ಟೆ ಬೊಜ್ಜಾಗಿತ್ತು. ನೀಟಾಗಿ ಬಟ್ಟೆ ಧರಿಸಿದ್ದ. ಅಲ್ಲಿಂದಿಲ್ಲಿಗೆ ಓಡಾಡುತ್ತ, ಸೇವಕರಿಗೆ ಆಜ್ಞೆ ನೀಡುತ್ತ, ನಡುವೆ ಗೊಣಗುತ್ತ, ಎಲ್ಲವನ್ನೂ ಸುವ್ಯವಸ್ಥಿತಗೊಳಿಸಲು ಆತ ಹಪಹಪಿಸುತ್ತಿದ್ದ. ಆ ಹೊತ್ತಿಗೆ ಮದುಮಗಳು ಬರುತ್ತಿರುವ ಸುದ್ದಿ ಹರಡಿತು. ನಾನು ಜನ ಜಂಗುಳಿಯಲ್ಲಿ ದಾರಿ ಬಿಡಿಸಿಕೊಂಡು ಮುನ್ನುಗ್ಗಿದೆ. ಈಗತಾನೆ ತನ್ನ ಜೀವನದ ಪ್ರಥಮ ವಸಂತಕ್ಕೆ ಕಾಲಿಡುತ್ತಿದ್ದ ಆ ಅತ್ಯದ್ಭುತ ಲಾವಣ್ಯರಾಶಿ ನೋಡುವವರ ಕಣ್ಣಿಗೆ ಹಬ್ಬವಾಗಿದ್ದಳು. ಆದರೆ ಆ ಚೆಲುವಿನ ಪುತ್ಥಳಿಯ ಮುಖದಲ್ಲಿ ಯಾವುದೋ ವ್ಯಾಕುಲ ಮುಸುಕಿದ್ದರಿಂದ ಅದು ಕಳೆಗೆಟ್ಟಿದ್ದಂತೆ ಭಾಸವಾಯಿತು. ಆ ಸುಂದರಿ ಅನ್ಯಮನಸ್ಕಳಾಗಿದ್ದಳು. ಆಕೆಯ ಬಟ್ಟಲು ಕಣ್ಣುಗಳು ಸ್ವಲ್ಪ ಹೊತ್ತಿನ ಮುಂಚೆ ಅತ್ತಿದ್ದರಿಂದಲೋ ಏನೋ, ಹೊಳಪುಗೆಟ್ಟು ಕೆಂಪಗಾಗಿದ್ದವು. ಹೀಗಿದ್ದೂ ಅವಳ ಮೊಗದ ಮೇಲಣ ಪ್ರತಿಯೊಂದು ವಿನ್ಯಾಸದಲ್ಲೂ ಎದ್ದು ಕಾಣುತ್ತಿದ್ದ ಭವ್ಯ ನಿರಾಡಂಬರತೆ ಅವಳ ಒಟ್ಟಂದದ ಚೆಲ್ವಿಕೆಗೆ ಒಂದು ತೆರನಾದ ವಿಲಕ್ಷಣ ಅರ್ಥವಂತಿಕೆ ಹಾಗು ಗಂಭೀರತೆಯನ್ನು ಸೇರಿಸಿತ್ತು. ಸದ್ಯಕ್ಕೆ ಅವಳನ್ನು ಕವಿದಿದ್ದ ವ್ಯಸನದ ತೆರೆಯನ್ನು ಭೇದಿಸಿಕೊಂಡು ಅವಳ ಕಣ್ಣುಗಳಲ್ಲಿ ಮಗುತನದ ತಿಳಿಮುಗ್ಧತೆ ಬೆಚ್ಚಗೆ ಹೊಳೆಯುತ್ತಿತ್ತು. ಅವಳ ರೂಪುರೇಷೆಗಳಲ್ಲಿ, ಭಂಗಿಯಲ್ಲಿ ಮಾತಿಗೆ ಸಿಕ್ಕದ ಒಂದು ಅಕೃತ್ರಿಮತೆ ಹಾಗೂ ಇನ್ನೂ ಸರಿಯಾಗಿ ನೆಲೆಯೂರದ ಎಳವೆಯ ಭಾವ ಎದ್ದು ಕಾಣುತ್ತಿದ್ದವು. ಆ ಭಾವ ಶಬ್ದಗಳ ನೆರವು ದೊರಕದೆ, ದಯೆಗಾಗಿ ಕೋರುತ್ತಿರುವಂತೆ ತೋರುತ್ತಿತ್ತು.

ವಧು ಹದಿನಾರರ ಹರಯವನ್ನು ಈಗಷ್ಟೆ ಪ್ರವೇಶಿಸಿದ್ದಳೆಂದು ಅಲ್ಲಿದ್ದವರು ಮಾತಾಡಿಕೊಳ್ಳುತ್ತಿದ್ದರು. ನಾನು ವರನನ್ನು ನಿಗಾ ಇಟ್ಟು ಗಮನಿಸಿದೆ. ಐದು ವರ್ಷಗಳಿಂದ ನಾನು ನೋಡಿರದಿದ್ದ ಯೂಲಿಯಾನ್ ಮಾಸ್ತಕೋವಿಚ್‌ನನ್ನು ಫಕ್ಕನೆ ಗುರುತಿಸಿದೆ. ಏನೋ ನೆನಪಾಗಿ ವಧುವಿನ ಕಡೆ ಮತ್ತೊಮ್ಮೆ ದೃಷ್ಟಿ ನೆಟ್ಟೆ. ಅಯ್ಯೋ ದೇವರೇ !

ಜನರನ್ನು ನೂಕಿಕೊಂಡು ನಾನು ಅದಷ್ಟು ಬೇಗ ಇಗರ್ಜಿಯಿಂದ ಹೊರಬಿದ್ದೆ. ಆಚೆ ನೆರೆದಿದ್ದ ಜನರು ವಧುವಿನ ಶ್ರೀಮಂತಿಕೆಯ ಬಗ್ಗೆ ಐದು ಲಕ್ಷ ರೂಬಲ್ ವರದಕ್ಷಿಣೆಯ ಬಗ್ಗೆ, ಮತ್ತೆ ಮೇಲುಖರ್ಚಿಗೆ ಇಂತಿಷ್ಟು ಎಂಬುದರ ಬಗ್ಗೆ ಹರಟುತ್ತಿದ್ದರು.

ಬೀದಿಯಲ್ಲಿ ನಡೆದಾಗ ನನಗನ್ನಿಸಿತು : “ಹಾಗಿದ್ದರೆ ಅವನ ಲೆಕ್ಕಾಚಾರ ಸರಿಯಾಗಿತ್ತು!”

O

○ ವ್ಲದಿಮೀರ್ ಕರಲ್ಯೆಂಕ

ಗಂಟೆ ಬಾರಿಸುವ ಮುದುಕ

ಕತ್ತಲು ಕವಿಯುತ್ತಿತ್ತು.

ಪೈನ್‌ಮರಗಳ ಕಾಡಿನ ನಡುವೆ ಜುಳುಜುಳಿಸಿದ್ದ ದೂರದ ತೊರೆಯೊಂದರ ಮೇಲೆ ಹಕ್ಕಿಗೂಡಿನಂತೆ ಹಳ್ಳಿಯೊಂದು ಕೂತಿತ್ತು. ವಸಂತ ಋತುವಿನ , ತಾರಾನಿಬಿಡ ಇರುಳಿಗೆ ವಿಶಿಷ್ಟವಾದ ಒಂದು ಬಗೆಯ ನಸುಬೆಳಕಿನ ಮಾಯೆಯಲ್ಲಿ ಆ ಹಳ್ಳಿ ಲೀನವಾಗಿತ್ತು. ಅಂಥ ಕಾಲದಲ್ಲಿ ನೆಲದಿಂದ ಎದ್ದ ಕಾವಳ ಕಾಡುಮರಗಳ ನೆರಳನ್ನು ದಟ್ಟಗೊಳಿಸಿ, ಬಯಲ ತೆರವುಗಳನ್ನು ಬೆಳ್ಳಿ ಹೊಳಪಿನ ನಸುನೀಲಿ ಇಬ್ಬನಿಯಿಂದ ತುಳುಕಿಸುತ್ತದೆ ... ಸುತ್ತಣ ಸಮಸ್ತವೂ ಸ್ತಬ್ಧವಾಗಿತ್ತು. ದುಃಖಮುದ್ರಿತ ಮುಖದಂತೆ ಪರಿಸರ ಮಂಕಾಗಿತ್ತು. ಹಳ್ಳಿ ನಿರಾಳವಾಗಿ ನಿದ್ದೆ ಹೋಗಿತ್ತು.

ಮರಮಟ್ಟಿನಿಂದ ಮಾಡಿದ ದರಿದ್ರ ಗುಡಿಸಲುಗಳ ಕಪ್ಪು ರೂಪುರೇಷೆಗಳು ಕಂಡೂ ಕಾಣದಷ್ಟು ಅಸ್ಫುಟವಾಗಿದ್ದವು. ಅಲ್ಲಲ್ಲಿ ದೀಪಗಳು ಮಿನುಗುತ್ತಿದ್ದವು. ಗಾಳಿಗೆ ಕಿರ್ರೆನ್ನುವ ಯಾವುದೊ ಬಾಗಿಲಿನ ಶಬ್ದ ಆಗೀಗ ಕೇಳಿಸುತ್ತಿತ್ತು. ಇದ್ದಕ್ಕಿದ್ದಂತೆ ನಾಯಿಯೊಂದು ಬೊಗಳುವ ಸದ್ದು ಮೌನವನ್ನು ಪರಪರನೆ ಹರಿದು, ಅಷ್ಟೇ ಬೇಗ ಅಡಗುತ್ತಿತ್ತು. ಅಪರೂಪಕ್ಕೊಮ್ಮೆ ಮರ್ಮರಗುಟ್ಟುವ ಗಾಢಗತ್ತಲಿನ ಅರಣ್ಯದಿಂದ ಹಾದಿಹೋಕನ ಮಸುಕು ಆಕೃತಿಯೊ, ಕುದುರೆ ಸವಾರನ ನೋಟವೊ, ಧಡಬಡ ಸದ್ದು ಮಾಡುವ ಬಂಡಿಯೊ ಗೋಚರಿಸುತ್ತಿತ್ತು. ಇವೆಲ್ಲ ಆ ಹಳ್ಳಿಯ ನಿವಾಸಿಗಳ ಚಲನವಲನಕ್ಕೆ ಸಾಕ್ಷಿಯಾಗಿತ್ತು. ಅವರು ವಸಂತೋತ್ಸವದ ಪ್ರಯುಕ್ತ ಇಗರ್ಜಿಗೆ ಹೋಗುತ್ತಿದ್ದವರು.

ಹಳ್ಳಿಯ ನಡುವಣ ಸೌಮ್ಯವಾದ ಗುಡ್ಡದ ಮೇಲೆ ಆ ಇಗರ್ಜಿ ನಿಂತಿತ್ತು. ಎತ್ತರವಾಗಿ, ಮಾಸಲುಮಾಸಲಾಗಿದ್ದ ಅದರ ಪುರಾತನ ಘಂಟಾಗೋಪುರ ನೀಲಿ ನಭದಲ್ಲಿ ತನ್ನನ್ನು ಮರೆಸಿಕೊಂಡಂತಿತ್ತು. ಗಂಟೆ ಬಾರಿಸುವ ಮುದುಕ ಮಿಹೇಯಿಚ್ ಆ ಘಂಟಾಗೋಪುರವನ್ನೇರುವಾಗ ಅದರ ಹಳೆಯ ಮೆಟ್ಟಲು ಕಿರ್‌ಕಿರ್ರೆಂದು ಮಾಡುತ್ತಿದ್ದ ಸದ್ದನ್ನು ಸ್ವಲ್ಪ ದೂರದಿಂದ ಕೇಳಬಹುದಿತ್ತು. ಗಾಳಿಯಲ್ಲಿ ತೂಗಿಬಿಟ್ಟಂತಿದ್ದ ಅವನ ಕಿರುಲಾಂದ್ರ ಆಕಾಶಗರ್ಭದ ನಕ್ಷತ್ರದಂತೆ ಕಾಣುತ್ತಿತ್ತು.

ಮುದುಕ ಬಲು ಪ್ರಯಾಸದಿಂದ ಮೆಟ್ಟಲೇರುತ್ತಿದ್ದ. ಅವನ ಕಾಲಿನ ಕಸುವು, ಕಣ್ಣಿನ ಪಾಟವ ಹುದಗೆಟ್ಟಿದ್ದವು. ನಿಜ ಹೇಳಬೇಕೆಂದರೆ, ಅವನಂಥ ವೃದ್ಧ ಈ ವೇಳೆಗಾಗಲೇ ವಿಶ್ರಾಂತಿ ಪಡೆಯಬೇಕಿತ್ತು. ಆದರೆ ದಯಾಮಯ ಭಗವಂತ ಅವನನ್ನು ಸಾವಿನಿಂದ ದೂರವುಳಿಸಿದ್ದ. ಅವನು ತನ್ನ ಮಕ್ಕಳು ಮೊಮ್ಮಕ್ಕಳನ್ನು ಭೂದೇವಿಯ ಮಡಿಲಲ್ಲಿ ಕೈಯಾರ ಹುಗಿದಿದ್ದ. ಆಸುಪಾಸಿನ ಹಲವು ಯುವಕರನ್ನೂ ವೃದ್ಧರನ್ನೂ ಅವರ ಶಾಶ್ವತ ವಿಶ್ರಾಂತಿಧಾಮಗಳವರೆಗೆ ಸಾಗಿಸಿ ಅವರನ್ನು ತಣ್ಣಗೆ ಮಲಗಿಸಿ ಮರಳಿದ್ದ. ಅವನ ಬದುಕು ಮಾತ್ರ ಇನ್ನೂ ಸಾಗಿತ್ತು. ವಸಂತದ ಬಿಡುವಿನ ಹಬ್ಬಕ್ಕಾಗಿ ಅವನು ಕಾತರಿಸಿದ್ದು ಎಷ್ಟು ಸಲವೊ ! ಆ ಮುಹೂರ್ತಕ್ಕಾಗಿ ಇದೇ ಗೋಪುರದಲ್ಲಿ ತುದಿಗಾಲ ನಿರೀಕ್ಷಣೆಯಲ್ಲಿ ಅವನು ಕಾದು ನಿಂತಿದ್ದು ಅದೆಷ್ಟು ಸಲವೊ ! ಈಗ ದೇವರು, ಮತ್ತೆ ಅದನ್ನು ದಯಪಾಲಿಸಿದ್ದ.

ಮುದುಕ ಗೋಪುರದ ಮೇಲಿನ ತೆರವಾದ ಸ್ಥಳಕ್ಕೆ ಬಂದು, ಅಲ್ಲಿನ ಕಟಕಟೆಗೆ ಒರಗಿ ನಿಂತ. ಕೆಳಗೆ ಮೈಚಾಚಿದ್ದ ಕತ್ತಲಲ್ಲಿ, ಇಗರ್ಜಿಯ ಬಳಿ ಹಳ್ಳಿಯ ಶ್ಮಶಾನವನ್ನು ಆತ ಗುರುತಿಸಿದ. ಅಲ್ಲಿ ಸರಿಯಾಗಿ ನೋಡಿಕೊಳ್ಳದೆ ಅಸ್ತವ್ಯಸ್ತವಾಗಿ ಬಿದ್ದಿದ್ದ ಗೋರಿಗಳನ್ನು ಸಲಹುವ ಅಭಯ ಹಸ್ತದಂತೆ ಹಲವಾರು ಶಿಲುಬೆಗಳಿದ್ದವು. ಅವುಗಳ ಮೇಲೆ ಅಲ್ಲಲ್ಲಿ ಎಲೆಕಳಚಿದ ಕೆಲವು ಭೂರ್ಜ ವೃಕ್ಷಗಳು ಬಾಗಿದ್ದವು. ಗೋಪುರದ ಕೆಳಗಿನಿಂದ ತೇಲಿಬಂದ ಮೊಗ್ಗುಗಳ ಎಳೆಯ ಪರಿಮಳ ಮಿಹೇಯಿಚ್‌ನನ್ನು ತಡವಿ, ಶಾಶ್ವತ ನಿದ್ದೆಯ ಶೋಕಭಾರದ ಭಾವವನ್ನು ಅವನಲ್ಲಿ ಕುದುರಿಸುತ್ತಿತ್ತು.

ಮುಂದಿನ ವರ್ಷ ಈ ಹೊತ್ತಿಗೆ ತಾನೆಲ್ಲಿರುವೆನೊ ? ಈ ಎತ್ತರಕ್ಕೆ ಏರಿ ಕಂಚಿನ ಗಂಟೆಯ ಕೆಳಗೆ ನಿಂತು, ಅದರ ಲೋಹರವದಿಂದ ಇರುಳಿನ ನಿದ್ದೆಯನ್ನು ಕಲಕಿ ಎಚ್ಚರಿಸುತ್ತೇನೊ ? ಅಥವಾ ಆ ಮಸಣದ ಮೂಲೆಗತ್ತಲಲ್ಲಿ ಶಿಲುಬೆಯ ಕೆಳಗೆ ಹಾಯಾಗಿ ಒರಗಿರುತ್ತೇನೋ ? ದೇವರೇ ಬಲ್ಲ ! ಅವನಂತು ಯಾವುದಕ್ಕೂ ಸಿದ್ಧನಾಗಿಯೇ ಇದ್ದ... ಈ ಮಧ್ಯೆ ವಸಂತೋತ್ಸವವನ್ನು ಹಾರೈಸಿ, ಜನರನ್ನು ಎಚ್ಚರಗೊಳಿಸುವ ಸಂತೋಷಕಾರಕ ಕಾಯಕವನ್ನು ದೇವರು ಮತ್ತೊಮ್ಮೆ ಅವನಿಗೆ ಕರುಣಿಸಿದ್ದ.

"ದೇವರು ದಯಾಮಯ !" – ರೂಢಿಗತವಾಗಿ ಬಾಯಿಪಾಠವಾಗಿದ್ದ ವಾಕ್ಯವನ್ನು ಅವನಿಗರಿವಿಲ್ಲದೆ ಅವನ ತುಟಿಗಳು ಉಚ್ಚರಿಸಿದವು. ಕೋಟ್ಯಂತರ ತಾರೆಗಳ ಮಿನುಗಿನಿಂದ ದೇದೀಪ್ಯಮಾನವಾಗಿದ್ದ ಆಕಾಶವನ್ನು ಆವನ ಮುದಿ ಕಣ್ಣುಗಳು ನಿಟ್ಟಿಸಿದವು. ಆತ ಎದೆಯ ಮೇಲೆ ಶಿಲುಬೆಯ ನ್ಯಾಸ ಮಾಡಿದ.

ಹೀಗಿರುವಾಗ ಗೋಪುರದ ಕೆಳಗಿನಿಂದ ನಡುಗುವ ಸ್ವರವೊಂದು "ಮಿಹೇಯಿಚ್, ಓ ! ಮಿಹೇಯಿಚ್" ಎಂದು ಅವನನ್ನು ಕರೆಯಿತು. ಕರೆದವನು ಇಗರ್ಜಿಯ ವೃದ್ಧ ಪಾರುಪತ್ಯಗಾರನೆಂದು ಮಿಹೇಯಿಚ್‌ಗೆ ತಿಳಿಯಿತು. ಅವನು ಹುಬ್ಬುಗೈಯಾಗಿ ಅಸ್ಥಿರವೂ ಅಶ್ರುಮಲಿನವೂ ಆಗಿದ್ದ ಕಣ್ಣುಗಳಿಂದ ಎತ್ತರದ ಗೋಪುರದ ಕಡೆ ದಿಟ್ಟಿಸುತ್ತ, ಅಲ್ಲಿ ಮಿಹೇಯಿಚ್‌ನನ್ನು ಗುರುತಿಸಲು ಪ್ರಯತ್ನಿಸುತ್ತಿದ್ದ.

ಮಿಹೇಯಿಚ್ ಮೇಲಿನಿಂದ "ಏನಣ್ಣ ? ಯಾಕೆ ಕರೆದೆ ? ಇಗೋ ನಾನು ಇಲ್ಲಿ ನಿಂತಿದ್ದೇನೆ, ಕಾಣಿಸೋದಿಲ್ಲ ?" ಅಂದ.

"ಇಲ್ಲಪ್ಪ, ಕಾಣಿಸೋದಿಲ್ಲ. ಗಂಟೆ ಬಾರಿಸೋ ಹೊತ್ತಾಗಲಿಲ್ವೇ ?"

– ಇಬ್ಬರೂ ಬಾನಿನ ಕಡೆ ದೃಷ್ಟಿ ಹಾಯಿಸಿದರು. ಎತ್ತರದಲ್ಲಿ ದೇವರ ಅಗಣಿತ ದೀವಿಗೆಗಳು

ಹೊಳೆಯುತ್ತಿದ್ದವು. ಪ್ರೋಜ್ವಲವಾಗಿ ಬೆಳಗುತ್ತಿದ್ದ ಔರಿಗ ನಕ್ಷತ್ರಪುಂಜ ಅವರ ತಲೆಯ ನೇರಕ್ಕೆ ಇತ್ತು. ಮಿಹೇಯಿಚ್ ತುಸುಹೊತ್ತು ವಿಚಾರಪರನಾದ. ಆಮೇಲೆ ಕೂಗಿ ಹೇಳಿದ :

"ಗಂಟೆ ಬಾರಿಸೋದಕ್ಕೆ ಇನ್ನೂ ಸಮಯವಿದೆಯಪ್ಪ ... ಯಾವಾಗ ಬಾರಿಸೋದು ಅಂತ ನನಗೆ ಗೊತ್ತು."

ಹೌದು ಅವನಿಗೆ ಗೊತ್ತಿತ್ತು. ಅದಕ್ಕೆ ಗಡಿಯಾರದ ಅಗತ್ಯವೇಕೆ ? ಆ ಕೆಲಸವನ್ನು ದೇವರ ಗಡಿಯಾರವಾದ ನಕ್ಷತ್ರಗಳೂ ಮಾಡುತ್ತಿದ್ದವು... ಮಿಹೇಯಿಚ್‌ನಿಗೆ ಅಡಿಕೆಳಗಿನ ನೆಲ, ಮುಡಿಮೇಲಿನ ಬಾನು, ಹಗುರಾಗಿ ತೇಲುವ ಬೆಳ್ಮುಗಿಲು, ಕಾಡಿನ ಸೂಕ್ಷ್ಮಾನುಸೂಕ್ಷ್ಮ ಮರ್ಮರ, ಕತ್ತಲನ್ನು ಹೊದ್ದ ತೊರೆಯ ತೆಳ್ಳನೆಯ ತರಂಗ ವಿಲಾಸ – ಇವೆಲ್ಲ ಅಂಗೈಯಲ್ಲಿನ ನೆಲ್ಲಿಕಾಯಿ. ಅಷ್ಟೇ ಏಕೆ, ಇವೆಲ್ಲ ಅವನ ಚೇತನದ ಒಂದು ಅವಿಭಾಜ್ಯ ಭಾಗವೇ ಆಗಿದ್ದವು. ಇಲ್ಲಿ ಅವನು ಇಷ್ಟು ವರ್ಷ ಜೀವ ತೇಯ್ದಿದ್ದು ವ್ಯರ್ಥವಾಗಿ ಏನಲ್ಲ.

ಸಂದು ಹೋಗಿದ್ದ ಹಳೆಗಾಲ ಅವನ ಕಣ್ಣೆದುರು ಬಂದು ನಿಂತಿತು. ಇನ್ನೂ ಎಳೆಯನಾಗಿದ್ದಾಗ ತನ್ನ ತಂದೆಯ ಜೊತೆ ಮೊದಲಬಾರಿಗೆ ಈ ಗೋಪುರವನ್ನು ತಾನು ಹತ್ತಿದ್ದ ರೀತಿ ಅವನಿಗೆ ನೆನಪಾಯಿತು. ದೇವರೆ! ಎಷ್ಟೊಂದು ವರ್ಷ ಕಳೆದಿವೆ! ಆದರೂ ಈಗಷ್ಟೆ ನಡೆದಂತೆ ಭಾಸವಾಗುತ್ತಿದೆ... ಆಗಿನ ತನ್ನ ಚಹರೆ ಕಣ್ಣಿಗೆ ಕಟ್ಟಿತು. ಮೋಪಾಗಿ ಬೆಳೆದಿದ್ದ ಮುದ್ದು ಹೈದ ತಾನು ; ಕಣ್ಣಲ್ಲಿ ಅಪೂರ್ವ ಮಿನುಗು ಲಾಳಿಯಾಡುತ್ತಿತ್ತು. ಆಗಿನ ಗಾಳಿ ಹಾದಿ ಬೀದಿಗಳಲ್ಲಿ ಧೂಳೆಬ್ಬಿಸುವಂಥದ್ದಲ್ಲ – ಬೆರಗನ್ನು ಕುದುರಿಸುವ, ತನ್ನ ಅಬ್ಬರ ರಹಿತ ರೆಕ್ಕೆ ಹೊಯ್ಲಿನಿಂದ ತಲೆಗೂದಲನ್ನು ಮೃದುವಾಗಿ ನೇವರಿಸುವ ಆಪ್ಯಾಯಕರ ಗಾಳಿ...

ಕೆಳಗೆ ದೂರದಲ್ಲಿ ಜನ ಇರುವೆಗಳಂತೆ ಓಡಾಡುತ್ತಿದ್ದರು. ಹಳ್ಳಿಯ ಜೋಪಡಿಗಳು ಕಪ್ಪು ಚುಕ್ಕೆಗಳಂತೆ ಕಾಣಿಸುತ್ತಿದ್ದವು. ಆಗ, ಕಾಡು ಹಿಂಜರಿದು, ತ್ರಿಕೋನಾಕಾರದ ವಿಶಾಲ ಬಯಲಿನಲ್ಲಿ ಎದ್ದಿದ್ದ ಹಳ್ಳಿ ಎಷ್ಟೊಂದು ವಿಸ್ತೀರ್ಣವಾಗಿ, ಕೊನೆಯಿಲ್ಲದಾಗಿ ತೋರುತ್ತಿತ್ತು..

"ಆಗ ಹೇಗಿತ್ತೊ ಹಾಗೆಯೇ ಹಳ್ಳಿ ಈಗಲೂ ಅಲ್ಲಿದೆ" – ಎಂದುಕೊಂಡು ನಸುನಕ್ಕ ನರೆತ ಕೂದಲಿನ ಆ ಮುದುಕ. ಈಗ ಹಳ್ಳಿಯ ಹರವು ಅವನ ನೆಟ್ಟದಿಟ್ಟಿಗೆ ಸಂಕುಚಿತವಾಗಿ ಚಿಕ್ಕದಾಗಿ ಕಂಡಿತು... ಜೀವನವೇ ಹಾಗೆ! ಚಿಕ್ಕವರಿದ್ದಾಗ ಕಂಡದ್ದೆಲ್ಲ ಅನಂತವೇ! ಆದರೆ ಈಗ ಅಂಗೈಯಲ್ಲಿದೆಯೇನೋ ಎನ್ನುವಂತೆ ಅದೆಲ್ಲ ಸುಸ್ಪಷ್ಟ, ಸೀಮಾಬದ್ಧ : ಪ್ರಾರಂಭದಿಂದ ಹಿಡಿದು ತಾನು ಹಾಯಾಗಿ ಪವಡಿಸಲಿರುವ ಆ ಶ್ಮಶಾನದ ಮೂಲೆಯಲ್ಲಿನ ಗುಣಿಯ ಕೊನೆಯ ಅಂಕದವರೆಗೆ ಎಲ್ಲವೂ ಸುಸ್ಪಷ್ಟ, ಸೀಮಿತ... ದೇವರು ದಯಾಮಯ! ತಾನು ವಿಶ್ರಮಿಸುವ ಕಾಲ ಸನ್ನಿಹಿತವಾಗುತ್ತಿದೆ. ಬದುಕಿನ ಹೊರೆಯನ್ನು ಇತರರ ಹಂಗಿಲ್ಲದೆ ಘನತೆಗೌರವಗಳಿಂದ ಹೊತ್ತದ್ದಾಗಿದೆ. ತೇವದಿಂದ ಆರ್ದ್ರವಾದ ಮಣ್ಣು ತಾಯ ಮಡಿಲಂತೆ ಸುಖಕರವಾಗಿ ಕಾಣುತ್ತಿದೆ. ಬೇಗ ಬಲುಬೇಗ. ಅಲ್ಲಿ ವಿಶ್ರಾಂತಿ ಪಡೆಯುವ ಸಮಯ ಮೂಡೀತು...

ಮಿಹೇಯಿಚ್ ಮತ್ತೊಮ್ಮೆ ತಾರಗೆಗಳನ್ನು ದಿಟ್ಟಿಸಿದ; ಕುಲಾವಿ ಕಳಚಿ ದೇವರನ್ನು ಪ್ರಾರ್ಥಿಸಿದ. ಗಂಟೆಯ ಹಗ್ಗಗಳನ್ನು ಎರಡೂ ಕೈಗಳಿಂದ ಭದ್ರವಾಗಿ ತಬ್ಬಿಹಿಡಿದ. ಕ್ಷಣಾರ್ಧದಲ್ಲಿ ಇರುಳಿನ ಹವೆ, ಗಂಟೆಯಿಂದ ಹೊಮ್ಮಿದ ಭಾರಿ ಶಬ್ದವೊಂದನ್ನು ಮಾರ್ದನಿಸಿ ಪ್ರಸರಿಸಿತು. ಆಮೇಲೆ ಇನ್ನೊಂದು ಶಬ್ದ, ಮತ್ತೊಂದು, ಮಗುದೊಂದು – ಹೀಗೆ ಅವಿಚ್ಛಿನ್ನವಾಗಿ ಬಲಿಷ್ಠವಾದ ಸದ್ದುಗಳು ನೀರವತೆಯ ತೆರವಿನ ಆಳಗಳನ್ನು ತುಂಬುತ್ತ ಹೋದವು.

ಮಿಹೇಯಿಚ್ ಗಂಟೆ ಬಾರಿಸುವುದನ್ನು ನಿಲ್ಲಿಸಿದ. ಇಗರ್ಜಿಯಲ್ಲಿ ಪ್ರಾರ್ಥನೆ ಶುರುವಾಗಿತ್ತು. ಹಿಂದೆಲ್ಲ ಅವನು ಈ ದಿವ್ಯಗೀತೆಗಳನ್ನು ಕೇಳುವ ಹಾಗೂ ಪ್ರಾರ್ಥಿಸುವ ಸಲುವಾಗಿ ಗೋಪುರದಿಂದ ಕೆಳಗಿಳಿದು ಇಗರ್ಜಿಯ ಬಾಗಲಿನ ಮೂಲೆಯಲ್ಲಿ ನಿಲ್ಲುತ್ತಿದ್ದ. ಆದರೆ ಇವೊತ್ತು ಗೋಪುರದಲ್ಲೆ ಉಳಿದ. ಮೆಟ್ಟಲಿಳಿಯುವುದು ಅವನಿಗೆ ಪ್ರಯಾಸಕರವಾಗಿ ತೋರಿತು. ಬಳಲಿಕೆ ಹೆಚ್ಚಿದಂತೆ ಭಾಸವಾಯಿತು. ಗೋಪುರದಲ್ಲಿನ ಬೆಂಚಿನ ಮೇಲೆ ಕೂತು, ಕ್ಷೀಣವಾಗಿ ಕರಗುತ್ತಿದ್ದ ಕಂಚಿನ ಶಬ್ದವನ್ನಾಲಿಸುತ್ತ ಆತ ಯೋಚನಾ ಮಗ್ನನಾದ. ಎಂಥ ಯೋಚನೆ ? ಅವನಿಗೇ ಸ್ಪಷ್ಟವಾಗಿರಲಿಲ್ಲ. ಅವನ ಲಾಂದ್ರ ಗೋಪುರವನ್ನು ಮಾಸಲುಮಾಸಲಾಗಿ ಬೆಳಗಿತ್ತು. ಇನ್ನೂ ತೆಳ್ಳಗೆ ಧ್ವನಿಸುತ್ತಿದ್ದ ಗಂಟೆಗಳೂ ಕತ್ತಲಲ್ಲಿ ಕಣ್ಣಿಗೆ ಕಾಣಿಸುತ್ತಿರಲಿಲ್ಲ. ಇಗರ್ಜಿಯಿಂದ ಹೊಮ್ಮುತ್ತಿದ್ದ ಹಾಡಿನ ಕ್ಷೀಣಸ್ವರ ಆಗೀಗ ಕೇಳಿಸುತ್ತಿತ್ತು. ಗಂಟೆಗಳಿಂದ ಜೋತಾಡುತ್ತಿದ್ದ ಕಬ್ಬಿಣದ ನಾಲಗೆಗಳಿಗೆ ಬಿಗಿದಿದ್ದ ಹಗ್ಗಗಳನ್ನು ಇರುಳಗಾಳಿ ತಾಗಿತಾಗಿ ಕಿರುಸದ್ದುಗಳನ್ನು ಹೊರಳಿಸುತ್ತಿತ್ತು.

ಮುದುಕ ಎದೆ ಮೇಲೆ ತಲೆಯನ್ನು ಇಳಿಬಿಟ್ಟು ಕೂತಿದ್ದ. ಮನಸ್ಸು ವಿಚಿತ್ರ ಭ್ರಮೆಗಳಿಂದ ಗೊಂದಲಗೊಂಡಿತ್ತು. "ಈಗ ಇಗರ್ಜಿಯಲ್ಲಿ ಸ್ತೋತ್ರ ಗಾಯನ ನಡೆಯುತ್ತಿದೆ" ಎಂದುಕೊಂಡ. ತಾನೂ ಇಗರ್ಜಿಯಲ್ಲಿ ಕೂತಂತೆ ಭಾವಿಸಿಕೊಂಡ. ಸಮೂಹಗಾನದಲ್ಲಿ ಮಕ್ಕಳ ಹುರುಪಿನ ಕೊರಲನ್ನು ಆಲಿಸಿದ. ಹಲವಾರು ವರ್ಷಗಳ ಹಿಂದೆ ಸತ್ತ ಪಾದ್ರಿ ನಾವುಮ್ ಭಕ್ತಾದಿಗಳ ನೆರವಿಯನ್ನು ಮುನ್ನಡೆಸುತ್ತಿರುವುದನ್ನು ನೋಡಿದ. ಪರಿಪಕ್ವವಾದ ತೆನೆಯ ದಂಟುಗಳು ಗಾಳಿಗೆ ಒಲೆಯುವಂತೆ ನೂರಾರು ರೈತರ ತಲೆಗಳು ಮೇಲೆದ್ದು ಕೆಳಕ್ಕೆ ಬಾಗುತ್ತಿದ್ದವು. ರೈತರು ಪ್ರಾರ್ಥನಾಮಗ್ನರಾಗಿದ್ದರು... ಅವರೆಲ್ಲ ತನಗೆ ಗೊತ್ತಿದ್ದವರೇ. ಆದರೆ ಅವರು ಈಗ ಇಹಲೋಕ ಯಾತ್ರೆ ಮುಗಿಸಿದ್ದರು... ಅಲ್ಲಿ ತನ್ನ ತಂದೆಯ ಗಾಂಭೀರ್ಯದಿಂದ ಬಿಗಿದ ಮೊಗವನ್ನು ಆತ ಅವಲೋಕಿಸಿದ. ಅವನ ಜೊತೆ ತನ್ನ ಒಡಹುಟ್ಟಿದವ ಉತ್ಕಟವಾಗಿ ಪ್ರಾರ್ಥಿಸುತ್ತಿದ್ದ. ಅರೋಗದೃಢಶರೀರಿಯಾಗಿ, ನಲಿವು ನೆಮ್ಮದಿಗಳ ಅಪ್ರಜ್ಞಾಪೂರ್ವಕ ಬಯಕೆ ಭರವಸೆಗಳಿಂದ ತುಂಬಿ ತುಳುಕುತ್ತ ತಾನೂ ಅಲ್ಲಿ ಕೂತಿದ್ದ. ಹೌದು! ಸಂತೋಷ, ನೆಮ್ಮದಿ.... ಆದರೆ ಅವು ಎಲ್ಲಿವೆ ? ಒಂದು ಗಳಿಗೆಯ ಮಟ್ಟಿಗೆ ಮುದುಕನ ಯೋಚನೆಗಳು ಭುಗಿಲೆದ್ದು ಉರಿದು, ಅವನ ಗತ ಜೀವನದ ಹಲವು ಘಟನೆಗಳನ್ನು ಬೆಳಗಿದವು...

ಅವನ ಕಣ್ಣೆದುರು ಕಷ್ಟದ ಜೀತ, ಶೋಕ, ಲಾಲನೆ ಪಾಲನೆಗಳು ಸುಳಿದು ಹೋದವು. ನಲಿವು ನೆಮ್ಮದಿ–ಎಲ್ಲಿದ್ದವು ? ಬೆವರು ಹರಿಸಿ ಸಾಗಿಸುವ ಬದುಕು ಎಳೆಯ ಮೊಗದಲ್ಲೂ ಅಚ್ಚಳಿಯದ ನೇಗಿಲ ಗೆರೆಗಳನ್ನು ಎಳೆದುಬಿಡುತ್ತದೆ; ಬಲಿಷ್ಠವಾಗಿ ಸೆಟೆದ ನೇರ ಬೆನ್ನನ್ನೂ ಬಾಗಿಸಿ ಬಿಡುತ್ತದೆ. ತನ್ನ ಅಣ್ಣನಿಗೆ ಕಲಿಸಿದಂತೆ, ನಿಸ್ಸಹಾಯಕತೆಯಿಂದ ನಿಟ್ಟುಸಿರು ಬಿಡಲು ಕಲಿಸಿಕೊಡುತ್ತದೆ.

ಇಗರ್ಜಿಯಲ್ಲಿ, ಎಡಗಡೆಗೆ ಹಳ್ಳಿಹೆಣ್ಣುಗಳ ಸಾಲಿನಲ್ಲಿ ತಲೆಬಾಗಿ ನಮ್ರವಾಗಿ ನಿಂತಿದ್ದಾಳಲ್ಲ – ಅವಳೇ ತನ್ನ ಪ್ರಿಯತಮೆ! ಸಜ್ಜನಿಕೆಯೇ ಸಾಕಾರಗೊಂಡಿದ್ದ ಸ್ತ್ರೀರತ್ನ! ದೇವರು ಆಕೆಗೆ ಸ್ವರ್ಗವನ್ನು ಕರುಣಿಸಲಿ! ಸಂಸಾರದ ಕೋಟಲೆಯಲ್ಲಿ ನವೆದು ಹೋಗಿದ್ದಳು ಆ ಬಡಪಾಯಿ.. ಬಡತನ ಹಾಗು ಕಷ್ಟದ ಜೀತ ಸದಾ ಸಂಗಾತಿಯಾಗಿರುವುದರ ಜೊತೆಗೇ ಬಾಳಿನ ಅನಿವಾರ್ಯ ಕಣ್ಣೀರು ಹೆಣ್ಣಿನ ಚೆಲುವನ್ನು ಹಾಳುಗೆಡವುತ್ತದೆ ; ಅವಳ ಕಣ್ಣಿನ ಮಿಂಚಿನ ಅಪೂರ್ವ ರೇಕುಗಳನ್ನು ಅಳಿಸಿಹಾಕುತ್ತದೆ. ಸ್ವಭಾವ ಸಹಜವಾದ ಅಕ್ಷುಬ್ಧ ಪ್ರಶಾಂತಿಗೆ

ಬದಲಾಗಿ ಅನಿರೀಕ್ಷಿತ ಗಂಡಾಂತರಗಳ ಅಸ್ಪಷ್ಟ ಭೀತಿ ಅವಳ ಚೆಲುಮೊಗದ ಮೇಲೆ ಶಾಶ್ವತವಾಗಿ ನೆಲೆಹೂಡುತ್ತದೆ. ಹಾಗಿದ್ದಾಗ, ಅವಳು ಕಂಡ ನಲಿವು ನೆಮ್ಮದಿಗಳೆಲ್ಲಿ? ತಮ್ಮ ಏಕಮಾತ್ರ ಭರವಸೆಯಾಗಿ ಒಬ್ಬ ಮಗ ಮಾತ್ರ ಉಳಿದ, ಬೆಳೆದ. ಆದರೆ ಬರಬರುತ್ತ ಅವನು ಮುಂದೊತ್ತುವ ಪ್ರಲೋಭನೆಗಳಿಗೆ ಮಾರೊಡ್ಡಿ ನಿಲ್ಲುವ ಸಾಮರ್ಥ್ಯ ಸಾಲದೆ, ಅದಕ್ಕೆ ಬಲಿಯಾಗಿ ಹೋದ.

ಅಲ್ಲಿ, ಭಕ್ತರ ಸಾಲುಗಳ ನಡುವೆ ತನ್ನ ಶ್ರೀಮಂತ ಶತ್ರು ಬಾಗಿ ಪ್ರಾರ್ಥಿಸುತ್ತಿದ್ದ. ಅನೇಕ ತಬ್ಬಲಿಗಳ ಕಣ್ಣೀರ ಹೊಳೆ ಹರಿಸಿದ್ದ ಅವನು ತನ್ನನ್ನು ಮನ್ನಿಸೆಂದು ಪರಮಾತ್ಮನಲ್ಲಿ ಮೊರೆಯಿಡುತ್ತಿದ್ದ.

– ಇದೆಲ್ಲ ಎಂದೋ ಸಂದುಹೋದ ಕಥೆ. ಈಗ ಕಗ್ಗತ್ತಲಲ್ಲಿ ಗಾಳಿ ಊಳಿಡುವ, ಗಂಟೆಗೆ ಬಿಗಿದ ಹುರಿಗಳನ್ನು ಹೊಯ್ದಾಡಿಸುವ, ಈ ಘಂಟಾ ಗೋಪುರದಲ್ಲಿ ತನ್ನ ಪಾಲಿನ ಸಕಲ ಜಗತ್ತೂ ಅಡಕವಾಗಿದೆ... "ದೇವರು ನಿನಗೆ ನ್ಯಾಯ ದೊರಕಿಸಲಿ!" ಎಂದು ಮುದುಕ ತನ್ನಲ್ಲಿ ತಾನು ಗೊಣಗಿಕೊಂಡ.

ಅವನ ನರೆತ ತಲೆ ಬಾಗಿತ್ತು. ಕಂಬನಿ ಸಾವಕಾಶವಾಗಿ ಅವನ ಕೆನ್ನೆಗಳ ಮೇಲೆ ಇಳಿಯುತ್ತಿತ್ತು.

ಅಷ್ಟರಲ್ಲಿ ಯಾರೋ ಕೆಳಗಿನಿಂದ ಕೂಗಿದಂತೆ ಕೇಳಿಸಿತು :

"ಮಿಹೇಯಿಚ್, ಏಯ್ ಮಿಹೇಯಿಚ್! ಏನಯ್ಯ ನಿದ್ದೆಗಿದ್ದೆ ಹೋದೆಯೊ ಹೇಗೆ?"

"ಯಾರು?" ಎಂದು ಮುದುಕ ಗಡಬಡಿಸಿ ಎದ್ದುನಿಂತ. "ಅಯ್ಯೋ ದೇವರೆ! ನಾನು ನಿದ್ದೆ ಹೋದದ್ದು ನಿಜವೆ? ಈವರೆಗೂ ಈ ಗೋಪುರದಲ್ಲಿ ಹೀಗೆ ಮಲಗಿರಲಿಲ್ಲವಲ್ಲ!" ಎಂದುಕೊಂಡ.

ಅನುಭವಿ ಕೈಗಳಿಂದ ಆತ ಬಲು ಬೇಗ ಹಗ್ಗಗಳನ್ನು ಬಾಚಿ ಹಿಡಿದ. ಕೆಳಗೆ ಇರುವೆ ಸಾಲಿನಂತೆ ರೈತಾಪಿ ಜನ ಚಲಿಸುತ್ತಿದ್ದರು. ಅಲಂಕೃತವಾದ ಕಿನ್ಕಾಪಿನಿಂದ ಥಾಳಾಗಿ ಹೊಳೆಯುತ್ತಿದ್ದ ಪತಾಕೆಗಳು ಗಾಳಿಯಲ್ಲಿ ಪಟಪಟಿಸುತ್ತಿದ್ದವು. ಜನರ ಮೆರವಣಿಗೆ ಇಗರ್ಜಿಗೆ ಪ್ರದಕ್ಷಿಣೆ ಹಾಕುತ್ತಿತ್ತು. ಹಠಾತ್ತನೆ "ಮೃತರ ನಾಡಿನಿಂದ ಯೇಸುಸ್ವಾಮಿ ಎದ್ದು ಬಂದಿದ್ದಾನೆ!" ಎಂಬ ಒಕ್ಕೊರಲ ಹರ್ಷೋದ್ಗಾರ ಮಿಹೇಯಿಚ್‌ಗೆ ಕೇಳಿಸಿತು.

ಮುದುಕನ ಹೃದಯ ಈ ಉದ್ಘೋಷಕ್ಕೆ ಅತ್ಯುತ್ಕಟವಾಗಿ ಪ್ರತಿಸ್ಪಂದಿಸಿತು... ಮೊಂಬತ್ತಿಗಳು ಮಹೋಜ್ವಲವಾಗಿ ಬೆಳಗುತ್ತಿರುವಂತೆ ಅವನಿಗೆ ತೋರಿತು. ಜನಸಮೂಹ ತೀವ್ರ ಭಾವಾವೇಶಕ್ಕೆ ಒಳಗಾಗಿತ್ತು. ಪತಾಕೆಗಳು ಜೀವತಳೆದಂತೆ ಹೊಯ್ದಾಡುತ್ತಿದ್ದವು. ಎಚ್ಚೆತ್ತ ಗಾಳಿ ತನ್ನ ರೆಕ್ಕೆಗಳ ಮೇಲೆ ಶಬ್ದಕಲ್ಲೋಲಗಳನ್ನು ಹೇರಿಕೊಂಡು, ಹಾರಲಾರದೆ ಹಾರಿ, ಅವನ್ನು ಗೋಪುರದ ಘಂಟಾಧ್ವನಿಯ ಪದರುಪದರುಗಳೊಡನೆ ಬೆಸೆಯುತ್ತಿತ್ತು.

ತನ್ನ ಜೀವಮಾನದಲ್ಲೇ ಇಂಥ ದೈತ್ಯಾವೇಶದಿಂದ ಮಿಹೇಯಿಚ್ ಗಂಟೆ ಬಾರಿಸಿರಲಿಲ್ಲ!

ಗಂಟೆಗಳ ನಿರ್ಜೀವ ಕಂಚಿನೊಳಕ್ಕೆ ಮುದುಕನ ಹೃದಯವೇ ಹೊಕ್ಕಂತೆ ಭಾಸವಾಗುತ್ತಿತ್ತು. ಅವುಗಳಿಂದ ಪುಟಿದಿದ್ದ ಸ್ವರಗಳು ಸ್ಥಾಯಿಯಲ್ಲಿ ಹಾಡಿದಂತೆ, ಜೋರಾಗಿ ನಕ್ಕಂತೆ, ತೀವ್ರವಾಗಿ ಅಳುತ್ತಿದ್ದಂತೆ ಅನಿಸುತ್ತಿತ್ತು. ಅವೆಲ್ಲ ಭವ್ಯ ಸಾಮರಸ್ಯವೊಂದರಲ್ಲಿ ಮೇಳಗೊಂಡು, ಶಬ್ದವಾಹಿನಿಯಾಗಿ ಕೋಟ್ಯಂತರ ತಾರಗೆಗಳಿಂದ ಲಕಲಕಿಸುವ ವಿಶಾಲ ವ್ಯೋಮಪಟಕ್ಕೆ ಚಿಮ್ಮಿ ಕಂಪಿಸುತ್ತ ಕೆಳಗಿಳಿದು, ಭೂಮಿಯ ಉದ್ದಗಲವನ್ನು ತೊಯ್ಸಿದವು.

ದೊಡ್ಡ ಗಾತ್ರದ ಕಂಚಿನ ಗಂಟೆಯೊಂದು "ಮೃತರ ನಾಡಿನಿಂದ ಯೇಸು ಎದ್ದು ಬಂದಿದ್ದಾನೆ" ಎಂಬುದನ್ನು ಲೋಹರವದಿಂದ ಘೋಷಿಸಿತು. ಅದನ್ನು ಅನುಮೋದಿಸುವಂತೆ ಇನ್ನೆರಡು ಸ್ವರಗಳು ಆ ವಾಕ್ಯವನ್ನು ಪುನರಾವರ್ತಿಸಿದವು. ಆಗ ಮತ್ತೆರಡು ಸಣ್ಣನೆಯ ಧ್ವನಿಗಳು, ತಾವು ಹಿಂದೆ ಬೀಳಬಾರದೆಂದು ಉಚ್ಚ ಕಂಠದ ತಾರಸ್ವರದೊಂದಿಗೆ ಕೂಡಿಕೊಳ್ಳಲು ತವಕಿಸಿದವು. ಅವು ಹಸುಳೆಗಳಂತೆ ಆತುರಾತುರವಾಗಿ ಉದ್ಘೋಷಿಸಿದವು : "ಯೇಸು ಎದ್ದು ಬಂದಿದ್ದಾನೆ !"

ಆ ಹಳೆಯ ಘಂಟಾಗೋಪುರ ನಾದ ಪ್ರವಾಹದಿಂದ ನಡುಗಿದಂತೆ ಅದುರಿದಂತೆ ಅನಿಸಿತು. ಮಿಹೇಯಿಚ್‌ನ ಮುದಿ ಮುಖದ ಮೇಲೆ ಗಾಳಿ ತನ್ನ ರೆಕ್ಕೆಯನ್ನು ಪಟಪಟನೆ ಬಡಿದು ಮಾರ್ನುಡಿಯಿತು : "ಯೇಸು ಎದ್ದು ಬಂದಿದ್ದಾನೆ !"

ಕೊರತೆ ಕೋಟಲೆಗಳ ಬದುಕನ್ನು ಮುದುಕನ ಮನಸ್ಸು ಮರೆಯಿತು. ಈ ಬರಡು ಗೋಪುರದ ಇರುಕಟ್ಟಿನ ಪರಿಮಿತಿಗೆ ತನ್ನ ಬದುಕು ಬದ್ಧವಾಗಿದೆ ಹಾಗೂ ಚಂಡಮಾರುತ ಕೆಡವಿದ ಮರದ ಕಾಂಡದ ಮೋಟಿನಂತೆ ಈ ಪ್ರಪಂಚದಲ್ಲಿ ತಾನು ಏಕಾಕಿ ಎಂಬುದನ್ನು ಮುದುಕ ಮರೆತ. ಆಗಸದುದ್ದಕ್ಕೂ ಚಿಮ್ಮಿ, ಶೋಕಾರ್ತ ಧರೆಗೆ ಮರಳಿ ಬೀಳುತ್ತಿದ್ದ ಆ ಹಾಡುವ, ಅಳುವ ಸ್ವರಗಳನ್ನು ಆತ ಅಲಿಸಿದ. ತನ್ನ ಮಕ್ಕಳು ಮೊಮ್ಮಕ್ಕಳೂ ತನ್ನನ್ನು ಸುತ್ತುವರಿದು ಉಲ್ಲಾಸಭರಿತ ಕಂಠದಲ್ಲಿ ಹಾಡಿ ಕುಪ್ಪಳಿಸುತ್ತಿದ್ದಂತೆ ಅವನಿಗನ್ನಿಸಿತು. ಜೀವನದಲ್ಲಿ ತಾನು ಈತನಕ ಆಸ್ವಾದಿಸದಿದ್ದ ಆನಂದ ಮತ್ತು ಸಂತುಷ್ಟಿಗಳ ಬಗ್ಗೆ ಹಿರಿಯರು ಕಿರಿಯರು ಕೂಡಿ ಒಂದು ಸಮಸ್ವರ ಮೇಲನದಲ್ಲಿ ತನ್ನನ್ನು ಉದ್ದೇಶಿಸಿ ಹಾಡುತ್ತಿರುವಂತೆ ತೋರಿತು... ಮಿಹೇಯಿಚ್ ಇನ್ನೂ ಬಲವಾಗಿ ಹಗ್ಗಗಳನ್ನು ಜಗ್ಗುತ್ತಿದ್ದ. ಅಶ್ರುಧಾರೆಯಿಂದ ಅವನ ಕಪೋಲಗಳು ತೊಯ್ದಿದ್ದವು. ಸಂತೋಷಾಧಿಕ್ಯದ ಮಧುರ ಭ್ರಮೆಯಲ್ಲಿ ಅವನ ಗುಂಡಿಗೆ ಉನ್ಮತ್ತವಾಗಿ ಬಡಿದುಕೊಳ್ಳುತ್ತಿತ್ತು....

ಗಂಟೆಯ ಧ್ವನಿಯನ್ನು ಗೋಪುರದ ಕೆಳಗೆ ನಿಂತು ಆಲಿಸುತ್ತಿದ್ದ ಜನ, ಮಿಹೇಯಿಚ್ ಇಷ್ಟು ಚೆನ್ನಾಗಿ, ಭರ್ಜರಿಯಾಗಿ ಯಾವತ್ತೂ ಗಂಟೆ ಬಾರಿಸಿರಲಿಲ್ಲವೆಂದು ತಮ್ಮ ತಮ್ಮಲ್ಲಿ ಆಡಿಕೊಂಡರು.

ಇದ್ದಕ್ಕಿದ್ದಂತೆ ಗೋಪುರದ ದೊಡ್ಡ ಗಂಟೆ ಅನಿಶ್ಚಿತ ಸ್ವರವೊಂದನ್ನು ಪುಟಿಸಿ, ಮೂಕವಾದಂತೆ ತಟಸ್ಥಗೊಂಡಿತು. ಸಣ್ಣ ಪುಟ್ಟ ಗಂಟೆಗಳು ಒಂದು ಅಪೂರ್ಣ ಧ್ವನಿಯನ್ನು ಮಿಡಿದು ತಣ್ಣಗಾದವು–ಗಾಳಿಯಲ್ಲಿ ಕಂಪಿಸುತ್ತಾ ನಿಧಾನವಾಗಿ ಉಡುಗಿಹೋಗುತ್ತಿದ್ದ ದೀರ್ಘ ಘಂಟಾನಾದದ ಪಡಿದನಿಯ ಗೋಳುಕರೆಯನ್ನು ಕೇಳಲು ಅಸಹ್ಯಪಟ್ಟವೋ ಎನ್ನುವಂತೆ...

ಮುದುಕ ಪೂರ್ತಿ ದಣಿದು ಹೋಗಿ ಬೆಂಚಿನ ಮೇಲೆ ಉರುಳಿದ. ಕೊಟ್ಟ ಕೊನೆಯ ಎರಡು ಅಶ್ರುಬಿಂದುಗಳು ಅವನ ಕಳಾಹೀನ ಕೆನ್ನೆಗಳ ಮೇಲೆ ನಿಧಾನವಾಗಿ ತೊಟ್ಟಿಕ್ಕಿದವು...

"ಅರೆ, ಯಾರಲ್ಲಿ ? ಗೋಪುರಕ್ಕೆ ಬದಲಿ ಮನುಷ್ಯನನ್ನು ಬೇಗ ಕಳಿಸಿ ! ಗಂಟೆ ಬಾರಿಸುವ ಮುದುಕ ಈಗ ಮಾಡಿರೋದು ತನ್ನ ಕೊನೆಯ ನಾದೋಪಾಸನೆ." ❍

ಆಂತೋನ್ ಚೇಹವ್

ಪಣ

ಶರತ್ಕಾಲದ ಕಗ್ಗತ್ತಲಿನ ಒಂದು ಇರುಳು. ಒಬ್ಬ ವೃದ್ಧ ಬ್ಯಾಂಕರ್ ತನ್ನ ವ್ಯಾಸಂಗ ಕೊಠಡಿಯಲ್ಲಿ ಮೂಲೆಯಿಂದ ಮೂಲೆಗೆ ಶತಪಥ ನಡೆಯುತ್ತಿದ್ದ. ಹದಿನೈದು ವರ್ಷಗಳ ಹಿಂದೆ ಇಂಥದೇ ಒಂದು ಶರತ್ಕಾಲದಲ್ಲಿ ತಾನು ಏರ್ಪಡಿಸಿದ್ದ ವಿನೋದ ಕೂಟದ ನೆನಪು ಅವನಲ್ಲಿ ಜಾಗೃತವಾಗಿತ್ತು. ಆ ಕೂಟಕ್ಕೆ ಹಲವು ಧೀಮಂತರು ಆಗಮಿಸಿದ್ದು, ಅವರ ನಡುವಿನ ಮಾತುಕತೆ ಕುತೂಹಲಕರವಾಗಿತ್ತು. ನಾನಾ ವಿಷಯಗಳ ಜೊತೆಗೆ ಮರಣದಂಡನೆಯ ವಿಚಾರವೂ ಚರ್ಚಿತವಾಗಿತ್ತು. ನೆರೆದಿದ್ದ ಅತಿಥಿಗಳಲ್ಲಿ ಕೆಲವು ಪತ್ರಕರ್ತರು, ವಿದ್ವಾಂಸರನ್ನುಳಿದು ಇತರರು ಮರಣದಂಡನೆಗೆ ವಿರೋಧ ವ್ಯಕ್ತ ಪಡಿಸಿದ್ದರು. ಮರಣದಂಡನೆ ಈಗಿನ ಕಾಲಕ್ಕೆ ಹೊಂದಿಕೊಳ್ಳದ ಅರ್ಥಹೀನ ಸವಕಲು ರೂಢಿಯೆಂದು, ಕ್ರೈಸ್ತ ಸಮಾಜಕ್ಕೆ ಕಳಂಕಪ್ರಾಯವೆಂದು, ಅಲ್ಲದೆ ಅನೈತಿಕವೆಂದು ಅವರ ಅಭಿಮತವಾಗಿತ್ತು. ಮರಣದಂಡನೆಗೆ ಬದಲಾಗಿ ಸಾರ್ವತ್ರಿಕವಾಗಿ ಆಜೀವ ಶಿಕ್ಷೆ ವಿಧಿಸುವುದು ಸೂಕ್ತವೆಂದು ಕೆಲವರು ಅಭಿಪ್ರಾಯಪಟ್ಟಿದ್ದರು.

ಆತಿಥೇಯನಾಗಿದ್ದ ಬ್ಯಾಂಕರ್ ಕೂಡ ಚರ್ಚೆಯಲ್ಲಿ ಭಾಗ ವಹಿಸಿದ್ದ. ಅವನೆಂದಿದ್ದ :

"ನಿಮ್ಮ ಅಭಿಪ್ರಾಯವನ್ನ ನಾನು ಒಪ್ಪೋದಿಲ್ಲ. ಮರಣ ದಂಡನೆಯನ್ನಾಗಲಿ, ಆಮರಣ ಶಿಕ್ಷೆಯನ್ನಾಗಲಿ ನಾನು ಖುದ್ದು ಅನುಭವಿಸಿಲ್ಲ. ಆದರೆ ಆಮರಣ ಶಿಕ್ಷೆಗಿಂತ ಮರಣದಂಡನೆ ಹೆಚ್ಚು ನೈತಿಕ, ಮಾನವೀಯ ಅಂತ ನನಗನ್ನಿಸ್ತದೆ. ಫಾಸಿಯೊ ಶಿರಚ್ಛೇದನವೊ ಮನುಷ್ಯನನ್ನು ತಕ್ಷಣ ಮುಗಿಸ್ತದೆ ; ಜೀವಾವಧಿ ಶಿಕ್ಷೆಯಾದರೋ ಹಂತ ಹಂತವಾಗಿ ಕೊಲ್ತದೆ. ಇಲ್ಲಿ ಹೆಚ್ಚು ಮಾನವೀಯ ಯಾರು ? ಕೆಲವೇ ಕ್ಷಣಗಳಲ್ಲಿ ಕೊಲ್ಲುವವನೊ ? ಬದುಕನ್ನ ವರ್ಷಾನುಗಟ್ಟಲೆ ಅವಿಚ್ಛಿನ್ನವಾಗಿ ಎಳೆದು ನೋಯಿಸುವವನೊ ? ನೀವೇ ನಿರ್ಧರಿಸಿ."

ಅತಿಥಿಗಳಲ್ಲಿ ಒಬ್ಬ ಹೇಳಿದ್ದ :

"ಇಬ್ಬರ ನಿಲುವೂ ಅನೀತಿಯುತವಾದದ್ದೆ. ಯಾಕೆಂದರೆ ಇಬ್ಬರ ಉದ್ದೇಶವೂ ಒಂದೇ : ಜೀವವನ್ನು ಕೊನೆಗಾಣಿಸೋದು.

ರಾಜ್ಯವು ದೇವರಲ್ಲ. ಅಪೇಕ್ಷೆ ಪಟ್ಟರೂ ಮರಳಿಕೊಡಲಾಗದ್ದನ್ನು ಹರಣ ಮಾಡುವ ಹಕ್ಕೂ ಅದಕ್ಕಿಲ್ಲ."

ವಿನೋದಗೋಷ್ಠಿಯಲ್ಲಿ ಇಪ್ಪತ್ತೈದರ ಹರಯದ ವಕೀಲನೊಬ್ಬನಿದ್ದ. ಚರ್ಚಿತ ವಿಷಯದ ಬಗ್ಗೆ ಅವನ ಅಭಿಪ್ರಾಯವೇನೆಂದು ಕೇಳಿದಾಗ ಅವನೆಂದಿದ್ದ:

"ಮರಣ ದಂಡನೆ, ಜೀವಾವಧಿ ಶಿಕ್ಷೆ ಎರಡೂ ನೀತಿಬಾಹಿರವಾದ ಕ್ರಿಯೆಗಳೇ. ಆದರೆ ಯಾರಾದರೂ ಅವೆರಡರಲ್ಲಿ ಒಂದನ್ನ ಅರಿಸಿಕೊಳ್ಳಲು ನನಗೆ ಕೇಳಿದರೆ, ನಾನು ಖಂಡಿತವಾಗಿ ಎರಡನೆಯದನ್ನ ಆಯ್ಕೆ ಮಾಡ್ತೇನೆ. ಜೀವಿಸದೇ ಇರೋದಕ್ಕಿಂತ, ಹೇಗೋ ಜೀವ ಹಿಡಿದುಕೊಂಡು ಬದುಕೋದು ಎಷ್ಟೋ ಮೇಲು."

ಇದರ ಬಗ್ಗೆ ಲವಲವಿಕೆಯ ವಿಚಾರ ವಿನಿಮಯ ನಡೆದಿತ್ತು. ಬ್ಯಾಂಕರ್ ಆಗಿನ್ನೂ ಯುವಕ; ಸುಲಭವಾಗಿ ಭಾವೋದ್ವೇಗಕ್ಕೆ ಒಳಗಾಗುವ ಪೈಕಿ. ಅಂಥ ಒಂದು ಗಳಿಗೆಯಲ್ಲಿ ಅವನು ಹಠಾತ್ತನೆ ತಾಳ್ಮೆಗೆಟ್ಟು, ಮೇಜನ್ನು ಮುಷ್ಟಿಯಿಂದ ಕುಟ್ಟುತ್ತ, ಯುವಕ ವಕೀಲನತ್ತ ತಿರುಗಿ ಅಬ್ಬರಿಸಿದ್ದ:

"ಸುಳ್ಳು, ನಿನ್ನ ಅಭಿಪ್ರಾಯ ಶುದ್ಧ ಸುಳ್ಳು. ಜೀವಾವಧಿ ಶಿಕ್ಷೆ ಮೇಲೆನ್ನುವ ನೀನು, ಇಡೀ ಜೀವನವಿರಲಿ, ಕೇವಲ ಐದು ವರ್ಷ ಕೂಡ ಕತ್ತಲಕೋಣೆಯಲ್ಲಿ ಕಳೆಯಲಾರೆ. ಬೇಕಾದರೆ ಇಪ್ಪತ್ತು ಲಕ್ಷ ರೂಬಲ್ ಪಣ ಇಡ್ತೇನೆ."

"ನೀನು ತಮಾಷೆಗೆ ಹೇಳ್ತಿಲ್ಲವಾದರೆ, ಐದಲ್ಲ ಹದಿನೈದು ವರ್ಷ ಬಂದಿಯಾಗಿ ಇರ್ತೇನೆ ಅಂತ ನಾನೂ ಪಣ ಇಡ್ತೇನೆ."

"ಹದಿನೈದು ವರ್ಷ ಅಂದೆಯ? ಸರಿ, ಹಾಗಾದರೆ... ಸ್ನೇಹಿತರೇ, ನೀವೇ ಸಾಕ್ಷಿ, ಇಗೊ ಇಪ್ಪತ್ತು ಲಕ್ಷ ರೂಬಲ್ ಪಣ ಇಡ್ತಿದ್ದೇನೆ."

"ನಾನೂ ಅಷ್ಟೆ–ನಿಮ್ಮ ಎದುರು ಪಣ ಇಡ್ತಿದ್ದೇನೆ. ಈತ ಹಣವನ್ನ ಪಣವಾಗಿಟ್ಟರೆ, ನಾನು ನನ್ನ ಸ್ವಾತಂತ್ರ್ಯವನ್ನೇ ಪಣ ಇಡ್ತೇನೆ," ಎಂದಿದ್ದ ವಕೀಲ.

ಹೀಗೆ ಈ ಅವಿವೇಕದ ಹಾಸ್ಯಾಸ್ಪದ ಪಣ ರೂಪಿತವಾಯಿತು. ಆಗಿನ ಕಾಲಕ್ಕೆ ಬ್ಯಾಂಕರ್ ಭಾರಿ ಧನಿಕನಾಗಿದ್ದ. ದುಶ್ಚಟ, ಮೋಜುಗಾರಿಕೆಗಳಿಗೆ ಹಣವನ್ನು ನೀರಿನಂತೆ ಪೋಲು ಮಾಡುತ್ತಿದ್ದ. ಅವನಿಗೆ ಈ ಪಣ ಕಿಂಚಿತ್ತೂ ಬೇಸರ ಪಶ್ಚಾತ್ತಾಪಗಳಿಗೆ ಕಾರಣವಾಗಿರಲಿಲ್ಲ; ಬದಲು ಅದರಿಂದ ಒಂದು ಬಗೆಯ ಸಂತೋಷ ಆಗಿತ್ತು.

ಊಟಕ್ಕೆ ಕೂತಾಗ ಅವನು ವಕೀಲನಿಗೆ ತಮಾಷೆಯಾಗಿ ಹೇಳಿದ್ದ: "ಕಾಲ ಮೀರುವ ಮೊದಲೇ ಎಚ್ಚರಾಗೋ ತಮ್ಮ. ನನ್ನ ಮಟ್ಟಿಗೆ ಇಪ್ಪತ್ತು ಲಕ್ಷ ಏನೂ ಅಲ್ಲ. ಆದರೆ ನಿನ್ನ ಆಯುಸ್ಸಿನ ಮೂರು ನಾಲ್ಕು ಅತ್ಯಮೂಲ್ಯವಾದ ವರ್ಷಗಳನ್ನ ವ್ಯರ್ಥವಾಗಿ ಕಳೆದು ಕೊಳ್ಳುತ್ತೀಯ ಅನ್ನೋದರ ನೆನಪು ನಿನಗಿರ್ಲಿ! ಮೂರು ನಾಲ್ಕು ವರ್ಷಗಳು ಅಂದೆನಲ್ಲವೆ? ಹೂ... ಅದಕ್ಕಿಂತ ಹೆಚ್ಚು ಸಮಯ ಕೋಣೆಯೊಂದರಲ್ಲಿ ನೀನು ಒಂಟಿಯಾಗಿ ಜೀವ ಹಿಡಿದು ಕೊಂಡಿರೋದು ಸಾಧ್ಯವೇ ಇಲ್ಲ. ಅಯ್ಯಾ ನಿರ್ಭಾಗ್ಯ, ಈ ಸಂಗತಿಯನ್ನು ಮರೀಬೇಡ: ಇನ್ನೊಬ್ಬರು ವಿಧಿಸೋ ಶಿಕ್ಷೆಗಿಂತ, ಒಬ್ಬ ಸ್ವ–ಇಚ್ಛೆಯಿಂದ ವಿಧಿಸಿಕೊಳ್ಳೋ ಶಿಕ್ಷೆಯಿದೆಯಲ್ಲ, ಅದು ಮಹಾ ಘೋರ, ಅತ್ಯಂತ ದುಸ್ಸಹ. ಯಾವಾಗ ಬೇಕೆಂದರೆ ಆಗ ಮುಕ್ತನಾಗೋ ಹಕ್ಕು ತನಗಿದೆ ಅನ್ನೋ ಭಾವನೆ, ನಿನ್ನ ಬದುಕನ್ನ ನಿರಂತರವಾಗಿ ಘಾಸಿಗೊಳಿಸುತ್ತ ಹೋಗ್ತದೆ; ಅದಕ್ಕೆ ವಿಷವನ್ನೊಡ್ತದೆ. ನಿನ್ನ ಪಾಡು ನೆನೆದು ನನಗೆ ಅಯ್ಯೋ ಅನ್ನಿಸ್ತದೆ!"

ವ್ಯಾಸಂಗ ಕೊಠಡಿಯಲ್ಲಿ ಈಗ ಶತಪಥ ತುಳಿಯುತ್ತಿದ್ದ ಬ್ಯಾಂಕರನ ಮನಃಪಟಲದಲ್ಲಿ ಈ ನೆನಪುಗಳು ಸುಳಿದು, ಅವನು ತನಗೆ ತಾನೇ ಕೇಳಿಕೊಂಡ :

"ನಾನು ಆ ಪಣವನ್ನ ಯಾಕಾದರೂ ಆಗ ಕಟ್ಟಿದೆನೊ! ಆದರಿಂದ ಆದ ಲಾಭವಾದರೂ ಏನು ? ವಕೀಲ ತನ್ನ ಬಾಳಿನ ಹದಿನೈದು ವರ್ಷಗಳನ್ನ ದಂಡಗೊಳಿಸಿರೋದಲ್ಲದೆ, ನಾನು ಇಪ್ಪತ್ತು ಲಕ್ಷ ಕಳೆದುಕೊಳ್ತೀನೆ. ಇದರಿಂದ ಮರಣದಂಡನೆ ಜೀವಾವಧಿ ಶಿಕ್ಷೆಗಿಂತ ಕೆಟ್ಟದ್ದೊ, ಒಳ್ಳೆಯದೊ ಎಂದು ಜನರಿಗೆ ಮನವರಿಕೆಯಾಗ್ತದೆಯೆ ? ಖಂಡಿತ ಇಲ್ಲ! ಇದೆಲ್ಲ ವ್ಯರ್ಥ.

ನನ್ನ ಪಾಲಿಗೆ ಈ ಪಣ, ಚೆನ್ನಾಗಿ ತಿಂದುಂಡ ಒಬ್ಬ ಮನುಷ್ಯನ ಚಿತ್ತಚಾಪಲ್ಯಕ್ಕೆ ಸಾಕ್ಷಿಯಾದರೆ, ವಕೀಲನ ಪಾಲಿಗೆ ಅದೊಂದು ಹಣ ದೋಚುವ ಅಪ್ಪಟ ದುರಾಸೆಗೆ ರುಜುವಾತು, ಅಷ್ಟೆ!"

ಅವೊತ್ತು ಸಂಜೆಯ ವಿನೋದಕೂಟದ ಅನಂತರ ಏನಾಯಿತೆಂಬುದನ್ನು ಬ್ಯಾಂಕರ್ ಜ್ಞಾಪಿಸಿಕೊಂಡ. ಅವನ ಭವನವಿದ್ದ ಉದ್ಯಾನದ ಒಂದು ಪಾರ್ಶ್ವದಲ್ಲಿನ ಮನೆಯೊಂದರ ಕೋಣೆಯಲ್ಲಿ, ಕಟ್ಟುನಿಟ್ಟಾದ ಪರಿಶೀಲನೆಗೆ ಒಳಗಾಗಿ ಸೆರೆಮನೆವಾಸದ ಶಿಕ್ಷೆಯನ್ನು ವಕೀಲ ಅನುಭವಿಸತಕ್ಕದ್ದೆಂದು ನಿರ್ಧರಿಸಲಾಗಿತ್ತು. ಶಿಕ್ಷೆಯ ದೀರ್ಘಾವಧಿಯಲ್ಲಿ ವಕೀಲನಿಗೆ ಕೋಣೆಯ ಹೊಸಿಲು ದಾಟುವ, ಜನರನ್ನು ಕಾಣುವ, ಅವರ ಧ್ವನಿಯನ್ನಾಲಿಸುವ, ವೃತ್ತಪತ್ರಿಕೆಗಳನ್ನೂ ಪತ್ರಗಳನ್ನೂ ಪಡೆಯುವ ಹಕ್ಕಿರಲಿಲ್ಲ. ಆದರೆ ಅವನು ಒಂದು ಸಂಗೀತವಾದ್ಯವನ್ನು ಇಟ್ಟುಕೊಳ್ಳಬಹುದಿತ್ತು, ಪುಸ್ತಕಗಳನ್ನು ಓದಬಹುದಿತ್ತು. ಪತ್ರ ಬರೆಯಬಹುದಿತ್ತು. ಮದ್ಯ, ತಂಬಾಕುಗಳ ಸೇವನೆಗೂ ಪರವಾನಿಗೆ ದೊರೆತಿತ್ತು.

ಒಪ್ಪಂದದ ಮೇರೆಗೆ ಅವನು ಮಾತಿಲ್ಲದೆ, ಕೇವಲ ಮೌನದಿಂದಲೆ ಬಾಹ್ಯ ಜಗತ್ತಿನೊಂದಿಗೆ ಸಂಪರ್ಕವಿಟ್ಟುಕೊಳ್ಳಬಹುದಿತ್ತು – ಈ ಉದ್ದೇಶಕ್ಕಾಗಿಯೇ ಮಾಡಿದ ಒಂದು ಸಣ್ಣ ಕಿಟಿಕಿಯ ಮೂಲಕ. ಪುಸ್ತಕ, ಸಂಗೀತ, ಮದ್ಯ–ಇಂಥ ಅಗತ್ಯವೆನ್ನಿಸಬಹುದಾದ ವಸ್ತುಗಳನ್ನು, ಎಷ್ಟೇ ಪ್ರಮಾಣದಲ್ಲಾಗಲಿ ಆತ ಕಿಟಿಕಿಯ ಮುಖೇನ ಚೀಟಿ ಬರೆದು ಕಳಿಸಿ ಪಡೆಯಬಹುದಿತ್ತು. ಕರಾರಿನಲ್ಲಿ ಎಲ್ಲ ಸೂಕ್ಷ್ಮ ತಪಶೀಲುಗಳನ್ನೂ ಗಣನೆಗೆ ತೆಗೆದುಕೊಳ್ಳಲಾಗಿತ್ತು. ಅದರಿಂದಾಗಿ ಈ ಬಂಧನ ಶುದ್ಧ ಏಕಾಂತವಾಸದ ಶಿಕ್ಷೆಯಾಗಿ ಪರಿಣಮಿಸಿತ್ತು. ನವೆಂಬರ್ 14, 1870ರ ಹನ್ನೆರಡು ಗಂಟೆಯಿಂದ ಸರಿಯಾಗಿ ನವೆಂಬರ್ 14, 1885ರ ಹನ್ನೆರಡು ಗಂಟೆಯ ತನಕ ವಕೀಲ ಆ ಕೋಣೆಯಲ್ಲಿರಬೇಕಿತ್ತು. ಕರಾರಿನ ಶರತ್ತುಗಳನ್ನು ಆತ ರವೆಯಷ್ಟಾದರೂ ಉಲ್ಲಂಘಿಸಿದರೆ, ಗೊತ್ತುಪಡಿಸಿದ ಕಾಲಕ್ಕಿಂತ ಕೇವಲ ಎರಡೇ ಎರಡು ನಿಮಿಷ ಮುಂಚಿತವಾಗಿ ಏಕಾಂತ ವಾಸದಿಂದ ಹೊರಬಂದರೂ ಕೂಡ, ವಕೀಲನಿಗೆ ಬ್ಯಾಂಕರ್ ಇಪ್ಪತ್ತು ಲಕ್ಷ ಹಣ ಕೊಡಬೇಕಾಗಿರಲಿಲ್ಲ.

ವಕೀಲ ಬರೆದಿದ್ದ ದಿನಚರಿಯ ಟಿಪ್ಪಣಿಗಳಿಂದ ನಿರ್ಧರಿಸುವುದಾದರೆ ಶಿಕ್ಷೆಯ ಮೊದಲನೆಯ ವರ್ಷದ ಅವಧಿಯಲ್ಲಿ ಅವನು ಅಸಾಧ್ಯ ಒಂಟಿತನ ಮತ್ತು ಇರಿಸುಮುರುಸನ್ನು ಅನುಭವಿಸಿದ್ದ. ಆ ಅವಧಿಯಲ್ಲಿ ಅವನ ಜೈಲು ಕೋಣೆಯಿಂದ ಪಿಯಾನೊ ಸಂಗೀತ ಎಡಬಿಡದೆ ಕೇಳಿಸುತ್ತಿತ್ತು. ಮದ್ಯ ತಂಬಾಕುಗಳನ್ನು ಆತ ತಿರಸ್ಕರಿಸಿದ್ದ. ಅವುಗಳನ್ನು ಕುರಿತು ಅವನು ಈ ಟಿಪ್ಪಣಿ ಮಾಡಿದ್ದ: "ಮದ್ಯ ವಿಷಯಾಸಕ್ತಿಗಳನ್ನು ಉದ್ರೇಕಿಸುತ್ತದೆ. ಅಂಥ ಅಭಿಲಾಷೆಗಳು ಖೈದಿಗೆ ಪರಮ ಹಗೆ, ಅಲ್ಲದೆ ಒಳ್ಳೆಯ ಮದ್ಯವನ್ನು ಜೊತೆಯಿಲ್ಲದೆ ಒಬ್ಬನೇ ಹೀರುವುದಕ್ಕಿಂತ ಹೆಚ್ಚು ಬೇಜಾರಿನ ವಿಷಯ ಮತ್ತೊಂದಿಲ್ಲ. ಹೊಗೆಸೊಪ್ಪಿನಿಂದ ಕೋಣೆಯ

ಹವೆ ಮಲಿನಗೊಳ್ಳುವುದರಿಂದ ಅದು ಕೂಡ ವರ್ಜ್ಯ." ಆ ವರ್ಷ ಅವನು ಜಟಿಲ ಪ್ರಣಯ ಪ್ರಧಾನ ಕಾದಂಬರಿಗಳನ್ನು, ಪತ್ತೆದಾರಿ ಕತೆಗಳನ್ನು, ಅಡಗೂಲಜ್ಜಿಯ ಥರದ ಕಲ್ಪನಾ ವಿಲಾಸಗಳನ್ನು, ಸುಖಾಂತ ನಾಟಕಗಳನ್ನು ಬಯಸಿದ್ದ. ಈ ಲಘು ವಿಷಯಕ ಕೃತಿಗಳನ್ನು ಅವನಿಗೆ ಪೂರೈಸಲಾಗಿತ್ತು.

ಎರಡನೆಯ ವರ್ಷ ಪಿಯಾನೊ ಸಂಗೀತ ಸಂಪೂರ್ಣ ನಿಂತುಹೋಗಿತ್ತು. ವಕೀಲ ಅಭಿಜಾತ ಸಾಹಿತ್ಯದ ಗಂಭೀರ ಕೃತಿಗಳನ್ನು ಮಾತ್ರ ಬೇಡಿದ್ದ.

ಐದನೆ ವರ್ಷದ ಹೊತ್ತಿಗೆ ಪುನಃ ಪಿಯಾನೊ ಸ್ವರ ಕೇಳಿಸಿತು. ಸೆರೆಯಾಳು ಮದ್ಯ ಬೇಕೆಂದ. ಆ ಇಡೀ ವರ್ಷ ಅವನಿಗೆ ತಿನ್ನುವುದು, ಕುಡಿಯುವುದು, ನಿದ್ದೆಮಾಡುವುದು– ಇಷ್ಟೇ ಕೆಲಸವಾಯಿತು. ಆತ ಆಗಾಗ್ಗೆ ಆಕಳಿಸುತ್ತಿದ್ದ. ತನ್ನೊಂದಿಗೆ ತಾನು ಸಿಟ್ಟಿನಿಂದ ಮಾತಾಡಿಕೊಳ್ಳುತ್ತಿದ್ದ. ಪುಸ್ತಕಗಳನ್ನು ಸುತಾರಾಂ ಮುಟ್ಟುತ್ತಿರಲಿಲ್ಲ. ಕೆಲವೊಮ್ಮೆ ರಾತ್ರಿ ಬರೆಯುತ್ತ ಕೂತಿರುತ್ತಿದ್ದ. ಬಹಳ ಹೊತ್ತಿನ ತನಕ ಬರವಣಿಗೆ ಸಾಗುತ್ತಿತ್ತು. ಬರೆದದ್ದನ್ನು ಬೆಳಗ್ಗೆ ಹರಿದುಹಾಕುತ್ತಿದ್ದ. ಅವನು ಸುಮಾರು ಸಲ ಅತ್ತದ್ದೂ ಉಂಟು.

ಆರನೆಯ ವರ್ಷದ ಮಧ್ಯೋತ್ತರ ಅವಧಿಯಲ್ಲಿ ವಕೀಲ ಮಹಾ ಉಮೇದಿನಿಂದ ಭಾಷಾಶಾಸ್ತ್ರ, ತತ್ವಶಾಸ್ತ್ರ ಹಾಗೂ ಇತಿಹಾಸದ ಅಧ್ಯಯನವನ್ನು ಪ್ರಾರಂಭಿಸಿದ್ದ. ಈ ವಿಷಯಗಳಲ್ಲಿ ಅವನ ವ್ಯಾಸಂಗದ ಹುಚ್ಚು ಎಷ್ಟು ತೀವ್ರವಾಗಿತ್ತೆಂದರೆ, ಕಾಲಕಾಲಕ್ಕೆ ಆ ನಮೂನೆಯ ಪುಸ್ತಕಗಳನ್ನು ಒದಗಿಸುವುದು ಬ್ಯಾಂಕರ್‌ನ ಪಾಲಿಗೆ ಕಷ್ಟವಾಗಿತ್ತು. ನಾಲ್ಕು ವರ್ಷಗಳ ಅವಧಿಯಲ್ಲಿ ವಕೀಲ ಸುಮಾರು ಆರುನೂರು ಗ್ರಂಥಗಳನ್ನು ಮುಗಿಸಿದ್ದ. ಈ ಗಾಢಾಸಕ್ತಿಯ ಹಸಿವೆ ತೀರುವ ವೇಳೆಗೆ ಸೆರೆಯಾಳು ಬ್ಯಾಂಕರ್‌ನಿಗೆ ಈ ಕಾಗದ ಬರೆದಿದ್ದ:

"ನನ್ನ ಆತ್ಮೀಯ ಸೆರೆಗಾರ! ಈ ಪತ್ರದ ಸಾಲುಗಳನ್ನು ಆರು ಭಾಷೆಗಳಲ್ಲಿ ಬರೆದಿದ್ದೇನೆ. ತಜ್ಞರಿಗೆ ಇದನ್ನು ತೋರಿಸು. ಒಂದೇ ಒಂದು ತಪ್ಪುಕೂಡ ಇಲ್ಲವೆಂದು ಅವರು ಅಭಿಪ್ರಾಯಪಟ್ಟರೆ, ದಯವಿಟ್ಟು ಉದ್ಯಾನದಲ್ಲಿ ಕೋವಿಯಿಂದ ಗುಂಡು ಹಾರಿಸು. ಆ ಶಬ್ದದಿಂದ ನಾನು ಭಾಷೆಯ ಬಗ್ಗೆ ಈತನಕ ಮಾಡಿದ ಅಧ್ಯಯನ ವ್ಯರ್ಥವಾಗಲಿಲ್ಲವೆಂಬುದು ಖಾತರಿಯಾಗುತ್ತದೆ. ಎಲ್ಲ ಕಾಲ ದೇಶಗಳ ಮಹಾ ಪ್ರತಿಭಾವಂತರು ಭಿನ್ನ ಭಾಷೆಗಳಲ್ಲಿ ಬರೆದಿರುತ್ತಾರೆ. ಹೀಗಿದ್ದೂ ಅವುಗಳಲ್ಲಿ ಪ್ರಜ್ವಲಿಸುವ ಮಹಾಜ್ವಾಲೆ ಒಂದೇ! ಆ ಪ್ರತಿಭೆಗಳನ್ನು ನಾನು ಈಗ ಅರ್ಥಮಾಡಿಕೊಳ್ಳಬಲ್ಲೆ ಎಂಬ ತಿಳಿವಿನ ಹಿಂದಿರುವ ಸ್ವರ್ಗೀಯ ಸುಖವನ್ನು ನೀನು ಗ್ರಹಿಸಬಲ್ಲೆಯಾದರೆ!"

ಸೆರೆಯಾಳಿನ ಆಸೆ ನೆರವೇರಿತು. ಬ್ಯಾಂಕರ್‌ನ ಅಪ್ಪಣೆಯ ಮೇರೆಗೆ ಉದ್ಯಾನದಲ್ಲಿ ಎರಡು ಬಾರಿ ಗುಂಡು ಹಾರಿಸಲಾಯಿತು.

ಹತ್ತನೆಯ ವರ್ಷ ಮುಗಿದ ಮೇಲೆ ವಕೀಲ ತನ್ನ ಮೇಜಿನ ಮುಂದೆ ನಿಶ್ಚಲವಾಗಿ ಕೂತು ಬೈಬಲ್ಲಿನ ಹೊಸ ಒಡಂಬಡಿಕೆಯನ್ನು ಮಾತ್ರ ಓದತೊಡಗಿದ. ಬ್ಯಾಂಕರನಿಗೆ ಅತ್ಯಾಶ್ಚರ್ಯ ವೆನ್ನಿಸಿದ್ದೆಂದರೆ, ಜ್ಞಾನಭಂಡಾರವೇ ಮೈವೆತ್ತಂತಿದ್ದ ಆರುನೂರು ಉದ್ಗ್ರಂಥಗಳನ್ನು ನಾಲ್ಕು ವರ್ಷಗಳಲ್ಲಿ ಕರಗತ ಮಾಡಿಕೊಂಡ ವ್ಯಕ್ತಿಯೇ, ಅಷ್ಟೇನೂ ದಪ್ಪವಲ್ಲದ, ಸುಲಭವಾಗಿ ಅರ್ಥವಾಗುವ ಒಂದು ಪುಸ್ತಕವನ್ನು ಇಡೀ ವರ್ಷ ತಲ್ಲೀನನಾಗಿ ಓದುತ್ತಿದ್ದುದು! ಹೊಸ ಒಡಂಬಡಿಕೆಯ ಬಳಿಕ ಧರ್ಮೇತಿಹಾಸ ಹಾಗು ಧರ್ಮಶಾಸ್ತ್ರದ ಹೊತ್ತಗೆಗಳು ಅವನ ಹಸಿವಿಗೆ ಉಣಿಸಾದವು.

ಸೆರೆವಾಸದ ಕೊನೆಯ ಎರಡು ವರ್ಷಗಳಲ್ಲಿ ವಕೀಲ ಅತಿಯಾಯಿತೆನ್ನುವಷ್ಟು ಓದುತ್ತಿದ್ದ. ಆದರೀಗ ಅವನ ಓದಿಗೆ ಯಾವೊಂದು ನಿರ್ದಿಷ್ಟ ಕ್ರಮವೂ ಇರಲಿಲ್ಲ. ಸಿಕ್ಕಿದ್ದನ್ನು ಓದುತ್ತಿದ್ದ. ಈ ಗಳಿಗೆ ನಿಸರ್ಗ ವಿಜ್ಞಾನ ಅವನ ಆಸಕ್ತಿಯಾದರೆ ಮರುಗಳಿಗೆ ಬೈರನ್, ಷೇಕ್ಸ್‌ಪಿಯರ್ ಅವನ ಆಹಾರವಾಗುತ್ತಿದ್ದರು. ಪುಸ್ತಕಗಳಿಗಾಗಿ ಅವನಿಂದ ಕೋರಿಕೆಯ ಚೀಟಿಗಳು ಬರುತ್ತಲೇ ಇದ್ದವು. ಅವುಗಳಲ್ಲಿ ರಸಾಯನ ವಿಜ್ಞಾನ, ವೈದ್ಯವಿಜ್ಞಾನ, ಕಾದಂಬರಿ, ದರ್ಶನಶಾಸ್ತ್ರ, ಧರ್ಮಶಾಸ್ತ್ರ ಇತ್ಯಾದಿ ಹೊತ್ತಗೆಗಳನ್ನು ಒಟ್ಟಿಗೆ ಪೂರೈಸಲು ಆಗ್ರಹಪೂರ್ವಕವಾಗಿ ಕೇಳಿಕೊಳ್ಳುತ್ತಿದ್ದ. ಅವನ ಈ ವ್ಯಾಸಂಗದ ವಿಚಿತ್ರ ರೀತಿಯನ್ನು ಗಮನಿಸಿದರೆ, ನೌಕಾಘಾತ ವಾದವನು ಅನೇಕ ಹಲಗೆ ಚೂರುಗಳ ನಡುವೆ ಸಮುದ್ರದಲ್ಲಿ ಕೈಕಾಲು ಬಡಿಯುತ್ತಿರುವಂತೆ ತೋರುತ್ತಿತ್ತು; ಜೀವ ಉಳಿಸಿಕೊಳ್ಳಲು ಹೆಣಗುತ್ತ ಹತಾಶನಾಗಿ ಒಂದು ಹಲಗೆಯನಂತರ ಇನ್ನೊಂದು ಹಲಗೆಯನ್ನು ತಬ್ಬಿಕೊಳ್ಳುವ ಸನ್ನಾಹ ನಡೆಸಿದಂತೆ ಭಾಸವಾಗುತ್ತಿತ್ತು.'

ಬ್ಯಾಂಕರ್ ಅತ್ತಿತ್ತ ನಡೆಯುತ್ತಿದ್ದಾಗ ಇವೆಲ್ಲ ಅವನ ನೆನಪಿಗೆ ಬಂದಿತು. ಆಗ ಅವನಿಗೆ ಒಂದು ಯೋಚನೆ ಹೊಳೆಯಿತು : 'ನಾಳೆ ಹನ್ನೆರಡು ಗಂಟೆಗೆ ಸರಿಯಾಗಿ ಅವನು ಮುಕ್ತನಾಗ್ತಾನೆ. ಕರಾರಿನ ಪ್ರಕಾರ ನಾನು ಇಪ್ಪತ್ತು ಲಕ್ಷ ಕೊಡಲೇಬೇಕಾಗ್ತದೆ. ಹಾಗೆ ಕೊಟ್ಟೆನೊ, ಸದಾಕಾಲಕ್ಕು ನಾನು ಭಿಕಾರಿಯಾಗೋದು ಖಂಡಿತ.'

ಹದಿನೈದು ವರ್ಷಗಳ ಹಿಂದೆ ಅವನ ಹತ್ತಿರ ಇಪ್ಪತ್ತೇಕೆ, ನೂರಾರು ಲಕ್ಷ ಹಣವಿತ್ತು. ಆದರೀಗ ತನ್ನಲ್ಲಿ ಯಾವುದು ಹೆಚ್ಚಾಗಿದೆ – ಹಣವೋ ಸಾಲವೊ ? – ಎಂದು ತನ್ನನ್ನು ತಾನು ಪ್ರಶ್ನಿಸಿಕೊಳ್ಳುವ ಧೈರ್ಯ ಸಹ ಅವನಿಗಿರಲಿಲ್ಲ. ಏರಿಳಿತಗಳಿಗೆ ಗುರಿಯಾಗುವ ಸ್ಟಾಕ್ ಎಕ್ಸ್‌ಚೇಂಜಿನ ಷೇರುಗಳ ವ್ಯವಹಾರದಲ್ಲಿ ಅದೃಷ್ಟದಾಟ, ಅಪಾಯಕರ ಸಟ್ಟಾ ವ್ಯಾಪಾರ ಮತ್ತು ಈ ಅಪರ ವಯಸ್ಸಿನಲ್ಲಿ ಕೂಡ ಅವನಿಂದ ತೊಲಗಿಹೋಗದಿದ್ದ ಅವನ ದುಸ್ಸಾಹಸೀ ಪ್ರವೃತ್ತಿ – ಇವೆಲ್ಲ ಅವನ ಉದ್ಯಮವನ್ನು ಕ್ರಮೇಣ ಮಣ್ಣೂಡಿಸಿದ್ದವು. ವ್ಯಾಪಾರ ಜಗತ್ತಿನ ನಿರ್ಭೀತ ಸಾಹಸಿಯೂ ಸ್ವಸಾಮರ್ಥ್ಯದ ಬಗ್ಗೆ ಪೂರ್ಣ ಭರವಸೆಯುಳ್ಳವನೂ ಸ್ವಾಭಿಮಾನಿಯೂ ಆಗಿದ್ದ ಪ್ರತಿಷ್ಠಿತ ಈಗ ಮಾರುಕಟ್ಟೆಯ ಪ್ರತಿ ಏರಿಳಿತಕ್ಕೂ ಆತಂಕ ಕಳವಳಗಳಿಂದ ಕಂಪಿಸುವ ಒಬ್ಬ ಸಾಮಾನ್ಯ ಬ್ಯಾಂಕರ್‌ನ ಅವಸ್ಥೆಗೆ ಕುಸಿದು ಹೋಗಿದ್ದ. "ಅಯ್ಯೋ ! ದರಿದ್ರ ಪಣವೇ" ಎಂದು ಗೊಣಗಿಕೊಳ್ಳುತ್ತ, ತಲೆಯನ್ನು ಘಟ್ಟಿಸಿಕೊಂಡ, ಆ ಮುದಿ ಬ್ಯಾಂಕರ್. ಅವನ ಯೋಚನೆ ಮುಂದುವರಿಯಿತು :

"ಆ ವಕೀಲ ಸಾಯಬಾರದಿತ್ತೆ! ಅವನಿಗಿನ್ನೂ ನಲವತ್ತೇ ವರ್ಷ. ಬಿಡಿಕಾಸೂ ಬಿಡದೆ ಆತ ನನ್ನಿಂದ ಎಲ್ಲವನ್ನೂ ದೋಚಿಕೊಳ್ತಾನೆ. ಮದುವೆಯಾಗಿ ಜೀವನವನ್ನ ಮಜವಾಗಿ ಅನುಭವಿಸುತ್ತ, ಸ್ಟಾಕ್ ಎಕ್ಸ್‌ಚೇಂಜಿನ ಮೇಲೆ ಅದೃಷ್ಟವನ್ನು ನೆಟ್ಟು ಹಾಯಾಗಿ ಕಾಲ ಕಳೀತಾನೆ. ಆಗ ನಾನು ಮಾತ್ಸರ್ಯ ಕರುಬುಗಳಿಂದ ಕುದಿಯುವ ಭಿಕಾರಿಯಾಗಿ ಅವನಿಂದ ಪದೇಪದೇ ಈ ಮಾತುಗಳನ್ನ ಕೇಳ್ತಾ ಇರ್ತೇನೆ: 'ನನ್ನ ಈ ಸುಖಸಂತೋಷಗಳ ಜೀವನಕ್ಕಾಗಿ ನಾನು ನಿನಗೆ ಋಣಿ. ಈಗಿನ ನಿನ್ನ ದುರ್ದೆಶೆಯಲ್ಲಿ ನಾನು ನಿನಗೆ ಒಂದಿಷ್ಟು ಸಹಾಯ ಮಾಡಬೇಕು ಅನ್ನೋ ಮನಸ್ಸಾಗಿದೆ !' ... ಇಲ್ಲ, ಇಂಥ ಅವಮಾನವನ್ನ ನಾನು ಸಹಿಸಲಾರೆ ! ಮುಖಭಂಗ ಹಾಗು ದಿವಾಳಿತನದಿಂದ ನಾನು ಪಾರಾಗಬೇಕಾದರೆ ಉಳಿದಿರೋ ಮಾರ್ಗ ಒಂದೆ : ವಕೀಲ ಸಾಯಲೇಬೇಕು !"

ಗಡಿಯಾರ ಮೂರು ಗಂಟೆ ಹೊಡೆಯಿತು. ಬ್ಯಾಂಕರ್ ಆಲಿಸಿದ. ಮನೆಯಲ್ಲಿ ಎಲ್ಲರೂ

ನಿದ್ದೆ ಹೋಗಿದ್ದರು. ಕಿಟಕಿಯಾಚೆ. ಹಿಮದಿಂದ ಆವರಿತವಾದ ಮರಗಳು ಗಾಳಿಗೆ ಊಳಿಡುತ್ತಿದ್ದವು. ಆತ ಸದ್ದಾಗದಂತೆ ಎಚ್ಚರಿಕೆಯಿಂದ ಬೀರುವಿನಿಂದ ಬೀಗದ ಕೈ ಎತ್ತಿಕೊಂಡ. ಅದು ಹದಿನೈದು ವರ್ಷಗಳಿಂದ ತೆರೆಯದಿದ್ದ ಸೆರೆಕೋಣೆಯ ಬೀಗದ ಕೈ. ಬ್ಯಾಂಕರ್ ತನ್ನ ನಿಲುವಂಗಿ ಧರಿಸಿ, ಹೊಸಿಲು ದಾಟಿದ. ಉದ್ಯಾನದಲ್ಲಿ ಕತ್ತಲು, ಚಳಿ ಪೈಪೋಟಿ ನಡೆಸಿದಂತಿತ್ತು. ಜೊತೆಗೆ ಮಳೆಯೂ ಸುರಿಯುತ್ತಿತ್ತು. ತೇವಗೊಂಡು ಕೊರೆಯುವ ಕುಳಿರ್ಗಾಳಿ ಉದ್ಯಾನದ ಉದ್ದಗಲ ಸುಯ್ಯಲಾಡುತ್ತ ಮರಗಿಡ ಬಳ್ಳಿಗಳನ್ನು ಅಲುಗಾಡಿಸಿ ಗೋಳು ಹುಯ್ಯುತ್ತಿತ್ತು. ಕಷ್ಟಪಟ್ಟು ದಿಟ್ಟಿಸಿದರೂ ನೆಲವಾಗಲಿ, ಹಾಲ್ಗಲ್ಲಿನ ಪ್ರತಿಮೆಗಳಾಗಲಿ, ಸೆರೆ ಮನೆಯಿದ್ದ ಉದ್ಯಾನದ ಮೂಲೆಯಾಗಲಿ ಕಾಣಿಸುತ್ತಿರಲಿಲ್ಲ. ಹೇಗೋ ಉದ್ಯಾನದ ಮೂಲೆಗಿದ್ದ ಮನೆಯ ಬಳಿ ಬಂದು ಆತ ಕಾವಲುಗಾರನನ್ನು ಎರಡು ಸಲ ಕೂಗಿದ. ಉತ್ತರ ಬರಲಿಲ್ಲ. ಹದಗೆಟ್ಟ ಹವಾಮಾನದ ದೆಸೆಯಿಂದ ಕಾವಲಿನವ ಅಡಿಗೆ ಮನೆಯಲ್ಲೊ, ಹಿಂಬದಿಯ ಕೋಣೆಯಲ್ಲೊ ನಿದ್ದೆ ಮಾಡಿರಬಹುದೆಂದು ಬ್ಯಾಂಕರ್‌ಗೆ ಖಾತ್ರಿಯಾಯಿತು. ಅವನೆಂದುಕೊಂಡ :

"ನನ್ನ ಉದ್ದೇಶವನ್ನು ಈಡೇರಿಸೋ ಧೈರ್ಯ ನನ್ನಲ್ಲಿ ಮೂಡಿತು ಅಂತಾದ್ರೆ, ಮೊದಲ ನೋಟಕ್ಕೇ ಎಲ್ಲರ ಸಂಶಯ ದೃಷ್ಟಿ ಕಾವಲುಗಾರನ ಮೇಲೆ ಬೀಳ್ತದೆ."

ಕಗ್ಗತ್ತಲಲ್ಲಿ ಮೆಟ್ಟಲು ಬಾಗಿಲುಗಳು ಎಲ್ಲಿವೆಯೆಂದು ತಡಕಾಡುತ್ತ, ಅವುಗಳನ್ನು ಕಷ್ಟದಿಂದ ದಾಟಿ ತೋಟದ ಮನೆಯ ಪಡಸಾಲೆಗೆ ಆತ ಬಂದ. ಮುಂದಿನ ಇಕ್ಕಟ್ಟು ದಾರಿಯಲ್ಲಿ ನಡೆದು ಬೆಂಕಿಕಡ್ಡಿ ಗೀರಿದ. ನರಪಿಳ್ಳೆಯೂ ಅಲ್ಲಿರಲಿಲ್ಲ. ಯಾರದೋ ಹೊದಿಕೆಯಿಲ್ಲದ ಹಾಸಿಗೆಯೊಂದು ಅಲ್ಲಿ ಬಿದ್ದಿತ್ತು. ಮೂಲೆಯಲ್ಲಿ ಅಗ್ಗಿಷ್ಟಿಕೆಯೊಂದು ಅಸ್ಪಷ್ಟವಾಗಿ ಕಪ್ಪಗೆ ಕಾಣುತ್ತಿತ್ತು. ಸೆರೆಯಾಳಿನ ಕೋಣೆಗೆ ಹೋಗುವ ಬಾಗಿಲಿನ ಮೇಲಿನ ಮೊಹರೆಗಳೂ ಒಡೆಯದೆ ಹಾಗೇ ಇದ್ದವು.

ಬೆಂಕಿಕಡ್ಡಿ ಆರಿದಾಗ, ಮನಸ್ಸಿನ ತುಮುಲದಿಂದ ನಡುಗುತ್ತಿದ್ದ ಮುದಿ ಬ್ಯಾಂಕರ್ ಸಣ್ಣ ಕಿಟಿಕಿಯಲ್ಲಿ ಇಣುಕಿ ನೋಡಿದ. ಸೆರೆಯಾಳಿನ ಕೋಣೆಯಲ್ಲಿ ಒಂದು ಮೋಂಬತ್ತಿ ಮಂಕಾಗಿ ಉರಿಯುತ್ತಿತ್ತು. ವಕೀಲ ಮೇಜಿನೆದುರು ಕೂತಿದ್ದ. ಅವನ ಬೆನ್ನು, ತಲೆಗೂದಲು, ತೋಳು ಮಾತ್ರ ಕಾಣಿಸುತ್ತಿದ್ದವು. ಮೇಜಿನ ಮೇಲೆ, ಎರಡು ಕುರ್ಚಿಗಳ ಮೇಲೆ, ಮೇಜಿನ ಬಳಿಯ ಜಮಖಾನದ ಮೇಲೆ ತೆರೆದ ಪುಸ್ತಕಗಳು ಹರಡಿಕೊಂಡಿದ್ದವು.

ಐದು ನಿಮಿಷ ಕಳೆದವು. ಸೆರೆಯಾಳು ಒಮ್ಮೆಯಾದರೂ ಅತ್ತಿತ್ತ ಚಲಿಸಲಿಲ್ಲ. ಹದಿನೈದು ವರ್ಷಗಳ ಏಕಾಂತವಾಸ ಅಚಲವಾಗಿ ಕುಳಿತುಕೊಳ್ಳಲು ಅವನಿಗೆ ಕಲಿಸಿತ್ತು. ಬ್ಯಾಂಕರ್ ಬೆರಳಿನಿಂದ ಕಿಟಿಕಿಯನ್ನು ತಟ್ಟಿದ. ಆದರೆ ಸೆರೆಯಾಳು ಉತ್ತರದ ರೂಪದಲ್ಲಿ ಯಾವ ಚಲನವಲನವನ್ನೂ ಸೂಚಿಸಲಿಲ್ಲ. ಆಮೇಲೆ ಬ್ಯಾಂಕರ್ ಬಾಗಿಲಿನಿಂದ ಮೊಹರೆಗಳನ್ನು ಹುಷಾರಾಗಿ ಕಳಚಿ, ಬೀಗದಲ್ಲಿ ಚಾವಿಯನ್ನಿಟ್ಟು ತಿರುವಿದ. ತುಕ್ಕು ಹಿಡಿದ ಬೀಗ ಒಂದು ಕರ್ಕಶ ನರಳಿಕೆಯ ಸದ್ದನ್ನು ಹೊಮ್ಮಿಸಿ ಬಿಚ್ಚಿಕೊಂಡಿತು. ಬಾಗಿಲು ಕಿರ್ರೆಂದು ತೆರೆಯಿತು. ಪರಿಣಾಮವಾಗಿ ತಕ್ಷಣ ಒಂದು ಆಶ್ಚರ್ಯೋದ್ಗಾರ ಹೊಮ್ಮಿ ಬರಬಹುದು, ಕಾಲಸಪ್ಪಳ ಕೇಳಿಸಬಹುದು ಎಂದು ನಿರೀಕ್ಷಿಸಿ ಬ್ಯಾಂಕರ್ ಅಲ್ಲಿಯೇ ನಿಂತ. ಆದರೆ ಒಳಗಿನಿಂದ ಏನೂ ಕೇಳಿಸಲಿಲ್ಲ. ಮತ್ತೆ ಮೂರು ನಿಮಿಷ ಕಳೆದವು. ಕೋಣೆಯ ಒಳಗೆ ಹಿಂದಿನ ನೀರವ ಸ್ಥಿತಿಯೇ ಈಗಲೂ ಇತ್ತು. ಬ್ಯಾಂಕರ್ ಕೋಣೆಯನ್ನು ಪ್ರವೇಶಿಸಿದ.

ಅಲ್ಲಿ ಮೇಜಿನೆದುರು ಸಾಧಾರಣ ಮನುಷ್ಯನಿಗಿಂತ ಬೇರೆಯೆನ್ನಿಸುವ ಒಂದು ಆಕೃತಿ ಕೂತಿತ್ತು. ಉದ್ದಕ್ಕೆ ಅಸ್ತವ್ಯಸ್ತವಾಗಿ ಬೆಳೆದ ಗಡ್ಡದ, ಹೆಂಗಸರ ಕೂದಲಿನಂತೆ ನೀಳವೂ ಗುಂಗುರಾಗಿಯೂ ಇದ್ದ ತಲೆಗೂದಲಿನ, ಮೈಗೆ ಬಿಗಿಯಾಗಿ ಅಂಟಿದ ತೊಗಲಿನ ಎಲುಬುಗೂಡಾಗಿತ್ತು ಆ ವಿಕೃತ ಆಕೃತಿ. ಅವನ ಮುಖದ ಬಣ್ಣ, ಮಣ್ಣಿನ ಛಾಯೆಯ ಹಳದಿಯಾಗಿತ್ತು. ಕೆನ್ನೆಗುಳಿಬಿದ್ದು ಆಳವಾಗಿದ್ದವು. ಬೆನ್ನು ನೀಳವಾಗಿದ್ದು ಸಪೂರವಾಗಿತ್ತು. ಬಾಗಿದ ತಲೆಯನ್ನು ಹೊತ್ತಿದ್ದ ತೋಳುಗಳು ತೆಳ್ಳಗೆ ಕೃಶವಾಗಿ, ನೋಡಿದವರಲ್ಲಿ ಕನಿಕರ ಹುಟ್ಟಿಸುವಂತಿದ್ದವು. ಅವನ ತಲೆಗೂದಲು ನರೆತು ಬೆಳ್ಳಿ ಬಣ್ಣಕ್ಕೆ ತಿರುಗಲಾರಂಭಿಸಿತ್ತು. ಅವನ ಚಹರೆಯ ಮೇಲಿನ ವಿಲಕ್ಷಣತೆಯ ದೆಸೆಯಿಂದ ಅವನಿಗೆ ಕೇವಲ ನಲವತ್ತು ವರ್ಷವೆಂದು ನಂಬಲು ಸಾಧ್ಯವಿರಲಿಲ್ಲ. ಮೇಜಿನ ಮೇಲೆ, ಅವನ ಬಾಗಿದ ಶಿರದೆದುರು ಸಣ್ಣ ಅಕ್ಷರಗಳಲ್ಲಿ ಏನನ್ನೋ ಬರೆದ ಕಾಗದದ ಹಾಳೆ ಬಿದ್ದಿತ್ತು.

ಬ್ಯಾಂಕರ್ ಆಲೋಚಿಸಿದ : "ಬಡಪಾಯಿ ನಿದ್ದೆಹೋಗಿರಬೇಕು. ಲಕ್ಷಗಳ ಕನಸು ಕಾಣುತ್ತಿರಬೇಕು. ಈ ಅರೆಸತ್ತ, ಜೀವನ್ಮೃತ ಕಳೆಯ ಆಸಾಮಿಯನ್ನು ನಾನು ಹಾಸಿಗೆಗೆ ಕೆಡವಿ ಒಂದೆರಡು ಕ್ಷಣ ತಲೆದಿಂಬಿನಿಂದ ಕತ್ತನ್ನೊತ್ತಿದರೆ, ಇವನ ಕತೆ ಮುಗಿದಂತೆಯೇ. ಎಂಥ ಸೂಕ್ಷ್ಮರೀತಿಯ ತನಿಖೆ ನಡೆಸಿದರೂ ಅನೈಸರ್ಗಿಕ ಕಾರಣದಿಂದ ಸತ್ತಿದ್ದಾನೆಂಬ ಒಂದೇ ಒಂದು ಕುರುಹೂ ಸಿಕ್ಕಲಾರದು. ಇರಲಿ, ಮುಂಚೆ ಈ ಕಾಗದದಲ್ಲಿ ಏನು ಬರೆದಿದ್ದಾನೋ, ನೋಡೋಣ."

ಹಾಳೆಯನ್ನೆತ್ತಿಕೊಂಡು ಬ್ಯಾಂಕರ್ ಓದತೊಡಗಿದ : "ನಾಳೆ ರಾತ್ರಿ ಹನ್ನೆರಡಕ್ಕೆ ಸರಿಯಾಗಿ ನಾನು ಸ್ವತಂತ್ರನಾಗಿ, ಜನರ ಜೊತೆ ಕಲೆಯುವ ಹಕ್ಕನ್ನು ಮರಳಿ ಪಡೆಯುತ್ತೇನೆ. ಆದರೆ ಈ ಸೆರೆಕೋಣೆಯನ್ನು ಬಿಡುವುದಕ್ಕೆ ಮುಂಚೆ, ಆಚೆಯ ಸೂರ್ಯನನ್ನು ದರ್ಶಿಸುವುದಕ್ಕೆ ಮುಂಚೆ ಒಂದೆರಡು ವಿಷಯಗಳನ್ನು ನಿನಗೆ ತಿಳಿಸಲಿಚ್ಛಿಸುತ್ತೇನೆ. ನನ್ನ ನಿಷ್ಕಲಂಕ ಆತ್ಮಸಾಕ್ಷಿಯ ಆಣೆಯಾಗಿ, ನನ್ನ ಪ್ರತಿಯೊಂದು ಕ್ರಿಯೆಯನ್ನೂ ಗಮನಿಸಿರುವ ಪರಮಾತ್ಮನ ಆಣೆಯಾಗಿ ನಾನು ಸಾರುತ್ತಿದ್ದೇನೆ – ಸ್ವಾತಂತ್ರ್ಯ, ಬದುಕು, ಆರೋಗ್ಯ ಮತ್ತು ನಿನ್ನ ಮಹಾಗ್ರಂಥಗಳು ಯಾವುದನ್ನೆಲ್ಲ ಈ ಲೋಕದ ವರಪ್ರಸಾದಗಳೆಂದು ಬಗೆಯುತ್ತವೆಯೋ ಅವನ್ನೆಲ್ಲ ನಾನು ತುಚ್ಛವೆಂದು ತಿಳಿಯುತ್ತೇನೆ.

"ಹದಿನೈದು ವರ್ಷಗಳಿಂದ ನಾನು ಈ ಪ್ರಾಪಂಚಿಕ ಜೀವನವನ್ನು ಕುರಿತು ತುಂಬು ಶ್ರದ್ಧೆಯಿಂದ ಅಧ್ಯಯನ ನಡೆಸಿದ್ದೇನೆ. ನಿಜ, ಈ ಅವಧಿಯಲ್ಲಿ ನಾನು ಆಚೆಯ ಪ್ರಪಂಚವನ್ನಾಗಲಿ ಜನರನ್ನಾಗಲಿ ಕಂಡಿಲ್ಲ. ಆದರೆ ನೀನು ದಯಪಾಲಿಸಿದ ಗ್ರಂಥಗಳಲ್ಲಿ ನಾನು ಅತ್ಯುತ್ಕೃಷ್ಟ ಮದ್ಯವನ್ನು ಹೀರಿದ್ದೇನೆ, ಗೀತೆಗಳನ್ನು ಹಾಡಿದ್ದೇನೆ; ದಟ್ಟಡವಿಗಳಲ್ಲಿ ಜಿಂಕೆ ಕಾಡುಹಂದಿ ಮೊದಲಾದವುಗಳನ್ನು ಶಿಕಾರಿಮಾಡಿದ್ದೇನೆ; ಸುಂದರಿಯರನ್ನು ಪ್ರೇಮಿಸಿ ಸುಖ ದೋಚಿದ್ದೇನೆ... ಅದೂ ಎಂಥ ಸುಂದರಿಯರು ! ಕವಿಯ ಮಾಂತ್ರಿಕ ಪ್ರತಿಭೆಯಲ್ಲಿ ಅರಳಿನಿಂತ, ಬೆಳ್ಮುಗಿಲಿನ ಸುಕುಮಾರ ಸ್ವರ್ಗೀಯತೆಯಿಂದ ಕಳಕಳಿಸುವ ಸುಂದರಾಂಗಿಯರು. ಇರುಳಿನ ನಿರಾಳ ಮಾಯೆಯಲ್ಲಿ ನನಗೆ ಭೇಟಿಯಿತ್ತು ಮಹಾದ್ಭುತ ಕತೆಗಳನ್ನು ಮೃದುವಾಗಿ ಉಸುರಿ, ನನ್ನ ದೇಹಾದ್ಯಂತ ಮಾದಕತೆಯ ಪೂರವನ್ನು ಹರಿಸಿದ ನಿರುಪಮಾನ ಚಲುವೆಯರು.

"ನೀನಿತ್ತ ಪುಸ್ತಕಗಳಲ್ಲಿ ನಾನು ಈ ಖಂಡದ ಅತ್ಯುನ್ನತ ಪರ್ವತಾಗರಗಳನ್ನು ನಿರಾಯಾಸವಾಗಿ ಏರಿ, ಮುಂಜಾನೆಯ ವೇಳೆ ಅಲ್ಲಿಂದ ಸೂರ್ಯೋದಯದ ಮಹದೈಸಿರಿಯನ್ನು, ಸಂಜೆಯ ವೇಳೆ ಭೂಮ್ಯಾಕಾಶ ಸಾಗರ ಶಿಖರಪಂಕ್ತಿಗಳನ್ನು ಹೊನ್ನಿನ ಎರಕದಲ್ಲಿ ಹೊಯ್ದ

ಅಸ್ತಮಾನವನ್ನು ಆಸ್ವಾದಿಸಿ ರೋಮಾಂಚಿತನಾಗಿದ್ದೇನೆ. ಆ ಎತ್ತರದಿಂದ ಗಗನಪಟದಲ್ಲಿ ಮುಗಿಲುಗಳನ್ನು ಸೀಳಿ ಲಕಲಕಿಸುವ ಮಿಂಚಿನಲಗುಗಳನ್ನು ಕಂಡಿದ್ದೇನೆ; ನಿತ್ಯಹರಿದ್ವರ್ಣದ ಮಹಾರಣ್ಯಗಳನ್ನು, ಹೊಲಗದ್ದೆ ಬಯಲುಗಳ ವೈಶಾಲ್ಯಗಳನ್ನು, ನದನದೀ ಸರೋವರಗಳ ಸಲಿಲ ವಿಸ್ತೀರ್ಣಗಳನ್ನು, ವಿಸ್ತೃತ ನಗರಗಳನ್ನು ದರ್ಶಿಸಿ ಹರ್ಷಿಸಿದ್ದೇನೆ. ಮೋಹಿನಿಯ ಮಧುರ ಗಾಯನ, ನಾದಸ್ವರಗಳ ಕಮನೀಯ ಸಂಗೀತ ನನಗೆ ಕೇಳಿಸಿದೆ. ಪರಮಾತ್ಮನ ಸಂದೇಶವನ್ನು ಸಾರಲು ಬಂದ ಸುಂದರ ಪಿಶಾಚಿಗಳ ರೆಕ್ಕೆಗಳನ್ನು ನಾನು ಸ್ಪರ್ಶಿಸಿದ್ದೇನೆ...

"ನೀನು ಕೃಪೆಯಿಂದ ಕೊಟ್ಟ ಗ್ರಂಥಗಳಲ್ಲಿ ನಾನು ಅತಳ ತಳಾತಳಗಳನ್ನು ಹೊಕ್ಕಿದ್ದೇನೆ, ಚಮತ್ಕೃತಿ ಪವಾಡಗಳನ್ನು ಮಾಡಿ ತೋರಿಸಿದ್ದೇನೆ, ಪಟ್ಟಣಗಳನ್ನು ಸುಟ್ಟು ನೆಲಸಮ ಗೊಳಿಸಿದ್ದೇನೆ, ಹೊಸ ಹೊಸ ಧರ್ಮಗಳನ್ನು ಉಪದೇಶಿಸಿದ್ದೇನೆ, ಭೂಮಂಡಲವನ್ನೇ ಗೆದ್ದು ಮೆರೆದಿದ್ದೇನೆ.

"ನಿನ್ನ ಪುಸ್ತಕಗಳು ನನಗೆ ಜ್ಞಾನ ನೀಡಿವೆ. ಶತಕಶತಕಗಳಿಂದ ರಚಿತವಾದ ಆ ಎಲ್ಲ ನಿತ್ಯನವೀನ ಮರ್ತ್ಯಜ್ಞಾನವೂ ಒಂದು ಸಣ್ಣ ಉಂಡೆಯಾಗಿ ಈ ನನ್ನ ತಲೆಬುರುಡೆಯಲ್ಲಿ ಅಡಕವಾಗಿದೆ. ಇತರರಿಗಿಂತ ನಾನು ಅಧಿಕ ಮೇಧಾವಿ, ವಿವೇಕಿಯೆಂಬ ಅರಿವು ನನಗಾಗಿದೆ.

"ಆದರೆ ಈಗ ಯಾವುದೇ ಬಗೆಯ ಪುಸ್ತಕ ಕಂಡರೂ ನನಗೆ ಮಹಾಅಸಹ್ಯ. ಐಹಿಕಾಭ್ಯುದಯ, ತತ್ಸಂಬಂಧಿಯಾದ ತಿಳಿವು ನನಗೆ ಪರಮಹಗೆ. ಪ್ರಾಪಂಚಿಕವೆನ್ನುವುದೆಲ್ಲವೂ ಬಿಸಿಲ್ಗುದುರೆಯಂತೆ ಶೂನ್ಯ, ಕ್ಷಣ ಭಂಗುರ, ಭ್ರಮಾತ್ಮಕ! ನರರ ಬಿಮ್ಮು, ಹಮ್ಮು, ಧೀಮಂತಿಕೆ, ಮೈಕಟ್ಟಿನ ಮಾಟ – ಎಲ್ಲವನ್ನೂ, ನೆಲದಾಳದಲ್ಲಿ ನೆಲೆಹೂಡಿದ ಇಲಿಗಳನ್ನು ಹೇಗೋ ಹಾಗೆ, ಸಾವೆನ್ನುವ ಸತ್ಯ ಈ ಭೂಮಿಯಿಂದ ಒರೆಸಿ ಹಾಕುತ್ತದೆ. ಅವರ ಭವ್ಯಭವಿತವ್ಯದ ಭರವಸೆ, ದೀರ್ಘೇತಿಹಾಸದ ಹೆಮ್ಮೆ, ಪ್ರಖರ ಪ್ರತಿಭಾವಂತರ ಅಮರತ್ವದ ಕಲ್ಪನೆ ಇತ್ಯಾದಿಗಳು ಭೂಮಂಡಲದೊಂದಿಗೆ ಸುಟ್ಟುಕರಿಕಾಗಿ ಹೆಪ್ಪುಗಟ್ಟಿದ ಕಿಟ್ಟವಾಗುತ್ತವೆ.

"ನೀನು, ಇತರ ಮಾನವರಂತೆ ತಪ್ಪು ಹಾದಿ ಹಿಡಿದೆ, ಹುಚ್ಚನಂತೆ ತೊಳಲಿದೆ. ಸಟೆಯನ್ನು ದಿಟವೆಂದು, ಕುರೂಪವನ್ನು ಸೌಂದರ್ಯವೆಂದು ನಂಬಿ ಕೆಟ್ಟೆ. ಸೇಬು, ಕಿತ್ತಲೆಯ ಗಿಡಗಳಲ್ಲಿ ಹಣ್ಣುಗಳ ಬದಲು ಇದ್ದಕ್ಕಿದ್ದಂತೆ ಕಪ್ಪೆ ಹಲ್ಲಿಗಳು ತೂಗತೊಡಗಿದರೆ, ಚೆಂಗುಲಾಬಿಗಳು ಬೆವೆತ ಕುದುರೆಯ ನಾತವನ್ನು ಹೊಮ್ಮಿಸಿದರೆ ನಿನಗೆ ಬೆರಗಾಗದಿರದೆ? ಹಾಗೆಯೆ ನಿನ್ನನ್ನು ನೋಡಿದರೆ ನನಗೆ ಬೆರಗು. ನೀನು ಮರ್ತ್ಯಲೋಕಕ್ಕಾಗಿ ದೇವಲೋಕವನ್ನು ಮಾರಿದಾತ. ನಿನ್ನನ್ನು ಅರ್ಥಮಾಡಿಕೊಳ್ಳಲು ನನಗೆ ಚೂರು ಆಸಕ್ತಿಯೂ ಇಲ್ಲ.

"ನೀನು ಆರಾಧಿಸುವ ಜೀವನ ರೀತಿಯ ಬಗೆಗೆ ನನಗಿರುವ ತಾತ್ಸಾರ ದ್ವೇಷಗಳನ್ನು ಸಮರ್ಥಿಸಿ ತೋರಿಸುವುದಕ್ಕೋಸ್ಕರ, ಇಗೋ! ಸ್ವರ್ಗ ಸಮಾನವೆಂದು ನಾನೊಮ್ಮೆ ಕನಸು ಕಂಡಿದ್ದ ಇಪ್ಪತ್ತು ಲಕ್ಷಗಳನ್ನು ನಾನು ಮನಃಪೂರ್ವಕ ತ್ಯಜಿಸುತ್ತಿದ್ದೇನೆ. ಆ ಹಣದ ವಿಚಾರ ಈಗ ನನಗೆ ಅಸಹ್ಯಕರವಾಗಿದೆ. ಆದ್ದರಿಂದ ಆ ಇಪ್ಪತ್ತು ಲಕ್ಷಗಳನ್ನು ನಿನ್ನಿಂದ ಪಡೆಯುವ ಹಕ್ಕಿನಿಂದ ಚ್ಯುತನಾಗಲು ನಾನು, ಕರಾರಿನಲ್ಲಿ ನಿಗದಿಪಡಿಸಿದ ಸಮಯಕ್ಕಿಂತ ಐದು ನಿಮಿಷ ಮುಂಚೆಯೆ ಈ ಸೆರೆವಾಸವನ್ನು ಬಿಟ್ಟು ಆಚೆ ಬರುತ್ತೇನೆ. ಇದರಿಂದ ನಾನು ಷರತ್ತನ್ನು ಉಲ್ಲಂಘಿಸಿದಂತಾಗುತ್ತದೆ."

ಬ್ಯಾಂಕರ್ ಕಾಗದ ಓದಿ ಮುಗಿಸಿ, ಅದನ್ನು ಮೇಜಿನ ಮೇಲಿಟ್ಟ, ನಿಶ್ಚಲವಾಗಿ ಕೂತಿದ್ದ ಆ ವಿಲಕ್ಷಣ ವ್ಯಕ್ತಿಯ ಹಣೆಗೆ ಮುತ್ತಿಟ್ಟು, ಬಿಕ್ಕಿಬಿಕ್ಕಿ ಅಳತೊಡಗಿದ. ಆಮೇಲೆ ಉದ್ಯಾನದ

ಮನೆಯಿಂದ ಹೊರಬಿದ್ದ. ಅವನಿಗೆ ಹಿಂದೆಂದೂ – ಸ್ಟಾಕ್ ಎಕ್ಸ್‌ಚೇಂಜಿನಲ್ಲಿ ಅಪಾರ ನಷ್ಟವಾದಾಗ ಕೂಡ – ಈಗ ಆದಂಥ ನೋವು, ಜುಗುಪ್ಸೆ ಆಗಿರಲಿಲ್ಲ. ಮನೆಗೆ ಮರಳಿ ಆತ ಹಾಸಿಗೆಯ ಮೇಲೆ ಬಿದ್ದುಕೊಂಡ. ಧಾರಾಕಾರ ಹರಿಯುವ ಕಂಬನಿ, ಮನಸ್ಸಿನ ಒಳತೋಟಿಗಳ ದೆಸೆಯಿಂದ ಅವನಿಗೆ ಬಲು ಹೊತ್ತಿನ ತನಕ ನಿದ್ದೆ ಹತ್ತಲಿಲ್ಲ.

ಮಾರನೆಯ ಮುಂಜಾನೆ ಕಾವಲುಗಾರ ಗಾಬರಿಯಿಂದ ಓಡಿ ಬಂದ. ಸೆರೆಯಾಳು ಕಿಟಕಿಯ ಮುಖೇನ ಇಳಿದು ಬಂದದ್ದನ್ನು ತಾನು ಮತ್ತು ಇತರ ಕೆಲವು ಸೇವಕರು ನೋಡಿರುವುದಾಗಿ ವರದಿ ಒಪ್ಪಿಸಿದ. ಆತ ಉದ್ಯಾನದ ಗೇಟ್ ತೆಗೆದು ಅದೃಶ್ಯನಾಗಿದ್ದ. ಬ್ಯಾಂಕರ್ ಕೂಡಲೇ ತನ್ನ ಸೇವಕರೊಡನೆ ವಕೀಲನಿದ್ದ ಕೋಣೆಗೆ ಧಾವಿಸಿ ಹೋಗಿ, ತನ್ನ ಸೆರೆಯಾಳು ತಪ್ಪಿಸಿಕೊಂಡು ಹೋದುದನ್ನು ಖಚಿತ ಪಡಿಸಿಕೊಂಡ.

ಬಳಿಕ ಅನಗತ್ಯ ಊಹಾಪೋಹಗಳಿಗೆ ಆಸ್ಪದವಾಗದಿರಲೆಂದು, ಮೇಜಿನ ಮೇಲಿದ್ದ ತ್ಯಾಗಪತ್ರವನ್ನು ಬ್ಯಾಂಕರ್ ಕೈಗೆತ್ತಿಕೊಂಡ. ಮನೆಗೆ ಮರಳಿದ ಮೇಲೆ ಆತ ಅದನ್ನು ತನ್ನ ಬೀರುವಿನಲ್ಲಿ ಜೋಪಾನವಾಗಿಟ್ಟು ಬೀಗ ಹಾಕಿದ. ◖

ಮಕ್ಸಿಮ್ ಗೋರ್ಕಿ

ಮಕರ್ ಚುದ್ರ

ಅಲೆಯಾಡುವ ನೊರೆಯ ಶೋಕಾರ್ತ ಸಂಗೀತವನ್ನು, ಮರಳುದಂಡೆಯ ಕುರುಚಲು ಪೊದೆಗಳ ಮರ್ಮರವನ್ನು ಕಡಲನಿಂದ ಬೀಸಿದ ಕುಳಿರ್ಗಾಳಿ ಹೊತ್ತುತಂದು, ಮುಂದೆ ಮೈಚಾಚಿದ್ದ ಬಯಲು ಭೂಮಿಯ ಉದ್ದಗಲಕ್ಕೂ ಹರಡಿತ್ತು. ಆಗೀಗ ಸುಕ್ಕುಗಟ್ಟಿ ಮುರುಟಿದ್ದ ತರಗೆಲೆಗಳನ್ನೂ ಅದು ದೂಡಿ ತಂದು, ಅಲ್ಲಿ ರಚಿಸಲಾಗಿದ್ದ ಅಲೆಮಾರಿಗಳ ಶಿಬಿರದ ಮುಂದಣ ಬೆಂಕಿಯ ಉರಿಯಲ್ಲಿ ಎಸೆಯುತ್ತಿತ್ತು. ಆಗ ನಮ್ಮ ಸುತ್ತ ಘೇರಾಯಿಸಿದ್ದ ಶರದ್ರಾತ್ರಿಯ ಗಾಢಾಂಧಕಾರ ನಡುಗುತ್ತ ಹೆದರಿ ಹಿಂಜರಿಯುತ್ತಿತ್ತು. ಹೀಗೆ ಹಿಂಜರಿದಾಗ ನನ್ನ ಎಡಕ್ಕೆ ಚಾಚಿದ ಮುಗಿವಿಲ್ಲದ ಬಯಲುಭೂಮಿಯನ್ನೂ, ಬಲಕ್ಕೆ ಹಬ್ಬಿದ ಅಪರಂಪಾರ ಸಾಗರವನ್ನೂ ಒಂದೇ ಕ್ಷಣ ಕಾಲ ಅದು ತೆರೆದು ತೋರಿಸುತ್ತಿತ್ತು. ಜೊತೆಗೇ, ನಾವು ಕುಳಿತಲ್ಲಿಂದ ಐವತ್ತು ಹೆಜ್ಜೆ ದೂರದಲ್ಲಿ ಶಿಬಿರದ ಕುದುರೆಗಳನ್ನು ನೋಡಿಕೊಳ್ಳುತ್ತಿದ್ದ ಜಿಪ್ಸಿ ಮುದುಕ ಮಕರ್ ಚುದ್ರನ ದೇಹಾಕೃತಿಯೂ ನನ್ನೆದುರು ಕಾಣುತ್ತಿತ್ತು.

ಮುದುಕನ ಕೋಟಿನ ಮೇಲೆ ಹಿಮಶೀತಲ ಗಾಳಿ ದಾಳಿಮಾಡಿ, ತೆರೆದುಕೊಂಡಿದ್ದ ಅವನ ರೋಮಮಯ ಎದೆಯ ಮೇಲೆ ನಿರ್ದಯವಾಗಿ ತಾಡುತ್ತಿದ್ದರೂ, ಅವನು ಅದನ್ನು ತುಸುವೂ ಲೆಕ್ಕಿಸದೆ ನನ್ನ ದಿಕ್ಕಿನಲ್ಲಿ ಮುಖ ಮಾಡಿ, ಧೀರಗಂಭೀರ ಭಂಗಿಯಲ್ಲಿ ಕೂತಿದ್ದ. ಹಾಗೆ ಕೂತು ಕ್ರಮಬದ್ಧವಾಗಿ ಚಿಲುಮೆ ಎಳೆಯುತ್ತ ಬಾಯಿ ಮೂಗುಗಳಿಂದ ದಟ್ಟವಾದ ಹೊಗೆ ಹೊಮ್ಮಿಸುತ್ತಿದ್ದ. ನನ್ನ ತಲೆಯ ಆಚೆಗೆ ದಿಟ್ಟಿಯಟ್ಟಿ, ಬಯಲು ಭೂಮಿಯ ವಿಸ್ತೀರ್ಣವನ್ನು ತುಂಬಿದ್ದ ಭೀಕರ ಮೌನಮುದ್ರಿತ ಕಗ್ಗತ್ತಲೆಯನ್ನು ನೋಡುತ್ತ, ಜೊತೆಗೆ ನಿರರ್ಗಳವಾಗಿ ಗಳಹುತ್ತ ಕೂತಿದ್ದ – ಚಳಿಗಾಳಿಯ ನಿಷ್ಕರುಣ ಆಘಾತದಿಂದ ಒಂದು ಚಣವೂ ತನ್ನ ಮೈಯನ್ನು ರಕ್ಷಿಸಿಕೊಳ್ಳುವ ಪ್ರಯತ್ನ ಮಾಡದೆ. ನನ್ನೊಡನೆ ಆತ ಹೇಳಿದ :

"ನೀನು ಅಲೆಮಾರಿ ಜೀವನವನ್ನು ಮೆಚ್ಚಿ ಬಂದಿದ್ದೀ ಅಂದೆಯ ? ಸಂತೋಷ. ಒಳ್ಳೆಯ ಬದುಕನ್ನೇ ಆರಿಸಿಕೊಂಡಿದ್ದೀಯ ಮರಿ ! ಬಾಳಬೇಕಾದದ್ದೇ ಹಾಗೆ: ಲೋಕವನ್ನಲೆದು

ಎಲ್ಲವನ್ನೂ ಬಿಚ್ಚುಗಣ್ಣಿನಿಂದ ನೋಡೋದು ; ನೋಡಿದ ಮೇಲೆ, ಒಂದು ದಿನ ಒರಗಿ ಸದಾಕಾಲಕ್ಕೆ ಕಣ್ಮುಚ್ಚೋದು-ಜೀವನವೆಂದರೆ ಇಷ್ಟೇ!"

'ಜೀವನವೆಂದರೆ ಇಷ್ಟೆ!' ಎಂಬ ಅವನ ಅಭಿಪ್ರಾಯಕ್ಕೆ ನಾನು ವ್ಯಕ್ತಪಡಿಸಿದ ವಿರೋಧವನ್ನು ಅಲಕ್ಷ್ಯದಿಂದ ಆಲಿಸಿ ಮಕರ್ ಚುದ್ರ ಮಾತು ಮುಂದುವರಿಸಿದ:

"ಬದುಕು ? ಇತರ ಜನ ? ಹೂಂ. ಅದನ್ನೆಲ್ಲ ಕಟ್ಟಿಕೊಂಡು ನೀನ್ಯಾಕೆ ಅಳಬೇಕು ! ನೀನು ಕೂಡ ಬದುಕಿನ ಅಂಶ ತಾನೆ ?... ಇತರ ಜನ ನೀನಿಲ್ಲದೆ ಬದುಕಬಲ್ಲರು; ನೀನಿಲ್ಲದೆ ಇದ್ದರೂ ತಮ್ಮ ಜೀವನ ಸಾಗಿಸಬಲ್ಲರು. ನಿನ್ನ ಅಗತ್ಯ ಯಾರಿಗೆ ತಾನೆ ಇದೆ ? ನೀನೇನು ರೊಟ್ಟಿಯ ತುಣುಕೆ ? ಊರುಗೋಲೆ ?

"ಸ್ವಂತ ಕಲಿಯೋದು, ಇತರರಿಗೆ ಕಲಿಸೋದು ಬಹಳ ಮುಖ್ಯ ಅಂತ ಹೇಳ್ತೀಯ ? ಆದರೆ ಜನರನ್ನು ಸುಖಿಗಳನ್ನಾಗಿ ಮಾಡೋದು ಹೇಗೆ ಅನ್ನೋದನ್ನು ನೀನು ಕಲಿಯಬಲ್ಲೆಯ ? ಇಲ್ಲ, ಸಾಧ್ಯವೇ ಇಲ್ಲ. ಬೇರೆಯವರಿಗೆ ಬೋಧಿಸೋದಕ್ಕೆ, ಕಲಿಸೋದಕ್ಕೆ ಮುಂಚೆ ನಿನ್ನ ಕೂದಲು ನರೆಯುತ್ತೆ. ಅದೂ ಇರಲಿ, ನೀನು ಲೋಕಕ್ಕೆ ಬೋಧಿಸೋದಾದರೂ ಏನನ್ನ? ಪ್ರಪಂಚದಲ್ಲಿ ಪ್ರತಿಯೊಬ್ಬನಿಗೂ, ತನಗೇನು ಬೇಕೆಂಬುದು ತಿಳಿದೇ ಇದೆ. ಜಾಣರು ತಮಗೇನು ಅಗತ್ಯವೋ ಅದನ್ನ ಸದ್ದುಗದ್ದಲವಿಲ್ಲದೆ ಲಪಟಾಯಿಸ್ತಾರೆ. ಹೆಡ್ಡರಿಗೆ ಏನೂ ದಕ್ಕೋದಿಲ್ಲ. ಆದ್ದರಿಂದ ಯಾರಿಗೂ ನಿನ್ನ ಅಗತ್ಯವಿಲ್ಲ. ಎಲ್ಲರೂ ತಂತಮ್ಮ ರೀತಿಯಲ್ಲೇ ಪಾಠ ಕಲೀತಾರೆ.

"ನಿನ್ನ ಆ ಜನ ಇದಾರಲ್ಲ-ಅವರು ಬಹಳ ವಿಚಿತ್ರಮಂದಿ. ಜಗತ್ತಿನಲ್ಲಿ ಬೇಕಾದಷ್ಟು ಸ್ಥಳವಿರುವಾಗ, ಕುರಿಗಳಂತೆ ಒತ್ತೊತ್ತಾಗಿ ಬಾಳಿ, ಒಬ್ಬರನ್ನೊಬ್ಬರು ತುಳಿದಾಡಿಕೊಂಡು ಸಾಗೋದೇ ಜೀವನ ಅಂದುಕೊಂಡಿದ್ದಾರೆ."

ಹೀಗೆಂದು ಮುದುಕ ಮುಂದೆ ಚಾಚಿದ್ದ ವಿಶಾಲ ಬಯಲು ಭೂಮಿಯ ಕಡೆ ಕೈಯಾಡಿಸಿ, ಮುಂದುವರಿದ :

"ಒಂದು ಗಳಿಗೆಯೂ ಸುಮ್ಮನಿರದೆ, ರಾತ್ರಿ ಹಗಲು ದುಡಿಯೋದೊಂದೇ ಅವರ ಹಣೆಬರಹ. ಯಾಕಪ್ಪ ಈ ಜೀತ ? ಯಾರ ಹಿತಕ್ಕಾಗಿ ? ಅವರನ್ನೇ ಕೇಳು. ತಮಗೆ ಗೊತ್ತಿಲ್ಲ ಅಂತಾರೆ. ಒಬ್ಬ ಮನುಷ್ಯ ಹೊಲ ಉಳುತ್ತ, ಬೆವರು ಹರಿಸಿ ದುಡಿಯೋದನ್ನ ಕಂಡಾಗ ನನಗನ್ನಿಸ್ತದೆ: ಇಗೋ! ಈ ಮನುಷ್ಯ ದುಡಿದು ತನ್ನ ಕಸುವಿನ ಕಣಕಣವನ್ನೂ ಬೆವರಾಗಿ ಮಾರ್ಪಡಿಸಿ, ಅದರ ಹನಿಹನಿಯನ್ನೂ ನೆಲಕ್ಕೆ ಊಡ್ತಿದ್ದಾನೆ. ಕೊನೆಗೊಂದು ದಿನ ಅದೇ ನೆಲದಲ್ಲೊರಗಿ ಕೊಳೀತಾನೆ. ತನ್ನದೆನ್ನುವ ಏನನ್ನೂ ಉಳಿಸಿ ಹೋಗೋದಿಲ್ಲ. ತನ್ನ ಹೊಲದಿಂದ ಆಚೆ ಏನನ್ನೂ ನೋಡೋದಿಲ್ಲ. ಹುಟ್ಟುವಾಗ ಆತ ಹೇಗಿದ್ನೋ ಸಾಯುವಾಗ್ಲೂ ಹಾಗೆಯೇ – ಒಬ್ಬ ಮೂರ್ಖ !

"ಹೀಗೆ ನೆಲ ಅಗೆದು ಅಗೆದು, ಕೊನೆಯಲ್ಲಿ ತನಗೊಂದು ಗೋರಿಯನ್ನಾದರೂ ತೋಡದೆ ಹೋಗ್ತಾನಲ್ಲ – ಸಾಯೋದಕ್ಕಾಗಿಯೇ ಆತ ಹುಟ್ಟಿರೋದು ಅಂತ ಹೇಳ್ತೀಯ ನೀನು ? ಸ್ವತಂತ್ರ ಜೀವನ ಅಂದರೇನು ಅಂತ ಅವನಿಗೆ ಗೊತ್ತಿದೆಯೆ ? ವಿಶಾಲವಾದ ಈ ಭವ್ಯ ಬಯಲುಭೂಮಿಯ ಕಲ್ಪನೆಯಾದರೂ ಅವನಿಗೆ ಇದೆಯೆ ? ಈ ಹುಲ್ಲುಗಾವಲಿನ ಸಂಗೀತವನ್ನು ಆಲಿಸಿ ಆತ ಉಲ್ಲಾಸಪಡಬಲ್ಲನೆ ? ಖಂಡಿತ ಇಲ್ಲ. ಅವನೊಬ್ಬ ಹುಟ್ಟಾ ಗುಲಾಮ, ಜೀವನವಿಡೀ ರೂಢಿಗತ ದುಡಿಮೆಗೆ ಗಾಣದೆತ್ತಿನಂತೆ ಜೀವ ಸವೆಸುವ ಗುಲಾಮ !

ಇದಕ್ಕಿಂತ ಹೆಚ್ಚಿನದೇನೂ ಅವನಿಂದ ಸಾಧ್ಯವಿಲ್ಲ. ತನಗಾಗಿ ಆತ ಏನನ್ನು ತಾನೇ ಮಾಡಬಲ್ಲ? ಅವನಲ್ಲಿ ಒಂದಿಷ್ಟಾದರೂ ತಿಳಿವಳಿಕೆ ಮೂಡಿದರೆ ಅವನು ಮಾಡಬಹುದಾದ್ದು ಇಷ್ಟೆ : ನೇಣು ಹಾಕಿಕೊಂಡು ಸಾಯೋದು!

"ಈಗ ನನ್ನನ್ನ ನೋಡು; ಈ ಐವತ್ತೆಂಟನೆಯ ವಯಸ್ಸಿಗೆ ನಾನು ಕಂಡು ಉಂಡಿರೋದು ಎಷ್ಟಿದೆ ಅಂದರೆ, ನೀನು ಅದನ್ನ ಕಾಗದದ ಮೇಲೆ ಇಳಿಸಿದರೆ, ನಿನ್ನ ಹತ್ತಿರವಿದೆಯಲ್ಲ ಆ ಚೀಲ, ಅಂಥ ಸಾವಿರ ಚೀಲಗಳನ್ನ ಸಲೀಸಾಗಿ ತುಂಬಬಹುದು. ನಾನು ಹೋಗದೆ ಇರೋ ಜಾಗಗಳು ಯಾವುವು ಅಂತ ನನ್ನನ್ನ ಕೇಳಿ ನೋಡು. ಅಂಥ ಜಾಗಗಳೇ ಇಲ್ಲ. ನಾನು ಅಲೆದಾಡಿರೋ ಸ್ಥಳಗಳನ್ನ ನಿನಗೆ ಊಹಿಸಿಕೊಳ್ಳೋದಕ್ಕೂ ಸಾಧ್ಯವಿಲ್ಲ. ಬದುಕೋದು ಅಂದ್ರೆ ಹಾಗೆ ಬದುಕ್ಬೇಕು – ಪ್ರಪಂಚ ಪರ್ಯಟನೆ ಮಾಡ್ತಾ ಇರ್ಬೇಕು, ಅಷ್ಟೆ! ಆದರೆ ಯಾವುದೇ ಒಂದು ಸ್ಥಳದಲ್ಲಿ ಹೆಚ್ಚು ಕಾಲ ನಿಲ್ಲಬೇಡ. ಅದರಿಂದ ಯಾವ ಪ್ರಯೋಜನಾನೂ ಇಲ್ಲ. ಪ್ರಪಂಚವನ್ನು ಸುತ್ತುತ್ತ, ಹಗಲು ಹಾಗೂ ರಾತ್ರಿ ಒಂದನ್ನೊಂದು ಹಿಮ್ಮೆಟ್ಟಿಸಿ ದೂರ ಸರಿಯೋ ಹಾಗೆ ಬಾಳಿನ ಬಗೆಗಿನ ಯೋಚನೆಗಳಿಂದ ದೂರ ಸರೀಬೇಕು. ಇಲ್ಲವಾದರೆ ಅದರ ಮೇಲೆ ಬೇಸರ ಬರೋದು ಖಂಡಿತ. ಎಲ್ಲಾದರೊಮ್ಮೆ ಯೋಚನೆ ಮಾಡೋದಕ್ಕೆ ನೀನು ನಿಂತೆ ಅಂತಾದ್ರೆ ಬದುಕಿನ ಬಗ್ಗೆ ನಿನಗೆ ತಾತ್ಸಾರ ಮೂಡೋದರಲ್ಲಿ ಸಂಶಯವಿಲ್ಲ – ಅದು ಯಾವಾಗ್ಲೂ ಆಗೋದು ಹಾಗೆಯೇ. ನನಗೆ ಕೂಡ ಒಂದು ಸಲ ಹಾಗಾಗಿತ್ತು. ಹುಂ! ಹೌದು, ಹಾಗಾಗಿತ್ತು, ಮರಿ.

"ಗಲೀಶ್ಯಿಯದಲ್ಲಿ ನಾನೊಮ್ಮೆ ಖೈದಿಯಾಗಿದ್ದೆ. ಒಂದು ವಿಚಾರ ಆಗ ನನ್ನ ತಲೆ ತಿನ್ತಾ ಇತ್ತು. ಈ ಭೂಮಿಗೆ ಭಾರವಾಗಿ ನಾನು ಬದುಕಿರೋದಾದರೂ ಯಾತಕ್ಕೆ ಅಂತ ಯೋಚಿಸಿ, ಯೋಚಿಸಿ ಮಂಕುಬಡಿಯಿತು. ಜೈಲಿನಲ್ಲಿ ಎಂಥ ಮಂಕು ಕವಿದುಬಿಡ್ತದೆ ಅಂತ ನಿನಗೆ ಗೊತ್ತಿಲ್ಲ ಮರಿ! ಕಿಟಕಿಯಾಚೆ ಕಂಗೊಳಿಸ್ತಿದ್ದ ಹಚ್ಚನೆಯ ಹೊಲಗದ್ದೆಗಳನ್ನು ದಿಟ್ಟಿಸಿದಾಗ ನಾನು ತುಂಬಾ ಅಸ್ವಸ್ಥನಾಗ್ತಿದ್ದೆ. ಆ ಅಸ್ವಸ್ಥಭಾವನೆ ಎಷ್ಟು ಯಾತನಾಮಯ ಅಂತ ನಿನಗೆ ಗೊತ್ತಿಲ್ಲ. ಯಾರೋ ನನ್ನ ಗುಂಡಿಗೆಯನ್ನ ಬಿಗಿಯಾಗಿ ಹಿಡಿದು ತಿರುಚಿ ಕೇಳ್ತಿದ್ದಾರೆ ಅನ್ನೋ ಭಾವನೆ. ಮನುಷ್ಯನ ಬಾಳಿನ ಉದ್ದೇಶವೇನು ಅಂತ ಯಾರು ತಾನೆ ಧೈರ್ಯವಾಗಿ ಹೇಳಬಲ್ಲರು? ಇಂಥ ಪ್ರಶ್ನೆಯನ್ನ ನೀನೇ ಹಾಕಿಕೊಂಡು ಒದ್ದಾಡಬೇಡ. ನಿನಗೆ ಹೇಗೆ ಸರಿಕಾಣ್ತದೋ ಹಾಗೆ ಬಾಳುವೆ ಮಾಡು. ಸದಾ ಅಲೆದಾಡ್ತಿರು, ಸುತ್ತಲಿನ ಪ್ರಪಂಚವನ್ನ ನೋಡು. ಆಗ ಅಸ್ವಸ್ಥತೆ, ಬೇಸರ, ಯಾವುದೂ ನಿನ್ನ ಹತ್ತಿರ ಸುಳಿಯೋದಿಲ್ಲ. ಜೈಲಿನಲ್ಲಿ ನಾನು ಜೀವನದ ಬಗ್ಗೆ ವಿಚಾರಮಾಡಿ, ಮಾಡಿ ತಲೆಕೆಟ್ಟು ನನ್ನ ಬೆಲ್ಟಿನಿಂದಲೇ ನೇಣುಹಾಕಿಕೊಳ್ಳೋದಕ್ಕೆ ಪ್ರಯತ್ನಿಸಿದ್ದೆ. ಇದು ಸತ್ಯ ಸಂಗತಿ!

"ಹುಂ! ಅದಿರಲಿ. ಒಂದು ಸಲ, ಗಂಭೀರ ಸ್ವಭಾವದ ಒಬ್ಬ ವ್ಯಕ್ತಿಯನ್ನು ನಾನು ಭೇಟಿಯಾಗಿದ್ದೆ. ಅವನು ನಿಮ್ಮ ಪೈಕಿಯೇ... ರಷ್ಯನ್. ದೇವರ ಅಪೇಕ್ಷೆಯಂತೆ ಮನುಷ್ಯ ಬಾಳಬೇಕು; ತನ್ನ ಇಚ್ಛಾನುಸಾರವಾಗಿ ಅಲ್ಲ. ದೇವರಿಗೆ ವಿಧೇಯನಾಗಿದ್ದರೆ, ಬೇಡಿದ್ದೆಲ್ಲ ದೊರಕ್ತದೆ – ಅಂತ ಆ ಮನುಷ್ಯ ಬೋಧಿಸಿದ. ಆದರೆ ಅವನು ತೊಟ್ಟಿದ್ದದ್ದು ಹರಕು ಬಟ್ಟೆ! ನಾನು ಅವನಿಗೆ ಒಂದು ಜೊತೆ ಹೊಸಬಟ್ಟೆಯನ್ನು ಅನುಗ್ರಹಿಸಲು ನಿನ್ನ ದೇವರನ್ನ ಕೇಳಿಕೋ ಎಂದೆ. ಅವನಿಗೆ ಅಸಾಧ್ಯ ಸಿಟ್ಟು ಬಂದು, ಶಾಪಹಾಕುತ್ತ ನನ್ನನ್ನು ಹೊಡೆದಟ್ಟಿದ. ಮನುಷ್ಯ ಕ್ಷಮಾಶೀಲನಾಗಬೇಕು, ಬೇರೆಯವರನ್ನ ಪ್ರೀತಿಸೋದಕ್ಕೆ ಕಲೀಬೇಕು ಅಂತ ಆತ

ಕೆಲವೇ ಕ್ಷಣಗಳ ಮೊದಲು ಉಪದೇಶಿಸಿದ್ದ! ಅವನಿಗೆ ಅವಮಾನವಾಗುವಂತೆ ನಾನು ಮಾತಾಡಿದ್ದರೆ, ಆ ಮಹಾಶಯ ನನ್ನನ್ನ ಕ್ಷಮಿಸಬಹುದಿತ್ತು. ಮಗು, ನಿನಗೆ ಉಪದೇಶ ಕೊಡಲಿಕ್ಕೇ ಹುಟ್ಟಿದ ಗುರುಗಳಿದ್ದಾರೆ, ಹುಷಾರು! ಕಡಿಮೆ ತಿನ್ನೆಂದು ನಿನಗೆ ಬೋಧಿಸುತ್ತಾ, ತಾವೇ ದಿನಕ್ಕೆ ಹತ್ತು ಸಲ ಕೂಳು ಕತ್ತರಿಸುವ ಗುರುಗಳಿದ್ದಾರೆ!"

ಮಕರ್ ಚುದ್ರ ತನ್ನೆದುರು ಉರಿಯುತ್ತಿದ್ದ ಬೆಂಕಿಗೆ ಉಗಿದು, ಮೌನ ತಾಳಿದ. ಚಿಲುಮೆಯನ್ನು ತುಂಬತೊಡಗಿದ. ಗಾಳಿ ಮೃದುಸ್ವರದಲ್ಲಿ ಗೋಳಿಡುತ್ತಿತ್ತು. ಕತ್ತಲಲ್ಲಿ ಕುದುರೆಗಳ ಕೆನೆತ ಬೆರೆತಿತ್ತು. ಜಿಪ್ಸಿಗಳ ಶಿಬಿರದಿಂದ ವಾದ್ಯವೊಂದರ ಗೇಯ ಮಂಜುಳ ದನಿಯ ಸುಕೋಮಲವೂ ರಾಗೋದ್ದೀಪಕವೂ ಆದ ಎಳೆಗಳು ತೇಲಿ ತೇಲಿ ಸರಿಯುತ್ತಿದ್ದವು. ಚುದ್ರನ ಮಗಳಾದ ಸ್ಫುರದ್ರೂಪಿ ನೋಂಕಾ ಹಾಡುತ್ತಿದ್ದಳು. ಕೊರಳ ಆಳದಿಂದ ಮುನ್ನುಗ್ಗಿ ಬರುವಂಥ ಅವಳ ಹರಿತವಾದ ಧ್ವನಿಯನ್ನು ನಾನು ಬಲ್ಲೆ. ಯಾವಾಗ ಆಲಿಸಿದರೂ ಒಂದು ಬಗೆಯ ಅಪರಿಚಿತ ಭಾವ ಅದರಲ್ಲಿ ಹಾಸು ಹೊಕ್ಕಾಗಿದ್ದಂತೆ ನನಗೆ ತೋರಿದ್ದ ವಿಚಿತ್ರ ಕಂಠ ಆಕೆಯದು. ಅವಳು ಗೀತೆ ಹಾಡಲಿ, ಅಥವಾ "ನಮಸ್ಕಾರ" ಎಂದೆನ್ನಲಿ – ಆ ಧ್ವನಿಯಲ್ಲಿ ಅತೃಪ್ತಿ, ಒಂದು ಬಗೆಯ ಬಿಗುಮಾನ ಅಡಕವಾಗಿರುತ್ತಿತ್ತು. ಅವಳ ಗಾಢವರ್ಣದ ಚೆಲುಮೊಗದಲ್ಲಿ ಗೆರೆಗೊಂಡಿದ್ದ ಬೆಚ್ಚನೆಯ ನಸುಮ್ಲಾನತೆ, ರಾಣಿಸಹಜ ಬಿಂಕ ಭಾವದಲ್ಲಿ ಸದಾ ನೆಟ್ಟಿರುತ್ತಿತ್ತು. ಆಳವೂ ನಿಗೂಢವೂ ಆದ ಕೊಳಗಳನ್ನು ನೆನಪಿಸುವ ಕಂದುಬಣ್ಣದ ಕಣ್ಣುಗಳು ಅವಳ ನಿರುಪಮವೂ ಅದಮ್ಯವೂ ಆದ ಚೆಲ್ವಿಕೆಯ ಅರಿವಿನ ಪ್ರಖರತೆಯಿಂದ ಫಳಫಳ ಹೊಳೆಯುತ್ತಿದ್ದವು. ಜೊತೆಗೇ ಅವು, ತನ್ನನ್ನು ಹೋಲದ ಸರ್ವವನ್ನೂ ಉಪೇಕ್ಷೆ, ತಿರಸ್ಕಾರಗಳಿಂದ ಕಾಣುವಂತೆ ಭಾಸವಾಗುತ್ತಿತ್ತು.

ಮಕರ್ ಚುದ್ರ ಚಿಲುಮೆಯನ್ನು ಬಾಯಿಯಿಂದ ತೆಗೆದು ಹೇಳಿದ : 'ತಗೋ, ಇದನ್ನು ಸೇದು. ಆ ಚೆಂದುಳ್ಳಿ ಸೊಗಸಾಗಿ ಹಾಡ್ತಾಳಲ್ವೆ? ನನಗೇನೋ ಹಾಗನ್ನಿಸ್ತದೆ! ಅಂಥ ಒಬ್ಬ ಹುಡುಗಿಯ ಪ್ರೇಮಕ್ಕೆ ಪಾತ್ರನಾಗೋದಕ್ಕೆ ನಿನಗೆ ಇಷ್ಟವಿದೆಯೆ? ಏನೆಂದೆ? ಇಲ್ಲವೆ! ಭೇಷ್, ನಾನೂ ಒಪ್ಪಿದೆ. ಪಡ್ಡೆ ಹುಡುಗಿಯರನ್ನ ಯಾವತ್ತೂ ನೆಚ್ಚಬೇಡ! ಅವರಿಂದ ಅದಷ್ಟು ದೂರವಿರು. ನಾನು ಈ ಚಿಲುಮೆಯನ್ನ ಮೆಚ್ಚೋದಕ್ಕಿಂತ ಮಿಗಿಲಾಗಿ, ಹುಡುಗಿಯರು ಗಂಡಸಿನ ಚುಂಬನವನ್ನು ಮೆಚ್ತಾರೆ, ಅದರಿಂದ ಖುಷಿಪಡ್ತಾರೆ. ಆದರೆ ಜೋಕೆ! ಒಮ್ಮೆ ಮುತ್ತಿಟ್ಟರೆ ನಿನ್ನ ಕಥೆ ಮುಗಿದ ಹಾಗೆಯೆ... ನಿನ್ನ ಸ್ವಾತಂತ್ರ್ಯಕ್ಕೆ ಕೊನೇ ನಮಸ್ಕಾರ ಹೇಳ ಬೇಕಾಗ್ತದೆ. ನೀನು ಅವಳಿಂದ ಬಿಡಿಸಿಕೊಳ್ಳಲು ಸಾಧ್ಯವೇ ಆಗದಂಥ ಅತಿ ಸೂಕ್ಷ್ಮ ತಂತಿಗಳಿಂದ ನಿನ್ನನ್ನ ತನ್ನೊಂದಿಗೆ ಆಕೆ ಬಿಗಿದುಬಿಡ್ತಾಳೆ. ನಿನ್ನ ಆತ್ಮ ಅವಳ ಕಾಲೊರಸಿಯಾಗ್ತದೆ. ಸುಳ್ಳಲ್ಲ, ನನ್ನ ಮಾತು ನಂಬು. ಹುಡುಗಿಯರನ್ನ ಕಂಡರೆ ಹುಷಾರಾಗಿರು! ಸುಳ್ಳು ಹೇಳೋದರಲ್ಲಿ ಅವರೆಲ್ಲಾ ಒಂದೆ! ಜಗತ್ತಿನಲ್ಲಿ ಎಲ್ಲಕ್ಕಿಂತ ಮಿಗಿಲಾಗಿ ನಿನ್ನನ್ನು ಪ್ರೀತಿಸ್ತೇನೆ ಅಂತ ಹುಡುಗಿ ಹೇಳ್ತಾಳೆ. ಆದರೆ ನೀನು ಬರೀ ಒಂದು ಗುಂಡುಸೂಜಿಯಿಂದ ಅವಳನ್ನು ಚುಚ್ಚಿ ನೋಡು, ನಿನ್ನ ಹೃದಯವನ್ನು ನುಚ್ಚುನೂರಾಗಿ ಒಡೆದುಹಾಕ್ತಾಳೆ. ನಾನು ಹಲವಾರು ಹೆಣ್ಣುಗಳನ್ನ ಕಂಡಿದ್ದೇನೆ. ಅವರ ಬಗೆಗೆ ಸಾಕಷ್ಟು ತಿಳಿವಳಿಕೆ ನನಗಿದೆ. ಹೌದು, ಇದೆ! ಸರಿ, ಈ ವಿಷಯವಾಗಿ ನಿನಗೊಂದು ಕತೆ ಹೇಳಲೆ ಮರಿ? ಕತೆಯೆಂದರೂ ಅದು ನಡೆದ ಘಟನೆಯೇ. ನಾನು ಹೇಳೋದನ್ನು ನೆನಪಿಡು. ಜೀವನವಿಡೀ ಹಕ್ಕಿಯಂತೆ ನೀನು ಸ್ವತಂತ್ರವಾಗಿ ಇರಬಲ್ಲೆ."

ಮುದುಕ ಮಕರ್ ಚುದ್ರ ಹೇಳತೊಡಗಿದ :

ಕೆಲವು ವರ್ಷಗಳ ಹಿಂದೆ ಒಬ್ಬ ತರುಣ ಜಿಪ್ಸಿಯಿದ್ದ. ಅವನ ಹೆಸರು ಲೋಯ್‌ಕಾ ಜೋಬರ್. ಹಂಗರಿ, ಬೊಹಿಮಿಯ, ಸ್ಲಾವೊನಿಯ ಮತ್ತು ಅಲ್ಲಿನ ಆಸುಪಾಸಿನಲ್ಲಿ ಅವನು ಮನೆಮಾತಾಗಿದ್ದ. ಬಹಳ ದಿಟ್ಟ ಹುಡುಗ. ಅವನನ್ನು ಮುಗಿಸಿಯೆ ಬಿಡುತ್ತೇವೆಂದು ದೇವರಾಣೆ ಮಾಡಿದ್ದ ಆರೇಳು ಜನ ಅಲ್ಲಿನ ಪ್ರತಿಯೊಂದು ಹಳ್ಳಿಯಲ್ಲೂ ಇದ್ದರು. ಆದರೆ ಜೋಬರ್ ಬಹಳ ಕಾಲದ ತನಕ ಬದುಕಿ ಉಳಿದ. ಅವನಿಗೆ ಯಾರದ್ದಾದರು ಕುದುರೆ ಮೆಚ್ಚುಗೆಯಾಯಿತೆಂದರೆ, ಅದರ ರಕ್ಷಣೆಗೆ ಒಂದು ತುಕಡಿ ಸೈನ್ಯವನ್ನೇ ನಿಲ್ಲಿಸಿದರೂ, ಅದನ್ನು ಹಾರಿಸಿಕೊಂಡು ಹೋಗಿಬಿಡುತ್ತಿದ್ದ! ಅಂಜಿಕೆಯನ್ನೇ ಕಂಡರಿಯದ ಕಡುಗಲಿ ಅವನು. ಸ್ವತಃ ದೆವ್ವಗಳ ರಾಜಕುಮಾರನೇ ತನ್ನೆಲ್ಲ ದಂಡಿನೊಂದಿಗೆ ಬಂದಿದ್ದರೂ, ಅವನೇ ಜೋಬರನ ಚೂರಿಗೆ ಬಲಿಯಾಗುವುದು ಹೆಚ್ಚು ಸಂಭವನೀಯವಾಗಿತ್ತು. ಇಲ್ಲವಾದರೆ ಜೋಬರ್ ಅವನನ್ನು ವಾಚಾಮಗೋಚರವಾಗಿ ಶಪಿಸಿ, ಅವನ ಇಡೀ ತಂಡವನ್ನು ಕಿವಿ ಹಿಂಡಿ ಹಿಂದೆ ಓಡಿಸುವುದಂತೂ ಖಂಡಿತವಾಗಿತ್ತು – ಇದೇನೂ ಅತಿಶಯೋಕ್ತಿಯಲ್ಲವೆಂದು ನಾನು ಭರವಸೆ ಕೊಡುತ್ತೇನೆ!

ಜಿಪ್ಸಿ ಶಿಬಿರಗಳಲ್ಲಿ ಅನೇಕರಿಗೆ ಅವನ ಪರಿಚಯವಿತ್ತು. ಕೊನೇ ಪಕ್ಷ ಅವನ ಹೆಸರನ್ನು ಕೇಳರಿಯದವರು ಯಾರೂ ಇರಲಿಲ್ಲ. ಅವನಿಗೆ ಕುದುರೆಗಳ ವಿನಾ ಮತ್ತಾವುದರ ಮೇಲೂ ಆಸಕ್ತಿಯಿರಲಿಲ್ಲ. ಈ ಆಸಕ್ತಿಯೂ ಹೆಚ್ಚು ಕಾಲ ಉಳಿಯುತ್ತಿರಲಿಲ್ಲ. ತಾನು ಬಹಳವಾಗಿ ಮೆಚ್ಚಿದ ಕುದುರೆಯನ್ನು ಸ್ವಲ್ಪ ಸಮಯ ಸವಾರಿಮಾಡಿ ಆಮೇಲೆ ಅದನ್ನಾತ ಮಾರಿಬಿಡುತ್ತಿದ್ದ. ಬಂದ ಹಣವನ್ನು ಕೇಳಿದವರಿಗೆಲ್ಲ ದಾನ ಮಾಡುತ್ತಿದ್ದ. ಅವನು ಯಾವುದನ್ನೂ ಅತಿಯಾಗಿ ಹಚ್ಚಿಕೊಳ್ಳುತ್ತಿರಲಿಲ್ಲ. ಯಾವುದನ್ನೂ ಜೋಪಾನವಾಗಿ ಕಾಪಾಡಬೇಕೆಂಬ ಹಂಬಲವೂ ಅವನಿಗಿರಲಿಲ್ಲ. ಯಾರಾದರೂ ಅವನ ಹೃದಯವನ್ನು ಕೇಳಿದ್ದರೆ, ಆದರಿಂದ ಅವರಿಗೆ ಸಂತೋಷ ಒದಗುವಂತಿದ್ದರೆ, ಅವನು ತನ್ನ ಎದೆಯನ್ನು ಸೀಳಿ ಅದನ್ನ ಕಿತ್ತು ಕೊಡಲು ಸಿದ್ಧನಿದ್ದ. ಅಂಥ ಉದಾರ ಸ್ವಭಾವ ಲೋಯ್‌ಕಾ ಜೋಬರನದು...

ಹತ್ತು ವರ್ಷಗಳ ಹಿಂದೆ ನಮ್ಮ ಕಾರವಾನ್ ಬುಕೈವೀನಾ ಪ್ರಾಂತದ ಮೂಲಕ ಸಾಗಿತ್ತು. ಅಲ್ಲಿ ಒಂದು ಕಡೆ ನಾವು ಬಿಡಾರ ಹೂಡಿದ್ದೆವು. ವಸಂತಕಾಲದ ಒಂದು ರಾತ್ರಿಯ ವೇಳೆ ನಾವೆಲ್ಲ ಕೂತಿದ್ದೆವು – ನಾನು, ಕೋಸುಚ್‌ನ ಕೈಕೆಳಗೆ ಕಾದಾಡಿದ್ದ ಹಳೆಯ ಯೋಧ ದನ್ಯಿಲಾ, ಅವನ ಮಗಳು ರಾದ, ಮುದುಕ ನೂರ್ ಮತ್ತು ಇತರರು ಮಾತಾಡುತ್ತ ಕೂತಿದ್ದೆವು.

ನನ್ನ ಮಗಳು ನೋಂಕಾ ನಿನಗೆ ಗೊತ್ತಲ್ಲ. ತುಂಬ ಮುದ್ದಾದ ಹುಡುಗಿ! ಆದರೂ ಅವಳೂ ರಾದಳಿಗೆ ಹೋಲಿಕೆಯಲ್ಲ. ಹಾಗೆ ಹೋಲಿಸಿದರೆ ಅದು ನನ್ನ ಮಗಳಿಗೆ ಬಹಳ ದೊಡ್ಡ ಗೌರವ! ರಾದಳ ಅತಿಶಯ ಲಾವಣ್ಯವನ್ನು ವರ್ಣಿಸಲು ತಕ್ಕ ಪದಗಳಿಲ್ಲ. ಅವಳ ಸೌಂದರ್ಯವನ್ನು ಬಹುಶಃ ಪಿಟೀಲಿನ ನಾದ ಮಾತ್ರ ತಕ್ಕಮಟ್ಟಿಗೆ ಬಣ್ಣಿಸಬಹುದೇನೋ! ಅದು ಕೂಡ, ತನ್ನ ಆಂತರ್ಯದಷ್ಟೇ ಪಿಟೀಲಿನ ಸಕಲ ಮರ್ಮವನ್ನೂ ಬಲ್ಲ ಪರಿಣತನಿಂದ ಮಾತ್ರ ಸಾಧ್ಯ.

ರಾದ ಹಲವು ಸುಂದರ ಯುವಕರ ಹೃದಯಗಳನ್ನು ನುಚ್ಚುನೂರು ಮಾಡಿದ್ದಳು. ಹೂಂ! ಒಬ್ಬನಲ್ಲ. ಇಬ್ಬರಲ್ಲ, ಹಲವಾರು ಯುವಕರ ಹೃದಯಗಳಿಗೆ ಬರೆಹಾಕಿದ್ದಳು! ಮರಾವದಲ್ಲಿ ವಯಸ್ಸಾದ ಶ್ರೀಮಂತ ಜಮೀನ್ದಾರನೊಬ್ಬ ಅವಳನ್ನು ಕಂಡಾಕ್ಷಣ ದಂಗಾಗಿ, ನಖಶಿಖಾಂತ ಮಾರುಹೋದ. ಕುದುರೆಯ ಮೇಲೆ ಕೂತಿದ್ದ ಹಾಗೆ ಅವಳಲ್ಲಿ ದೃಷ್ಟಿ ನೆಟ್ಟು

ಮೋಹಾತಿರೇಕದಿಂದ ಕಂಪಿಸತೊಡಗಿದ. ಹೊನ್ನಿನ ಎಳೆಗಳಿಂದ ಕುಸುರಿ ಬಿಡಿಸಿದ ಭಾರೀ ಉಕ್ರೇನಿಯನ್ ಕೋಟು ಧರಿಸಿದ್ದ ಅವನ ಸೊಂಟದಲ್ಲಿ ರತ್ನಖಚಿತ ಕತ್ತಿಯ ಒರೆಯಿತ್ತು. ಕುದುರೆಯ ಗೊರಸು ನೆಲಕ್ಕೆ ಅಪ್ಪಳಿಸಿದಾಗ ಆ ಕತ್ತಿಯ ಒರೆ ಮಿಂಚಿನಂತೆ ಹೊಳೆಯುತ್ತಿತ್ತು. ಅವನ ತಲೆಯ ಮೇಲೆ ಮಖಮಲ್ಲಿನ ನೀಲಿಬಣ್ಣದ ಕುಲಾವಿ ಆಗಸದ ತುಣುಕಿನಂತೆ ವಿರಾಜಿಸಿತ್ತು. ಒಟ್ಟಿನಲ್ಲಿ ಇವೆಲ್ಲವೂ ಆ ವಯಸ್ಸಾದವ ಒಬ್ಬ ಭಾರಿ ಕುಳವೆಂಬುದನ್ನು ಸಂದೇಹಕ್ಕೆ ಆಸ್ಪದವಿಲ್ಲದಂತೆ ಸೂಚಿಸುತ್ತಿದ್ದವು! ಅವನು ರಾದಳನ್ನು ಬಹಳ ಹೊತ್ತು ತದೇಕ ದೃಷ್ಟಿಯಿಂದ ನೋಡಿ ಹೇಳಿದ:

"ಏಯ್ ಹುಡುಗಿ! ಒಂದೇ ಒಂದು ಮುತ್ತುಕೊಡು ಸಾಕು. ಈ ಹಣದ ಚೀಲವನ್ನು ನಿನಗೆ ಕಾಣಿಕೆ ಕೊಡ್ತೇನೆ"

ಅವಳು ಮರುಮಾತಾಡದೆ ಬೇರೆಡೆ ತಿರುಗಿಕೊಂಡಳು.

"ನಿನ್ನ ಮನಸ್ಸಿಗೆ ಬೇಜಾರಾಯ್ತೆ? ಹಾಗಾಗಿದ್ದರೆ ನನ್ನನ್ನು ಕ್ಷಮಿಸು. ನನ್ನ ಕಡೆಗೊಮ್ಮೆ ಕೃಪಾಕಟಾಕ್ಷ ಬೀರಲಾರೆಯ?" ಎಂದು ಆ ವ್ಯಕ್ತಿ ಸ್ವಲ್ಪ ವಿನಮ್ರನಾಗಿ ಹೇಳಿ, ಅವಳ ಕಾಲಿನ ಬಳಿ ಹಣದ ಚೀಲವೆಸೆದ. ಹಣದಿಂದ ಕೊಬ್ಬಿಹೋಗಿದ್ದ ಚೀಲವದು ಮರಿ! ಅವಳು ಯಾವ ಉದ್ವೇಗವನ್ನೂ ವ್ಯಕ್ತಪಡಿಸದೆ, ತೀರಾ ಸ್ವಾಭಾವಿಕವೆನ್ನುವಂತೆ ಆ ಚೀಲವನ್ನು ಕಾಲಿನಿಂದ ಒದ್ದಳು. ಅದು ಚಿಮ್ಮುತ್ತ ಧೂಳೆಬ್ಬಿಸಿ ದೂರ ಹೋಗಿ ಬಿತ್ತು.

"ಅಬ್ಬ! ಎಂಥ ಗಯ್ಯಾಳಿ" ಎಂದು ಗೊಣಗುಟ್ಟಿ, ಆ ಮನುಷ್ಯ ಕುದುರೆಯ ಮೇಲೆ ಚಾವಟಿ ಬೀಸಿ ಧೂಳಿನ ದಟ್ಟಮೋಡದಲ್ಲಿ ಮಿಂಚಿ ಮರೆಯಾದ.

ಮರುದಿನ ಅವನು ಮರಳಿಬಂದ. ಆಕೆಯ ತಂದೆ ಯಾರೆಂದು ಆತ ಶಿಬಿರದಲ್ಲಿ ದರ್ಪದಿಂದ ವಿಚಾರಿಸುತ್ತಿದ್ದಾಗ, ದನ್ನೀಲಾ ಡೇರೆಯಿಂದ ಹೊರಬಂದ. ಜಮೀನ್ದಾರ ಅವನನ್ನು ಕುರಿತು ಹೇಳಿದ :

"ನಿನ್ನ ಮಗಳನ್ನ ಕೊಳ್ಳೋದಕ್ಕೆ ಬಂದಿದ್ದೇನೆ. ಹೇಳು, ಎಷ್ಟು ಹಣಕ್ಕೆ ಮಾರ್ತೀಯ?"

ದನ್ನೀಲಾ ಸಾವಧಾನವಾಗಿ ಉತ್ತರಿಸಿದ :

"ಶ್ರೀಮಂತರು ಮಾತ್ರ ತಮ್ಮ ಹಂದಿಗಳಿಂದ ಹಿಡಿದು ಆತ್ಮಸಾಕ್ಷಿಯವರೆಗೆ ಎಲ್ಲವನ್ನೂ ಮಾರಿಕೊಳ್ತಾರೆ. ನಾನು ಕೋಸುಚ್‌ನ ಕೈಕೆಳಗೆ ಯುದ್ಧಗಳಲ್ಲಿ ಕಾದಾಡಿದವ. ಹಾಗೆಲ್ಲ ಮಾರಾಟಮಾಡುವಂಥ ಹಲ್ಕಾ ಮನುಷ್ಯ ಅಲ್ಲ!"

ಜಮೀನ್ದಾರ ಅಪಮಾನದಿಂದ ಬುಸುಗುಟ್ಟುತ್ತ ಸರಕ್ಕನೆ ಕತ್ತಿಹಿರಿದ. ಆದರೆ ಅಲ್ಲಿದ್ದವನೊಬ್ಬ ಅವನೇರಿದ್ದ ಕುದುರೆಯ ಕಿವಿಯಲ್ಲಿ ಉರಿಹೊತ್ತಿದ ಬಟ್ಟೆಯನ್ನು ತುರುಕಿದ್ದರಿಂದ, ಕುದುರೆ ನಾಗಾಲೋಟ ಕಿತ್ತಿತು! ನಾವು ಅವಸರವಾಗಿ ಡೇರೆ ಕಳಚಿ ಆ ಸ್ಥಳ ಬಿಟ್ಟೆವು. ಎರಡು ದಿವಸಗಳ ಕಾಲ ಕೂಡ ಸಂಚರಿಸಿರಲಿಲ್ಲ. ಅಷ್ಟರೊಳಗೆ ಆ ವ್ಯಕ್ತಿ ಪುನಃ ನಮ್ಮೆದುರು ಹಾಜರಾದ!

ದನ್ನೀಲಾನನ್ನು ಉದ್ದೇಶಿಸಿ ಅವನೆಂದ :

"ಏಯ್! ಕೇಳಿಲ್ಲಿ... ದೇವರಾಣೆ ಹೇಳ್ತೇನೆ, ನಾನು ಮೋಸಗಾರ ಅಲ್ಲ, ಲಂಪಟ ಅಲ್ಲ. ನಿನ್ನ ಆ ಪಡ್ಡೆ ಹುಡುಗಿಯನ್ನು ನನಗೆ ಮದುವೆ ಮಾಡಿಸು. ನನ್ನ ಸಂಪತ್ತಿನಲ್ಲಿ ನೀನು ಕೇಳಿದಷ್ಟು ಪಾಲು ಕೊಡ್ತೇನೆ... ನಾನೊಬ್ಬ ಆಗರ್ಭ ಶ್ರೀಮಂತ..."

ಹಾಗೆ ಹೇಳುವಾಗ ಅವನು, ಆಳೆತ್ತರ ಬೆಳೆದ ಹುಲ್ಲು ಬಿರುಗಾಳಿಗೆ ತೊನೆಯುವಂತೆ,

ಕುದುರೆಯ ಮೇಲೆ ಭಾವೋದ್ವೇಗದಿಂದ ಹೊಯ್ದಾಡುತ್ತಿದ್ದ. ನಮಗೆ ಯೋಚನೆಗಿಟ್ಟುಕೊಂಡಿತು.

ದನ್ಯಿಲಾ ತನ್ನ ಮಗಳೊಡನೆ ಮೆಲ್ಲಗೆ ಪಿಸುಗುಟ್ಟಿದ:

"ಏನಮ್ಮ, ಮದುವೆಯಾಗೋದಕ್ಕೆ ನಿನಗಿಷ್ಟವಿದೆಯ? ಹೇಳು." ರಾದ ನಮ್ಮನ್ನೆಲ್ಲ ಪ್ರಶ್ನಿಸುವಂತೆ ನುಡಿದಳು: "ಸ್ವಂತ ಇಚ್ಛೆಗೆ ಅನುಸಾರವಾಗಿಯೇ ಒಂದು ಹದ್ದು ಕಾಗೆಗೂಡನ್ನ ಹೊಕ್ಕರೆ, ಅದನ್ನ ಏನಂತ ಕರೀಬೇಕು?"

ದನ್ಯಿಲಾ ಗಹಗಹಿಸಿ ನಕ್ಕ. ನಮಗೂ ನಗು ತಡೆಯಲಾಗಲಿಲ್ಲ. ದನ್ಯಿಲಾ ಅಂದ:

"ಸರಿಯಾಗಿ ಹೇಳಿದೆಯಮ್ಮ, ಭೇಷ್! ಕೇಳಿದೆಯೇನಪ್ಪ ವರೋತ್ತಮನೆ! ಇಲ್ಲಿ ನಿನ್ನ ಬೇಳೆ ಬೇಯೋದಿಲ್ಲ! ಹೆಣ್ಣು ಪಾರಿವಾಳದ ಹತ್ತಿರ ಹೋಗಿ ಪ್ರೀತಿ ಮಾಡು. ಅದು ನೀನು ಹೇಳಿದ ಹಾಗೆ ಕೇಳೋ ಸಾಧುಪಕ್ಷಿ!"

ಜಮೀನ್ದಾರ ತನ್ನ ಕುಲಾವಿಯನ್ನು ಕಳಚಿ ನೆಲಕ್ಕೆ ಬಿಸಾಡಿ, ಕೋಪೋದ್ರಿಕ್ತನಾಗಿ ನೆಲ ಅದುರುವಂತೆ ನಾಗಾಲೋಟ ಕಿತ್ತ. ರಾದ, ಆ ಥರದ ಹುಡುಗಿ ಮರಿ!

ಸರಿ, ನಾವು ಅಲ್ಲಿಂದ ಮುಂದುವರಿದೆವು. ಹೀಗೇ ಒಂದು ರಾತ್ರಿ ನಾವೆಲ್ಲ ಗುಂಪುಗೂಡಿ ಕೂತಿದ್ದೆವು. ಹುಲ್ಲುಗಾವಲಿನ ಕಡೆಯಿಂದ ಸಂಗೀತ ಅಲೆಅಲೆಯಾಗಿ ತೇಲಿಬಂತು. ಎಂಥ ಸಂಗೀತ ಅದು! ನೆತ್ತರನ್ನು ಕುದಿಸಿ, ಮನಸ್ಸಿಗೆ ಹುಚ್ಚುಹಿಡಿಸಿ ಅಗೋಚರದೆಡೆಗೆ ಮೋಡಿ ಹಾಕಿ ಸೆಳೆದೊಯ್ಯುವ ದಿವ್ಯ ಸಂಗೀತ! ಮಾತಿಗೆ ಮೀರಿದ ಯಾವುದಕ್ಕೋ ನಮ್ಮನ್ನೆಲ್ಲ ಹಾತೊರೆಯುವಂತೆ ಮಾಡುತ್ತಿತ್ತು ಆ ಸಂಗೀತ. ಆ ಅನಿರ್ವಚನೀಯವಾದ್ದು ನಮಗೆ ದಕ್ಕಿದರೆ, ಈ ಜೀವಿತವೇ ಬೇಡ ಅಥವಾ ಬೇಕಿದ್ದರೂ ಈ ಸಮಸ್ತ ಭೂಮಂಡಲದ ಮೇಲೆ ರಾಜರಾಗಿ ವಿರಾಜಿಸುವುದಿದ್ದರೆ ಮಾತ್ರ, ಎನ್ನುವಂಥ ಭಾವವನ್ನು ಆ ಸಂಗೀತ ಕುದುರಿಸುತ್ತಿತ್ತು, ಮರಿ!

ಸ್ವಲ್ಪ ಸಮಯದ ಮೇಲೆ ಸಂಗೀತ ಬರುತ್ತಿದ್ದ ದಿಕ್ಕಿನಿಂದ ಕತ್ತಲನ್ನು ಸೀಳಿಕೊಂಡು ಕುದುರೆಯೊಂದು ಪ್ರತ್ಯಕ್ಷವಾಯಿತು. ಅದರ ಮೇಲೆ ಒಬ್ಬ ವ್ಯಕ್ತಿ ಕೂತು ಪಿಟೀಲು ನುಡಿಸುತ್ತಿದ್ದ. ಬೆಂಕಿಯ ಸುತ್ತ ಕಾಲು ಚಾಚಿದ್ದ ನಮ್ಮೆಡೆಗೆ ಬಂದು ಆತ ಮುಗುಳ್ನಕ್ಕ.

ಅವನನ್ನು ಗುರುತು ಹಿಡಿದ ದನ್ಯಿಲಾ ಆನಂದದಿಂದ ಕೂಗಿದ : "ಅರೆ! ಇದ್ಯಾರು ನೀನಾ! ಲೋಯ್ಕಾ ಜೋಬರ್!"

ಜೋಬರ್‌ನ ಮೀಸೆಗಳು ನೀಳವಾಗಿ ಹೆಗಲಿಗೆ ಇಳಿದು, ತಲೆಗೂದಲಿನ ಗುಂಗುರಿನ ಜೊತೆ ಬೆರೆತಿದ್ದವು. ಕಣ್ಣುಗಳು ತಾರೆಗಳಂತೆ ಬೆಳಗುತ್ತಿದ್ದವು. ನಕ್ಕರೆ ಸೂರ್ಯನೇ ಇಳಿದು ಬಂದಂತೆ ತೋರುತ್ತಿತ್ತು. ಅವನೂ ಅವನೇರಿದ್ದ ಕುದುರೆಯೂ ಒಂದೇ ಲೋಹದಿಂದ ರಚಿತವಾದಂತೆ ತೋರುತ್ತಿತ್ತು. ಮುಂದಿದ್ದ ಬೆಂಕಿಯ ಬೆಳಕಿನಲ್ಲಿ ಅವನು ನಿಗಿನಿಗಿ ಕೆಂಡದಂತೆ ಮಿರುಗುತ್ತಿದ್ದ. ಹಲ್ಲುಗಳು ಮೃದುಹಾಸದಲ್ಲಿ ಹೊಳೆಯುತ್ತಿದ್ದವು. ಆಗ ಆತ ಎಷ್ಟು ಆಕರ್ಷಕವಾಗಿ ಕಾಣುತ್ತಿದ್ದನೆಂದರೆ, ನನ್ನೊಡನೆ ಅವನು ಒಂದು ಮಾತನ್ನಾದರೂ ಆಡುವುದಕ್ಕೆ ಮೊದಲೇ, ನನ್ನ ಅಸ್ತಿತ್ವವನ್ನು ಆತ ಗಮನಿಸುವುದಕ್ಕೂ ಮುಂಚೆಯೇ, ಅವನನ್ನು ನನಗಿಂತಲೂ ಹೆಚ್ಚಾಗಿ ನಾನು ಮೆಚ್ಚಿಕೊಂಡೆ!

ಹೌದು ಮರಿ, ಆತ ಅಂಥ ವ್ಯಕ್ತಿಯಾಗಿದ್ದ! ಕಣ್ಣಲ್ಲಿ ಕಣ್ಣಿಟ್ಟು ಅವನು ನಮ್ಮನ್ನು ನೋಡಿದಾಗ ನಮ್ಮ ಅಂತರಾತ್ಮವೇ ಅವನಿಗೆ ಮಾರುಹೋದಂತೆ ನಮಗನ್ನಿಸುತ್ತಿತ್ತು. ನಮಗೆ ಅದರಿಂದ ಮುಜುಗರ ನಾಚಿಕೆಗಳಾಗುವ ಬದಲು ಒಂದು ಬಗೆಯ ಹೆಮ್ಮೆಯೇ ಆಗುತ್ತಿತ್ತು. ಅಂಥ ಒಬ್ಬ ವ್ಯಕ್ತಿಯ ಜೊತೆಯಲ್ಲಿರುವಾಗ ನಾವು ಸಹ ಹೆಚ್ಚು ಧೀರೋದಾತ್ತರಾದಂತೆ

ನಮಗೆ ತೋರುತ್ತದೆ. ಆ ರೀತಿಯ ವ್ಯಕ್ತಿತ್ವವುಳ್ಳ ಮನುಷ್ಯರು ಬಹಳ ವಿರಳ, ಮರಿ! ಬಹುಶಃ ಹಾಗಿರುವುದೇ ಒಳೆಯದು ಬಿಡು. ಈ ಜಗತ್ತಿನಲ್ಲಿ ಉತ್ಕೃಷ್ಟವಾದ ಯಾವುದಾದರೊಂದು ತುಂಬಾ ಹೆಚ್ಚಾಗಿಬಿಟ್ಟರೆ ಜನ ಅದಕ್ಕೆ ಕವಡೆಯ ಕಿಮ್ಮತ್ತೂ ಕೊಡುವುದಿಲ್ಲ. ಹೌದು, ಕೊಡುವುದಿಲ್ಲ! ಇರಲಿ... ಕತೆ ಕೇಳು.

ಅವನನ್ನು ನೋಡಿ ರಾದ ಹೇಳಿದಳು:

"ನೀನು ಸೊಗಸಾಗಿ ಪಿಟೀಲು ನುಡಿಸ್ತೀಯ ಲೋಯ್‌ಕಾ! ಅಂಥ ಸುಮಧುರ ಸ್ವರದ ಸುಕುಮಾರ ಪಿಟೀಲನ್ನ ನಿನಗೆ ಮಾಡಿಕೊಟ್ಟೋರು ಯಾರು?"

ಜೋಬರ್ ನಕ್ಕು ನುಡಿದ :

"ನಾನೇ ಮಾಡಿಕೊಂಡೆ! ಆದರೆ ಅದನ್ನ ಮರದಿಂದ ಮಾಡಲಿಲ್ಲ. ನಾನು ಬಲು ಗಾಢವಾಗಿ ಪ್ರೇಮಿಸಿದ ತರುಣಿಯೊಬ್ಬಳ ವಕ್ಷದಿಂದ ಮಾಡಿದೆ! ನಾನು ನುಡಿಸೋ ತಂತಿಗಳಿವೆಯಲ್ಲ, ಅವು ಅವಳ ಹೃದಯದ ಎಳೆಗಳು, ಪಿಟೀಲು ಆಗಾಗ ಸ್ವಲ್ಪ ನಿಷ್ಠೆಗೆಟ್ಟು ಅಪಸ್ವರ ಹೊಮ್ಮಿಸ್ತದೆ. ಆದರೆ ಕಮಾನನ್ನು ಹೇಗೆ ಬಳಸಬೇಕು ಅಂತ ನನಗೆ ಗೊತ್ತು!"

ನಮ್ಮ ಜಿಪ್ಸಿ ತಳಿಯ ಯುವಕರಿದ್ದಾರಲ್ಲ ಅವರು, ತತ್‌ಕ್ಷಣ ಹುಡುಗಿಯೊಬ್ಬಳ ಕಣ್ಣಿನಲ್ಲಿ ಕಾವಳ ಕವಿಸಲು ಪ್ರಯತ್ನಿಸಿ, ಅವಳು ತಮ್ಮ ಹೃದಯದಲ್ಲಿ ರಾಗೋದ್ರೇಕದ ಕಿಚ್ಚಿಡದಂತೆ ಜಾಗರೂಕತೆ ವಹಿಸಿ, ಆಕೆ ತಮಗಾಗಿ ಹಾತೊರೆದು ಕಾತರಿಸಿ, ಕಂಬನಿಗರೆದು ಕಣ್ಣಿನ ಹೊಳಪು ಮತ್ತಷ್ಟು ಮಂಕಾಗುವಂತೆ ಮಾಡುವುದರಲ್ಲಿ ನಿಸ್ಸೀಮರು! ಲೋಯ್‌ಕಾ ಈ ಪೈಕಿ! ಆದರೆ ರಾದ ಸೇರೆಂದರೆ ಸವಾಸೇರು ಅನ್ನೋ ಹೆಣ್ಣು. ಲೋಯ್‌ಕಾನ ಮಾತುಗಳಿಗೆ ಸೊಪ್ಪುಹಾಕೋ ಜಾಯಮಾನ ಅವಳದ್ದಲ್ಲ. ಆಕೆ ಬೇರೆಡೆ ಮುಖ ತಿರುಗಿಸಿ, ದೊಡ್ಡದಾಗಿ ಆಕಳಿಸಿ ಥಟ್ಟನೆ ನುಡಿಬಾಣ ಬಿಟ್ಟಳು :

"ಲೋಯ್‌ಕಾ ಜೋಬರ್ ಮಹಾ ಚುರುಕು, ಜಾಣ ಅಂತ ಜನ ಹೇಳ್ತಿದ್ದರು. ಆದರೆ ಅವರು ಪಕ್ಕಾ ಸುಳ್ಳರು ಅನ್ನೋದು ನನಗೀಗ ಖಾತ್ರಿಯಾಯ್ತು!"

ಹೀಗೆ ಹೇಳಿ ರಾದ ಅಲ್ಲಿಂದ ಕಾಲ್ತೆಗೆದಳು.

"ಓಹೋ, ಬೆಡಗಿನ ಹುಡುಗಿ, ನಿನಗೆ ಬಹಳ ಚೂಪಾದ ಹಲ್ಲುಗಳಿರೋ ಹಾಗೆ ಕಾಣ್ತದೆ!" ಎಂದು ಕುದುರೆಯಿಂದಿಳಿಯುತ್ತ ಲೋಯ್‌ಕಾ ಹೇಳಿದ.

ಅವನ ಕಣ್ಣುಗಳಲ್ಲಿ ಮಿಂಚು ಹೊಂಚಾಡುತ್ತಿತ್ತು. ಬಳಿಕ ನಮ್ಮನ್ನುದ್ದೇಶಿಸಿ ಅವನೆಂದ: "ಕುಶಲವೇ ಅಣ್ಣಂದಿರೆ? ನಿಮ್ಮ ಜೊತೆ ಸ್ವಲ್ಪ ಕಾಲ ಇರಬೇಕೆನ್ನಿಸಿದೆ. ಆಕ್ಷೇಪಣೆಯಿಲ್ಲವಷ್ಟೆ?"

"ಇಲ್ಲ ತಮ್ಮ, ಬಾ. ನಿನಗೆ ಸುಸ್ವಾಗತ," ಅಂದ ದನ್ಯಿಲಾ. ನಾವು ಪರಸ್ಪರ ಅಲಿಂಗಿಸಿಕೊಂಡೆವು. ಬಲುಹೊತ್ತು ಮಾತಾಡಿ, ಆಮೇಲೆ ಮಲಗಲು ಅಲ್ಲಿಂದ ಎದ್ದುಹೋದೆವು.... ಚೆನ್ನಾಗಿ ನಿದ್ದೆಮಾಡಿ ಬೆಳಿಗ್ಗೆ ಎದ್ದಾಗ, ಜೋಬರ್‌ನ ತಲೆಗೆ ಬಟ್ಟೆ ಕಟ್ಟಿದ್ದು ಕಂಡು ನಮಗೆಲ್ಲ ಆಶ್ಚರ್ಯವಾಯಿತು. ಯಾಕಿರಬಹುದು? ಸರಿ, ಗೊತ್ತಾಯಿತು. ಜೋಬರ್ ನಿದ್ದೆಯಲ್ಲಿದ್ದಾಗ ಅವನ ಕುದುರೆಯ ಗೊರಸು ಅಕಸ್ಮಾತ್ ತಲೆಗೆ ತಾಕಿ ಪೆಟ್ಟಾಗಿತ್ತಂತೆ.

ಹಹ್ಹಾ! ಆ ಕುದುರೆ ಯಾವುದೆಂದು ಊಹಿಸಿ ನಾವು ಮೀಸೆಯೊಳಗೇ ಮುಸುಮುಸು ನಕ್ಕೆವು. ದನ್ಯಿಲಾ ಕೂಡ ಮುಗುಳ್ನಕ್ಕ. ಸರಿ, ಲೋಯ್‌ಕಾಗೆ ರಾದ ತಕ್ಕ ಜೊತೆಯಲ್ಲವೆ? ಅಲ್ಲವೆಂದೇ ನನ್ನೆಣಿಕೆ! ಹುಡುಗಿ ಎಷ್ಟೇ ಸ್ಫುರದ್ರೂಪಿಯಾಗಿದ್ದರೂ ಅವಳ ಅಂತರಂಗ ಮಾತ್ರ ಸಂಕುಚಿತ, ಕ್ಷುದ್ರ! ಅವಳ ಕುತ್ತಿಗೆಯ ಸುತ್ತ ಹೊನ್ನಿನ ಗಟ್ಟಿಗಳನ್ನೇ ತಂದು ತೂಗಿ

ಹಾಕಿದರೂ. ಅವಳ ಗುಣ ನಡತೆಯಲ್ಲಿ ಎಳ್ಳಷ್ಟೂ ವ್ಯತ್ಯಾಸವಾಗಲಾರದು! ಇರಲಿ...

ನಾವು ಈ ಜಾಗದಲ್ಲಿ ಹೆಚ್ಚು ಸಮಯ ನೆಲೆಯೂರಿದ್ದೆವು. ಎಲ್ಲ ಮಾಮೂಲಾಗಿ ಸಾಗಿತ್ತು. ಜೋಬರ್ ನಮ್ಮಲ್ಲಿಯೇ ಉಳಿದಿದ್ದ. ನೆರವಿಗೆ ಆಗುವಂಥ ಸಂಗಾತಿ ಅವನು. ವೃದ್ಧನಂತೆ ತಿಳಿವಳಿಕೆಯುಳ್ಳವ, ಹಲವು ವಿಷಯಗಳಲ್ಲಿ ಪಾರಂಗತ. ರಷ್ಯನ್, ಮಾಗ್ಯಾರ್ ಭಾಷೆಗಳನ್ನು ಓದಿ ಬರೆಯಲು ಕಲಿತಿದ್ದ. ಅವನ ಮಾತನ್ನು ಕೇಳುತ್ತಾ ಕೂತಾಗ ನಮಗೆ ಯಾವುದರ ಪರಿವೆಯೂ ಇರುತ್ತಿರಲಿಲ್ಲ. ಯುಗಯುಗಗಳವರೆಗೂ ಹೀಗೇ ಕೂತು ಕೇಳುತ್ತಿರಬೇಕು ಎಂದು ನಮಗನ್ನಿಸುತ್ತಿತ್ತು. ಪಿಟೀಲು ನುಡಿಸುವುದರಲ್ಲಿ ಅವನಷ್ಟು ಪರಿಣತ ಜಗತ್ತಿನಲ್ಲಿ ಇನ್ನೊಬ್ಬನಿಲ್ಲ ಎಂದು ನನ್ನ ದೃಢವಾದ ನಂಬಿಕೆ. ಅವನು ಪಿಟೀಲಿನ ಮೇಲೆ ಕಮಾನು ಎಳೆಯಲು ಶುರುಮಾಡಿದಾಗ ಕೇಳುಗರ ಎದೆ ಕಲಕಿ ಹೋಗುತ್ತಿತ್ತು. ಮತ್ತೊಮ್ಮೆ ಎಳೆದಾಗ ಎದೆ ಬಡಿತವೇ ನಿಂತು ಹೋಗುತ್ತಿತ್ತು. ಆಮೇಲೆ ಅವನು ಬಹಳ ಹೊತ್ತು ತನ್ಮಯನಾಗಿ ನುಡಿಸುತ್ತಿದ್ದ. ಆಗೆಲ್ಲ ಮೃದುಹಾಸವೊಂದು ಅವನ ಮುಖದ ಮೇಲೆ ಅರಳಿರುತ್ತಿತ್ತು. ನಮಗೆ ಕೇಳುತ್ತ ಕೇಳುತ್ತ ಭಾವಾವೇಗ ಹೆಚ್ಚಿ ನಗು ಅಳು ಒಮ್ಮೆಗೇ ಹೊಮ್ಮುತ್ತಿದ್ದವು. ಒಂದು ಸಲ ಯಾರೋ ತೀವ್ರವಾಗಿ ನರಳುತ್ತಿರುವಂತೆ, ನೆರವಿಗಾಗಿ ಅಂಗಲಾಚುತ್ತಿರುವಂತೆ, ನಮ್ಮೆಲ್ಲರ ಗುಂಡಿಗೆಗಳನ್ನು ಚಾಕುವಿನಿಂದ ಹೋಳು ಮಾಡಿದಂತೆ ಅನುಭವವಾಗುತ್ತಿತ್ತು. ಮತ್ತೊಂದು ಸಲ, ನಮ್ಮ ಸುತ್ತಲಿನ ಬಯಲು ಯಕ್ಷಯಕ್ಷಿಣಿಯರ ಕತೆಯನ್ನು, ವ್ಯಸನಕರ ವೃತ್ತಾಂತವನ್ನು ಆಕಾಶಕ್ಕೆ ನಿವೇದಿಸುತ್ತಿರುವಂತೆ ತೋರುತ್ತಿತ್ತು. ಮಗುದೊಮ್ಮೆ ಕನ್ಯೆಯೊಬ್ಬಳು ಧಾರಾಕಾರ ಅಳುತ್ತ, ಪ್ರಿಯನಿಗೆ ವಿದಾಯ ಹೇಳುವಾಗಿನ ಭಾವಭಾರ ಎದೆಗೆ ತಟ್ಟುತ್ತಿತ್ತು. ಇನ್ನೊಂದು ಸಲ ಎದೆಗಾರ ಯುವಕನೊಬ್ಬ ಪ್ರಣಯ ಕೇಳಿಗೆ ತನ್ನ ನಲ್ಲೆಯನ್ನು ಹುಲ್ಲುಗಾವಲಿಗೆ ಆಹ್ವಾನಿಸುತ್ತಿರುವಂತೆ ಭಾಸವಾಗುತ್ತಿತ್ತು. ಆಮೇಲೆ ಇದ್ದಕ್ಕಿದ್ದಂತೆ ಅಬ್ಬಬ್ಬ! ಧೀರಗಂಭೀರ ಉಲ್ಲಾಸಕರ ಸ್ವರವೊಂದು ವಾತಾವರಣದಲ್ಲಿ ತುಂಬಿ ಹೋಗಿ, ಬಾನಿನಲ್ಲಿ ಸ್ವತಃ ಸೂರ್ಯನೇ ಕುಪ್ಪಳಿಸಿ ಕುಣಿದಿದ್ದಾನೋ ಅನ್ನಿಸುತ್ತಿತ್ತು! ಹೌದು ಮರಿ! ಅವನು ಪಿಟೀಲು ನುಡಿಸುವಾಗ ಆಗುತ್ತಿದ್ದದ್ದು ಹೀಗೆಯೇ!

ಆ ಇನಿಸ್ವರ ಅಂಗಾಂಗದ ಧಮನಿಧಮನಿಗೂ ಅರ್ಥವಾಗುತ್ತಿತ್ತು. ದೇಹಾತ್ಮಗಳು ಅದಕ್ಕೆ ದಾಸರಾಗುತ್ತಿದ್ದವು. ಆಗ ಒಂದು ವೇಳೆ ಲೋಯ್‌ಕಾ ಜೋಬರ್ ನಮಗೆ "ಏಳಿ ಗೆಳೆಯರೆ! ನಿಮ್ಮ ಚಾಕುಗಳನ್ನು ಹಿರಿದು ನನ್ನೊಡನೆ ಬನ್ನಿ!" ಎಂದು ಆಜ್ಞಾಪಿಸಿದ್ದರೆ, ನಾವು ಮರುಮಾತಿಲ್ಲದೆ ಅವನನ್ನು ಕುರುಡರಂತೆ ಹಿಂಬಾಲಿಸಿ ಹೋಗುತ್ತಿದ್ದೆವು. ಅವನ ಮಾತನ್ನು ಯಾರೂ ಮೀರುತ್ತಿರಲಿಲ್ಲ. ನಮ್ಮಲ್ಲಿ ಎಲ್ಲರೂ ಅವನನ್ನು ಪ್ರೀತಿಸುವವರೇ – ರಾದ ಒಬ್ಬಳ ಹೊರತು. ಹಾಗೆ ಅವಳು ಪ್ರೀತಿಸದಿದ್ದರೆ ಯಾವ ಹಾನಿಯೂ ಆಗುತ್ತಿರಲಿಲ್ಲ. ಆದರೆ ಅವಳು ಅವನನ್ನು ನಿಂದಿಸಲು ಪ್ರಾರಂಭಿಸಿದ್ದಳು. ಆ ಚೆಲುವನ ಹೃದಯವನ್ನು ಹೀಯಾಳಿಕೆ ತಾತ್ಸಾರಗಳಿಂದ ಜರ್ಜರಿತಗೊಳಿಸಿದ್ದಳು. ಇದರಿಂದಾಗಿ ಅವನು ಹಲ್ಲುಕಡಿಯುತ್ತ ಕುದಿಯುತ್ತಿದ್ದ. ಅವನ ಕಣ್ಣುಗಳಲ್ಲಿ ಪಾತಾಳ ತೆರೆದಂತಾಗಿ, ಕೆಲವೊಮ್ಮೆ ಅಲ್ಲಿ ಹೊಮ್ಮುತ್ತಿದ್ದ ವಿಲಕ್ಷಣ ಹೊಳಪಿನ ಎಳೆ ಅಂತರಾಳದ ಒಳಗನ್ನೆಲ್ಲ ಕಲಕಿಹಾಕುವಂತೆ ಕಾಣುತ್ತಿತ್ತು. ರಾತ್ರಿ ವೇಳೆ ಆತ ಹುಲ್ಲುಗಾವಲಿನಲ್ಲಿ ಬಹಳ ದೂರದವರೆಗೂ ಹೋಗಿ ಕೂತಿರುತ್ತಿದ್ದ. ಅವನ ಪಿಟೀಲು ಬೆಳಗಿನ ತನಕ ರೋದಿಸುತ್ತಿತ್ತು; ಲೋಯ್‌ಕಾನ ಸ್ವಾತಂತ್ರ್ಯದ ನಿಧನಕ್ಕಾಗಿ ಹಲುಬುತ್ತಿತ್ತು. ಆ ಶೋಕತಪ್ತ ಆಲಾಪವನ್ನು ಆಲಿಸುತ್ತ, ಯೋಚನಾಕ್ರಾಂತರಾಗಿ ನಾವು

ಒರಗಿರುತ್ತಿದ್ದೆವು. ನಮ್ಮೆಲ್ಲರ ಎದೆಗಳಲ್ಲಿ ಮೂಡಿದ್ದ ಪ್ರಶ್ನೆಯೊಂದೆ: "ಇದಕ್ಕೆ ಪರಿಹಾರವೇನು ?" ಎರಡು ಹೆಬ್ಬಂಡೆಗಳು ಒಂದಕ್ಕಿದಿರಾಗಿ ಇನ್ನೊಂದು ಉರುಳತೊಡಗಿದರೆ, ಅವುಗಳ ನಡುವೆ ಪ್ರವೇಶಿಸುವುದು ಜಾಣತನವಲ್ಲ. ಹಾಗೊಮ್ಮೆ ತಡೆಯಲು ಯಾರಾದರೂ ಪ್ರವೇಶಿಸಿದರೆ, ಅವರು ನುಚ್ಚುನೂರಾಗದೆ ಉಳಿಯುವುದು ಸಾಧ್ಯವಿಲ್ಲ. ನಮ್ಮ ಎದುರಿಗಿದ್ದ ಪರಿಸ್ಥಿತಿ ಅಂಥದ್ದೆ!

ನಾವೆಲ್ಲ ಸಭೆಗೂಡಿ ನಾನಾ ವಿಷಯಗಳನ್ನು ಚರ್ಚಿಸಿದೆವು. ಸಭೆಯ ವಾತಾವರಣ ಹದಗೆಟ್ಟಿತ್ತು. ದನ್ನೀಲಾ ಹೇಳಿದ :

"ಲೋಯ್‌ಕಾ, ನಮ್ಮ ಮನಸ್ಸಿಗೆ ಗೆಲವು ಮರಳುವಂಥ ಹಾಡು ಹೇಳು."

ಲೋಯ್‌ಕಾ ರಾದಳ ಕಡೆ ತೇಲುನೋಟ ಹರಿಸಿದ. ಅವಳು ಸ್ವಲ್ಪ ದೂರದಲ್ಲಿ ಅಂಗಾತ ಮಲಗಿಕೊಂಡು ನಕ್ಷತ್ರಗಳನ್ನು ದಿಟ್ಟಿಸುತ್ತಿದ್ದಳು. ಲೋಯ್‌ಕಾ ಕಮಾನನ್ನು ಎತ್ತಿಕೊಂಡು ತಂತಿಗಳ ಮೇಲೆ ಮೃದುವಾಗಿ ಆಡಿಸಿದ. ಕನ್ಯೆಯೊಬ್ಬಳ ಹೃದಯವೇ ನಾದದ ಎಳೆಗಳನ್ನು ಹರಿಸುತ್ತಿರುವಂತೆ, ಪಿಟೀಲು ಸಂಗೀತವನ್ನು ಚಿಮ್ಮಿಸಿತು. ಅದಕ್ಕೆ ತನ್ನ ಹಾಡಿನ ದನಿಗೂಡಿಸಿದ ಲೋಯ್‌ಕಾ :

ನನ್ನೆದೆ ಉಂಡಿದೆ ಉರಿ ಆಹಾರ
ಬಯಲಿನ ತೆರವೋ ಅಪರಂಪಾರ!
ನಾಚುವ ಹಾಗೆ ಕಡಲ ಸಮೀರ
ಕುದುರೆಯೆ ನುಗ್ಗು ಬಾಣದ ನೇರ
ನಿನ್ನನ್ನೇರಿಹ ಕಲಿ ಸರದಾರ!

ಆಹ, ಆಹ, ಹಹಹ, ಆಹ!

ರಾದ ತಲೆ ಹೊರಳಿಸಿ, ಮೊಳಕೈಯೂರಿ ಸ್ವಲ್ಪ ಮೇಲೆದ್ದು, ಲೋಯ್‌ಕಾನ ಕಣ್ಣುಗಳನ್ನು ದಿಟ್ಟಿಸಿ, ಅಪಹಾಸ್ಯದ ಮಂದಹಾಸ ಬೀರಿದಳು. ಅವನ ಮುಖ ಮುಂಜಾವಿನ ನೇಸರಿನಂತೆ ಕೆಂಪಡರಿತು.

ಗೆಳೆಯರೆ ಏಳಿ ಹಿರಿಹಿರಿ ಹಿಗ್ಗಿ
ಮುಂದಕೆ ಮುಂದಕೆ ಮುಂದಕೆ ನುಗ್ಗಿ!
ಆಳದ ಕತ್ತಲ ಹೊದಿಕೆಯ ಹೊದ್ದು
ಬಯಲಿದೆ ಮಾಡದೆ ಚೂರೂ ಸದ್ದು –
ಮೂಡುವ ನೇಸರ ಮುದ್ದಿಗೆ ಕಾದು!
ಹಬ್ಬಿದೆ ಹಕ್ಕಿಯ ಕೊರಲಿನ ಜಾದು!
ಸ್ವಾಗತ ಕೋರಲು ಪ್ರಭಾತ ರವಿಗೆ
ಹಾಯಿರಿ ಬಯಲನು, ಬಾಳಿನ ಸವಿಗೆ,
ನೆಗೆಯುವ ಭರದಲಿ ಕುದುರೆಯೆ ಜೋಕೆ!
ಕೇಸರ ತಟ್ಟಿತು ಚಂದ್ರನ ಮೊಗಕೆ.

ಆಹ, ಆಹ, ಹಹಹ, ಆಹ!

– ಲೋಯ್‌ಕಾ ಹಾಡಿದ್ದನ್ನು ಬರೀ ಹಾಡು ಎನ್ನಲಾದೀತೆ? ಹಾಗೆ ಹಾಡುವವರು ಈಗ ಯಾರೂ ಇಲ್ಲ! ಸೆಲೆಯೊಡೆದು ಚಿಮ್ಮಿದ ಸಮ್ಮೋಹನತೆಯ ಬಲೆ ಅದು! ಹಾಡು ಮುಗಿದೊಡನೆ ರಾದ ಕೊಂಕು ನುಡಿದಳು :

"ಚಂದ್ರನ ಎತ್ತರ ಹಾರುವ ಹಾಡನ್ನು ನೀನು ಹೇಳಿದೆ. ಅಷ್ಟು ಎತ್ತರಕ್ಕೆ ಹಾರ ಬಾರದು ಲೋಯ್‌ಕಾ! ನೆಲೆತಪ್ಪಿ ಉರುಳಿ ಹೊಂಡಕ್ಕೆ ಬಿದ್ದು ನಿನ್ನ ಮೀಸೆ ತೊಯ್ದು ತೊಪ್ಪೆಯಾದಿತು. ಎಚ್ಚರ!"

ಲೋಯ್‌ಕಾ ಜೋಬರ್ ಮೌನವಾಗಿ ಅವಳತ್ತ ಸಿಟ್ಟಿನ ನೋಟ ಬೀರಿದ. ಬಳಿಕ ಅಪಮಾನವನ್ನು ನುಂಗಿಕೊಂಡು ಹಾಡು ಮುಂದುವರಿಸಿದ:

ನಿದ್ದೆಗೆ ಸಂದಿರೆ ನಮ್ಮ ಶರೀರ
ಕೊಚ್ಚೀತೆಮ್ಮನು ಉದಯದ ಪೂರ
ಮೈತಿಳಿದೇಳಿರಿ ಗೆಳೆಯರೆ ಬೇಗ
ಮಂದಿಯ ಬೆರಗಿಗೆ ಹಾಕಲು ಬೀಗ!

ಹಾಡು ಮುಗಿದೊಡನೆ ದನ್ಯೀಲಾ ತನ್ನ ಸಂತೋಷ ತೋಡಿಕೊಂಡ:

"ಭೇಷ್! ಅಮೋಘವಾದ ಗಾಯನ! ಈ ಮುಂಚೆ ಇಂಥದ್ದನ್ನ ನಾನು ಕೇಳಿಯೇ ಇರ್ಲಿಲ್ಲ. ಸುಳ್ಳಾಡಿದ್ದರೆ ಸೈತಾನ ನನ್ನ ಚಿಲುಮೆಯನ್ನ ಕಿತ್ತುಕೊಂಡು ಸೇದಲಿ!"

ಮುದುಕ ನೂರ್ ತನ್ನ ನರೆತ ಮಿಸೆಗಳನ್ನು ತೀಡುತ್ತ ಭುಜಗಳನ್ನು ಕುಣಿಸಿದ. ಪ್ರತಿಯೊಬ್ಬನಿಗೂ ಜೋಬರ್‌ನ ಈ ವೀರಗೀತೆಯನ್ನು ಕೇಳಿ ಆನಂದವಾಗಿತ್ತು. ಅದನ್ನು ಮೆಚ್ಚದಿದ್ದವಳು ರಾದ ಮಾತ್ರ. ಅವಳೆಂದಳು:

"ಹದ್ದಿನ ದನಿಯನ್ನು ಅನುಕರಿಸಲು ಹೋಗಿ ಕಣಜ ಗುಂಯ್ಗುಟ್ಟಿದ್ದು ಇದೇ ರೀತಿ!"

ಅವಳ ಟೀಕೆಯಿಂದ ನಮ್ಮ ಮೇಲೆ ತಣ್ಣನೆಯ ಹಿಮವೆರಚಿದಂತಾಯಿತು.

"ಸಾಕು ಸುಮ್ಮನಿರು ಕೂಸೇ, ಛಡಿಯೇಟು ಬಿದ್ದಾವು" ದನ್ಯೀಲಾ ಕೋಪದಿಂದ ಕಿರಿಚಿದ. ಲೋಯ್‌ಕಾನ ಚಹರೆ ಸುತ್ತಲಿನ ಬಯಲಿನಂತೆ ಕಪ್ಪಿಟ್ಟಿತು; ತನ್ನ ಕುಲಾಯಿಯನ್ನು ನೆಲಕ್ಕೆಸೆದು ಅವನು ನುಡಿದ:

"ತಾಳಿಕೊ ದನ್ಯೀಲಾ! ಗರ್ವದ ಕುದುರೆಗೆ ಉಕ್ಕಿನ ಕಡಿವಾಣವೇಬೇಕು. ಅವಳನ್ನು ಮದುವೆಮಾಡಿ ನನಗೊಪ್ಪಿಸು! ಆಗ ನೋಡು..." ದನ್ಯೀಲಾ ಮುಗುಳ್ನಕ್ಕು ಹೇಳಿದ:

"ಭಲೆ, ಕೇಳತಕ್ಕಂಥ ಮಾತು! ನಿನ್ನಿಂದ ಸಾಧ್ಯವಿದ್ದರೆ ಅವಳನ್ನು ಮದುವೆಮಾಡಿಕೊ, ನನ್ನ ಅಭ್ಯಂತರವೇನೂ ಇಲ್ಲ!"

"ಒಳ್ಳೇದು!" ಎಂದ ಲೋಯ್‌ಕಾ, ರಾದಳನ್ನು ಉದ್ದೇಶಿಸಿ ಹೇಳಿದ:

"ಸರಿ, ಹೆಣ್ಣೆ! ನಿನ್ನ ಬಿಂಕ ಬಿಗುಮಾನಗಳನ್ನು ಒತ್ತಟ್ಟಿಗಿಟ್ಟು ನನ್ನ ಮಾತು ಕೇಳು. ನಿನ್ನ ಹೆಣ್ಣುಜಾತಿಯನ್ನ ನಾನು ಸಾಕಷ್ಟು ಕಂಡಿದ್ದೇನೆ. ಹೌದು, ಸಾಕಷ್ಟು ಕಂಡಿದ್ದೇನೆ... ಆದರೆ ಅವರಲ್ಲಿ ಯಾರೂ ನಿನ್ನಂತೆ ನನ್ನ ಹೃದಯವನ್ನ ತಟ್ಟಲಿಲ್ಲ. ಓಹ್ ರಾದ, ನನ್ನ ಆತ್ಮವನ್ನ ಬಲೆ ಬೀಸಿ ಹಿಡಿದುಬಿಟ್ಟಿದ್ದೀಯ! ಏನಾಗಬೇಕೋ ಅದಾಗಲೇಬೇಕು. ಅದರಿಂದ ತಪ್ಪಿಸಿಕೊಳ್ಳೋದಕ್ಕೆ ಯಾರಿಂದಲೂ ಶಕ್ಯವಿಲ್ಲ. ಇತರರಿಂದ ಪಾರಾಗೋ ಹಾಗೆ ತನ್ನಿಂದ ತಾನು ಬಿಡಿಸಿಕೊಂಡು ದೂರ ಪರಾರಿಯಾಗೋದಕ್ಕೆ ಯಾವ ಕುದುರೆಯನ್ನೂ ದೇವರು ಸೃಷ್ಟಿಸಿಲ್ಲ! ದೇವರ ಸಾಕ್ಷಿಯಾಗಿ, ನನ್ನ ಆತ್ಮ ಸಾಕ್ಷಿಯಾಗಿ ಹಾಗು ಇಲ್ಲಿರೋ ಹತ್ತು ಸಮಸ್ತರ ಎದುರು ನಿನ್ನನ್ನ ಪತ್ನಿಯಾಗಿ ಸ್ವೀಕರಿಸ್ತಿದ್ದೇನೆ. ಆದರೆ ಒಂದು ಮಾತು ನೆನಪಿಡು: ನನ್ನ ಇಷ್ಟಕ್ಕೆ ನೀನು ಅಡ್ಡ ಬರಬಾರದು. ನಾನು ಹುಟ್ಟಾ ಸ್ವತಂತ್ರ! ನನಗೆ ಸರಿತೋಚಿದಂತೆ ಬದುಕೋ ವ್ಯಕ್ತಿ ನಾನು."

ಹೀಗೆಂದು ಹಲ್ಲು ಕಚ್ಚಿ ಆತ ಅವಳ ಬಳಿಸಾರಿದ. ಅವನ ಕಣ್ಣುಗಳಲ್ಲಿ ಅಪೂರ್ವ ತೇಜಸ್ಸು ಮೂಡಿತ್ತು. ತನ್ನ ಕೈಯನ್ನು ಅವಳತ್ತ ಚಾಚಿದ – ಆಗ ನಾವೆಲ್ಲ ಅಂದುಕೊಂಡೆವು; ರಾದ ಹುಲ್ಲುಗಾವಲಿನ ಕುದುರೆಯನ್ನು ಕಡಿವಾಣ ಹಾಕಿ ಪಳಗಿಸಿಬಿಟ್ಟಳು ! ಆದರೆ ಕಣ್ಮುಚ್ಚಿ ತೆರೆಯುವುದರೊಳಗೆ ಆಗಬಾರದ್ದು ಆಗಿಹೋಯಿತು ! ಲೋಯ್‌ಕಾನ ಕೈಗಳು ಮೇಲಕ್ಕೆದ್ದು, ಅವನು ಬೆನ್ನಡಿಯಾಗಿ ನೆಲಕ್ಕೆ ಧೊಪ್ಪನೆ ಬಿದ್ದ !

ದೇವರೇ, ಏನಾಗಿ ಹೋಯಿತು ! ಲೋಯ್‌ಕಾ ಬಿದ್ದ ವರಸೆ ನೋಡಿದರೆ, ಅವನೆದೆಗೆ ಯಾರೊ ಗುಂಡಿಟ್ಟ ಹಾಗಿತ್ತು. ಆದದ್ದಿಷ್ಟೆ: ರಾದ ತಾನು ಮಲಗಿದ್ದ ಹಾಗೆಯೆ ಬಾರುಗೋಲನ್ನು ಬೀಸಿ ಲೋಯ್‌ಕಾನ ಕಾಲಿಗೆ ಸುತ್ತಿ ಜಗ್ಗಿದ್ದಳು. ಅವನು ಆಯತಪ್ಪಿ ಹಿಂದಕ್ಕೆ ಉರುಳಿಬಿದ್ದಿದ್ದ. ಆದರೆ ಅವಳು ಯಾವ ಪ್ರಮಾದವೂ ಜರುಗಲಿಲ್ಲವೆನ್ನುವಂತೆ ಸ್ವಲ್ಪವೂ ವಿಚಲಿತಳಾಗದೆ ಮಲಗಿಯೇ ಇದ್ದಳು. ಅವಳ ತುಟಿಯಲ್ಲಿ ಕಟಕಿ, ಕೊಂಕುಗಳ ಮೆಲುನಗೆ ತೇಲುತ್ತಿತ್ತು. ಮುಂದೇನು ಅನಾಹುತ ಕಾದಿದೆಯೋ ಎಂದು ನಾವೆಲ್ಲ ಜೀವ ಕೈಯಲ್ಲಿ ಹಿಡಿದುಕಾದಿದ್ದೆವು. ಲೋಯ್‌ಕಾ ಎದ್ದು ಕುಳಿತ. ಅವನ ಕೈಗಳು, ಬಿರಿಯುತ್ತಿರುವ ತಲೆಯನ್ನು ತಡೆಯುವ ಪ್ರಯತ್ನ ನಡೆಸಿವೆಯೊ ಎನ್ನುವಂತೆ ಅದನ್ನು ಭದ್ರವಾಗಿ ಹಿಡಿದಿದ್ದವು. ಆಮೇಲೆ ಸಾವಕಾಶವಾಗಿ ಎದ್ದು, ಯಾರ ಕಡೆಗೂ ದೃಷ್ಟಿ ಹಾಯಿಸದೆ, ಆತ ಮೌನವಾಗಿ ಹುಲ್ಲುಗಾವಲಿನ ದಿಕ್ಕಿನಲ್ಲಿ ನಡೆದು ಹೋದ. ಆಗ ನೂರ್ ಆತಂಕದ ಧ್ವನಿಯಲ್ಲಿ ನನ್ನ ಕಿವಿಯಲ್ಲಿ ಪಿಸುಗುಟ್ಟಿದ: "ಅವನ ಮೇಲೆ ಒಂದು ಕಣ್ಣಿಡು !" ನಾನು ಸದ್ದಾಗದಂತೆ ತೆವಳಿ, ಲೋಯ್‌ಕಾನನ್ನು ಸ್ವಲ್ಪ ದೂರದಿಂದಲೇ ಹಿಂಬಾಲಿಸಿ ಹುಲ್ಲುಗಾವಲಿನ ಕತ್ತಲನ್ನು ಹೊಕ್ಕೆ. ಹೌದು, ಮರಿ !

ಚುದ್ರ ಚಿಲುಮೆಯನ್ನು ನೆಲಕ್ಕೆ ತಟ್ಟಿ, ಬೂದಿ ಉದುರಿಸಿ, ಮತ್ತೆ ಅದರಲ್ಲಿ ತಂಬಾಕು ಗಿಡಿದ. ನಾನು ನನ್ನ ಕೋಟನ್ನು ಮುಖಕ್ಕೆಳೆದುಕೊಂಡು, ಬಿಸಿಲಿನ ಹಾಗೂ ಗಾಳಿಯ ಹಾವಳಿಗೆ ಕಪ್ಪಿಟ್ಟ ಮುದುಕನ ಮುಖವನ್ನು ಗಮನಿಸುತ್ತ ಮಲಗಿದ್ದೆ. ಆತ ತನ್ನ ತಲೆಯನ್ನಲುಗಿಸುತ್ತ ಏನನ್ನೊ ಗೊಣಗುತ್ತಿದ್ದ. ಹಂಚಿಕಡ್ಡಿಯಂತಿದ್ದ ಅವನ ಮೀಸೆ ಮೇಲೆ ಕೆಳಗೆ ಚಲಿಸುತ್ತಿತ್ತು. ಗಾಳಿ ತಲೆಗೂದಲನ್ನು ಕೆದರುತ್ತಿತ್ತು. ಮುದುಕನನ್ನು ಗಮನಿಸಿದಾಗ ಸಿಡಿಲು ಬಡಿದಿದ್ದರೂ, ಇನ್ನೂ ಮೋಪಾಗಿ, ಸ್ವಶಕ್ತಿಯ ಅರಿವಿರುವ ಹಳೆಯ ಓಕ್ ಮರ ನೆನಪಿಗೆ ಬರುತ್ತಿತ್ತು. ಕಡಲು ತನ್ನ ಕಿನಾರೆಯೊಡನೆ ಪಿಸುಮಾತಿನ ಸಂವಾದ ನಡೆಸುತ್ತಲೇ ಇತ್ತು. ಆ ಸಂವಾದದ ತುಣುಕುಗಳನ್ನು ಝುಂಝೂವಾತ ಹೊತ್ತು ತಂದು ಹುಲ್ಲುಗಾವಲಿನಲ್ಲಿ ಸುರಿಸುತ್ತಲೇ ಇತ್ತು. ನೋಂಕಾ ಹಾಡುವುದನ್ನು ನಿಲ್ಲಿಸಿದ್ದಳು. ಆಗಸದಲ್ಲಿ ಗುಂಪುಗೂಡಿದ್ದ ಕಾರ್ಮುಗಿಲು ಶರದ್ರಾತ್ರಿಯ ಮುಖಕ್ಕೆ ಮತ್ತಷ್ಟು ಮಸಿ ಬಳಿದಿತ್ತು.

– ಚುದ್ರ ಮತ್ತೆ ಮಾತು ಮುಂದುವರಿಸಿದ :

ಲೋಯ್‌ಕಾ ತಲೆತಗ್ಗಿಸಿ, ತೋಳುಗಳನ್ನು ಪಕ್ಕಕ್ಕೆ ಇಳಿಬಿಟ್ಟು, ಹೊಳೆಯ ಹತ್ತಿರದ ಬಂಡೆಯೊಂದರ ಮೇಲೆ ಕೂತು ಮುಲುಕಾಡತೊಡಗಿದ್ದ. ಮಾತರಿಯದ ಅವನ ಅಂತರ್ವೇದನೆಗೆ ನನ್ನ ಕನಿಕರದ ಬುಗ್ಗೆಯೊಡೆದು, ಹೃದಯ ಬಿರಿದು ಹೋಗುವಂತಿತ್ತು. ಆದರೆ ನಾನು ಅವನ ಬಳಿಸಾರುವ ಧೈರ್ಯ ಮಾಡಲಿಲ್ಲ. ಬರಿಯ ಶಬ್ದಗಳಿಂದ ಅಂತರಾಳದ ಅಳಲನ್ನು ತವಿಸಲು ಸಾಧ್ಯವೆ ? ಒಂದು ಗಂಟೆ ಕಳೆಯಿತು, ಎರಡಾಯಿತು, ಮೂರಾಯಿತು. ಆದರೂ ಅವನು ನಿಶ್ಚೇಷ್ಟಿತನಾಗಿ ಕೂತೇ ಇದ್ದ.

ನಾನು ಅಲ್ಲೇ, ಹತ್ತಿರದಲ್ಲೆ ಒರಗಿದ್ದೆ. ದೂರದ ತನಕ ನೋಡಬಹುದಾದಷ್ಟು ಇರುಳು ಕಾಂತಿಯುಕ್ತವಾಗಿತ್ತು. ಹುಲ್ಲುಗಾವಲಿನ ಉದ್ದಗಲವನ್ನು ಚಂದ್ರಿಕೆ ತನ್ನ ರಜತಮಾಯೆಯಲ್ಲಿ ಜಳಕವಾಡಿಸಿತ್ತು.

ಆಗ ತಟಕ್ಕನೆ ರಾದ ನಮ್ಮತ್ತ ಧಾವಿಸುತ್ತಿರುವುದು ಕಾಣಿಸಿತು.

ಇದರಿಂದ ನಿಜಕ್ಕೂ ನನಗೆ ಸಂತೋಷವಾಯಿತು. ನನಗರಿಯದೆಯೇ ನಾನು ಉದ್ಗರಿಸಿದೆ :

"ಭೇಷ್ ರಾದ! ಖಂಡಿತ ನೀನು ಧೀರ ಕನ್ಯೆ!" ಅವಳು ಬಳಿ ಸಾರುತ್ತಿದ್ದುದರ ಅರಿವು ಲೋಯ್‌ಕಾನಿಗೆ ಆದಂತಿರಲಿಲ್ಲ. ಆಕೆ ಹತ್ತಿರ ಬಂದು ನಿಂತು, ಅವನ ಭುಜದ ಮೇಲೆ ತನ್ನ ಕೈಯನ್ನಿರಿಸಿದಳು. ಲೋಯ್‌ಕಾ ಬೆಚ್ಚಿ, ತಲೆಯಿಂದ ಕೈತೆಗೆದು, ಮೇಲೆ ನೋಡಿದ. ಅನಂತರ ಎದ್ದುನಿಂತು ತನ್ನ ಚೂರಿಯನ್ನು ತುಡುಕಿದ! "ಅಯ್ಯೊ! ಅವಳನ್ನ ಇರಿದು ಹಾಕ್ತಾನೆ?" ಎಂದು ನಾನು ಭಾವಿಸಿದೆ. ಹಾಗೆ ಕಿರಿಚಿಕೊಂಡು, ಶಿಬಿರದವರನ್ನು ಕರೆತರಲು ಆ ದಿಕ್ಕಿಗೆ ಓಡೋಣ ವೆಂದುಕೊಂಡೆ. ಆಗ ಹಠಾತ್ತನೆ ರಾದಳ ಗಡಸು ಕಂಠ ಕೇಳಿಸಿತು: "ಚೂರಿಯನ್ನು ಬಿಸುಡು, ಇಲ್ಲದಿದ್ದರೆ ನಿನ್ನ ತಲೆ ಛಿದ್ರವಾಗ್ತದೆ." ನಾನು ತವಕದಿಂದ ವೀಕ್ಷಿಸಿದಾಗ ರಾದ ಒಂದು ಪಿಸ್ತೂಲನ್ನು ಲೋಯ್‌ಕಾನ ತಲೆಗೆ ಗುರಿ ಇಟ್ಟಿದ್ದಳು. ಮುಂದೇನಾಗುವುದೊ? ದಿಟ್ಟತನ, ಹಟದಲ್ಲಿ ಇಬ್ಬರೂ ಸರಿಗೈಯಾಗಿದ್ದಾರೆ ಎಂದು ನಾನು ಜೀವ ಕೈಯಲ್ಲಿ ಹಿಡಿದು ನಿರೀಕ್ಷಿಸುತ್ತಿದ್ದೆ.

ರಾದ ಪಿಸ್ತೂಲನ್ನು ಸೊಂಟದ ಪಟ್ಟಿಗೆ ಸಿಕ್ಕಿಸಿ ಹೇಳಿದಳು :

"ಕೇಳು ಲೋಯ್‌ಕಾ, ನಿನ್ನನ್ನ ಕೊಲ್ಲೋದಕ್ಕೆ ನಾನು ಬರ್ಲಿಲ್ಲ. ನಿನ್ನ ಜೊತೆ ರಾಜಿಮಾಡಿಕೊಳ್ಳಲು ಬಂದಿದ್ದೇನೆ. ಚೂರಿಯನ್ನ ಎಸೆ."

ಲೋಯ್‌ಕಾ ಅವಳ ಮಾತನ್ನು ಯಾಂತ್ರಿಕವಾಗಿ ಪರಿಪಾಲಿಸಿ, ಕಳೆಗುಂದಿದ ಕಣ್ಣುಗಳಿಂದ ಅವಳ ನೇತ್ರಗಳನ್ನೇ ದಿಟ್ಟಿಸುತ್ತ ನಿಂತ. ಅದೆಂಥ ಅಪೂರ್ವ ದೃಶ್ಯ ಮರಿ! ಎರಡು ಜೀವಗಳು, ದರಿಯ ಮೇಲಿನ ಪ್ರಾಣಿಗಳಂತೆ ಸ್ಪರ್ಧೆಯಿಂದ ಪರಸ್ಪರ ದುರುಗುಟ್ಟುವ ಆ ದೃಶ್ಯ! ಅದಕ್ಕೆಲ್ಲ ಇಬ್ಬರೇ ಪ್ರೇಕ್ಷಕರು – ನಾನು ಮತ್ತು ಚಂದ್ರ!

"ಲೋಯ್‌ಕಾ, ನನ್ನ ಮಾತನ್ನ ನಂಬು–ನಾನು ನಿನ್ನನ್ನು ಪ್ರೀತಿಸ್ತೇನೆ " ರಾದ ನುಡಿದಳು, ಅವನು, ಕೈಕಾಲು ಕಟ್ಟಿಹಾಕಿದವನ ಹಾಗೆ ಅಲುಗಾಡದೆ, ಭುಜ ಮಾತ್ರ ಹಾರಿಸಿದ. ಅವಳು ಮುಂದುವರಿಸಿದಳು :

"ಕೇಳು ಲೋಯ್‌ಕಾ! ತುಂಬ ಧೈರ್ಯಶಾಲಿಗಳಾದ ಯುವಕರನ್ನು ನಾನು ಬಲ್ಲೆ. ನೀನು ಅವರೆಲ್ಲಗಿಂತ ಹೆಚ್ಚು ಧೈರ್ಯವಂತ, ಸುಂದರ, ನಾನು ಬರೀ ಕಣ್ಣು ಹೊಡೆದಿದ್ದರೆ ಆ ಯುವಕರು ನನಗಾಗಿ ಏನನ್ನೂ ಮಾಡೋದಕ್ಕೆ ಸಿದ್ಧರಿದ್ದರು. ನಾನು ಬಯಕೆಪಟ್ಟಿದ್ದರೆ ಸಾಲಾಗಿ ನನ್ನ ಕಾಲಿಗೆ ಬೀಳ್ತಿದ್ದರು. ಆದರೆ ಆದರಿಂದ ನನಗೆ ಬರುತ್ತಿದ್ದ ಲಾಭವಾದರೂ ಏನು? ನನಗೆ ಮೆಚ್ಚಿಗೆಯಾಗಿ ಮೋಡಿಹಾಕೋ ಅಷ್ಟು ಶೌರ್ಯ ಅವರಲ್ಲಿರ್ಲಿಲ್ಲ. ಬದಲು, ನಾನೇ ಅವರನ್ನ ಮತ್ತಷ್ಟು ಹೆಣ್ಣಿಗರನ್ನಾಗಿ ಮಾರ್ಪಡಿಸಿ ಬಿಡ್ತಿದ್ದೆ. ಜಗತ್ತಿನಲ್ಲಿ ಈಗ ಉಳಿದಿರೋದು ಕೆಲವೇ ಜಿಪ್ಸಿ ಧೀರರು, ಲೋಯ್‌ಕಾ! ಹೂಂ! ಕೆಲವರೆ. ನಾನು ಈತನಕ ಯಾರನ್ನೂ ಮೆಚ್ಚಿದ್ದಿಲ್ಲ, ಪ್ರೀತಿಸಿದ್ದಿಲ್ಲ. ಆದರೀಗ ನಿನ್ನನ್ನ ಮನಃಪೂರ್ವಕ ಪ್ರೇಮಿಸ್ತೇನೆ! ಜೊತೆಗೇ ನನ್ನ ಆತ್ಮಸ್ವಾತಂತ್ರ್ಯವನ್ನೂ ನಾನು ಪ್ರೀತಿಸ್ತೇನೆ. ನಿಜ ಹೇಳಬೇಕು ಅಂದರೆ, ನನಗೆ ನಿನಗಿಂತ ನನ್ನ ಆತ್ಮಸ್ವಾತಂತ್ರ್ಯ ಹೆಚ್ಚು ಪ್ರಿಯ. ಹೀಗಿದ್ದರೂ, ನೀನು ನನ್ನನ್ನ ಬಿಟ್ಟು ಹೇಗೆ

ಬಾಳಲಾರೆಯೊ, ಹಾಗೆಯೇ ನಾನು ನಿನ್ನನ್ನುಳಿದು ಬದುಕಲಾರೆ. ಆದ್ದರಿಂದ ನೀನು ನನ್ನವನಾಗಲೇಬೇಕು. ನಿನ್ನ ದೇಹಾತ್ಮಗಳು ನನಗೆ ಪೂರ್ತಾ ದಕ್ಕಲೇಬೇಕು. ತಿಳೀತೆ ?"

ಲೋಯ್‌ಕಾನ ಮುಖದಲ್ಲಿ ಆಗ ತಿರುಚಿ ವಕ್ರಗೊಂಡ ಮಂದಹಾಸ ಮೂಡಿತು.

ಅವನೆಂದ; "ನೀನು ಹೇಳಿದ್ದೆಲ್ಲ ತಿಳೀತು. ನಿನ್ನ ಭಾಷಣ ಕೇಳಿದರೆ ಹೃದಯಕ್ಕೆ ಕಚಗುಳಿಯಿಟ್ಟಂತೆ ಗೆಲವಾಗ್ತದೆ. ಮುಂದುವರಿಸು !..."

"ನಿನಗೇನೇ ಅನ್ನಿಸಲಿ, ಅದು ನನಗೆ ಮುಖ್ಯವಲ್ಲ. ನಾನು ಹೇಳ ಬಯಸೋದು ಇಷ್ಟನ್ನೇ: ನೀನು ನನ್ನ ಜೊತೆ ಹೇಗೇ ವರ್ತಿಸಿದರೂ, ನಿನ್ನನ್ನ ನಿಭಾಯಿಸೋ ಮಾರ್ಗ ನನಗೆ ಗೊತ್ತಿದೆ; ನೀನು ನನ್ನವನಾಗಿಯೇ ಆಗ್ತೀಯ, ವೃಥಾ ಕಾಲಹರಣ ಮಾಡಬೇಡ. ನೆನಪಿಡು, ನನ್ನ ತುಟಿ ತೆಕ್ಕೆಗಳು ನಿನಗಾಗಿ ಹಾತೊರೆದು ಕಾದಿವೆ! ನಿನ್ನ ತುಟಿಗಳ ಮೇಲೆ, ನೀನು ಸಾಕೆನ್ನುವಷ್ಟು, ಸವಿಮುತ್ತುಗಳ ಮಳೆಗರೀತೇನೆ. ಆ ಮುತ್ತುಗಳು ತರೋ ಮತ್ತಿನಲ್ಲಿ, ನಿನಗೆ ನಿನ್ನ ಸಾಹಸಮಯ ಜೀವನ ಮರೆತು ಹೋಗ್ತದೆ. ಹುಲ್ಲುಗಾವಲಿನ ಉದ್ದಕ್ಕೂ ಜಿಪ್ಸಿ ಯುವಕರ ಹೃದಯಗಳನ್ನ ನಲವಿನಲ್ಲಿ ಹಿಗ್ಗಿಸುವ ಆ ನಿನ್ನ ಹುರುಪಿನ ಗೀತೆಗಳು ಸದಾಕಾಲಕ್ಕೆ ನಿಂತುಹೋಗಿ, ನೀನು ಬೇರೆ ಬಗೆಯ ಹಾಡುಗಳನ್ನ– ಸೌಮ್ಯವಾದ ಪ್ರೇಮ ಗೀತೆಗಳನ್ನ ನನಗಷ್ಟೇ ಹಾಡ್ತೀಯ... ನಾನು ನಿನಗೆ ತಿಳಿಸಬೇಕೆಂದುಕೊಂಡಿದ್ದು ಇಷ್ಟೇ. ಸರಿ, ಕಾಲಹರಣ ಮಾಡಬೇಡ. ನಾಳೆ ಈ ಹೊತ್ತಿಗೆ ಸರಿಯಾಗಿ, ಅಧಿಕಾರಿಯ ಆಜ್ಞೆಗೆ ಹೊಸ ಸೈನಿಕ ವಿಧೇಯನಾಗಿರೋ ಹಾಗೆ, ನೀನು ನನಗೆ ವಿಧೇಯನಾಗಿರ್ತೀಯ.. ಈ ಜಾಗದಲ್ಲಿ ಶಿಬಿರ ಹೂಡಿರೋ ಜಿಪ್ಸಿಗಳ ಎದುರು ನಾಳೆ ನೀನು ನನ್ನೆದುರು ಮೊಣಕಾಲೂರಿ ಬಾಗಿ, ನನ್ನ ಬಲಗೈಯನ್ನ ಚುಂಬಿಸಬೇಕು. ತಿಳೀತೆ! ಆಗ ನಾನು ನಿನ್ನ ಪತ್ನಿಯಾದಂತೆಯೇ..."

ಆ ಹುಚ್ಚು ಹುಡುಗಿಯ ಹವಣು ನನಗೆ ಅಚ್ಚರಿಯೆನಿಸಿತು. ಇಂಥ ಕರಾರನ್ನು ನಾವು ಕೇಳಿಯೇ ಇರಲಿಲ್ಲ. ಮೊಂಟಿನಿಯಗ್ರ ಬುಡಕಟ್ಟಿನಲ್ಲಿ ಈ ಒಂದು ಸಂಪ್ರದಾಯ ಹಿಂದೆ ಇತ್ತೆಂದು ಹಿರಿಯರು ಹೇಳುತ್ತಿದ್ದರೇ ವಿನಾ ನಮ್ಮ ಜಿಪ್ಸಿಗಳಲ್ಲಿ ಇಂಥ ಆಚಾರ ಯಾವೊತ್ತೂ ಇದ್ದಿಲ್ಲ! ಇದಕ್ಕಿಂತ ಹೆಚ್ಚು ನಗೆಬರಿಸುವ ಆಚಾರ ಪ್ರಪಂಚದಲ್ಲಿದೆಯೆ!

ಲೋಯ್‌ಕಾ ರಾದಳ ಮಾತನ್ನು ಒಪ್ಪಿಕೊಳ್ಳುವ ಹಾಗೆ ಕಾಣುತ್ತಿತ್ತು. ಆದರೆ ಆ ವೇಳೆ ಅವನು ಹೊಮ್ಮಿಸಿದ ವಿಷಣ್ಣ ದನಿ, ಚೂರಿಯಿರಿತದಿಂದ ಎದೆಯಲ್ಲಿ ಗಾಯಗೊಂಡ ಮನುಷ್ಯನ ಆರ್ತನಾದದಂತೆ ಮುಂದಿದ್ದ ಬಯಲು ಭೂಮಿಯ ಆಳ ಆಳಗಳನ್ನು ಕಲಕಿತು. ರಾದ ತುಟಿ ಕಚ್ಚಿದಳು. ಆದರೆ ಬೇರೇನೂ ಪ್ರತಿಕ್ರಿಯೆ ವ್ಯಕ್ತಪಡಿಸಲಿಲ್ಲ.

"ಸರಿ, ಬರ್ತೇನೆ ಲೋಯ್‌ಕಾ. ನಾನೀಗ ವಿಧಿಸಿದ ಹಾಗೆ ನಾಳೆ ನೀನು ಮಾಡ್ಬೇಕು. ಕೇಳಿಸಿತೇ ಲೋಯ್‌ಕಾ ?"

"ಹೂಂ! ಕೇಳಿಸ್ತು, ಮಾಡ್ತೇನೆ." ಲೋಯ್‌ಕಾನ ಧ್ವನಿಯಲ್ಲಿ ವೇದನೆಯ ನೆರಳಿತ್ತು. ಆತ ಅವಳತ್ತ ತನ್ನ ಕೈಚಾಚಿದ. ಅವಳು ಒಮ್ಮೆಯೂ ಹಿಂದಿರುಗಿ ನೋಡದೆ ಹೆಜ್ಜೆಹಾಕಿದಳು. ಲೋಯ್‌ಕಾ, ಬಿರುಗಾಳಿ ಮುರಿದುಹಾಕಿದ ಮರದಂತೆ ಹೊಯ್ದಾಡುತ್ತ ಆಯತಪ್ಪಿ ಕೆಳಗುರುಳಿದ. ಅವನು ನಡು ನಡುವೆ ನಗುತ್ತ, ಬಿಕ್ಕಿ ಬಿಕ್ಕಿ ಅಳುತ್ತಿದ್ದ. ಅನಿಷ್ಟದ ಹುಡುಗಿ, ಆ ರಾದ ಅವನಿಗೆ ಅಂಥ ಗತಿಯೊದಗಿಸಿದ್ದಳು. ಆಮೇಲೆ ಅವನನ್ನು ಸ್ವಾಸ್ಥ್ಯಕ್ಕೆ ತರಬೇಕಾದರೆ ನನಗೋ ಸಾಕುಸಾಕಾಯಿತು.

ಮನುಷ್ಯರು ದುಃಖದ ಬಟ್ಟಲನ್ನು ತೊಟ್ಟೂ ಬಿಡದೆ ಹೀರುವುದರಲ್ಲಿ ಯಾವ

ಪುರುಷಾರ್ಥವಡಗಿದೆಯೊ ನಾನು ಬೇರೆ ಕಾಣೆ! ಮಾನವ ಹೃದಯದ ಯಾತನೆಯನ್ನು, ಅಳಲನ್ನು ಕೇಳೋದಕ್ಕೆ ಯಾರಿಗೆ ತಾನೆ ಸಹನೆಯಿದೆ? ನಿನಗೆ ಸಾಧ್ಯವಿದ್ದರೆ ಇದನ್ನು ಅರ್ಥ ಮಾಡಿಕೊ!

ನಾನು ಶಿಬಿರಕ್ಕೆ ಮರಳಿ, ನಡೆದದ್ದನ್ನೆಲ್ಲ ಹಿರಿಯರಿಗೆ ಬಣ್ಣಿಸಿದೆ. ಅವರು ಅದನ್ನು ಮೇಲುಕು ಹಾಕಿ, ಮುಂದೇನಾಗುವುದೆಂದು ಕಾದು ನೋಡಲು ನಿರ್ಧರಿಸಿದರು.

ಮುಂದೆ ಆದದ್ದಿಷ್ಟು : ಸಂಜೆ ನಾವೆಲ್ಲ ಬೆಂಕಿ ಕಾಯಿಸುತ್ತ ಕೂತಿದ್ದಾಗ ಲೋಯ್‌ಕಾ ನಮ್ಮನ್ನು ಸೇರಿಕೊಂಡ. ಅವನು ತುಂಬ ಮಂಕಾಗಿದ್ದ. ಹಿಂದಿನ ಒಂದು ರಾತ್ರಿಯಲ್ಲೇ ಅವನಲ್ಲಿ ಭಾರೀ ಬದಲಾವಣೆಯಾದಂತಿತ್ತು. ಗುಳಿಬಿದ್ದ ಕಣ್ಣುಗಳನ್ನು ನೆಲದಿಂದ ಎತ್ತದೆ ಅವನು ನುಡಿದ :

"ನಿಮಗೆ ಒಂದೆರಡು ಸಂಗತಿಗಳನ್ನು ತಿಳಿಸೋ ಆಸೆಯಾಗಿದೆ. ನಿನ್ನೆ ರಾತ್ರಿ ನನ್ನ ಎದೆಯಾಳವನ್ನು ಹೊಕ್ಕು ಪರೀಕ್ಷಿಸಿದೆ. ಅಲ್ಲಿ ನನ್ನ ಹಿಂದಿನ ಬೇಜವಾಬ್ದಾರಿಯುತ ಸ್ವಚ್ಛಂದ ಜೀವನಕ್ಕೆ ಎಡೆಯಿರಲಿಲ್ಲ. ಅದಕ್ಕೆ ಬದಲು ನನ್ನ ಎದೆಯನ್ನೆಲ್ಲ ರಾದ ಆಕ್ರಮಿಸಿಕೊಂಡಿದ್ದಳು. ರಾಣಿಯಂತೆ ಮೆಲುನಗೆ ಸೂಸುತ್ತ, ಸುಂದರಿ ರಾದ ಅಲ್ಲಿ ವಿರಾಜಮಾನಳಾಗಿದ್ದಾಳೆ! ಅವಳಿಗೆ ನನಗಿಂತ ತನ್ನ ಆತ್ಮಸ್ವಾತಂತ್ರ್ಯ ಹೆಚ್ಚು ಮುಖ್ಯ. ಆದರೆ ನನಗೋ, ನನ್ನ ಸ್ವಾತಂತ್ರ್ಯಕ್ಕಿಂತ ಅವಳು ಹೆಚ್ಚು ಪ್ರಿಯ! ಅವಳು ನಿನ್ನೆ ಆಜ್ಞಾಪಿಸಿದಂತೆ ನಾನು ಅವಳೆದುರು ಮೊಣಕಾಲೂರಿ ಬೇಡಲು ನಿರ್ಧರಿಸಿದ್ದೇನೆ. ರಾದಳನ್ನು ಭೇಟಿಯಾಗೋ ಮೊದಲು, ಪಾರಿವಾಳಗಳ ಜೊತೆ ಗಿಡುಗ ಚೆಲ್ಲಾಟ ನಡೆಸುವಂತೆ, ಅನೇಕ ಸುಂದರಿಯರೊಡನೆ ವರ್ತಿಸಿದ್ದಂಥ ಧೀರ ಯುವಕ ಲೋಯ್‌ಕಾ ಜೋಬರ್‌ನನ್ನು ರಾದಳ ಸೌಂದರ್ಯ ಹೇಗೆ ಗೆದ್ದು ವಶಪಡಿಸಿಕೊಂಡಿದೆ ಅನ್ನೋ ದೃಶ್ಯವನ್ನು ನೀವೆಲ್ಲ ನೋಡಬೇಕು ಅನ್ನೋ ಉದ್ದೇಶದಿಂದ ನಾನು ಈ ನಿರ್ಧಾರ ಕೈಗೊಂಡಿದ್ದೇನೆ. ನಾನು ಅವಳನ್ನ ಮೊಣಕಾಲೂರಿ ಬೇಡಿಕೊಂಡ ಮೇಲೆ, ಅವಳು ನನ್ನ ಮಡದಿಯಾಗ್ತಾಳೆ. ಆಮೇಲೆ ನಿಮ್ಮ ಮುಂದೆ ಹಾಡಬೇಕು ಅನ್ನೋ ನನ್ನ ಬಯಕೆಯನ್ನೂ ನನ್ನ ಸ್ವಾತಂತ್ರ್ಯ ಹರಣವಾದದ್ದಕ್ಕೆ ಪಶ್ಚಾತ್ತಾಪವನ್ನೂ ಅವಳ ಸವಿ ಚುಂಬನ ಆಲಿಂಗನಗಳು ಪೂರ್ಣ ಮರೆಸಿಬಿಡ್ತವೆ! ಹೌದಲ್ಲವೆ ರಾದ?"

ಹೀಗೆಂದು ಆತ ಕಣ್ಣೆತ್ತಿ ಅವಳತ್ತ ಖಿನ್ನ ನೋಟ ಬೀರಿದ. ಅವಳು ಮಾತನಾಡದೆ, ನಿಷ್ಠುರದ ಭಂಗಿಯಲ್ಲಿ ಹೌದೆನ್ನುವಂತೆ ತಲೆಯಾಡಿಸಿ, ತನ್ನ ಪಾದಗಳತ್ತ ಕೈಸನ್ನೆ ಮಾಡಿದಳು. ನಮಗೂ ತಲೆಬುಡ ಅರ್ಥವಾಗದೆ ಅವಾಕ್ಕಾಗಿ ಕೂತಿದ್ದೆವು. ಸುಂದರಿ ರಾದ ನಮ್ಮವಳೇ ಆದರೇನು? ಲೋಯ್‌ಕಾ ಜೋಬರ್‌ನಂಥ ಒಬ್ಬ ಧೀರ ತರುಣ, ಒಬ್ಬ ಕನ್ಯೆಯ ಪಾದದೆಡೆ ಬಾಗುವ ದೃಶ್ಯ ನಮಗೆ ಅಸಹ್ಯವಾಗಿತ್ತು. ಅದನ್ನು ನೋಡುವ ದುರ್ಗತಿಗೆ ನಾವು ಶಪಿಸುತ್ತ ಅಲ್ಲಿಂದ ಕಾಲು ಕೀಳುವ ಮನಸ್ಸಾಯಿತು. ನಮ್ಮೆಲ್ಲರ ಮನಸ್ಸು ರೋಸಿಹೋಗಿತ್ತು.

"ಹುಂ! ನಾನು ಹೇಳಿದಂತೆ ಬಾಗಿ, ಬೇಡಿಕೊ!" – ರಾದ ಜೋರಿನಿಂದ ಆಜ್ಞಾಪಿಸಿದಳು.

"ಯಾಕಿಷ್ಟು ಅವಸರ? ಇನ್ನೂ ಬೇಕಾದಷ್ಟು ಸಮಯವಿದೆ. ನಿನಗೆ ಸಾಕಾಗುವಷ್ಟು ಬೇಡಿಕೊಳ್ತೇನೆ, ಸ್ವಲ್ಪ ತಾಳಿಕೊ" ಎಂದು ನಗುತ್ತ ಲೋಯ್‌ಕಾ ಉತ್ತರಿಸಿದ. ಅವನ ನಗೆಯಲ್ಲಿ ಉಕ್ಕಿನ ರವದ ಗಡುಸಿತ್ತು.

"ಅಣ್ಣಂದಿರೆ, ನಿಮಗೆ ನಾನು ಹೇಳಬೇಕು ಅಂತ ಅಂದುಕೊಂಡಿದ್ದು ಇಷ್ಟೆ. ಮುಂದೇನು? ಎಂದು ಕೇಳುವಿರ? ರಾದ ನನ್ನೆದುರು ಪ್ರದರ್ಶಿಸಿದ ಕೆಚ್ಚೆದೆ ನಿಜಕ್ಕೂ ಅವಳಲ್ಲಿದೆಯೆ–

ಅನ್ನೋದರ ಪರೀಕ್ಷೆಯಾಗ್ಬೇಕು. ನಿಮ್ಮೆಲ್ಲರ ಕ್ಷಮೆಕೋರಿ ನಾನು ಆ ಪರೀಕ್ಷೆಯನ್ನ ನಡೆಸಲಿದ್ದೇನೆ!"

ಈ ಮಾತುಗಳ ಮರ್ಮವನ್ನು ನಾವು ಗ್ರಹಿಸುವುದಕ್ಕೆ ಮುಂಚೆಯೇ ರಾದ ನೆಲದ ಮೇಲೆ ಅಂಗಾತ ಬಿದ್ದಿದ್ದಳು. ಲೋಇಯ್‌ಕಾನ ಚೂರಿ ತನ್ನ ಹಿಡಿಯವರೆಗೂ ಅವಳ ಎದೆಯಲ್ಲಿ ನಾಟಿತ್ತು. ನಾವು ತತ್ತರಿಸಿಹೋದೆವು.

ರಾದ ಆ ಚೂರಿಯನ್ನು ಪ್ರಯಾಸದಿಂದ ಕಿತ್ತು, ಪಕ್ಕಕ್ಕೆ ಎಸೆದು, ತನ್ನ ಮುಂಗುರುಳಿನ ರಾಶಿಯನ್ನು ಗಾಯದೊಳಗೆ ತುರುಕಿ, ಮುಗುಳ್ನಗೆ ಹೊಮ್ಮಿಸಿದಳು. ಸುಸ್ಪಷ್ಟವಾದ ಸ್ವರದಲ್ಲಿ ಅವಳು ನುಡಿದಳು :

"ನೀನು ಹೀಗೆ ಮಾಡಬಹುದು ಅನ್ನೋ ಸಂದೇಹ ನನಗಿತ್ತು! ನಿನಗೆ ನನ್ನ ಕೊನೆಯ ವಿದಾಯ ಲೋಇಯ್‌ಕಾ!"

ರಾದ ಅಸುನೀಗಿದಳು. ಅವಳಂಥ ಇನ್ನೊಬ್ಬ ಹುಡುಗಿಯನ್ನು ನಾನು ಕಂಡಿಲ್ಲ ಮರಿ!

"ಈಗ ನಿನ್ನ ಪಾದಗಳೆದುರು ಮಂಡಿಯೂರ್ತೇನೆ ಸ್ವಾಭಿಮಾನದ ಕಣಿಯೇ, ನನ್ನ ರಾಣಿಯೇ!"

– ಲೋಇಯ್‌ಕಾನ ಎದೆಬಿರಿಯುವ ಆಕ್ರಂದನ ಹುಲ್ಲುಗಾವಲಿನಲ್ಲಿ ಮಾರ್ದನಿಗೊಟ್ಟಿತು. ಆತ ನೆಲಕ್ಕುರುಳಿ, ರಾದಳ ಕೋಮಲ ಪಾದಗಳಿಗೆ ತುಟಿಯೊತ್ತಿ ಅಚಲನಾಗಿ ಒರಗಿದ. ನಾವು ನಮ್ಮ ಕುಲಾವಿಗಳನ್ನು ಕಳಚಿ ರಾದಳಿಗೆ ಗೌರವ ಸೂಚಿಸಿ ಮೌನವಾಗಿ ನಿಂತೆವು.

ಆಗ ನೂರ್ ಲೋಇಯ್‌ಕಾನನ್ನು ಕಟ್ಟಿಹಾಕೋಣವೆಂದ. ಆದರೆ ಹಾಗೆ ಮಾಡುವ ಧೈರ್ಯ ನಮ್ಮಲ್ಲಿ ಯಾರಿಗೂ ಇರಲಿಲ್ಲ. ನೂರ್‌ಗೂ ಅದು ಗೊತ್ತಿತ್ತು. ರಾದ ಕಿತ್ತು ಬದಿಗೆಸೆದಿದ್ದ ಚೂರಿಯನ್ನು ದನ್ಯಿಲಾ ಎತ್ತಿಕೊಂಡು, ಬಲು ಹೊತ್ತು ದಿಟ್ಟಿಸಿದ. ಕೋಪದಿಂದ ಅವನ ಮೀಸೆಗಳು ಏರಿಳಿಯುತ್ತಿದ್ದವು. ಆ ಚೂರಿಯ ವಕ್ರ ಅಲಗು ಬಹಳ ಚೂಪಾಗಿತ್ತು. ಅದರ ಮೇಲೆ ರಾದಳ ರಕ್ತ ಇನ್ನೂ ಹಸಿಯಾಗಿತ್ತು. ದನ್ಯಿಲಾ ಕ್ಷಣ ಮಾತ್ರದಲ್ಲಿ ಲೋಇಯ್‌ಕಾನ ಬೆನ್ನಿಗೆ ಚೂರಿಯಿಂದ ಇರಿದ. ಅದು ಅವನ ಹೃದಯವನ್ನು ಭೇದಿಸಿಕೊಂಡು ಎದೆಯತನಕ ನುಗ್ಗಿತು. ದನ್ಯಿಲಾ ಎಷ್ಟಾದರೂ ರಾದಳ ತಂದೆ; ಜೊತೆಗೆ ಹಳೆಯ ಯೋಧನಲ್ಲವೆ!

"ನೀನು ಹೀಗೆ ಮಾಡಬಹುದು ಅಂತ ನನಗನಿಸಿತ್ತು" ಎಂದು ದನ್ಯಿಲಾ ಕಡೆ ಹೊರಳಿ, ತಿಳಿಯಾದ ಧ್ವನಿಯಲ್ಲಿ ಲೋಇಯ್‌ಕಾ ಉಸುರಿದ.

ನಾವೆಲ್ಲ ದಿಗ್ಮೂಢರಾಗಿ ನೋಡುತ್ತಿದ್ದೆವು. ತನ್ನ ಎದೆಗಾಯಕ್ಕೆ ಮುಂಗುರುಳನ್ನೊತ್ತಿದ್ದ ರಾದಳ ಕಣ್ಣು ಆಕಾಶದ ನೀಲಿಮೆಯಲ್ಲಿ ನೆಟ್ಟಿದ್ದವು. ಅವಳ ಕಾಲಿನ ಬಳಿ ಲೋಇಯ್‌ಕಾನ ಶವ ಬಿದ್ದಿತ್ತು.

ನಾವೆಲ್ಲ ಚಿಂತೆಯಲ್ಲಿ ಮುಳುಗಿದ್ದೆವು. ಮುದುಕ ದನ್ಯಿಲಾನ ಮೀಸೆಗಳು ಕಂಪಿಸುತ್ತಿದ್ದವು. ಪೊದೆಯಂತೆ ದಟ್ಟವಾಗಿದ್ದ ಹುಬ್ಬುಗಳು ಗಂಟಿಕ್ಕಿ ಹೆಣೆದುಕೊಂಡಿದ್ದವು. ಅವನು ನಭವನ್ನು ನೋಡುತ್ತ ಮೌನವಾಗಿ ನಿಂತುಬಿಟ್ಟಿದ್ದ. ನರೆತ ಕೂದಲಿನ ನೂರ್ ಮುಖಾಡೆಯಾಗಿ ನೆಲಕ್ಕೆ ಬಿದ್ದು ಬಿಕ್ಕಿ ಅಳುತ್ತಿದ್ದ ಜೋರಿಗೆ ಅವನ ಇಡೀ ಶರೀರ ಹೊಯ್ದಾಡುತ್ತಿತ್ತು.

"ಹಾಗೆ ಅಳುವಂಥ ಸನ್ನಿವೇಶವೇರ್ಪಟ್ಟಿತ್ತು ಮರಿ!" ಎಂದ ಮಕರ್ ಚುದ್ರ.

ಬಳಿಕ ಮುದುಕ ನನ್ನನ್ನುದ್ದೇಶಿಸಿ ಮಾತು ಮುಂದುವರಿಸಿದ : "ನೀನು ಅಲೆಮಾರಿ ಜೀವನ ಮೆಚ್ಚಿ ಬಂದಿದ್ದೇನೆ ಅಂದೆಯಲ್ಲವೆ? ಸರಿ, ಆರಿಸಿಕೊಂಡಿರೋ ಹಾದಿಯಲ್ಲಿ ಧೈರ್ಯದಿಂದ ಮುನ್ನಡೆದು ಹೋಗು. ವಿಮುಖನಾಗಬೇಡ, ನಡೀತಾ ಹೋಗು! ನಿನ್ನ ಪ್ರಯಾಣ ವ್ಯರ್ಥಗೊಳ್ಳದೆ ಸಾರ್ಥಕವೇ ಆಗಬಹುದು. ನಿನಗೆ ನನ್ನ ಬುದ್ಧಿವಾದ ಇಷ್ಟೆ!"

ಮುದುಕ ಮೌನಿಯಾದ. ಚಿಲುಮೆಯನ್ನು ಸಂಚಿಯಲ್ಲಿಟ್ಟು, ಕೋಟು ತೊಟ್ಟು ತೆರೆದ ಎದೆಯನ್ನು ಮುಚ್ಚಿದ. ಜಡಿಮಳೆ ಶುರುವಾಗಿತ್ತು. ಗಾಳಿಯ ಬಿರುಸು ಹೆಚ್ಚಿತ್ತು. ಹೆಗ್ಗಡಲು ಸಿಟ್ಟಿನಿಂದ ಸಿಡಿದಿತ್ತು. ನಂದುತ್ತಿದ್ದ ಶಿಬಿರಾಗ್ನಿಯ ಬಳಿ ಕುದುರೆಗಳು ಒಂದೊಂದಾಗಿ ಬಂದು ನಮ್ಮನ್ನು ದೊಡ್ಡದಾದ ಚುರುಕುಗಣ್ಣಿಂದ ಅವಲೋಕಿಸಿ, ಒತ್ತೊತ್ತಾಗಿ ವೃತ್ತ ರಚಿಸಿಕೊಂಡು ಅಚಲವಾಗಿ ನಿಂತವು.

"ಹಷ್ಷ ! ಹಷ್ಷ !" – ಚುದ್ರ ಕುದುರೆಗಳತ್ತ, ಮೆಚ್ಚಿಗೆ ವ್ಯಕ್ತಪಡಿಸಿ, ಕರಿಬಣ್ಣದ ತನ್ನ ಕುದುರೆಯ ಕುತ್ತಿಗೆ ನೇವರಿಸುತ್ತ, ನನ್ನ ಕಡೆ ತಿರುಗಿ "ಮಲಗುವ ಹೊತ್ತಾಯಿತು" ಎಂದ. ತನ್ನ ಕೋಟನ್ನು ತಲೆಯವರೆಗೂ ಎಳೆದುಕೊಂಡು ನೆಲದುದ್ದ ಮೈಚಾಚಿ ನಿಶ್ಶಬ್ದನಾದ.

ಆದರೆ ನನಗೆ ನಿದ್ದೆ ಹತ್ತಲಿಲ್ಲ. ಹುಲ್ಲುಗಾವಲಿನ ಕತ್ತಲೆಯತ್ತ ನಾನು ನೋಟ ಹಾಯಿಸಿದೆ. ರಾಣಿಸಹಜ ಸೌಂದರ್ಯದ ರಾದಳ ಸ್ವಾಭಿಮಾನದ ಮುಖಮುದ್ರೆ ನನ್ನ ಕಣ್ಣೆದುರು ತೇಲಿತು : ಅವಳು ತನ್ನ ಮುಂಗುರುಳನ್ನು ಗಾಯಕ್ಕೊತ್ತಿ ಹಿಡಿದಿದ್ದಳು. ಅವಳ ಸುಕೋಮಲ ಬೆರಳುಗಳಿಂದ ರಕ್ತ ತೊಟ್ಟಿಕ್ಕುತ್ತ, ಕೆಂಪಗೆ ಉರಿಯುವ ಪುಟ್ಟ ನಕ್ಷತ್ರಗಳಂತೆ ನೆಲಕ್ಕೆ ಬೀಳುತ್ತಿತ್ತು. ಅವಳ ಆಕೃತಿಯ ಹಿಂದಿನಿಂದಲೇ ಧೀರ ತರುಣ ಲೋಯ್‌ಕಾ ಜೋಬರ್‌ನ ಚರ್ಯೆ ನನ್ನ ಮನಸ್ಸಿನೆದುರು ಹಾದುಹೋಯಿತು. ಅವನ ಮುಖವನ್ನು ದಟ್ಟನೆಯ ಕಪ್ಪು ಕುರುಳು ಮುಚ್ಚಿದ್ದು, ಅವುಗಳ ಅಡಿಯಿಂದ ತಣ್ಣನೆಯ ದೊಡ್ಡ ದೊಡ್ಡ ಅಶ್ರುಬಿಂದುಗಳು ಎಡಬಿಡದೆ ಉರುಳುತ್ತಿದ್ದವು...

ಮಳೆ ಜೋರಾಯಿತು. ಸಮುದ್ರ ಗಭೀರ ಚರಮಗೀತೆಯನ್ನು ನುಡಿಸುತ್ತಿತ್ತು. ಜಿಪ್ಸಿ ಪ್ರೇಮಿಗಳಿಗಾಗಿ – ಲೋಯ್‌ಕಾ ಜೋಬರ್ ಮತ್ತು ವೃದ್ಧ ಯೋಧ ದನ್ಯಿಲಾನ ಮಗಳು ರಾದರಿಗಾಗಿ.

ಹಿಮಾವೃತ ಕತ್ತಲಲ್ಲಿ ಅವರಿಬ್ಬರೂ ಸದ್ದಿಲ್ಲದೆ ಏರಿಏರಿ ಹೋಗುತ್ತಿದ್ದರು. ದಿಟ್ಟ ಲೋಯ್‌ಕಾ ಎಷ್ಟೇ ಪ್ರಯತ್ನಿಸಿದರೂ, ಆ ಮಹಾ ಸ್ವಾಭಿಮಾನಿ ರಾದಳ ಬೆನ್ನು ಹಿಡಿಯಲು ಆತ ಶಕ್ತನಾಗಲಿಲ್ಲ.

O

○ ಮಿಖೈಯಿಲ್ ಶೋಲಹೆವ್

ಪ್ರಶಾಂತ ಹುಲ್ಲುಗಾವಲು

ಜುಹ್ಹಾರ್ ತಾತ ಮತ್ತು ನಾನು ಬೆಟ್ಟದ ಮೇಲಿನ ಒಂದು ಮುಳ್ಳುಪೊದೆಯಡಿ ಒರಗಿದ್ದೆವು. ಬಿರುಬಿಸಿಲಿನ ದೆಸೆಯಿಂದ ಬೆಟ್ಟ ಸಸ್ಯರಹಿತವಾಗಿ ಬೋಳಾಗಿತ್ತು. ಕೆಳಗಡೆ ದೋನ್ ನದಿ ಹರಿಯುತ್ತಿತ್ತು. ಗಿರಿಸದೃಶ ಮೋಡದಡಿಯಲ್ಲಿ ಗರುಡ ಗಿರಕಿ ಹಾಕುತ್ತಿತ್ತು. ಹಕ್ಕಿಗಳ ಹಿಚಿಕೆಗಳು ಚುಕ್ಕೆಯಂತೆ ಬಿದ್ದಿದ್ದ ಮುಳ್ಳುಗಿಡದ ಎಲೆಗಳು ನಮಗೆ ನೆರಳನ್ನೀಯುತ್ತಿರಲಿಲ್ಲ. ಧಗೆಯಿಂದ ನನ್ನ ಕಿವಿಗಳು ಗಿಂವ್‌ಗುಡತೊಡಗಿದ್ದವು. ಬೆಟ್ಟದ ತಪ್ಪಲಿನಲ್ಲಿ ಹೊಳೆಯುತ್ತಿದ್ದ ವಕ್ರನಡಿಗೆಯ ದೋನ್ ನದಿಯ ತರಂಗಿತ ವಿಸ್ತೀರ್ಣವನ್ನಾಗಲಿ, ನನ್ನ ಕಾಲಬಳಿ ಬಾಡಿ ಮುರುಟಿದ್ದ ಕಲ್ಲಂಗಡಿ ಹಣ್ಣಿನ ಸಿಪ್ಪೆಗಳನ್ನಾಗಲಿ ನೋಡಿದಾಗ ನನ್ನ ಬಾಯಲ್ಲಿ, ಉಗಿಯಲು ಪ್ರಯಾಸಕರವಾಗಿ ತೋರುತ್ತಿದ್ದಂಥ ದಟ್ಟನೆಯ ಅಂಟು ಅಂಟಾದ ಜೊಲ್ಲು ಮೂಡುತ್ತಿತ್ತು.

ಅರೆಬತ್ತಿದ ಹೊಂಡದ ಬದಿಯ ಹಳ್ಳದಲ್ಲಿ ಕುರಿಮಂದೆ ಒತ್ತೊತ್ತಾಗಿ ಮೇಯುತ್ತಿತ್ತು. ಕುರಿಗಳ ಹಿಂಭಾಗಗಳು ದಣಿವಿನಿಂದ ಜೋತಿದ್ದವು. ಹೆಣೆದಂತಿದ್ದ ತಮ್ಮ ಬಾಲಗಳನ್ನು ಕುಣಿಸುತ್ತ ಅವು ಧೂಳಿನಲ್ಲಿ ಜೋರಾಗಿ ಸೀನುತ್ತಿದ್ದವು. ಹೊಂಡದಾಚೆಗಿನ ಅಣೆಕಟ್ಟಿನ ಬಳಿ, ತೋರವಾಗಿ ಬೆಳೆದಿದ್ದ ಎಳೆ ಟಗರೊಂದು ಮಾಸಲು ಹಳದಿ ಬಣ್ಣದ ಹೆಣ್ಣುಕುರಿಯ ಗಡಸು ಕೆಚ್ಚಲನ್ನು ಬಲವಾಗಿ ಹೀರುತ್ತಿತ್ತು. ಆಗೀಗ ಅದು ಕೆಚ್ಚಲನ್ನು ಗುಮ್ಮುತ್ತಿದ್ದುದನ್ನು ಕಾಣಬಹುದಿತ್ತು. ತಾಯಿಪ್ರಾಣಿ ನರಳಿಕೆಯ ಸ್ವರ ಹೊಮ್ಮಿಸಿ ಮರಿಗೆ ಆದಷ್ಟು ಹಾಲು ದಕ್ಕುವಂತೆ ತನ್ನ ಹಿಂಭಾಗವನ್ನು ಕಮಾನಿನಂತೆ ಮೇಲುಬ್ಬಿಸಿತ್ತು. ಅದರ ಕಣ್ಣಿನಲ್ಲಿ ಸೆಲೆಯಾಡಿದ್ದ ನೋವಿನ ಎಳೆಯನ್ನು ಅದರ ಭಂಗಿಯಿಂದ ನಾನು ಕಲ್ಪಿಸಿಕೊಳ್ಳಬಹುದಿತ್ತು.

ನನ್ನ ಪಕ್ಕದಲ್ಲಿ ಕೂತಿದ್ದ ಜಹ್ಹಾರ್ ತಾತ ಎದ್ದು ಕುಳಿತ. ಉಣ್ಣೆಯಿಂದ ಹೆಣೆದ ಅಂಗಿಯನ್ನು ಕಳಚಿ, ಮಂದ ದೃಷ್ಟಿಯಿಂದ ಅದನ್ನು ಪರೀಕ್ಷಿಸಿ, ಅದರ ಮಡಿಕೆಗಳಲ್ಲಿ ಏನನ್ನೋ ತಡಕುವವನಂತೆ ಕೈಯಾಡಿಸಿದ. ಮುದುಕನ ವಯಸ್ಸು ಏಳು ದಶಕಗಳಿಗಿಂತ ಒಂದು ವರ್ಷ ಕಮ್ಮಿ. ಅವನ ಬೆತ್ತಲೆ ಬೆನ್ನಿನ ಮೇಲೆ

ಮೂಡಿದ್ದ ಸುಕ್ಕುಗಳೂ ಯಾವುದೊ ಒಂದು ಮಾದರಿಯನ್ನು ಪಾಲಿಸಿದ್ದಂತೆ ತೋರುತ್ತಿತ್ತು. ಭುಜದ ಮೂಳೆಗಳು ತೊಗಲನ್ನು ಒತ್ತಿ ಹೊಮ್ಮಿದಂತೆ ಚೂಪಾಗಿ ಕಾಣುತ್ತಿದ್ದವು. ಆದರೆ ಅವನ ಕಣ್ಣುಗಳು ಇನ್ನೂ ನೀಲಿಯಾಗಿ ಉಳಿದಿದ್ದು, ಯೌವನದ ಕಳೆಯನ್ನು ಉಕ್ಕಿಸು ವಂತಿದ್ದವು. ಕುರುಚಲಿನಂತಿದ್ದ ಹುಬ್ಬುಗಳ ಕೆಳಗಿನ ದೃಷ್ಟಿ ಹದ್ದಿನಂತೆ ಶೀಘ್ರಗ್ರಾಹಿಯೂ ಮರ್ಮಭೇದಿಯೂ ಆಗಿತ್ತು.

ಅಂಗಿಯ ಮಡಿಕೆಯಿಂದ ಕಷ್ಟಪಟ್ಟು ಒಂದು ಸಣ್ಣ ಹೇನನ್ನು ತನ್ನ ನಡುಗುವ ಬೆರಳಿನಿಂದ ಹುಷಾರಾಗಿ ಹಿಡಿದು, ತನ್ನಿಂದ ಎಷ್ಟು ದೂರ ಸಾಧ್ಯವೊ ಅಷ್ಟುದೂರ ಅದನ್ನು ನೆಲದ ಮೇಲೆ ಬಿಟ್ಟು, ಅದು ಸಾಗುತ್ತಿದ್ದ ಶೈಲಿಯನ್ನು ತನ್ನ ತೋರುಬೆರಳಿನಿಂದ ವಕ್ರವಾಗಿ ಅನುಕರಿಸುತ್ತ, ಆತ ಕೀಚಲು ಕಂಠದಿಂದ ಗೊಣಗುಟ್ಟತೊಡಗಿದ :

"ಸರಿ, ದೂರದೂರಕ್ಕೆ ತೆವಳಿ ಹೋಗು ಪೀಡೆಯೆ! ನಿನಗೆ ಬದುಕೋ ಆಸೆ ಇದೆಯಲ್ವೇ? ಹುಂ! ಅದಕ್ಕೆ ನಿನ್ನನ್ನ ಹಾಗೆ ಬಿಟ್ಟಿದ್ದೇನೆ! ನನ್ನ ರಕ್ತವನ್ನು ಸೋಗಸಾಗಿ ಹೀರಿ ಕೊಬ್ಬಿದ್ದೀಯ, ನಡಿ ನನ್ನ ಕಟ್ಟಾಣಿ!"

ಕೆಮ್ಮಿ, ಕ್ಯಾಕರಿಸಿ, ಮುದುಕ ಅಂಗಿತೊಟ್ಟು, ತಲೆ ಹಿಂದೆ ವಾಲಿಸಿ ಮರದ ಬುದ್ದಲಿಯಿಂದ ಕೊಂಚ ಬೆಚ್ಚಗಾದ ನೀರನ್ನು ಹೀರತೊಡಗಿದ. ಪ್ರತಿ ಗುಟುಕಿಗೂ, ಗದ್ದದಿಂದ ಗಂಟಲಿನ ಕಡೆ ಜೋತಿದ್ದ ಅಳ್ಳಕವಾದ ಚರ್ಮದ ಎರಡು ಮಡಿಕೆಗಳು ನಡುವೆ ತೂಗಿದ್ದ ಅವನ ಕಂಠಮಣಿ ಏರಿ ಉಬ್ಬುತ್ತಿತ್ತು. ನೀರಿನ ಹನಿಗಳು ಅವನ ಗಡ್ಡದ ಮೇಲೆ ತೊಟ್ಟಕ್ಕಿ ಅದನ್ನು ತೋಯಿಸು ತ್ತಿದ್ದವು. ಬಾಡಿದ್ದ ಅವನ ಕೇಸರಿ ಬಣ್ಣದ ತುಟಿ ಬಿರುಬಿಸಿಲಿನಲ್ಲಿ ಕೆಂಪು ತಿರುಗಿದ್ದವು. ಬುದ್ದಲಿಗೆ ಬಿರಡೆಯೊತ್ತುತ್ತ ಮುದುಕ ನನ್ನತ್ತ ತಿರುಗಿ ಅವನ ಮೇಲಣ ನನ್ನ ನೋಟವನ್ನು ಗಮನಿಸಿ, ದಿಗಂತ ಪರ್ಯಂತ ಹಬ್ಬಿದ್ದ ಹುಲ್ಲುಗಾವಲನ್ನು ದಿಟ್ಟಿಸಿದ. ಕುರಿಮಂದೆ ಮೇಯುತ್ತಿದ್ದ ಹಳ್ಳದ ಇನ್ನೊಂದು ಬದಿ ಬಿಸಿಲಿನಲ್ಲಿ ಭಕಭಕ ಉರಿಯುತ್ತಿತ್ತು. ಕರಕು ನೆಲದಿಂದ ಬೀಸುತ್ತಿದ್ದ ಗಾಳಿ ಓಮದ ಗಿಡದ ಹೂವುಗಳ ಆಹ್ಲಾದಕರ ಪರಿಮಳದಿಂದ ಸುವಾಸಿತವಾಗಿತ್ತು. ಸ್ವಲ್ಪಕಾಲ ಮುದುಕ ಮೌನವಾಗಿದ್ದ. ಬಳಿಕ ತನ್ನ ದೊಣ್ಣೆಯನ್ನು ದೂರಕ್ಕೆಸೆದು, ತಂಬಾಕಿನ ಹೊಗೆಯಿಂದ ಹಳದಿಗಟ್ಟಿದ ಬೆರಳನ್ನು ದೂರಕ್ಕೆ ನಿರ್ದೇಶಿಸಿ, ಹೇಳಿದ :

"ಆ ಕೊರಕಲಿನ ಆಚೆಗಿರೋ ಮರಗಳ ತುದಿ ಕಾಣಿಸ್ತದಲ್ಲ? ಹಿಂದೆ ತಮೀಲಿನ್ ಕಟುಂಬದ ಎಸ್ಟೇಟ್ ಇದ್ದ ಜಾಗ ಅದು-ತಪಲೋಪ್ಕ ಅಂತ. ಮುಂದೆ ಕಾಣ್ತದಲ್ಲ ಹಳ್ಳಿ, ಅದ್ರ ಹೆಸರೂ ತಪಲೋಪ್ಕ ಅಂತಲೇ. ಆ ಹಳ್ಳಿಯ ಜನ ಒಂದು ಕಾಲಕ್ಕೆ ಜೀತದಾಳುಗಳಾಗಿ ಬದುಕುತ್ತಿದ್ದವರು. ಅವರಲ್ಲಿ ನನ್ನ ತಂದೆ ಕೂಡ ಒಬ್ಬನಾಗಿದ್ದ. ಅವನು ತನ್ನ ಜೀವನದ ಕೊನೆಯವರೆಗೆ ಯೆವ್‌ಗ್ರಾಫ್ ತಮೀಲಿನ್‌ನ ಸಾರೋಟಿನ ಸಾರಥಿಯಾಗಿದ್ದ. ಧಣಿ ನೆರೆಯವನಿಗೆ ಒಂದು ಕೊಕ್ಕರೆಯನ್ನು ಕೊಟ್ಟು ಅವನಿಂದ ನಮ್ಮಪ್ಪನನ್ನು ಕೊಂಡಿದ್ದ ಅಂತ ನಾನು ಮೂರು ವರ್ಷದ ಕೂಸಾಗಿದ್ದಾಗ ಅಪ್ಪ ಹೇಳಿದ್ದ. ನಮ್ಮಪ್ಪ ತೀರಿಕೊಂಡ ಮೇಲೆ ಅವನ ಚಾಕರಿ ನನ್ನ ಪಾಲಿಗೆ ಬಂತು. ಆ ವೇಳೆಗೆ ನನ್ನ ಧಣಿಗೆ ಅರವತ್ತು ತುಂಬಿತ್ತು. ಆತ ದಷ್ಟ ಪುಷ್ಟನಾಗಿದ್ದ ದೊಡ್ಡ ಆಳು. ಅವನಲ್ಲಿ ಚೈತನ್ಯ ಇನ್ನೂ ತುಂಬಿ ತುಳುಕುತ್ತಿತ್ತು. ವಿಷಯಾಸಕ್ತಿಯೂ ಕುಂದಿರಲಿಲ್ಲ. ಅವನು ಹರಯವನ್ನು ಸೈನ್ಯದಲ್ಲಿ ಸವೆಸಿ, ನಿವೃತ್ತನಾದ ಮೇಲೆ ಮಿಕ್ಕ ಜೀವನವನ್ನು ದೋನ್ ನದಿಯ ತೀರದಲ್ಲಿ ಕಳೆಯಲು ನಿರ್ಧರಿಸಿದ್ದ. ವಂಶ ಪಾರಂಪರ್ಯವಾಗಿ ಬಂದಿದ್ದ ದೋನ್ ತೀರದ ಅವನ ಜಮೀನನ್ನು ಕೊಸ್ಸಾಕರು

ವಶಪಡಿಸಿಕೊಂಡಿದ್ದರು. ಅದಕ್ಕೆ ಬದಲಾಗಿ ಸರ್ರಾತವ್ ಪ್ರದೇಶದಲ್ಲಿ ಸುಮಾರು ಆರು ಸಾವಿರ ಎಕರೆಗಳನ್ನು ಅವನಿಗೆ ನೀಡಿದ್ದರು. ತಮೀಲಿನ್ ಅದನ್ನು ಸರ್ರಾತವ್‌ನ ರೈತರಿಗೆ ಗೇಣಿಗೆ ಕೊಟ್ಟು ತಾನು ತಪಲೋಫ್ಷದಲ್ಲಿ ವಾಸಿಸುತ್ತಿದ್ದ.

"ಅವನೊಬ್ಬ ವಿಚಿತ್ರ ಆಸಾಮಿ, ಸದಾ ಬಲು ದುಬಾರಿಯಾದ ಉದ್ದನೆಯ ಜಾರ್ಜಿಯನ್ ಅಂಗಿಯನ್ನ ತೊಟ್ಟು, ಸೊಂಟಕ್ಕೆ ಚಾಕು ಸಿಕ್ಕಿಸಿ ಆಚೆ ಕಾಣಿಸಿಕೊಳ್ಳುತ್ತಿದ್ದ. ಯಾರನ್ನಾದರೂ ಭೇಟಿಯಾಗೋದಕ್ಕೆ ತಪಲೋಫ್ಷದಿಂದ ಬೇರೆ ಊರಿಗೆ ಸಾರೋಟಿನಲ್ಲಿ ಹೋಗುವಾಗ, ನನಗೆ ಅಜ್ಞಾಪಿಸುತ್ತಿದ್ದ : 'ಕುದುರೆಗಳನ್ನ ಜೋರಾಗಿ ಓಡಿಸೊ !'

"ನಾನು ಕುದುರೆಗಳನ್ನು ಚಾವಟಿಯಿಂದ ಹೊಡೆಯುತ್ತಿದ್ದೆ. ಸಾರೋಟಿನ ಚಲನೆಯ ರಭಸಕ್ಕೆ ನಮ್ಮ ಕಣ್ಣಿಗಳಲ್ಲಿ ನೀರು ತುಂಬುತ್ತಿತ್ತು. ಆ ಕಂಬನಿ ಗಾಳಿಯಲ್ಲಿ ಆರಿಹೋಗಲು ಅವಕಾಶವಿಲ್ಲದಷ್ಟು ವೇಗವಾಗಿ ಕುದುರೆಗಳೂ ಓಡುತ್ತಿದ್ದವು. ಬಹುಬೇಗ ನಾವು ವಸಂತ ಕಾಲದ ನೆರೆಗಳಿಂದಾಗಿ ಹಾದಿಮಧ್ಯದಲ್ಲಿ ಹರಿಯುತ್ತಿದ್ದ ಒಂದು ತೊರೆಯ ಬಳಿ ತಲಪುತ್ತಿದ್ದೆವು. ಮುಂದಿನ ಚಕ್ರಗಳ ಸದ್ದು ನೀರಿನಲ್ಲಿ ಅಡಗುತ್ತಿರುವಂತೆ, ಹಿಂಭಾಗ ಕಿರುಗುಟ್ಟುತ್ತಿತ್ತು. ಇನ್ನರ್ಧ ಮೈಲಿ ಸಾಗಿದ ಮೇಲೆ 'ಹಿಂದಕ್ಕೆ ತಿರುಗಿಸೊ !' ಎಂದು ಧಣಿ ಅಬ್ಬರಿಸುತ್ತಿದ್ದ. ಸರಿ, ಹಿಂದೆ ನಾವು ದಾಟಿ ಬಂದಿದ್ದ ದಾರಿಯ ಮಧ್ಯದ ತೊರೆಯ ಬಳಿಗೆ ಸಾರೋಟು ಮತ್ತೆ ನಾಗಾಲೋಟದಿಂದ ಮರಳುತ್ತಿತ್ತು. ಹೀಗೆ ನಾವು ಸುಮಾರು ಮೂರು ಸಲ ಅದನ್ನು ದಾಟಿ ಹಿಂದೆ ಮುಂದೆ ಹೋಗುತ್ತಿದ್ದೆವು. ಆ ಹೊತ್ತಿಗೆ ಸಾರೋಟಿನ ಚಕ್ರವೊ ಸುರುಳಿಯೊ ಮುರಿಯುತ್ತಿತ್ತು. ಆಗ ಅವನು ಸಾರೋಟಿನಿಂದ ಇಳಿದು ಮಿಕ್ಕದಾರಿಯನ್ನು ನಡೆಯುತ್ತ ಕ್ರಮಿಸುತ್ತಿದ್ದ. ನಾನು ಕುದುರೆಗಳನ್ನು ಹಿಡಿದುಕೊಂಡು ಅವನನ್ನು ಹಿಂಬಾಲಿಸುತ್ತಿದ್ದೆ. ಅವನು ಮತ್ತೊಂದು ತಮಾಷೆ ಮಾಡುತ್ತಿದ್ದ. ನಾವು ಬಯಲು ಬಿಟ್ಟು ಬೆಟ್ಟಗುಡ್ಡಗಳ ದಾರಿಗೆ ಬಂದಾಗ ನನ್ನ ಪಕ್ಕಕ್ಕೆ ಕೂತು ನನ್ನ ಕೈಯಿಂದ ಚಾವಟಿಯನ್ನು ಸೆಳೆದುಕೊಂಡು ಕಿರಿಚುತ್ತಿದ್ದ: 'ಮುಂಚೂಣಿಯಲ್ಲಿರೋ ಮುಖ್ಯ ಕುದುರೇನ ಹುರಿದುಂಬಿಸು !' ಅವನೆಂದಂತೆ ನಾನು ಗಂಟಲು ಕಟ್ಟಿ ಹೋಗುವಷ್ಟು ಜೋರಾಗಿ, ಮುಂದಿರುತಿದ್ದ ಕುದುರೆಗೆ ಕುಮ್ಮಕ್ಕಿನ ಮಾತುಗಳನ್ನಾಡುತ್ತಿದ್ದೆ. ಅದು ಕೋವಿಯ ಗುಂಡಿನಂತೆ ಮುನ್ನುಗ್ಗಿದಾಗ ಅವನು ಹಿಂದಿದ್ದ ಕುದುರೆಯನ್ನು ಮತ್ತೆ ಮತ್ತೆ ಚಾವಟಿಯಿಂದ ಬಿರುಸಾಗಿ ಬಾರಿಸುತ್ತಿದ್ದ. ಆ ಕಾಲಕ್ಕೆ ನಾವು ಸಾರೋಟಿಗೆ ಮೂರು ಕುದುರೆಗಳನ್ನು ಕಟ್ಟುತ್ತಿದ್ದೆವು. ಹಿಂದೆ ಕಟ್ಟಿದ್ದ ಕುದುರೆಗಳು ದೋನ್ ಪ್ರದೇಶದ ಉತ್ತಮ ತಳಿಗಳು. ಅವುಗಳ ಕುತ್ತಿಗೆ ಹಾವಿನ ಹೆಡೆಯಂತೆ ಓರೆಯಾಗಿ ಕೆಳಗೆ ಬಾಗಿದ್ದು ನೆಲವನ್ನು ಕಚ್ಚಲು ಅವು ಇಚ್ಛಿಸುತ್ತಿವೆಯೋ ಎನ್ನಿಸುತ್ತಿತ್ತು.

"ಹಿಂದಿನ ಎರಡು ಕುದುರೆಗಳಲ್ಲಿ ಒಂದನ್ನು, ಅದು ನೊರೆ ಕಾರುವವರೆಗೂ ಆತ ಹೊಡೆಯುತ್ತಿದ್ದ. ಆಮೇಲೆ ಚಾಕು ಹಿರಿದು, ಮುಂದಕ್ಕೆ ಬಾಗಿ, ಕೂದಲನ್ನು ಕತ್ತರಿಸುವಂತೆ ಅದರ ಎಳೆ ಪಟ್ಟಿಯನ್ನು ತುಂಡರಿಸುತ್ತಿದ್ದ. ಆಗ ಆ ಕುದುರೆ ಐದು ಗಜದವರೆಗೆ ಪಲ್ಟಿಹೊಡೆದು ನೆಲಕ್ಕೆ ಎರಗುತ್ತಿತ್ತು.

ಅದರ ಮೂಗಿನ ಹೊಳ್ಳೆಗಳಿಂದ ಒಂದೇ ಸಮನೆ ರಕ್ತ ಬಸಿಯುತ್ತಿತ್ತು. ಇದೇ ರೀತಿ ಈ ಕುದುರೆಯ ಸಂಗಾತಿ ಕುದುರೆಯನ್ನೂ ಅವನು ಪೀಡಿಸುತ್ತಿದ್ದ... ಇದರಿಂದ ಮುಂಚೂಣಿಯಲ್ಲಿದ್ದ ನಾಯಕ ಕುದುರೆ ಎಳೆಯಲು ಶಕ್ತಿಸಾಲದೆ ಬಿದ್ದು ಸಾಯುತ್ತಿತ್ತು. ಇಷ್ಟಾದರೂ ನನ್ನ ಧಣಿಗೆ ಪೂರ್ಣ ತೃಪ್ತಿಯಾದಂತೆ ಕಾಣುತ್ತಿರಲಿಲ್ಲ. ಆತನ ಕೆಂಪೇರಿದ

ಕೆನ್ನೆಗಳಿಂದ ಅವನಿಗೆ ಎಲ್ಲೋ ಸ್ವಲ್ಪ ಖುಷಿಯಾದಂತೆ ತಿಳಿಯುತ್ತಿತ್ತು.

"ಅವನು ಎಲ್ಲಿ ಹೋದರೂ ಏನಾದರೊಂದು ಅನಾಹುತವಾಗದೆ ಇರುತ್ತಿರಲಿಲ್ಲ. ಒಂದೋ ಸಾರೋಟನ್ನು ಮುರಿದು ಹಾಕುತ್ತಿದ್ದ. ಇಲ್ಲವೆ ಕುದುರೆಗಳನ್ನು ಕೊಲ್ಲುತ್ತಿದ್ದ. ಆಮೇಲೆ ನಡೆದು ದಾರಿ ಕ್ರಮಿಸುತ್ತಿದ್ದ ... ಆದರೆ, ದೇವರು ನಮ್ಮನ್ನು ಮನ್ನಿಸಲಿ, ಅವನ ಆಟ ಈಗ ಮುಗಿದಿದೆ... ನನ್ನ ಹೆಂಡತಿ ಅವನ ಹೆಣ್ಣಾಳುಗಳಲ್ಲಿ ಒಬ್ಬಳು. ಧಣಿ ಅವಳ ಮೇಲೆ ಕಣ್ಣು ಹಾಕಿದ್ದ. ಅವಳು ಸೇವಕರ ವಸತಿಗೆ ಸತ್ತೆನೊ ಕೆಟ್ಟೆನೊ ಎಂದು ಓಡಿ ಬರುತ್ತಿದ್ದಳು. ಅವಳ ಕುಪ್ಪಸ ಹರಿದು ಚಿಂದಿಯಾಗಿರುತ್ತಿತ್ತು. ಕಣ್ಣುಗಳು ಬಿರಿದು ಹೋಗುವಂತೆ ರೋದಿಸುತ್ತಿದ್ದಳು. ಧಣಿ ಅವಳ ಮೊಲೆಗಳನ್ನು ಆಳವಾಗಿ ಪರಚಿ ಕಚ್ಚಿ ಮಾಡಿದ್ದ ಗಾಯಗಳನ್ನು ನಾನು ಅಸಹಾಯಕನಾಗಿ ನೋಡುತ್ತಿದ್ದೆ... ಒಂದು ಸಂಜೆ ಧಣಿ ವೈದ್ಯನನ್ನು ಕರೆತರಲು ನನ್ನನ್ನು ಕಳಿಸಿದ. ವೈದ್ಯನಿಂದ ಈಗ ಯಾವ ಪ್ರಯೋಜನವೂ ಇಲ್ಲವೆಂದು ನನಗೆ ಗೊತ್ತಿತ್ತು. ಅವನ ಉದ್ದೇಶವೇನೆಂದು ನಾನು ಅರಿತಿದ್ದೆ. ಅದ್ದರಿಂದ ನಾನು ವೈದ್ಯನ ಬಳಿ ಹೋಗುವ ಗೋಜನ್ನುಳಿದು, ಬಯಲಿನಲ್ಲಿ ಕತ್ತಲಾಗುವ ತನಕ ಕಾದಿದ್ದು, ಆಮೇಲೆ ಮರಳಿದೆ. ನಾನು ತೋಟದಲ್ಲಿ ಕುದುರೆಗಳನ್ನು ಬಿಟ್ಟು. ಎಸ್ಟೇಟಿನ ಹಿಂದುಗಡೆಯಿಂದ ಸೀದಾ ಸೇವಕರ ತಾಣಕ್ಕೆ ನಡೆದು, ಅಲ್ಲಿದ್ದ ನನ್ನ ಚಿಕ್ಕ ಕೋಣೆಯನ್ನು ಸೇರಿದೆ. ಮೋಂಬತ್ತಿ ಹತ್ತಿಸದೆ ಒಳಹೊಕ್ಕಾಗ ನನ್ನ ಹಾಸಿಗೆಯಲ್ಲಿ ಒಬ್ಬರನ್ನೊಬ್ಬರು ಜಗ್ಗಾಡಿ ಹೊಯ್ದಾಟ ನಡೆಸುತ್ತಿರುವಂತೆ ತೋರಿತು... ಧಣಿ ಗಾಬರಿಯಿಂದ ಹಾಸಿಗೆ ಬಿಟ್ಟು ಎದ್ದ. ನಾನು ಚಾವಟಿಯಿಂದ ಅವನಿಗೆ ಚೆನ್ನಾಗಿ ಬಾರಿಸಿದೆ. ಆ ಚಾವಟಿಯ ತುದಿಗೆ ಸೀಸದ ಗುಂಡು ಕಟ್ಟಿತ್ತು. ಅವನು ನೋವಿನಿಂದ ಚಡಪಡಿಸಿ ಕಿಟಿಕಿಯ ಕಡೆ ಧಾವಿಸಿದಾಗ, ಬಲವಾಗಿ ಅವನ ಹಣೆಗೆ ಥಳಿಸಿದೆ. ಅವನು ಕಿಟಕಿಯಿಂದ ಇಳಿದು ಕಾಲಿಗೆ ಬುದ್ಧಿ ಹೇಳಿದ. ಆಮೇಲೆ ನನ್ನ ಹೆಂಡತಿಯನ್ನು ಚೆನ್ನಾಗಿ ಹೊಡೆದು ನಿದ್ದೆಹೋದೆ.

"ಇದಾದ ಐದು ದಿನಗಳ ಬಳಿಕ ನಾನು ಧಣಿಯನ್ನು ಯಾವುದೋ ಒಂದು ಹಳ್ಳಿಗೆ ಕರೆದೊಯ್ಯಬೇಕಾಗಿತ್ತು. ನಾನು ಸಾರೋಟನ್ನು ಅಣಿಗೊಳಿಸುತ್ತಿದ್ದಾಗ, ಧಣಿ ಚಾವಟಿಯನ್ನೆತ್ತಿ ಕೊಂಡು ಅದರ ತುದಿಯನ್ನು ಪರೀಕ್ಷಿಸಿ, ಅಲ್ಲಿ ಸೀಸದ ಗುಂಡಿದ್ದುದನ್ನು ಗಮನಿಸಿ ಪ್ರಶ್ನಿಸಿದ :

'ನಾಯಿಗೆ ಹುಟ್ಟಿದವನೆ, ಚಾವಟಿಯ ತುದಿಗೆ ಈ ಗುಂಡು ಯಾಕೆ ಕಟ್ಟಿದೆ ?'

'ನೀವೇ ಹೇಳಿದ್ದು,' ಎಂದು ನಾನು ಉತ್ತರಿಸಿದೆ.

"ನಾವು ಹಿಂದೆ ದಾಟಿದ್ದ ದಾರಿಮಧ್ಯದ ತೊರೆ ಸಿಗುವವರೆಗೂ ಅವನು ಮಾತಾಡಲಿಲ್ಲ. ಹಲ್ಲುಗಳ ನಡುವಿನಿಂದ ಸಿಳ್ಳುಹಾಕುತ್ತ ಸುಮ್ಮನೆ ಕೂತಿದ್ದ. ನಾನು ಅವನತ್ತ ಓರೆನೋಟ ಬೀರಿದೆ: ಮುಂಗುರುಳು ತನ್ನ ಹಣೆಯನ್ನು ಮುಚ್ಚುವಂತೆ ಆತ ತಲೆ ಬಾಚಿದ್ದ. ಟೋಪಿಯನ್ನು ಚೆನ್ನಾಗಿ ಕೆಳಗೆ ಎಳೆದಿದ್ದ.

"ಸುಮಾರು ಎರಡು ವರ್ಷಗಳಾದ ಮೇಲೆ ಅವನಿಗೆ ಲಕ್ವ ಹೊಡೆಯಿತು. ಅವನನ್ನು ಉಸ್ತ್-ಮೆದ್ವೆದಿಸ್ತ ಎಂಬ ಊರಿಗೆ ಕರೆದೊಯ್ದು ವೈದ್ಯರಿಗೆ ಹೇಳಿ ಕಳಿಸಿದೆವು. ಅವರು ಬಂದಾಗ ಕಪ್ಪಿಟ್ಟ ಮುಖದಿಂದ ಧಣಿ ಸೋತು ಒರಗಿದ್ದ. ಕಿಸೆಯಿಂದ ನೋಟುಗಳ ಕಂತೆ ತೆಗೆದು ಅವರತ್ತ ಎಸೆದು 'ನನ್ನನ್ನ ವಾಸಿಮಾಡ್ರೋ ಸುವ್ವರ್‌ಗಳಿರಾ! ನನ್ನ ಹಣವೆಲ್ಲ ನಿಮಗೆ ಕೊಡ್ತೀನಿ' ಎಂದ.

"ಆದರೆ ಅವನು ತನ್ನ ಹಣದೊಂದಿಗೇ ಗೋರಿ ಸೇರಿದ. ದೇವರು ಅವನ ಆತ್ಮಕ್ಕೆ ಶಾಂತಿ

ನೀಡಲಿ! ಒಬ್ಬ ಸೇನಾಧಿಕಾರಿಯಾಗಿದ್ದ ಅವನ ಮಗನ ಪಾಲಿಗೆ ಎಸ್ಟೇಟ್ ಬಂತು. ಆ ತರುಣ, ಚಿಕ್ಕವನಾಗಿದ್ದಾಗ ನಾಯಿಮರಿಗಳನ್ನು ಜೀವಂತ ಸುಲಿದು ಅಂಗಳದ ತುಂಬ ಅವು ಓಡಾಡುವಂತೆ ಅಟ್ಟುತ್ತಿದ್ದ. ಅಪ್ಪನ ಬುದ್ಧಿ ಮಗನಿಗೂ ಬಂದಿತ್ತು. ಆದರೆ ದೊಡ್ಡವನಾದ ಮೇಲೆ ಈ ಕುಚೇಷ್ಟೆಗಳನ್ನು ನಿಲ್ಲಿಸಿದ. ಅವನು ತೆಳ್ಳಗೆ ನೀಳವಾಗಿದ್ದ. ಹೆಣ್ಣಿಗಿರುವಂತೆ ಅವನ ಕಣ್ಣಿನ ಕೆಳಗೆ ಕಪ್ಪು ವೃತ್ತಗಳು ಸದಾ ಮೂಡಿರುತ್ತಿದ್ದವು... ಚಿನ್ನದ ಚೌಕಟ್ಟಿನ ಕನ್ನಡಕ ಮೂಗಿನ ಮೇಲೆ ವಿಜೃಂಭಿಸುತ್ತಿತ್ತು. ಅವುಗಳನ್ನು ಭದ್ರವಾಗಿ ಹಿಡಿದಿರುವಂತೆ ಚಿಕ್ಕ ದಾರವಿರುತ್ತಿತ್ತು. ಜರ್ಮನರ ಮೇಲೆ ಹೂಡಿದ್ದ ಯುದ್ಧದಲ್ಲಿ ಅವನು ಸೈಬೀರಿಯದಲ್ಲಿ ಶತ್ರು ಸೆರೆಯಾಳುಗಳ ಮೇಲ್ವಿಚಾರಕನಾಗಿದ್ದ. ಕ್ರಾಂತಿಯ ತರುವಾಯ ನಮ್ಮ ಹಳ್ಳಿಗೆ ಮರಳಿದ್ದ. ಆ ವೇಳೆಗೆ ನನ್ನ ಮೊಮ್ಮಕ್ಕಳು ಬೆಳೆದಿದ್ದರು. ಅವರ ತಂದೆ, ಅಂದರೆ ನನ್ನ ಮಗ ತೀರಿಕೊಂಡಿದ್ದ. ಹಿರಿಯ ಮೊಮ್ಮಗ ಸಿಮ್ಯೋನ್ ಮದುವೆಯಾಗಿದ್ದ. ಕಿರಿಯ ಅನಿಕೆಯ್ ಮದುವೆ ಮಾಡಿಕೊಂಡಿರಲಿಲ್ಲ. ಬದುಕಿನ ಸಡಿಲ ತುದಿಗಳನ್ನು ಹುರಿಗೊಳಿಸುತ್ತ ನಾನು ಅವರೊಡನೆ ವಾಸವಾಗಿದ್ದೆ... ಸುಗ್ಗಿಯ ಹೊತ್ತಿಗೆ ಇನ್ನೊಂದು ಕ್ರಾಂತಿ ಶುರುವಾಗಿತ್ತು.

ನಮ್ಮ ರೈತಾಪಿ ಜನ ಆ ತರುಣ ಜಮೀನ್ದಾರನನ್ನು ಎಸ್ಟೇಟಿನಿಂದ ಓಡಿಸಿದರು. ಅದೇ ದಿನ, ಅವನ ಜಮೀನನ್ನು ಹಂಚಿಕೊಂಡು, ಚರಾಸ್ತಿಯನ್ನು ಒಯ್ದು ಹಿಸ್ಸೆಮಾಡಿಕೊಳ್ಳಲು ಸಿಮ್ಯೋನ್ ರೈತರನ್ನು ಹುರಿದುಂಬಿಸಿದ. ಅವರು ಹಾಗೆಯೇ ಮಾಡಿದರು. ತಮ್ಮ ಸ್ವಾಧೀನಕ್ಕೆ ಬಂದ ಭೂಮಿಯನ್ನು ಉಳತೊಡಗಿದರು. ಒಂದು ವಾರದ ಅನಂತರ, ಧಣಿ ಕೊಸ್ಸಾಕರ ಪಡೆಯೊಂದಿಗೆ ಬರಲಿದ್ದಾನೆಂದೂ ಎಲ್ಲರನ್ನೂ ಕೊಲ್ಲುವ ಯೋಜನೆ ಹಾಕಿದ್ದಾನೆಂದೂ ತಿಳಿದುಬಂತು. ಹಳ್ಳಿಯಲ್ಲಿ ನಾವು ಸಭೆಗೂಡಿ ದೂರವಿದ್ದ ರೈಲ್ವೆ ನಿಲ್ದಾಣದಿಂದ ಶಸ್ತ್ರಾಸ್ತ್ರಗಳನ್ನು ತರಲು ಎರಡು ಗಾಡಿಗಳನ್ನು ಕಳಿಸಿಕೊಟ್ಟೆವು. ಈಸ್ಟರ್ ಹಬ್ಬದ ಹೊತ್ತಿಗೆ ಕೆಂಪು ರಕ್ಷಕದಳ ಕಳಿಸಿದ ಅಸ್ತ್ರಗಳು ನಮಗೆ ತಲಪಿದವು. ತಪಲೋಪ್ಕದ ಹೊರಗೆ, ಧಣಿಯ ಎಸ್ಟೇಟಿನ ಬಳಿಯಿರುವ ಕೊಳದ ತನಕ ನಾವು ರಕ್ಷಣೆಗಾಗಿ ಗುಂಡಿಗಳನ್ನು ಆಗೆದೆವು.

"ಆಗೊ ನೋಡು, ಆ ಕೊರಕಲಿನಾಚೆ ಓಮದ ಗಿಡಗಳ ತೋಪು ಕಾಣುವುದಿಲ್ಲವೇ, ನಮ್ಮ ಜನ ಗುಣಿ ಅಗೆದದ್ದು ಅಲ್ಲಿಯೇ. ನನ್ನ ಮೊಮ್ಮಕ್ಕಳಿಬ್ಬರೂ-ಸಿಮ್ಯೋನ್ ಮತ್ತು ಅನಿಕೆಯ್ – ಹುರುಪಿನಿಂದ ರೈತರಿಗೆ ನೆರವಾಗಿದ್ದರು. ಒಂದು ದಿನ ಸೂರ್ಯ ನೆತ್ತಿಗೇರುವ ಸಮಯಕ್ಕೆ ಸರಿಯಾಗಿ, ಹೆಂಗಸರು ಗಂಡಂದಿರಿಗೆ ಉಣಿಸು ತಂದಾಗ, ಇದ್ದಕ್ಕಿದ್ದಂತೆ ಬೆಟ್ಟದ ಮೇಲೆ ಒಂದು ಅಶ್ವಪಡೆ ಕಾಣಿಸಿಕೊಂಡಿತು. ಥಳಥಳ ಹೊಳೆಯುವ ಕಿರುಗತ್ತಿಗಳಿಂದ ಸಜ್ಜಿತರಾದ ಅಶ್ವಪಡೆಯ ಶತ್ರುಗಳು ಆಕ್ರಮಿಸಲು ವ್ಯೂಹ ರಚಿಸಿಕೊಂಡು ಮುನ್ನುಗ್ಗಿದರು. ನಮ್ಮ ಮನೆಯ ಹತ್ತಿರದಿಂದ, ಆ ಪಡೆಯ ನಾಯಕ ಬಿಳಿ ಕುದುರೆಯೇರಿ ತನ್ನ ಖಡ್ಗವನ್ನು ಝಳಪಿಸುತ್ತ ಮುಂದಾಗುತ್ತಿದ್ದುದನ್ನು ನಾನು ಕಂಡೆ, ಕ್ಷಣಾರ್ಧದಲ್ಲಿ, ಹರಿದ ಚೀಲದಿಂದ ಉರುಳುವ ಬಟಾಣಿ ಕಾಳುಗಳಂತೆ, ಶತ್ರುಗಳು ಬೆಟ್ಟದಿಂದ ಧಾವಿಸಿ ಬರುತ್ತಿದ್ದುದನ್ನು ಗಮನಿಸಿದೆ. ನಮ್ಮ ಧಣಿಯ ಬಿಳಿಯ ಜಾತಿಕುದುರೆಯನ್ನು ಅದರ ನಡಿಗೆಯ ಶೈಲಿಯಿಂದ ಗುರುತಿಸಿದೆ. ನಮ್ಮವರು ಶತ್ರುಗಳನ್ನು ಎರಡು ಸಲ ಬಡಿದಟ್ಟಿದರು. ಆದರೆ ಮೂರನೆಯ ಬಾರಿ, ಶತ್ರುಗಳು ಹಿಂಬದಿಯಿಂದ ಮುತ್ತಿ ಹತ್ಯಾಕಾಂಡ ಪ್ರಾರಂಭಿಸಿದರು... ಹೊತ್ತು ಇಳಿಯುವ ವೇಳೆಗೆ ಎಲ್ಲಾ ಮುಗಿದು ಹೋಗಿತ್ತು. ನಾನು ಬೀದಿಗಿಳಿದು ಬಂದೆ. ಸೆರೆಸಿಕ್ಕಿದ

ನಮ್ಮ ಜನರನ್ನು ಅಶ್ವಪಡೆಯ ಕೆಲವರು ತರುಬಿಕೊಂಡು ಎಸ್ಟೇಟಿನ ಕಡೆ ಸಾಗಿದರು. ನಾನು ಊರುಗೋಲನ್ನೂರಿ ಹಿಂಬಾಲಿಸಿದೆ.

"ಅಂಗಳದಲ್ಲಿ ರೈತರು ಕುರಿಮಂದೆಯಂತೆ ಒತ್ತಾಗಿ ನಿಂತಿದ್ದರು. ಕೊಸ್ಸಾಕರು ಅವರನ್ನು ಸುತ್ತುವರಿದಿದ್ದರು. ನಾನು ಅಲ್ಲಿಗೆ ನಡೆದು ನನ್ನ ಮೊಮ್ಮಕ್ಕಳು ಎಲ್ಲಿದ್ದಾರೆಂದು ವಿಚಾರಿಸಿದೆ. ಅವರು ಗುಂಪಿನ ಮಧ್ಯದಿಂದ ಓಗೊಟ್ಟರು. ಅವರೊಡನೆ ಅರ್ಧಗಳಿಗೆ ಮಾತಾಡುವಷ್ಟರಲ್ಲಿ ಧಣಿ ಮನೆಯ ಮೆಟ್ಟಿಲಿನ ಮೇಲೆ ಕಾಣಿಸಿಕೊಂಡ. ನನ್ನನ್ನು ನೋಡಿದೊಡನೆ ಗುಡುಗಿದ :

'ಯಾರೋ ಅವನು ? ಜಹ್ಹಾರ್ ಮುದುಕನೇನೊ ?'

'ಹೌದು ಧಣಿ' ಎಂದು ಮೆಟ್ಟಿಲವರೆಗೆ ನಡೆದು ಅವನಿಗೆ ಬಾಗಿ ವಂದಿಸಿದೆ.

'ಇಲ್ಲೇನು ಮಾಡ್ತಿದೀಯ ?'

'ನನ್ನ ಮೊಮ್ಮಕ್ಕಳನ್ನ ನೋಡೋಕೆ ಬಂದೆ, ಅವರನ್ನ ಕ್ಷಮಿಸಿ ಧಣಿ! ನಿಮ್ಮ ತಂದೆಯ ಚಾಕರಿಯಲ್ಲಿ ಜೀವನ ಸವೆಸಿದವ ನಾನು. ದೇವರು ಅವರ ಆತ್ಮಕ್ಕೆ ಶಾಂತಿ ನೀಡಲಿ! ದಯವಿಟ್ಟು ನನ್ನ ಮೊಮ್ಮಕ್ಕಳನ್ನ ಕ್ಷಮಿಸಿ. ನನ್ನ ಮುಪ್ಪಿನ ಬಗ್ಗೆ ಕನಿಕರ ತೋರಿಸಿ.'

'ಲೇ ಮುದುಕಪ್ಪ, ನಿಗಾ ಇಟ್ಟು ಕೇಳು. ನಮ್ಮಪ್ಪನಿಗೆ ನೀನು ಸಲ್ಲಿಸಿದ ಸೇವೆಗಾಗಿ ನಿನ್ನ ಬಗ್ಗೆ ನನಗೆ ಅಕ್ಕರೆ ಗೌರವ ಇದೆ. ಆದರೆ ನಿನ್ನ ಮೊಮ್ಮಕ್ಕಳು ಪಕ್ಕಾ ದ್ರೋಹಿಗಳು. ಅವರನ್ನ ಕ್ಷಮಿಸೋ ಹಾಗಿಲ್ಲ. ಸಮಾಧಾನ ತಂದುಕೊ.'

"ನಾನು ತೆವಳಿ ಅವನ ಪಾದಗಳನ್ನು ಹಿಡಿದು ಕಣ್ಣಿಗೊತ್ತಿಕೊಂಡು ತೊದಲಿದೆ :

'ಧಣಿ, ನನ್ನ ಮೇಲೆ ಕರುಣೆಯಿರಲಿ... ನಿಮ್ಮನ್ನ ನಾನು ಬಹಳ ಮುದ್ದಿನಿಂದ ಸಾಕಿ ಸಲಹಿದೆ.. ನನ್ನ ಜೀವನವನ್ನ ಹಾಳುಮಾಡಬೇಡಿ... ನನ್ನ ಸಿಮ್ಯೋನ್‌ಗೆ ಮೊಲೆಗೂಸಿದೆ...'

"ದುಬಾರಿ ಬೆಲೆಯ ಚುಟ್ಟಾ ಹಚ್ಚಿ, ಹೊಗೆಯನ್ನ ಉಫೆಂದು ಉರುಬಿ ಅವನೆಂದ :

'ಸರಿ ಹೋಗು, ಆ ಹಲ್ಕಾಗಳನ್ನ ನನ್ನ ಕೋಣೆಗೆ ಕಳಿಸು. ಅವರು ಮಾಡಿದ ತಪ್ಪಿಗೆ ಕ್ಷಮಾಪಣೆ ಕೇಳಿಕೊಂಡರೆ ಸರಿಹೋಯ್ತು. ಇಲ್ಲದಿದ್ದರೆ ಅವರನ್ನ ಪ್ರಾಣ ಹೋಗೋ ಹಾಗೆ ಬಡಿದು, ನನ್ನ ಸೇವೆಗೆ ಭರ್ತಿಮಾಡಿಕೊಳ್ತೇನೆ. ನನ್ನ ಸೇವೆಯ ಮೂಲಕ ಅವರು ತಮ್ಮ ನಾಚಿಕೆಗೇಡಿನ ಕೆಲಸಕ್ಕೆ ಪಶ್ಚಾತ್ತಾಪ ಪಡಲಿ...'

"ನಾನು ಮೊಮ್ಮಕ್ಕಳ ಬಳಿ ನಡೆದು ಅವರ ತೋಳು ಜಗ್ಗಿ ಹೇಳಿದೆ :

'ಹುಚ್ಚಪ್ಪಗಳಿರಾ! ಹೋಗಿ ಧಣಿ ಪಾದಕ್ಕೆ ಬಿದ್ದು ಕ್ಷಮೆ ಕೇಳಿಕೊಳ್ರೊ. ಅವನು ಕ್ಷಮಿಸೋವರೆಗು ನೆಲಬಿಟ್ಟು ಏಳಬೇಡಿ !'

"ಸಿಮ್ಯೋನ್ ತಲೆ ಎತ್ತದೆ ಕೂತಲ್ಲೆ ಕೂತು ನೆಲದ ಮೇಲೆ ಕಡ್ಡಿಯಿಂದ ಗೀಚಿದ. ನನ್ನ ಮುದ್ದಿನ ಕಿರಿ ಮೊಮ್ಮಗ ಅನಿಕೆಯ್ ನನ್ನನ್ನು ಕೆಲ ಸಮಯ ದುರುಗುಟ್ಟಿ ನೋಡಿ ಗುಡುಗಿದ:

'ಹೋಗು, ನಿನ್ನ ಧಣಿ ಹತ್ತಿರ ಹೋಗಿ ಹೇಳು : ಜಹ್ಹಾರ್ ತಾತ ತನ್ನ ಇಡೀ ಜೀವಮಾನ ಮುಜುರೆ ಸಲ್ಲಿಸಿ ತೆವಳಿ ಬದುಕು ಸವೆಸಿದ. ಅವನ ಮಗನೂ ಅಷ್ಟೆ! ಆದರೆ ಅವನ ಮೊಮ್ಮಕ್ಕಳು ಅದನ್ನ ಎಂದಿಗೂ ಮಾಡಲಾರರು – ಅಂತ. ಹೂಂ! ಹೋಗು...'

'ಅಯ್ಯೊ ಕಂತ್ರಿ, ನಿನಗೇನು ತಲೆ ಕೆಟ್ಟಿದಿಯ ? ಕ್ಷಮೆ ಕೋರಲ್ಲವ ?'

'ಉಹುಂ!'

'ಗುಂಡುಗೋವಿ ಸೂಳೆಮಗನೆ! ನೀನಿದ್ದರೆಷ್ಟು, ಸತ್ತರೆಷ್ಟು? ಆದರೆ ಸಿಮ್ಯೋನ್‌ನನ್ನ ಯಾಕೆ ನಿನ್ನ ಜೊತೆಗೆ ಎಳೀತೀಯ ? ಅವನಿಗೆ ಹೆಂಡತಿ, ಮಗ ಇದ್ದಾರೆ. ಅವರಿಗ್ಯಾರು ದಿಕ್ಕು ?'

"ನೆಲದ ಮೇಲೆ ಕಡ್ಡಿಯಿಂದ ಗೀಚುತ್ತಿದ್ದ ಸಿಮ್ಯೋನ್‌ನ ಕೈ ನಡುಗುತ್ತಿತ್ತು. ಅವನು ತುಟಿಪಿಟಕ್ಕೆಂದಿರಲಿಲ್ಲ. ತೊಂಡುದನದಂತೆ ಮೌನವಾಗಿ, ಮೊಂಡಾಗಿ ಕೂತಿದ್ದ.

'ತಾತ! ದಯವಿಟ್ಟು ಇಲ್ಲಿಂದ ಹೊರಟು ಹೋಗು. ನಮ್ಮ ಧೈರ್ಯಾನ ಹಾಳುಮಾಡಬೇಡ!' ಅನಿಕೆಯ್ ಬೇಡಿಕೊಂಡ.

'ಸುಡುಗಾಡು ಮೋರೆಯವನೆ! ನಾನು ಹೋಗಲ್ಲವೊ. ಸಿಮ್ಯೋನ್‌ಗೆ ಏನಾದರೂ ಆದರೆ, ಅವನ ಹೆಂಡತಿ ಅನ್ನೀಸಿಯಾ ಆತ್ಮಹತ್ಯೆ ಮಾಡಿಕೊಳ್ಳೋದು ಖಂಡಿತ...'

"ಸಿಮ್ಯೋನ್‌ನ ಕೈಯಲ್ಲಿದ್ದ ಕಡ್ಡಿ ಮುಷ್ಟಿಯ ಬಿಗಿಗೆ ಸಿಕ್ಕಿ ಲಟಕ್ಕೆಂದು ಮುರಿದು ಕೆಳಗೆ ಬಿತ್ತು. ನಾನು ಅವನ ಮಾತಿಗಾಗಿ ಸ್ವಲ್ಪ ಸಮಯ ಕಾದೆ. ಅವನು ಬಾಯಿ ಬಿಚ್ಚಲಿಲ್ಲ. ಕೊನೆಗೆ ನಾನೇ ಹೇಳಿದೆ :

'ಸಿಮ್ಯೋನ್, ನನ್ನ ಮುದ್ದು ಮಗು, ನೀನಿಲ್ಲದೆ ನನಗ್ಯಾರು ದಿಕ್ಕು?

ಹೋಗು ಮರಿ, ಹೋಗಿ, ಧಣಿ ಹತ್ತಿರ ತಪ್ಪಾಯ್ತು ಅಂತ ಹೇಳಿಕೊ...'

ಅನಿಕೆಯ್ ಗುಡುಗಿದ : 'ನಮಗೇನೂ ತಲೆ ಕೆಟ್ಟಿಲ್ಲ. ನೀನು ಬೇಕಾದರೆ ಹೋಗು. ಅವನ ಕಾಲಿನ ಹತ್ತಿರ ತೆವಳು, ಹೋಗು!'

'ಆಗಲಪ್ಪ ! ನಾನು ಅವನ ಕಾಲಿಗೆ ಬೀಳ್ತೇನೆ! ನಿನಗೆ ಅದು ಅಸಹ್ಯವಾದರೂ ನಾನು ಅದನ್ನ ಮಾಡ್ತೇನೆ. ಎಷ್ಟಾದರೂ ನಾನೊಬ್ಬ ಮುದಿಗೊಡ್ಡು. ನನ್ನನ್ನು ಹೆತ್ತವಳ ಮೊಲೆಗೆ ಬದಲಾಗಿ ಚಾವಟಿಯನ್ನು ಚೀಪಿ ಬೆಳೆದವನು. ಅಷ್ಟೇ ಅಲ್ಲ, ನನ್ನ ಮೊಮ್ಮಕ್ಕಳ ಕಾಲಿಗೂ ಬಿದ್ದು ಬೇಡಿಕೊಳ್ತೇನೆ. ನನಗೇನೂ ಅವಮಾನವಿಲ್ಲ' ಎಂದವನೆ ನಾನು ನನ್ನ ಮೊಮ್ಮಕ್ಕಳೆದುರು ಎರಗಿ ಬೇಡಿಕೊಂಡೆ. ಅಲ್ಲಿದ್ದ ಇತರರು, ನನ್ನ ಈ ಕ್ರಿಯೆಯನ್ನು ಗಮನಿಸಿಯೂ ಗಮನಿಸದವರಂತೆ, ಬೇರೆಡೆ ತಿರುಗಿಕೊಂಡರು.

'ತೊಲಗು ಅಜ್ಜ, ತೊಲಗಿಹೋಗು! ಇಲ್ಲವೇ ಕೊಂದುಹಾಕ್ತೇನೆ!' ಅನಿಕೆಯ್ ಅಬ್ಬರಿಸಿದ. ಅವನ ಬಾಯಿ ನೊರೆಗರೆಯುತ್ತಿತ್ತು. ಕಣ್ಣುಗಳಲ್ಲಿ ಹಗ್ಗದಿಂದ ಕಟ್ಟಿಹಾಕಿದ್ದ ತೋಳದ ಮೃಗೀಯತೆ ತಾಂಡವವಾಡುತ್ತಿತ್ತು.

"ನಾನು ನಿರುಪಾಯನಾಗಿ ಒಡೆಯನ ಕಡೆ ನಿಧಾನ ಹೆಜ್ಜೆ ಹಾಕಿದೆ. ಅವನ ಕಾಲನ್ನು ಎಷ್ಟು ಬಿಗಿಯಾಗಿ ಹಿಡಿದಿದ್ದೆನೆಂದರೆ, ನನ್ನ ಕೈಗಳು ಜೋಮು ಹಿಡಿದಿದ್ದಲ್ಲದೆ, ಅವನು ಒದ್ದರೂ ಬಿಡಿಸಿಕೊಳ್ಳಲಾಗುತ್ತಿರಲಿಲ್ಲ. ನನ್ನ ಬಾಯಿಯಿಂದ ಮಾತು ಹೊರಡದೆ ಹಾಗೇ ಇದ್ದೆ.

ನಿನ್ನ ಮೊಮ್ಮಕ್ಕಳೆಲ್ಲಿ?' ಧಣಿ ಗರ್ಜಿಸಿದ.

'ಅವರು ಭಯದಿಂದ ತಲ್ಲಣಿಸಿಹೋಗಿದ್ದಾರೆ, ಒಡೆಯ.'

'ಓ! ಹಾಗೋ, ಸರಿ...' ಎಂದಷ್ಟೇ ಹೇಳಿ, ಆತ ತನ್ನ ಬೂಟುಗಾಲಿನಿಂದ ಜೋರಾಗಿ ನನ್ನ ಮುಖಕ್ಕೆ ಅಪ್ಪಳಿಸಿ, ಮೆಟ್ಟಿಲೇರಿ ಹೋದ."

– ಜಹ್ಹಾರ್ ತಾತ ಏದುಸಿರು ಬಿಡತೊಡಗಿದ. ಮುಖ ಸುಕ್ಕಾಗಿ ಬಿಳಿಚಿಕೊಂಡಿತು. ಬಿಕ್ಕಿ ಅಳುವುದನ್ನು ಬಲು ಪ್ರಯತ್ನದಿಂದ ತಡೆಗಟ್ಟಿ, ಬಾಡಿದ ತುಟಿಗಳನ್ನು ತೋಳಿನಿಂದ ಒರೆಸಿಕೊಳ್ಳುತ್ತ ಅವನು ಬೇರೆ ದಿಕ್ಕಿಗೆ ತಿರುಗಿಕೊಂಡ. ಹೊಂಡದಾಚೆ ಹದ್ದೊಂದು ತನ್ನ ರೆಕ್ಕೆಗಳನ್ನು ಓರೆಗೊಳಿಸಿ ಹಠಾತ್ತನೆ ಕೆಳಗಿದ್ದ ಹುಲ್ಲಿಗೆ ಎರಗಿ, ಎದೆಯ ಬಳಿ ಬೆಳ್ಳಗಿದ್ದ ಒಂದು ಕಾಡು ಕೋಳಿಯನ್ನು ತನ್ನ ಪಂಜದಿಂದ ಹಿಡಿದು ಮೇಲಕ್ಕೇರಿತು. ಆ ಕಾಡು ಕೋಳಿಯ ಗರಿಗಳು ಕೆಳಗುದುರಿ ಹರಕುಮುರುಕಾದ ಹಿಮದ ಹಳಕಿನಂತೆ ಹರಡಿದವು. ಹಚ್ಚನೆಯ

ಹುಲ್ಲಿನ ಹಿನ್ನೆಲೆಯಲ್ಲಿ ಅವುಗಳ ಝುಗಝುಗಿಸುವ ಹೊಳಪು ಕರ್ಕಶವಾಗಿ ಕಂಡು ದುಸ್ಸಹವಾಗಿತ್ತು. ಜಹ್ಹಾರ್ ತಾತ ತನ್ನ ಮೂಗನ್ನು ಸೀನಿ ಕತೆ ಮುಂದುವರಿಸಿದ.

"ಸರಿ, ನಾನು ಮೆಟ್ಟಿಲೇರಿ ಒಡೆಯನನ್ನು ಹಿಂಬಾಲಿಸಿದೆ. ಅನ್ನೀಸಿಯಾ ಕೂಸ್ನೊಂದಿಗೆ ಓಡಿ ಬರುತ್ತಿದ್ದಳು. ಬಂದವಳೆ, ಅಲ್ಲಿ ಹಾರುತ್ತಿರುವ ಹದ್ದಿನ ಥರ ಗಂಡನ ಮೇಲೆರಗಿ ಅವನ ತೋಳುಗಳಲ್ಲಿ ಮೈ ಹುದುಗಿಸಿದಳು. ಧಣಿ ತನ್ನ ಪಡೆಯ ಅಧಿಕಾರಿಯನ್ನು ಕರೆದು ಸಿಮ್ಯೋನ್ ಮತ್ತು ಅನಿಕೆಯ್ ಕಡೆ ಬೆರಳು ಮಾಡಿ ತೋರಿಸಿದ. ಆ ಅಧಿಕಾರಿ ಹಾಗೂ ಆರು ಮಂದಿ ಕೊಸ್ಸಾಕರು ಒಡೆಯನ ಹುಲ್ಲು ಮಾಳಕ್ಕೆ ಮೊಮ್ಮಕ್ಕಳನ್ನು ಕರೆದೊಯ್ದರು. ನಾನು ಅವರನ್ನು ಹಿಂಬಾಲಿಸಿ ಹೋದೆ. ಅನ್ನೀಸಿಯಾ ತನ್ನ ಹಸುಳೆಯನ್ನು ಅಲ್ಲೇ ಬಿಟ್ಟು, ಧಣಿಯ ಹಿಂದೆ ನಡೆದಳು. ಎಲ್ಲರಿಗಿಂತ ಮುಂದೆ ಸಾಗಿದ್ದ ಸಿಮ್ಯೋನ್ ಕುದುರೆ ಲಾಯಕ್ಕೆ ಬಂದಾಗ, ನೆಲದ ಮೇಲೆ ಕೂತ.

'ಯಾಕೆ ಕೂತೆ ?' ಧಣಿ ಜಬರದಸ್ತಿನಿಂದ ಕೇಳಿದ.

'ನನ್ನ ಬೂಟು ಕಚ್ಚಿದವು. ಹಾಕಿಕೊಂಡು ನಡೆಯೋದು ಸಾಧ್ಯವಿಲ್ಲ' ಎಂದ ಸಿಮ್ಯೋನ್, ಬೂಟು ಕಳಚಿ ನನಗೆ ನೀಡಿದ. 'ಇವನ್ನ ಹಾಕಿಕೊಂಡು ಆರೋಗ್ಯ ಕಾಪಾಡಿಕೋ ತಾತ. ಅದಕ್ಕೆ ಎರಡು ಪಟ್ಟು ಬಲವಾದ ಹಿಮ್ಮಡಿ ಇವೆ.'

"ನಾನು ಬೂಟು ತೆಗೆದುಕೊಂಡು ಮುನ್ನಡೆದೆ. ನಾವು ಬೇಲಿಯ ಬಳಿಗೆ ಬಂದಾಗ ಕೊಸ್ಸಾಕರು ಅವರಿಬ್ಬರನ್ನು ಅದರತ್ತ ನೂಕಿ ತಮ್ಮ ಬಂದೂಕುಗಳನ್ನು ಬಾರ್ ಮಾಡಿದರು. ಧಣಿ ಕಿರುಗತ್ತರಿಯಿಂದ ಉಗುರು ಕತ್ತರಿಸುತ್ತ ನಿಂತ. ಅವನ ಕೈ ಬಿಳುಪು ನನ್ನ ಅರಿವಿಗೆ ಬಂದದ್ದು ಆಗಲೇ. ಅವನೊಡನೆ ನಾನೆಂದೆ :

'ಅವನು ಉಟ್ಟಿರೋ ಬಟ್ಟೆ ಬೆಲೆ ಬಾಳುವಂಥವು. ನಮ್ಮ ಬಡತನದಲ್ಲಿ ಅವು ಬಹಳ ಸಹಾಯವಾದಾವು. ಅವನ್ನ ಕಳಚಲು ಒಪ್ಪಿಗೆ ನೀಡಿ ಒಡೆಯ.'

'ಸರಿ, ಅವರು ಕಳಚಿ ಹಾಕಬಹುದು.'

"ಅನಿಕೆಯ್ ಷರಾಯಿ ಕಳಚಿ, ಅದನ್ನು ಒಳಮೇಲಾಗಿಸಿ ಬೇಲಿಯ ಗಳಕ್ಕೆ ನೇತು ಹಾಕಿದ. ಆಮೇಲೆ ಜೇಬಿನಲ್ಲಿದ್ದ ಸಂಚಿಯನ್ನು ಹೊರತೆಗೆದು ಒಂದು ಹೊಗೆಬತ್ತಿ ಹಚ್ಚಿ ಉಂಗುರ ಬಿಡುತ್ತ, ನಡುವೆ ಉಗುಳುತ್ತ ನಿಂತ. ಸಿಮ್ಯೋನ್ ತನ್ನ ಒಳಚಡ್ಡಿಯನ್ನೂ ಕಳಚಿ ಬರಿಬತ್ತಲೆ ಯಾಗಿದ್ದ. ಆದರೆ ಕುಲಾವಿ ಕಳಚಲು ಮರೆತಿದ್ದ. ಅವನಿಗೆ ತಾನೇನು ಮಾಡುತ್ತಿರುವೆನೆಂಬ ಅರಿವೂ ಇದ್ದಂತಿರಲಿಲ್ಲ. ನನ್ನ ಮಟ್ಟಿಗೆ ಹೇಳುವುದಾದರೆ, ನನ್ನ ದೇಹ ಒಂದು ಕ್ಷಣ ತಣ್ಣಗಾಗಿ ಹೆಪ್ಪುಗಟ್ಟಿದಂತೆ ತೋರುತ್ತಿತ್ತು : ಮರುಕ್ಷಣ ಮೈ ಬಿಸಿಯೇರಿದಂತೆ ಕಾಣುತ್ತಿತ್ತು. ನನ್ನ ಹಣೆ ಮುಟ್ಟಿ ನೋಡಿಕೊಂಡಾಗ ಅಲ್ಲಿ ಮೂಡಿದ್ದ ಬೆವರು ಬೆಟ್ಟದ ಊಟೆಯ ನೀರಿನಂತೆ ತಣ್ಣಗಿತ್ತು...

ಸಿಮ್ಯೋನ್‌ನ ಎದೆ ರೋಮಮಯವಾಗಿತ್ತು; ಅವನು ಕುಲಾವಿ ತೊಟ್ಟು ನಗ್ನನಾಗಿ ನಿಂತಿದ್ದ... ಅನ್ನೀಸಿಯಾ ಎಷ್ಟಾದರೂ ಹೆಣ್ಣು – ತನ್ನ ಗಂಡನ ಈ ಅವಸ್ಥೆಯನ್ನು ಕಂಡೊಡನೆ ಅವನ ತೆಕ್ಕೆಗೆ ಬಿದ್ದು, ಓಕ್ ವೃಕ್ಷವನ್ನು ಹಾಪ್ಸ್ ಬಳ್ಳಿ ಹೇಗೋ, ಹಾಗೆ ಸುತ್ತಿಕೊಂಡಳು, ಸಿಮ್ಯೋನ್ ಅವಳನ್ನು ದೂರನೂಕಿ, ಉನ್ಮಾದಗ್ರಸ್ತನಂತೆ ಹಲುಬಿದ :

'ತೊಲಗೆ ಬಿಡಿಸೂಳೆ ! ಹುಚ್ಚಿಯಂತೆ ವರ್ತಿಸ್ಬೇಡ. ನಾನು ಬತ್ತಲೆಯಾಗಿರೋದು ಕಾಣಿಸೋದಿಲ್ಲವೆ ? ಥೂ ! ಲಜ್ಜೆಗೆಟ್ಟವಳೆ !'

'ಗುಂಡಿಕ್ಕೋದಾದರೆ ನಮ್ಮಿಬ್ಬರಿಗೂ ಗುಂಡಿಕ್ಕಿ!' ಎಂದು ಅವಳು ಕಿವಿಗಡಚಿಕ್ಕುವಂತೆ ಕಿರಿಚಿಕೊಂಡಳು.

"ಧಣಿ ಕಿರುಕತ್ತರಿಯನ್ನು ಕಿಸೆಗೆ ಸೇರಿಸಿ, 'ಸರಿ, ಕೋಪಿ ಸಾಗಿಸೋಣವೆ?' ಎಂದ.

'ಹಾರಿಸೋ ಕೊಳಕು ಸೂಳೇಮಗನೇ!'– ಅನ್ನೀಸಿಯಾ ಕೂಗಿದಳು.

ಧಣಿಗೆ ಇಂಥ ಉತ್ತರ!

'ಅವಳನ್ನು ಗಂಡನ ಜೊತೆ ಕಟ್ಟಿಹಾಕಿ' – ಒಡೆಯನ ಅಜ್ಞೆ,

"ಅನ್ನೀಸಿಯಾಳಿಗೆ ತಾನು ಮಾಡಿದ ತಪ್ಪಿನ ಅರಿವಾಗಿ, ಹಿಮ್ಮೆಟ್ಟಿದಳು. ಆದರೆ ಸಮಯ ಮೀರಿತು! ಕೊಸ್ಸಾಕರು ನಗುತ್ತ ಅವಳನ್ನು ಸಿಮ್ಯೋನ್‌ನೊಂದಿಗೆ ಹಗ್ಗದಿಂದ ಬಿಗಿದರು. ಆಗ ಆ ಬಡಪಾಯಿ ಹೆಂಗಸು ಹೆದರಿಕೆಯಿಂದ ಕೆಳಗುರುಳಿ, ತನ್ನೊಡನೆ ಗಂಡನನ್ನೂ ಉರುಳಿಸಿದಳು. ಒಡೆಯ ಅವರ ಬಳಿಸಾರಿ ಗಂಭೀರವಾಗಿ ನುಡಿದ: 'ನಿನ್ನ ಹಸುಳೆಯ ಹಿತದೃಷ್ಟಿಯಿಂದಲಾದರೂ ನೀನು ಕ್ಷಮೆ ಕೋರೋದಿಲ್ಲವೆ?'

'ಕೋರ್ತೇನೆ' ಸಿಮ್ಯೋನ್ ದುಃಖದಿಂದ ಗೊಣಗಿದ.

'ಸರಿ ಹಾಗಾದರೆ, ದೇವರ ಹತ್ತಿರ ಕೇಳಿಕೊ! ನನ್ನ ಬಳಿ ಕ್ಷಮೆ ಕೋರೋ ಕಾಲ ಮಿಂಚಿಹೋಗಿದೆ!'

"ಅವರಿಬ್ಬರನ್ನೂ ಕೆಳಗೆ ಬಿದ್ದಿದ್ದ ಹಾಗೆಯೇ ಕೊಸ್ಸಾಕರು ಗುಂಡಿಕ್ಕಿ ಕೊಂದರು... ಅನಿಕೆಯ್‌ನತ್ತ ಗುರಿಯಿಟ್ಟು ಗುಂಡು ಚಲಾಯಿಸಿದಾಗ ಅವನು ತತ್‌ಕ್ಷಣ ಕೆಳಗೆ ಬೀಳದೆ, ಮೊದಲು ವಾಲಿದ, ಆಮೇಲೆ ಕುಸಿದು ಮೊಣಕಾಲು ನೆಲಕ್ಕೂರಿ, ತಿರುಚಿ ಓರೆಯಾಗಿ ಧೊಪ್ಪನೆ ಬೆನ್ನಡಿಯಾಗಿ ಬಿದ್ದ. ಒಡೆಯ ಅವನ ಹತ್ತಿರ ಹೋಗಿ, ಮೃದುವಾದ ಧ್ವನಿಯಿಂದ ಕೇಳಿದ:

'ಬದುಕೋ ಆಸೆ ನಿನಗಿದೆ ಅಲ್ಲವೆ? ಹಾಗಾದರೆ ಕ್ಷಮೆ ಕೇಳಿಕೊ. ಐವತ್ತು ಚಾವಟಿ ಏಟು ಬಿಗಿದು, ಯುದ್ಧಕ್ಕೆ ಕಳಿಸೋ ಏರ್ಪಾಡು ಮಾಡ್ತೇನೆ.'

"ಅನಿಕೆಯ್‌ಯ ಬಾಯಿತುಂಬಾ ಶ್ಲೇಷ್ಮ ತುಂಬಿಹೋಗಿ, ಅದನ್ನು ಉಗಿಯುವ ಶಕ್ತಿಯೂ ಅವನಿಗಿರಲಿಲ್ಲ. ಹಾಗಾಗಿ ಅದು ಅವನ ಗಡ್ಡದ ಮೇಲೆ ಇಳಿದಿತ್ತು. ಅವನು ಸಿಟ್ಟಿನಿಂದ ಕುದಿಯುತ್ತಿದ್ದ. ಅದರಿಂದ ಪ್ರಯೋಜನವಾದರು ಏನು? ಮೂರು ಗುಂಡು ಅವನ ಶರೀರವನ್ನು ಹಾದುಹೋಗಿದ್ದವು.

'ಇವನ್ನ ರಸ್ತೆಗೆ ಬಿಸಾಕಿ!' ಧಣಿ ಗುಡುಗಿದ.

"ಸರಿ, ಕೊಸ್ಸಾಕರು ಅವನನ್ನೆತ್ತಿ ಬೇಲಿಯಾಚೆ ಎಸೆದಾಗ, ಅವನು ರಸ್ತೆಯ ಮಧ್ಯೆ ಬಿದ್ದ. ಅದೇ ಸಮಯಕ್ಕೆ ಕೊಸ್ಸಾಕರ ಒಂದು ತುಕಡಿ ಕುದುರೆಯೇರಿ ಆಕಡೆ ಬರುತ್ತಿತ್ತು. ಅವರ ಬಳಿ ಭಾರೀ ಗನ್ನುಗಳಿದ್ದವು. ಅವುಗಳನ್ನು ಗಾಡಿಯಲ್ಲಿ ಹಾಕಿ, ಕುದುರೆಗಳಿಂದ ಎಳೆದು ಸಾಗಿಸುತ್ತಿದ್ದರು. ಧಣಿ ಹುಂಜದಂತೆ ಬೇಲಿಗೆ ಹಾರಿ, ಅಬ್ಬರಿಸಿದ:

'ಏಯ್ ಚಾಲಕ, ಸರಿಯಾಗಿ ಅವನ ಮೇಲೆ ಕುಕ್ಕುಲೋಟದಲ್ಲಿ ಕುದುರೆ ಓಡಿಸು; ಪಕ್ಕಕ್ಕೆ ಓಡಿಸೀಯ ಹುಷಾರ್!'

"ನನ್ನ ಮೈಮೇಲೆ ಕೆಂಡ ಸುರುವಿದಂತಾಯ್ತು. ನಾನು ಸಿಮ್ಯೋನ್‌ನ ಬೂಟು, ಬಟ್ಟೆಗಳನ್ನು ಹಿಡಿದು ಮಂಕುಬಡಿದವನಂತೆ ನಿಂತಿದ್ದೆ. ಅದರೆ ಬಲುಬೇಗ ನನ್ನ ಕಾಲುಗಳು ಕುಸಿಯತೊಡಗಿದವು... ಕುದುರೆಗಳ ಹೃದಯ ಸ್ವತಃ ದೇವರ ಕರುಣೆಯ ಧಾತುಗಳಿಂದ ಆಗಿದೆಯಪ್ಪ! ಆದ್ದರಿಂದ ಅವು ನನ್ನ ಮುದ್ದಿನ ಅನಿಕೆಯ್‌ನ ಮೈಮೇಲೆ ಕಾಲಿಡದೆ,

ಅವನನ್ನ ದಾಟಿ ಸಾಗಿದವು. ನಾನು ಬೇಲಿಯನ್ನು ತಡವಿ ನೆಟ್ಟಾಲಿಯಾಗಿ ನಿಂತಿದ್ದೆ. ಬಾಯಿ ನೊರೆಗಟ್ಟಿತ್ತು. ಗನ್ನುಗಳ ಗಾಡಿಯ ಗಾಲಿಗಳು ಅನಿಕೆಯ್‌ನ ಕಾಲಿನ ಮೇಲೆ ಹರಿದವು... ಮೊದಲು ಬ್ರೆಡ್ಡನ್ನು ಒತ್ತಿ ಅಪ್ಪಳಿಸಿದಂತಾಗಿ, ಆಮೇಲೆ ಅವು ಚೊಂಡಿನಂತೆ ಚಪ್ಪಟೆಯಾಗಿ, ಅಜ್ಜಿಬಜ್ಜಿಯಾದವು... ಅನಿಕೆಯ್ ಅಸಹನೀಯ ಯಾತನೆಯಿಂದ ಸಾಯುತ್ತಾನೆಂದು ನಾನು ಭಾವಿಸಿದೆ. ಆದರೆ ಅವನು ಚೊಬ್ಬೆ ಹಾಕದೆ ರಸ್ತೆಯಿಂದ ಮಣ್ಣನ್ನು ಕೆರೆದು ಬಾಯಿತುಂಬಾ ಹಿಡಿದುಕೊಂಡ. ಆ ಮಣ್ಣನ್ನು ಕಚಕಚ ಜಗಿಯತೊಡಗಿದ. ಆಮೇಲೆ ದೃಢವಾದ, ರೆಪ್ಪೆ ಬಡಿಯದ ದೃಷ್ಟಿಯಿಂದ ಧಣಿಯನ್ನು ನಿಟ್ಟಿಸಿದ. ಅವನ ಕಣ್ಣುಗಳು ತಿಳಿಯಾಗಿದ್ದವು, ಹೊಳಪೇರಿದ್ದವು...

"ಅವೊತ್ತು ನಡೆದದ್ದು ಇಷ್ಟು: ಒಡೆಯ ತಮೀಲಿನ್ ಮೂವತ್ತೆರಡು ರೈತರನ್ನು ಗುಂಡಿಕ್ಕಿ ಕೊಲ್ಲಿಸಿದ. ಬದುಕಿ ಉಳಿದವ ಅನಿಕೆಯ್ ಮಾತ್ರ. ಅವನ ಸೆಡವು, ಸ್ವಾಭಿಮಾನ ಅವನನ್ನುಳಿಸಿದ್ದವು..."

– ಜಹ್ಹಾರ್ ತಾತ ಬುದ್ದಲಿಯಿಂದ ನೀರನ್ನು ಗಟಗಟ ಕುಡಿದು, ಬಾಡಿದ ತುಟಿಗಳನ್ನು ಒರೆಸಿಕೊಳ್ಳುತ್ತ ತನ್ನ ಕತೆಗೆ ಮಂಗಳ ಹಾಡಿದ:

"ಹೂಂ! ಆಗ ಆದದ್ದು ಆಗಿಹೋಯಿತು. ನಮ್ಮ ಜನ ತಮಗೋಸ್ಕರ ಒಂದಷ್ಟು ಜಮೀನನ್ನ ಪಡೆಯಲು ನಡೆಸಿದ ಆ ಹೋರಾಟದ ಗುರುತಾಗಿ ಈಗ ಉಳಿದಿರೋದೆಂದರೆ ಅವರು ಅಗೆದ ಗುಣಿಗಳು... ಈಗ ಆ ಗುಣಿಗಳಲ್ಲಿ ಹುಲ್ಲು ಪೊದೆ ಹುಲುಸಾಗಿ ಬೆಳೆದಿವೆ... ಅನಿಕೆಯ್ ಆಮೇಲೆ ತನ್ನ ಕಾಲುಗಳನ್ನು ಕತ್ತರಿಸಿಕೊಳ್ಳದೆ ವಿಧಿಯಿರಲಿಲ್ಲ. ಈಗ ಅವನಿಗಿರೋದು ಕೈಗಳು ಮಾತ್ರ... ಅವುಗಳ ಸಹಾಯದಿಂದ ನೆಲವನ್ನು ದೇಕುತ್ತ ದೇಹವನ್ನು ಎಳೆದೊಯ್ತಾನೆ. ತುಂಬಾ ಗೆಲವಾಗಿ ಕಂಡುಬರ್ತಾನೆ. ಪ್ರತಿದಿವಸ ಅವನೂ ಸಿಮ್ಯೋನ್‌ನ ಮಗನೂ ತಮ್ಮ ದೇಹದ ಎತ್ತರವನ್ನು ಬಾಗಿಲಿನ ಕಂಬದ ಮೇಲೆ ಅಳೆದುಕೊಳ್ತಾರೆ. ಅಣ್ಣನ ಮಗ ತನ್ನನ್ನು ಮೀರಿ ಬೆಳೆದಿರೋದು ಅನಿಕೆಯ್‌ಗೆ ಬಹಳ ಹೆಮ್ಮೆಯ ವಿಷಯ...

"ಚಳಿಗಾಲದಲ್ಲಿ ಎತ್ತುಗಳಿಗೆ ನೀರು ಕುಡಿಸಲು ರೈತರು ಅವನ್ನು ನದಿ ತೀರಕ್ಕೆ ದೂಡಿಕೊಂಡು ಹೋಗೋ ಸಮಯದಲ್ಲಿ ಅನಿಕೆಯ್ ಕೆಲವೊಮ್ಮೆ ರಸ್ತೆಗೆ ಕುಪ್ಪಳಿಸುತ್ತಿದ್ದ. ಆಗ ಅವನು ರಸ್ತೆಯ ನಡೂಮಧ್ಯೆ ತೋಳನ್ನೆತ್ತಿ ಕೂತಿರುತ್ತಿದ್ದ. ಎತ್ತುಗಳು ಬೆದರಿ ಹಿಮದ ಮೇಲೆ ದಿಕ್ಕಾಪಾಲು ಓಡಿ, ಜಾರಿ ಗಾಯಮಾಡಿಕೊಳ್ಳುತ್ತಿದ್ದವು. ಅದನ್ನು ನೋಡುತ್ತ ಅನಿಕೆಯ್ ಪಕ್ಕೆ ಹಿಡಿದು ನಗುತ್ತಿದ್ದ... ಇನ್ನೊಂದು ಸಂಗತಿ. ಅದನ್ನು ನಾನು ಗಮನಿಸಿದ್ದು ಒಂದೇ ಒಂದು ಬಾರಿ ಮಾತ್ರ... ನಮ್ಮ ರೈತರಿಗೆ ಸೇರಿದ ಟ್ರಾಕ್ಟರ್ ಕೊಸ್ತಾಕರ ಎಲ್ಲೆದಾಟಿ ಹೊಲಗಳನ್ನು ಉಳಲು ಸಾಗಿತ್ತು. ಅನಿಕೆಯ್ ಅದರ ಹಿಂದುಗಡೆ ಜೋತುಬಿದ್ದು ಅದರೊಂದಿಗೆ ಹೋಗುತ್ತಿದ್ದ. ನಾನಾಗ ಅಲ್ಲೇ ಕುರಿ ಮೇಯಿಸ್ತಿದ್ದೆ. ಟ್ರಾಕ್ಟರಿನ ಜೊತೆ, ಅದು ಎಳೆದೊಯ್ದ ಹಾಗೆ, ಉತ್ತ ಹೊಲದುದ್ದಕ್ಕೂ ತಾಗಿಕೊಂಡು ಅನಿಕೆಯ್ ಸಾಗಿದ್ದ. ಇವನೇಕೆ ಹೀಗೆ ಮಾಡ್ತಿದ್ದಾನೆ ಅಂತ ನನಗೆ ಆಶ್ಚರ್ಯ. ಹತ್ತಿರದಲ್ಲಿ ಯಾರೂ ಇಲ್ಲದ್ದನ್ನು ಖಾತ್ರಿಪಡಿಸಿಕೊಂಡು, ಅವನು ಟ್ರಾಕ್ಟರಿನಿಂದ ಹೊಲಕ್ಕೆ ಮುಖಾಡೆಯಾಗಿ ಬಿದ್ದ. ಆಗ ತಾನೇ ಉತ್ತು ಗರಿಗರಿಯಾಗಿದ್ದ ಮಣ್ಣನ್ನು ತಬ್ಬಿ ಮುದ್ದಾಡಿ ಮುತ್ತಿಡತೊಡಗಿದ... ಅನಿಕೆಯ್‌ಗೆ ಈಗ ಇಪ್ಪತ್ತೈದು ವಯಸ್ಸು. ಅವನೆಂದಿಗೂ ಹೊಲ ಉಳಲಾರ. ಇದೇ ಅವನ ನೋವಿಗೆ ಕಾರಣ..."

– ಧೂಮಮಲಿನ ನೀಲಿ ಬೈಗುಗತ್ತಲಲ್ಲಿ ಪ್ರಶಾಂತ ಹುಲ್ಲುಗಾವಲು ತೂಕಡಿಸುತ್ತಿತ್ತು. ಬಾಡಿದ ಓಮದ ಗಿಡಗಳ ಹೂಗೊಂಚಲುಗಳಲ್ಲಿ ಆದಿನದ ಕೊನೆಯ ಮಧುವನ್ನು ಜೇನ್ನೊಣಗಳು ಶೇಖರಿಸುತ್ತಿದ್ದವು. ಪುಷ್ಟವಾಗಿ ಬೆಳೆದಿದ್ದ ಹೊಂಬಣ್ಣದ ಗರಿಹುಲ್ಲು ತನ್ನ ಜುಟ್ಟಿನ ಎಸಳುಗಳನ್ನು ಮೋಹಕವಾಗಿ ಒಲೆದಾಡಿಸುತ್ತಿತ್ತು. ಕುರಿಮಂದೆ ಬೆಟ್ಟವಿಳಿದು ತಪಲೋಪ್ಪದ ದಿಕ್ಕಿನಲ್ಲಿ ನಿಧಾನ ಹೆಜ್ಜೆಹಾಕಿದ್ದವು. ತನ್ನ ದೊಣ್ಣೆಯನ್ನೂರಿ, ನಸುಬಾಗಿ ಜಹ್ಹಾರ್ ತಾತ ಕುರಿಗಳನ್ನು ಹಿಂಬಾಲಿಸಿ ಮೌನವಾಗಿ ನಡೆಯತೊಡಗಿದ.

ನವಿರಾಗಿ ನೆಯ್ದ ಬಟ್ಟೆಯಂತೆ ರಸ್ತೆಯನ್ನು ಆವರಿಸಿದ್ದ ಧೂಳಿನ ಹೊದಿಕೆಯ ಮೇಲೆ ಎರಡು ಜಾಡುಗಳಿದ್ದುವು. ಅವುಗಳಲ್ಲಿ ಒಂದು : ಸ್ವಲ್ಪ ಅಂತರವಿದ್ದು, ನಿಷ್ಕೃಷ್ಟವಾಗಿ ಮೂಡಿದ್ದ ಅಗಲ ಹೆಜ್ಜೆಯ ತೋಳನ ಜಾಡು. ಇನ್ನೊಂದು : ರಸ್ತೆಯನ್ನು ಓರೆಪಟ್ಟಿಗಳಂತೆ ಕಚ್ಚುಕಚ್ಚಾಗಿ ಕೊರೆದಿದ್ದ ತಪಲೋಪ್ಪದ ಟ್ರಾಕ್ಟರಿನ ಜಾಡು.

ಕಾಡುಪೊದೆ ಬೆಳೆದು ಮರೆಯಾಗಿರುವ ಹಿಂದಿನ ಹೆದ್ದಾರಿಯನ್ನು ಬೇಸಿಗೆಯಲ್ಲಿ ರೈತರು ಬಳಸುವ ಗಾಡಿಹಾದಿ ಸಂಧಿಸುವ ಜಾಗದಲ್ಲಿ, ಆ ತೋಳದ ಮತ್ತು ಟ್ರಾಕ್ಟರಿನ ದಾರಿಗಳು ಪರಸ್ಪರ ಅಗಲಿದ್ದವು. ತೋಳದ ಜಾಡು ಪಕ್ಕಕ್ಕೆ ಅಗಚಿಕೊಂಡು, ದಿಣ್ಣೆಯ ಕೆಳಗೆ ನುಸುಳಿ, ದುರ್ಭೇದ್ಯವಾದ ಕಾಡು ಸಸ್ಯಗಳಲ್ಲಿ ಮಾಯವಾಗಿತ್ತು. ರಸ್ತೆಯ ಮೇಲೆ ಟ್ರಾಕ್ಟರಿನ ದಾರಿ ಮಾತ್ರ ಉಳಿದಿತ್ತು. ಅದು ನಿಯತವಾಗಿ, ಬೃಹತ್ತಾಗಿ ಹರಡಿ ಪ್ಯಾರಾಫಿನ್ ಮೇಣದ ಕನರುವಾಸನೆಯನ್ನು ಹೊರಹೊಮ್ಮಿಸುತ್ತಿತ್ತು. ❍

○ ರುಸ್ತಮ್ ಇಬ್ರಗಿಂಬೈಕವ್

ಚಳಿಗಾಲದ ಒಂದು ರಾತ್ರಿ

ಮುರಾದ್ ಕಿಟಕಿಯ ಎರಡು ನಕ್ಷತ್ರಾಕಾರದ ಬಿರುಕುಗಳಿಂದ ಆಚೆ ದಿಟ್ಟಿಸಿದ. ಅವನ ದೃಷ್ಟಿ ಸಮುದ್ರದ ಕಡೆ ಹಾದು, ಅಲ್ಲಿ ಡ್ರಿಲ್ಲಿಂಗ್ ಯಂತ್ರಗಳನ್ನು ಹೊತ್ತುನಿಂತಿದ್ದ ತೇಲುಮಂಚಗಳ ಮೇಲೆ ನೆಟ್ಟಿತ್ತು. ಬೈಗುಗತ್ತಲಲ್ಲಿ ಅವು ಮುಸುಕುಮಸುಕಾಗಿ ಕಾಣುತ್ತಿದ್ದವು. ಉತ್ತರ ದಿಕ್ಕಿನಿಂದ ಜೋರಾಗಿ ಬೀಸುತ್ತಿದ್ದ ಗಾಳಿ ಖಿನ್ನ ಸ್ವರದಲ್ಲಿ ಊಳಿಡುತ್ತಿತ್ತು. ಸಮುದ್ರದಲ್ಲಿ ಒತ್ತೊತ್ತಾಗಿ ತೇಲುತ್ತಿದ್ದ ಆ ಯಂತ್ರಗೃಹಗಳು ಅಲೆಗಳ ಮೇಲೆ ನಾಗಾಲೋಟ ದಿಂದ ಓಡುತ್ತಿರುವಂತೆ ಭಾಸವಾಗುತ್ತಿತ್ತು. ಮುರಾದ್ ಕೂತಿದ್ದ ಉಪಾಹಾರಗೃಹ ಬೆಚ್ಚಗಿತ್ತು. ಅಲ್ಲದೆ ಅದೊಂದು ಪಥ್ಯಾಹಾರ ಮಂದಿರವಾಗಿದ್ದುದರಿಂದ ಅದರ ಹೆಸರೇ ಅರೋಗದೃಢ ಕಾಯರನ್ನು ಅದರಿಂದ ದೂರವಿಡುತ್ತಿತ್ತು. ಪರಿಣಾಮವಾಗಿ ಅದರ ವಾತಾವರಣ ಪ್ರಶಾಂತವಾಗಿತ್ತು. ಬೀಟ್‌ರೂಟ್ ಸಾರಿನ ಪರಿಮಳ ಮತ್ತು ಆಗತಾನೇ ತೊಳೆದು ಸ್ವಚ್ಛಗೊಳಿಸಿದ್ದ ನೆಲದ ಕಂಪು ಅಲ್ಲೆಲ್ಲ ಪಸರಿಸಿತ್ತು.

ಮುರಾದ್ ಕೂತಿದ್ದ ಮೇಜಿನಿಂದ ಸ್ವಲ್ಪ ದೂರದಲ್ಲಿ, ನೀಲಿಯ ಪ್ಲಾಸ್ಟಿಕ್ ಛಾವಣಿಯಿದ್ದ ಕೌಂಟರ್ ಬಳಿ, ಒಂದು ಮೇಜಿನ ಸುತ್ತ ಕೆಲವು ಡ್ರಿಲ್ಲರ್‌ಗಳು ಕೂತು, 'ಡಾಮಿನೊಸ್'* ಆಟದಲ್ಲಿ ತೊಡಗಿದ್ದರು. ಅವರು ಮುರಾದನ ಸಹೋದ್ಯೋಗಿ ಗಳು. ಇವರೆಲ್ಲ ಸ್ವಲ್ಪ ಸಮಯದ ಬಳಿಕ ಲಾರಿಯನ್ನೇರಿ, ಬಂದರುಕಟ್ಟೆಯ ಮೇಲೆ ಕುಲುಕಾಡುತ್ತ ಹಲವು ಕಿಲೊಮೀಟರ್ ಸಾಗಿ, ಅನಂತರ ಉಗಿದೋಣಿ ಹತ್ತಿ ಮುಂದೆ ಹೋಗಲಿದ್ದರು. ಅರ್ಧಗಂಟೆ ಯಾನ ಮಾಡಿದ ಮೇಲೆ ತೇಲುತ್ತಿದ್ದ ತಮ್ಮ ಯಂತ್ರ ಗೃಹವನ್ನು ತಲಪಿ ಅಲ್ಲಿ ಕೆಲಸವಾರಂಭಿಸಲಿದ್ದರು. ಅವರು ಈಗ ಕಾಯುತ್ತಿದ್ದದ್ದು: ಲಾರಿಯ ಹಾಗು ಸದಾ ಕೊನೆಗಳಿಗೆಯಲ್ಲಿ ಅವತರಿಸುವ ಡ್ರಿಲ್ಲರ್ ವೆಸ್ಲೀಫನ ಆಗಮನವನ್ನು, ಕೌಂಟರಿನ ಮೇಲೆ ತೂಗಿದ್ದ ಲಾಂದ್ರ ಆಗೀಗ ಕಣ್ಮಿಟುಕಿ, ಆರಿಹೋಯಿತು. ಆವರಿಸಿದ ಕತ್ತಲೆಯ ದೆಸೆಯಿಂದ ಡಾಮಿನೊ ಕಾಯಿಗಳ

---

* ಇಟ್ಟಿಗೆಯಾಕಾರದ 28 ಕಾಯಿಗಳಿಂದ ಆಡುವ ಆಟ.

ಕಟಕಟ ಸದ್ದು ನಿಂತುಹೋಗಿ, ಮಾತು, ಚರ್ಚೆ ಆರಂಭವಾದವು. ಅವರು ಹವೆ, ಯೋಜನೆ, ಹಣ, ಮೊದಲಾದವುಗಳ ಬಗ್ಗೆ ಚರ್ಚಿಸುತ್ತಿದ್ದರು. ನಡುವೆ ವೆಸ್ಲೀಫನನ್ನು ಮನವಾರೆ ಶಪಿಸುತ್ತ, ಅನ್ಯಮನಸ್ಕನಾಗಿ ಒಬ್ಬನೇ ಕೂತಿದ್ದ ಮುರಾದನನ್ನು ಛೇಡಿಸುತ್ತಿದ್ದರು.

ಉಪಾಹಾರಗೃಹದ ಅಡಿಗೆ ಮಾಡುವ ಹುಡುಗಿ ರೀನಾ ಮುರಾದನನ್ನು ಪ್ರೀತಿಸುತ್ತಿದ್ದಳೆಂದೂ ಮುರಾದ್ ಮಾತ್ರ ಈ ವಿಷಯದಲ್ಲಿ ಉತ್ಸಾಹದಿಂದ ಮುಂದುವರಿದಿಲ್ಲವೆಂದೂ ಅವನನ್ನು ಹುರಿದುಂಬಿಸಿ ಮುನ್ನಡೆಸಬೇಕಾದದ್ದು ತಮ್ಮ ಕರ್ತವ್ಯವೆಂದೂ ಅವರು ಭಾವಿಸಿದಂತಿತ್ತು. ಅವರ ಮುಂದಾಳು ಡ್ರಿಲ್ಲರ್ ಕಿತ್ತಾಯೆವ್. ಲಾಂದ್ರವಾರಿದ ಒಡನೆ ಅವನು ಮುರಾದನನ್ನು ಜೋರಾಗಿ ಕರೆದು, ಅಡಿಗೆಮನೆಯಲ್ಲಿರಬೇಕಾದ ಸದವಕಾಶವನ್ನು ಕಳೆದುಕೊಂಡು, ಕಿಟಕಿ ಬಳಿ ಒಬ್ಬನೇ ಕೂತ ಆತನ ಮೊದ್ದುತನಕ್ಕೆ ಆಶ್ಚರ್ಯ ವ್ಯಕ್ತಪಡಿಸುವಂತೆ ನಟಿಸತೊಡಗಿದ. ಅವನ ಜೊತೆಗಾರರು ಹೌದೆನ್ನುವಂತೆ ನಗುತ್ತಿರುವಾಗ, ತಾನು ಮುರಾದನಾಗಿದ್ದ ಪಕ್ಷದಲ್ಲಿ ಈಗ ಆ ಹುಡುಗಿಯ ಜೊತೆ ಏನು ಮಾಡುತ್ತಿದ್ದೆನೆಂಬುದನ್ನು ಕಿತ್ತಾಯೆವ್ ಸಚಿತ್ರವಾಗಿ ಬಣ್ಣಿಸಲಾರಂಭಿಸಿದ. ಮುರಾದನಿಗೆ ಈ ತಮಾಷೆ ದಿನನಿತ್ಯದ ಸಂಗತಿಯಾಗಿದ್ದರಿಂದ ಅದರ ಬಗ್ಗೆ ಅವನು ತಲೆಕೆಡಿಸಿಕೊಳ್ಳುತ್ತಿರಲಿಲ್ಲ. ಆದರೆ ಈ ದಿನ ಅವರ ತಮಾಷೆ ಆಹಾರ ಸರಬರಾಜು ಮಾಡುತ್ತಿದ್ದ ಹೆಣ್ಣುಗಳಿಗೆ, ಸ್ವತಃ ರೀನಾಳಿಗೆ ಕೇಳಿಸಿರಬಹುದೆಂಬ ಗುಮಾನಿ ಮುರಾದನಲ್ಲಿ ದೃಢವಾಗಿ ಬೇರೂರಿ, ಅವನಿಗೆ ಬೇಸರವಾಗಿತ್ತು. ಅವರ ಮಾತಿನ ವಿಷಯವನ್ನು ಅವನು ಜಾಣತನದಿಂದಲೊ ಅಕುಶಲತೆಯಿಂದಲೊ ಬದಲಾಯಿಸಲೇಬೇಕಾದ ಅನಿವಾರ್ಯತೆ ಉಂಟಾಗಿತ್ತು. ಆದುದರಿಂದ ಅವನೆಂದ :

"ಕಿತ್ತಾಯೆವ್, ನನಗೆ ನಿನ್ನ ಉಪದೇಶ ಬೇಕಿಲ್ಲ. ನನ್ನ ಬದಲು ನಿನ್ನ ಹೆಂಡತಿಗಾದರೂ ಉಪದೇಶಮಾಡು, ಪ್ರಯೋಜನಕ್ಕೆ ಬರ್ತದೆ."

"ನನ್ನ ಹೆಂಡತಿಗೆ ಏನು ಉಪದೇಶಮಾಡಬೇಕಪ್ಪ?" ಕಿತ್ತಾಯೆವ್‌ನ ಧ್ವನಿಯಲ್ಲಿ ಸ್ವಲ್ಪ ಆತಂಕವಿತ್ತು.

"ಮತ್ತೇನಲ್ಲ. ನೀನು ಇವೊತ್ತು ಮನೆಯಲ್ಲಿದ್ದರೆ ನಾಳೆ ಸಮುದ್ರದ ಮೇಲೆ ಇರ್ತೀಯ. ನೀನಿಲ್ಲದಾಗ ಅವಳು ಮನೆಯಲ್ಲಿ ಹೇಗೆ ನಡೆದುಕೊಳ್ಳಬೇಕು ಅನ್ನೋದರ ಬಗ್ಗೆ ಉಪದೇಶಮಾಡು."

ಅವರ ಗುಂಪಿನಲ್ಲಿ ವಿವಾಹವಾಗಿದ್ದವನೆಂದರೆ ಕಿತ್ತಾಯೆವ್ ಒಬ್ಬನೇ. ಕಳೆದ ವರ್ಷವಷ್ಟೇ ಅವನು ತರುಣ ವಿಧವೆಯೊಬ್ಬಳನ್ನು ಮದುವೆಯಾಗಿದ್ದ. ಆದಕಾರಣ ಗುಂಪಿಗೆ ಹರಟೆಯ ಮತ್ತೊಂದು ವಸ್ತುವೆಂದರೆ ಕಿತ್ತಾಯೆವ್‌ನ ಹೆಂಡತಿ. ಇವನು ಸಮುದ್ರದ ಮೇಲಿದ್ದಾಗ ಅವಳೇನು ಮಾಡುತ್ತಿರಬಹುದೆಂಬ ರಹಸ್ಯವನ್ನು ಭೇದಿಸುವುದೇ ಉಳಿದವರಿಗೆ ಮೋಜಿನ ವಿಚಾರವಾಗಿತ್ತು. ಅದಕ್ಕೆ ಕಿತ್ತಾಯೆವ್ ಉತ್ತರಿಸುತ್ತಿದ್ದ :

"ನೀವೆಲ್ಲ ನನ್ನ ಹೆಂಡತಿ ವಿಚಾರ ಬಿಟ್ಟು, ಮೊದಲು ನಿಮ್ಮ ಬಗ್ಗೆ ಯೋಚಿಸಿ. ನನ್ನ ಹೆಂಡತಿಗೆ ಸಾಕಷ್ಟು ಅನುಭವವಿದೆ. ನಾನು ಉಪದೇಶಿಸೋದಕ್ಕೆ ಮುಂಚೆ ಅವಳೇ ಎಲ್ಲ ಕಲಿತ್ತಿದ್ದಾಳೆ. ಗೊಂಬೆಗಳಂಥ ಹುಡುಗೀರನ್ನ ಮದುವೆಯಾಗೋದು ನಿಮ್ಮಂಥೋರು!"

ಈ ಹೊತ್ತಿಗೆ ಚರ್ಚೆಗೆ ಒಂದು ನಿರ್ದಿಷ್ಟ ಗತಿ ದಕ್ಕುತ್ತಿತ್ತು. ಕಿತ್ತಾಯೆವ್ ಮುರಾದನನ್ನು ಅವನ ಪಾಡಿಗೆ ಬಿಟ್ಟು, ಗೃಹಕೃತ್ಯ, ಕುಟುಂಬ ಜೀವನ, ಗಂಡು ಹೆಣ್ಣಿನ ನಾನಾ ಸಮಸ್ಯೆಗಳ ಬಗ್ಗೆ ದೀರ್ಘ ಉಪನ್ಯಾಸ ಮಾಡುತ್ತಿದ್ದ.

ದೋಣಿಯೇರುವ ಘಟ್ಟದಲ್ಲಿ ಎಲ್ಲ ಮಾಮೂಲಿಯಾಗಿ ನಡೆಯಿತು. ದೋಣಿಗಳ ಕಪ್ತಾನರು ಎಲ್ಲ ಕೆಲಸಗಾರರನ್ನೂ ಒಂದೇ ಸಲ ಕರೆದೊಯ್ಯಲು ನಿರಾಕರಿಸಿದರು. ನಿಯಮಿತ ಸಂಖ್ಯೆಗಿಂತ ಎರಡು ಪಾಲು ಹೆಚ್ಚು ಪ್ರಯಾಣಿಕರನ್ನು ದೋಣಿಗಳಲ್ಲಿ ತುಂಬಿಸಿ ತಾವು ಕಾನೂನನ್ನು ಉಲ್ಲಂಘಿಸುತ್ತಿರುವೆವೆಂದು ಈ ತೈಲ ಕೆಲಸಗಾರರಿಗೆ ನೆನಪು ಮಾಡಿಕೊಡಲು, ಪ್ರಶಾಂತ ಹವೆಯಿದ್ದಾಗ ಕೂಡ, ಅವರು ಯಾವತ್ತೂ ಮರೆಯುತ್ತಿರಲಿಲ್ಲ. ಅವರು ಆಲಂಕಾರಿಕವಾಗಿ ಹೇಳುತ್ತಿದ್ದರು :

"ನಮಗೆ ಮಕ್ಕಳು ಮರಿ ಇವೆ. ನಿಮ್ಮ ದೆಸೆಯಿಂದ ನಾವ್ಯಾಕೆ ಜೈಲು ಕಾಣಬೇಕು, ಹೇಳಿ ? ನಿಯಮಿತ ಎಂಟು ಜನರ ಬದಲು ಇಪ್ಪತ್ತು ಮಂದಿಯನ್ನು ಮುಳುಗಿಸಿದ್ದಕ್ಕೆ ಮೇಲಿನವರು ನಮ್ಮನ್ನ ಕ್ಷಮಿಸದೆ ಬಿಡ್ತಾರೆ ಅಂತ ಭಾವಿಸಿದಿರೇನು ?"

ಅವರು ಕಾನೂನಿಗೇ ತಬ್ಬಿಕೊಂಡಿದ್ದರೆ ಡ್ರಿಲ್ಲಿಂಗ್ ಕೆಲಸಗಾರರಿಗೆ ಅರ್ಧ ದಿನದ ಕೆಲಸ ಖೋತಾ ಆಗುತ್ತಿತ್ತು. ಡ್ರಿಲ್ಲಿಂಗ್ ಸಂಸ್ಥೆಯಲ್ಲಿ ಉಗಿ ದೋಣಿಗಳ ಅಭಾವವಿತ್ತು. ದೋಣಿಗಳ ಕಪ್ತಾನರಿಗೆ ಇದು ಗೊತ್ತಿತ್ತು. ಗತ್ಯಂತರವಿಲ್ಲದೆ, ಗೊಣಗುತ್ತ ಅವರು ಹೆಚ್ಚು ಕೆಲಸಗಾರರನ್ನು ದೋಣಿಯಲ್ಲಿ ತುಂಬಿ ಕಳಿಸುವ ಅಪಾಯಕರ ಹೊಣೆಯನ್ನು ಹೊರಲೇಬೇಕಾಗಿತ್ತು. ಆದರೆ ಗಾಳಿಯ ರಭಸ ಹೆಚ್ಚಾದ ದಿನಗಳಲ್ಲಿ ಮಾತ್ರ ಅವರು ದಂಡೆಯ ಮೇಲಿರುವ ಕೆಲಸಗಾರರಲ್ಲಿ ಒಬ್ಬನನ್ನೂ ದೋಣಿ ಹತ್ತಿಸುತ್ತಿರಲಿಲ್ಲ. ಹಾಗೆಯೇ ಸಮುದ್ರದ ಮೇಲೆ ಕೆಲಸದಲ್ಲಿದ್ದವರನ್ನೂ ದಂಡೆಗೆ ಮರಳಿಸುತ್ತಿರಲಿಲ್ಲ.

ಆದರೂ ಕೆಲವೊಮ್ಮೆ ಕಪ್ತಾನರನ್ನು ಪುಸಲಾಯಿಸಿ ಅವರ ಮನ ಒಲಿಸಲು ಸಾಧ್ಯವಿತ್ತು. ಹೀಗೆ ಮನವೊಲಿಸುವ ಕಲೆಯಲ್ಲಿ ಅತ್ಯಂತ ನಿಷ್ಣಾತನಾಗಿದ್ದವನೆಂದರೆ ಇವರ ತಂಡದಲ್ಲಿದ್ದ ಮಮೆದೊವ್.

ಆ ದಿನ ಕೆಲಸಗಾರರ ತಂಡವನ್ನು ಸಾಗಿಸಿದ ದೋಣಿ ಅಲೆಗಳ ಬಡಿತಕ್ಕೆ ಹೊಯ್ದಾಡಿತ್ತು. ಎರಡು ಸಲ ಜೋರಾಗಿ ತೇಲುಮಂಚದ ಪಾರ್ಶ್ವಕ್ಕೆ ಅದು ಬಡಿದಿತ್ತು.

ರಾತ್ರಿ ಗಾಳಿಯ ವೇಗ ತಗ್ಗಿ, ಕೆಲಸಮಾಡುವುದು ಸುಲಭವಾಯಿತು. ವೆಸ್ಲೀಫ್‌ನ ಬದಲಿಗೆ ವಿದ್ಯುತ್ ಯಂತ್ರಗಳನ್ನು ಜೋಡಿಸುವ ಕೆಲಸಗಾರ ಅಗಾಸಿ ಬಂದಿದ್ದ. ಮುರಾದ್ ಡ್ರಿಲ್ಲಿಂಗ್ ಕೊಳವೆಯ ಹುರಿಗೆ ಮೆತುವಾಗಲೆಂದು ಸ್ವಲ್ಪ ತೈಲ ಹಚ್ಚಿದ. ಕೊಳವೆಯನ್ನು ಸರಿಯಾಗಿ ನಿಲ್ಲಿಸಲು ಮತ್ತೊಮ್ಮೆ ಪ್ರಯತ್ನಿಸಿದ. ಈಸಲ ಡ್ರಿಲ್ಲಿಂಗ್ ರಂಧ್ರದ ಬಾಯಿಗೆ 'ಬತ್ತಿ'ಯನ್ನು ತೂರಿಸಲು ಅಗಾಸಿ ನಡೆಸಿದ ಯತ್ನ ಸಫಲವಾಗದೆ, ಅದು ಪುನಃ ಅವನನ್ನು 'ಬತ್ತಿಹಿಡಿ'ಯತ್ತ ಸೆಳೆಯಿತು. ಹಿಂದಿನಸಲ ಆತ 'ಬತ್ತಿ'ಯನ್ನು ಬಹಳ ದೂರಕ್ಕೆ ವಾಲಿಸಿದ್ದುದರಿಂದ, ಅದು ಯಂತ್ರದ ಆವರ್ತಕ ಭಾಗದ ಮೇಲ್ಗಡೆ ಆಚೀಚೆ ಓಲಾಡಿತ್ತು. ಕಿತ್ತಾಯೆವ್ ಅವರನ್ನು ಶಪಿಸುತ್ತಿದ್ದಿರಬೇಕು, ಆದರೆ ಅವನ ಸ್ವರ ಅವರಿಗೆ ಕೇಳಿಸದಷ್ಟು ಜೋರಾಗಿ ಎತ್ತುವಯಂತ್ರ ಶಬ್ದ ಮಾಡುತ್ತಿತ್ತು.

ಅವರ ಪಾಲಿಗೆ ಈ ಸದ್ದು ಒಂದು ರಕ್ಷೆಯಾಗಿತ್ತು. ಯಾಕೆಂದರೆ ಕಿತ್ತಾಯೆವ್ ಸದಾ ಹರಟುತ್ತಲೇ ಇರುತ್ತಿದ್ದ. ಶಪಿಸದೆ ಇದ್ದಾಗ ಆತ ಹಾಸ್ಯದ ಚಟಾಕಿ ಹಾರಿಸುತ್ತಿದ್ದ. ಅದಿಲ್ಲದಿದ್ದರೆ ಯಾವುದಾದರೊಂದು ಕತೆ ಹೇಳುತ್ತಿದ್ದ. ಬೇರೆಲ್ಲವೂ ನಿಷ್ಫಲವಾದಾಗ ಹಾಡುತ್ತಿದ್ದ. ಕಿತ್ತಾಯೆವ್ ಇಲ್ಲಿ ಕೆಲಸ ಮಾಡುತ್ತಿರುವಾಗ ಅವನ ಹರಯದ ಹೆಂಡತಿ ಏನು ಮಾಡುತ್ತಿರಬಹುದೆಂದು ಮುರಾದ್ ಅಂದಾಜು ಹಾಕಿದ್ದ – ಅವಳು ಆನಂದದಿಂದ ಮೌನವನ್ನು ಸವಿಯುತ್ತಿರಬೇಕು ಅಂದುಕೊಂಡಿದ್ದ.

ಕೊಳವೆಗಳನ್ನು ಒಂದಕ್ಕೊಂದು ಜೋಡಿಸಿದ್ದಾಯಿತು. ಕಿತ್ತಾಯೆವ್ ಸ್ವಿಚ್ ಒತ್ತಿದಾಗ ಆವರ್ತಕಭಾಗ ಅವುಗಳನ್ನು ಬಿಗಿಗೊಳಿಸಿತು. ಇನ್ನು ಯಂತ್ರ ಕೆಲಸಮಾಡಲು 'ಬತ್ತಿ'ಯ ಮೇಲಣ ತುದಿಯನ್ನು ಎತ್ತುವ ಯಂತ್ರಕ್ಕೆ ತಳ್ಳಬೇಕಿತ್ತು. ಮೇಲ್ಭಾಗದ ಕೆಲಸಗಾರ ಮಮೆದೋವ್ ಆ ಕೆಲಸವನ್ನು ಮಾಡುತ್ತಿದ್ದ ಕೆಲವು ಕ್ಷಣಗಳ ಕಾಲ ಯಂತ್ರಗೃಹದಲ್ಲಿ ಸದ್ದು ಕಡಿಮೆಯಾಯಿತು. ಈ ಅವಕಾಶವನ್ನು ಉಪಯೋಗಿಸಿ ಕಿತ್ತಾಯೆವ್ ನಗುತ್ತ, ಮುರಾದನಿಗೆ ಜೋರಾಗಿ ಅರಚಿ ಹೇಳಿದ:

"ಪ್ರೇಮ ಅನ್ನೋದು ವಿರಾಮವಲ್ಲ, ಮುರಾದ್ !"

ಅಷ್ಟರಲ್ಲಿ ಎತ್ತುವ ಯಂತ್ರ ಪುನಃ ಬಡಬಡಿಸಲು ಪ್ರಾರಂಭಿಸಿತು.

ಅಗಾಸಿ ಮುರಾದನ ಮುಖದ ಮೇಲೆ ಬಿಸಿಯುಸಿರು ಬಿಡುತ್ತ, ಡ್ರಿಲ್ಲಿಂಗ್ ರಂಧ್ರದಲ್ಲಿ ಮತ್ತೊಂದು 'ಬತ್ತಿ' ಯನ್ನು ಪೋಣಿಸಲು ಪ್ರಯತ್ನಿಸುತ್ತ ಹೇಳಿದ :

"ನನ್ನದೇ ಆದ ಕೆಲವು ಕಾರಣಗಳಿಗಾಗಿ ಈ ಕೆಲಸ ಒಪ್ಪಿಕೊಂಡೆ. ಇಲ್ಲದಿದ್ದರೆ ಇದು ಯಾರಿಗಯ್ಯ ಬೇಕಿತ್ತು ?"

ಅಗಾಸಿಗೆ ಮುರಾದನಷ್ಟೇ ವಯಸ್ಸಾಗಿತ್ತು. ಅವನ ಮನಸ್ಸು ಬಲು ಮೃದು. ಆದರೆ ಅದನ್ನು ತೋರಗೊಡುತ್ತಿರಲಿಲ್ಲ. ಅವನು ಏನೇ ಮಾಡಲಿ ಅದಕ್ಕೊಂದು ಬಲವಾದ ಕಾರಣವಿರುತ್ತಿತ್ತು. ಆದರೆ ಆ ಕಾರಣವನ್ನು ಅವನೆಂದೂ ಬಾಯಿ ಬಿಟ್ಟು ಹೇಳುತ್ತಿರಲಿಲ್ಲ. ಮಾತಾಡುವಾಗ, ಯಾವುದನ್ನೂ ಸ್ಪಷ್ಟಪಡಿಸುತ್ತಿರಲಿಲ್ಲ. ಇತರರ ಮಾತುಗಳನ್ನಾಲಿಸುವಾಗ ಅವುಗಳ ಹಿಂದೆ ಏನಾದರೊಂದು ಅರ್ಥವನ್ನು ಕೆದಕುತ್ತಿದ್ದ. ಮುಂದಿನ 'ಬತ್ತಿ'ಯನ್ನು ಎಳೆಯುವಾಗ ಅವನ ಕೃಶವಾದ ಶರೀರ ಬಳಲಿದಂತೆ ಕಂಡಿತು. ಅದನ್ನು ಗಮನಿಸಿದ ಮುರಾದ್ ಹೇಳಿದ :

"ಬೇಜಾರು ಪಡಬೇಡ. ಇನ್ನು ಸ್ವಲ್ಪ ಹೊತ್ತು ಕೆಲಸ ಮಾಡು. ಅಗಲೇ ಬೆಳಕು ಹರಿಯೋ ಸಮಯ ಆಗಿದೆ."

ಅಳುಮೋರೆಯಿಂದ ಅಗಾಸಿ ನುಡಿದ :

"ಬೆಳಕೆಲ್ಲಿ ಹರೀತದೆ ಇಷ್ಟು ಬೇಗ ? ಇದು ಡಿಸೆಂಬರ್ ತಿಂಗಳಿನ ಇಪ್ಪತ್ತೆರಡನೆಯ ರಾತ್ರಿ ಅನ್ನೋದನ್ನ ಮರೀಬೇಡ. ಇಡೀ ವರ್ಷದಲ್ಲೇ ಬಹಳ ದೀರ್ಘವಾದ ರಾತ್ರಿ."

ಆಮೇಲೆ ಇಬ್ಬರೂ ಬಹಳ ಸಮಯ ಮೌನ ತಾಳಿದರು.

ಕೊನೆಯ ಕೊಳವೆಯ ಕೆಲಸ ಶುರುವಾದಾಗ ಅಗಾಸಿ ಹೇಳಿದ :

"ನಾನು ಮನಸ್ಸಿನಲ್ಲಿ ಹಾಕಿಕೊಂಡಿರೋ ಯೋಜನೆ ಸಫಲವಾದರೆ, ಈಗ ಇರೋ ಅಡಚಣೆಗಳು ತಪ್ಪಿ, ನನಗೆ ಮನೆ ಸಿಕ್ಕೋ ಹಾಗಾದರೆ, ನಾನು ತಕ್ಷಣ ಮದುವೆ ಮಾಡಿಕೊಂಡು ಈ ಕೆಲಸ ಬಿಟ್ಟು ಬಿಡ್ತೇನೆ. ಸಂಸಾರಿಗೆ ಇದು ಹೇಳಿ ಮಾಡಿಸಿದ ಕೆಲಸ ಅಲ್ಲ. ಒಂದು ದಿನ ಮನೆಯಲ್ಲಿ, ಇನ್ನೊಂದು ದಿನ ಸಮುದ್ರದ ಮೇಲೆ! ಯಾರಿಗೆ ಬೇಕು ಈ ರಗಳೆ..."

ಮುರಾದನಿಗೆ, ಈತ ಇಷ್ಟು ಬೇಗ ಯಾಕೆ ಮದುವೆಯಾಗಬೇಕೊ, ತಾನಾಗಿ ತನ್ನ ಸ್ವಾತಂತ್ರ್ಯವನ್ನು ಯಾಕೆ ಕಳೆದುಕೊಳ್ಳಬೇಕೊ ಎನ್ನುವ ಚಿಂತೆ ಹತ್ತಿತ್ತು. ಅವನು ಕೇಳಿದ :

"ಹಾಗಾದರೆ ತಾಂತ್ರಿಕ ಶಾಲೆಯಲ್ಲಿ ಕಲೀಬೇಕು ಅನ್ನೋ ನಿನ್ನ ನಿರ್ಧಾರ ಏನಾಯ್ತು ?"

"ಅದನ್ನು ಹೇಗೋ ಮುಗಿಸ್ತೇನೆ, ಅವಳೂ ಓದ್ತಿದಾಳೆ. ಅದಿರಲಿ, ಅದ್ಯಾಕೆ ಹಾಗೆ ಹಲ್ಕಿರೀತಿದೀಯ ?"

"ನೀನು ಸಂಸಾರಿಯಾಗೋದನ್ನು ಊಹಿಸಿಕೊಳ್ಳೋದಕ್ಕೂ ನನಗೆ ಸಾಧ್ಯವಿಲ್ಲ."

"ಅದ್ಯಾಕೆ ?"

"ಬಹಳ ಬೇಗ ಮದುವೆಯಾಗ್ತಿಲ್ಲವೆ ನೀನು ?"

"ಅದರ ಮಜ ನಿನಗೇನು ಗೊತ್ತು !"

"ನಿನಗೆ ಗೊತ್ತಿರುವಷ್ಟೆ! ಅದಿರಲಿ ಈಗ ಮದುವೆಯಾಗಲಿರೋ ಹುಡುಗಿ ಬಿಟ್ಟು ಬೇರೆ ಯಾರದ್ದಾದರೂ ಪರಿಚಯ ನಿನಗಿದೆಯೆ ?"

"ಇದೆ, ಪಕ್ಕದ ಮನೆ ಹುಡುಗಿಯ ಪರಿಚಯ ಚಿಕ್ಕಂದಿನಿಂದ ಇದೆ" ಎಂದು ತೊದಲಿದ ಅಗಾಸಿ.

"ಸರಿ, ನಾನು ಅಂದುಕೊಂಡ ಹಾಗೇ ಆಯ್ತು. ಅದಕ್ಕೇ ಈ ನಿನ್ನ ಹುಡುಗಿ ಸಮಾನ ಪ್ರಪಂಚದಲ್ಲಿ ಇನ್ನೊಬ್ಬಳಿಲ್ಲ ಅನ್ನೋಹಾಗೆ ನೀನು ಆತುರ ಪಡ್ತಿರೋದು."

ಅಗಾಸಿ ಪ್ರತಿಯಾಗಿ ಕಿಚಾಯಿಸಿದ : "ಸರಿಯಪ್ಪ! ನಿನ್ನನ್ನು ಯಾವುದಾದರೂ ಹುಡುಗಿ ಪ್ರಾಮಾಣಿಕವಾಗಿ ಪ್ರೀತಿಸಿದ್ದಾಳೆಯೆ ?"

"ಅಂಥದ್ದೆಲ್ಲ ನನಗೆ ಇಷ್ಟವಾಗೋದಿಲ್ಲ. ನಿನಗೆ ಒಂದು ವಿಚಾರ ತಿಳಿಸ್ತೀನಿ, ಕೇಳು : ನಾನು ರೀನಾ ಬಗ್ಗೆ ತಲೆಕೆಡಿಸಿಕೊಳ್ಳದೆ ಇರೋದು ಯಾಕೆ ಗೊತ್ತೆ? ಅವಳು ನನ್ನನ್ನು ಮದುವೆಯಾಗೋದಕ್ಕೆ ಹಾತೊರೀತಿದ್ದಾಳೆ. ಅದಕ್ಕೆ.

ಅಗಾಸಿ ಆಲೋಚಿಸಿ ಹೇಳಿದ :

"ನಾನು ಮುದುವೆಯಾಗೋದಕ್ಕೆ ಕೆಲವು ಬಲವಾದ ಕಾರಣಗಳಿವೆ. ನಾನು ಮಾಡಿರೋ ನಿರ್ಧಾರ ನನಗೆ ಖಂಡಿತ ಸರಿ ಅನ್ನಿಸಿದೆ."

"ಯಾವ ಕಾರಣಗಳಪ್ಪ ?" ಮುರಾದ್ ಪ್ರಶ್ನಿಸಿದ.

"ಅದನ್ನೆಲ್ಲ ವಿವರಿಸಿ ಹೇಳೋದಕ್ಕೆ ಇನ್ನೂ ಸ್ವಲ್ಪ ಸಮಯ ಬೇಕು."

ಎರಡು ತಾಸಿನ ಬಳಿಕ ಅವರು ಡ್ರಿಲ್ಲಿಂಗ್ ಕೊಳವೆಗಳನ್ನು ಆರಿಸಿ, ವಿಂಗಡಿಸುತ್ತಿದ್ದರು. ಆರಂಗುಲ ಸುತ್ತಳತೆಯ ಕೊಳವೆಗಳನ್ನು ಒಂದರ ಮೇಲೊಂದು ಪೇರಿಸಬೇಕಾಗಿತ್ತು. ಎಂಟಂಗುಲ ಸುತ್ತಳತೆಯ ಕೊಳವೆಗಳನ್ನು ತೇಲುಮಂಚದ ಒಂದು ಬದಿಗೆ ಉರುಳಿಸ ಬೇಕಾಗಿತ್ತು. ಹಾಗೆ ಮಾಡುವುದರಿಂದ ಅವುಗಳನ್ನು ಕ್ರೇನಿನ ಹಡಗಿಗೆ ಎತ್ತಿ ಸಾಗಿಸಲು ಅನುಕೂಲವಾಗುತ್ತಿತ್ತು. ಆರಂಗುಲ ಕೊಳವೆಗಳ ರಾಶಿ ಆಗಲೆ ಎತ್ತರವಾಗಿ, ಅದರ ಮೇಲೆ ಇನ್ನೂ ಕೊಳವೆಗಳನ್ನು ಪೇರಿಸುವುದು ಅಸಾಧ್ಯವಾಗಿತ್ತು. ಆದುದರಿಂದ ಎಂಟು ಅಂಗುಲದ ಕೊಳವೆಗಳಿಗೆ ಅವರೀಗ ಗಮನ ನೀಡತೊಡಗಿದ್ದರು. ಅವುಗಳ ರಾಶಿಯ ಇಬ್ಬದಿಯಲ್ಲಿ ನಿಂತು ಅವರು ಸನ್ನೆಗೋಲುಗಳನ್ನು ಕೊಳವೆಗಳ ಕೆಳಗೊತ್ತಿ ಅವುಗಳನ್ನು ತೇಲುಮಂಚದ ಹಾಸುಹಲಗೆಗಳ ಮೇಲೆ ಉರುಳಿಸುತ್ತ ಒಂದು ಬದಿಗೆ ಒಯ್ಯುತ್ತಿದ್ದರು. ಒಯ್ಯುವಾಗ ಪರಸ್ಪರ ಹುರಿದುಂಬಿಸುತ್ತಿದ್ದರು. ಆ ದೈತ್ಯ ಕೊಳವೆಗಳು ಉರುಳುವಾಗ ಆಗುತ್ತಿದ್ದ ಶಬ್ದ ಕಿವುಡೆಬ್ಬಿಸುವಂತಿತ್ತು. ಇಬ್ಬರೂ ಬೆವೆತುಹೋಗಿದ್ದರು. ನಡು ನಡುವೆ ಅಗಾಸಿ ಕೆಲಸ ನಿಲ್ಲಿಸಿ, ಸರಾಗ ಉಸಿರಾಡಿ, ಬೇಸರದ ಉದ್ಗಾರ ಹೊಮ್ಮಿಸುತ್ತಿದ್ದ.

"ಸಾಕಪ್ಪ ಈ ಕೆಲಸ... ನಾನೋ ವಿದ್ಯುಚ್ಛಕ್ತಿ ತಂತ್ರಜ್ಞ, ನನ್ನ ಕೆಲಸವೇನಿದ್ದರೂ ಸ್ವಿಚ್ಚು ಫ್ಯೂಸುಗಳ ಜೊತೆ... ಹಾರೆ ತೂರಿಸೋದಲ್ಲ !"

ಅವನಿಗೆ ನೆಗಡಿ ಬಡಿದಿದ್ದು ಗಂಟಲಿನಿಂದ ಗೊಗ್ಗರು ಸ್ವರ ಹೊರಡುತ್ತಿತ್ತು ; ಕಫ ಕಟ್ಟಿತ್ತು.

"ಸ್ವಲ್ಪ ದಣಿವಾರಿಸಿಕೊ," ಎಂದು ಮುರಾದ್ ಸೂಚಿಸಿದ. ಇಬ್ಬರೂ ತೇಲುಮಂಚದ

ಅಂಚಿಗೆ ಸರಿದು ಸಮುದ್ರದ ನೀರಿನ ಮೇಲೆ ಕಾಲಾಡಿಸುತ್ತ ಕೂತರು. ಸುತ್ತ ಕತ್ತಲು ಕವಿದಿತ್ತು. ಚಳಿ ಜೋರಾಗಿತ್ತು. ಸಮುದ್ರ, ಆಕಾಶ, ಏನೂ ಕಾಣಿಸುತ್ತಿರಲಿಲ್ಲ. ಸಮೀಪದಲ್ಲಿದ್ದ ಇತರ ಡ್ರಿಲ್ಲಿಂಗ್ ಯಂತ್ರಗೃಹಗಳ ದೀಪಗಳು ನಕ್ಷತ್ರಗಳಂತೆ ಕಾಣುತ್ತಿದ್ದವು. ಸ್ವಲ್ಪ ಸಮಯದ ಬಳಿಕ ಅಗಾಸಿ ಅಸಮಾಧಾನದಿಂದ ನುಡಿದ :

"ಮದುವೆಗೆ ಬಹಳ ಖರ್ಚಾಗಬಹುದು ಅನ್ನಿಸ್ತದೆ."

ಇಬ್ಬರೂ ಲೆಕ್ಕ ಹಾಕಿದರು. ಖರ್ಚು ಹೆಚ್ಚಾಗಿಯೇ ಕಂಡಿತು. ಸುಮಾರು ಹತ್ತು ಸಾವಿರವಾದರೂ ಆಗಬಹುದು ಅನ್ನಿಸಿತು. ಖರ್ಚು ಅತಿಯಾದರೆ ಔತಣ ಕೂಟವನ್ನು ಕೈಬಿಡು ಎಂದು ಮುರಾದ್ ಸೂಚಿಸಿದ. ಆಗಾಸಿ ಅದನ್ನು ಸುತರಾಂ ಒಪ್ಪಲಿಲ್ಲ. ಮುರಾದ್ ಅಶ್ಚರ್ಯದಿಂದ ಕೇಳಿದ :

"ಅದಿರಲಯ್ಯ, ಅಗಾಸಿ... ನಿನಗೆ ಮದುವೆಯಾಗೋದಕ್ಕೆ ಯಾಕೆ ಇಷ್ಟೊಂದು ಅವಸರ ?"

"ಯಾಕೆ ಅಂತ ನೀನು ಪ್ರೇಮಿಸಿದಾಗ ತಿಳೀತದೆ."

"ಅದು ಸರಿ, ನಿನ್ನ ಮೇಲಿರೋ ಅವಳ ಪ್ರೀತೀನ ನಿನ್ನ ಹುಡುಗಿ ಯಾವ ರೀತಿ ತೋರ್ಪಡಿಸ್ತಾಳೆ ?"

ಪಾಪ, ಅಗಾಸಿ ಹೇಗೆಂದು ಹೇಳಿಯಾನು! ಎಷ್ಟು ಆಳವಾಗಿ ಯೋಚಿಸಿದರೂ ವಿಶ್ವಾಸಾರ್ಹ ಪ್ರಮಾಣಗಳನ್ನು ನೀಡಲು ಸಾಧ್ಯವಾಗದೆ ಆತ ಕುಂಟುತ್ತ ಹೇಳಿದ :

"ಅವಳೂ ನನ್ನ ಮಾತುಗಳನ್ನ ಕಿವಿಗೊಟ್ಟು ಕೇಳ್ತಾಳೆ. ನಾನು ಮಾಡೋದೆಲ್ಲ ಅವಳಿಗೆ ಇಷ್ಟ."

ಮುರಾದ್ ಪಕಪಕ ನಕ್ಕ. ಆಗಾಸಿ ಮೊದಲು ಗಲಿಬಿಲಿಗೆ ಒಳಗಾಗಿ, ಅಮೇಲೆ ತಾನೂ ತೋರಿಕೆಯ ನಗೆಯಾಡಿದ.

"ರೀನಾ ಬಗ್ಗೆ ನೀನು ಹೇಳಿದ್ದು ನಿಜಾನ ? ಅವಳು ನಿನಗಾಗಿ ಹಾತೊರೀತಿರೋದು"? ಅಗಾಸಿ ಹಠಾತ್ತನೆ ಪ್ರಶ್ನಿಸಿದ.

ಮುರಾದ್ ಎಂದ : "ಇಲ್ಲ. ನಾನು ಕಲ್ಪಸಿಕೊಂಡು ಹೇಳಿದ್ದು."

ಆಮೇಲೆ ನಿಜವಾಗಿ ನಡೆದದ್ದನ್ನು ವಿವರಿಸಿದ :

ಪ್ರತಿದಿನ ಬೆಳಿಗ್ಗೆ ಮುರಾದ್ ಬಕುನಿಂದ ಸುರಖಾನಿಗೆ ರೈಲುಗಾಡಿಯಲ್ಲಿ ಪ್ರಯಾಣ ಮಾಡುತ್ತಿದ್ದ. ರೀನಾ ಕೂಡ ಅದೇ ಗಾಡಿಯಲ್ಲಿ ಪ್ರಯಾಣಿಸುತ್ತಿದ್ದಳು. ಮುರಾದ್ ಅವಳ ಎದುರು ಸೀಟಿನಲ್ಲಿ ಕೂತು. ರೈಲಿನಿಂದ ಇಳಿಯುವ ತನಕ ಅವಳನ್ನೇ ದಿಟ್ಟಿಸುತ್ತ ಕೂರುತ್ತಿದ್ದ. ಅವಳಿಗೆ ನಾಚಿಕೆಯಾಗಿ ಅವನನ್ನು ನೋಡದೆ, ಆಚೆ ಕಡೆ ದೂರದವರೆಗೆ ದೃಷ್ಟಿ ಅಟ್ಟುತ್ತಿದ್ದಳು. ಹೀಗೇ ಬಹಳ ಹೊತ್ತು ನೋಡುತ್ತಿದ್ದುದರಿಂದ ಅವಳ ಕಣ್ಣುಗಳು ದಣಿದು, ಇನ್ನಷ್ಟು ದುಂಡಗೆ ಕಾಣಿಸುತ್ತಿದ್ದವು. ಮುರಾದ್ ತನ್ನನ್ನು ಇನ್ನೂ ಎವೆಯಿಕ್ಕದೆ ದಿಟ್ಟಿಸುತ್ತಿರುವುದರ ಅರಿವಾಗಿ ಅವಳು ಮುಜುಗರಕ್ಕೊಳಪಟ್ಟು, ಎಲ್ಲೆಲ್ಲೋ ದೃಷ್ಟಿ ಹರಿಸುತ್ತಿದ್ದಳು : ಮೊದಲು ರೈಲಿನ ಮೇಲ್ಭಾಗ, ಆಮೇಲೆ ಕೆಳಭಾಗ, ಅದಾದ ಮೇಲೆ ಕಿಟಕಿಯಾಚೆ! ಮುರಾದನಂತೂ, ತನ್ನನ್ನು ಯಾರಾದರೂ ಗಮನಿಸುತ್ತಿರಬಹುದೆ ? ಎಂದು ಕೇವಲ ಒಂದು ಕ್ಷಣ ಮಾತ್ರ ಅತ್ತಿತ್ತ ನೋಡಿ, ಮರುಕ್ಷಣವೇ ತನ್ನ ದೃಷ್ಟಿಯನ್ನು ರೀನಾಳ ಮೇಲೆ ನೆಡುತ್ತಿದ್ದ. ಆದರೆ ಅವಳ ಜೊತೆ ಒಂದೇ ಒಂದು ಮಾತನ್ನಾದರೂ ಅವನು ಆಡುತ್ತಿರಲಿಲ್ಲ.

ಈ ಯುಕ್ತಿಯನ್ನು ಅವನಿಗೆ ಹೇಳಿಕೊಟ್ಟಿದ್ದಾತ ಕಿತ್ತಾಯೆವ್. ಅವನೆಂದಿದ್ದ :

"ಹತ್ತು ಹದಿನೈದು ನಿಮಿಷ ಅವಳನ್ನೇ ತದೇಕ ದೃಷ್ಟಿಯಿಂದ ನೋಡ್ತಿರು. ಆಮೇಲೆ ಇದ್ದಕ್ಕಿದ್ದಂತೆ ಅವಳನ್ನ ಮಾತಾಡಿಸೋ ಧೈರ್ಯತಾನಾಗಿ ಬರ್ತದೆ. ಮಾತಾಡಿಸಿದಾಗ ಅವಳು ಉತ್ತರ ಕೊಟ್ಟಳೊ, ಅವಳು ನಿನ್ನವಳೇ ಅಂತ ತಿಳಿ."

ರೀನಾಳನ್ನು ಮಾತಾಡಿಸುವ ಇಷ್ಟವೇನೋ ಮುರಾದನಿಗೆ ತೀವ್ರವಾಗಿತ್ತು. ಆದರೆ ಒಳಗೇ ಪುಕ್ಕಲು. ಆದ್ದರಿಂದ ಎರಡು ಮೂರು ತಿಂಗಳು ಅವನು ಅವಳನ್ನು ಬರೀ ದಿಟ್ಟಿಸುವುದರಲ್ಲಿ ತೃಪ್ತಿ ಪಡುತ್ತಿದ್ದ. ಆಮೇಲೆ ಒಂದು ದಿನ 415ನೆಯ ಯಂತ್ರದಲ್ಲಿ ಕೆಲಸ ಮಾಡುತ್ತಿದ್ದ ಆ ಖದೀಮ ನಜೀಮ್ (ಆತ ರೀನಾಳ ಗೆಳತಿಯೊಂದಿಗೆ ಓಡಾಡುತ್ತಿದ್ದ) ಬಂದು, ರೀನಾ ಮುರಾದನನ್ನು ಪ್ರೇಮಿಸುತ್ತಿರುವುದಾಗಿ ಹೇಳಿದ್ದ. ಇದರಿಂದ ಮುರಾದನಿಗೆ ಸ್ವಲ್ಪ ಕಸಿವಿಸಿಯೇ ಆಗಿ, ಈ ವಿಷಯವನ್ನು ಯಾರೆದುರಿಗೂ ಬಹಿರಂಗಪಡಿಸಬೇಡವೆಂದು ನಜೀಮ್‌ಗೆ ಆತ ದುಂಬಾಲು ಬಿದ್ದಿದ್ದ. ರೀನಾಳನ್ನು ರೈಲುಗಾಡಿಯಲ್ಲಿ ದಿಟ್ಟಿಸಿ ನೋಡುವುದನ್ನೂ ನಿಲ್ಲಿಸಿದ್ದ. ಆದರೆ, ಆ ಕಿಡಿಗೇಡಿ ನಜೀಮ್ ಮುರಾದನ ಪ್ರೇಮ ಪಕರಣವನ್ನು ಜಗಜ್ಜಾಹೀರು ಮಾಡಿ ಬಿಟ್ಟಿದ್ದ!

"ಅದು ಸರಿಯಪ್ಪ! ನೀನ್ಯಾಕೆ ಅವಳನ್ನ ಹಾಗೆ ನೋಡ್ತಿದ್ದೆ?" ಅಗಾಸಿ ಕೇಳಿದ.

ಮುರಾದನಿಗೆ ಯಾಕೆ ಎಂದು ಸ್ಪಷ್ಟವಾಗಿ ಗೊತ್ತಿದ್ದರೆ ತಾನೆ ಹೇಳಿಯಾನು! ಸುಮ್ಮನೆ ಭುಜ ಹಾರಿಸಿದ. ಅವನೇನೋ ರೀನಾಳನ್ನು ಮೆಚ್ಚಿದ್ದು ನಿಜವೇ. ಆದರೆ ಅವಳು ಅಷ್ಟೊಂದು ಪ್ರೇಮ ಕಾತರಳಾಗಿದ್ದಳೆಂದು ಗೊತ್ತಿದ್ದರೆ ಅವನೆಂದೂ ಅವಳನ್ನು ಹಾಗೆ ನೋಡುತ್ತಿರಲಿಲ್ಲ. ಒಂದು ವರ್ಷದ ಹಿಂದೆ ಮುರಾದ್ ಇನ್ನೊಬ್ಬ ಹುಡುಗಿಯನ್ನು ಇದೇ ರೀತಿ ನುಂಗುವಂತೆ ದಿಟ್ಟಿಸಿದಾಗ, ಅವಳು ದಿಟ್ಟವಾಗಿ ಕೇಳಿದ್ದಳು: "ಅದ್ಯಾಕೆ ಕರಿಗಣ್ಣಿನಿಂದ ಹಾಗೆ ದುರುಗುಟ್ಟೀಯ?"

ಅವಳು ಹಾಗೆಂದಮೇಲೆ ಆ ವ್ಯವಹಾರ ಸಲೀಸಾಗಿ ಕೊನೆಗಂಡಿತ್ತು.

"ಅವಳನ್ನು ಮದುವೆಯಾಗೋ ಇಚ್ಛೆ ನಿನಗಿತ್ತೆ?" ಅಗಾಸಿ ಮತ್ತೂ ಕೇಳಿದ.

"ಉಹುಂ! ಖಂಡಿತಾ ಇರ್ಲಿಲ್ಲ."

"ಹಾಗಿದ್ದರೆ ಅವಳನ್ನು ಯಾಕೆ ಹಾಗೆ ನೋಡಿದೆ?"

ಅವರಿಬ್ಬರೂ ಮತ್ತೆ ಕೆಲಸದಲ್ಲಿ ಮಗ್ನರಾದರು.

ಉಪಾಹಾರಗೃಹದ ಹಿತ್ತಲಲ್ಲಿ ಮೊನ್ನೆ ನಡೆದ ಘಟನೆಯನ್ನು ತಾನು ಅಗಾಸಿಗೆ ಹೇಳದಿದ್ದುದು ಒಳ್ಳೆಯದೇ ಆಯಿತೆಂದು ಮುರಾದ್ ಅಂದುಕೊಂಡ. ರೀನಾ ಕಿರಿದಾದ ಶುಭ್ರಬಿಳಿ ಉಡುಪು ಧರಿಸಿ, ಬೆಲ್ಟ್ ಬಿಗಿದಿದ್ದಳು. ಸೊಗಸಾಗಿ ಕಾಣುತ್ತಿದ್ದಳು. ಕಾಲೇನೋ ಸ್ವಲ್ಪ ದಪ್ಪ ನಿಜ. ಆದರೆ ಅವನಿಗೆ ಮೆಚ್ಚಿಗೆಯಾಗುತ್ತಿದ್ದುದೂ ಅಂಥ ಕಾಲುಗಳೇ. ಮುರಾದ್ ಅಂಗಳದಲ್ಲಿ ಅವಳಿಗೆ ಡಿಕ್ಕಿ ಹೊಡೆದು, ಸುಮ್ಮಗೆ ನಿಂತಿದ್ದ. ಅವನು ಏನಾದರೂ ಹೇಳಲೇಬೇಕಿತ್ತು.

ಸರಿ, ಆತ ಕೊನೆಗೆ ತೊದಲಿದ್ದ: "ಅದು ಭಾರವಾಗಿರಬೇಕು, ಸಹಾಯ ಮಾಡಲೆ?"

ಯಾವುದು ಭಾರವಾಗಿದ್ದದ್ದು? ಅವಳು ಕೈಯಲ್ಲಿ ಏನೂ ಹಿಡಿದಿರಲಿಲ್ಲ. ತನ್ನ ಪೆಚ್ಚಿಗೆ ಅವನಿಗೇ ಕಸಿವಿಸಿಯಾಗಿತ್ತು. ಅವಳು ಕೂಡ ಅವನಿಗೆ ಕೃತಜ್ಞತೆ ಸಲ್ಲಿಸಿ ಅಲ್ಲೇ ನಿಂತಿದ್ದಳು. ಇಬ್ಬರೂ ತುಟಿಪಿಟಿಕ್ಕೆಂದಿರಲಿಲ್ಲ. ಇದ್ದಕ್ಕಿದ್ದಂತೆ ರೀನಾ ಕಂಬನಿಗರೆಯಲಾರಂಭಿಸಿದ್ದಳು. ಆಗ ಮುರಾದ್ ಅವಳನ್ನು ಬಾಚಿ ತನ್ನ ಅಪ್ಪುಗೆಯಲ್ಲಿ ಬಿಗಿದು, ತಲೆ ನೇವರಿಸುತ್ತ ಚುಂಬಿಸಿಯೂ ಬಿಟ್ಟಿದ್ದ – ಆದರೆ ಒಮ್ಮೆ ಮಾತ್ರ!...

ಎಂಟಂಗುಲದ ಕೊಳವೆಗಳನ್ನು ಉರುಳಿಸುವ ಕೆಲಸ ಮುಗಿದಿತ್ತು. ಆರಂಗುಲದ

ಕೊಳವೆಗಳನ್ನು, ಅದೇ ಸುತ್ತಳತೆಯ ಎತ್ತರದ ರಾಶಿಯ ಮೇಲೆ ಸಾಗಿಸುವ ಪ್ರಯತ್ನ ನಡೆದಿತ್ತು. ಕೇವಲ ಐದಾರು ಕೊಳವೆ ಉಳಿದಿದ್ದವು...

"ಕೊಳವೆಗಳನ್ನು ಇಬ್ಬರೂ ಎತ್ತಿ ತೂಗಿ ರಾಶಿಯ ಮೇಲಕ್ಕೆ ಎಸೆಯೋಣ. ಕೆಲಸ ಸುಲಭವಾಗ್ತದೆ" – ಮುರಾದ್ ಸೂಚಿಸಿದ.

ಆ ಪ್ರಯತ್ನವೂ ನಡೆಯಿತು. ಅಗಾಸಿಯ ಶಕ್ತಿಯ ಬಗ್ಗೆ ಮುರಾದ್ ಬಹಳಷ್ಟು ಕಲ್ಪಿಸಿಕೊಂಡಿದ್ದ. ಆದರೆ ಅಗಾಸಿ ಎಸೆದ ಕೊಳವೆ ಸ್ವಲ್ಪ ದೂರವೇರಿ ಮತ್ತೆ ಕೆಳಗುರುಳಿತು. ಅವರಿಬ್ಬರೂ ಕ್ಷಣಾರ್ಧದಲ್ಲಿ ಸನ್ನೆಗೋಲುಗಳನ್ನು ಆ ಕೊಳವೆಗೆ ಅಡ್ಡಹಿಡಿದು, ಉರುಳುವುದನ್ನು ತಪ್ಪಿಸಿದರು.

"ಅಗಾಸಿ, ನಿನ್ನ ಕಾಲು ಹುಷಾರು... ಅಗಲಿಸಿಕೊ" – ಮುರಾದ್ ಎಚ್ಚರಿಸಿದ.

ಸನ್ನೆಗೋಲಿನ ಮೂಲಕ ಆ ಕೊಳವೆಯನ್ನು ಮೇಲಕ್ಕೆತ್ತಿ ಪೇರಿಸಲು ಅವರು ಪ್ರಯತ್ನಿಸಿದರು.

"ಹೌದು, ಕಾಲು ಅಗಲಿಸಿದರೆ ಕೆಲಸ ಹೆಚ್ಚು ಸುಲಭವಾಗ್ತದೆ "– ಅಗಾಸಿ ಒಪ್ಪಿಕೊಂಡ.

ಅದೇ ಹೊತ್ತಿಗೆ ಎರಡು ಕೊಳವೆ ಆಯತಪ್ಪಿ ರಾಶಿಯಿಂದ ಜಾರಿ ಕೆಳಗೆ ಉರುಳಲಾರಂಭಿಸಿದವು.

"ಏಯ್ ಅಗಾಸಿ, ಜೋಕೆ... ನಿನ್ನ ಕಾಲನ್ನ ಅಗಲಿಸಿಕೊ" ಮುರಾದ್ ಕೂಗಿದ.

ಆ ಎರಡು ಕೊಳವೆಗಳು ಅವರು ಮೇಲಕ್ಕೆ ಎತ್ತುತ್ತಿದ್ದ ಕೊಳವೆಯ ಮೇಲಿಂದ ಹಾರಿ ಅವರ ಸನ್ನೆಗೋಲುಗಳ ಮೇಲೆ ಬಿದ್ದವು. ಆ ಭಾರಕ್ಕೆ ಅಗಾಸಿ ತತ್ತರಿಸಿ ಹೋದ.

"ನಾನು ಮೂರು ಎಣಿಸಿದ ತಕ್ಷಣ ನೀನು ಸನ್ನೆಗೋಲನ್ನು ಎಳೆದುಕೊಂಡು ಬಿಡು, ತಿಳೀತಾ ?" ಎಂದು ಮುರಾದ್, ತನ್ನ ಕಾಲುಗಳನ್ನು ಅಗಲವಾಗಿ ಚಾಚಿ, ಮೂರು ಎಣಿಸಿ ಪಕ್ಕಕ್ಕೆ ಜಿಗಿದ.

ಅನಂತರದ ಘಟನೆ ಕಣ್ಣುಚ್ಚಿ ತೆರೆಯುವುದರೊಳಗೆ ಆಗಿಹೋಯಿತು. ತನ್ನ ಸನ್ನೆಗೋಲಿನ ಮೇಲಿದ್ದ ಎರಡು ಕೊಳವೆಗಳ ಭಾರಕ್ಕೆ ಮುಗ್ಗರಿಸುತ್ತಿದ್ದ ಅಗಾಸಿಗೆ ಥಟ್ಟನೆ ಕೈತಪ್ಪಿತು. ಸನ್ನೆಗೋಲಿನ ಜತೆ ಕೊಳವೆಗಳೂ ಅವನ ಬೂಟಿನ ಮೇಲೆ ಬಿದ್ದವು. ಅಗಾಸಿ ನೋವನ್ನು ತಡೆಯಲಾರದೆ ನೆಲಕ್ಕೆ ಕುಸಿದ. ಕೆಲಸಗಾರರು ಓಡಿಬಂದು ಅವನನ್ನು ಕಾವಲು ಕೋಣೆಗೆ ಒಯ್ದರು. ಅಸಾಧ್ಯ ಯಾತನೆಯಿಂದ ಅಗಾಸಿ ನರಳುತ್ತಿದ್ದ. ಬೂಟು ಎಲ್ಲೂ ತರಚಿಕೊಂಡಿರಲಿಲ್ಲ. ಮೇಲು ನೋಟಕ್ಕೆ ಪೆಟ್ಟು ತಾಗದ ಕಾಲಿನ ಇನ್ನೊಂದು ಬೂಟಿನ ಥರವೇ ಕಾಣಿಸುತ್ತಿತ್ತು. ಆದರೆ ಅಗಾಸಿಗೆ ಪ್ರಜ್ಞೆ ತಪ್ಪಿತ್ತು. ಕಿತ್ತಾಯೆವ್ ವೈದ್ಯನೊಂದಿಗೆ ಒಂದು ಉಗಿದೋಣಿಯನ್ನು ಕಳಿಸಲು ಫೋನ್ ಮಾಡಿದ.

"ಆ ಬೂಟು ಕಳಚೋದು ಒಳ್ಳೆಯದಲ್ಲವೆ ?" ಮುರಾದ್ ಸೂಚಿಸಿದ. "ಬೇಡ, ಒಳಗೆ ಅಜ್ಜಿಬಜ್ಜಿಯಾಗಿರ್ತದೆ. ಈಗ ನಾವೆಲ್ಲ ಕಷ್ಟಕ್ಕೆ ಸಿಕ್ಕಿಹಾಕಿಕೊಂಡೆವು"– ಕಿತ್ತಾಯೆವ್ ಹೇಳಿದ.

"ನಾನು ಮೂರೆಣಿಸಿ ಸನ್ನೆಗೋಲನ್ನು ಸೆಳೆದುಕೊಂಡೆ. ಅಗಾಸಿಗೂ ಹಾಗೆ ಮಾಡಲು ಸೂಚಿಸಿದ್ದೆ. ಅದೇನು ಕಾರಣವೋ ಅವನು ತನ್ನ ಸನ್ನೆಗೋಲನ್ನು..." ಮುರಾದ್ ಆತಂಕದಿಂದ ನುಡಿದ.

"ಅಗಾಸಿ, ಅಗಾಸಿ.... ಈಗ ಹ್ಯಾಗಿದೆ ? ತುಂಬಾ ನೋವಾಗಿದೆಯೆ ?" ಕಿತ್ತಾಯೆವ್ ಅಗಾಸಿಯ ಭುಜವಲ್ಲಾಡಿಸಿ ಕೇಳಿದ. ಅಗಾಸಿ ಮಾತಾಡುವ ಸ್ಥಿತಿಯಲ್ಲಿರಲಿಲ್ಲ ; ನರಳುತ್ತಿದ್ದ.

"ನಾನು ಹೇಳಿದ ಹಾಗೆ ಅವನು ಕಾಲುಗಳನ್ನು ಅಗಲಿಸಿಕೊಂಡಿದ್ದರೆ..."

ಮುರಾದನ ಮಾತನ್ನು ಅರ್ಧಕ್ಕೇ ತಡೆದು, ಕಿತ್ತಾಯೆವ್ ಕಳವಳದಿಂದ ಹೇಳಿದ :

"ವೈದ್ಯನ ಜೊತೆ ದೋಣಿಯೂ ಬರ್ತದೆ.. ಮೇಲಿನವರು ರಿಪೋರ್ಟು ಬರೆಯುವಾಗ, ಅಗಾಸಿ ಸ್ವಂತ ಇಚ್ಛೆಯಿಂದ ಈ ಕೆಲಸದಲ್ಲಿ ತೊಡಗಿದ್ದನೇ ವಿನಾ ನನ್ನ ಒತ್ತಾಯಕ್ಕಲ್ಲ ಅಂತ ನೀವೆಲ್ಲ ಹೇಳಬೇಕು."

"ಅವನು ಸನ್ನೆಗೋಲನ್ನ ಬಿಡೋತನಕ ನಾನು ಕಾಯಬೇಕಿತ್ತು... ಅವನು ಬಿಟ್ಟಮೇಲೆ ನಾನು ಬಿಡಬೇಕಿತ್ತು... ತಪ್ಪು ಮಾಡಿದೆ: – ಮುರಾದ್ ಹಲುಬಿದ.

"ಸನ್ನೆಗೋಲನ್ನು ಯಾರು ಮೊದಲು ಬಿಟ್ಟರು ಅನ್ನೋದು ಈಗ ಮುಖ್ಯ ಪ್ರಶ್ನೆಯಲ್ಲ.... ಈಗ ನಮಗೆಲ್ಲ ಎದುರಾಗಿರೋ ಸಮಸ್ಯೇನೇ ಬೇರೆ, "ಎಂದು ಕಿತ್ತಾಯೆವ್ ಮತ್ತೊಮ್ಮೆ ಅಗಾಸಿಯನ್ನು ಹೆಸರು ಹಿಡಿದು ಕೂಗಿ ಭುಜವಲ್ಲಾಡಿಸಿದ.

ಅಗಾಸಿ ನಿಧಾನವಾಗಿ ಕಣ್ತೆರೆದ. ಕಿತ್ತಾಯೆವ್ ಅವನೊಡನೆ ಕೇಳಿದ :

"ಏನಪ್ಪ ಅಗಾಸಿ... ವೆಸ್ಲೀಫ್‌ಗೆ ಬದಲಾಗಿ ಕೆಲಸಮಾಡು ಅಂತ ನಿನ್ನನ್ನು ನಾನು ಒತ್ತಾಯಿಸಲಿಲ್ಲ ಅಲ್ಲವ ? ನಿನ್ನ ಹೇಳಿಕೆಯಲ್ಲಿ ಇದನ್ನ ಸ್ಪಷ್ಟಪಡಿಸ್ತೀ ಅಲ್ಲವ ?"

ಆಗ ಮುರಾದ್ "ಅವನನ್ನು ಅಲುಗಾಡಿಸಬೇಡ, ನೋವಾಗ್ತದೆ." ಎಂದು ಕಿತ್ತಾಯೆವ್‌ಗೆ ಸಲಹೆಯಿತ್ತ.

"ಅದರಿಂದಾಗಿ ಈಗ ಅವನಿಗೆ ಆಗೋದಕ್ಕಿಂತ ಹೆಚ್ಚೇನೂ ನೋವಾಗಲಾರದು," ಎಂದು ಕುಟುಕಿದರೂ, ಅಲುಗಾಡಿಸುವುದನ್ನು ನಿಲ್ಲಿಸಿ ಕಿತ್ತಾಯೆವ್ ಮತ್ತೆ ಹೇಳಿದ : "ಇದರಿಂದಾಗಿ ನನಗಂತೂ ತುಂಬ ತೊಂದರೆ ಕಾದಿದೆ."

ಮುರಾದ್ ಹಲುಬಿದ : "ನಾನು 'ಮೂರು' ಹೇಳಿ ಪಕ್ಕಕ್ಕೆ ಜಿಗಿದೊಡನೆ, ಅವನೂ ನನ್ನೊಂದಿಗೆ ಸನ್ನೆಗೋಲನ್ನು ಬಿಟ್ಟು ಬಿಡ್ತಾನೆ ಅಂತ ಖಂಡಿತವಾಗಿ ನಾನೆಣಿಸಿದ್ದೆ..."

ಅಷ್ಟರಲ್ಲಿ ಕಿತ್ತಾಯೆವ್ ಮಮೆದ್‌ನ ಕಡೆ ತಿರುಗಿ ಆಜ್ಞಾಪಿಸಿದ :

"ಮಮೆದ್ ನೀನು ದಂಡೆಗೆ ಹೋಗಿ ದೋಣಿ ಯಾಕೆ ಬಂದಿಲ್ಲ ಅಂತ ವಿಚಾರಿಸ್ತೀಯ ?... ಅಗಾಸಿಯನ್ನು ಅನುಕೂಲ ಕಾಣೋ ಹಾಗೆ ಮಲಗಿಸೋಣ,."

ಹಾಗೆ ಮಲಗಿಸುವಾಗ ಅಗಾಸಿ ಎರಡು ಸಲ ನೋವಿನಿಂದ ಚಡಪಡಿಸಿದ.

ಮಮೆದ್ ಹೇಳಿದ : "ಅಗಾಸಿ ತಾನಾಗಿ ಕೆಲಸ ಮಾಡಲು ಒಪ್ಪಿ ಬಂದ ಅಂದರೆ ಅವನಿಗೆ ಪಿಂಚಣಿ ಸಿಗೋದಿಲ್ಲ. ನೀನು ಆಜ್ಞಾಪಿಸಿದ್ದರಿಂದ ಅವನು ಕೆಲಸ ಮಾಡಲು ಮುಂದಾದ ಅಂದರೆ ಮಾತ್ರ ಅವನಿಗೆ ಪಿಂಚಣಿ..."

"ಅದೆಲ್ಲ ಬರೀ ಬುರುಡೆ. ಅವನಿಗೆ ಪಿಂಚಣಿ ಸಿಕ್ಕೇಸಿಗ್ತದೆ."

"ಆದರೆ ಅವನಿಗೆ ನ್ಯಾಯಬದ್ಧವಾಗಿ ದೊರಕಬೇಕಾದಷ್ಟು ಹಣಸಿಗೋದಿಲ್ಲ. ಆಜ್ಞೆಯಿಲ್ಲದೆ ಕೆಲಸದಲ್ಲಿ ತೊಡಗಿರುವಾಗ ಅಂಗವಿಕಲರಾಗೋ ವ್ಯಕ್ತಿಗಳ ವಿಷಯದಲ್ಲಿ ಅದರ ಬಗ್ಗೆ ಒಂದು ಪ್ರತ್ಯೇಕ ನಿಯಮವೇ ಇದೆ. ಅಲ್ಲದೆ ಅವನಿಗೆ ಸುರಕ್ಷಣಾ ಮುನ್ನೆಚ್ಚರಿಕೆಗಳ ಬಗ್ಗೆ ಯಾರೂ ಹೇಳಿಕೊಟ್ಟಿರಲಿಲ್ಲ, ಅಲ್ವೆ ?"

ಅದಕ್ಕೆ ಕಿತ್ತಾಯೆವ್ ಹೇಳಿದ :

"ನಾನು ಕೆಲಸ ಮಾಡು ಅಂತ ಅವನನ್ನ ಎಲ್ಲಿ ಒತ್ತಾಯಿಸಿದೆ ? ಅವನಿಗೆ ಪೂರ್ತಿ ಪಿಂಚಣಿ ಸಿಕ್ಕೇಸಿಗ್ತದೆ... ನಿನಗೆ ಕಾನೂನು ಸರಿಯಾಗಿ ತಿಳಿದಿಲ್ಲ. ಸುಮ್ಮನಿರು. ಅಪಘಾತ ಪರಿಹಾರ

ಕೊಡದಿರೋದು ಮನೆಯಲ್ಲಿ ಪೆಟ್ಟಾಗಿದ್ದರೆ ಮಾತ್ರ, ಅವನನ್ನ ಕೆಲಸಕ್ಕೆ ನಾನು ಒತ್ತಾಯಿಸಿದೆ ಅಂತ ಅವನು ಹೇಳಿಕೆ ಕೊಟ್ಟರೆ, ಅದರಿಂದ ನನಗೆ ನಿಜವಾಗಿಯೂ ಆಪತ್ತು ಒದಗೋದು ಖಂಡಿತ. :

"ಇಷ್ಟಕ್ಕೆಲ್ಲ ನಾನೇ ಕಾರಣ. ಈ ಕೊಳವೆಗಳನ್ನ ಸನ್ನೆಗೋಲಿನಿಂದೆತ್ತಿ ಮೇಲೆ ಹಾರಿಸೋದಕ್ಕೆ ಹೇಳಿದವ ನಾನೇ..." – ಮುರಾದ್ ಕಸಿವಿಸಿಯಿಂದ ಹಪಹಪಿಸಿದ.

"ಸಾಕು ನಿಲ್ಲಿಸಯ್ಯ ಈ ನಿನ್ನ ಗೋಳುಕರೆ... ನನಗಂತೂ ಇದರಿಂದ ಸಾಕು ಸಾಕಾಗಿ ಹೋಗಿದೆ..." ಎಂದ ಕಿತ್ತಾಯೆವ್.

ದೋಣಿ ಬಂತು. ವೈದ್ಯ ಅಗಾಸಿಯ ಬೂಟನ್ನು ಕಳಚಲು ಸಮ್ಮತಿಸಲಿಲ್ಲ. ಅವನೆಂದ :

"ಇವನನ್ನ ದಂಡೆಗೆ ಸಾಗಿಸಬೇಕಾಗ್ತದೆ. ಅಂದ ಹಾಗೆ, ಇದು ಹೇಗಾಯಿತು ?"

ಮುರಾದ್ ತಪ್ಪಿತಸ್ಥನಂತೆ ಹೇಳಿದ : "ನಾವು ಕೊಳವೆಗಳನ್ನು ವಿಂಗಡಿಸಿದ್ದೆವು – ಅವುಗಳ ಕೆಳಗೆ ಸನ್ನೆಗೋಲುಗಳನ್ನ ತೂರಿಸಿ... ಉದ್ದನೆಯ ದೊಡ್ಡ ಕೊಳವೆಗಳು."

ವೈದ್ಯ ಅವನನ್ನು ಮಧ್ಯದಲ್ಲೇ ತಡೆದು ನುಡಿದ : "ಸರಿ, ಭಾರಕ್ಕೆ ಅವನ ಕೈತಪ್ಪಿ ಸನ್ನೆಗೋಲಿನ ಜತೆ ಕೊಳವೆಗಳು ಅವನ ಬೂಟಿನ ಮೇಲೆ ಬಿದ್ದವು... ಅಲ್ಲವೇ ?"

ಆಮೇಲೆ ರಿಪೋರ್ಟು ಸಿದ್ಧವಾಯಿತು. ಉಗಿದೋಣಿ ಕತ್ತಲಲ್ಲಿ ಮರೆಯಾಯಿತು. ಕಿತ್ತಾಯೆವ್ ಡ್ರಿಲ್ಲಿಂಗ್ ಯಂತ್ರದ ಮೋಟಾರನ್ನು ಚಾಲುಗೊಳಿಸಿದ. ಮುರಾದ್ ಮತ್ತು ಮಮೆದ್ ಗಾರೆ ಕೆಲಸದಲ್ಲಿ ಮಗ್ನರಾದರು. ಮುರಾದನಿಗೆ ಮೈಬಿಸಿಯೇರಿತ್ತು. ರಾತ್ರಿ ಕಳೆಯುವುದೇ ಇಲ್ಲವೇನೋ ಅನ್ನಿಸಿತು. ಇನ್ನೂ ಐದು ಗಂಟೆಯಾಗಿತ್ತು. ಮುರಾದ್ ಈ ಎಲ್ಲ ಅನಾಹುತಕ್ಕೆ ತಾನೇ ಕಾರಣನೆಂದು ಹೇಳಹೊರಟಾಗ, ಮಮೆದ್‌ಗೆ ಬೇಸರವಾಗಿ ಅವನ ಮಾತಿಗೆ ಕಿವಿಗೊಡಲು ನಿರಾಕರಿಸಿ ಹೇಳಿದ :

"ನೀನು ಹೇಳೋದನ್ನು ಕೇಳೋ ಇಚ್ಛೆ ನನಗಿಲ್ಲ. ಅದಿಲ್ದೇನೇ ಈ ಘಟನೆ ಇಡೀ ರಾತ್ರಿ ನನ್ನನ್ನು ಕನಸಿನಲ್ಲಿ ಕಾಡಲಿದೆ."

ಮುಂದಿನ ಮೂರು ತಾಸಿನ ಹೊತ್ತು ಅವರು ಕಬ್ಬಿಣದ ಅದಿರನ್ನು ಸಮ್ಮಿಶ್ರಕ ಯಂತ್ರದಲ್ಲಿ ಹಾಕಿ ಅದಕ್ಕೆ ಸೋಡಿಯಂ ಲವಣವನ್ನು ಬೆರೆಸತೊಡಗಿದರು.

ಮನೆಗೆ ಹಿಂತಿರುಗುವಾಗ, ಸ್ವಭಾವತಃ ವಾಚಾಳಿಯಾಗಿದ್ದ ಕಿತ್ತಾಯೆವ್ ಸಹ ಮೂಕನಂತೆ ಸುಮ್ಮನೆ ನಡೆದಿದ್ದ.

*   *   *

ಮುರಾದ್ ಮನೆ ಹೊಕ್ಕಾಗ ಅವನ ತಂದೆ ಸೋಫಾದಲ್ಲಿ ಒರಗಿದ್ದ.

ಅವನ ಸುತ್ತ ವೃತ್ತ ಪತ್ರಿಕೆಗಳು ಹರಡಿದ್ದವು. ಮುರಾದನ ತಾಯಿ ಕೆಲಸಕ್ಕೆ ಹೋಗಲು ಸಿದ್ಧವಾಗುತ್ತಿದ್ದಳು. ತಂದೆ ತಾಯಿಗಳ ನಡುವೆ ಮಾತಿನ ಜಗಳ ಹತ್ತಿತ್ತು. ಅವನ ತಂದೆ ಕಿರಿಚುತ್ತಿದ್ದ:

"ಲೇ, ಸಾವಿರ ಸಲ ನಿನಗೆ ಹೇಳಿದ್ದೇನೆ, ನನ್ನನ್ನು ಹಂಗಿಸಬೇಡ ಅಂತ. ಆದ್ರೂ ನಿನ್ನ ಚಾಳಿ ನೀನು ಬಿಡೋದಿಲ್ಲ ಅಲ್ವ? ಯಾವಾಗ ನೋಡಿದರೂ ನಾನು 'ಬುದ್ಧಿಯಿಲ್ಲದವ' 'ದಡ್ಡ' ಅಂತಿರ್ತೀಯ ನೀನು ಹಾಗೆ ಹೇಳಿದಾಗಲೆಲ್ಲ ನನ್ನ ತಲೆಮೇಲೆ ಸುತ್ತಿಗೆಯಿಂದ ಬಡಿದ ಹಾಗಾಗ್ತದೆ..."

ಈ ಮಾತುಗಳನ್ನು ತಾಯಿ ತಲೆಗೆ ಹಾಕಿಕೊಳ್ಳದೆ ತಿರಸ್ಕಾರದಿಂದ "ಈ ಮನೇಲಿ ಶಿಸ್ತು ಅನ್ನೋದೇ ಹಾಳಾಗಿಬಿಟ್ಟಿದೆ..." ಎಂದು ಗೊಣಗಿದಳು.

ಮುರಾದ್ ಮಲಗುವ ಕೊಠಡಿಗೆ ನಡೆದು, ಚಿಲುಕ ಹಾಕಿದ. ಹಾಸಿಗೆಯ ಮೇಲೆ ಅಡ್ಡಾದಾಗ ನಿದ್ದೆ ಹತ್ತದೆ, ಎದ್ದುಕೂತ. ಬಾಗಿಲಿನ ಆಚೆ ಬದಿಯಿಂದ ಅವನಿಗೆ ತಾಯಿಯ ಸ್ವರ ಕೇಳಿಸಿತು. ಅವಳ ಧ್ವನಿ ವಿಚಿತ್ರವಾಗಿ ಎಳೆದೆಳೆದು ಹೊರಡುತ್ತಿತ್ತು. ಬಹುಶಃ ಆಕೆ ಲಿಪ್‌ಸ್ಟಿಕ್ ಲೇಪಿಸಿಕೊಳ್ಳುತ್ತಿದ್ದಿರಬೇಕು. ಅವಳು ಹೇಳುತ್ತಿದ್ದಳು :

"ನಿನ್ನಿಂದ ನನ್ನ ಜೀವನವೇ ಹಾಳಾಯ್ತು... ನಿನ್ನ ದಸೆಯಿಂದ ಇನ್‌ಸ್ಟಿಟ್ಯೂಟ್‌ಗೆ ಹೋಗೋದನ್ನೂ ನಾನು ನಿಲ್ಲಿಸಬೇಕಾಯ್ತು."

ಆಮೇಲೆ ಅವಳು ಆಚೆ ಹೋದಳು.

ಮುರಾದ್ ತನ್ನ ತಂದೆಗೆ ಕೂತಲ್ಲಿಂದಲೇ ಪ್ರಶ್ನಿಸಿದ : "ಅಪ್ಪ ಇದೇನು ನಡೆಸಿದ್ದೀರಿ ನೀವಿಬ್ರೂ ?..."

ಅವನ ತಂದೆ ಪತ್ರಿಕೆಗಳನ್ನು ನೆಲಕ್ಕೆ ತಳ್ಳಿದ್ದರಿಂದ ಉಂಟಾದ ಸರಸರ ಸದ್ದು ಮುರಾದನಿಗೆ ಕೇಳಿಸಿತು.

"ಇನ್ನೇನು, ಯಥಾಪ್ರಕಾರ ಅದೇ ಜಗಳಾನೇ... ಅದಿರಲಿ ಮುರಾದ್, ನೀನಿನ್ನೂ ತಿಂಡಿ ತಿಂದಿಲ್ಲವಲ್ಲ ಯಾಕೆ ?"

"ಯಾಕೋ ಮನಸ್ಸಿಲ್ಲ... ಇವತ್ತು ಒಂದು ಗಂಡಾಂತರ ಒದಗಿ..."

"ಹಾಂ ! ಏನು, ಏನಾಯ್ತು ?"

"ಸನ್ನೆಗೋಲು ಬಿದ್ದು ನನ್ನ ಸಹೋದ್ಯೋಗಿಯ ಕಾಲು ಜಜ್ಜಿ ಹೋಯಿತು."

"ಛೆ ! ಛೆ ! ಹಾಗಾಗಬಾರದಿತ್ತು ಪಾಪ... ಇವೊತ್ತಿನ ಪತ್ರಿಕೆ ನೋಡಿದೆಯಾ ? ನಮ್ಮೂರಿಗೆ ಡಿಗಾಲ್ ಬರ್ತಾನಂತೆ..."

"ಅದೆಲ್ಲ ನನ್ನ ತಪ್ಪಿನಿಂದಾಗಿ."

"ಹ್ಯಾಗೆ ?"

"ಅವನು ಸನ್ನೆಗೋಲನ್ನ ಕೈಬಿಟ್ಟ ಮೇಲೆ ನಾನೂ ಬಿಡಬೇಕಿತ್ತು. ಹಾಗೆ ಮಾಡಿದ್ರೆ ಈ ಅಪಘಾತ ಸಂಭವಿಸ್ತಿರ್ಲಿಲ್ಲ."

"ಓಹ್ ! ಅದನ್ನ ಹೇಳ್ತಿದೀಯ ?... ನಾನು ಡಿಗಾಲ್ ನಮ್ಮೂರಿಗೆ ಭೇಟಿಕೊಡೋ ವಿಷಯ ಹೇಳ್ತಿದೀಯೇನೋ ಅನ್ಕೊಂಡೆ. ಪಾಪ, ನಿನ್ನ ಸಹೋದ್ಯೋಗಿಗೆ ಹಾಗಾಗಿದ್ದು ತುಂಬ ಅನ್ಯಾಯ... ತುಂಬಾ ಅನ್ಯಾಯ !"

ಮುರಾದನಿಗೆ ಮನೆಯಲ್ಲಿ ಕೂರುವುದು ಹಿಂಸೆಯಾಗಿ ಪರಿಣಮಿಸಿತ್ತು. ಎದ್ದು ಹೊರಗೆ ಹೋಗುತ್ತ, "ಸ್ವಲ್ಪ ಸುತ್ತಾಡಿಕೊಂಡು ಬರ್ತೀನಿ" ಎಂದ.

"ನಿಮ್ಮಮ್ಮ ಅಡಿಗೆ ಮಾಡಿಹೋಗಿದ್ದಾಳೆ. ಒಂದಿಷ್ಟು ತಿಂದ್ಕೊಂಡು ಹೋಗೊ."

"ತಿನ್ನೋ ಮನಸಿಲ್ಲ." ಎಂದು ಮುರಾದ್ ಹೊಸ್ತಿಲು ದಾಟಿದ. ಗೇಟಿನ ಬಳಿ ಹುಡುಗರು ಪಗಡೆ ಆಡುತ್ತಿದ್ದರು. ಅವರೆಲ್ಲ ಮುರಾದನಿಗೆ ಪರಿಚಿತರೇ. ಅವನೆಂದರೆ ಹುಡುಗರಿಗೆ ಸಲಿಗೆ. ಅವರಲ್ಲೊಬ್ಬ ಕೇಳಿದ :

"ಅದ್ಯಾಕೆ ಮುರಾದಣ್ಣ, ಒಂದು ಥರ ಮಂಕಾಗಿ ಕಾಣಿಸ್ತಿದೀಯಲ್ಲ ?"

"ನನ್ನ ಸಹೋದ್ಯೋಗಿಯೊಬ್ಬ ಸನ್ನೆಗೋಲನ್ನ ಕಾಲ ಮೇಲೆ ಹಾಕ್ಕೊಂಡು ಪೆಟ್ಟುಮಾಡಿಕೊಂಡ..."

"ಅದ್ಯಾವ ದೊಡ್ಡ ವಿಚಾರ ಬಿಡು ! ನಿನಗೆ ಗೊತ್ತಾಗ್ಲಿಲ್ವ, ನಿನ್ನೆ ಬಲಖಾನೆ ಹೆದ್ದಾರಿಯಲ್ಲಿ

ವೋಲ್ಗಾ ಎಕ್ಸ್‌ಪ್ರೆಸ್ ಡಿಕ್ಕಿ ಹೊಡೆದು ನುಚ್ಚು ನೂರಾಯಿತಂತೆ... ಇಬ್ಬರು ಮಕ್ಕಳು, ಅವರ ತಂದೆ ಅಪಘಾತದಲ್ಲಿ ಸತ್ತರಂತೆ..."

ಮುರಾದ್ ಮುಗುಮ್ಮಾಗಿ ನಾಡಗೆ ಬೀದಿಯಲ್ಲಿ ಸಾಗಿದ. ಮೊದಲು ನಿಧಾನವಾಗಿ ನಡೆಯುತ್ತಿದ್ದವ, ಬರಬರುತ್ತ ಜೋರಾಗಿ ಹೆಜ್ಜೆಹಾಕತೊಡಗಿದ – ಓಡುತ್ತಿದ್ದ ಅಂದರೂ ತಪ್ಪಾಗದು. ಅವನು ಆಸ್ಪತ್ರೆ ತಲಪಿದ್ದ. ಆದರೆ ದಪ್ಪನೆಯ ನರ್ಸೊಬ್ಬಳು ಅವನನ್ನು ಒಳಕ್ಕೆ ಹೋಗಲು ಬಿಡದೆ, ಹೇಳಿದಳು :

"ಒಳಗೆ ಬಿಡೋದು ಮಧ್ಯಾಹ್ನ ಮೂರುಗಂಟೆಯಾದ ಮೇಲೆ... ಅಲ್ಲದೆ ನಿನ್ನ ಸ್ನೇಹಿತ ಯಾರನ್ನೂ ನೋಡಲು ಇಷ್ಟಪಡ್ತಿಲ್ಲ... ಮೂರು ದಿವಸ ಬಿಟ್ಟು ಬಾ."

ಬೀದಿ ಬಿಕೋ ಅನ್ನುತ್ತಿತ್ತು. ಅವನ ಮುಂದೆ ನರಪೇತಲ ನಾಯಿಯೊಂದು ಓಡುತ್ತಿತ್ತು. ಎಲ್ಲಿಗೆ ಹೋಗುವುದೆಂದು ಮುರಾದನಿಗೆ ತಿಳಿಯಲಿಲ್ಲ. ಊರಿನೊಳಗೆ ಅಲೆಯುವುದು ಅವನಿಗೆ ಇಷ್ಟವಾಗಲಿಲ್ಲ. ಮಮೆದ್‌ನನ್ನು ನೋಡೋಣವೆಂದುಕೊಂಡ. ಅದರೆ ಅವನು ರಾತ್ರಿಯೆಲ್ಲ ಕೆಲಸ ಮಾಡಿದ್ದರಿಂದ, ಈಗ ನಿದ್ರೆ ಮಾಡುತ್ತಿರುತ್ತಾನೆ ಅನ್ನಿಸಿತು. ಸುರಖಾನಿಯಲ್ಲಿ ಅವನಿಗೆ ಬೇರೆ ಯಾರೂ ಗೆಳೆಯರಿರಲಿಲ್ಲ. ಮುಂದೋಡುತ್ತಿದ್ದ ನಾಯಿ ಬಾರ್‌ನ ಎದುರು ನಿಂತಿತು. ಮುರಾದನನ್ನು ನೋಡಿ ಆಕಳಿಸಿತು. ಮುರಾದ್ ಕೂಡ ಅಲ್ಲೇ ನಿಂತ. ಬೀರ್‌ಗೆ ಆರ್ಡರ್ ಮಾಡಿದ.

ಬಾರಿನ ಮಾಲಿಕ ಮುರಾದನನ್ನು ಬೇಡಿಕೊಂಡ :

"ನಿನಗೇನೂ ಅವಸರವಿಲ್ಲ ತಾನೆ? ನನಗೆ ಒಂದು ಚೂರು ಸಹಾಯ ಮಾಡ್ತೀಯ? ಸ್ವಲ್ಪಹೊತ್ತು ಅಂಗಡಿ ನೋಡಿಕೊಂಡಿರು. ಈಗ ಬಂದ್ಬಿಡ್ತೀನಿ.'

ಪಕ್ಕದ ಗೇಟಿನೊಳಕ್ಕೆ ತೂರಿ ಬಾರ್ ಮಾಲಿಕ ಮರೆಯಾದ. ನಾಯಿ ಅವನನ್ನು ಹಿಂಬಾಲಿಸಿತು. ಕಡ್ಡಿಯಂಥ ಕೃಶವಾದ ಅದರ ಕಾಲುಗಳನ್ನೇ ಮುರಾದ್ ನೋಡುತ್ತ ನಿಂತ.... ಅವನ ಮನಸ್ಸು ಅಗಾಸಿಯ ವಿಚಾರವನ್ನು ಮತ್ತೆ ನೆನೆಯುತ್ತಿತ್ತು. ಅವನು ಮೊದಲು ಸನ್ನೆಗೋಲನ್ನು ಕೈಬಿಟ್ಟಿದ್ದರೆ ತಾನು ಕೊಳವೆಗಳನ್ನು ತಡೆಯಬಹುದಿತ್ತೊ ಏನೊ.

ಆದರೆ ಅಗಾಸಿ ಅವಶ್ಯವಾದದ್ದಕ್ಕಿಂತ ತುಸು ಹೆಚ್ಚು ಹೊತ್ತು ಸನ್ನೆ ಗೋಲನ್ನು ಹಿಡಿದುಕೊಂಡಿದ್ದ. ಪೆಟ್ಟಾಗಿ, ಅವನು ಈಗ ಆಸ್ಪತ್ರೆಯಲ್ಲಿ ನರಳುತ್ತಿದ್ದಾನೆ, ಪಾಪ! – ಈ ನೆನಪಿನ ನಡುವೆ ಮುರಾದ್ ಬೀರ್ ಹೀರುತ್ತ. ಮುಂದೆ ಎಲ್ಲಿಗೆ ಹೋಗುವುದೆಂದು ಚಿಂತಿಸಿದ. ಈ ಅಂಗಡಿ ಕಾಯುವ ಕೆಲಸ ಒಂದು ರೀತಿಯಿಂದ ಒಳ್ಳೆಯದೇ. ಯೋಚಿಸಲು ಒಂದಷ್ಟು ಸಮಯವಾದರೂ ಸಿಕ್ಕಿತ್ತು... ಮನೆಗೆ ಹೋಗಲು ಬೇಜಾರು. ಎಲ್ಲಾದರೂ ಹೋಗಬೇಕು... ಆದರೆ ಎಲ್ಲಿಗೆ? ಸಿನಿಮಾಕ್ಕೆ ಹೋಗುವುದೆ? ಚೆಂಡಾಟ ವೀಕ್ಷಿಸಲು ಕ್ರೀಡಾಂಗಣಕ್ಕೆ ಹೋಗುವುದೆ? ಶೂಟಿಂಗ್ ಗ್ಯಾಲರಿಗೆ? ಸ್ನಾನ ಗೃಹಗಳಿಗೆ? ಅಥವಾ ಉಪಾಹಾರ ಗೃಹಕ್ಕೆ ಹೋದರೆ ಹೇಗೆ? ಹೂಂ! ಯಾಕಾಗಬಾರದು....

ಉಪಾಹಾರ ಗೃಹಕ್ಕೆ ಹೋಗಿ ಕೂತು ಏನಾದರೂ ತಿಂದರಾಯಿತು. ತರಕಾರಿಯಿಂದ ಮಾಡಿದ ಒಡೆಯನ್ನೊ, ಇಲ್ಲವೆ ಕೆಂಪು ಮೂಲಂಗಿ ಹಾಕಿ ಮಾಡಿದ ಬಜ್ಜಿಯನ್ನೊ... ಇಂಥ ಸಾಧಾರಣ ತಿನಿಸಲ್ಲದೆ ಇನ್ನೇನು ತಾನೆ ತಯಾರಿಸಿಯಾರು ಆ ಪಥ್ಯಾಹಾರಿ ಹೋಟೆಲಲ್ಲಿ? ಒಂದು ವರ್ಷದಿಂದ ಅವನು ಅಲ್ಲಿಗೆ ಹೋಗುತ್ತಿದ್ದರೂ, ಅಲ್ಲಿ ಯಾವ ಯಾವ ತಿಂಡಿ ಮಾಡುತ್ತಾರೆ ಎನ್ನುವುದು ಅವನಿಗೆ ಗೊತ್ತಿರಲಿಲ್ಲ. ರೀನಾ ಮತ್ತು ತಾನು ಪರಸ್ಪರ

ಮಾತಾಡಿರಲಿಲ್ಲ. ಯಾರಾದರು ಯಾಕೆ ಮಾತಾಡಲಿಲ್ಲ ಎಂದು ಕೇಳಿದರೆ, ತನಗೆ ಉತ್ತರ ಕೊಡುವುದು ಸಾಧ್ಯವಿರಲಿಲ್ಲ... ಅಗಾಸಿ ಮದುವೆಯಾಗುವುದಕ್ಕೆ ಯಾಕಿಷ್ಟು ಆತುರ ಪಡುತ್ತಿದ್ದಾನೆ ? ಗೊತ್ತಿಲ್ಲ ! ಅವನು ಸರಿಯಾದ ಹೊತ್ತಿನಲ್ಲಿ ಸನ್ನೆಗೋಲನ್ನೇಕೆ ಕೈಯಿಂದ ಬಿಡಲಿಲ್ಲ ? ಗೊತ್ತಿಲ್ಲ !

ಇತರರ ಬಗ್ಗೆಯೂ ಅವನಿಗೆ ಹೆಚ್ಚು ಗೊತ್ತಿರಲಿಲ್ಲ. ದೋಣಿಯ ಮೇಲ್ವಿಚಾರಕರು ಕಾನೂನು ಕಾನೂನು ಎಂದು ಗೊಣಗುತ್ತಲೇ, ಅದನ್ನು ಉಲ್ಲಂಘಿಸಿ, ಬಿರುಗಾಳಿಯನ್ನೂ ಲೆಕ್ಕಿಸದೆ, ಜನರನ್ನು ದೋಣಿಯಲ್ಲಿ ಗಿಡಿಯುವುದು ಯಾಕೆ ? ಗೊತ್ತಿಲ್ಲ. ಇವೆಲ್ಲ ಹಾಳಾಗಿ ಹೋಗಲಿ, ತನ್ನ ಬಗ್ಗೆ ತನಗೇ ಏನಾದರೂ ಗೊತ್ತಿದೆಯೆ ? ಇಲ್ಲ. ತಾನು ಒಳ್ಳೆಯವನೋ ಕೆಟ್ಟವನೊ, ಜಾಣನೊ, ಧೀರನೊ ಹೆಡ್ಡನೊ, ಪುಕ್ಕನೊ–ಗೊತ್ತಿಲ್ಲ. ಅವನಿಗೆ ಗೊತ್ತಿದ್ದ ಸಂಗತಿಯೆಂದರೆ, ತಾನು ಸನ್ನೆಗೋಲನ್ನು ಬಲುಬೇಗ ಕೈಯಿಂದ ಬಿಟ್ಟಿದ್ದು ! ಜೊತೆಗೆ ಅಗಾಸಿ ಯಾಕೆ ಆ ಹುಡುಗಿಯೆಂದರೆ ಪ್ರಾಣ ಬಿಡುತ್ತಾನೆಂಬುದು ಸ್ವಲ್ಪ ಗೊತ್ತು. ಎಲ್ಲವನ್ನೂ ರಹಸ್ಯವಾಗಿಡುವ ಅಗಾಸಿಗೆ ಈ ವಿಷಯವನ್ನು ಮಾತ್ರ ಬಚ್ಚಿಡಲಾಗಿರಲಿಲ್ಲ. ಅವಳನ್ನು ಇಷ್ಟೊಂದು ಹಚ್ಚಿಕೊಳ್ಳುವುದಕ್ಕೆ ಕಾರಣ, ಇವನೇನೇ ಗಳಹುತ್ತಿರಲಿ, ಆ ಹುಡುಗಿ ತಾಳ್ಮೆಯಿಂದ ಆಲಿಸುತ್ತಾಳೆ. ನಡುವೆ ಅವನನ್ನು ತಡೆಯುವುದಿಲ್ಲ. ಅವಳಿಗೆ ಇವನ ಪ್ರತಿಯೊಂದು ವರ್ತನೆಯೂ ಅಚ್ಚುಮೆಚ್ಚು. ಹೂಂ ! ಮಾತಾಡುತ್ತಿರುವಾಗ ನಡುವೆ ತಡೆಯಲು ಪ್ರಯತ್ನಿಸ ದಿರುವುದು ಬಹಳ ಮುಖ್ಯ. ಮನುಷ್ಯ ತನ್ನ ಮಾತುಗಳನ್ನು ಯಾರಾದರೂ ಗಮನವಿಟ್ಟು ಕೇಳಲೆಂದು ತಹತಹ ಪಡುತ್ತಿರುತ್ತಾನೆ... ಹೀಗೆ ಆಲೋಚನೆ ಸಾಗಿದ್ದಾಗ ಬಾರಿನ ಮಾಲಿಕ ಪ್ರತ್ಯಕ್ಷನಾಗಿ, "ತುಂಬ ಥ್ಯಾಂಕ್ಸ್. ಬೆಳಿಗ್ಗೆಯಿಂದ ಪರಿಹಾರ ಕಾಣದೆ ಒದ್ದಾಡ್ತಿದ್ದೆ. ಅಂಗಡಿ ನೋಡಿಕೊಳ್ಳೋದಕ್ಕೆ ಯಾರೂ ಸಿಕ್ಕಿರಲಿಲ್ಲ, ನಿನ್ನಿಂದ ಉಪಕಾರವಾಯಿತು" ಎಂದ.

"ಬಿಲ್ ಎಷ್ಟಾಯಿತು ?" ಮುರಾದ್ ಪ್ರಶ್ನಿಸಿದ.

"ನೀನು ಎಷ್ಟು ಬೀರ್ ಕುಡಿದೆ ?"

"ಬಹಳ ಕುಡಿದಿದೇನೆ. ಬಹುಶಃ ಒಂದು ಪೀಪಾಯಿಯಷ್ಟು ಮುಗಿಸಿರಬಹುದು !"

"ನೀನು ಕುಡಿದಿರೋದು ಮೂರೇ ಗ್ಲಾಸು. ನಾನು ನಿನಗೆ ಕೊಟ್ಟಿದ್ದೇ ಅಷ್ಟು. ಆಮೇಲೆ ನೀನಾಗಿ ಬೀರ್ ತೆಗೆದುಕೊಂಡಿಲ್ಲ ಅಂತ ನನಗೆ ಗೊತ್ತು.

"ಹಾಗೆ ತೆಗೆದುಕೊಳ್ಳೋ ಧೈರ್ಯ ನಾನು ಮಾಡದೆ ಇದ್ದದ್ದು ಒಳ್ಳೆಯದೇ ಆಯ್ತು. ನನ್ನ ಹತ್ತಿರ ಹೆಚ್ಚು ಹಣವಿಲ್ಲ."

"ಪರವಾಯಿಲ್ಲ, ನಾಳೆ ಕೊಡು."

"ಮೂರು ಗ್ಲಾಸ್ ಬೀರ್‌ಗೆ ಸಾಕಾಗೋ ಅಷ್ಟು ಹಣ ನನ್ನ ಹತ್ತಿರ ಇದೆ. ಆದರೆ ಒಂದು ಇಡೀ ಪೀಪಾಯಿಯ ಬೆಲೆ ನೀನು ಕೇಳಿದ್ದರೆ ಕೊಡೋದಕ್ಕೆ ಆಗ್ತಿರ್ಲಿಲ್ಲ."

ಆಮೇಲೆ ಮುರಾದ್ ಪಥ್ಯಾಹಾರಿ ಹೋಟೆಲಿನ ಕಡೆ ಹೆಜ್ಜೆಹಾಕಿದ. ❍

○ ಕಾನ್‌ಸ್ತಂತಿನ್ ಸಿಮನವ್

ಮೂರನೆಯ ಸಹಾಯಕ

ಆ ಕಾಮಿಸಾರನಿಗೆ* ಹೇಡಿಗಳು ಧೀರರಿಗಿಂತ ಬೇಗ ಸಾಯುತ್ತಾರೆಂಬ ನಂಬಿಕೆ ದೃಢವಾಗಿತ್ತು. ಗಾದೆಗೆ ಸಮಾನವಾದ ಆ ಮಾತನ್ನು ಅವನು ಪದೇ ಪದೇ ಹೇಳುತ್ತಿದ್ದ. ಅದನ್ನು ಶಂಕಿಸಿದವರ ಬಗ್ಗೆ ಅವನಿಗೆ ವಿಪರೀತ ಸಿಟ್ಟು ಬರುತ್ತಿತ್ತು.

ಸೈನಿಕರಿಗೆ ಅವನ ಬಗ್ಗೆ ಮೆಚ್ಚುಗೆಯಿದ್ದಂತೆ ಭಯವೂ ಇತ್ತು. ಯುದ್ಧದ ಪರಿಸರಕ್ಕೆ ಸಲೀಸಾಗಿ ಹೊಂದಿಕೊಳ್ಳುವಂತೆ ಸೈನಿಕರನ್ನು ತಿದ್ದುವ ವಿಶೇಷ ವಿಧಾನ ಅವನಿಗೆ ಕರಗತವಾಗಿತ್ತು. ಯುದ್ಧಕ್ಕೆ ಅಳುಕುತ್ತಿದ್ದ ವ್ಯಕ್ತಿಗಳನ್ನು ಆತ ಸುಲಭವಾಗಿ ಗುರುತಿಸುತ್ತಿದ್ದ. ಸೇನಾ ಕೇಂದ್ರದಿಂದಲೊ ತುಕಡಿಯೊಂದರಿಂದಲೊ ಅಂಥ ವ್ಯಕ್ತಿಯೊಬ್ಬನನ್ನು ಆರಿಸಿ, ಯುದ್ಧಭೂಮಿಯಲ್ಲಿ ತನ್ನ ಜೊತೆಗೆ ಕರೆದೊಯ್ಯುತ್ತಿದ್ದ. ಆ ವ್ಯಕ್ತಿ ಇಡೀ ದಿವಸ ತನ್ನ ಕಣ್ಣೆದುರು ಇರುವಂತೆ ಎಚ್ಚರ ವಹಿಸುತ್ತಿದ್ದ.

ಆಕ್ರಮಣ ನಡೆಸಬೇಕಾದ ಸಂದರ್ಭ ಒದಗಿದರೆ, ಇಬ್ಬರೂ ಅಕ್ಕಪಕ್ಕದಲ್ಲಿ ನಿಂತು ಅದರಲ್ಲಿ ಭಾಗಿಗಳಾಗುತ್ತಿದ್ದರು.

ಈ ಪರೀಕ್ಷೆಯಲ್ಲಿ ತೇರ್ಗಡೆಯಾದವರನ್ನು ಸಂಜೆ ಪುನಃ ಕಾಮಿಸಾರ್ ಭೇಟಿ ಮಾಡುತ್ತಿದ್ದ.

"ನಿನ್ನ ಹೆಸರೇನು ?"– ಇದ್ದಕ್ಕಿದ್ದಂತೆ ಆತ ಕೇಳುತ್ತಿದ್ದ.

ಆಶ್ಚರ್ಯಚಕಿತನಾದ ಅಧಿಕಾರಿ ತನ್ನ ಹೆಸರು ತಿಳಿಸಿದ ಬಳಿಕ ಕಾಮಿಸಾರ್ ಹೇಳುತ್ತಿದ್ದ.

"ಸರಿ, ನನ್ನ ಹೆಸರು ಕೋರ್ನಿವ್. ಆಕ್ರಮಣ ನಡೆಸಿದಾಗ ನಾವು ಜೊತೆಯಲ್ಲಿದ್ದು, ಜೊತೆಯಾಗಿ ಹೊಟ್ಟೆಯ ಮೇಲೆ ತೆವಳಿದ್ದೆವಲ್ಲವೆ ? ಆದ್ದರಿಂದ ನಾವೀಗ ಪರಸ್ಪರರನ್ನು ಅರಿತುಕೊಂಡಿದ್ದೇವೆ ಅಲ್ಲವೇ ?"

ಈ ಸೇನಾ ವಿಭಾಗಕ್ಕೆ ಕೋರ್ನಿವ್ ಕಾಮಿಸಾರ್ ಆಗಿ ಬಂದ ಒಂದು ವಾರದೊಳಗೆ ಅವನ ಇಬ್ಬರು ಸಹಾಯಕರು, ಒಬ್ಬರಾದ ಮೇಲೆ ಒಬ್ಬರಂತೆ ಯುದ್ಧದಲ್ಲಿ ಹತರಾಗಿದ್ದರು.

---

* ಕಾಮಿಸಾರ್ : ಸೇನೆಗೆ ರಾಜಕೀಯ ಮಾರ್ಗದರ್ಶನ, ತರಬೇತಿ ನೀಡುವ ಅಧಿಕಾರಿ.

ಮೊದಲನೆಯವ, ಯುದ್ಧರಂಗದಲ್ಲಿ ಗಾಬರಿಯಾಗಿ ರಕ್ಷಣೆಯ ಕಂದಕ ಬಿಟ್ಟು ಹಿಂದಕ್ಕೆ ತೆವಳಿದ್ದ. ಒಂದು ಮೆಷಿನ್‌ಗನ್ನಿನ ಗುಂಡು ಅವನನ್ನು ಮುಗಿಸಿತ್ತು. ಆ ಸಂಜೆ ಕಾಮಿಸಾರ್ ಸೇನಾಕೇಂದ್ರಕ್ಕೆ ಮರಳುವಾಗ ಆ ಮೊದಲನೆಯ ಸಹಾಯಕನ ಶವವನ್ನು ಅಲಕ್ಷ್ಯದಿಂದ ದಾಟಿದ್ದ. ಒಮ್ಮೆಯಾದರೂ ಅದರತ್ತ ದೃಷ್ಟಿ ಹಾಯಿಸಿರಲಿಲ್ಲ.

ಎರಡನೆಯ ಸಹಾಯಕ ಆಕ್ರಮಣ ಕಾಲದಲ್ಲಿ ಎದೆಯಲ್ಲಿ ಗುಂಡು ನೆಟ್ಟು ಬಿದ್ದಿದ್ದ. ಶತ್ರುಗಳಿಂದ ತಾವು ವಶಪಡಿಸಿಕೊಂಡಿದ್ದ ಕಂದಕದಲ್ಲಿ ಅಂಗಾತ ಒರಗಿದ್ದ ಅವನು ಕಷ್ಟಪಟ್ಟು ಉಸಿರಾಡುತ್ತ ನೀರಿಗಾಗಿ ಬೇಡುತ್ತಿದ್ದ. ಆದರೆ ನೀರಿರಲಿಲ್ಲ. ಕಂದಕದ ಅಡ್ಡಗೋಡೆಯ ಮುಂದಣ ರಣಾಂಗಣದಲ್ಲಿ ಜರ್ಮನ್ ಶತ್ರು ಸೈನಿಕರ ಶವಗಳು ಅಸ್ತವ್ಯಸ್ತವಾಗಿ ಬಿದ್ದಿದ್ದವು. ಅಲ್ಲಿ ಒಂದು ಶವದ ಬಳಿ ನೀರಿನ ಬುದ್ದಲಿಯಿತ್ತು.

ಕಾಮಿಸಾರ್ ತನ್ನ ದುರ್ಬೀನಿನ ಮೂಲಕ ಆ ಬುದ್ದಲಿಯನ್ನು ನೋಡಿದ. ಆ ಬುದ್ದಲಿ ಇದ್ದ ರೀತಿಯಿಂದ, ಅದರಲ್ಲಿ ನೀರಿರಬಹುದು ಎನಿಸಿತು. ಅನಂತರ, ಯೌವನಾವಸ್ಥೆಯನ್ನು ಎಂದೋ ದಾಟಿದ್ದ ತನ್ನ ದಡೂತಿ ಶರೀರವನ್ನು ಕಂದಕದ ಅಡ್ಡಗೋಡೆಯ ಮೇಲಿಂದ ಕೆಳಗೆ ಸರಿಸಿ ರಣರಂಗದ ಮೇಲೆ ಕಾಲಿರಿಸಿದ. ಬಳಿಕ ಎಂದಿನಂತೆ ಅವಸರವಿಲ್ಲದ ತನ್ನದೇ ರೀತಿಯಲ್ಲಿ ಹೆಣಗಳ ಮಧ್ಯೆ ಮುಂದೆ ನಡೆದ.

ಏನು ಕಾರಣವೋ, ಜರ್ಮನರು ಗುಂಡಿನ ಮಳೆ ಸುರಿಸುವುದನ್ನು ತಾತ್ಕಾಲಿಕವಾಗಿ ನಿಲ್ಲಿಸಿದ್ದರು. ಕಾಮಿಸಾರ್ ಆ ನೀರಿನ ಬುದ್ದಲಿಯ ಬಳಿ ಸಾರಿ, ಅದನ್ನೆತ್ತಿ ಅಲುಗಾಡಿಸಿ ನೀರಿದೆಯೆಂದು ಖಾತ್ರಿಪಡಿಸಿಕೊಂಡು, ತನ್ನ ಕಂಕುಳಲ್ಲಿ ಇರುಕಿಸಿದ. ಆಮೇಲೆ ಸ್ವಸ್ಥಾನದ ಕಡೆ ಹೆಜ್ಜೆ ಹಾಕಲು ಹಿಂದಕ್ಕೆ ತಿರುಗಿದ. ಅಷ್ಟರಲ್ಲಿ ಇದ್ದಕ್ಕಿದ್ದಂತೆ ಶತ್ರುಗಳ ಗುಂಡಿನ ದಾಳಿ ಪ್ರಾರಂಭವಾಯಿತು.

ಅವನ ಬೆಂಭಾಗಕ್ಕೆ ಅವರು ಗುಂಡು ಹಾರಿಸುತ್ತಿದ್ದರು. ಬುದ್ದಲಿಗೆ ಎರಡು ಗುಂಡು ತಾಕಿದವು. ಕಾಮಿಸಾರ್ ಆ ಎರಡು ರಂಧ್ರಗಳಿಗೆ ಬೆರಳನ್ನದುಮಿ, ಬುದ್ದಲಿಯನ್ನು ತನ್ನೆದುರು ಹಿಡಿದುಕೊಂಡು ಮುನ್ನಡೆದ. ಅವನು ಮರಳಿ ಕಂದಕದೊಳಕ್ಕೆ ಜಿಗಿದಾಗ, ಆ ಬುದ್ದಲಿಯನ್ನು ಬಹಳ ಎಚ್ಚರಿಕೆಯಿಂದ ಸೈನಿಕನೊಬ್ಬನ ಕೈಗೊಪ್ಪಿಸಿ ಹೇಳಿದ :

"ಇದನ್ನು ನನ್ನ ಸಹಾಯಕನಿಗೆ ಕುಡಿಯಲು ಕೊಡು."

ಅಲ್ಲಿದ್ದ ಇತರ ಸೈನಿಕರಲ್ಲೊಬ್ಬ ಕುತೂಹಲದಿಂದ ಕೇಳಿದ :

"ಅಲ್ಲ, ನೀವು ಗುಂಡಿನ ದಾಳಿಯನ್ನೂ ಲೆಕ್ಕಿಸದೆ ಅಲ್ಲಿಗೆ ಹೋಗಿದ್ದಾಗ ಈ ಬುದ್ದಲಿಯಲ್ಲಿ ನೀರಿಲ್ಲದೆ ಇದ್ದಿದ್ದರೆ... ?"

ಹೀಗೆ ಪ್ರಶ್ನಿಸಿದವನ ಕಡೆ ಅಸಮಾಧಾನದ ನೋಟ ಬೀರಿ ಕಾಮಿಸಾರ್ ಹೇಳಿದ :

"ನಾನು ಇಲ್ಲಿಗೆ ವಾಪಸ್ಸಾಗಿ, ನೀರು ತುಂಬಿದ ಒಂದು ಬುದ್ದಲಿಯನ್ನು ಹುಡುಕಿ ತರಲು ನಿನ್ನನ್ನ ಅಟ್ಟುತ್ತಿದ್ದೆ.

ಸೇನೆಯಲ್ಲಿ ಒಬ್ಬ ಕಾಮಿಸಾರ್ ಮಾಡಲೇಬೇಕೆಂಬ ಕಡ್ಡಾಯವಿಲ್ಲದ ಕೆಲಸಗಳನ್ನು ಸಹ ಕೋರ್ನಿವ್ ಆಗಾಗ ಮಾಡುತ್ತಿದ್ದ. ತನ್ನ ಅಂತಸ್ತಿಗೆ ಹೊಂದದ ಅಂಥ ಯಾವುದಾದರೂ ಕೆಲಸ ಮಾಡಿದ ಮೇಲೆ, ಕೆಲವೊಮ್ಮೆ ಅವನಿಗೆ ಅದನ್ನು ಮಾಡಬಾರದಿತ್ತು ಎಂಬ ಭಾವನೆ ಮೂಡುತ್ತಿತ್ತು. ಆಗ ಅವನಿಗೆ ತನ್ನ ಮೇಲೂ ಅದನ್ನು ನೆನಪು ಮಾಡಿದ ಇತರರ ಮೇಲೂ ಕೋಪ ಬರುತ್ತಿತ್ತು.

ಈಗಿನದು ಅಂಥದೇ ಒಂದು ಪ್ರಸಂಗವಾಗಿತ್ತು. ಆದ ಕಾರಣ ನೀರಿನ ಬುದ್ದಲಿ ತಂದ

ಮೇಲೆ ಅವನು ಆ ಎರಡನೆಯ ಸಹಾಯಕನ ಬಗೆಗೆ ಅಷ್ಟೇನೂ ಮುತುವರ್ಜಿ ವಹಿಸದೆ ಯುದ್ಧಭೂಮಿಯತ್ತ ನೋಡುವುದರಲ್ಲಿ ತಲ್ಲೀನನಾದ.

ಹದಿನೈದು ನಿಮಿಷಗಳಾದ ಬಳಿಕ ಅವನು ತುಕಡಿಯ ನಾಯಕನಿಗೆ ಒಂದು ಅನಿರೀಕ್ಷಿತ ಪ್ರಶ್ನೆ ಹಾಕಿ ಅವನನ್ನು ಗಲಿಬಿಲಿಗೊಳಿಸಿದ.

"ಸರಿ, ಆ ಗಾಯಾಳುವನ್ನು ಆಸ್ಪತ್ರೆಗೆ ಕಳುಹಿಸಿಕೊಟ್ಟಿದ್ದೀಯ ?"

"ಇಲ್ಲ. ಈಗ ಸಾಗಿಸೋದು ಕಷ್ಟ. ಕತ್ತಲಾಗೋತನಕ ಕಾಯಬೇಕು."

"ಸರಿ ಹಾಗಿದ್ದರೆ, ಸಾಗಿಸೋದಕ್ಕೆ ಮುಂಚೆಯೇ ಅವನು ಪ್ರಾಣ ಬಿಡ್ತಾನೆ."

ಹೀಗೆಂದು ಕಾಮಿಸಾರ್ ಅಲ್ಲಿಂದ ನಡೆದ – ಆ ಪ್ರಕರಣ ಅಲ್ಲಿಗೆ ಮುಗಿಯಿತು ಎಂಬಂತೆ.

ಐದು ನಿಮಿಷಗಳ ಅನಂತರ, ಗುಂಡಿನ ಸುರಿಮಳೆಯ ನಡುವೆಯೂ ಇಬ್ಬರು ಸೈನಿಕರು ತೆವಳುತ್ತ, ಆ ಎರಡನೆಯ ಸಹಾಯಕನನ್ನು ಹೊತ್ತು ರಣರಂಗವನ್ನು ದಾಟತೊಡಗಿದರು.

ಯಾವ ಉದ್ವೇಗವನ್ನೂ ವ್ಯಕ್ತಪಡಿಸದೆ ಕಾಮಿಸಾರ್ ಅವರು ಹೋಗುವುದನ್ನು ನೋಡುತ್ತ ನಿಂತ. ನಿಜ, ಗಾಯಾಳುವನ್ನು ಆಸ್ಪತ್ರೆಗೆ ಸಾಗಿಸುವ ಅವರ ಪ್ರಯತ್ನ ಅಪಾಯಕರವಾಗಿತ್ತು. ಆದರೆ ಸ್ವಲ್ಪ ಹೊತ್ತಿಗೆ ಮುಂಚೆ ಆತ ತೋರಿಸಿಕೊಟ್ಟಿದ್ದಂತೆ ಅಂಥ ಅಪಾಯವನ್ನು ಇದಿರಿಸಲು ಅವನೂ ಸಿದ್ಧನಾಗಿದ್ದ. ಈ ವಿಷಯದಲ್ಲಿ ಅವನಿಗೆ ಭೇದಭಾವವಿರಲಿಲ್ಲ. ತನಗೆ ಬೇರೆ, ಇತರರಿಗೆ ಬೇರೆ ಎಂದು ಎರಡು ಅಳತೆಗೋಲುಗಳಿರಲಿಲ್ಲ. ಅಲ್ಲದೆ ಯುದ್ಧವೆಂದ ಬಳಿಕ ಜನ ಸಾಯದೆ ಇರುತ್ತಾರೆಯೆ ? ಆದರೆ ಧೀರರು ಸಾಯುವ ಸಂದರ್ಭಗಳು ಕಡಿಮೆ ಎಂದು ಆತ ನಂಬಿದ್ದ.

ಆ ಇಬ್ಬರು ಸೈನಿಕರು ದಾರಿ ಬಿಡಿಸಿಕೊಂಡು ಮರೆಗಾಗಿ ತಡಕಾಡದೆ ಅಥವಾ ಅಂಗಾತ ಬೀಳದೆ ಧೈರ್ಯದಿಂದ ಮುಂದೆ ಸಾಗುತ್ತಿದ್ದರು. ಗಾಯಗೊಂಡು ಪ್ರಾಣಾಪಾಯದ ಸ್ಥಿತಿಯಲ್ಲಿರುವ ಒಬ್ಬ ವ್ಯಕ್ತಿಯನ್ನು ತಾವು ಹೊತ್ತು ತರುತ್ತಿದ್ದೇವೆಂಬುದನ್ನು ಅವರು ಮರೆತಿರಲಿಲ್ಲ. ಆದುದರಿಂದ ಅವರು ಸುರಕ್ಷಿತವಾಗಿ ತಮ್ಮ ಗುರಿ ತಲಪುವುದು ಖಂಡಿತವೆಂದು ಕೋರ್ನಿವ್ ನಿರ್ಧರಿಸಿದ.

ಆ ರಾತ್ರಿ ಸೇನಾ ಕೇಂದ್ರಕ್ಕೆ ಹಿಂದಿರುಗತ್ತ ಅವನು, ದಾರಿಯಲ್ಲಿದ್ದ ಯುದ್ಧರಂಗದ ಆಸ್ಪತ್ರೆಗೆ ಭೇಟಿಕೊಟ್ಟ. ಅಲ್ಲಿದ್ದ ಶಸ್ತ್ರವೈದ್ಯನಿಗೆ "ನನ್ನ ಸಹಾಯಕ ಹೇಗಿದ್ದಾನೆ ? ಅವನನ್ನ ಸರಿಯಾಗಿ ನೋಡಿಕೊಳ್ತಿದ್ದೀರಿ ತಾನೆ ?" ಎಂದು ಪ್ರಶ್ನಿಸಿದ.

ಯುದ್ಧ ನಡೆದಿರುವಾಗ ಯಾವುದನ್ನೇ ಆಗಲಿ–ಸಂದೇಶ ಮುಟ್ಟಿಸುವುದೊ, ಮುತ್ತಿಗೆ ಹಾಕುವುದೊ, ಗಾಯಗೊಂಡವರನ್ನು ಶುಶ್ರೂಷೆ ಮಾಡಿ ವಾಸಿಪಡಿಸುವುದೊ ಯಾವುದನ್ನೇ ಆಗಲಿ – ಒಂದೇ ತೆರನಾದ ಜವಾಬ್ದಾರಿಯಿಂದ ಸಮಾನವೇಗದಲ್ಲಿ ಮಾಡಬೇಕೆಂಬ ಅಭಿಪ್ರಾಯ ಕೋರ್ನಿವ್‌ನಲ್ಲಿ ಬೇರೂರಿತ್ತು.

ರಕ್ತದ ಕೊರತೆಯಿಂದ ಸಹಾಯಕ ಸತ್ತನೆಂಬ ಸಂಗತಿಯನ್ನು ವೈದ್ಯ ಅರುಹಿದಾಗ, ಕಾಮಿಸಾರ್ ಅಚ್ಚರಿಯಿಂದ ಕಣ್ಣೆತ್ತಿ ಅವನನ್ನು ದಿಟ್ಟಿಸಿದ. ಆಮೇಲೆ ವೈದ್ಯನ ಹೆಗಲನ್ನು ಜಗ್ಗಿ, ಧ್ವನಿಯಲ್ಲಿ ಉದ್ವೇಗ ತೋರದೆ, ಕೇಳಿದ :

"ನೀನು ಏನು ಹೇಳುತ್ತಿದ್ದೀಯ ಅನ್ನೋ ಪ್ರಜ್ಞೆ ನಿನಗಿದೆಯ ? ನಮ್ಮ ಇಬ್ಬರು ಸೈನಿಕರು ಗುಂಡಿನ ಮಳೆಯನ್ನೂ ಲೆಕ್ಕಿಸದೆ ಅವನನ್ನು ಸುಮಾರು ಒಂದೂವರೆ ಮೈಲಿ ದೂರ ಹೊತ್ತು ತಂದದ್ದು ಅವನು ಬದುಕಲಿ ಅಂತ. ಆದರೆ ಅವನು ಸತ್ತ ಅಂತ ನೀನು ನನಗೆ ಹೇಳ್ತಿದ್ದೀಯ. ಅಷ್ಟೆಲ್ಲಾ ಗಂಡಾಂತರಗಳನ್ನ ದಾಟಿ ಆ ಸೈನಿಕರು ಅವನನ್ನ ಹೊತ್ತು ತಂದದ್ದು ಯಾಕೆ ?"

ಆದರೆ ಆ ಗಾಯಾಳುವಿಗೋಸ್ಕರ ನೀರಿನ ಬುದ್ದಲಿಯನ್ನು ತರಲು ತಾನು

ನಡೆಸಿದ ಸಾಹಸದ ಬಗ್ಗೆ ಮಾತ್ರ ಅವನು ಚಕಾರವೆತ್ತಲಿಲ್ಲ.

ವೈದ್ಯನಿಗೆ ಏನು ಹೇಳಬೇಕೆಂದು ತೋಚದೆ ಆತ ಸುಮ್ಮಗೆ ಭುಜ ಕುಪ್ಪಳಿಸಿದ.

ಅದನ್ನು ಗಮನಿಸಿ ಕಾಮಿಸಾರ್ ಮುಂದುವರಿದ: "ಆ ಸಹಾಯಕ ಬದುಕಿರಲೇ ಬೇಕಾಗಿದ್ದ ಮನುಷ್ಯ... ನೀನು ವೈದ್ಯನ ಕೆಲಸಕ್ಕೆ ಲಾಯಖ್ಖಿಲ್ಲ."

ಇಷ್ಟು ಹೇಳಿ ಅವನು ಅಲ್ಲಿಂದ ತನ್ನ ಕಾರಿನತ್ತ ನಡೆದ. ವೈದ್ಯ ಅವನು ಹೋಗುವುದನ್ನೇ ನೋಡುತ್ತಿದ್ದ. ಕಾಮಿಸಾರ್ ತನ್ನ ಬಗ್ಗೆ ವ್ಯಕ್ತಪಡಿಸಿದ್ದ ಅಸಮಾಧಾನ, ತಾಳಿದ್ದ ಅಭಿಪ್ರಾಯ ತಪ್ಪೆಂದು ಅವನಿಗೆ ಗೊತ್ತಿತ್ತು. ಎಂಥದೇ ತರ್ಕದೃಷ್ಟಿಯಿಂದ ವಿವೇಚಿಸಿದರೂ ಆತ ಮಾಡಿದ್ದ ಆಕ್ಷೇಪಣೆ ಮೂರ್ಖತನದ್ದಾಗಿತ್ತು. ಆದರೆ ಅವನು ಹಾಗೆ ಹೇಳುವಾಗ ಅವನ ಧ್ವನಿಯಲ್ಲಿದ್ದ ದೃಢತೆ ಮತ್ತು ಆತ್ಮ ವಿಶ್ವಾಸಗಳಿಂದಾಗಿ ವೈದ್ಯನಿಗೂ ಸಂದೇಹ ಮೂಡಿತು – ಧೈರ್ಯಶಾಲಿಗಳು ಸುಲಭವಾಗಿ ಸಾಯದೆ ಬದುಕಿರಲೇ ಬೇಕಾದಂಥ ಜನ; ಹಾಗೆ ಅವರು ಒಂದು ವೇಳೆ ಸತ್ತರೆ, ಅವರನ್ನು ಉಳಿಸಿಕೊಳ್ಳುವ ಪ್ರಯತ್ನವನ್ನು ಇತರರು ಸಮರ್ಪಕವಾಗಿ ಮಾಡದಿರುವುದೇ ಅದಕ್ಕೆ ಕಾರಣ ಎಂಬ ಕಾಮಿಸಾರ್‌ನ ಅಭಿಪ್ರಾಯದಲ್ಲಿ ಸ್ವಲ್ಪ ತಥ್ಯಾಂಶ ಇರಬಹುದೇನೋ ಎಂದು ಒಂದು ಕ್ಷಣ ಅವನಿಗೆ ತೋಚಿತು.

ಬಳಿಕ ಈ ವಿಲಕ್ಷಣ ಅನಿಸಿಕೆಯನ್ನು ಮನಸ್ಸಿನಿಂದ ತೊಡೆದು ಹಾಕಲು ವೈದ್ಯ, ತನ್ನನ್ನು ತಾನೇ ಒಪ್ಪಿಸುವವನಂತೆ "ಕಾಮಿಸಾರ್ ಅಂದಿದ್ದೆಲ್ಲ ಬರೀ ಬೊಗಳೆ!" ಎಂದು ಜೋರಾಗಿ ಹೇಳಿಕೊಂಡ.

ಹೀಗೆ ವೈದ್ಯ ಹೇಳಿಕೊಂಡರೂ, ಆ ವಿಲಕ್ಷಣ ಅನಿಸಿಕೆ ಅವನನ್ನು ಬಿಟ್ಟು ತೊಲಗಲಿಲ್ಲ. ಮುಗಿವೇ ಕಾಣದಂತಿದ್ದ ರಣರಂಗದಲ್ಲಿ ಸಿಪಾಯಿಗಳು ಆ ಸಹಾಯಕನನ್ನು ಹೊತ್ತು ತರುತ್ತಿದ್ದ ದೃಶ್ಯ ಅವನ ಕಣ್ಣಿಗೆ ಕಟ್ಟಿದಂತಿತ್ತು.

ಆಗ ಅಲ್ಲಿಗೆ ಸಿಗರೇಟ್ ಸೇದಲು ಬಂದ ಉಪವೈದ್ಯನ ಕಡೆ ತಿರುಗಿ ಅವನು ತಟಕ್ಕನೆ ನುಡಿದ: "ಮಿಖೈಯಿಲ್ ಲ್ವೋವಿಚ್, ಯುದ್ಧಭೂಮಿಯ ಮುಂದಾಣದಲ್ಲಿ ಇನ್ನೆರಡು ಶುಶ್ರೂಷೆ ಕೇಂದ್ರಗಳನ್ನು ನಾವು ತೆರೆಯಬೇಕಾಗಿದೆ."

ಈ ಮಾತನ್ನು ಹೇಳಬೇಕೆಂದು ಹಿಂದೆಯೇ ತಾನು ಯೋಚನೆ ಮಾಡಿದ್ದೆ ಎನ್ನುವಂತಿತ್ತು ಅವನ ಧ್ವನಿ.

ಕಾಮಿಸಾರ್ ಸೇನಾಕೇಂದ್ರವನ್ನು ತಲಪಿದಾಗ ಬೆಳಗಿನ ಜಾವವಾಗಿತ್ತು. ಅವನ ಮನಸ್ಸು ವ್ಯಗ್ರಗೊಂಡಿತ್ತು. ಅವನು ನೋಡಬಯಸಿದ್ದ ವ್ಯಕ್ತಿಗಳೊಂದಿಗೆ ತನ್ನ ಕೆಲಸವನ್ನು ಬೇಗ ಮುಗಿಸಿದ. ಗುಂಡು ಹಾರಿಸಿದಂಥ ಚುಟುಕು ಮಾತುಗಳೊಂದಿಗೆ ಅವರನ್ನು ಬೀಳ್ಕೊಟ್ಟ. ಈ ವಿಧಾನ ಅವನಿಗೇ ಅನನ್ಯವಾಗಿತ್ತು. ಅದರಲ್ಲಿ ಒಂದಿಷ್ಟು ಕುಚೇಷ್ಟೆಯೂ ಇಲ್ಲದಿರಲಿಲ್ಲ. ಅವನಿಂದ ಬೀಳ್ಕೊಂಡವರು, ಸಿಟ್ಟು ತಳೆದೇ ಹೋಗಬೇಕೆಂಬ ಉದ್ದೇಶ ಅವನಿಗಿತ್ತು.

ಅವನಿಗೆ ಮನುಷ್ಯ ಪ್ರಯತ್ನದಲ್ಲಿ ಅತೀವ ವಿಶ್ವಾಸವಿತ್ತು. ವ್ಯಕ್ತಿಯೊಬ್ಬನಿಗೆ ಒಂದು ಕಾರ್ಯವನ್ನು ಪೂರೈಸುವ ಸಾಮರ್ಥ್ಯವಿಲ್ಲದಿದ್ದಾಗ, ಅವನನ್ನು ಆತ ಅಕ್ಷೇಪಿಸುತ್ತಿರಲಿಲ್ಲ. ಕೆಲಸ ನೆರವೇರಿಸುವ ಸಾಮರ್ಥ್ಯವಿದ್ದೂ ಕರ್ತವ್ಯಚ್ಯುತನಾದಾಗ ಮಾತ್ರ, ಅಂಥವನನ್ನು ಕೋರ್ನಿವ್ ವಾಗ್ದಂಡನೆಗೆ ಗುರಿಪಡಿಸದೆ ಬಿಡುತ್ತಿರಲಿಲ್ಲ. ಕೆಲವರು ತಮ್ಮ ಕೈಲಾದ ಮಟ್ಟಿಗೆ ಕೆಲಸ ಪೂರೈಸಿದ್ದರೆ, ಇನ್ನೂ ಹೆಚ್ಚು ಮಾಡಬಹುದಿತ್ತು ಎಂದು ಅವರನ್ನು ಆತ ತರಾಟೆಗೆ ತೆಗೆದುಕೊಳ್ಳುತ್ತಿದ್ದ. ಹೀಗಾಗಿ ಆ ವ್ಯಕ್ತಿಗಳು ಒಳಗೊಳಗೇ ಸಿಟ್ಟಾಗುತ್ತಿದ್ದರು. ಹಾಗೆ ಸಿಟ್ಟಾದಾಗ

ಅವರು ಸರಿಯಾಗಿ ಆಲೋಚಿಸಬಲ್ಲರೆಂದು ಕೋರ್ನಿವ್ ನಂಬಿದ್ದ. ಸಂಭಾಷಣೆಯಲ್ಲಿ ವಾಕ್ಯವನ್ನು ಪೂರ್ತಿಗೊಳಿಸದೆ ಮಾತನ್ನು ಹಠಾತ್ತಾಗಿ ನಿಲ್ಲಿಸಿಬಿಡುವುದೂ ಅವನ ಒಂದು ಅಭ್ಯಾಸವಾಗಿತ್ತು. ಇದರಿಂದ ತಾನು ತಿಳಿಸಬೇಕಾಗಿದ್ದ ಮುಖ್ಯ ವಿಷಯ ಅವರಿಗೆ ಮಂದಟ್ಟಾಗಿ, ಚೆನ್ನಾಗಿ ನೆನಪಿರುವುದೆಂದು ಅವನ ಅಭಿಮತವಾಗಿತ್ತು.

ಮೇಲೆ ಹೇಳಿದ ಕೆಲವು ವಿಚಿತ್ರ ವರ್ತನೆಗಳಿಂದ, ತನ್ನ ಅಸ್ತಿತ್ವವನ್ನು ಇಡೀ ಪಡೆ ಅರಿಯುವಂತೆ ಆತ ಮಾಡಿದ್ದ. ಯಾವುದಾದರೂ ವಿಚಾರವನ್ನು ಅವನು ಇತರರಲ್ಲಿ ಬೇರೂರಿಸದೆ ಒಂದು ಕ್ಷಣವನ್ನೂ ಅವರೊಡನೆ ವ್ಯರ್ಥವಾಗಿ ಕಳೆಯುತ್ತಿರಲಿಲ್ಲ. ತನ್ನನ್ನು ಪುನಃ ಭೇಟಿಯಾಗುವ ತನಕ ಆ ವಿಚಾರವನ್ನು ಅವರು ಮಥನ ಮಾಡುವಂಥ ರೀತಿಯಲ್ಲಿ ಅದನ್ನು ಅವರ ಮನಸ್ಸಿನಲ್ಲಿ ಆತ ಬಿತ್ತುತ್ತಿದ್ದ.

ಮರುದಿನ ಮುಂಜಾನೆ, ಹಿಂದಿನ ದಿವಸ ತನ್ನ ಪಡೆ ಅನುಭವಿಸಿದ್ದ ಕಷ್ಟ ನಷ್ಟಗಳ ವರದಿ ಅವನಿಗೆ ಬಂದಿತು. ಅದನ್ನೋದುತ್ತ, ಆ ವೃದ್ಧ ಅನುಭವಿ ವೈದ್ಯನಿಗೆ 'ನೀನು ಕೆಲಸಕ್ಕೆ ಲಾಯಖ್ಖಿಲ್ಲ'ವೆಂದು ತಾನು ಅಂದದ್ದು ಜಾಣತನವಲ್ಲ ಅನ್ನಿಸಿತು. ಆದರೂ, ತನ್ನ ಮಾತು ಅವನ ಹೃದಯಕ್ಕೆ ತಾಗಿ, ಸಿಟ್ಟು ಬಂದರೆ ಅದರಿಂದ ಅವನಿಗೇ ಒಳ್ಳೆಯದಾಗಬಹುದೆಂದೂ ತೋರಿತು. ಸಿಟ್ಟಿನ ಸ್ಥಿತಿಯಲ್ಲಿ ಹೊಸ ವಿಚಾರ ಮೂಡಬಹುದು. ವೈದ್ಯನಿಗೆ ತಾನು ಅಂದದ್ದು ಈಗ ಪಶ್ಚಾತ್ತಾಪಕ್ಕೆ ಕಾರಣವಾಗಬೇಕಿಲ್ಲ ಎಂದು ಕೋರ್ನಿವ್ ತನಗೇ ತಾನೇ ಹೇಳಿಕೊಂಡ. ಅವನ ಮನಸ್ಸನ್ನು ಕಲಕಿದ್ದೆಂದರೆ ಎರಡನೆಯ ಸಹಾಯಕನ ಸಾವು. ಅದರ ಬಗ್ಗೆ ತಾನು ತೀರಾ ತಲೆಕೆಡಿಸಿಕೊಳ್ಳಬಾರದೆಂದು ನಿಶ್ಚಯಿಸಿದ. ಯುದ್ಧ ಕಾಲದಲ್ಲಿ ಅವನ ಬಗ್ಗೆ ಹೀಗೆ ಯೋಚಿಸುತ್ತಾ ಹೋದರೆ, ಇನ್ನೂ ಎಷ್ಟು ಜನರ ಬಗ್ಗೆ ದುಃಖಿಸಬೇಕಾಗುವುದೋ! ಯುದ್ಧ ಮುಗಿಯಲಿ. ಆಗ ಹಠಾತ್ ಮರಣ ಅಪರೂಪದ ಒಂದು ಆಕಸ್ಮಿಕ ಘಟನೆಯಾಗಲಿದೆ. ಆಮೇಲೆ ಇದನ್ನೆಲ್ಲ ಮನಸ್ಸಿಗೆ ಹಚ್ಚಿಕೊಂಡರಾಯಿತು ಎನ್ನಿಸಿತು. ಈಗಲಾದರೋ ಎಲ್ಲ ಮರಣಗಳೂ ಹಠಾತ್ತಾಗಿ ಸಂಭವಿಸುವ ಮರಣಗಳೇ. ಬೇರೆ ವಿಧದ ಸಾವೇ ಇರಲಿಲ್ಲ.

ಹೀಗಾಗಿ ಅದರ ಅನಿವಾರ್ಯಕ್ಕೆ ಒಗ್ಗಿಕೊಳ್ಳುವುದೇ ಒಳ್ಳೆಯದು – ಅವನು ಹೀಗೆಲ್ಲ ಅಂದುಕೊಂಡರೂ ದುಃಖದ ಛಾಯೆ ಅವನ ಆಂತರ್ಯದ ಆಳದಲ್ಲಿ ಉಳಿದೇ ಇತ್ತು.

ತನ್ನ ಸಹಾಯಕ ತೀರಿಕೊಂಡದ್ದರಿಂದ, ಸರಿಯಾದ ಮತ್ತೊಬ್ಬನನ್ನು ಆರಿಸಿ ಕಳಿಸಲು ಅವನು ಸೇನಾಧಿಪತಿಗೆ ತಿಳಿಸಿದಾಗ, ಅವನ ಧ್ವನಿಯಲ್ಲಿ ವಿಶೇಷ ಕಹಿ ಮನೆ ಮಾಡಿತ್ತು.

ಹೊಸದಾಗಿ ನೇಮಕಗೊಂಡ ಸಹಾಯಕ, ಆಗತಾನೆ ವಿದ್ಯಾಭ್ಯಾಸ ಮುಗಿಸಿದ್ದ ತರುಣ. ನೀಲಿಗಣ್ಣಿನ, ಒತ್ತುಕೂದಲಿನ, ಗಿಡ್ಡನೆಯ ವ್ಯಕ್ತಿ ಆತ. ಅವನಿಗೆ ರಣರಂಗದ ಅನುಭವ ಚೂರೂ ಇರಲಿಲ್ಲ. ಕೋರ್ನಿವ್‌ಗೆ ಅವನ ಮೊದಲ ಪರಿಚಯವಾದ ದಿವಸ, ಅವರಿಬ್ಬರೂ ಮುಂಚೂಣಿಯಲ್ಲಿದ್ದ ಒಂದು ತುಕಡಿಯತ್ತ ನಡೆದಿದ್ದರು. ರಣರಂಗ ಹಿಮಾವೃತವಾಗಿತ್ತು. ಫಿರಂಗಿಗಳ ದಾಳಿ ಸತತವಾಗಿ ನಡೆದಿತ್ತು. ಹೊಸ ಸಹಾಯಕ ಸ್ವಲ್ಪವೂ ಎದೆಗುಂದದೆ, ಕೋರ್ನಿವ್‌ನ ಜೊತೆ ಜೊತೆಯಲ್ಲೇ ಹೆಜ್ಜೆ ಹಾಕಿದ್ದ. ಹಾಗೆ ಮಾಡುವುದು ಸಹಾಯಕನಾಗಿದ್ದ ಅವನ ಕರ್ತವ್ಯವಾಗಿತ್ತು. ಅಲ್ಲದೆ, ಸಾವಕಾಶದ ನಡಿಗೆಯ, ದೊಡ್ಡ ಮೈಕಟ್ಟಿನ ಈ ಕಾಮಿಸಾರ್ ಅವಿನಾಶಿಯಂತೆ ಅವನಿಗೆ ಕಾಣುತ್ತಿದ್ದು, ಅವನ ಪಕ್ಕದಲ್ಲಿ ನಡೆದಾಗ ಯಾವ ಗಂಡಾಂತರವೂ ತನಗೆ ಒದಗದೆಂಬ ಭಾವನೆಯಿದ್ದಂತೆ ಅವನು ಮುನ್ನಡೆದಿದ್ದ.

ಗುಂಡಿನ ದಾಳಿ ಅತಿಯಾದಾಗ, ಜರ್ಮನ್ ಸೈನಿಕರು ತಮ್ಮ ಬೆನ್ನು ಬಿದ್ದಿದ್ದಾರೆಂಬುದು

ಕೋರ್ನಿವ್‌ಗೆ ಖಚಿತವಾಯಿತು. ದಾಳಿಯಿಂದ ತಪ್ಪಿಸಿಕೊಳ್ಳಲು ಅವರು ಆಗೀಗ ನೆಲಕಚ್ಚಿ ಒರಗುತ್ತಿದ್ದರು. ಆದರೆ ತಕ್ಷಣ, ಹತ್ತಿರದ ಸ್ಫೋಟವೊಂದರಿಂದ ಎದ್ದ ಹೊಗೆ ತೆಳ್ಳಗಾದೊಡನೆ ಕೋರ್ನಿವ್ ಎದ್ದು ಹೆಜ್ಜೆಹಾಕುತ್ತಿದ್ದ. ಆಗ ಅವನು ಗೊಣಗಿದ್ದ :

"ಮುಂದೆ ಮುಂದೆ ಸಾಗುತ್ತ ಇರಬೇಕು. ಬಿದ್ದಲ್ಲಿ ಬಿದ್ದುಕೊಂಡು ಕಾಲಹರಣ ಮಾಡಿದರೆ ಅಪಾಯ ಖಂಡಿತ."

ಇನ್ನೇನು ರಕ್ಷಣೆಯ ಕಂದಕಗಳನ್ನು ತಲಪಬೇಕು ಎನ್ನುವಷ್ಟರಲ್ಲಿ ಅವರ ಮುಂದೆ ಒಂದು, ಹಿಂದೆ ಒಂದು ಭಾರಿ ಸ್ಫೋಟವಾಯಿತು. ಕೋರ್ನಿವ್ ಎದ್ದುನಿಂತು ಧೂಳು ಝಾಡಿಸುತ್ತ ಸಹಾಯಕನಿಗೆ ಹೇಳಿದ :

"ಸ್ಫೋಟದಿಂದಾದ ಆ ಸಣ್ಣ ಹಳ್ಳವನ್ನು ನೋಡಿದೆ ತಾನೆ ? ನಾವೇನಾದರೂ ಹೆದರಿ ಅಲ್ಲೇ ಬಿದ್ದುಕೊಂಡಿದ್ದರೆ ನಮ್ಮ ಕಥೆ ಮುಗೀತಿತ್ತು. ಅದಕ್ಕೇ ನಾನು ಹೇಳಿದ್ದು – ಮುಂದೆ ಮುಂದೆ ಸಾಗುತ್ತಿರಬೇಕು ಅಂತ."

ಸಹಾಯಕ ಅಂದ : "ಅದು ಸರಿ, ಆದರೆ ನಾವು ಬೇಗ ಹೆಜ್ಜೆಹಾಕಿ ನಡೆದಿದ್ದರೆ, ಆಗಲೂ ನಮ್ಮ ಗತಿ ಮುಗೀತಿತ್ತು. ಅಗೋ ನೋಡಿ, ಸ್ಫೋಟದಿಂದ ನಮ್ಮ ಮುಂದೆ ಆಗಿರುವ ಆ ಹಳ್ಳ!"

"ಹಾಗೇನಿಲ್ಲ. ನಾವಿಲ್ಲಿದ್ದಾಗ ಶತ್ರುಗಳು ನಮಗೆ ಗುರಿಯಿಟ್ಟು ಗುಂಡು ಹಾರಿಸಿದ್ದರು. ಆದರೆ ನಾವು ಮುಂದೆ ಸಾಗುತ್ತಿದ್ದುದರಿಂದ ಅದು ಹಿಂದಕ್ಕೆ ಬಡಿಯಿತು. ನಾವು ಮುಂದಣ ಜಾಗದಲ್ಲಿದ್ದರೂ ಹೀಗೆಯೇ ಆಗುತ್ತಿತ್ತು. ನಾವು ಚಲಿಸುತ್ತಲೇ ಇರುತ್ತಿದ್ದ ಕಾರಣ ಗುಂಡು ಪುನಃ ಹಿಂದಕ್ಕೆ ಬಡಿಯುತ್ತಿತ್ತು."

ಕಾಮಿಸಾರ್ ಬರೀ ಮಾತಿಗಾಗಿ ಮಾತು ಬೆಳೆಸುತ್ತಿದ್ದಾನೆಂದು ಸಹಾಯಕ ಭಾವಿಸಿ, ನಸುನಕ್ಕಿದ್ದ. ಆದರೆ ಅವನ ಮುಖ ಗಂಭೀರವಾಗಿತ್ತು. ಅವನ ಮಾತಿನಲ್ಲಿ ಭರವಸೆ ತುಂಬಿ ತುಳುಕುತ್ತಿತ್ತು. ಅದನ್ನು ಗಮನಿಸಿದಾಗ ಸಹಾಯಕನಿಗೆ ಕೋರ್ನಿವ್ ಬಗ್ಗೆ ದಿಢೀರ್ ವಿಶ್ವಾಸ ಮೂಡಿತು. ಯುದ್ಧದಲ್ಲಿ ಮೂಡುವ ಇಂಥ ಭಾವನೆ, ವ್ಯಕ್ತಿಯೊಬ್ಬನ ಜೀವನವಿಡೀ ಉಳಿಯುತ್ತದೆ.

ಆತ ಕೊನೆಯ ನೂರು ಹೆಜ್ಜೆಗಳನ್ನು ಕಾಮಿಸಾರ್‌ನ ಭುಜಕ್ಕೆ ಭುಜ ತಾಗಿಸಿಕೊಂಡೇ ನಡೆದ.

ಅವರಿಬ್ಬರು ಪರಸ್ಪರರನ್ನು ಅರಿತುಕೊಂಡದ್ದು ಹೀಗೆ.

ಒಂದು ತಿಂಗಳು ಕಳೆಯಿತು.

ಹಿಂಚೂಣಿ ಪ್ರದೇಶದಲ್ಲಿ ಪ್ರತಿ ಆಕ್ರಮಣಕ್ಕೆ ಸಿದ್ಧತೆ ನಡೆಯುತ್ತಿದೆ ಎಂಬ ಒಂದು ವದಂತಿ ಯುದ್ಧರಂಗದಲ್ಲಿ ಹಬ್ಬಿತ್ತು. ಆದರೆ ಸದ್ಯದಲ್ಲಿ ಮಾತ್ರ ಶೀರ್ಣವಾಗಿದ್ದ ಅವರ ಸೇನಾ ವಿಭಾಗವು ಭೀಕರ ರಕ್ಷಣಾತ್ಮಕ ಯುದ್ಧಗಳನ್ನೇ ಮಾಡುತ್ತಿತ್ತು.

ಶರತ್ಕಾಲದ ಕಾರಿರುಳು. ಕಾಮಿಸಾರ್ ಕೋರ್ನಿವ್ ತನ್ನ ಕುಳಿಮನೆಯಲ್ಲಿ ಕೂತಿದ್ದ. ಆತ ಮಣ್ಣು ಅಂಟಿದ್ದ ತನ್ನ ಬೂಟುಗಳನ್ನು ಕಳಚಿ ಕಬ್ಬಿಣದ ಅಗ್ಗಿಷ್ಟಿಕೆಯ ಮೇಲೆ ಆರಲು ಅವುಗಳನ್ನು ಜೋಡಿಸುತ್ತಿದ್ದ. ಆ ದಿವಸ ಪಡೆಯ ಸೇನಾಧಿಪತಿ ತೀವ್ರವಾಗಿ ಗಾಯಗೊಂಡಿದ್ದ. ಸೇನಾಪತಿಯ ಸಹಾಯಕ ಅಧಿಕಾರಿ ವರ್ಗದ ಮುಖ್ಯಸ್ಥ ಗಾಯಗೊಂಡ ತನ್ನ ತೋಳನ್ನು ಕರಿಬಟ್ಟೆಯ ತೂಗುದಾರದಲ್ಲಿ ಆನಿಸಿ, ಕೈಯ ಬೆರಳುಗಳಿಂದ ಮೇಜನ್ನು ಬಡಿಯುತ್ತಿದ್ದ. ಹಾಗೆ ಮಾಡಲು ತನಗೆ ಸಾಧ್ಯವಾಗುತ್ತಿದೆ, ಬೆರಳುಗಳು ಪುನಃ ತಾನು ಹೇಳಿದಂತೆ ಕೇಳಲಾರಂಭಿಸುತ್ತಿವೆ ಎಂಬ ಸಂಗತಿ ಅವನಿಗೆ ಸಂತೋಷ ನೀಡಿತ್ತು. ಕೋರ್ನಿವ್ ಮತ್ತು ಅವನು ಮಾತಿನಲ್ಲಿ ಮಗ್ನರಾಗಿದ್ದರು. ಅರ್ಧದಲ್ಲಿ ನಿಂತುಹೋಗಿದ್ದ ತಮ್ಮ ಸಂಭಾಷಣೆಯನ್ನು ಮುಂದುವರಿಸುತ್ತ ಅವನೆಂದ :

“ಸರಿ, ಮಹಾರಾಯ, ಖಿಲಡ್ಯಿಲ್ಕಿನ್ ತುಂಬಾ ಹೆದರಿಕೊಂಡಿದ್ದರಿಂದ ಸಾಯಬೇಕಾಯ್ತು ಅಂತ ಇಟ್ಟುಕೊಂಡರೂ, ಸೇನಾಪತಿ ಧೀರವ್ಯಕ್ತಿಯಾಗಿದ್ದ ಅನ್ನೋದನ್ನ ಒಪ್ಪಿಕೊಳ್ಳಲೇ ಬೇಕಲ್ಲವೆ?”

ಈ ಮಾತಿಗೆ ಕೋರ್ನಿವ್ ಮರು ನುಡಿದ:

“ಧೀರವ್ಯಕ್ತಿ ‘ಆಗಿದ್ದ’ ಸೇನಾಪತಿ ಅಲ್ಲ. ‘ಆಗಿರುವ’ ಸೇನಾಪತಿ. ಆತ ಸಾಯೋದಿಲ್ಲ, ಖಂಡಿತ ಬದುಕ್ತಾನೆ.”

ಹೀಗೆಂದು, ಈ ವಿಷಯ ಅಲ್ಲಿಗೆ ಮುಗಿಯಿತೆನ್ನುವಂತೆ ಕಾಮಿಸಾರ್ ಬೇರೆಡೆ ತಿರುಗಿದ.

ಅಧಿಕಾರಿ ವರ್ಗದ ಮುಖ್ಯಸ್ಥ ಷರಟಿನ ತೋಳನ್ನು ಜಗ್ಗುತ್ತ ದುಃಖದ ತನ್ನ ಮಾತುಗಳು ಬೇರಾರಿಗೂ ಕೇಳಿಸದಿರಲೆಂದು ಮೆಲುದನಿಯಲ್ಲಿ ನುಡಿದ:

“ನೀನು ಹೇಳೋ ಹಾಗೆ ಸೇನಾಪತಿ ಏನೋ ಉಳೀಬಹುದು, ಅಂಥ ಭರವಸೆ ನನಗಿಲ್ಲದಿದ್ದರೂ ಹಾಗೆ ಉಳಿದರೆ ಬಹಳ ಸಂತೋಷ. ಆದರೆ ಮಿರೊನವ್ ಆಗಲಿ, ಜವೋಚ್ಚಿಕವ್ ಆಗಲಿ ಅಥವಾ ಗವ್ರಿಲಿಯೆಂಕ ಆಗಲಿ ಇನ್ನು ಬದುಕಲಾರರು. ಅವರು ಮಡಿದಿದ್ದಾರೆ. ಆದರೆ ಅವರೆಲ್ಲರೂ ಧೈರ್ಯಶಾಲಿಗಳಾಗಿದ್ದರಲ್ವೆ? ಇದು ನಿನ್ನ ಸಿದ್ಧಾಂತವನ್ನು ಅಡಿ ಮೇಲು ಮಾಡೋದಿಲ್ವೆ?”

ಕಾಮಿಸಾರ್ ಥಟ್ಟನೆ ಉತ್ತರಿಸಿದ:

“ನನಗೆ ಯಾವ ಸಿದ್ಧಾಂತವೂ ಇಲ್ಲ. ನನಗೆ ಗೊತ್ತಿರುವುದಿಷ್ಟೆ: ಇಂಥ ಸನ್ನಿವೇಶಗಳಲ್ಲಿ ಧೈರ್ಯವಂತರು ಅಂಜುಬುರುಕರಿಗಿಂತ ಕಡಿಮೆ ಪ್ರಮಾಣದಲ್ಲಿ ಮಡೀತಾರೆ. ಹೇಡಿಯನ್ನ ಹೂಳೋ ಮೊದಲೇ ಜನ ಮರೀತಾರೆ. ಧೈರ್ಯವಂತ ಮಡಿದರೆ ಅವನನ್ನ ಜ್ಞಾಪಿಸಿಕೊಳ್ತಾರೆ, ಅವನ ಬಗ್ಗೆ ಮಾತಾಡಿಕೊಳ್ತಾರೆ, ಬರೀತಾರೆ. ಆದ್ದರಿಂದಲೇ, ಸತ್ತುಹೋದರೂ ಧೈರ್ಯಶಾಲಿಗಳಾಗಿದ್ದ ಅಷ್ಟೊಂದು ಜನರ ಹೆಸರುಗಳು ನಿನ್ನ ನೆನಪಿನಲ್ಲಿ ಉಳಿದಿರೋದು. ಧೀರರ ಹೆಸರುಗಳನ್ನು ನಾವು ಮರೆಯೋದಿಲ್ಲ. ಇದನ್ನ ನನ್ನದೇ ಆದ ಸಿದ್ಧಾಂತ ಅಂತ ನೀನು ಕರೆದರೆ, ನನ್ನ ಅಭ್ಯಂತರವೇನೂ ಇಲ್ಲ. ಜನರನ್ನು ನಿರ್ಭೀತರನ್ನಾಗಿ ಮಾಡಲು ಒಂದು ಸಿದ್ಧಾಂತ ಸಹಾಯಕವಾಗ್ತದೆ ಅಂತಾದರೆ ಅದು ಒಳ್ಳೆಯ ಸಿದ್ಧಾಂತ.”

ಈ ಹೊತ್ತಿಗೆ ಕಾಮಿಸಾರ್‌ನ ಸಹಾಯಕ ಕುಳಿಮನೆಯನ್ನು ಪ್ರವೇಶಿಸಿದ. ಈ ಹುದ್ದೆಗೆ ಸೇರಿಕೊಂಡ ಒಂದು ತಿಂಗಳಿನ ಅವಧಿಯಲ್ಲಿ ಅವನ ಮುಖ ಕಪ್ಪಿಟ್ಟು, ಕಣ್ಣುಗಳಲ್ಲಿ ದಣಿವು, ಮ್ಲಾನತೆ ಎದ್ದು ತೋರುತ್ತಿದ್ದವು. ಆದರೆ ಇತರ ವಿಷಯಗಳಲ್ಲಿ ಅವನು ಕಾಮಿಸಾರ್‌ನನ್ನು ಭೇಟಿಯಾಗಿದ್ದ ಮೊದಲನೆಯ ದಿವಸ ಹೇಗಿದ್ದನೋ ಈಗಲೂ ಹಾಗೆಯೇ ಇದ್ದ. ಸಾವಧಾನದ ಭಂಗಿಯಲ್ಲಿ ನಿಂತು ಅವನು ಕಾಮಿಸಾರ್‌ಗೆ ವರದಿ ಒಪ್ಪಿಸಿದ: ಯುದ್ಧ ನಡೆಯುತ್ತಿದ್ದ ಪರ್ಯಾಯ ದ್ವೀಪದಲ್ಲಿ ಎಲ್ಲವೂ ಅನುಕೂಲಕರವಾಗಿ ಸಾಗಿದೆಯೆಂದೂ ಆದರೆ ಅಲ್ಲಿನ ತುಕಡಿಯ ಅಧಿಪತಿ ಕ್ಯಾಪ್ಟನ್ ಪಲ್ಯಕೋವ್ ಗಾಯಗೊಂಡಿದ್ದಾನೆಂದೂ ಆತ ತಿಳಿಸಿದ.

“ಅವನ ಬದಲಿಗೆ ಯಾರಿದ್ದಾರೆ?” ಕಾಮಿಸಾರ್ ವಿಚಾರಿಸಿದ.

“ಐದನೇ ದಳದ ಲೆಫ್ಟಿನೆಂಟ್ ವಸ್ಸೀಲ್ಯೆವ್.”

“ಹಾಗಾದರೆ ಆ ದಳವನ್ನು ಯಾರು ನೋಡಿಕೊಳ್ತಿದ್ದಾರೆ?”

“ವಸ್ಸೀಲ್ಯೆವ್‌ನ ಉಪ-ಅಧಿಕಾರಿಯಾದ ಒಬ್ಬ ಸಾರ್ಜೆಂಟ್.”

ಕಾಮಿಸಾರ್ ಒಂದು ಗಳಿಗೆ ಏನೋ ಯೋಚಿಸುವವನಂತೆ ಸುಮ್ಮನಿದ್ದು, ಮಾತು ಮುಂದುವರಿಸಿದ: “ನಿನಗೆ ತುಂಬಾ ಚಳಿಯಾಗ್ತಿದೆಯೆ?”

"ಹೂಂ"

"ಹಾಗಿದ್ದರೆ ಸ್ವಲ್ಪ ವೊಡ್ಕ ಕುಡಿ."

ಕಾಮಿಸಾರ್ ಅರ್ಧ ಗ್ಲಾಸಿನಷ್ಟು ವೊಡ್ಕವನ್ನು ಕೆಟಲಿನಿಂದ ತುಂಬಿದ. ಸಹಾಯಕ ತನ್ನ ಮೇಲಂಗಿಯ ಕಾಲರನ್ನು ಬಿಚ್ಚಲು ಮಾತ್ರ ತುಸು ಹೊತ್ತು ತಡೆದು, ಒಂದೇ ಗುಟುಕಿನಲ್ಲಿ ಅದನ್ನು ಕುಡಿದು ಮುಗಿಸಿದ.

"ಹೂಂ, ನೀನೀಗ ಮತ್ತೆ ಯುದ್ಧರಂಗಕ್ಕೆ ಹಿಂತಿರುಗು. ಅಲ್ಲೇನಾಗುತ್ತಿದೆ ಅನ್ನೋದನ್ನು ಪ್ರತ್ಯಕ್ಷ ಕಂಡು, ನನಗೆ ತಿಳಿಸು. ಅಲ್ಲಿನ ವಿದ್ಯಮಾನಗಳ ಬಗ್ಗೆ ನನಗೆ ಬಹಳ ಆತಂಕವಿದೆ. ಆ ಪರ್ಯಾಯ ದ್ವೀಪದಲ್ಲಿ ನೀನು ನನ್ನ ಕಣ್ಣಾಗಿದ್ದೀ ಅಂತ ನಾನು ಭಾವಿಸಿದ್ದೇನೆ... ಸರಿ, ಹೊರಡು."

ಸಹಾಯಕ ಹೊರಡಲು ಎದ್ದು ನಿಂತ. ಮೇಲಂಗಿಯ ಕಾಲರನ್ನು ಸಾವಕಾಶವಾಗಿ ಹಾಕಿಕೊಳ್ಳತೊಡಗಿದ. ಅದನ್ನು ಗಮನಿಸಿದಾಗ ಇಲ್ಲಿನ ಬೆಚ್ಚನೆಯ ಹಿತವಾದ ಪರಿಸರದಲ್ಲಿ ಇನ್ನಷ್ಟು ಕಾಲ ಇರುವ ಇಚ್ಛೆ ಅವನಿಗಿದ್ದಂತೆ ತೋರುತ್ತಿತ್ತು. ಆಮೇಲೆ ಅವನು ಅಲ್ಲಿಂದ ಹೊರಬಿದ್ದು ಕಗ್ಗತ್ತಲಲ್ಲಿ ಮಾಯವಾದ. ಅವನ ಹಿಂದೆ ಕದ ಜೋರಾಗಿ ಬಡಿದು ಮುಚ್ಚಿಕೊಂಡಿತು. ಅವನು ಹೋಗುವುದನ್ನೇ ನೋಡುತ್ತಾ ಕಾಮಿಸಾರ್ ಮೆಚ್ಚಿಗೆಯ ದನಿಯಲ್ಲಿ ಹೇಳಿದ :

"ಈ ಸಹಾಯಕ, ಬಲು ಚೂಟಿಯಾದ ಯುವಕ. ನಾನು ನೆಚ್ಚೋದು ಇಂಥವರನ್ನೇ, ಇಂಥ ಮಂದಿ ಎಲ್ಲ ಅಪಾಯಗಳಿಂದಲೂ ಪಾರಾಗಿ ಬರ್ತಾರೆ ಅನ್ನೋ ನಂಬಿಕೆ ನನಗಿದೆ. ಹಾಗೆಯೇ ತಮ್ಮಂಥವರು ಗುಂಡಿಗೆ ಆಹುತಿಯಾಗೋದಿಲ್ಲ ಅನ್ನೋ ದೃಢ ನಂಬಿಕೆ ಅವರಿಗಿದೆ. ಇಂಥ ನಂಬಿಕೆಯೇ ಮುಖ್ಯವಾದದ್ದು ; ಅಲ್ವೆ ಕರ್ನಲ್ ಅವರೆ ?"

"ಹೂಂ, ನಿಜವೇ" ಎಂದ, ಮೇಜಿನ ಮೇಲೆ ಬೆರಳಿನಿಂದ ನಿಧಾನಕ್ಕೆ ತಟ್ಟುತ್ತಿದ್ದ ಅಧಿಕಾರಿ ವರ್ಗದ ಮುಖ್ಯಸ್ಥ. ಸ್ವಾಭಾವಿಕವಾಗಿ ಧೈರ್ಯಶಾಲಿಯಾಗಿದ್ದ ಅವನಿಗೆ ತನ್ನ ಅಥವಾ ಇತರರ ಶೌರ್ಯ ಸಾಹಸಗಳ ಬಗ್ಗೆ ಸಿದ್ಧಾಂತಗಳನ್ನು ನೇಯುವುದರಲ್ಲಿ ಆಸಕ್ತಿ ಇರಲಿಲ್ಲ. ಆದರೆ ಕಾಮಿಸಾರ್ ಹೇಳಿದ್ದು ಸತ್ಯ ಎಂದು ಈಗ ಅವನಿಗೆ ಅನಿಸಿತು.

ಅಗ್ಗಿಷ್ಟಿಕೆಯಲ್ಲಿ ಕೆಂಡ ಚಟಪಟಿಸುತ್ತಿತ್ತು. ಕಾಮಿಸಾರ್ ಮೇಜಿನ ಮೇಲಿದ್ದ ಯುದ್ಧರಂಗದ ಭೂಪಟದ ಮೇಲೆ ತಲೆಯಿಟ್ಟು ಒರಗಿದ. ಭೂಪಟದ ಮೇಲೆ ಗುರುತಿಸಿದ್ದ ನೆಲವನ್ನೆಲ್ಲ ವಾಪಸ್ಸು ಗಳಿಸಿಕೊಳ್ಳಲು ಆಶಿಸುತ್ತಿರುವವನಂತೆ, ಅವನ ಕೈಗಳು ರೆಕ್ಕೆಯಂತೆ ಅಗಲವಾಗಿ ಅದರ ಮೇಲೆ ಹರಡಿದ್ದವು.

ಬೆಳಿಗ್ಗೆ ಎದ್ದವನೇ, ಕೋರ್ನಿವ್ ಪರ್ಯಾಯ ದ್ವೀಪದ ಕಡೆಗೆ ಒಬ್ಬನೇ ಸಾಗಿದ. ಅವನು ಮುಂದೆಂದೂ ನೆನಪಿಟ್ಟುಕೊಳ್ಳಲು ಬಯಸದ ದಿನ ಅದಾಗಿತ್ತು. ಯಾಕೆಂದರೆ ಕಳೆದ ರಾತ್ರಿಯಷ್ಟೇ ಜರ್ಮನರು ಗುಪ್ತವಾಗಿ ಕಡಲ ದಂಡೆಯ ಮೇಲಿಳಿದು ಉಗ್ರ ಆಕ್ರಮಣ ನಡೆಸಿ, ಐದನೆಯ ದಳವನ್ನು ಸಂಪೂರ್ಣ ನಿರ್ನಾಮಗೊಳಿಸಿದ್ದರು.

ಸೇನೆಯ ಕಾಮಿಸಾರ್ ಆಗಿ ತಾನೆಂದೂ ಮಾಡಬಾರದಾಗಿದ್ದ ಕೆಲಸವನ್ನು ಆ ದಿನವಿಡೀ ಆತ ನಿರ್ವಹಿಸಬೇಕಾಗಿ ಬಂದಿತ್ತು. ಅಂದು ಬೆಳಿಗ್ಗೆ ತನ್ನ ಕಣ್ಣಿಗೆ ಬಿದ್ದ ಸೈನಿಕರನ್ನೆಲ್ಲ ಒಗ್ಗೂಡಿಸಿ ಶತ್ರುಗಳ ಮೇಲೆ ಅವನು ಮೂರು ಸಲ ದಾಳಿ ನಡೆಸಿದ್ದ.

ಹಿಮಪಾತದ ದೆಸೆಯಿಂದ ಗಟ್ಟಿಯಾಗಿದ್ದ ಮರಳಿನ ತುಂಬ ಸಿಡಿಗುಂಡುಗಳಿಂದಾದ

ರಂಧ್ರಗಳೂ ಕಿಕ್ಕಿರಿದಿದ್ದವು. ಅಲ್ಲಲ್ಲಿ ನೆತ್ತರು ಹೆಪ್ಪುಗಟ್ಟಿತ್ತು. ಶತ್ರುಸೇನೆಯಲ್ಲಿ ಹಲವರು ಸತ್ತಿದ್ದು ಉಳಿದವರು ಶರಣಾಗತರಾಗಿದ್ದರು. ಕೆಲವರು ತಮ್ಮ ಪಡೆ ನೆಲೆಹೂಡಿದ್ದ ಆಚೆಕಡೆಯ ದಡವನ್ನು ತಲಪುವ ಪ್ರಯತ್ನಮಾಡಿ, ಹಿಮಶೀತಲ ನೀರಿನಲ್ಲಿ ಮುಳುಗಿ ಪ್ರಾಣಬಿಟ್ಟಿದ್ದರು.

ರಕ್ತದ ಕಲೆಗಳಿಂದ ಅವನ ರೈಫಲಿನ ಬಯನೆಟು ಕಪ್ಪುಗಟ್ಟಿತ್ತು. ಅದನ್ನು ಕೆಳಗೆಸೆದು ಕಾಮಿಸಾರ್ ಪರ್ಯಾಯ ದ್ವೀಪದಲ್ಲಿ ಸುತ್ತಾಡಿದ. ಹಿಂದಿನ ರಾತ್ರಿ ಇಲ್ಲಿ ಏನು ಜರುಗಿತ್ತೆಂಬುದನ್ನು ಸತ್ತವರು ಮಾತ್ರ ತಿಳಿಸಬಹುದಿತ್ತು. ಜರ್ಮನರ ಶವಗಳ ಜೊತೆ ಜೊತೆಯಲ್ಲೇ ಕೆಂಪುಸೇನೆಯ ಸೈನಿಕರ ದೇಹಗಳೂ ಬಿದ್ದಿದ್ದವು. ಕೆಲವರು ಕಂದಕಗಳಲ್ಲಿ ಕೂತಿದ್ದಂತೆಯೇ, ಬಯನೆಟು ನಾಟಿ ಮಡಿದಿದ್ದರು. ಅವರು ಹಿಡಿದಿದ್ದ ಬಂದೂಕುಗಳು ಕೈಗಳಲ್ಲಿ ಹಾಗೆಯೇ ಇದ್ದವು. ಉಳಿದವರು ಕಂದಕಗಳನ್ನು ತೊರೆದು ಓಡಲಾರಂಭಿಸಿದಾಗ, ತೆರೆದ ಬಯಲಿನಲ್ಲಿ, ಶತ್ರುಗಳ ಗುಂಡು ದಾಳಿಗೆ ಸಿಕ್ಕಿ, ಹಿಮ ಹೆಪ್ಪುಗಟ್ಟಿದ್ದ ಗಡಸು ನೆಲದ ಮೇಲೆ ಉರುಳಿದ್ದರು. ಸತ್ತವರ ನಿಶ್ಚೇಷ್ಟಿತ ನಾನಾ ಭಂಗಿಗಳನ್ನೂ ಗಮನಿಸುತ್ತ ಶ್ಮಶಾನಮೌನ ಆವರಿಸಿದ್ದ ಆ ಬಯಲಿನಲ್ಲಿ ಕಾಮಿಸಾರ್ ನಿಧಾನವಾಗಿ ಹೆಜ್ಜೆಹಾಕಿದ. ಅಲ್ಲಿ ಒರಗಿದ್ದ ಒಬ್ಬೊಬ್ಬನೂ ತನ್ನ ಬದುಕಿನ ಅಂತಿಮ ಗಳಿಗೆಯಲ್ಲಿ ಹೇಗೆ ವರ್ತಿಸಿರಬಹುದೆಂದು ಅವನು ಆಲೋಚಿಸಿದ. ಹೇಡಿತನದ ಬಗ್ಗೆ ಅವನಿಗಿದ್ದ ತಿರಸ್ಕಾರವನ್ನು ತೊಡೆದು ಹಾಕಲು ಸಾವಿನಿಂದ ಸಹ ಸಾಧ್ಯವಿರಲಿಲ್ಲ. ಅವನಿಗೆ ಅದು ತಿಳಿಯುವುದು ಸಾಧ್ಯವಾಗಿದ್ದ ಪಕ್ಷದಲ್ಲಿ ಧೀರರನ್ನು ಹಾಗು ಹೇಡಿಗಳನ್ನು ಆತ ಬೇರೆ ಬೇರೆಯಾಗಿ ಹೂಳಿಸುತ್ತಿದ್ದ. ಬದುಕಿನಲ್ಲಿದ್ದಂತೆ ಸಾವಿನಲ್ಲೂ ಅವರ ನಡುವೆ ಒಂದು ಗಡಿರೇಖೆ ಇರುವಂತೆ ನೋಡಿಕೊಳ್ಳುತ್ತಿದ್ದ.

ಅವನು ತನ್ನ ಸಹಾಯಕನ ತಲಾಷು ನಡೆಸುತ್ತಿದ್ದ. ಸಹಾಯಕ ಹೆದರಿ ಖಂಡಿತ ಓಡಿಹೋಗಿರಲಾರ, ಶತ್ರುಗಳಿಗೆ ಸೆರೆಯಾಗಿರಲಾರ, ಇಲ್ಲೇ ಎಲ್ಲೋ ಸತ್ತುಬಿದ್ದಿರಬೇಕು, ಎಂದು ದೃಢವಾಗಿ ನಂಬಿದ್ದ. ಬಹಳ ಹೊತ್ತು ಹುಡುಕಾಡಿದ ಮೇಲೆ, ಸೈನಿಕರು ಕಾದಾಡಿ ಮಡಿದಿದ್ದ ಕಂದಕಗಳ ಹಿಂದುಗಡೆ, ಕಾಮಿಸಾರ್ ಅವನನ್ನು ಪತ್ತೆಹಚ್ಚಿದ. ಅವನ ಮೈ ನಿಡಿದಾಗಿ ಚಾಚಿತ್ತು. ಅವನ ಒಂದು ಕೈ ಬೆನ್ನಿನ ಅಡಿಯಲ್ಲಿ ತಿರುಚಿಕೊಂಡಿತ್ತು. ಇನ್ನೊಂದರಲ್ಲಿ ಬಿಗಿಯಾಗಿ ಹಿಡಿದ ಪಿಸ್ತೂಲಿತ್ತು. ಹೊಟ್ಟೆಯನ್ನು ಮುಚ್ಚಿದ್ದ ಅಂಗಿಯ ಮೇಲೆ ರಕ್ತ ಹೆಪ್ಪುಗಟ್ಟಿತ್ತು. ಕಾಮಿಸಾರ್ ಅವನೆದುರು ಸ್ವಲ್ಪ ಸಮಯ ನಿಂತು, ಕೈಕೆಳಗಿನ ಒಬ್ಬ ಅಧಿಕಾರಿಯನ್ನು ಕರೆದು, ಸಹಾಯಕನ ಅಂಗಿಯನ್ನೆತ್ತಿ ಗಾಯವನ್ನು ಪರೀಕ್ಷಿಸಲು ಆಜ್ಞಾಪಿಸಿದ. ಈ ಕೆಲಸವನ್ನು ಸ್ವತಃ ಅವನೇ ಮಾಡುತ್ತಿದ್ದ. ಆದರೆ ದಾಳಿಯ ಸಮಯದಲ್ಲಿ ಅವನ ಬಲ ತೋಳಿನಲ್ಲಿ ಕೈಬಾಂಬಿನ ಹಲವಾರು ಚೂರುಗಳು ಹೊಕ್ಕಿದ್ದರಿಂದ, ಅದು ಅಸಹಾಯಕವಾಗಿ ಪಕ್ಕಕ್ಕೆ ಇಳಿಬಿದ್ದಿತ್ತು. ಭುಜದತನಕ ಹರಿದಿದ್ದ ತನ್ನ ಅಂಗಿಯನ್ನೂ ಅಲ್ಲಿ ಅವಸರವಸರವಾಗಿ ಕಟ್ಟಿದ್ದ ಬ್ಯಾಂಡೇಜನ್ನು ಆತ ಅಸಹನೆಯಿಂದ ನೋಡಿದ. ತನ್ನ ಗಾಯ, ನೋವಿನ ಬಗ್ಗೆ ಮೂಡಿದ್ದ ಸಿಟ್ಟಿಗಿಂತ ಅಧಿಕವಾದ ಸಿಟ್ಟು ಗಾಯಗೊಂಡೆನಲ್ಲ ಎಂಬುದರ ಬಗ್ಗೆ ಅವನಲ್ಲಿ ಮೂಡಿತ್ತು. ಯಾವುದೇ ಅನಾಹುತಕ್ಕೆ ಅತೀತನಾದವನೆಂದು ಇಡೀ ಪಡೆಯೇ ನಂಬಿರುವಂಥ ತಾನು ಗಾಯಗೊಳ್ಳುವುದೆ! ಆಗಬಾರದಂಥ ಸಮಯದಲ್ಲೇ ಆ ಗಾಯ ಆಗಿತ್ತು. ಅದನ್ನು ಎಷ್ಟು ಬೇಗ ಸಾಧ್ಯವೋ ಅಷ್ಟು ಬೇಗ ಗುಣಪಡಿಸಿ ಮರೆಯುವುದು ಒಳ್ಳೆಯದು.

ಅವನ ಆಜ್ಞೆಯಂತೆ ಅಧಿಕಾರಿ, ಸಹಾಯಕನ ಅಂಗಿಯನ್ನು ಸರಿಸಿ, ಗಾಯವನ್ನು

ಪರೀಕ್ಷಿಸಿ, "ಬಯನೆಟಿನಿಂದ ಆದದ್ದು" ಎಂದು ಹೇಳಿದ. ಬಳಿಕ ಪುನಃ ಬಗ್ಗಿ ಸಹಾಯಕನ ಎದೆಗೆ ಕಿವಿಯಿಟ್ಟು ಕೆಲವು ಕ್ಷಣ ಆಲಿಸಿದ.

ಮೇಲೆದ್ದಾಗ ಅವನ ಮುಖದಲ್ಲಿ ವಿಸ್ಮಯ ಮೂಡಿತ್ತು.

"ಈತ ಇನ್ನೂ ಉಸಿರಾಡ್ತಿದ್ದಾನೆ" ಎಂದು ಅವನೆಂದ.

"ಉಸಿರಾಡ್ತಿದ್ದಾನೆ ಅಂದೆಯ ?"

ಕಾಮಿಸಾರ್‌ನ ಮುಖದಲ್ಲಿ ಉದ್ವೇಗದ ಯಾವ ಚಿಹ್ನೆಯೂ ಕಾಣುತ್ತಿರಲಿಲ್ಲ.

ಅವನು ಥಟ್ಟನೆ ಆಜ್ಞಾಪಿಸಿದ :

"ಯಾರಲ್ಲಿ ? ಇಬ್ಬರು ಇಲ್ಲಿ ಬನ್ನಿ. ಇವನನ್ನ ನೇರವಾಗಿ ಶುಶ್ರೂಷೆಯ ಶಿಬಿರಕ್ಕೆ ಒಯ್ಯಿರಿ. ಈತ ಬದುಕಿದರೂ ಬದುಕಬಹುದು !"

ಹೀಗೆ ಹೇಳಿ, ಕೋರ್ನಿವ್ ಅಲ್ಲಿಂದ ನಡೆದ.

ಅವನು ಬದುಕುತ್ತಾನೊ ಇಲ್ಲವೊ ? ಕಾಮಿಸಾರ್‌ನ ಮನಸ್ಸಿನಲ್ಲಿ ಇತರ ಪ್ರಶ್ನೆಗಳೊಂದಿಗೆ ಈ ಪ್ರಶ್ನೆಯೂ ಬೆರೆಯಿತು. ಕಾದಾಟದ ವೇಳೆ ಅವನು ಹೇಗೆ ನಡೆದುಕೊಂಡಿರಬಹುದು ? ಎಲ್ಲರಿಗಿಂತ ಅವನು ಹಿಂದುಳಿಯಲು ಏನು ಕಾರಣ ? ಈ ಎಲ್ಲ ಪ್ರಶ್ನೆಗಳನ್ನೂ ಕೂಡಿಸಿದಾಗ ಅವನಿಗೆ ದೊರೆತ ಮೊತ್ತ ಒಂದೇ : ಎಲ್ಲವೂ ಸರಿಯಾಗಿ ನಡೆದಿದ್ದರೆ, ತನ್ನ ಸಹಾಯಕ ಧೈರ್ಯವಾಗಿ ಕಾದಾಡಿದ್ದರೆ, ಅವನು ಬದುಕಿ ಉಳಿಯುತ್ತಾನೆ. ಖಂಡಿತ ಬದುಕಿ ಉಳಿಯುತ್ತಾನೆ !

ಒಂದು ತಿಂಗಳಿನ ಅನಂತರ ಸಹಾಯಕ ಆಸ್ಪತ್ರೆಯಿಂದ ಹೊರಬಿದ್ದ. ಹಿಂದಿನ ಹಾಗೆಯೇ ಒತ್ತುಗೂದಲಿನ, ನೀಲಿಗಣ್ಣಿನ ಸುಂದರ ಯುವಕನಾಗಿ ಕಾಣಿಸುತ್ತಿದ್ದರೂ, ಆತ ಬಿಳಿಚಿ ಕೃಶವಾಗಿದ್ದ. ಸೇನಾಕೇಂದ್ರಕ್ಕೆ ಬಂದಾಗ, ಕಾಮಿಸಾರ್ ಅವನನ್ನು ಪ್ರಶ್ನಿಸದೆ, ಗಾಯಗೊಂಡಿರದ ತನ್ನ ಎಡಗೈಯಿಂದ ಸಹಾಯಕನ ಕೈಕುಲುಕಿದ. ಸಹಾಯಕ ಹೇಳಿದ :

"ಐದನೆಯ ದಳವಿದ್ದ ಸ್ಥಳವನ್ನು ತಲಪೋದಕ್ಕೆ ನನಗೆ ಸಾಧ್ಯವೇ ಆಗ್ಲಿಲ್ಲ. ತಿರುವಿನಲ್ಲಿ ನಾನು ಬಹಳ ಹೊತ್ತು ಸ್ಥಗಿತನಾಗ್ಬೇಕಾಗಿ ಬಂತು. ಆಮೇಲೆ ಐದನೇ ದಳವನ್ನು ತಲಪಲು ಇನ್ನು ಸುಮಾರು ನೂರು ಹೆಜ್ಜೆ ಹಾಕಿದರೆ ಸಾಕು ಅನ್ನುವಷ್ಟು ದೂರ ಸಾಗಿದ್ದಾಗ..."

ಅವನ ಮಾತನ್ನು ತಡೆದು ಕಾಮಿಸಾರ್ ನುಡಿದ :

"ನೀನು ವಿವರಿಸೋ ಅಗತ್ಯವಿಲ್ಲ. ನನಗೆಲ್ಲಾ ಗೊತ್ತು. ನೀನು ತುಂಬಾ ಕೆಚ್ಚೆದೆಯ ತರುಣ ಅಂತ ನಾನು ಬಲ್ಲೆ. ಸದ್ಯ ಗಂಡಾಂತರದಿಂದ ನೀನು ಪಾರಾದೆಯಲ್ಲ, ಅದರಿಂದ ನನಗೆ ನಿಜಕ್ಕೂ ಸಂತೋಷವಾಗಿದೆ."

ತಿಂಗಳ ಹಿಂದೆ, ಬದುಕಿ ಉಳಿಯಲಾಗದ ಸ್ಥಿತಿಯಲ್ಲಿ ಆಸ್ಪತ್ರೆ ಸೇರಿ, ಈಗ ಮತ್ತೆ ದೃಢಕಾಯನಾಗಿ ಹೊರ ಬಂದಿದ್ದ ಈ ಯುವಕನನ್ನು ಕಾಮಿಸಾರ್ ಒಂದು ಬಗೆಯ ಕರುಬಿನಿಂದ ವೀಕ್ಷಿಸಿದ. ಬ್ಯಾಂಡೇಜ್ ಕಟ್ಟಿದ್ದ ತನ್ನ ಬಲತೋಳನ್ನು ನೋಡಿಕೊಳ್ಳುತ್ತ, ವಿಷಾದದಿಂದ ನುಡಿದ:

"ನಾನು ಹಾಗು ನಮ್ಮ ಕರ್ನಲ್ ಈಗ ಹಿಂದಿನಂತಿಲ್ಲ. ಒಂದು ತಿಂಗಳಿನ ಹಿಂದೆ ನನಗೆ ಈ ಗಾಯವಾಯಿತು. ಇನ್ನೂ ವಾಸಿಯಾಗಿಲ್ಲ. ಅವನದಂತೂ ಎರಡು ತಿಂಗಳಿಗಿಂತಲೂ ಹಿಂದಿನದು. ನಾವೀಗ ಈ ಪಡೆಯನ್ನು ನೋಡಿಕೊಳ್ತಿರೋದು ಹಾಗೆ – ಎರಡು ಕೈಗಳಿಂದ : ಅವನ ಬಲಗೈ ಮತು ನನ್ನ ಎಡಗೈ"

○ ನಿಕಲೈ ತೀಖನವ್

ಸೇಬಿನ ಮರ

ವಿಮಾನದಾಳಿಯಿಂದ ರಕ್ಷಣೆ ಪಡೆಯಲು ರಚಿಸಿದ್ದ ನೆಲಮಾಳಿಗೆಯಲ್ಲಿ ದೀಪವಾರಿ ಕತ್ತಲು ಕವಿಯಿತು. ಒಡನೆ ಅಲ್ಲಿ ಚೀತ್ಕಾರ, ಕುರ್ಚಿಬೆಂಚುಗಳ ಸರಿದಾಟದ ಧಡಬಡ ಸದ್ದು ತುಂಬಿಹೋಯಿತು. ಆಗ ಜೋರುದನಿಯಲ್ಲಿ ಒಬ್ಬಾತ ಕೂಗಿದ :

"ಸಂಗಾತಿಗಳೇ, ಸದ್ದು ಮಾಡದೆ ಸುಮ್ಮನಿರಿ !"

ಜನ ಕತ್ತಲಲ್ಲಿ ನಿಶ್ಶಬ್ದವಾಗಿ ಕೂತರು. ಹಲವು ತಾಸುಗಳಿಂದ ವಿಮಾನದಾಳಿ ಎಡಬಿಡದೆ ನಡೆದಿತ್ತು. ಬೇಸಿಗೆಯಲ್ಲಿ ನೈಸರ್ಗಿಕ ದೃಶ್ಯಗಳನ್ನು ಬರೆಯುವಾಗ ತನ್ನೊಂದಿಗೆ ಒಯ್ಯುತ್ತಿದ್ದ ಮಡಚು ಕುರ್ಚಿಯ ಮೇಲೆ ಕಲಾವಿದ ಕೂತಿದ್ದ. ಹಗುರವಾದ ಈ ಮೂರು ಕಾಲಿನ ಕುರ್ಚಿಯನ್ನು ಸ್ವತಃ ಅವನೇ ಯೋಚಿಸಿ ಮಾಡಿದ್ದ. ಆ ಕುರ್ಚಿ ಈಗ ಬಹಳ ಪ್ರಯೋಜನಕಾರಿಯಾಗಿತ್ತು.

ಪೆಟ್ರೋಗ್ರಾಡ್‌ಸ್ಕಾಯ ಸ್ತರಾನೊದ ಹೆಬ್ಬೀದಿಗಳಲ್ಲಿ ಇನ್ನೂ ಅಳಿದುಳಿದಿದ್ದ ಹಲವು ಹಳೆಯ ಬಂಗಲೆಗಳ ಪೈಕಿ ಒಂದಾಗಿದ್ದ ಚಿಕ್ಕ ಮನೆಯೊಂದರಲ್ಲಿ ಕಲಾವಿದ ವಾಸವಾಗಿದ್ದ. ಈ ಮನೆಯ ಮುಂದೆ ಒಂದು ಉದ್ಯಾನವಿದ್ದು, ಅದರಲ್ಲಿ ಅಲಕ್ಷ್ಯಕ್ಕೆ ಗುರಿಯಾಗಿದ್ದ ಹಳೆಯ ಕಾರಂಜಿಯೊಂದಿತ್ತು. ಅಲ್ಲಿ ಹಾಸಿದ್ದ ಕಲ್ಲು ಪಾಚಿಗಟ್ಟಿತ್ತು ; ನೀರಿನ ಕೊಳವೆ ತುಕ್ಕುಹಿಡಿದು ಅಂದಗೆಟ್ಟಿತ್ತು. ಆ ಕಾರಂಜಿ ಈಗ ಹಿಮದಿಂದ ಮುಚ್ಚಿ ಹೋಗಿ, ಹೊಸಬರಿಗೆ ಅದು ಅಲ್ಲಿರುವ ಸುಳಿವು ತಿಳಿಯುತ್ತಿರಲಿಲ್ಲ. ಈ ವಿಮಾನ ದಾಳಿಯ ಆತಂಕದ ಹೊತ್ತಿನಲ್ಲಿ ಕಲಾವಿದನಿಗೆ ತನ್ನ ಮನೆ, ಉದ್ಯಾನ, ಕಾರಂಜಿ ಎಲ್ಲವೂ ಮರೆತುಹೋಗಿದ್ದವು.

ಜನರ ಗಾಬರಿ, ಗೊಂದಲ, ಅವರ ಉದ್ವೇಗಭರಿತ ಮಾತುಗಳು, ಮಕ್ಕಳ ರೋದನಗಳನ್ನು ಕಲಾವಿದನ ಮನಸ್ಸು ಅಸ್ಪಷ್ಟವಾಗಿ ದಾಖಲಿಸುತ್ತಿತ್ತು. ಕರಿ ಕಂಬಳಿ ಹೊದ್ದಂತೆ ಅವನು ಕಗ್ಗತ್ತಲಿನಿಂದ ಆವರಿಸಲ್ಪಟ್ಟು ಕೂತಿದ್ದ.

ಆ ಅಂಧಕಾರದಲ್ಲಿ ಯಾರದೋ ಭಯೋದ್ವಿಗ್ನ ಧ್ವನಿ ಕೇಳಿಸಿತು :

"ಈ ಊರನ್ನು ನಾವು ಆಗಲೇ ಬಿಟ್ಟುಹೋಗಿದ್ದರೆ ಚೆನ್ನಾಗಿತ್ತು."

ಕಲಾವಿದನಿಗೂ ಆ ಕಾಣದ ವ್ಯಕ್ತಿಯ ಮಾತು ನಿಜವೆನ್ನಿಸಿತು. ಹೌದು, ತಾನು ಆಗಲೇ ಈ ಪಟ್ಟಣವನ್ನು ಬಿಟ್ಟುಹೋಗದೆ ಮೂರ್ಖತನ ಮಾಡಿದೆ ಎಂದು ತೋರಿತು. ಒಂದು ವೇಳೆ ಹಾಗೆ ಮಾಡಿದ್ದರೆ ಅದಕ್ಕೆ ಅಂಜುಬುರುಕುತನದ ಕಳಂಕ ಅಂಟುತ್ತಿರಲಿಲ್ಲ. ಸದ್ಯಕ್ಕೆ ಅವನು ಭಿತ್ತಿಚಿತ್ರಗಳ ರಚನೆಯಲ್ಲಿ ತೊಡಗಿದ್ದ. ಅವನ ಆ ಬಗೆಯ ಚಿತ್ರಗಳು ಜನಪ್ರಿಯವಾಗಿದ್ದವು. ಬೀದಿಗಳಲ್ಲಿ, ಕ್ಲಬ್ಬುಗಳಲ್ಲಿ, ಯುದ್ಧರಂಗದ ಕುಳಿಮನೆಗಳಲ್ಲಿ ಅವು ನೇತಾಡುತ್ತಿದ್ದವು. ಆದರೆ ಅವನು ಈ ಲೆನಿನ್‌ಗ್ರಾಡ್ ನಗರದಲ್ಲೆ ಚಿತ್ರ ಬರೆಯಬೇಕಾದ ಅನಿವಾರ್ಯವೇನೂ ಇರಲಿಲ್ಲ. ಹಾಗೆ ನೋಡಿದರೆ ಅವನಿಗೆ ಇಲ್ಲಿ ಹಲವಾರು ಬಗೆಹರಿಸಲಾಗದ ಅಡಚಣೆಗಳಿದ್ದವು: ಸ್ಟುಡಿಯೊ ಬೆಚ್ಚಗಿರಲಿಲ್ಲ: ಥಂಡಿಗೆ ಸೆಡೆತುಹೋದ ಬೆರಳುಗಳಿಂದ ಪೆನ್ಸಿಲ್ಲು, ಕುಂಚಗಳನ್ನು ಅಲುಗಿಸದೆ ಹಿಡಿಯುವುದು ಕಷ್ಟವಾಗಿತ್ತು. ಅಲ್ಲದೆ ತನ್ನ ಮನೆಯಲ್ಲಿದ್ದ ಅಗ್ಗಿಷ್ಟಿಕೆಯಿಂದ ಮೈಕಾಯಿಸಿಕೊಳ್ಳುವುದು ಅಸಾಧ್ಯದ ಮಾತಾಗಿತ್ತು.

ಅವನ ಚಿಕ್ಕ ಮನೆಯಲ್ಲಿ ವಿಮಾನದಾಳಿಯಿಂದ ರಕ್ಷಿಸಿಕೊಳ್ಳುವ ಅನುಕೂಲವಿಲ್ಲದ್ದರಿಂದ, ಪಕ್ಕದ ಈ ದೊಡ್ಡ ಕಟ್ಟಡಕ್ಕೆ ಆತ ಓಡಿಬಂದು ಇಲ್ಲಿ ಹಲವಾರು ತಾಸು ಕೊಳೆಯಬೇಕಾಗಿ ಬಂದಿತ್ತು. ಕಲಾವಿದನಿಗೆ ನೆಗಡಿ ಬೇರೆ ಅಂಟಿತ್ತು; ಅವನು ಆಗಾಗ ಕೆಮ್ಮುತ್ತಿದ್ದ; ಬಹಳ ದಣಿದಿದ್ದ. ದೀರ್ಘಕಾಲದಿಂದ ಅವನಿಗೆ ಸಾಕಷ್ಟು ಊಟ ದೊರೆಯುತ್ತಿರಲಿಲ್ಲ. ಚಳಿಗೆ ಅವನ ಕೈಗಳು ಮರಗಟ್ಟಿದ್ದವು. ಬಹುಶಃ ಅದು ಸಂಧಿವಾತವೋ ಏನೋ? ತನ್ನ ಮನೆಯಿಂದ ಸ್ವಲ್ಪದೂರವಿದ್ದ ಕಲಾವಿದರ ಸಂಘಕ್ಕೆ ನಡೆಯುವಷ್ಟು ತ್ರಾಣವೂ ಅವನಲ್ಲಿರಲಿಲ್ಲ. ಈಗ ಟ್ರಾಮುಗಳ ಸಂಚಾರವೂ ನಿಂತಿತ್ತು.

ಸ್ವಲ್ಪ ಸಮಯದ ಹಿಂದೆ ಆರಿದ್ದ ದೀಪ ಇನ್ನೂ ಹೊತ್ತಿರಲಿಲ್ಲ. ಈ ನಗರವನ್ನು ಬಿಟ್ಟು ವೋಲ್ಗಾ ನದಿಯ ತನಕ ಹೋದರೆ ಸಾಕು, ಅಲ್ಲಿ ವಿದ್ಯುದ್ದೀಪಗಳಿಂದ ಝುಗಝುಗಿಸುವ, ಬೆಚ್ಚನೆಯ ಕೋಣೆಗಳಿಂದ ಕೂಡಿದ, ಆಹಾರ ಪದಾರ್ಥಗಳಿಂದ ತುಂಬಿತುಳುಕುವ ಪಟ್ಟಣಗಳಿಗೆ ಕೊರೆಯಿಲ್ಲವೆಂದು ಅನೇಕರು ಅವನಿಗೆ ಹೇಳಿದ್ದರು. ಸಕಾಲದಲ್ಲಿ ಈ ಊರನ್ನು ಬಿಟ್ಟು ಹೋಗಿದ್ದ ಅವನ ಸ್ನೇಹಿತರು ಈಗ ಅಲ್ಲಿ ವಾಸಿಸುತ್ತಿದ್ದರು... ಈ ಕಗ್ಗಾನ ಕತ್ತಲೆಯಲ್ಲಿ ಹೊಟ್ಟೆಗೇನೂ ಇಲ್ಲದೆ ಚಳಿಗೆ ಹೆಪ್ಪುಗಟ್ಟುತ್ತ, ತನ್ನ ತಲೆಯ ಮೇಲೆ ಯಾವಾಗ ಬಾಂಬ್ ಬೀಳುವುದೋ ಎಂದು ಜೀವ ಕೈಯಲ್ಲಿ ಹಿಡಿದು ಕುಕ್ಕರಿಸುವುದು ಅವನಿಗೆ ನಿಜವಾಗಿಯೂ ಮೂರ್ಖತನವೆನ್ನಿಸಿತು...

ಕಟ್ಟಡ ಆಗೀಗ ಪಾಯದಿಂದ ಸೂರಿನ ತನಕ ಅಲುಗಾಡುತ್ತಿತ್ತು. ಆಗ ಎಲ್ಲರೂ ನೀರವವಾಗಿ ಒಬ್ಬರನ್ನೊಬ್ಬರು ಒತ್ತಿಕೊಂಡು ತಲ್ಲಣಿಸಿ ನಿಲ್ಲುತ್ತಿದ್ದರು. ಅನಂತರ ಕಿವುಡೆಬ್ಬಿಸುವ ಶಬ್ದ ಹಲವಾರು ನಿಮಿಷ ಮೊಳಗಿ, ನಿಧಾನವಾಗಿ ಕ್ಷೀಣಿಸಿ ಮೌನ ಆವರಿಸುತ್ತಿತ್ತು. ಕಗ್ಗತ್ತಲೆ ಇನ್ನೂ ಗಾಢವಾದಂತೆ ತೋರುತ್ತಿತ್ತು. ಈಗ ಎಷ್ಟು ವೇಳೆಯಾಗಿರಬಹುದೆಂಬ ಅರಿವೂ ಕಲಾವಿದನಿಗಿರಲಿಲ್ಲ. ಇಲ್ಲಿಗೆ ಅವನು ಬಂದಾಗ ಸಾಯಂಕಾಲವಾಗಿತ್ತು. ಈಗ ರಾತ್ರಿ ಯಾಗಿರುವುದಂತೂ ನಿಜ. ವಿಮಾನದಾಳಿ ಬಿರುಸಾಗಿ, ದೀರ್ಘವಾಗಿ, ಸಾಗಿತ್ತು. ಎಲ್ಲೋ ಒಂದು ಸ್ಫೋಟವಾದದ್ದು ಕೇಳಿಸಿದೊಡನೆ, ಅದರ ಹಿಂದೆಯೇ ಒಂದಾದಮೇಲೊಂದರಂತೆ ಹಲವು ಸ್ಫೋಟಗಳು ಕಿವಿಯನ್ನು ಕೊರೆಯುತ್ತಿದ್ದವು. "ಬಾಂಬಿನ ಮಳೆಯೇ ಸುರೀತಿದೆ" ಎಂದು ಉದ್ವಿಗ್ನನಾಗಿ ಗೊಣಗಿದ ಕಲಾವಿದ.

ತಾನು ಅತಿಯಾಗಿ ಮೆಚ್ಚಿ ಪ್ರೀತಿಸಿದ್ದ ಈ ಪಟ್ಟಣ, ಅಂದಗೆಡುವಂತೆ ಬದಲಾದದ್ದು

ಅವನ ಮನಸ್ಸನ್ನು ಜರ್ಜರಗೊಳಿಸಿತ್ತು. ಎಲ್ಲಿ ನೋಡಿದರೂ ಬಿಕೋ ಎನ್ನುವ, ಮಂಕಿನ ಛಾಯೆ, ಬಾಂಬ್ ದಾಳಿ ನಿಂತು ಈ ಕಟ್ಟಡದಿಂದ ಹೊರಬಿದ್ದ ಮೇಲೆ ತಾನು ಏನನ್ನು ವೀಕ್ಷಿಸಬಹುದೆಂದು ಅವನು ಕಲ್ಪಿಸಿಕೊಂಡ : ಹೊಸ ವಿನಾಶ, ಉರಿಯುತ್ತಿರುವ ಮನೆಗಳು, ರಾಶಿರಾಶಿಯಾಗಿ ಬಿದ್ದಿರುವ ಮಣ್ಣು ಇಟ್ಟಿಗೆ ಕಲ್ಲು ಇತ್ಯಾದಿಗಳು, ತಿರುಚಿಕೊಂಡ ಮಹಡಿಗಳು, ತೊಲೆಗಳಿಗೆ ಸಿಲುಕಿ ಜೋತಾಡಿಕೊಂಡಿರುವ ಅವುಗಳೊಳಗಿನ ಹಾಸಿಗೆಗಳು ಮತ್ತು ಅಲಮಾರುಗಳು... ಮಾನವ ಅಸ್ತಿತ್ವದ ಶೋಚನೀಯ ಲಕ್ಷಣಗಳು

ಮೂಲೆಗತ್ತಲಲ್ಲಿ ಹಸುಳೆಯೊಂದು ತೆಳ್ಳಗಿನ ದನಿಯಲ್ಲಿ ಚೀತ್ಕರಿಸಿತು. ಆ ಹಸುಳೆಯ ಕಂಬನಿದುಂಬಿದ ತೆರೆದ ಕಣ್ಣಿನ ಮುಖವನ್ನು ಆತ ಮನಸ್ಸಿನಲ್ಲೇ ಚಿತ್ರಿಸಿಕೊಳ್ಳತೊಡಗಿದ. ಹಸುಳೆ ನಿದ್ದೆಯಿಂದ ಎಚ್ಚತ್ತಾಗ ಸುತ್ತ ಕವಿದ ಕತ್ತಲೆಯನ್ನು ಕಂಡು ಹೆದರಿ ಚೀತ್ಕರಿಸಿರಬೇಕು. ಆಗ ಅವನು ಕೇವಲ ಮೋಂಬತ್ತಿಯ ಬೆಳಕಿನಿಂದ ಬೆಳಗಿದ ಇಂಥ ರಕ್ಷಣಾ ಗೃಹವೊಂದರ ಚಿತ್ರವನ್ನು ರಚಿಸಬೇಕೆಂದುಕೊಂಡ. ನೆರೆದ ಜನರ ಮುಖಗಳ ಮೇಲೆ ಮಿಣುಗುಟ್ಟುವ ಬೆಂಕಿಯ ಚಂಚಲ ಕಿರುನಾಲಗೆಗಳನ್ನು, ಗೋಡೆಗಳ ಮೇಲೆ ಸರಿದಾಡುವ ಕಪ್ಪು ನೆರಳು ಗಳನ್ನು, ಉಣ್ಣೆಯ ಕೋಟು ತೊಟ್ಟು ಗಾಬರಿಯಿಂದ ಒತ್ತೊತ್ತಿ ನಿಲ್ಲುವ ಮುದುಕಿಯರನ್ನು ಮೂಲೆಯಲ್ಲಿ ಪಿಸುಮಾತಿನಲ್ಲಿ ತೊಡಗಿರುವ ಎಳೆಯರನ್ನು, ಕೂಸುಗಳನ್ನು ಎದೆಗವಚಿ ಕೊಂಡಿರುವ ಭಯಗ್ರಸ್ತ ತಾಯಂದಿರನ್ನು ಆ ಚಿತ್ರದಲ್ಲಿ ತೋರಿಸಬೇಕೆಂದು ಆತ ಯೋಚಿಸಿದ.

ಮೆಟ್ಟಲಿನ ಬಳಿ ವಿದ್ಯುದ್ದೀಪದ ಮಂದಪ್ರಕಾಶ ಕಾಣಿಸಿತು. ಆಚೆಯಿಂದ ಅನಪಾಯ ಸೂಚಕ ಸೈರನ್ ಧ್ವನಿ ಕೇಳಿ ಬಂತು. ಅಂತೂ ಇಂತೂ ವಿಮಾನದಾಳಿ ಕೊನೆಗಂಡಿತ್ತು.

ಇಕ್ಕಟ್ಟಿನ ದ್ವಾರದಿಂದ ಒಬ್ಬೊಬ್ಬರಾಗಿ ಜನರೆಲ್ಲ ಆಚೆ ಹೋದ ಮೇಲೆ, ಕಲಾವಿದ ತಣ್ಣಗೆ ಕೊರೆಯುವ ಗೋಡೆಯನ್ನು ತಡವುತ್ತ ಹೊರಬಿದ್ದ. ಹೊರ ಬೀಳುವಾಗ, ತನಗೆ ಎಲ್ಲೆಲ್ಲಿಯೂ ವಿನಾಶವೇ ಎದುರಾಗುವುದೆಂದು ಭಾವಿಸಿದ. ಈ ಕಟ್ಟಡದ ಪಕ್ಕದಲ್ಲಿದ್ದ ತನ್ನ ಮನೆ ತಲಪಬೇಕಾದರೆ ಎಷ್ಟು ಅಡ್ಡಿ ಆತಂಕಗಳನ್ನ ದಾಟಬೇಕಾಗುವುದೋ ಎಂದುಕೊಂಡ.

ಬೀದಿಗೆ ಬಂದಾಗ ತನ್ನ ನಿರೀಕ್ಷೆ ಸುಳ್ಳಾಗಿ ಆತ ದಂಗಾಗಿ ನಿಂತುಬಿಟ್ಟ.

ಸುತ್ತಿನ ಸಮಸ್ತವೂ ಶೋಭಾಯಮಾನವಾದ ಚಂದ್ರಿಕಾಪೂರದಲ್ಲಿ ತೇಲಿದಂತಿತ್ತು. ಶುಭ್ರವಾದ ಗುಂಗುರು ಮೋಡಗಳು ಬಿಳಿಯ ಕುರಿ ಮಂದೆಗಳಂತೆ ಹರಿದಾಡುತ್ತಿದ್ದ ಹಸಿರು-ನೀಲಿ ಆಗಸದಲ್ಲಿ, ಮಂಜಿನ ತೆರೆಯಿಂದ ಸುತ್ತುವರಿಯಲ್ಪಟ್ಟು ದೊಡ್ಡದಾಗಿ ಕಂಗೊಳಿಸುತ್ತಿದ್ದ ನಸುಗೆಂಪು ಚಂದ್ರಬಿಂಬ ಮನಮೋಹಕವಾಗಿತ್ತು. ರಾತ್ರಿ ಗಗನ ಬೆಳಕು ಥಂಡಿಗಳಿಂದ ತುಳುಕಿ, ಕಣ್ಣಿಗೆ ಆಪ್ಯಾಯಮಾನವಾಗಿತ್ತು. ಪಾಳು ಮೈದಾನದತ್ತ ಮುಖಮಾಡಿ ನಿಂತ ಉನ್ನತ ಭವನಗಳ ವಾತಾಯನರಹಿತ ಗೋಡೆಗಳು ಕಂಚಿನ ಕಾಂತಿಯನ್ನು ಲೇಪಿಸಿಕೊಂಡಂತೆ ಸುಮನೋಹರವಾಗಿದ್ದವು. ಹಿಮ ಭರ್ಜರಿಯಾಗಿ ಸುರಿದಿತ್ತು. ಬೀದಿಯ ಉದ್ದಕ್ಕೂ ಮೈಚಾಚಿದ್ದ ಹಿಮದ ಮೇಲೆ ನವುರಾದ ರೇಸಿಮೆಯ ನೀಲಿವರ್ಣಚ್ಛಾಯೆ ಒರಗಿತ್ತು. ಒಟ್ಟಿನಲ್ಲಿ ಅವರ್ಣನೀಯ ಸೊಗಸೇ ಮೈವೆತ್ತಂತೆ ಕಳಕಳಿಸುತ್ತಿತ್ತು ಆ ನಿತ್ಯಸಾಧಾರಣ ಬೀದಿ !

ಕಲಾವಿದ ಮೈತಿಳಿದು ಮನೆಯ ಕಡೆ ಹೆಜ್ಜೆಹಾಕಿದಾಗ, ಅದನ್ನು ಗುರುತಿಸುವುದೇ ಅವನಿಗೆ ಕಷ್ಟವಾಯಿತು. ಸ್ವಪ್ನದಲ್ಲಿ ಕಾಣುವ ಭ್ರಾಮಕ ದೃಶ್ಯದಂತೆ ಉದ್ಯಾನ ಕಣ್ಸೆಳೆಯುತ್ತಿತ್ತು. ಮರಗಳ ಕೊಂಬೆರೆಂಬೆಗಳನ್ನು ಅಂಗುಲದಷ್ಟು ದಪ್ಪಗಿನ ಘನ ಹಿಮ ಅಪ್ಪಿ ಒರಗಿತ್ತು. ಒಂದೊಂದು ಪೊದೆ ಬಳ್ಳಿಯೂ ಯಾರೋ ಮಹಾ ಕಲಾವಿದ ಕೌಶಲ್ಯಪೂರ್ಣವಾಗಿ

ಸವಿವರವಾಗಿ ಅಲಂಕಾರಗೊಳಿಸಿದ ಕಲಾಕೃತಿಯಂತೆ ಮೆರೆಯುತ್ತಿತ್ತು. ಆ ಪೊದೆ ಬಳ್ಳಿಗಳು ಉಜ್ವಲವಾಗಿ ಫಳಫಳಿಸಿ ಹೊಳಪಿನ ಅಲೆಗಳನ್ನು ಸುತ್ತ ಪ್ರಸರಿಸುವಂತೆ ತೋರುತ್ತಿತ್ತು. ಮರಗಿಡಗಳಿಗೆ ಬೆಳ್ಳಿಯ ಕಿರೀಟ ತೊಡಿಸಿದ್ದ ಹಿಮದಿಂದ ವಿಚಿತ್ರ ದೀಪ್ತಿ ಲಹರಿಯಾಡುತ್ತಿತ್ತು. ಉದ್ಯಾನದಲ್ಲಿದ್ದ ಇಡೀ ಸಸ್ಯಲೋಕ ಯಾವುದೋ ಮಹೋತ್ಸವದ ನೃತ್ಯಕ್ಕೆ ಅಣಿಗೊಂಡು, ಕೈಕೈ ಹಿಡಿದು ತನ್ನ ಸುತ್ತ ರಿಂಗಣಗುಣಿದಿದೆಯೋ ಎಂಬ ಭ್ರಮೆ ಕಲಾವಿದನಿಗೆ ಆಯಿತು. ಆ ಸಸ್ಯಗಳೂ ವಜ್ರದ ಅತ್ಯುಜ್ವಲ ಪ್ರಭೆಯಿಂದ ಆಸುಪಾಸನ್ನೆಲ್ಲ ಸ್ವರ್ಗೀಯಗೊಳಿಸುತ್ತಿರುವಂತೆ ಭಾಸವಾಯಿತು.

ಈ ಅಲೌಕಿಕ ಉದ್ಯಾನದ ನಡುವೆ ಮನಮೋಹಕ ರಮ್ಯತೆಯಿಂದ ಮೆರೆದಿತ್ತು, ಒಂದು ಮರ! ಇತರ ಮರಗಳನ್ನು ಅಲಂಕರಿಸಿದ್ದ ಮಿನುಗಿನ ಲಕಲಕ, ದೀಪ್ತಿಯ ಲಾವಣ್ಯ, ವಜ್ರದ ವರ್ಣಾಕರ್ಷಕತೆ ಈ ಮರದಲ್ಲಿ ನೂರ್ಮಡಿಸಿದಂತಾಗಿ, ಮನುಷ್ಯನ ಹಸ್ತಕೌಶಲದಿಂದ ಅಸದಳವಾದ ಒಂದು ಅಪೌರುಷೇಯ ಪರಿಪೂರ್ಣತೆ ಆ ಮರಕ್ಕೆ ಪ್ರಾಪ್ತವಾದಂತಿತ್ತು. ಶೀತಲಾಗ್ನಿಯಿಂದ ಹೊಮ್ಮಿದ ಹಿಮಶ್ವೇತಜ್ವಾಲೆಗಳನ್ನು ಆ ಮರ ಎತ್ತಿಹಿಡಿದು, ಜಾಜ್ವಲ್ಯಮಾನವಾಗಿ ಬೆಳಗಿತ್ತು. ಈ ಹಿಮಜ್ವಾಲೆಗಳ ಸುಂದರ ನೋಟ ಒಂದು ಕ್ಷಣವೂ ಕ್ಷಯಿಸದೆ, ಹೆಚ್ಚುತ್ತಿರುವಂತೆ ಕಾಣುತ್ತಿತ್ತು.

ಇದನ್ನು ಕಾಣುತ್ತ ಕಲಾವಿದ ಒಂದು ಬಗೆಯ ಉಪಾಸನಾಭಂಗಿಯಲ್ಲಿ ಕಕ್ಕಾಬಿಕ್ಕಿಯಾಗಿ ನಿಂತುಬಿಟ್ಟ. ಅವನಿಗೆ ಯಾವುದೂ ಸ್ಪಷ್ಟವಾಗಲಿಲ್ಲ. ಇದು ತನ್ನ ಮನೆಯ ಉದ್ಯಾನವೇ ಎಂಬ ಸಂದೇಹ ಅವನ ತಲೆ ಕೆಡಿಸಿತು. ತಾನು ಈ ಜಾಗಕ್ಕೆ ಬಂದದ್ದಾದರೂ ಹೇಗೆ? ಯಾಕೆ? ಎಂಬ ಪ್ರಶ್ನೆ ಮನಸ್ಸನ್ನು ಗೊಂದಲಗೆಡಿಸಿದವು.

ದೂರಕ್ಕೆ ದೃಷ್ಟಿ ಹಾಯಿಸಿದಾಗ ಬೀದಿಯಲ್ಲಿ ಜನ ನಡೆದಾಡುತ್ತಿದ್ದದ್ದು ಅವನ ಗಮನಕ್ಕೆ ಬಂತು. ಎಳೆಯರ ನಗು, ಕಾಲಿನಿಂದ ತುಳಿದ ಹಿಮದ ಚರಪರ ಶಬ್ದ ಸಹ ಸ್ಪಷ್ಟವಾಗಿ ಕೇಳಿಸಿತು. ಕಲಾವಿದ ಕುಲಾವಿ ಕಳಚಿ, ಒಂದು ಗಳಿಗೆ ಕಣ್ಣು ಮುಚ್ಚಿದ. ಕಣ್ತೆರೆದಾಗ ಎಂದಿನ ವಾಸ್ತವ ಜಗತ್ತಿಗೆ ಆತ ಮರಳಿದ್ದ. ತಾನು ತನ್ನ ಉದ್ಯಾನದಲ್ಲೇ, ಹಿಮಾಚ್ಛಾದಿತ ಕಾರಂಜಿಯ ಹತ್ತಿರ ನಿಂತದ್ದು ಅವನ ಅರಿವಿಗೆ ಬಂತು. ತಾನು ಉದ್ಯಾನ ಹೊಕ್ಕಾಗ ಅದನ್ನು ಸುತ್ತುವರಿದಿದ್ದ ಮರದ ಹಲಗೆಯ ಬೇಲಿ ಎದುರಾಗಲಿಲ್ಲವಲ್ಲ!

ಅದು ಹೇಗೆ ಸಾಧ್ಯ? ಬೇಲಿ ಎಲ್ಲಿ ಮಾಯವಾಯಿತು? ಎಂದು ಅವನಿಗೆ ಮಹದಾಶ್ಚರ್ಯವಾಯಿತು. ಆಮೇಲೆ ಅವನಿಗೆ ಗೊತ್ತಾಯಿತು, ಆ ಬೇಲಿ ಬಾಂಬುದಾಳಿಗೆ ಛಿದ್ರವಿಚ್ಛಿದ್ರವಾಗಿ ಬೀದಿಯಾಚೆ ಹಾರಿ ಬಿದ್ದಿತ್ತು ಎಂದು. ಓಬೀರಾಯನ ಕಾಲದ ಅದರ ಜೀರ್ಣ ಹಲಗೆಗಳು ಪುಡಿಪುಡಿಯಾಗಿ ಹರಡಿದ್ದವು. ಅಲೌಕಿಕ ಲಾವಣ್ಯದಿಂದ ಮೆರೆದ ಆ ಮರ ಮತ್ತಾವುದೂ ಆಗಿರದೆ, ಕಾರಂಜಿಯ ಪಕ್ಕದಲ್ಲಿ ಸದಾ ಸೌಮ್ಯವಾಗಿ, ಉಪೇಕ್ಷೆಗೊಳಗಾಗಿ ನಿಂತಿದ್ದ ಸೇಬಿನ ಮರವಾಗಿತ್ತು!

ಸುತ್ತ ಕಣ್ಣಾಡಿಸಿದಾಗ ಚಂದ್ರನ ಕೆನ್ನೀಲಿ ಕಾಂತಿಯ ಮಾಂತ್ರಿಕ ಮಾಯೆಯಲ್ಲಿ ಇಡೀ ನಗರ ಕೊಚ್ಚಿಹೊಗಿತ್ತು. ಅದಕ್ಕೆ ಅಳೆಯಲಾರದಂಥ ಅನನ್ಯವಾದ ಅಂದಗಾರಿಕೆ ಅಂಕುರಿಸಿತ್ತು!

ನಗರವನ್ನು ಹೀಗೆ ನೆಟ್ಟಾಲಿಯಿಂದ ವೀಕ್ಷಿಸುತ್ತಿದ್ದಾಗ ಕಲಾವಿದನಿಗೆ ಪುನರ್ಜನ್ಮ ಪಡೆದ ಅನುಭವವಾಯಿತು. ಆ ರಕ್ಷಣಾಗೃಹದಲ್ಲಿ ಅವನ ಚಿತ್ತವನ್ನು ಕಲಕುಮಲಕುಗೊಳಿಸಿ ಕಾಡಿದ್ದ ವಿಷಣ್ಣ ಭಾವ ಈಗ ಸಂಪೂರ್ಣ ಮಾಯವಾಗಿತ್ತು. ಅಪ್ರತಿಮ ಚೆಲ್ವಿಕೆಯ, ಸಾಹಸತ್ವದ,

ಕಡುಕಷ್ಟದ ದುಡಿಮೆಯ, ವೈಭವಾನ್ವಿತವೆನಿಸುವ ಈ ಅದ್ಭುತ ಪಟ್ಟಣವನ್ನು ತ್ಯಜಿಸಿ ಓಡಿಹೋಗುವ ಯೋಚನೆ ಮಾಡಿದ್ದೆನಲ್ಲ! ಎಂಥ ಮೂರ್ಖ ನಾನು! ಇಲ್ಲ, ಈ ನಗರವನ್ನು ತ್ಯಜಿಸಿ ಹೋಗಲಾರೆ; ಅದು ಸಾಧ್ಯವೇ ಇಲ್ಲ – ಎನ್ನಿಸಿತು ಕಲಾವಿದನಿಗೆ.

ಈ ನಗರವನ್ನು ತನ್ನ ಕೊನೆ ಉಸಿರಿನ ತನಕ ರಕ್ಷಿಸಲು ತಾನು ಪ್ರಯತ್ನಿಸಬೇಕು ಎಂದುಕೊಂಡ ಆತ. ಇಲ್ಲಿಂದ ಶತ್ರುಗಳನ್ನು ಪೂರ್ಣ ಬಡಿದಟ್ಟುವ, ಅವರನ್ನು ಸಂಪೂರ್ಣವಾಗಿ ನಾಶಗೊಳಿಸುವ ಹೋರಾಟದಲ್ಲಿ ದಿಟ್ಟವಾಗಿ ಭಾಗವಹಿಸಬೇಕು. ಈ ಸುಂದರ ನಗರವನ್ನು ಬಿಟ್ಟು ಓಡಿಹೋಗುವುದೆ? ಇಲ್ಲ, ಎಂದಿಗೂ ಸಾಧ್ಯವಿಲ್ಲ! ಕಲಾವಿದ ನಿಂತಲ್ಲಿ ನಿಂತು ಕಣ್ಣನ ತುಂಬುವಂತೆ ಸುತ್ತ ನಿಟ್ಟಿಸಿದ. ಹಿಂದೆಂದೂ ಅನುಭವಿಸಿರದ ಸಂತೋಷ, ಹೆಮ್ಮೆ ಅವನ ಆಂತರ್ಯವನ್ನು ವಿಸ್ಮಯಮೂಕಗೊಳಿಸಿತ್ತು! ❍

○ ವಿಯರ್ರಾ ಪನೋವ

ಗೇಟಿನ ಬಳಿ ಮೂವರು ಹುಡುಗರು

ಅಂದವಾದ ಬಂಗಲೆಯ ಗೇಟಿನೆದುರು ಮೂವರು ಹುಡುಗರು ನಿಂತಿದ್ದಾರೆ. ಮಾರ್ಸ್ ಮೈದಾನವೆಂದು ಕರೆಯುವ ಉದ್ಯಾನದ ಬದಿಯಲ್ಲಿ ನಿಂತ ಹಳದಿ ಗೋಡೆಗಳ, ಬಿಳಿ ಸ್ತಂಭಗಳ ಹಳೆಯ ಬಂಗಲೆ ಅದು. ರಜ ಮುಗಿಯುವ ಮುಂಚಿನ ವಾರದ, ಮನಸ್ಸು ಬಂದಹಾಗೆ ಮಜಮಾಡುವ, ಚಿಟ್ಟೆಗಳನ್ನು ಬೇಟೆಯಾಡುವ ಆಗಸ್ಟ್ ತಿಂಗಳಿನ ಸುಡುಬಿಸಿಲಿನ ದಿವಸ ಅದು. ಹೌದು ಸುಖಪ್ರದವಾದ, ಸೊಗಸಾದ ಬೇಸಿಗೆ. ಆದರೆ ಅದೀಗ ಮುಗಿಯುತ್ತ ಬಂದಿದೆ.

"ಸಿಗರೇಟ್ ಸೇದೋಣ ಅಲ್ವ?" ಎಂದು ವಿಚಾರಪರನಾಗಿ ವೀತ್ಕಾ ನುಡಿದು ಸಿಗರೇಟ್ ಪ್ಯಾಕೆಟನ್ನ ಗೆಳೆಯರೆದುರು ಚಾಚಿದ. ಸಾಷ್ಕಾ ಅದರಿಂದ ಒಂದು ಸಿಗರೇಟ್ ಸೆಳೆದುಕೊಂಡ. "ನೀನು ಸೇದೊಲ್ವ, ಯೂರ್ಚಿಕ್?" ವೀತ್ಕಾ ಕೇಳಿದ.

"ಥ್ಯಾಂಕ್ಸ್. ನಾನು ಸಿಗರೇಟ್ ಬಿಟ್ಟಿದ್ದೇನೆ."

"ಹಾಗೆ ಬಿಟ್ಟದ್ದು ನಿನಗೆ ಒಳ್ಳೆಯದು ಅನ್ಸುತ್ತ?"

"ಹೌದು."

ಯೂರ್ಚಿಕ್ ಕನ್ನಡಕ ಧರಿಸುವ, ಬಿಳಿಚು ಮೈಯ ತೆಳ್ಳಗಿನ ಹುಡುಗ. ವೀತ್ಕಾ ಇಲ್ಲದೆ ಸಾಷ್ಕಾನ ಹೆಗಲಿನೆತ್ತರಕ್ಕೂ ಅವನು ಬರಲಾರ. ಯೂರ್ಚಿಕ್‌ನ ಮನೆಯವರು ಈ ಸಲದ ಬೇಸಿಗೆ ಯನ್ನು ಹಳ್ಳಿಯಲ್ಲಿ ಕಳೆದಿದ್ದರು. ಅಲ್ಲಿ ಪೊದೆಗಳ ಮರೆಯಿಂದ ಹೊಗೆಯೇಳುತ್ತಿದ್ದುದ್ದನ್ನು ಅವನ ತಾಯಿ ಕಂಡು, ಮಗ ಸಿಗರೇಟ್ ಸೇದುತ್ತಿರುವುದು ಗೊತ್ತಾಗಿ, ಎದೆ ಬಿರಿಯುವಂತೆ ಅತ್ತು ರಂಪಮಾಡಿದ್ದಳು. ಯೂರ್ಚಿಕ್ ಆತ್ಮಹತ್ಯೆ ಮಾಡಿ ಕೊಳ್ಳುವುದನ್ನು ಕಂಡಷ್ಟು ದುಃಖಿತಳಾಗಿ ಚೀರಿದ್ದಳು. ತಾಯಿಯ ಈ ಗೋಳನ್ನು ಸಹಿಸುವುದು ಅವನಿಗೆ ಸಾಧ್ಯವಾಗದೆ, ಆಕೆ ಮುಂದೆಂದೂ ಹಾಗೆ ಭೀಕರವಾಗಿ ಅಳದಿರಲೆಂದು, ತನ್ನ ಸಿಗರೇಟಿನ ಖುಷಿಯನ್ನು ತ್ಯಾಗಮಾಡಿದ್ದ.

"ಅವನು ಸೇದೋದನ್ನು ಬಿಟ್ಟು ಬಿಟ್ಟಿದ್ದರೆ ಒಳ್ಳೆಯದೇ ಆಯಿತು. ಸೇದು ಅಂತ ನೀನು ಒತ್ತಾಯಿಸಬೇಡ" – ಸಾಷ್ಕಾ ವೀತ್ಕಾನಿಗೆ ಉಪದೇಶಿಸಿದ.

"ನಾನೆಲ್ಲಿ ಒತ್ತಾಯಿಸಿದೆ ? ಬೇಕಾದರೆ ಸೇದು ಅಂದೆ."

"ಒಳ್ಳೆಯದಾಯ್ತು ಬಿಡು. ಯೂರ್ಚಿಕ್ ಈಗ ಸಿಗರೇಟನ್ನ ಪೂರ್ತಿ ಬಿಟ್ಟಿದ್ದಾನೆ. ಹಾಗೆ ಬಿಡೋದು ಸುಲಭವಲ್ಲ. ಅದಕ್ಕೆ ದೃಢವಾದ ಸಂಯಮಬೇಕು."

ಯೂರ್ಚಿಕನಿಗೆ ಅಂಥ ಅರಳುಮರಳು ತಾಯಿಯಿರುವುದನ್ನು ಕಂಡು ಈ ಇಬ್ಬರು ದಡಿಯ ಹುಡುಗರಿಗೆ ಅಯ್ಯೋ ಅನಿಸಿತ್ತು. ಆದರೆ ಅವನ ಬಗ್ಗೆ ಅವರಿಗೆ ಇದ್ದ ಗೌರವ ಇದರಿಂದ ಕಿಂಚಿತ್ತೂ ಕಡಿಮೆಯಾಗಿರಲಿಲ್ಲ. ಅವನಿಗೆ ದೃಢವಾದ ಸಂಯಮಶಕ್ತಿ ಇದ್ದದ್ದರಿಂದ ಮಾತ್ರ ಅವರಲ್ಲಿ ಈ ಗೌರವ ಮೂಡಿರಲಿಲ್ಲ. ಅವನ ಓದು ಹಾಗು ಪರಿಜ್ಞಾನ ಅವರಿಗೆ ಮಹದಾಶ್ಚರ್ಯವಾಗಿ ಕಂಡಿತ್ತು. ಯಾವುದರ ಬಗ್ಗೆ ಕೇಳಿದರೂ ತತ್‌ಕ್ಷಣ ಇಲ್ಲವೆ ಒಂದು ದಿವಸದ ಗಡುವಿನೊಳಗೆ ಅವನು ಉತ್ತರಿಸಿ ಬಿಡುತ್ತಿದ್ದ. ಹೀಗಾಗಿ ಅವರಿಗೆ ಅವನೆಂದರೆ ಅಚ್ಚುಮೆಚ್ಚು. ಅವನಿಗೆ 'ಕನ್ನಡಕ' ಎಂಬ ಅಡ್ಡ ಹೆಸರನ್ನು ಅವರಿಟ್ಟಿದ್ದರು.

ಅವನು ನಿಂತಿರುವ ಮನೆಯೆದುರು ರಸ್ತೆಯುದ್ದಕ್ಕೂ ಟ್ರಾಂ ಹಳಿಗಳು ಹಾದುಹೋಗಿವೆ. ಆ ಹಳಿಗಳ ಆಚೆ ಕಣ್ಣಿಗೆ ಹಬ್ಬವಾಗುವ ವಿಶಾಲವಾದ ಉದ್ಯಾನ ಇದೆ. ಮೊದಲೇ ತಿಳಿಸಿದಂತೆ ಅದರ ಹಿಂದಿನ ಹೆಸರು ಮಾರ್ಸ್ ಮೈದಾನ. ಪಚ್ಚೆಯ ಜಮಖಾನದಂತಿರುವ ಹುಲ್ಲಿನ ನಡುವೆ ಕಿರು ಹಾದಿಗಳು ಹಾಯ್ದಿವೆ. ಅವುಗಳ ಇಬ್ಬದಿಗೂ ನಿಂಬೆಗಿಡ ಹಾಗು ಪೊದೆಗಳು ರಾರಾಜಿಸಿವೆ. ಅವುಗಳ ಮೇಲ್ಭಾಗವನ್ನ ನೀಟಾಗಿ ಕತ್ತರಿಸಿದೆ. ಹುಲ್ಲಿನ ಮಧ್ಯೆ ಚುಕ್ಕಿ ಬಿಡಿಸಿದ ಹಾಗೆ ಬಿಳಿಹೂವಿನ ಬಳ್ಳಿಗಳಿವೆ. ಉದ್ಯಾನದ ಗೋಪುರದ ಎತ್ತರಕ್ಕೆ ದಟ್ಟ ಬೆಳ್ಮುಗಿಲು ಕಂಗೊಳಿಸಿರುವ ಬಾನ್ನೀಲಿ ಹಬ್ಬಿದೆ...

ಕೀರವ್ ಸೇತುವೆ ಮತ್ತು ನೆವಾಕ್ಕೆ ಹೋಗುವ ರಸ್ತೆಯನ್ನು ಹುಡುಗರು ಇಲ್ಲಿಂದ ಕಾಣಬಹುದಾಗಿದೆ. ಸುವೋರವ್‌ನ ಪ್ರತಿಮೆಯಿರುವುದು ಅಲ್ಲಿಯೆ. ಶಿರಸ್ತ್ರಾಣ ತೊಟ್ಟ, ಕಟ್ಟುಮಸ್ತಾದ ಖಂಡಗಳ ಸುಂದರ ಯುವಕ ಸುವೋರವ್ ಅಲ್ಲಿ ಜೀವಂತವಾಗಿ ನಿಂತಿರುವಂತಿದೆ. ವೀತ್ಕಾ ಮತ್ತು ಸಾಷ್ಕಾರ ಪ್ರಕಾರ ಆ ಪ್ರತಿಮೆ ಖಂಡಿತ ಮಹಾ ದಂಡನಾಯಕ ಸುವೋರವ್‌ನದು. ಆದರೆ ಯೂರ್ಚಿಕ್ ಇದನ್ನೊಪ್ಪುವುದಿಲ್ಲ. ಅದು ನಿಜಕ್ಕೂ ಯುದ್ಧದೇವತೆ ಮಾರ್ಸ್‌ನ ಪ್ರತಿಮೆ ಎಂದು ಅವನು ಸಾಧಿಸುತ್ತಾನೆ. ಈ ಉದ್ಯಾನವಿರುವ ಜಾಗವನ್ನು ಮಾರ್ಸ್ ಮೈದಾನವೆಂದು ಒಂದು ಕಾಲಕ್ಕೆ ಕರೆಯುತ್ತಿದ್ದುದನ್ನು ಅವನು ನೆನಪಿಸುತ್ತಾನೆ. ಹಿಂದೆ ಮಾರ್ಸ್ ಮೈದಾನದಲ್ಲಿ ಸೇನೆಯ ಕೂಚು ಕವಾಯತುಗಳು ನಡೆಯುತ್ತಿದ್ದವಂತೆ. ಆಗ ಮರಗಿಡಗಳಿರಲಿ, ಹುಲ್ಲಿನೆಸಳೂ ಇಲ್ಲಿ ಬೆಳೆಯುತ್ತಿರಲಿಲ್ಲವಂತೆ. ಸೈನಿಕರು ನಡೆದಾಡಿ ಈ ಜಾಗ ಕಲ್ಲಿನಂತೆ ಗಡುಸಾಗಿದ್ದಿತಂತೆ.

ಈ ಹುಡುಗರು ಇವನ್ನೆಲ್ಲ ಕಾಣದಿರಲು ಕಾರಣ, ಅವರು ತಡವಾಗಿ ಹುಟ್ಟಿದ್ದು! ಅವರು ಹುಟ್ಟುವುದಕ್ಕೆ ಬಲು ಹಿಂದೆಯೇ ಸೇನೆಯ ಚಟುವಟಿಕೆ ಮುಗಿದು ಹೋಗಿ, ಇದು ಉದ್ಯಾನವಾಗಿ ಮಾರ್ಪಟ್ಟಿತ್ತು. ಚಿಕ್ಕವರಿದ್ದಾಗಿನಿಂದ ಅವರು ಬಿರಿದು ನಿಂತ ಗುಲಾಬಿ ಮತ್ತಿತರ ಹೂವುಗಳನ್ನು, ಬೆಂಚುಗಳಲ್ಲಿ ಕೂತು ಲಲ್ಲೆಬಡಿಯುವ ಸೇವಕಿಯರು ಹಾಗು ಮುದುಕಿಯರನ್ನು, ಮರಳು ಹಾದಿಗಳಲ್ಲಿ ಆಡುವ ಮಕ್ಕಳನ್ನು ಕಂಡಿದ್ದಾರೆ. ಈ ಉದ್ಯಾನದ ಉಸ್ತುವಾರಿಗೆಂದೇ ನೇಮಕವಾದ ಕೆಲವು ಸ್ತ್ರೀಯರು ಅಲ್ಲಿದ್ದಾರೆ. ಉದ್ಯಾನದಲ್ಲಿ ಏನಾದರೂ ಅವ್ಯವಸ್ಥೆಯೋ ತುಂಟಾಟವೋ ಕಂಡುಬಂದರೆ ಅವರು ಸೀಟಿಯೂದುತ್ತಾರೆ. ಅವರ ಕಣ್ಣು ಸದಾ ಬೆಳೆದ ಹುಡುಗರ ಮೇಲೆ. ಅವರನ್ನು ಗಿಡುಗದಂತೆ ಕಾಯುತ್ತಿರುತ್ತಾರೆ. ಯಾಕೆಂದರೆ

ಅಂಥ ಹುಡುಗರು ಉದ್ಯಾನದ ನಿಯಮ ಮರಿಯುವ ಪೋಕರಿಗಳೆಂದು ಆ ಸ್ತ್ರೀಯರ ಅಚಲ ನಂಬಿಕೆ.

ಹಿಂದಿನ ಕಾಲದ ಗುರುತುಗಳಾಗಿ ಉದ್ಯಾನದಲ್ಲಿ ಈಗ ಉಳಿದಿರುವುದೆಂದರೆ ಹದಿನಾರು ಹಳೆಯ ದೀಪಗಂಬಗಳು ಮಾತ್ರ. ಅವುಗಳ ಮೇಲಿರುವ ಲಾಂದ್ರಗಳ ಆಕಾರ ತಮಾಷೆಯಾಗಿದೆ. ಅವಕ್ಕೆ ಕರಿಗಾಜಿನ ಕವಚವಿದೆ. ಸಾಯಂಕಾಲ, ಮುತ್ತಿನ ಮಣಿಗಳಂತೆ ಹಾಲುಬಿಳಿ ಹೊಳಪು ಬೀರುವ ಆಧುನಿಕ ವಿದ್ಯುದ್ದೀಪಗಳು ಇಡೀ ಬಯಲನ್ನು ಬೆಳಗಿದಾಗಲೂ, ಈ ಹಳೆಯ ದೀಪಗಳು ಮಾಸಲು ಮಾಸಲಾದ ಬೆಳಕಿನಿಂದ ಮಂಕಾಗಿ ಉರಿಯುತ್ತಿರುತ್ತವೆ.

ಅವು ಈ ಲೋಕದ್ದಲ್ಲವೆನ್ನಿಸುವ ಭಾವನೆ ಮೂಡಿಸುತ್ತವೆ. ಈ ದೀಪಗಳು ಉದ್ಯಾನದ ನಡುವಿನಲ್ಲಿದ್ದು ಅಲ್ಲಿನ ಸಾಮಾನ್ಯ ಗೋರಿಗಳ ಸುತ್ತ ಬೆಳಗಿವೆ.

ಕಣಶಿಲೆಯ ಗಿಡ್ಡನೆಯ ಗೋಡೆ ಈ ಗೋರಿಗಳನ್ನು ಸುತ್ತುವರಿದಿದೆ. ಆ ಗೋಡೆಯ ನಡುವೆ ಅಲ್ಲಲ್ಲಿ ಬೂದು ಬಣ್ಣದ ಶಿಲೆ ನೆಟ್ಟು ಅವುಗಳಲ್ಲಿ ದೀರ್ಘ ಸ್ಮಾರಕ ಲೇಖಗಳನ್ನು ಕೆತ್ತಿದ್ದಾರೆ. ಇಂಥ ಪ್ರತಿಯೊಂದು ಕೆತ್ತನೆಯ ಬರಹವೂ ಹಲವು ಸಾಲುಗಳಷ್ಟು ಉದ್ದವಿದ್ದು, ಕೆಲವದರಲ್ಲಿ ದಪ್ಪನೆಯ ಅಕ್ಷರಗಳಿದ್ದರೆ, ಉಳಿದವುಗಳಲ್ಲಿ ಸಣ್ಣಗೆ ಕೊರೆದ ಅಕ್ಷರಗಳಿವೆ. ಗೋರಿಗಳನ್ನು ಅವರಿಸಿರುವ ನಾಲ್ಕೂ ಕಡೆ ದ್ವಾರಗಳಿವೆ.

ಅವು ಕ್ರಾಂತಿಯಲ್ಲಿ ಜೀವ ತೆತ್ತ ಹುತಾತ್ಮರ ಗೋರಿಗಳು. ಅದು ಬಹಳ ಹಿಂದಿನ ಮಾತು. ಆಗಿನ್ನೂ ಈ ಹುಡುಗರಾಗಲಿ ಅವರ ತಂದೆತಾಯಿಗಳಾಗಲಿ ಹುಟ್ಟಿರಲಿಲ್ಲ.

ಗೋರಿಗಳ ಬಳಿ ಒಂದು ನಿತ್ಯಜ್ಯೋತಿ ಬೆಳಗಿದೆ. ಅದಕ್ಕೆ ಅನಿಲವೇ ಆಧಾರ. ಭೂಮಿಯೊಳಗಿನ ಕೊಳವೆಯ ಮೂಲಕ ಅನಿಲ ಹಾದು ಬಂದು ಗೋರಿಗಳ ಬಳಿಯಿರುವ ಜ್ವಾಲಕದಲ್ಲಿ ಉರಿಯುತ್ತದೆ. ನಿತ್ಯಜ್ಯೋತಿ ಸರಿಯಾಗಿ ಉರಿಯುತ್ತಿರುವಂತೆ, ಲೆನಿನ್‌ಗ್ರಾಡಿನ ಅನಿಲ ಸರಬರಾಜು ಕೆಲಸಗಾರರು ಆಗಾಗ್ಗೆ ಇಲ್ಲಿ ಬಂದು ಪರೀಕ್ಷಿಸುತ್ತಾರೆ.

ಈ ಹುಡುಗರಿಗೆ ನಿತ್ಯಜ್ಯೋತಿ ಒಂದು ಸಾಮಾನ್ಯ ವಿಷಯ. ಅದರಲ್ಲಿ ಸೋಜಿಗ ಬರಿಸುವಂಥದ್ದೇನೂ ಇಲ್ಲ. ಈ ಹುಡುಗರ ಕುತೂಹಲಕ್ಕೆ ಕಾರಣವಾಗುವ ಸಂಗತಿಗಳೇ ಬೇರೆ. ಅವರಿರುವುದು ನೀರ್ಗಲ್ಲುಗಳನ್ನೊಡೆಯುವ ಅಣುಶಕ್ತಿ ಚಾಲಿತ ಮಹಾ ನೌಕೆಯನ್ನು ತಯಾರಿಸಿದ ಪಟ್ಟಣದಲ್ಲಿ. ಅವರ ಆಸಕ್ತಿ ನೆಲೆಸಿರುವುದು, ಬಾಹ್ಯಾಕಾಶ, ಕೃತಕ ಉಪಗ್ರಹ, ಕ್ಷಿಪಣಿಗಳಲ್ಲಿ. ಹೀಗಾಗಿ 'ನಿತ್ಯಜ್ಯೋತಿ' ಅವರಿಗೆ ಅಂಥ ಮಹತ್ವದ ವಿಷಯವೇನಲ್ಲ. ಅದು, ಲೆನಿನ್‌ಗ್ರಾಡಿನ ಅನಿಲ ಸರಬರಾಜು ಕೆಲಸಗಾರರು ಸಮರ್ಪಕವಾಗಿ ಕೆಲಸ ಮಾಡುತ್ತಿರುವುದಕ್ಕೆ ದ್ಯೋತಕ ಅಷ್ಟೆ!

ಗೋಡೆ ಮೇಲೆ ಕೆತ್ತಿದ್ದ ಈ ಸ್ಮಾರಕ ಲೇಖಗಳನ್ನು ರಚಿಸಿದವ ಲೂನಾಚಾರ್‌ಸ್ಕಿ ಎಂಬಾತ, ಜನತಾ ಸಚಿವನಾಗಿದ್ದ ಸಂಗಾತಿ ಲೂನಾಚಾರ್‌ಸ್ಕಿ – ಎಂದು ಯೂರ್ಚಿಕ್ ಒಮ್ಮೆ ಅವರಿಗೆ ತಿಳಿಸಿದ್ದ. ಅವನು ಅದನ್ನು ಕೊರೆಸಿದ್ದು ಬಹಳ ಹಿಂದೆ. ಅದು ನಮ್ಮಲ್ಲಿ ಉಗಿಬಂಡಿಗಳಿರದಿದ್ದ ಕಾಲ. ಅವುಗಳೆಲ್ಲ ಹಳತಾಗಿ ಮುರಿದು ಹೋಗಿದ್ದವು ; ಆಗ ನಮ್ಮ ಬೇಸಿಗೆಯ ಉದ್ಯಾನದ ಸುತ್ತ ಇರುವ ಜಾಲಂದರವನ್ನು ಅಮೆರಿಕದವರಿಗೆ ಒದಗಿಸಿದರೆ, ನಮಗೆ ನೂರು ಆಧುನಿಕ ಉಗಿಬಂಡಿಗಳನ್ನು ಪೂರೈಸಲು ಅವರು ಒಪ್ಪಿದ್ದರಂತೆ ಎಂದೂ ಯೂರ್ಚಿಕ್ ಈಗ ಹೇಳಿದ.

"ಹೌದು, ಆ ಜಾಲಂದರ. ಅದು ನಿಮಗೆ ಗೊತ್ತು ಅಲ್ವೆ? ಹೌದು ನೂರು ಉಗಿಬಂಡಿಗಳಿಗೆ."

"ನಾನಾಗಿದ್ದರೆ ಆ ವಿನಿಮಯಕ್ಕೆ ಒಪ್ಪಿಬಿಡ್ತಿದ್ದೆ" ವೀತ್ಕಾ ಅಂದ.

"ಹೌದ ?"

"ಹೂಂ! ಮತ್ತೆ. ಅದೊಂದು ಲಾಭದಾಯಕ ವಿನಿಮಯ ಅನ್ನಿಸೋದಿಲ್ವೆ?"

"ನಿನಗೆ ಹಾಗನ್ನಿಸ್ತದೆಯೆ ?"

"ಹೌದು, ನಿನಗೆ ಸಂದೇಹವಿದೆಯೆ ?"

"ದಡ್ಡಕಣಯ್ಯ ನೀನು" ಯೂರ್ಚಿಕ್ ಹೇಳಿದ.

"ಯಾಕಪ್ಪ ?"

"ನಮಗೆ ಬೇಕಾದಷ್ಟು ಉಗಿ ಬಂಡಿಗಳನ್ನು ನಾವೀಗ ತಯಾರಿಸ್ತಿದ್ದೇವೆ. ಅವೂ ಎಂಥವು ಗೊತ್ತೆ? ಹಬೆ ಚಾಲಿತ ಬಂಡಿಗಳು ಮಾತ್ರವಲ್ಲ, ಡೀಸೆಲ್ ಮತ್ತು ವಿದ್ಯುತ್ತಿನಿಂದ ಚಲಿಸುವಂಥವು. ಆದರೆ ಇಡೀ ಜಗತ್ತಿನಲ್ಲಿ ಅಂಥ ಜಾಲಂದರ ಇರೋದು ಇದೊಂದೇ !"

ಲೂನಾಚಾರ್‌ಸ್ಕಿಗೆ ಈ ಮರ್ಮ ತಿಳಿದಿತ್ತು. ಅದಕ್ಕೇ ಅವನು ಆ ಜಾಲಂದರವನ್ನು ಕೊಡಕೂಡದೆಂದು ಜನತಾ ಸಚಿವ ಮಂಡಲಿಯನ್ನು ಒಪ್ಪಿಸಿದ್ದ.

"ನಿಜವೆ? ನಮ್ಮ ಜಾಲಂದರಕ್ಕೆ ಸಮನಾದದ್ದು ಜಗತ್ತಿನಲ್ಲೇ ಇಲ್ಲವೆ ?" ಎಂದು ಸಾಷ್ಕಾ ಅಚ್ಚರಿಯಿಂದ ಕೇಳಿದ.

* * *

ಹುಡುಗರು ನಿಂತಿದ್ದ ಗೇಟಿನಿಂದ ಸ್ವಲ್ಪ ದೂರದಲ್ಲಿ, ಒಂದುಕಡೆ ನೂರು ಉಗಿಬಂಡಿಗಳಿಗೆ ಮೀರಿದ ಮೌಲ್ಯದ ಜಾಲಂದರವಿರುವ ಬೇಸಿಗೆಯ ಉದ್ಯಾನವಿದೆ. ಮತ್ತೊಂದು ಕಡೆ ಮಿಖೈಲೋವ್‌ಸ್ಕಿ ಉಪವನವಿದೆ. ಗೇಟಿನಿಂದ ಎಡಕ್ಕೆ ತಿರುಗಿ ಕೆಲವು ಹೆಜ್ಜೆ ನಡೆದರೆ ವಿದ್ಯುತ್ ಕಾರ್ಮಿಕರ ಕ್ಲಬ್ಬಿದೆ. ಅಲ್ಲಿ ಪ್ರತಿ ಸಂಜೆ ಸಿನಿಮ ತೋರಿಸುತ್ತಾರೆ. ಇನ್ನೂ ಮುಂದೆ ಸೇತುವೆಗೆ ಅಡ್ಡಲಾಗಿ ಪಿತ್ರ ಪಾವ್‌ಲವ್‌ಸ್ಕಾಯ ಕೋಟೆಯಿದೆ. ಆ ಕೋಟೆ ಹಾಗು ನದಿಯ ನಡುವೆ ಇಕ್ಕಟ್ಟಾದ ಮರಳುದಂಡೆ ಹಬ್ಬಿದೆ. ಉತ್ತರದಿಂದ ಬೀಸುವ ಗಾಳಿಯನ್ನು ನದಿಯ ಮೇಲೆ ಹಾಯದಂತೆ ಕೋಟೆ ಗೋಡೆ ತಡೆಯುವುದರಿಂದ, ಆ ಜಾಗದಲ್ಲಿ ಈಜಾಟ ಮತ್ತು ಸೂರ್ಯಸ್ನಾನಕ್ಕೆ ತುಂಬ ಅನುಕೂಲವಿದೆ. ಬಿಸಿಲಿದ್ದ ಪಕ್ಷದಲ್ಲಿ ವೀತ್ಕಾ ಏಪ್ರಿಲ್ ತಿಂಗಳಲ್ಲಿ ಇಲ್ಲಿ ಸೂರ್ಯಸ್ನಾನಕ್ಕೆ ಬರುತ್ತಾನೆ. ಬಿಸಿಲಿದ್ದಾಗಲೂ ಅಲ್ಲಿನ ಮರಳು ಹಿಮದಂತೆ ಕೊರೆಯುತ್ತದೆ. ಅದರ ಮೇಲೆ ಒರಗಿದರೆ ಶೀತ ಬಡಿಯುವುದು ಖಂಡಿತ. ಯುವಕರು ಮುದುಕರೆನ್ನದೆ ಎಲ್ಲ ಗಂಡಸರೂ ಅಲ್ಲಿ ಸೊಂಟದ ತನಕ ಬಟ್ಟೆಗಳಚಿ, ನಿಂತುಕೊಂಡೇ ಸೂರ್ಯಸ್ನಾನ ಮಾಡುತ್ತಾರೆ. ಬಹಳ ತಾಳ್ಮೆಯುಳ್ಳ ಧೈರ್ಯಶಾಲಿ ಜನಸ್ತೋಮ.

ನಾವಿನ್ನೂ ಸಣ್ಣವರಿದ್ದಾಗ, ದೊಡ್ಡವರ ದಿನಚರಿ ಹೇಗಿರುವುದೆಂಬುದನ್ನು ಊಹಿಸಲೂ ಕಷ್ಟವಾಗುತ್ತದೆ. ನಮ್ಮ ತಂದೆ ದಿನನಿತ್ಯದ ಏಳೆಂಟು ತಾಸಿನ ದುಡಿಮೆಯ ಬಳಿಕ ಏನಾದರೊಂದು ಚಿಕ್ಕಪುಟ್ಟ ಸ್ವಯಂ ಸೇವಕ ಕೆಲಸ ಅಥವಾ ಯಾವುದಾದರೊಂದು ಸಭೆಗೆ ಹೋಗುವುದರ ಹೊರತು, ಬೇರೇನೂ ಮಾಡಲಾರ ಎಂದು ನಾವು ಯೋಚಿಸುತ್ತೇವೆ. ಆದರೆ ದೊಡ್ಡವರಾಗಿ ಬೆಳೆಯುತ್ತಿದ್ದಂತೆ, ಈ ಗೇಟಿನ ಎಡ ಹಾಗು ಬಲದ ಹಾದಿಗಳಲ್ಲಿ ಸ್ವೇಚ್ಛೆಯಿಂದ ನಡೆಯುತ್ತಿದ್ದಂತೆ, ಮನುಷ್ಯರಿಗೆ ಸಮಯ ಕಳೆಯಲು ಎಷ್ಟೊಂದು ಚಟುವಟಿಕೆಗಳು, ವಿಷಯಗಳು ಇವೆ ಎಂಬುದನ್ನು ಕಂಡು ನಮಗೆ ಆಶ್ಚರ್ಯವಾಗುತ್ತದೆ. ಉದಾಹರಣೆಗೆ, ಆ ಚೌಕದಲ್ಲಿ ಡ್ರೈವಿಂಗ್ ಪರೀಕ್ಷೆಗೆ ತಯಾರಾಗಿ ನಿಂತಿರುವ ಆ ಮೋಟರ್‌ಬೈಕಿನವನನ್ನೇ ನೋಡಿ ! ಇದು ಅಲ್ಲಿ ದಿನನಿತ್ಯದ ದೃಶ್ಯ. ಅವನನ್ನು ಪರೀಕ್ಷಿಸುತ್ತಿರುವಾಗ ಪೊಲೀಸ್ ಪಡೆಯ ಒಬ್ಬ

ಅಧಿಕಾರಿ. ಮೋಟರ್‌ಬೈಕಿನ ಸವಾರ '8' ಅಂಕಿಯನ್ನು ಅನುಕರಿಸಿ ತನ್ನ ವಾಹನವನ್ನು ಸುತ್ತಿಸುತ್ತಿರುವುದನ್ನು ಅಧಿಕಾರಿ ಕಣ್ಣಲ್ಲಿ ಕಣ್ಣಿಟ್ಟು ಗಮನಿಸುತ್ತಿದ್ದಾನೆ. ಅಲ್ಲಿ ಯಾವಾಗಲೂ ಆಬಾಲವೃದ್ಧರು ಜಮಾಯಿಸಿರುತ್ತಾರೆ. ಅವರು ಒಂದು ಅಂಗುಲವೂ ಅತ್ತಿತ್ತ ಸರಿಯದೆ ಅಲ್ಲಿನ ದೃಶ್ಯದಲ್ಲಿ ತಲ್ಲೀನರಾಗಿರುತ್ತಾರೆ. ಹೌದು, ನಿಂತಲ್ಲಿ ನಿಂತಿರುವುದು, ಟೀಕೆ ಮಾಡುವುದು ಇಷ್ಟೇ ಅವರ ಕೆಲಸ! ಅವರಲ್ಲಿ ಕೆಲವು ಕಾರ್ಮಿಕರೂ ಇದ್ದಾರೆ. ಫ್ಯಾಕ್ಟರಿ ಕೆಲಸ ಮುಗಿಸಿ ಬಂದವರು. ಅವರು ಕೆಲಸದ ಮೇಲಿದ್ದಾಗ ತೊಟ್ಟಿದ್ದ ನಿಲುವಂಗಿ ಅವರ ಮೈಮೇಲೆ ಇನ್ನೂ ಹಾಗೇ ಇದೆ. ಆ ನಿಲುವಂಗಿಗಳ ಮೇಲೆ ಸುಣ್ಣದ ಬಣ್ಣವೋ ಎಂಜಿನ್ನಿನ ಎಣ್ಣೆ ಜಿಡ್ಡೋ ಅಂಟಿದೆ. ಯಾರೋ ಇನ್ನೊಬ್ಬ ತಾಯಿಗೋಸ್ಕರ ಬ್ರೆಡ್ ತರಲು ಅಂಗಡಿಗೆ ಬಂದ ಭೂಪ, ಬ್ರೆಡ್ಡಿರುವ ಚೀಲ ಹಿಡಿದು ಇಲ್ಲಿ ನಿಂತುಬಿಟ್ಟಿದ್ದಾನೆ. ಮಗ ಈಗ ಬಂದಾನು ಆಗ ಬಂದಾನು ಎಂದು ನಿರೀಕ್ಷಿಸುತ್ತ ಮನೆಯಲ್ಲಿ ತಾಯಿ ಕಾದಿದ್ದಾಳೆ...

ನ್ಯೆವ್‌ಸ್ಕಿ ರಸ್ತೆಯಲ್ಲಿ ಹಳೆಯ ಸ್ಟಾಂಪ್ ಮಾರುವ ಅಂಗಡಿಗೆ ಸಾಷ್ಕಾ ಆಗಾಗ್ಗೆ ಭೇಟಿಕೊಡುತ್ತಾನೆ. ಅಲ್ಲಿ ಎಳೆಯರೇ ಅಲ್ಲದೆ ದೊಡ್ಡವರೂ ಬಂದು ಘೇರಾಯಿಸುತ್ತಾರೆ. ಹೀಗಾಗಿ ಅಂಗಡಿಯಲ್ಲಿ ನೂಕುನುಗ್ಗಲು. ಕೆಲಸಮಯದ ಬಳಿಕ ದೊಡ್ಡವರು ಸಿಗರೇಟ್ ಸೇದಲು ಹೊರಬರುತ್ತಾರೆ. ಶಾಲಾಬಾಲಕರೊಡನೆ ಸ್ಟಾಂಪುಗಳನ್ನು ವಿನಿಮಯ ಮಾಡಿಕೊಳ್ಳುತ್ತಾರೆ, ಜಗತ್ತು ಬದಲಾಗುತ್ತಿರುವ ವಿಷಯ, ಆಫ್ರಿಕದಲ್ಲಿ ಎಷ್ಟು ಸ್ವತಂತ್ರ ರಾಷ್ಟ್ರಗಳಾಗಿವೆ ಎಂಬ ವಿಚಾರ ಮೊದಲಾದವನ್ನು ಚರ್ಚಿಸುತ್ತಾರೆ. ಭೂಗೋಳದ ಪ್ರಾಧ್ಯಾಪಕನಿಗೆ ಇರುವಷ್ಟೇ ಲೋಕಜ್ಞಾನ ಈ ಜನಕ್ಕಿದೆ ಎಂದು ಸಾಷ್ಕಾನ ಅಭಿಪ್ರಾಯ.

ಮೋಯ್ಕ ಕಾಲುವೆಯ ಬಳಿ ಮಿಖೈಲೋವ್‌ಸ್ಕಿ ಉದ್ಯಾನವಿದೆ. ಅದರ ಸಾಲ್ಮರಗಳ ಹಾದಿಯಲ್ಲಿ ಚದುರಂಗದಾಟದ ಒಂದು ಕ್ಲಬ್ಬಿದೆ. ಸದಸ್ಯರು ಅಲ್ಲಿ ಆಟದಲ್ಲಿ ಮಗ್ನರಾಗಿರುತ್ತಾರೆ. ಅವರ ಸುತ್ತ ಅನೇಕ ಪ್ರೇಕ್ಷಕರು ಘೇರಾಯಿಸಿರುತ್ತಾರೆ. ಅಲ್ಲಿ ಆಗಾಗ್ಗೆ ಸ್ಪರ್ಧೆಗಳೂ ನಡೆಯುವುದುಂಟು. ಚದುರಂಗದಾಟದ ಪಟುಗಳು ಯೂರ್ಚಿಕ್‌ನನ್ನು ತಮ್ಮ ಜೊತೆ ಆಡಲು ಆಹ್ವಾನಿಸುತ್ತಾರೆ. ಅಷ್ಟೇ ಅಲ್ಲ ಸ್ಪರ್ಧೆಗಳಲ್ಲೂ ಭಾಗವಹಿಸಲು ಅವನನ್ನು ಕೇಳಿಕೊಳ್ಳುತ್ತಾರೆ. ವೀತ್ಕಾ ಮತ್ತು ಸಾಷ್ಕಾ ಯೂರ್ಚಿಕ್‌ನನ್ನು ಗೌರವದಿಂದ ಕಾಣಲು ಇದೂ ಒಂದು ಬಲವಾದ ಕಾರಣ ಈ ಸಲದ ಬೇಸಿಗೆಯನ್ನು ಹಳ್ಳಿಯಲ್ಲಿ ಕಳೆಯಲು ತಾಯಿ ತನ್ನನ್ನು ಕರೆದೊಯ್ದದ್ದರಿಂದ ತಾನು ಚದುರಂಗದ ಸ್ಪರ್ಧೆಯಲ್ಲಿ ಭಾಗವಹಿಸಲು ಸಾಧ್ಯವಾಗಲಿಲ್ಲವೆಂದು ಯೂರ್ಚಿಕ್ ತಿಳಿಸಿದ.

* * *

ಈ ಹುಡುಗರು ಉದ್ಯಾನದ ಕಡೆ ನೋಡುತ್ತ ಗೇಟಿನ ಬಳಿ ನಿಂತಿದ್ದಾರೆ. ಉದ್ಯಾನದಲ್ಲಿ ಜನ ತಿರುಗಾಡುತ್ತಿದ್ದಾರೆ. ಮುದುಕಿಯರು, ಸೇವಕಿಯರು ಬೆಂಚಿನ ಮೇಲೆ ಕೂತು ಹರಟೆಕೊಚ್ಚುತ್ತಿದ್ದಾರೆ. ಕೆಂಪು ಫ್ರಾಕಿನ ಪುಟ್ಟ ಹುಡುಗಿ ಮತ್ತು ಬಿಳಿ ಷರಟಿನ ಹುಡುಗ ಹುಲ್ಲಿನ ನಡುವೆ ಬೆಳೆದಿರುವ ಬಿಳಿ ಹೂಗಳನ್ನು ಕೀಳುತ್ತಿದ್ದಾರೆ. ಈ ವಿಭಾಗವನ್ನು ಶುಚಿ ಮಾಡುವ ಕೆಲಸದಾಕೆ ರಸ್ತೆಯನ್ನು ತೊಳೆಯಲು ನೀರ್ಕೊಳವೆಯನ್ನು ಈಗ ತಾನೇ ಹೊರಗೆ ತಂದಿದ್ದಾಳೆ. ಇನ್ನೇನು ಅದನ್ನು ತಿರುಗಿಸಬೇಕು ಅಂದುಕೊಂಡಾಗ, ಬೀದಿಯಲ್ಲಿ ಇದ್ದಕ್ಕಿದ್ದಂತೆ ಒಂದಾದ ಮೇಲೊಂದು ಕಪ್ಪುಬಣ್ಣದ ಕಾರುಗಳು ಕಾಣುತ್ತವೆ. ಆಕೆ ಹುಬ್ಬುಗೈಯಾಗಿ ಅವುಗಳನ್ನು ನೋಡುತ್ತ ನಿಲ್ಲುತ್ತಾಳೆ.

ಸಾಷ್ಕಾ "ಎಷ್ಟೊಂದು ಕಾರುಗಳು!" ಎಂದು ಉದ್ಗರಿಸಿದ.

ರಸ್ತೆಯ ಇರುಕಿನಲ್ಲಿ ಕಾರುಗಳ ವೇಗ ತಗ್ಗಿ, ಅವು ಒಂದೊಕ್ಕೊಂದು ಅಂಟಿಕೊಂಡಂತೆ ನಿಧಾನವಾಗಿ ದೊಡ್ಡ ಮಿಡತೆಗಳಂತೆ ಚಲಿಸತೊಡಗುತ್ತವೆ. ಮುಂದೆ ಎದುರಾದ ಟ್ರಾಂ ಹಳಿಗಳನ್ನು ಅವು ಹುಷಾರಾಗಿ ದಾಟಬೇಕು. ಆಗ ಅತ್ತ ಬರುತ್ತಿದ್ದ ಒಂದು ಟ್ರಾಂ ದಾರಿಯಿಲ್ಲದೆ ನಿಲ್ಲಬೇಕಾಗುತ್ತದೆ.

"ಕಾರಿನಲ್ಲಿರುವವರು ಪೋಲಂಡಿನವರಿರಬೇಕು" ಯೂರ್ಚಿಕ್ ನುಡಿದ.

"ಅದು ನಿನಗೆ ಹೇಗೆ ಗೊತ್ತು?" ವೀತ್ಕಾ ವಿಚಾರಿಸಿದ.

"ಇವೊತ್ತು ಪತ್ರಿಕೆಯಲ್ಲಿ ಪೋಲ್ ಜನರ ತಂಡ ಇಲ್ಲಿಗೆ ಬರ್ತಿದೆ ಅನ್ನೋ ಸುದ್ದಿ ಇತ್ತು."

"ಹೌದು, ರೇಡಿಯೊದಲ್ಲೂ ಪ್ರಸಾರ ಮಾಡಿದ್ದರು." ಸಾಷ್ಕಾ ಹೇಳಿದ.

"ಅವರು ಯಾಕೆ ಬಂದಿದ್ದಾರೆ?"

"ಹುತಾತ್ಮರ ಗೋರಿಗಳಿಗೆ ಪುಷ್ಪಗುಚ್ಛ ಅರ್ಪಿಸೋದಕ್ಕೆ. ಜೊತೆಗೇ ನಿತ್ಯಜ್ಯೋತಿಯನ್ನು ತಮ್ಮ ದೇಶಕ್ಕೆ ತೆಗೆದುಕೊಂಡು ಹೋಗ್ತಾರಂತೆ."

"ಅದು ಹೇಗೆ ಸಾಧ್ಯ?" ವೀತ್ಕಾ ಅರ್ಥವಾಗದೆ ವಿಚಾರಿಸಿದ.

"ನಮ್ಮ ನಿತ್ಯಜ್ಯೋತಿ ಇಲ್ಲೇ ಇರ್ತದೆ. ಇದರಿಂದ ಇನ್ನೊಂದು ಜ್ಯೋತಿಯನ್ನು ಅಂಟಿಸಿ ತಮ್ಮೊಂದಿಗೆ ಒಯ್ಯುತ್ತಾರೆ" ಯೂರ್ಚಿಕ್ ಹೇಳಿದ.

ಕಾರುಗಳಲ್ಲಿ ಕೆಲವು ರಸ್ತೆಯ ಬದಿಯಲ್ಲಿ, ಉಳಿದವು ಮೈದಾನದ ಅಗಲವಾದ ಹಾದಿಯಲ್ಲಿ ನಿಲ್ಲುತ್ತವೆ. ಧಡ್ಡೆಂದು ಬಾಗಿಲ ಸದ್ದು. ಅದರಿಂದ ಜನ ಇಳಿಯುತ್ತಾರೆ. ಅವರಲ್ಲಿ ಇಬ್ಬರು ಮೃದುವಾದ ಫೆಲ್ಟ್ ಟೊಪ್ಪಿಗೆ ಹಾಕಿಕೊಂಡಿದ್ದಾರೆ. ಉಳಿದವರು ಕುಲಾವಿ ತೊಡದವರು. ಒಬ್ಬ ಹಸುರಂಗಿಯನ್ನು, ಮಿಕ್ಕವರು ಬೂದುಬಣ್ಣದ ಮಳೆಯಂಗಿಯನ್ನು ಧರಿಸಿದ್ದಾರೆ.

ಈ ಪೋಲ್ ಜನರಲ್ಲಿ ಇಬ್ಬರು ದೊಡ್ಡ ಪುಷ್ಪಗುಚ್ಛವನ್ನು ಗೋರಿಗಳಿರುವ ಗೋಡೆಬಳಿಗೆ ಹೊತ್ತು ತರುತ್ತಾರೆ. ಆಗ ಹಾದಿಹೋಕರು ಅಲ್ಲಿ ನೆರೆಯುತ್ತಾರೆ. ಮುದುಕಿಯರು, ಸೇವಕಿಯರು ಮಕ್ಕಳನ್ನು ಆತುರದಿಂದ ಎತ್ತಿಕೊಂಡು ಗೋರಿಗಳ ಕಡೆ ಧಾವಿಸುತ್ತಾರೆ. ಈ ಮೂವರು ಹುಡುಗರೂ ಜೇಬಿನಲ್ಲಿ ಕೈ ಇಳಿಬಿಟ್ಟು ಒಂದು ಬಗೆಯ ಗಾಂಭೀರ್ಯದಿಂದ ಅದೇ ದಿಕ್ಕಿನತ್ತ ನಡೆಯುತ್ತಾರೆ.

ಕಾರುಗಳಲ್ಲಿ ಬಂದ ಜನ ಗೋಡೆಯ ಬಳಿ ಗುಂಪುಗೂಡಿ ನಿಂತಿದ್ದಾರೆ. ಟೊಪ್ಪಿಗೆ ತೊಟ್ಟಿದ್ದ ಇಬ್ಬರು, ಅವನ್ನು ತೆಗೆದಾಗ, ಗಾಳಿ ಅವರ ತಲೆಗೂದಲನ್ನು ಚದರಿಸುತ್ತದೆ. ಹಸಿರು ಅಂಗಿಯವ ದುಭಾಷಿಯಿರಬೇಕು. ಆತ ಕೈಯಾಡಿಸುತ್ತ ಉತ್ಸಾಹದಿಂದ, ಗೋಡೆ ಮೇಲಿನ ಶಿಲಾಲೇಖವನ್ನು ಓದಿ ವಿವರಿಸುತ್ತಿದ್ದಾನೆ. ನಿಯೋಗದವರು ಆಸಕ್ತಿಯಿಂದ ಕೇಳುತ್ತಿದ್ದಾರೆ.

ಅವರಲ್ಲೊಬ್ಬ ದ್ವಾರ ದಾಟಿ ನಿತ್ಯಜ್ಯೋತಿ ಉರಿಯುತ್ತಿರುವ ಚೌಕದ ಮಧ್ಯಕ್ಕೆ ನಡೆಯುತ್ತಿದ್ದಾನೆ. ಉಳಿದವರು ಅವನ ಹಿಂದೆ ಸಾಲಾಗಿ ಸಾಗುತ್ತಿದ್ದಾರೆ. ಮುಂದೆ ಇದ್ದವ ತನ್ನ ಒಂದು ಮೊಣಕಾಲೂರಿ ನಿತ್ಯಜ್ಯೋತಿಯೆದುರು ಬಾಗುತ್ತಾನೆ. ಆಮೇಲೆ ಉಳಿದವರು ಅಡ್ಡವಾದ ಕಾರಣ ಹುಡುಗರಿಗೆ ಆತ ಕಾಣಿಸುವುದಿಲ್ಲ. ಹುಡುಗರು ತಾವು ಕಂಡಷ್ಟನ್ನು ಮೆಚ್ಚಿಕೊಂಡಿದ್ದರಲ್ಲಿ ಸಂದೇಹವಿಲ್ಲ. ಅವರ ಮುಖದಲ್ಲಿ ಸಂತೋಷ ಹೆಮ್ಮೆ ಒಡಮೂಡುತ್ತದೆ. ಮುಂದಿದ್ದ ವ್ಯಕ್ತಿ ಮೊಣಕಾಲೂರಿ, ನರೆತ ತಲೆಯನ್ನು ಬಾಗಿಸಿದ್ದ ರೀತಿ ಹುಡುಗರಿಗೆ ತುಂಬ ಹಿಡಿಸಿದೆ. ಹೀಗೆ ಭಕ್ತಿಗೌರವಗಳಿಂದ ಬಾಗುವುದನ್ನು ಐತಿಹಾಸಿಕ ಕಾದಂಬರಿಗಳಲ್ಲಿ ಅವರು ಓದಿದ್ದರೇ ವಿನಾ ಸ್ವತಃ ಕಂಡಿರಲಿಲ್ಲ.

ಅವರಿಗೆ ನಿಜಕ್ಕೂ ಆಶ್ಚರ್ಯ, ಮೆಚ್ಚಿಗೆಗಳನ್ನು ಮೂಡಿಸಿದ್ದೆಂದರೆ, ತಮ್ಮ ಸಾಮಾನ್ಯ ಗೋರಿಗಳಿಗೆ ಮುಂದೆ ಇದ್ದವ ಬಾಗಿ ವಂದಿಸಿದ್ದು. ಅದೂ, ಲೆನಿನ್‌ಗ್ರಾಡಿನ ತಮ್ಮ ನೆಲದಲ್ಲಿ ಆ ಹೊರನಾಡಿನವ ಬಾಗಿ ಗೌರವ ಸಲ್ಲಿಸಿದ್ದು. ಆಗ ನೇವಾ ನದಿಯಿಂದ ಬೀಸಿದ ತಂಗಾಳಿ ಅವನ ಕೂದಲನ್ನು ಚದರಿಸಿತ್ತು. ಈ ದೃಶ್ಯವನ್ನು ಹಾದಿಹೋಕರು, ಮಕ್ಕಳು, ಕ್ಲಬ್ಬಿನ ಮೇಲ್ಮಹಡಿಯಿಂದ ಲೆನಿನ್‌ಗ್ರಾಡಿನ ವಿದ್ಯುತ್ ಕಾರ್ಮಿಕರು ಮತ್ತು ಕೆಳಗಿನ ಮಹಡಿಯಿಂದ ಅಂಚೆ ಕಚೇರಿ ಕೆಲಸಗಾರರು – ಎಲ್ಲರೂ ನಿಶ್ಶಬ್ದವಾಗಿ ನಿಂತು ನೋಡಿದರು.

ಪೋಲರು ಆ ಜಾಗ ಬಿಟ್ಟೆದ್ದಾಗ, ಮುಂದಿದ ನರೆಗೂದಲಿನ ವ್ಯಕ್ತಿ ಮತ್ತೆ ಕಾಣಿಸಿಕೊಳ್ಳುತ್ತಾನೆ. ಅವನು ನಿತ್ಯಜ್ಯೋತಿಯನ್ನು ಬಲಗೈಯಿಂದ ತನ್ನೆದುರು ಹಿಡಿದುಕೊಂಡು, ಅದನ್ನು ರಕ್ಷಿಸುವಂತೆ ಎಡಗೈಯನ್ನು ಅಡ್ಡಹಿಡಿದು ಕಾರಿನತ್ತ ಸಾಗುತ್ತಿದ್ದಾನೆ. ಇತರರು ಅವನನ್ನು ಹಿಂಬಾಲಿಸುತ್ತಿದ್ದಾರೆ. ಕಾರುಗಳ ಬಾಗಿಲುಗಳು ಬಡಿದುಕೊಳ್ಳುತ್ತವೆ. ಹಸುರು ಅಂಗಿಯ ದುಭಾಷಿಯ ಸಮೇತ ಎಲ್ಲರೂ ಕೂತಮೇಲೆ ಕಾರುಗಳು ಮೆಲ್ಲಗೆ ಶಬ್ದ ಮಾಡುತ್ತ ಸಾಲಾಗಿ ಚಲಿಸುತ್ತವೆ. ಅವು ಹೋದೊಡನೆ ಟ್ರಾಂ ಶಬ್ದ ಕೇಳಿಸುತ್ತದೆ. ಮುದುಕಿಯರು, ಸೇವಕಿಯರು ಮಕ್ಕಳೊಂದಿಗೆ ಮತ್ತೆ ಬೆಂಚುಗಳಿಗೆ ಮರಳುತ್ತಾರೆ.

ಆ ಮೂವರು ಹುಡುಗರು, ಇನ್ನೂ ಜೇಬಿನಲ್ಲಿ ಕೈಇಳಿಬಿಟ್ಟೇ ಗಂಭೀರವಾಗಿ ಗೋರಿಗಳ ಕಡೆ ಸಾಗುತ್ತಾರೆ. ಅವರೀಗ ಮೌನವಾಗಿದ್ದಾರೆ. ಅವರು ಈ ಗೋರಿಗಳ ಬಳಿ ಆಡಿ ಬೆಳೆದವರು. ಲೂನಾಚಾರ್‌ಸ್ಕಿಯ ಶಿಲಾ ಲೇಖಗಳಿರುವ ಕಲ್ಲುಗೋಡೆ ಅವರಿಗೆ ನಿತ್ಯ ಪರಿಚಿತ. ಮಳೆ, ಗಾಳಿ, ಬಿಸಿಲೆನ್ನದೆ ಅಲ್ಲಿ ಅವರು ಆಡಿದ್ದಾರೆ. ಹೀಗಿದ್ದರೂ ಯೂರ್ಚಿಕ್ ಆ ಶಿಲಾ ಲೇಖವನ್ನು ಸರಿಯಾಗಿ ಓದಿ ಅರ್ಥಮಾಡಿಕೊಂಡಿಲ್ಲ. ಆ ವಯಸ್ಸೇ ಹಾಗೆನ್ನಿ. ಹನ್ನೊಂದು ಹನ್ನೆರಡು ವಯಸ್ಸಿನ ಎಳೆಯರು ಗೋರಿಗಲ್ಲಿನ ಬರಹಗಳ ಬಗ್ಗೆ ಆಸಕ್ತಿ ತಾಳುವುದು ಅಸಂಭವವೇ.

ಆದರೆ ಆ ಪೋಲರು ಈ ಗೋರಿಗಳ ಬಳಿ ಓದಿದ್ದೇನು, ತಮ್ಮ ಮಾರ್ಸ್ ಮೈದಾನದಿಂದ ಅವರು ಪೋಲೆಂಡ್‌ಗೆ ತೆಗೆದುಕೊಂಡು ಹೋಗಿದ್ದೇನೆ ಎಂಬುದನ್ನು ತಿಳಿಯುವ ಕುತೂಹಲ ಈಗ ಹುಡುಗರಲ್ಲಿ ಮೂಡಿದೆ. ಆದುದರಿಂದ ಗೋಡೆಯ ಬಳಿಯಿದ್ದ ಪ್ರತಿಯೊಂದು ಶಿಲೆಯೆದುರೂ ನಿಂತು, ಅಲ್ಲಿ ಒಂದು ತೆರನಾದ ಗಾಂಭೀರ್ಯ, ಠೀವಿಗಳಿಂದ ಮೆರೆಯುತ್ತಿದ್ದ ಅಕ್ಷರಗಳನ್ನು ಶ್ರದ್ಧಾಸಕ್ತಿಯಿಂದ ಅವರು ಓದತೊಡಗುತ್ತಾರೆ:

ಸ್ವಾತಂತ್ರ್ಯ ಸಂಗ್ರಾಮದಲ್ಲಿ ಮಡಿದ
ಹೆಸರರಿಯದ ಹುತಾತ್ಮರನ್ನು
ರಕ್ತತರ್ಪಣವಿತ್ತ ಎಲ್ಲ ಧೀರರನ್ನೂ
ಮಾನವ ಜನಾಂಗ ಸದಾ ಕೃತಜ್ಞತೆಯಿಂದ ನೆನೆಯುವುದು
ಅವರಿಗೆ ಗೌರವ ಸಮರ್ಪಿಸಲು
ಅವರ ಸ್ಮೃತಿ ಚಿರಕಾಲ ಉಳಿದಿರಲು
ಈ ಶಿಲಾಫಲಕವನ್ನು ಇಲ್ಲಿ ನಿಲ್ಲಿಸಲಾಗಿದೆ.

... ಹುಡುಗರು ಇದನ್ನು ಮೌನವಾಗಿ ಓದಿಕೊಳ್ಳುತ್ತಾರೆ. ಸಾಷ್ಕಾನ ಹುಬ್ಬುಗಳು ಆಶ್ಚರ್ಯದಿಂದ ಬಿಗಿಯುತ್ತವೆ. ವೀತ್ಕಾನ ಉಸಿರಾಟ ತೀವ್ರವಾಗಿ, ಅವನ ತುಟಿಗಳು ತೆರೆದುಕೊಳ್ಳುತ್ತವೆ. ಯೂರ್ಚಿಕ್‌ನ ಮೊಗದ ಮೇಲೆ ಉತ್ಕಟ ಏಕಾಗ್ರತೆಯ ಭಾವ ಮುದ್ರಿತವಾಗುತ್ತದೆ.

ಕೆಲವು ಸಲ ಬೇಗ, ಕೆಲವು ಸಲ ನಿಧಾನವಾಗಿ ಅವರು ಆ ಬರಹದ ಅರ್ಥವನ್ನು

ಗ್ರಹಿಸಿಕೊಳ್ಳುತ್ತಾರೆ. ಅವರಿಗೆ ಅದರಲ್ಲೊಂದು ಸೋಜಿಗ – ಈ ಲೇಖನಗಳಲ್ಲಿ ವಿರಾಮ ಚಿಹ್ನೆಗಳೇ ಇಲ್ಲವಲ್ಲ! ಅವುಗಳಿರದಿದ್ದರೂ ಅರ್ಥ ಗ್ರಹಿಕೆಗೆ ಕಷ್ಟವಾಗಿರಲಿಲ್ಲ. ಇದು ಭವಿಷ್ಯತ್ಕಾಲಕ್ಕೆ ಕಲ್ಲಿನಲ್ಲಿ ಕೊರೆಸಿದ ಬರಹ. ರಷ್ಯನರಿಗೆ, ಪೋಲರಿಗೆ, ಎಲ್ಲ ರಾಷ್ಟ್ರ, ಜನಾಂಗ ಗಳಿಗೆ ಕೊರೆಸಿದ ಸ್ಮೃತಿ ಸ್ಮಾರಕ. ಅರ್ಧವಿರಾಮ ಪೂರ್ಣವಿರಾಮ ಇತ್ಯಾದಿಗಳಿಲ್ಲದಿದ್ದರೆ ಅದರಿಂದ ಅಂಥ ತೊಂದರೆಯೇನೂ ಇಲ್ಲ.

ಒಂದು ಮಹೋದ್ದೇಶಕ್ಕಾಗಿ
ಜೀವತೆತ್ತವರು
ಅಮರರಾಗುತ್ತಾರೆ
ಪ್ರಜಾಹಿತಕ್ಕೆ ಪ್ರಾಣ ಮುಡಿಪಿಟ್ಟವರು
ಸರ್ವೋದ್ಧಾರಕ್ಕೆ ಹೋರಾಡಿ ಹುತಾತ್ಮರಾದವರು
ಜನರ ಸ್ಮೃತಿಪಟಲದಲ್ಲಿ
ಅನಂತಕಾಲ ಅಚ್ಚಳಿಯದೆ ಉಳಿಯುತ್ತಾರೆ.

...ಹುಡುಗರು ಇದನ್ನೋದುತ್ತಿರುವಾಗ ಕೆಂಪು ಫ್ರಾಕಿನ ಪುಟ್ಟ ಪೋರಿ ಮತ್ತು ಬಿಳಿ ಷರಟಿನ ಪೋರ ದೂರದಿಂದ ಗಮನಿಸುತ್ತಿದ್ದಾರೆ.

ಈ ಎಳೆಯರು ಏನನ್ನೋ ನೀರಿಕ್ಷಿಸುವಂತೆ ಕಾದಿದ್ದಾರೆ. ಬಹುಶಃ ಆ ಬೆಳೆದ ಮೂವರು ಹುಡುಗರಲ್ಲಿ ಯಾರಾದರೊಬ್ಬ ಆ ಪೋಲ್‌ನಂತೆ ಮೊಣಕಾಲೂರಿ ವಂದಿಸಬಹುದೆಂಬ ಆಸೆ ಆ ಎಳೆಯರಿಗಿರಬೇಕು. ಆದರೆ ಅವರು ಹಾಗೆ ಮಾಡದೆ, ತಮ್ಮ ತುಟಿಯಲ್ಲಿ ಓಡಿದಿದ್ದ, ಆರಿದ ಸಿಗರೇಟ್ ತುಂಡನ್ನು ತೆಗೆದು ಜೇಬಿಗೆ ಸೇರಿಸುತ್ತಾರೆ.

ದಲಿತ ಶ್ರಮಜೀವಿಗಳೇ ಏಳಿ
ದಬ್ಬಾಳಿಕೆ ಶೋಷಣೆಗಳ ಆಳಗಳಿಂದ
ದಾರಿದ್ರ್ಯ ಅಜ್ಞಾನಗಳ ಕೂಪಗಳಿಂದ ಮೇಲೇಳಿ
ಸ್ವಾತಂತ್ರ್ಯ ಸುಭಿಕ್ಷತೆಗಳನ್ನು ಗಳಿಸಲು ಏಳಿ
ಆಗಬೇಕಿದೆ ನಿಮ್ಮಿಂದಲೇ
ಸರ್ವಮಾನವತೆಯ ಉದ್ಧಾರ
ದಾಸ್ಯವಿಮುಕ್ತಿ.

...ಈಗವರು ಗೋಡೆ ದಾಟಿ ಒಳಹೊಕ್ಕಿದ್ದಾರೆ. ಪೋಲರು ಅರ್ಪಿಸಿದ್ದ ಪುಷ್ಪಗುಚ್ಛ ಒಂದು ಮೂಲೆಯಲ್ಲಿದೆ. ಚೌಕಾಕಾರದ ಸಣ್ಣಪೀಠದ ಮಧ್ಯದಲ್ಲಿನ ಕುಳಿಯಲ್ಲಿ ನಿತ್ಯಜ್ಯೋತಿ ಉರಿಯುತ್ತಿದೆ. ಪ್ರಖರ ಬಿಸಿಲಿನಲ್ಲಿ ಗಾಳಿಗೆ ಅಲುಗಾಡುವಾಗ, ಅದು ಹೊನ್ನಿನ ಹಾಗೂ ಕೆಂಬಣ್ಣದ ಲಾಂಛನದಂತೆ ಹೊಳೆಯುತ್ತಿದೆ. ಈ ಜ್ವಾಲೆಯನ್ನು ತಮ್ಮ ನಾಡಿಗೆ ಒಯ್ಯುವುದಕ್ಕೋಸ್ಕರವೇ ಪೋಲರು ಇಲ್ಲಿಗೆ ಬಂದದ್ದು. ಲೆನಿನ್‌ಗ್ರಾಡಿನ ಅನಿಲ ಸರಬರಾಜು ಕೆಲಸಗಾರರು ಉರಿಯುವಂತೆ ನೋಡಿಕೊಳ್ಳುತ್ತಿದ್ದುದು ಇದೇ ಜ್ಯೋತಿಯನ್ನೇ.

ಈ ಶಿಲೆಗಳಡಿಯಲ್ಲಿ ಮಲಗಿರುವವರು
ಬಲಿಪಶುಗಳಲ್ಲ ಧೀರೋದಾತ್ತರು
ನಿಮಗೆ ಆಭಾರಿಯಾಗಿರುವ
ಮುಂದಿನ ಪೀಳಿಗೆಯವರ ಹೃದಯದಲ್ಲಿ

ನಿಮ್ಮ ಸದ್ಯದ ಸ್ಥಿತಿ
ಹೊಮ್ಮಿಸುವುದು ಶೋಕವಲ್ಲ
ನಿಮ್ಮಂತೆ ಅವರೂ ಹುತಾತ್ಮರಾಗಲಿಲ್ಲವೆಂಬ ಅಸೂಯೆ
ಆ ರಕ್ತಮಯ ಕರಾಳ ದಿನಗಳಲ್ಲಿ
ನೀವು ಅತ್ಯುಜ್ವಲರಾಗಿ ಬದುಕಿ
ಶ್ರೇಷ್ಠ ರೀತಿಯಲ್ಲಿ ಪ್ರಾಣ ತ್ಯಜಿಸಿದಿರಿ

...ಆ ಅನಿಲ ಕೆಲಸಗಾರರು ನಿತ್ಯಜ್ಯೋತಿಗೆ ನಿಗಾ ಕೊಡದಿದ್ದರೆ ಏನಾಗಬಹುದೆಂಬ ಪ್ರಶ್ನೆ ಹುಡುಗರ ಮನಸ್ಸಿನಲ್ಲಿ ಎದ್ದಿದೆ. ಅದು ಮಂಕಾಗಿ ಉರಿಯುತ್ತದೆ ಎಂಬ ಸತ್ಯವೂ ತತ್‌ಕ್ಷಣ ಮೂಡಿದೆ. ಆ ಜ್ವಾಲೆಯ ಕರಿಕು ತೆಗೆದು ಅದು ಪ್ರಜ್ವಲಿಸಿ ಉರಿಯಲು ಆ ತಜ್ಞರ ಉಸ್ತುವಾರಿ ಬೇಕೇ ಬೇಕು ಎನ್ನಿಸಿದೆ. ಅದು ಸರಿ, ಯಾವತ್ತೊ ಒಂದು ದಿನ ಅ ಜ್ಯೋತಿ ಬಿರುಗಾಳಿಗೆ ಆರಿಹೋದರೆ ಏನಾಗುತ್ತದೆ? ಜನ ಅದನ್ನು ಮತ್ತೆ ಹೊತ್ತಿಸುತ್ತಾರೆ. ಅಗತ್ಯ ಬಿದ್ದರೆ ಮತ್ತೊಮ್ಮೆ ಹೊತ್ತಿಸುತ್ತಾರೆ. ಹೌದು, ಅದು ಶಾಶ್ವತ, ಶಾಶ್ವತ ಜ್ಯೋತಿ.

ಹುಡುಗರ ಧೂಳು ತುಂಬಿದ ಚಪ್ಪಲಿಗಳಿಂದ ಅವರ ಬಿರಿದ ಪಾದಗಳು ಕಾಣಿಸುತ್ತಿವೆ. ಅವುಗಳ ಹತ್ತಿರ ನಿಂತಿರುವ ಗೋರಿಗಲ್ಲುಗಳು ಸತ್ತವರ ಬಗ್ಗೆ ಮೆಲುದನಿಯಲ್ಲಿ ಅವರಿಗೆ ಹೀಗೆ ನುಡಿಯುತ್ತಿವೆ :

"ಶ್ವೇತ ದಳದ ವಿರುದ್ಧ ನಡೆದ ಹೋರಾಟದಲ್ಲಿ ಮಡಿದವರು."
"ಬಲಪಂಥೀಯ ಸಮಾಜವಾದಿ – ಕ್ರಾಂತಿಕಾರಿಗಳಿಂದ ಕೊಲೆಯಾದವರು."
"ರಣರಂಗದಲ್ಲಿ ಸತ್ತವರು."
"ಫಿನ್‌ಲೆಂಡಿನ ಶ್ವೇತ ದಳದಿಂದ ಹತರಾದವರು."
"1918ರ ಜುಲೈ ತಿಂಗಳಲ್ಲಿ ಯಾರೊಸ್ಲಾವ್ಲ್ ದಂಗೆಯಲ್ಲಿ ಶ್ವೇತದಳದಿಂದ ವಧೆಯಾದವರು."
"1917ರ ಫೆಬ್ರವರಿ ಕ್ರಾಂತಿ ಹಾಗು ಅಕ್ಟೋಬರ್ ಮಹಾಕ್ರಾಂತಿಯಲ್ಲಿ ಕಾದಾಡಿ
ಅಸುನೀಗಿದವರು ಇಲ್ಲಿ ಪವಡಿಸಿದ್ದಾರೆ"

ಕೆಲವರಿಗೇ ಮೀಸಲಾಗಿದ್ದ
ಸಂಪತ್ತು ಅಧಿಕಾರ ಜ್ಞಾನದ ವಿರುದ್ಧ
ನೀನು ಬಂಡಾಯ ಹೂಡಿದೆ
ಆ ಸಂಪತ್ತು ಅಧಿಕಾರ ಜ್ಞಾನ
ಎಲ್ಲರಿಗೂ ದಕ್ಕಿಸಲೆಂದು
ಘನತೆ ಗೌರವದೊಡನೆ ನೀನು ಜೀವತೆತ್ತೆ

...ಆ ಹುಡುಗರು ಕಿಸೆಯಲ್ಲಿ ಕೈ ಇಳಿಬಿಟ್ಟು, ಗೋರಿಗಳ ಆಚೆಗೆ ನಡೆಯುತ್ತಾರೆ. ಹಾಗೆ ಹೋಗುವಾಗ ಅವರು ಅಂದುಕೊಳ್ಳುತ್ತಾರೆ: ಅನ್ಯ ದೇಶದವರು ಈ ವಿಷಯಗಳನ್ನು ಅಗತ್ಯವಾಗಿ ತಿಳಿಯಬೇಕು. ತಮ್ಮ ದೇಶಗಳಿಗೆ ಈ ವಿಷಯಗಳನ್ನೊಯ್ದು ಅಲ್ಲಿನವರಿಗೆ ತಿಳಿಯ ಪಡಿಸಬೇಕು. ಅದೇ ನಿಜವಾದ ಮಾರ್ಗ. ವೀತ್ಕಾನಿಗೆ ಶಿಲಾಲೇಖವೊಂದರಲ್ಲಿ ಬರೆದಿದ್ದ ಸಾಲುಗಳು ನೆನಪಾಗುತ್ತವೆ: "ಆ ರಕ್ತಮಯ ಕರಾಳ ದಿನಗಳಲ್ಲಿ ಅತ್ಯುಜ್ವಲರಾಗಿ ಬದುಕಿ ಶ್ರೇಷ್ಠ ರೀತಿಯಲ್ಲಿ ಪ್ರಾಣ ತ್ಯಜಿಸಿದಿರಿ." ಆಗ ಅವನಿಗೆ 'ಕರಾಳ ದಿನಗಳು' ಎಂಬ ಮಾತು

ಯಾಕೆ ಬಂದಿದೆ ಎಂಬ ಸಂದೇಹ ಮೂಡಿ ಅದನ್ನು ಗೆಳೆಯರೆದುರು ಪ್ರಸ್ತಾಪಿಸುತ್ತಾನೆ.

ಆದರೆ ಅವರು ಅದನ್ನು ಚರ್ಚಿಸಲು ಇಷ್ಟಪಡಲಿಲ್ಲ. ಇತರ ಹಲವು ವಿಷಯಗಳಲ್ಲಿ ಅವರ ಮನಸ್ಸು ತೊಡಗಿದೆ. ಯೂರ್ಚಿಕ್ ಪೇಲವ ತುಟಿಗಳನ್ನು ಬಿಗಿಯಾಗಿ ಮುಚ್ಚಿ, ಮಾತಾಡುವ ಇಚ್ಛೆ ತನಗಿಲ್ಲದ್ದನ್ನು ಸೂಚಿಸುತ್ತಾನೆ. "ನಿನ್ನ ಸಂದೇಹದ ಬಗ್ಗೆ ನೀನೇ ಸ್ವಲ್ಪ ಯೋಚಿಸಿ ತಲೆ ಕೆಡಿಸಿಕೊ ವೀತ್ಕಾ' ಎನ್ನುವಂತಿದೆ ಅವನ ಮೂಕಭಂಗಿ.

ಮೇಲ್ಭಾಗ ನೀಟಾಗಿ ಕತ್ತರಿಸಿದ ನಿಂಬೆಗಿಡಗಳ ನಡುವಿನ ಹಾದಿಯಲ್ಲಿ ಅವರೀಗ ಮೌನವಾಗಿ ಹೆಜ್ಜೆಯಿಟ್ಟಿದ್ದಾರೆ. ಅವರ ಹೃದಯಾಂತರಾಳದಲ್ಲೆಲ್ಲ ಕಲ್ಲಿನ ಬರಹದ ಅ ಅತ್ಯುದಾತ್ತ ಪದಗಳೇ ತುಂಬಿಕೊಂಡಿವೆ.

ಉದ್ಯಾನದಿಂದ ಆ ಹುಡುಗರು ಸರಿಯಾದ ಸಮಯಕ್ಕೇ ಹೊರಬಿದ್ದರೆಂದು ಹೇಳಬಹುದು. ಸ್ತ್ರೀಯೊಬ್ಬಳು ಸೀಟಿಯೂದುತ್ತ ಗೋರಿಗಳ ಕಡೆ ಧಾವಿಸುತ್ತಿದ್ದಳು. ಈ ಹುಡುಗರು ಕಣ್ಣಿಗೆ ಬಿದ್ದೊಡನೆ ಅವಳು ಓಡೋಡಿ ಬಂದಿದ್ದಳು. ಅವಳು ಹೀಗೆ ಆತುರಾತುರವಾಗಿ ಓಡಿಬಂದದ್ದಕ್ಕೆ ಕಾರಣ, ಪುಷ್ಪಗುಚ್ಛದಿಂದ ಈ ಹುಡುಗರು ಹೂವು ಕದ್ದಿರಬಹುದೆಂಬ ಗುಮಾನಿಯಿಂದ ಎಂದು, ಅವಳು ಆಮೇಲೆ ಅಲ್ಲಿದ್ದ ಮುದುಕಿಯರಿಗೆ ಮತ್ತು ಸೇವಕಿಯರಿಗೆ ಹೇಳಿದಳು. ಅವಳು ಪುಷ್ಪಗುಚ್ಛದ ಬಳಿ ಬಂದು ನೋಡಿದಾಗ ಅಲ್ಲಿ ಯಾವ ತುಂಟಾಟವೂ ನಡೆದಿರಲಿಲ್ಲವೆಂದು ಖಾತ್ರಿಯಾಯಿತು. ತಾನು ಹೀಗೆ ವ್ಯರ್ಥವಾಗಿ ಓಡಿಬಂದೆನಲ್ಲ ಎಂಬ ಕಸಿವಿಸಿ ಅವಳಲ್ಲಿ ಮೂಡಿ, ಅಪಮಾನಿತಳಾದಂತೆ, ಆ ಹುಡುಗರು ಉದ್ಯಾನ ಬಿಡುವಾಗ ಮತ್ತೊಮ್ಮೆ ಜೋರಾಗಿ ಸೀಟಿ ಊದಿದಳು.

ಕೆಂಪು ಫ್ರಾಕಿನ ಪೋರಿ ಹಾಗೂ ಬಿಳಿ ಷರಟಿನ ಪೋರ ಹುಲ್ಲಿನ ನಡುವಿನ ಹೂಗೊಂಚಲಿನತ್ತ ತೆರಳಿದರು. ಅವರಿಗೆ ತಾವು ಈವರೆಗೂ ಈ ಉದ್ಯಾನದಲ್ಲಿ ಕಂಡದ್ದು ಅರ್ಥವಾಗಿರಲಿಲ್ಲ. ಅರ್ಥವಾಗುವ ವಯಸ್ಸೇ ಅವರದು! ಪುಟ್ಟ ಪೋರಿ ಹುಲ್ಲಿನ ಮೇಲೆ ತನ್ನ ಫ್ರಾಕನ್ನು ಹರಡಿ ಕೂತಳು. ಆಗ ಅವಳು ಒಂದು ದೊಡ್ಡ ಕೆಂಪು ಹೂವಿನಂತೆ ಕಂಡಳು. ಮಿರುಗುವ ಆ ಹಸಿರು ಹುಲ್ಲಿನ ಮೇಲೆ ಆ ಪೋರ ಮತ್ತು ಪೋರಿ, ಇಬ್ಬರೂ ಹೂವುಗಳಂತೆ ತೋರುತ್ತಿದ್ದರು. ❍

○ ಅಬ್ದುಲ್ಲಾ ಕಹ್ಹಾರ್

ದೃಷ್ಟಿದಾತ

"ನೀನಿರಬಹುದೆ ಉಮರ್ ಮುಲ್ಲಾ ?
ಬೇಟೆಗಾರನ ಬಾಣ ಕಾದಿರುವ ವ್ಯಕ್ತಿ
ನೀನಿರಬಹುದೆ ?"

– ಒಂದು ಹಳೆಯ ಹಾಡಿನಿಂದ

ಕಟ್ಟಾಳು ಅಹಮದನ ಶಿರಚ್ಛೇದನವಾಗಲಿತ್ತು.

ವಧಕಾರ ಗಿಡ್ಡನೆಯ ದಡೂತಿ ಆಸಾಮಿ. ಅವನ ನೋಟವೇ ಮರಣವನ್ನು ಸೂಚಿಸುವಂತೆ ಭಯಾನಕವಾಗಿತ್ತು. ಅವನು ಅಹಮದನ ತೋಳನ್ನು ಬಲವಾಗಿ ಜಗ್ಗಿದ. ಮೂರು ದಿವಸಗಳಿಂದ ನೋವನ್ನುಂಡು ನಿರ್ಬಲನಾಗಿದ್ದ ಅಹಮದ್ ಜೋಲಿತಪ್ಪಿ ಹಿಂಗಟ್ಟು ಮುರಿಕಟ್ಟಿದ್ದ ಕೈಗಳ ಮೇಲೆ ಬೆನ್ನಡಿಯಾಗಿ ಬಿದ್ದ. ಮೂರು ದಿನಗಳಿಂದ ಬಿಗಿದು ಕಟ್ಟಿದ್ದ ಕೈಗಳು ಮರವಟ್ಟು ಹೋಗಿದ್ದರಿಂದ ಅವನಿಗೆ ಅಂಥ ನೋವೇನೂ ಆಗಲಿಲ್ಲ. ಎದ್ದುನಿಂತು ತೋಳನ್ನೊಮ್ಮೆ ಕುಲುಕಿ ಅದು ಉಳುಕದೆ, ಮುರಿಯದೆ ಸರಿಯಾಗಿರುವುದನ್ನು ಖಚಿತಪಡಿಸಿಕೊಂಡ. ಅತಿ ಶೀಘ್ರ ತನ್ನ ತಲೆ ಹಾರಿಬೀಳಲಿದೆಯೆಂದು ಗೊತ್ತಿದ್ದರೂ, ತನ್ನ ಶರೀರಕ್ಕೆ ಏನೂ ಹಾನಿಯಾಗಿಲ್ಲವೆಂಬ ಅರಿವಿನಿಂದ ಅವನಿಗೆ ಸ್ವಲ್ಪ ಸಮಾಧಾನವಾಯಿತು.

ದೊಡ್ಡ ಅಂಗಳದ ನಡುವೆ ಮಣ್ಣಿನ ವೇದಿಕೆಯಿದ್ದು, ಅದರ ಅಂಚುಗಳನ್ನು ಹೂವಿನಿಂದ ಅಲಂಕರಿಸಿದ್ದರು. ಅಲ್ಲಿ ಮೆತ್ತನೆಯ ಗಾದಿಗಳ ಮೇಲೆ ಬಾಸ್‌ಮಾಚ್ ಗ್ಯಾಂಗಿನ ನಾಯಕ ಆಸೀನನಾಗಿದ್ದ – ಕುರೂಪಿಯೂ ಒಕ್ಕಣ್ಣನೂ ಆಗಿದ್ದ ಖುರ್‌ಬಾಷೀ.* ಶಿಷ್ಯನೊಬ್ಬ ಅವನ ಕಾಲನ್ನೊತ್ತುತ್ತಿದ್ದ.

ಅವನ ನಿಕಟ ಚೇಲಾಗಳಾಗಿದ್ದ ಒಬ್ಬ ಉಲೇಮ (ಧರ್ಮನೀತಿಶಾಸ್ತ್ರ ಪಾರಂಗತ) ಹಾಗೂ ಒಬ್ಬ ತಬೀಬ (ಯುನಾನಿ ವೈದ್ಯ, ಹಕೀಮ) ಅವನ ಪಕ್ಕ ಕೂತಿದ್ದರು. ಹಿಂದೆ ಸೌಮ್ಯವಾಗಿ ಮನೆಯಾತ ಕುಳಿತಿದ್ದ.

---

* ಖುರ್‌ಬಾಷೀ : 'ಖೂರ್‌ಬಾಷ್' ಎಂದರೆ ಚರ್ಮದ ಚಾವಟಿ. ಅದನ್ನು ಬಳಸುವ ಅಧಿಕಾರ ಉಳ್ಳಾತ 'ಖುರ್‌ಬಾಷೀ'. ಅರ್ಥಾತ್ ನಾಯಕ. ಒಡೆಯ.

ಅಹಮದನನ್ನು ನಿಟ್ಟಿಸಿ ಖುರ್‌ಬಾಷೀ ಗುಡುಗಿದ:

"ದರಿದ್ರದವನೇ ಬಾಯಿ ಬಿಡ್ತೀಯೋ ಇಲ್ಲವೊ? ನಿನ್ನ ಜೊತೆಗಾರರು ಯಾರು ಬೊಗಳು. ಬದುಕೋ ಆಸೆಯಿದ್ದರೆ ಅವರ ಹೆಸರು ಹೇಳು."

ಉಲೇಮ ಈ ಮಾತುಗಳಿಂದ ಸಂತೃಪ್ತನಾದವನಂತೆ ತಲೆಯಾಡಿಸಿದ. ಕ್ಷುದ್ರ ಹಿಂಬೇಡಿ ನಾಯಿಗಳು ತಮ್ಮ ಒಡೆಯನ ಹಿಂದಿನಿಂದ ಬೊಗಳುತ್ತವಷ್ಟೇ? ಖುರ್‌ಬಾಷಿಯನ್ನು ಮೆಚ್ಚಿಸುವಂತೆ ಮನೆಯಾತ ಸಹ ಅಹಮದನತ್ತ ಕೋಪದಿಂದ ಚೀರಿದ.

ತಬೀಬ ಮಾತ್ರ ನಿಧಾನವಾಗಿ, ಗಂಭೀರ ಮಾತುಗಳಿಂದ ಅಹಮದನಿಗೆ ಬುದ್ಧಿವಾದ ಹೇಳಿದ.

ಅಹಮದ್ ಇನ್ನೇನು ತನ್ನ ತಲೆ ದಂಡಕೊಟ್ಟು ಮಡಿಯಲಿದ್ದಾನೆ. ಆ ನಿರ್ಧಾರ ಕೈಕೊಂಡದ್ದಾಗಿದೆ. ಅವನೆಸಗಿದ ಅಪರಾಧ ಘೋರ. ಅದನ್ನು ಅಹಮದನೇ ಒಪ್ಪಿಕೊಂಡಿದ್ದಾನೆ. ಖುರ್‌ಬಾಷಿಯ ಬಲಗೈಯಂತಿದ್ದ, ಅವನ ಮುಖ್ಯ ಸಹಾಯಕ ಇಪ್ಪೆಂದಿ ಇಸ್‌ಹಕ್‌ನನ್ನು ಆತ ಕೊಂದಿದ್ದ.

ಬಹುಶಃ ಇಪ್ಪೆಂದಿ ರಕ್ತದ ಕೊರತೆಯಿಂದ ತಾನಾಗಿಯೇ ಸಾಯಬಹುದಿತ್ತು. ಆದರೆ ಸೌದೆಯನ್ನು ಒಡೆಯಲು ಜನರು ಉಪಯೋಗಿಸುವಂಥ ಒಂದು ಸಾಧಾರಣ ಮಚ್ಚಿನಿಂದ ಅಹಮದ್ ಅವನನ್ನು ಕೊಚ್ಚಿ ಹಾಕಿದ್ದ.

ಆ ದುರ್ಘಟನೆ ನಡೆದದ್ದು ಹೀಗೆ: ಅಲ್ಕಾರ್ ಬಳಿ ನಡೆದ ಹೋರಾಟದಲ್ಲಿ ಇಪ್ಪೆಂದಿ ಗುಂಡುಹಾಕಿ ಬಿದ್ದಿದ್ದ. ಖುರ್‌ಬಾಷೀ ಅವನನ್ನೆತ್ತಿ ತನ್ನ ಕುದುರೆಯ ಮೇಲೆ ಹಾಕಿಕೊಂಡು ನಾಗಾಲೋಟ ಕಿತ್ತಿದ್ದ. ಅಹಮದ್ ವಾಸವಾಗಿದ್ದ ಬೆಟ್ಟದಡಿಯ ಹಳ್ಳಿಯನ್ನು ಖುರ್‌ಬಾಷೀ ತಲುಪಿದಾಗ ರಾತ್ರಿಯಾಗಿತ್ತು. ಆ ಹೊತ್ತಿಗೆ ಇಪ್ಪೆಂದಿ ಸಾಕಷ್ಟು ರಕ್ತ ಕಳೆದುಕೊಂಡು ನಿತ್ರಾಣನಾಗಿದ್ದ. ತನ್ನನ್ನು ಯಾರಾದರೂ ನಂಬಿಕಸ್ಥ ಶ್ರೀಮಂತನ ಮನೆಯಲ್ಲಿ ಬಿಟ್ಟು ಓಡಿಹೋಗು ಎಂದು ಅವನು ಖುರ್‌ಬಾಷಿಯನ್ನು ಬೇಡಿಕೊಂಡ. ಆ ಹಳ್ಳಿಯಲ್ಲಿ ಕೆಲವೇ ಶ್ರೀಮಂತರ ಪರಿಚಯ ಖುರ್‌ಬಾಷಿಗಿದ್ದದ್ದರಿಂದ, ಅವನು ಇಂಥ ಅಪಾಯಕಾರಿ ಸೂಚನೆಗೆ ಒಪ್ಪಲಿಲ್ಲ. ತನ್ನ ಗುಂಪನ್ನಟ್ಟಿ ಬರುತ್ತಿದ್ದ ಕೆಂಪುಸೇನೆಯ ಗುಮಾನಿಗೆ ಕಾರಣವಾಗದಂತೆ ಇಪ್ಪೆಂದಿಯನ್ನು ಯಾರಾದರೊಬ್ಬ ಬಡವನ ಮನೆಯಲ್ಲಿ ಅಡಗಿಸುವುದೇ ಲೇಸು ಎಂದು ಅವನಿಗೆ ತೋರಿತು.

ಇದಕ್ಕೋಸ್ಕರ ಅವನು ಆರಿಸಿದ್ದ ಬಡವನೇ ಅಹಮದ್. ಅಹಮದ್ ಗಾಯಾಳುವನ್ನು ತನ್ನ ಮನೆಯಲ್ಲಿ ಇರಿಸಿಕೊಳ್ಳಲು ನಿರಾಕರಿಸಿರಲಿಲ್ಲ. ಆದರೆ ಮುಂಜಾನೆಯ ಹೊತ್ತಿಗೆ ಅವನ ತಲೆ ಕಡಿದುಹಾಕಿದ್ದ.

ತನ್ನ ಕೃತ್ಯವನ್ನು ಅಹಮದ್ ಒಪ್ಪಿಕೊಂಡಿದ್ದ.

ಇಪ್ಪೆಂದಿ ಸತ್ತ ಮೂವತ್ತೇಳು ದಿವಸಗಳ ಅನಂತರ ಖುರ್‌ಬಾಷೀ ಅಹಮದನನ್ನು ಅವನ ಮನೆಯಲ್ಲೇ ಬಂಧಿಸಿ, ಕೈಕಾಲು ಕಟ್ಟಿ ಈ ಜಾಗಕ್ಕೆ ತಂದಿದ್ದ.

ಈ ವಿಷಯ ಹಳ್ಳಿಯವರಿಗೆ ಮರುದಿನ ಮಧ್ಯಾಹ್ನದವರೆಗೆ ಗೊತ್ತಾಗಿರಲಿಲ್ಲ. ಅದನ್ನು ಮೊದಲು ಹೊರಗೆಡಹಿದವ ಅಹಮದನ ನೆರೆಯಾತ ಬೇ* ಅಬೀದ್ ಸರ್ಕಾರನ ಕೂಲಿಯಾಳು. ಅವನು ಗಡಿಬಿಡಿಯಿಂದ ತಿಳಿಸಿದ ವಾರ್ತೆಯನ್ನು ಕೇಳಿ ಅಬೀದ್ ಅಂದಿದ್ದ:

---

* ಬೇ : ದೊಡ್ಡ ಮನುಷ್ಯ, ಭೂ ಮಾಲಿಕ

"ಸರಿ, ಸರಿ ಇವೊತ್ತು ಬುಧವಾರ ಅಲ್ವೆ? ಅಹಮದನ ಮನೆಯನ್ನು ನಾನು ತಗೊಳ್ತೇನೆ. ಮತ್ತೆ ನಿನ್ನ ಹತ್ತಿರ ಹಣ ಒದಗಿ ಬಂದಾಗ, ಅದನ್ನು ನಿನಗೆ ಮಾರಾಟ ಮಾಡ್ತೇನೆ."

ಈಗ ಖುರ್‌ಬಾಷೀ ಹಾಗೂ ಅವನ ತಂಡದವರು ಅಹಮದನ ಮರಣ ಪೂರ್ವ ಹೇಳಿಕೆಯನ್ನು ಕೇಳಲು ಕಾದಿದ್ದರು.

ಅಹಮದ್ ಖುರ್‌ಬಾಷಿಯ ಮುಖವನ್ನು ನೇರವಾಗಿ ನಿಧಾನವಾಗಿ ದಿಟ್ಟಿಸಿ ಹೇಳಿದ:

"ಒಡೆಯ! ನೀನೀಗ ನನ್ನನ್ನ ಯಾವ ಕಾರಣಕ್ಕೆ ಕೊಲ್ಲಬೇಕು ಅಂತ ಇದ್ದೀಯೋ, ಅದೆ ಕಾರಣಕ್ಕೆ ನಾನು ಇಪ್ಪೆಂದಿ ಇಸ್‌ಹಕ್‌ನನ್ನು ಕೊಂದೆ. ಅದರ ಬಗ್ಗೆ ಇನ್ನೇನೂ ಹೇಳೋದಕ್ಕೆ ನನಗಿಷ್ಟವಿಲ್ಲ. ಆದರೆ ಸಾಯೋ ಮುಂಚೆ ನಾನೊಂದು ಒಳ್ಳೆಯ ಕೆಲಸ ಮಾಡಬೇಕು ಅನ್ನೋ ಆಸೆ ಇಟ್ಟುಕೊಂಡಿದ್ದೇನೆ. ಈ ಕೆಲಸ ನಿನ್ನನ್ನ ಮೆಚ್ಚಿಸಲಿಕ್ಕಲ್ಲ. ಅಲ್ಲಾನನ್ನ ಮೆಚ್ಚಿಸೋದಕ್ಕೆ. ನನಗೆ ಎರಡು ಕಣ್ಣುಗಳಿವೆಯಷ್ಟೇ? ಅವುಗಳನ್ನು ನಾನು ಕಳೆದುಕೊಂಡರೆ ನಿನ್ನ ಕುರುಡು ಕಣ್ಣಿಗೆ ದೃಷ್ಟಿ ಮರಳುತ್ತೆ. ಇದಕ್ಕಿಂತ ಹೆಚ್ಚು ದಯಾಮಯವಾದ ಕಾರ್ಯ ಬೇರೊಂದಿರಲಾರದು ಅಂತ ನನ್ನ ಭಾವನೆ."

ಅಹಮದ್ ಪರೋಕ್ಷವಾಗಿ ತನ್ನ ಒಕ್ಕಣ್ಣನ್ನು ಮೂದಲಿಸುತ್ತಿರುವಂತೆ ಖುರ್‌ಬಾಷಿಗೆ ಕಂಡು, ಅವನು ಬೈಗುಳಗಳ ಮಳೆಯನ್ನೇ ಸುರಿಸಿದ.

ಆದರೆ ಆತ ಕೋಪದಿಂದ ಕುದಿಯುತ್ತ ಎಷ್ಟು ಅರಚಿದರೂ, ಅಹಮದನಿಗೆ ಶಿರಚ್ಛೇದನಕ್ಕಿಂತ ಹೆಚ್ಚಿನ ಶಿಕ್ಷೆ ನೀಡುವುದು ಅವನ ಕೈಯಲ್ಲಿರಲಿಲ್ಲ.

"ಕೋಪಗೊಳ್ಳಬೇಡ ನನ್ನ ರಾಜ!"

ಖುರ್‌ಬಾಷೀ ಹರಿಸಿದ್ದ ಬೈಗುಳ ಶಾಪಗಳ ಹೊಳೆಯಲ್ಲಿ ಅಹಮದ್ ತನ್ನ ಸಾವಧಾನದ ನುಡಿಯನ್ನು ತೇಲಿಬಿಟ್ಟ. ಆಮೇಲೆ ತಬೀಬನತ್ತ ತಿರುಗಿ ಹೇಳಿದ:

"ಬಹುಶಃ ನೀನು ನನ್ನನ್ನ ಅರ್ಥಮಾಡಿಕೊಳ್ಳಬಲ್ಲೆ. ಖುರ್‌ಬಾಷಿಯ ಕುರುಡುಗಣ್ಣಿಗೆ ದೃಷ್ಟಿ ನೀಡಬೇಕೆಂದಿದ್ದೇನೆ. ನೀನು ವೈದ್ಯಶಾಸ್ತ್ರ ನಿಪುಣನೆಂಬ ಕೀರ್ತಿ ಪಡೆದಿದ್ದೀಯ. ಅದು ನಿಜವಾಗಿದ್ದ ಪಕ್ಷದಲ್ಲಿ ನನ್ನ ಮಾತುಗಳು ನಿನಗೆ ಅರ್ಥವಾಗ್ತವೆ. ಆದರೆ ನೀನು ನಿಜವಾದ ವೈದ್ಯನಲ್ಲವಾಗಿದ್ದರೆ, ಕುಯುಕ್ತಿಯಿಂದ ಖುರ್‌ಬಾಷಿಯ ವಿಶ್ವಾಸಕ್ಕೆ ಪಾತ್ರನಾಗಿದ್ದರೆ, 'ಇವನೊಬ್ಬ ಹುಚ್ಚ' ಅಂತ ನೀನು ನನ್ನನ್ನು ಕರೀಬಹುದು."

ತಬೀಬನಿಗೆ ಗೊಂದಲಕ್ಕಿಟ್ಟುಕೊಂಡಿತು. ಇನ್ನೂ ಕೋಪದಿಂದ ಕುದಿಯುತ್ತಿದ್ದ ಖುರ್‌ಬಾಷಿಗೆ ಅವನು ತನ್ನ ಭಾಷೆಯಲ್ಲಿ ಏನೋ ಹೇಳಿದ. ಖುರ್‌ಬಾಷಿಯ ಕೋಪ ತಗ್ಗಿತು. ಅಲ್ಲಿದ್ದ ಎಲ್ಲರೂ, ಈ ಸ್ವಯಂಘೋಷಿತ ದೃಷ್ಟಿದಾತ ಅಹಮದನತ್ತ ಕುತೂಹಲದಿಂದ ದಿಟ್ಟಿಸಿದರು.

ಅಹಮದ್ ತಬೀಬನನ್ನು ಕುರಿತು ಅಂದ:

"ಹಕೀಮ್! ಖುರ್‌ಬಾಷೀ ತನ್ನ ಕಾಣಿಸುವ ಕಣ್ಣನ್ನ ಮುಚ್ಚಲಿ. ಅದರ ರೆಪ್ಪೆಯನ್ನ ನೀನು ಒತ್ತಿ ಹಿಡಿ."

ಖುರ್‌ಬಾಷೀ ವ್ಯಂಗ್ಯನಗೆ ಹೊಮ್ಮಿಸಿ, ಒಂದು ನಿಮಿಷ ಯೋಚಿಸಿ, ತಬೀಬನತ್ತ ತಿರುಗಿ ಕಣ್ಣುಮುಚ್ಚಿದ. ತಬೀಬ ರೆಪ್ಪೆಯನ್ನು ಅದುಮಿ ಹಿಡಿದ.

ಅಹಮದ್ ವಿಚಾರಿಸಿದ: "ನಿನಗೇನು ಕಾಣಿಸ್ತಿದೆ?"

"ಏನೂ ಇಲ್ಲ" ಎಂದು ಖುರ್‌ಬಾಷೀ.

"ಚೆನ್ನಾಗಿ ಒತ್ತಿ ಹಿಡಿ, ಹಕೀಮ್! ಒಡೆಯ, ನಿನ್ನ ಕಣ್ಣನ್ನ ತೀರಾ ಬಿಗಿಯಾಗಿ

ಮುಚ್ಚಬೇಡ, ಕೆಳಗೆ ನೋಡು, ಒಂದು ಬೆಳಕಿನ ಉಂಡೆ ಕಾಣಿಸ್ತದಲ್ವೆ?"

"ಹುಂ, ಕಾಣ್ತಿದೆ."

ತಬೀಬ ತನ್ನ ಒಂದು ಕಣ್ಣಿನ್ನು ಮುಚ್ಚಿ, ಬೆರಳಿನಿಂದ ಅದನ್ನು ಒತ್ತಿ ಹಿಡಿದ. ಉಲೇಮ ಕೂಡ ಹೀಗೇ ಮಾಡಿದ. ಇದಾದನಂತರ ಖುರ್‌ಬಾಷಿಯ ಗ್ಯಾಂಗಿನ ಸಮಸ್ತರೂ ಇದನ್ನು ಅನುಕರಿಸಿದರು.

"ನನಗೂ ಕಾಣ್ತಿದೆ!"

"ನನಗೂ ಅಷ್ಟೇ!"

"ಅದು ಸರಿ, ನಿಮ್ಮ ಮತ್ತೊಂದು ಕಣ್ಣು ಚೆನ್ನಾಗಿರೋದರಿಂದ ನಿಮಗೆ ಆ ಬೆಳಕಿನ ಉಂಡೆ ಕಾಣಿಸ್ತು!" ಎಂದ ಅಹಮದ್.

ತಬೀಬ ಭಾವೋದ್ವೇಗಕ್ಕೆ ಒಳಗಾದ. ಅವನಿಗೆ ಖುರ್‌ಬಾಷಿಯ ಕುರುಡು ವಾಸಿಯಾಗುವುದಕ್ಕಿಂತ, ಇತರರ ಕುರುಡನ್ನು ವಾಸಿಮಾಡುವ ರಹಸ್ಯ ತಿಳಿಯುವ ಆಸೆ ಹೆಚ್ಚಾಯಿತು. ಒಂದು ವೇಳೆ ಖುರ್‌ಬಾಷಿ ಅಸಹನೆಯಿಂದ ಅಹಮದನ ಈ ಪ್ರಯೋಗ ತನಗೆ ಬೇಡವೆಂದು ನಿರಾಕರಿಸಿದರೆ, ತಾನು ಅಹಮದನನ್ನು ಒತ್ತಾಯಿಸಿ ಸ್ವಇಚ್ಛೆಯಿಂದ ತನ್ನ ಕಣ್ಣೊಂದನ್ನು ಕುರುಡುಗೊಳಿಸಲು ಆತ ಸಿದ್ಧನಿದ್ದ. ಅವನಿಗೆ ಅಹಮದನ ಈ ದೃಷ್ಟಿದಾನ ವಿಧಾನವನ್ನು ತಿಳಿದುಕೊಳ್ಳಬೇಕೆಂಬ ಆಸಕ್ತಿ ಗಾಢವಾಯಿತು. ತಬೀಬ ಖುರ್‌ಬಾಷಿಗೆ ಏನನ್ನೊ ಉಸುರಿದ. ಉಳಿದವರು ಮೌನ ತಾಳಿದರು. ಖುರ್‌ಬಾಷೀ ಅಹಮದನಿಗೆ ತನ್ನ ಪ್ರಯೋಗ ಮುಂದುವರಿಸಲು ಆಜ್ಞಾಪಿಸಿದ.

ಅಹಮದ್ ತನಗೆ ಒಂದು ಮೊಟ್ಟೆ, ಎರಡು ಖರ್ಜೂರ, ಒಂದು ಚಿಟಿಕೆ ಜೀರಿಗೆ ಕಾಳು, ಐದು ಹೂವುಗಳು, ಒಂದು ಚಮಚ ಜೇನು ಬೇಕೆಂದ. ಮನೆಯಾತ ಇವನ್ನೆಲ್ಲ ಒದಗಿಸಿದ ನಂತರ, ತಬೀಬ ಅವುಗಳನ್ನು ಪರೀಕ್ಷಿಸಿ ನೆನಪಿಟ್ಟುಕೊಂಡ. ಉಲೇಮ ಅಹಮದನತ್ತ ಗೊಂದಲದ ನೋಟವನ್ನಟ್ಟಿದ. ಅಹಮದ್ ಈ ಪದಾರ್ಥಗಳನ್ನು ಒಂದು ತಾಮ್ರದ ಪಾತ್ರೆಯಲ್ಲಿ ಹಾಕಲು ಹೇಳಿ, ಅದಕ್ಕೆ ಒಂದು ಬಟ್ಟಲು ನೀರು ಹಾಕಿ, ಕುದಿಸಿದ.

"ಒಂದು ಮೋಬಂತ್ತಿ ತನ್ನಿ. ಅದನ್ನ ಖುರ್‌ಬಾಷಿಯವರ ಕುರುಡು ಗಣ್ಣಿನ ಎದುರು ಸರಿಯಾಗಿ ಇಡಬೇಕು."

ಸರಿ, ಇದೂ ಮುಗಿಯಿತು:

ಅನಂತರ ತಬೀಬ ಕೇಳಿದ: "ನೀನು ಹಿಂದೆ ಯಾರದಾದರೂ ಕುರುಡನ್ನ ನಿವಾರಿಸಿದ್ದೀಯ?"

ಖುರ್‌ಬಾಷೀ ತಲೆಸನ್ನೆ ಮಾಡಿ ನೀಡಿದ ಅನುಮತಿಯಂತೆ ಅಹಮದ್ ಕೂತುಕೊಳ್ಳುತ್ತ ಅಂದ:

"ಇಲ್ಲ. ನನ್ನ ಗುರು ಆ ಪ್ರಯೋಗ ಮಾಡಿದ. ಆದರೆ ಅವನು ಸಫಲವಾದದ್ದು ಒಂದೇ ಸಲ. ಅದಾದ ಮೇಲೆ ಅವನ ಕಣ್ಣುಗಳೇ ಕುರುಡಾಗಿ ಅವನು ಹನ್ನೊಂದು ದಿವಸದೊಳಗೆ ತೀರಿಕೊಂಡ. ಆಗ ಅವನ ವಯಸ್ಸು ಎಂಬತ್ತಮೂರಾಗಿತ್ತು. ಅವನ ಹೆಸರನ್ನ ಆಮೇಲೆ ಹೇಳ್ತೀನೆ."

ಪಾತ್ರೆಯಲ್ಲಿ ಕುದಿಯುತ್ತಿದ್ದ ಕಷಾಯವನ್ನು, ಅಹಮದನ ಸಲಹೆಯ ಮೇರೆಗೆ ಖುರ್‌ಬಾಷಿಯ ಶಿಷ್ಯನೊಬ್ಬ ಕಲಕುತ್ತಿದ್ದ. ಆಮೇಲೆ ಅಹಮದ್ ಉರಿ ಆರಿಸಲು ಹೇಳಿದ.

ಅನಂತರ ನೀರಿನ ಸ್ಪರ್ಶವೇ ಆಗದಿರುವ ಕಲ್ಲೊಂದನ್ನು ಪತ್ತೆ ಹಚ್ಚಿ ತರಲು ಆತ ಆಜ್ಞಾಪಿಸಿದ. ಸರಿ, ಸ್ವಲ್ಪ ಹೊತ್ತಿನಲ್ಲೇ ಕಲ್ಲಿನ ರಾಶಿಯನ್ನು ತಂದು ಸುರಿದದ್ದಾಯಿತು. ಅಹಮದ್ ಒಂದೊಂದೇ ಕಲ್ಲನ್ನೆತ್ತಿ ಪರೀಕ್ಷಿಸಿ, ಅವಕ್ಕೆಲ್ಲ ಈಗಾಗಲೇ ನೀರಿನ ಸ್ಪರ್ಶವಾಗಿದೆಯೆಂದು ನುಡಿದ. ಆಮೇಲೆ ಇನ್ನಷ್ಟು ಕಲ್ಲುಗಳನ್ನು ತರಲಾಯಿತು. ಅವುಗಳ ಪರೀಕ್ಷೆ ನಡಸಿ ಅಹಮದ್ ಒಂದು ಕಲ್ಲನ್ನಾರಿಸಿಕೊಂಡ. ಅದು ಏಳೆಂಟು ಪೌಂಡ್ ತೂಕವಿತ್ತು. ಆ ಕಲ್ಲನ್ನು ಚೆನ್ನಾಗಿ ಒರಸಿ, ಅದರ ಒಂದು ಬದಿಯನ್ನು ನೇಗಿಲುಗುಳದಂತೆ ಕೆತ್ತಿ ತರಲು ಅವನು ಆದೇಶ ನೀಡಿದ.

ಸರಿ, ಅವನು ಹೇಳಿದಂತೆ ಕಲ್ಲನ್ನು ಚೂಪಾಗಿ ಕೆತ್ತಿ ತಂದರು. ಅದರ ಮೇಲೆ ಕಷಾಯವನ್ನು ಲೇಪಿಸುವಂತೆ ಆತ ಹೇಳಿದ. ಈ ಕೆಲಸವನ್ನು ತಬೀಬ ಮಾಡಿದ. ಆದರೆ ಅವನೆಷ್ಟೇ ಪ್ರಯತ್ನಿಸಿದರೂ ಅಹಮದ್ ಹೇಳಿದ ಪ್ರಕಾರ ಕೆಲಸ ಪೂರೈಸುವುದು ತಬೀಬನಿಗೆ ಕಷ್ಟವಾಯಿತು. ಖುರ್‌ಬಾಷಿಯ ತಾಳ್ಮೆ ಮೀರುತ್ತಿತ್ತು. ಅಹಮದನ ಕೈಗಳನ್ನು ಬಿಚ್ಚುವಂತೆ ಆತ ಅಪ್ಪಣೆ ಮಾಡಿದ. ಕೈಬಿಚ್ಚಿದೊಡನೆ, ಅವನ ಸುತ್ತಲೂ ಖುರ್‌ಬಾಷಿಯ ಶಿಷ್ಯರು ಬಂದೂಕು ಗಳನ್ನು ಗುರಿಮಾಡಿ ನಿಂತರು. ವಧಕಾರನ ಕತ್ತಿ ಅವನ ತಲೆಯ ಮೇಲೆ ತೂಗಿತ್ತು. ಅಹಮದ್ ಕಲ್ಲನ್ನು ತಬೀಬನಿಂದ ತೆಗೆದುಕೊಂಡು ಅದಕ್ಕೆ ಕಷಾಯ ಲೇಪಿಸುವ ಕಾರ್ಯವನ್ನು ತಾನೇ ಮುಗಿಸಿದ. ಬಳಿಕ ಅದು ಆರಲೆಂದು ತನ್ನ ಹತ್ತಿರವೇ ಅದನ್ನು ಇಟ್ಟುಕೊಂಡು ಹೇಳಿದ:

"ಈಗ ಅರ್ಧ ಬಟ್ಟಲು ಮನುಷ್ಯ ರಕ್ತ ಬೇಕು."

ಸ್ವಲ್ಪ ಹೊತ್ತು ತಡೆದು ಅಹಮದ್ ತಲೆಯೆತ್ತಿ ಮಾತನ್ನು ಮುಂದುವರಿಸಿದ:

"ಬೇರೆಯವರ ಕುರುಡನ್ನ ನೀಗಿಸೋದಕ್ಕೆ ಸ್ವತಃ ತನ್ನ ದೃಷ್ಟಿಯನ್ನ ಕಳೆದುಕೊಳ್ಳಲು ಸಿದ್ಧನಿರುವಾತ ಅರ್ಧ ಬಟ್ಟಲಿನಷ್ಟು ರಕ್ತ ಕಳೆದುಕೊಂಡರೆ ಅಂಥ ನಷ್ಟವೇನೂ ಆಗೋದಿಲ್ಲ. ಒಡೆಯ, ನನ್ನ ಬೆರಳನ್ನ ಕತ್ತರಿಸಲು ವಧಕಾರನಿಗೆ ಹೇಳು."

ಉಲೇಮನಿಗೆ ಇದೆಲ್ಲ ಯಾಕೊ ಅತಿಯೆನ್ನಿಸಿ, ಆತ ಬೇಸರದಿಂದ ಎದ್ದುಹೋದ. ತಬೀಬ ಮನೆಯ ಯಜಮಾನನತ್ತ ದೃಷ್ಟಿ ಹಾಯಿಸಿದ. ಅಹಮದ್ ತನ್ನ ಎಡಗೈಯ ಕಿರುಬೆರಳನ್ನು ಮರದ ದಿಂಡಿನ ಮೇಲಿಟ್ಟು, ಕಣ್ಣು ಮುಚ್ಚಿದ. ವಧಕಾರ ತತ್‌ಕ್ಷಣ ತನ್ನ ಕತ್ತಿಯಿಂದ ಬೆರಳನ್ನು ಕೊಚ್ಚಿ ಹಾಕಿದ. ಅದು ನೆಲದ ಮೇಲೆ ಉರುಳುತ್ತ ಹೋಯಿತು. ಅಹಮದನ ಹಣೆಯ ಮೇಲೆ ದೊಡ್ಡ ದೊಡ್ಡ ಬೆವರ ಹನಿಗಳು ಕಾಣಿಸಿಕೊಂಡವು.

ಬೆರಳು ಅರ್ಧ ಬಟ್ಟಲಿನಷ್ಟು ರಕ್ತ ಸುರಿಸಿದಾಗ, ತಬೀಬ ಗಾಯಕ್ಕೆ ಎಂಥದೋ ಪುಡಿ ಮೆತ್ತಿ ರಕ್ತಸ್ರಾವ ನಿಲ್ಲಿಸಿದ. ಕೆಲವು ನಿಮಿಷಗಳು ಕಳೆದ ಮೇಲೆ ಅಹಮದ್ ನಿಧಾನವಾಗಿ ಕಣ್ತೆರೆದು, ಬಟ್ಟಲಿನಲ್ಲಿದ್ದ ರಕ್ತವನ್ನು ಕಷಾಯಕ್ಕೆ ಸುರುವಿದ. ಆಮೇಲೆ ಒಂದು ಕಂತೆ ಒಣಹುಲ್ಲನ್ನು ಖುರ್‌ಬಾಷಿಯ ಎದುರು ಉರಿಸಲು ಹೇಳಿದ. ಹಾಗೆ ಉರಿಸುವಾಗಲೇ ಮೋಂಬತ್ತಿಯನ್ನು ಹೊತ್ತಿಸಬೇಕೆಂಬ ಸಲಹೆ ನೀಡಿದ. ತಂಗಾಳಿಯಲ್ಲಿ ಮೊದಲು ಪುಟ್ಟ ಉರಿನಾಲಗೆ ಕಾಣಿಸಿ, ಆಮೇಲೆ ದಟ್ಟ ಹೊಗೆ ಕವಿಯಿತು. ಅಹಮದ್ ಎದ್ದುನಿಂತ. ಬಂದೂಕುಗಳು ಅವನತ್ತ ಗುರಿಯಿಟ್ಟವು ; ಖಡ್ಗ ತಲೆಯ ಮೇಲೆ ತೂಗಿತು.

ಖುರ್‌ಬಾಷಿಯ ಅಪ್ಪಣೆ ಪಡೆದು, ಅವನಿದ್ದ ವೇದಿಕೆಯ ಹತ್ತಿರ ಬಂದು ಅಹಮದ್ ನುಡಿದ :

"ಒಡೆಯ ! ನನ್ನ ಬೆರಳನ್ನು ಬಲಿಗೊಟ್ಟಾಯ್ತು. ಈಗ ನನ್ನ ಕಣ್ಣುಗಳ ದೃಷ್ಟಿಯನ್ನು ಬಲಿಗೊಡಲಿದ್ದೇನೆ. ಇದಕ್ಕೆ ಮುಂಚೆ ನನ್ನದೊಂದು ಕೋರಿಕೆ."

"ನಿನ್ನನ್ನು ಜೀವಸಹಿತ ಉಳಿಸಬೇಕೆಂದು ತಾನೆ ?"

"ಉಹುಂ! ದೃಷ್ಟಿ ಕಳೆದುಕೊಂಡು ಕುರುಡನಾಗೋನು ಅದನ್ನು ಕೋರೋದಿಲ್ಲ. ನನ್ನನ್ನು ಕೊಲ್ಲುವ ನಿನ್ನ ನಿರ್ಧಾರವನ್ನು ಬದಲಿಸಿ, ನಾನು ಬದುಕಿರೋ ಹಾಗೆ ಖಂಡಿತ ಅನುಗ್ರಹಿಸ ಬೇಡ. ಯಾಕೆಂದರೆ ನೀನು ದೃಷ್ಟಿಯನ್ನು ಪಡೆದು ನಾನು ಕುರುಡನಾದಾಗ, ನನ್ನನ್ನು ಕೊಲ್ಲಬಾರದು ಅಂತ ನೀನು ಮನಸ್ಸು ಮಾಡಿಬಿಡಬಹುದು ಅನ್ನೋ ಭಯ ನನಗಿದೆ."

"ಆ ಭಯ ಬೇಡ. ನಿನ್ನನ್ನು ಖಂಡಿತ ಕೊಲ್ತೇನೆ!"

"ನನ್ನ ಭಯ, ನಿನ್ನಲ್ಲಿರಬಹುದಾದ ದಯೆ ಕನಿಕರಗಳ ಬಗ್ಗೆ."

"ಅವುಗಳ ಬಗ್ಗೆ ಚಿಂತಿಸಬೇಡ."

"ನೀನು ಹೀಗೆ ಧೈರ್ಯ ಹೇಳಿದರೂ, ನನಗೆ ನನ್ನದೇ ಸಂದೇಹವಿದೆ."

"ನೀನು ಹೇಳಲು ಬಯಸಿರೋದಾದರೂ ಏನು? ಬೇಗ ಹೇಳು."

"ನಿನ್ನ ಕುರುಡು ವಾಸಿಯಾದ ಕೂಡಲೇ, ನೀನು ನನ್ನನ್ನ ಕೊಲ್ಲಲೇಬೇಕು. ನಿನ್ನ ಕೋಪ ತಗ್ಗಬಾರದು. ನೀನೆಷ್ಟು ಸಿಟ್ಟಾಗಬೇಕು ಅಂದರೆ, ನಿನ್ನ ಕುರುಡನ್ನ ವಾಸಿ ಮಾಡೋದರ ಜೊತೆಗೇ ನಾನು ನಿನಗೆ ಇನ್ನೂ ನೂರು ವರ್ಷಗಳ ಆಯಸ್ಸನ್ನ ದಯಪಾಲಿಸಿದರೂ, ನೀನು ನನ್ನನ್ನ ಕೊಲ್ಲೋ ಹಾಗಿರಬೇಕು. ನನಗೆ ತೋಚಿದ್ದನ್ನ ಹೇಳಲು ಹತ್ತು ನಿಮಿಷ ಅವಕಾಶ ನೀಡು. ನನ್ನ ಮಾತುಗಳಿಂದಲೇ ನನಗೆ ಸಾವು ಬರ್ತದೆ."

"ಸರಿ, ಒದರು."

ಅಹಮದ್ ನಿಧಾನವಾಗಿ ಖುರ್‌ಬಾಷಿಗೆ ಬೆನ್ನುಮಾಡಿ ತನ್ನತ್ತ ಬಂದೂಕು ಗುರಿ ಮಾಡಿದ್ದವರನ್ನು ಉದ್ದೇಶಿಸಿ ಹೇಳಿದ:

"ಧೀರ ಕಲಿಗಳೇ, ನನ್ನ ಬೆರಳು ಹಾಗೂ ಕಣ್ಣಿನ ದೃಷ್ಟಿಯನ್ನು ನಾನು ಶತ್ರುವಿಗೆ ನೀಡ್ತಿರೋದು ನಿಮಗೆ ಆಶ್ಚರ್ಯ ಅನ್ನಿಸೋದಿಲ್ವೆ? ನಿಮ್ಮ ಅಪ್ಪಂದಿರನ್ನ, ಮಕ್ಕಳನ್ನ, ಸೋದರ–ಸೋದರಿಯರನ್ನ ನೀವು ಶತ್ರುವಿನ ಕೈಗೊಪ್ಪಿಸಿ, ಸ್ವತಃ ನಿಮ್ಮ ಹಳ್ಳಿಗಳನ್ನೇ ನಿರ್ನಾಮಗೋಳಿಸುತ್ತಿರೋದು ಯಾಕೆ ಅಂತ ನಿಮ್ಮನ್ನೇ ಪ್ರಶ್ನಿಸಿಕೊಳ್ಳಿ. ನಿಮ್ಮತ್ತಲೇ ನೀವು ಗುಂಡು ಹಾರಿಸಿಕೊಳ್ತಿದ್ದೀರಿ. ನಾನು ಮಾಡಿರೋದು ಹುಚ್ಚು ಕೆಲಸ ಅಂತ ನಿಮಗನ್ನಿಸಿದ್ದರೆ, ನಾನು ನೀವು ಎಲ್ಲರೂ ಹುಚ್ಚರೇ. ಕೊನೇ ಪಕ್ಷ ನಾನು ಹೀಗೇಕೆ ಮಾಡ್ತಿದ್ದೇನೆ ಅನ್ನೋ ಅರಿವಾದರೂ ನನಗಿದೆ. ನಿಮಗೆ ಅದಿಲ್ಲ. ನನ್ನ ಎಲುಬುಗಳಿಂದ ಮಾಂಸವನ್ನ ಹೆರೆದು ತೆಗೆದರೂ, ನನ್ನನ್ನ ಗಾಣಕ್ಕೆ ಕೊಟ್ಟು ಹಿಂಡಿದರೂ ಹೆದರದೆ, ನಾನು ನಿಮ್ಮ ಕಣ್ಣು ತೆರೆಯಿಸಿ, ನಿಮಗೆ ಸತ್ಯವನ್ನ ತೋರಿಸ್ತೇನೆ. ನಾನು ಇನ್ನೇನು ಸಾಯಲಿದ್ದೇನೆ. ಆದರೆ ಸಾಯೋ ಮುಂಚೆ ನಿಮ್ಮಿಂದ ಒಂದೆರಡು ಸಂದೇಹಗಳನ್ನ ನಿವಾರಿಸಿಕೊಳ್ಳೋದಕ್ಕೆ ಬಯಸ್ತೇನೆ. ನಿಮ್ಮ ಬಂದೂಕಗಳನ್ನ ಸದಾ ಸಿದ್ಧವಿರಿಸಿಕೊಂಡು ಬೆಟ್ಟಗುಡ್ಡಗಳಲ್ಲಿ ನೀವು ಅವಿತಿರೋದಾದರೂ ಯಾಕೆ? ನಿಮ್ಮ ಒಡಹುಟ್ಟಿದವರನ್ನ ಸಾವು ನೋವಿಗೆ ಗುರಿಪಡಿಸೋದಾದರೂ ಯಾಕೆ? ಬಾಸ್‌ಮಾಚ್ ಗ್ಯಾಂಗನ್ನ ಸೇರಿರೋದಾದರೂ ಯಾಕೆ? ನೀವು ನೇಗಿಲ ಯೋಗಿಗಳು ಅನ್ನೋದನ್ನ ಮರೆತಿಲ್ಲ ಅಂತಲೇ ನನ್ನೆಣಿಕೆ."

ಖುರ್‌ಬಾಷಿಯ ಬೆನ್ನಹಿಂದೆ ಮನೆಯಾತ ಚಡಪಡಿಸುತ್ತಿದ್ದ. ಉಲೇಮ ತನ್ನ ತೋಳೆತ್ತಿ ಖುರ್‌ಬಾಷಿಗೆ ಏನೋ ಹೇಳಿದ. ಖುರ್‌ಬಾಷಿ ಅಹಮದನ ಬಾಯಿ ಮುಚ್ಚಿಸಲು ಬೈಗುಳಗಳಿಂದ ಅಬ್ಬರಿಸತೊಡಗಿದ. ಅಹಮದ್ ಇನ್ನೂ ಜೋರಾಗಿ, ಅಲ್ಲಿದ್ದವರ ಹೃದಯಕ್ಕೆ ನಾಟುವಂತೆ, ಮಾತು ಮುಂದುವರಿಸಿದ:

"ಬಾಸ್‌ಮಾಚ್ ಗ್ಯಾಂಗ್ ಇಲ್ಲದಿದ್ದರೆ ತಮ್ಮ ಸಿರಿಸಂಪತ್ತೆಲ್ಲ ಕೈಜಾರಿ ಹೋದೀತು ಅನ್ನೋ ಭಯ 'ಬೇ'ಗಳಿಗಿದೆ. ಆದರೆ ನಿಮಗೆ ಯಾವುದರ ಭಯ ?"

ಅಹಮದನನ್ನು ಸುಮ್ಮನಿರಿಸಲು ವಧಕಾರ ಕತ್ತಿಯನ್ನು ಚಪ್ಪಟೆ ಹಿಡಿದು ಅವನ ತಲೆಗೆ ಮೆಟ್ಟಿದ. ಖುರ್‌ಬಾಷೀ ಥಟ್ಟನೆ ಎದ್ದು ಅವನನ್ನು ಚಾವಟಿಯಿಂದ ಹೊಡೆಯುತ್ತ ಯದ್ವಾತದ್ವಾ ಬಯ್ಯತೊಡಗಿದ.

ಅಹಮದ್ ಖುರ್‌ಬಾಷಿಯೆದುರು ಬಾಗಿ, "ಕೋಪ ಬಂತೆ, ಒಡೆಯ ?" ಎಂದ.

ಖುರ್‌ಬಾಷೀ ಸಿಡಿಲಿದ: "ಇವನನ್ನು ಎಳೆದೊಯ್ಯಿರಿ !"

ಆದರೆ ತಬೀಬ ಅವನ ಕಿವಿಯಲ್ಲಿ ಏನೋ ಉಸುರಿ ಸಮಾಧಾನಗೊಳಿಸಿದ. ಖುರ್‌ಬಾಷೀ ಅಹಮದನನ್ನೇ ನುಂಗುವಂತೆ ನೋಡುತ್ತ: "ಹೂ ! ನಿನ್ನ ಪ್ರಯೋಗ ಮುಂದುವರಿಸು" ಎಂದ.

ಹುಲ್ಲಿನ ಕಂತೆಯಿಂದ ಏಳುತ್ತಿದ್ದ ದಟ್ಟ ಹೊಗೆಗೆ ಬಾಗಿ ನಿಲ್ಲಲು ಖುರ್‌ಬಾಷಿಯನ್ನು ಬೇಡಿಕೊಂಡು, ಕಲ್ಲನ್ನು ತಬೀಬನ ಕೈಗೆ ಕೊಡುತ್ತ ಅಹಮದ್ ಹೇಳಿದ:

"ಕಲ್ಲಿನ ಚೂಪುತುದಿಯನ್ನ ಒಡೆಯನ ಕುರುಡುಗಣ್ಣಿನ ಹತ್ತಿರ ಹಿಡಿದು ಆಮೇಲೆ ಅದನ್ನ ಮೆಲ್ಲಗೆ ತೂಗಾಡಿಸು."

ಖುರ್‌ಬಾಷೀ ಹೊಗೆಗೆ ಬಾಗಿ ನಿಂತ. ಆಗ ಮನೆಯಾತ ಎಚ್ಚರಿಸಿದ:

"ಧಣಿ, ಹುಷಾರ್ ! ಆ ಕಲ್ಲಿನ ಮೊನೆಯಿಂದ ನಿನ್ನ ಕಣ್ಣು ಹಾಳಾದೀತು !" ಅಹಮದ್ ಆ ಎಚ್ಚರಿಕೆಯನ್ನು ಕಡೆಗಣಿಸುವಂತೆ ಅಂದ:

"ಅವನ ಕುರುಡುಗಣ್ಣು ಹಾಳಾಗೋದು ಅಂದರೇನು ? ಅದು ಈಗಾಗಲೇ ದೃಷ್ಟಿ ಕಳೆದುಕೊಂಡು ಹಾಳಾಗಿಲ್ಲವೆ ? ಅವನ ಕಾಣಿಸುವ ಕಣ್ಣಿನ ಬಗ್ಗೆ ನಿನಗೆ ಆತಂಕವಿದ್ದರೆ, ಆ ಕಣ್ಣಿಗೆ ಬಟ್ಟೆ ಕಟ್ಟು."

ತಬೀಬನಿಗೆ ಈ ಸೂಚನೆ ಸಮಂಜಸವೆನ್ನಿಸಿತು. ಖುರ್‌ಬಾಷೀ ತನ್ನ ಪೇಟ ತೆಗೆದು, ಅದರಿಂದ ರೇಷ್ಮೆಯ ಬಟ್ಟೆ ಹರಿದು, ತನ್ನ ಕಾಣುವ ಕಣ್ಣಿಗೆ ಬಿಗಿದ.

ಅಹಮದನ ಸಲಹೆಯಂತೆ ತಬೀಬ ಕಲ್ಲನ್ನೇನೋ ಹಿಡಿದಿದ್ದ. ಆದರೆ ಅದನ್ನು ಹೇಗೆ ತೂಗಾಡಿಸಬೇಕೆಂಬುದೇ ಅವನಿಗೆ ಸಮಸ್ಯೆಯಾಗಿತ್ತು.

ಖುರ್‌ಬಾಷೀ ಈ ಹೊತ್ತಿಗೆ ಹೊಗೆಯಿಂದ ಉಸಿರುಕಟ್ಟಿ ಹೋಗಿದ್ದ ತತ್ತರಿಸುವ ಸ್ವರದಲ್ಲಿ ತಬೀಬನಿಗೆ ಆಜ್ಞಾಪಿಸಿದ:

"ಹಕೀಮ್ ! ಆ ಕಲ್ಲನ್ನ ಅವನಿಗೇ ಕೊಡು. ಬೇಗ ಅವನೇ ತೂಗಾಡಿಸಲಿ !"

ಮೊದಲಿಗೆ ಅಲ್ಲಿದ್ದವರೆಲ್ಲ ಅಹಮದ್ ದೃಷ್ಟಿ ಕಳೆದುಕೊಂಡು ಯಾವಾಗ ಕುರುಡ ನಾಗುತ್ತಾನೋ ಎಂಬ ಕಾತುರದಿಂದ ಅವನನ್ನೇ ದೃಷ್ಟಿಸಿ ನೋಡಿದರು. ಆದರೆ ಅಹಮದ್ ಆತಂಕದಿಂದ ಮತ್ತೆ ಮತ್ತೆ ಮೋಂಬತ್ತಿಯನ್ನ ನೋಡುತ್ತ, ಅದು ಸರಿಯಾಗಿ ಉರಿಯುತ್ತಿದೆಯೇ ಎಂಬುದನ್ನು ಖಾತ್ರಿಪಡಿಸಿಕೊಳ್ಳುತ್ತ ಇದ್ದುದನ್ನು ಕಂಡು ಆ ಜನರ ದೃಷ್ಟಿ ನಿಧಾನವಾಗಿ, ಆ ಪ್ರಯೋಗದಲ್ಲಿ ಯಾವ ಪಾತ್ರವನ್ನೂ ವಹಿಸದೆ ಸುಮ್ಮನೆ ಉರಿಯುತ್ತಿದ್ದ ಮೋಂಬತ್ತಿಯ ಕಡೆ ತಿರುಗಿತು.

ಅಹಮದ್ ತಬೀಬನಿಗೆ ಸಲಹೆಕೊಟ್ಟ:

"ಹಕೀಮ್ ! ಮೋಂಬತ್ತಿಯನ್ನೇ ನೋಡುತ್ತಿರು, ಅದು ಆರಿದ ತಕ್ಷಣ ನನಗೆ ಹೇಳು."

ಅಹಮದ್ ಖುರ್‌ಬಾಷಿಯ ಬಳಿ ಬಾಗಿ, ಅವನ ಕುರುಡುಗಣ್ಣಿನ ಮುಂದೆ ಕಲ್ಲನ್ನು ಕೆಳಗಿನಿಂದ ಮೇಲಕ್ಕೆ ತೂಗಾಡಿಸತೊಡಗಿದ.

ಹೀಗೆ ತೂಗಾಡಿಸುವಾಗ ಕಲ್ಲು ಹುಲ್ಲಿಗೆ ತಾಕಿ, ಅದು ಇನ್ನಷ್ಟು ಉರಿಯತೊಡಗಿ, ಹೊಗೆ ಮತ್ತಷ್ಟು ದಟ್ಟವಾಯಿತು. ಇದರಿಂದ ಆ ಹೊಗೆಯಲ್ಲಿ ಖುರ್‌ಬಾಷೀ ಮತ್ತು ಅಹಮದ್ ಬೇರೆಯವರ ಗಮನದಿಂದ ಮರೆಯಾದರು.

ಮೋಂಬತ್ತಿ ತಂಗಾಳಿಯಲ್ಲಿ ಕಂಪಿಸತೊಡಗಿತು. ಪ್ರತಿಯೊಬ್ಬನೂ ಅದನ್ನೇ ದಿಟ್ಟಿಸುತ್ತ, ಮುಂದಾಗಲಿರುವ ಪವಾಡಕ್ಕೆ ಕಾದು ನಿಂತಿದ್ದ.

ತತ್‌ಕ್ಷಣ ಅಹಮದ್ "ಮೋಂಬತ್ತಿ!" ಎಂದು ಅರಚಿ, ಖುರ್‌ಬಾಷಿಯ ತಲೆಯನ್ನು ಕಲ್ಲಿನ ಚೂಪು ತುದಿಯಿಂದ ಜಜ್ಜತೊಡಗಿದ. ಖುರ್‌ಬಾಷಿಯ ಬಲಗಡೆಗೆ ನಿಂತಿದ್ದ ಅವನ ಸಹಾಯಕ ಮೂರು ಸಲ ಗುಂಡು ಹಾರಿಸಿ ಅಹಮದನನ್ನು ಕೊಂದು ಹಾಕಿದ. ಅದೇ ಸಮಯಕ್ಕೆ, ಯಾರೋ ಒಬ್ಬ ಆ ಸಹಾಯಕನ ತಲೆಗೆ ಬಂದೂಕಿನ ಹಿಂಬದಿಯಿಂದ ಬಾರಿಸಿ ಅವನನ್ನು ನೆಲಕ್ಕುರುಳಿಸಿದ. ಸುತ್ತಲೆಲ್ಲ ಗುಂಡಿನ ಸುರಿಮಳೆ ಶುರುವಾಯಿತು. ಈ ಕಾದಾಟ ರಾತ್ರಿ ಬಹಳ ಹೊತ್ತಿನವರೆಗೂ ನಡೆಯಿತು. ಕೊನೆಗೆ ಅಲ್ಲಿದ್ದ ಮನೆಗೆ ಬೆಂಕಿ ಬಿದ್ದು ಅದರ ಮೇಲೆ ದಟ್ಟನೆಯ ಕರಿಹೊಗೆ ಕಂಬಗಳಂತೆ ಮೇಲೆದ್ದಿತು. ❍

○ ಇಸ್ಸಾಕ್ ಬಬಿಲ್

ದಿಗ್ರಾಸ್ಸೊ

ನನಗಾಗ ಹದಿನಾಲ್ಕು ವರ್ಷ. ನಾಟಕದ ಟಿಕೆಟ್ ಮಾರುವ ದಳ್ಳಾಳಿ ತಂಡದಲ್ಲಿ ನಾನೂ ಒಬ್ಬನಾಗಿದ್ದೆ. ನನ್ನ ಧಣಿಯ ಹೆಸರು ಕೊಲ್ಯ ಷ್ವಾರ್ತ್ಸ್, ತೋರ ಮೀಸೆಯ, ಸದಾ ಅರೆಮುಚ್ಚಿದ ಕಣ್ಣುಗಳ ಖದೀಮ ಅವನು. ನಾನು ಅವನ ಕೈಗೆ ಸಿಕ್ಕಿ ಬಿದ್ದದ್ದು, ಇಟಲಿಯ ಒಂದು ಅಪೆರಾ ಮಂಡಲಿ ಅದೆಯೆಸ್ಸದಲ್ಲಿ ದಿವಾಳಿಯಾದ ದುರದೃಷ್ಟಕರ ವರ್ಷದಲ್ಲಿ. ಪತ್ರಿಕೆಗಳ ವಿಮರ್ಶೆಯಿಂದ ಪ್ರಭಾವಿತನಾಗಿ, ನಮ್ಮ ವ್ಯವಸ್ಥಾಪಕ ಅನ್‌ಸೆಲ್ಮೊ ಮತ್ತು ತಿತೋ ರುಫ್ಫೊರನ್ನು ಕರೆಸದೆ, ಒಂದು ಹೆಸರು ವಾಸಿ ಅಪೆರಾ ತಂಡವನ್ನು ಆಹ್ವಾನಿಸಿದ್ದ. ಇದರಿಂದ ಅವನಿಗೆ ಒಳ್ಳೆಯ ಶಿಕ್ಷೆಯಾಯಿತು. ತಾನು ದಿವಾಳಿಯೆದ್ದದ್ದರ ಜೊತೆಗೆ ಆತ ನಮ್ಮನ್ನೂ ಕಷ್ಟಕ್ಕೆ ಈಡು ಮಾಡಿದ್ದ. ಈ ನಷ್ಟವನ್ನು ಭರಿಸಿಕೊಳ್ಳಲು ಸಲ್ಯಾಪಿನ್‌ನನ್ನು ಕರೆಸುವುದಾಗಿ ಆತ ನಮಗೆ ಆಶ್ವಾಸನೆ ನೀಡಿದ. ಆದರೆ ಶಲ್ಯಾಪಿನ್ ಮೂರುಸಾವಿರ ಕೇಳಿದ್ದರಿಂದ, ಅವನ ಬದಲು ಸಿಸಿಲಿ ದ್ವೀಪದ ದುರಂತಪಾತ್ರ ನಾಯಕ ದಿಗ್ರಾಸ್ಸೊ ತನ್ನ ಮಂಡಲಿಯೊಡನೆ ಬಂದಿಳಿದ. ಅವನ ತಂಡವನ್ನು ತಂಗುವ ಹೊಟೇಲಿಗೆ ಕರೆದೊಯ್ಯುವಾಗ, ಒಂದು ಜಿಪ್ಸಿಗಳ ಕಾರವಾನೇ ನಮ್ಮ ಊರಿಗೆ ಬಂದಂತಿತ್ತು. ಗಾಡಿಗಳ ತುಂಬ ಮಕ್ಕಳುಮರಿ, ಬೆಕ್ಕುಗಳು, ಪಂಜರದಲ್ಲಿ ಅಲ್ಲಿಂದಿಲ್ಲಿಗೆ ಜಿಗಿಯುತ್ತಿದ್ದ ಪಕ್ಷಿಗಳು ಗಿಡಿದು ಹೋಗಿದ್ದವು. ಈ ಹರಕು ಮುರುಕು ತಂಡದತ್ತ ಒಂದು ನೋಟ ಬೀರಿ ಕೋಲ್ಯ ಷ್ವಾರ್ತ್ಸ್ ಅಂದ:

"ಮರಿಗಳೇ, ಇದ್ಯಾಕೊ ಒಳ್ಳೆಯ ವ್ಯವಹಾರ ಎನ್ನಿಸ್ತಿಲ್ಲ..."

ಊರಿಗೆ ಬಂದಿಳಿದೊಡನೆ ದಿಗ್ರಾಸ್ಸೊ ಬುಟ್ಟಿಹಿಡಿದು ಮಾರ್ಕೆಟ್ಟಿಗೆ ನಡೆದ. ಸಂಜೆ ಇನ್ನೊಂದು ಬುಟ್ಟಿಯೊಂದಿಗೆ ನಾಟಕದ ಥಿಯೇಟರಿನಲ್ಲಿ ಕಾಣಿಸಿಕೊಂಡ. ಪ್ರಥಮ ಪ್ರದರ್ಶನಕ್ಕೆ ಬರೀ ಐವತ್ತು ಪ್ರೇಕ್ಷಕರಿದ್ದರು. ಉಳಿದ ಟಿಕೆಟ್ಟುಗಳನ್ನು ನಾವು ಅರ್ಧಬೆಲೆಗೆ ಮಾರಬೇಕಾಯಿತು.

ಅವೊತ್ತು ಸಾಯಂಕಾಲ ನಮಗೆಲ್ಲ ಸಖೇದಾಶ್ಚರ್ಯವಾಗುವಂಥ ಕಳಪೆ ಪ್ರದರ್ಶನವನ್ನು ಆಹ್ವಾನಿತ ತಂಡ ನೀಡಿತ್ತು.

ಸಿಸಿಲಿ ದ್ವೀಪದ ಆ ಜಾನಪದ ನಾಟಕ ಉದ್ದಕ್ಕೂ ನಗೆಬರಿಸುವಂತಿತ್ತು. ಅದರ ವಸ್ತು ಹೀಗಿತ್ತು: ಶ್ರೀಮಂತ ರೈತನ ಮಗಳೊಂದಿಗೆ ಕುರುಬನ ನಿಶ್ಚಿತಾರ್ಥ ನಡೆದಿರುತ್ತದೆ. ಆ ಸಮಯಕ್ಕೆ ಮಖಮಲ್ ವೇಸ್ಟ್‌ಕೋಟ್ ತೊಟ್ಟ ಒಬ್ಬ ಷೋಕಿಲಾಲ ಪಟ್ಟಣದಿಂದ ಆ ಹಳ್ಳಿಗೆ ಬರುತ್ತಾನೆ. ಅವನು ಬರುವ ತನಕ ರೈತನ ಮಗಳು ಕುರುಬನೊಂದಿಗೆ ನಿಷ್ಠೆಯಿಂದಿರುತ್ತಾಳೆ. ಆಮೇಲೆ ಅ ಹೊಸಬನ ಮೇಲೆ ಅವಳಿಗೆ ಆಸೆಯುಂಟಾಗುತ್ತದೆ. ಅವನೊಂದಿಗೆ ಮಾತಾಡುವಾಗ, ಸಮಯೋಚಿತವೆನ್ನಿಸದಂಥ ಸನ್ನಿವೇಶಗಳಲ್ಲಿ ಅವಳು ಖಿಖ್ಖಿಖ್ಖಿ ಎಂದು ಹಲ್ಲು ಕಿರಿಯುತ್ತ, ಏನು ಹೇಳಬೇಕೊ ತೋಚದೆ ಗ್ರಾಮೀಣ ಸಹಜವಾದ ಗಲಿಬಿಲಿಯಿಂದ ನಿಂತುಬಿಡುತ್ತಾಳೆ. ಇವರಿಬ್ಬರ ಮಾತುಕತೆಯನ್ನು ಕುರುಬ ಕೇಳಿಸಿಕೊಂಡು, ಹಕ್ಕಿಯಂತೆ ಚಡಪಡಿಸುತ್ತಾನೆ. ಮೊದಲನೆಯ ಅಂಕದ ಪೂರ್ತಿ, ಅವನು ಗೋಡೆಗೆ ಬೆನ್ನಂಟಿಸಿ ಗುಟ್ಟಾಗಿ ನಡೆಯುವುದು. ಸರಭರ ಸದ್ದು ಮಾಡುವ ದೊಗಳೆ ಷರಾಯಿಯನ್ನ ತೊಟ್ಟು ಎತ್ತಲೋ ಹೋಗುವುದು, ಮರಳಿ ಬರುವುದು, ಬೆಪ್ಪುಮೋರೆಯಿಂದ ತನ್ನ ಸುತ್ತಮುತ್ತ ನೋಡುವುದು– ಇದರಲ್ಲೇ ಕಳೆದುಬಿಡುತ್ತಾನೆ.

ನಾಟಕದ ನಡುವಿನ ವಿರಾಮದಲ್ಲಿ ಕೋಲ್ಯ ಷ್ವಾರ್ಟ್ಸ್ ಬೇಸರದಿಂದ ನುಡಿದ :

"ಇಂಥ ದರಿದ್ರ ಪ್ರದರ್ಶನ ಉಕ್ರೈನಿನ ಕ್ರಿಮಿಂಚುಕ್‌ನಂಥ ಕುಗ್ರಾಮಗಳಿಗೇ ಲಾಯಖ್ಖು. ಇದರಿಂದ ನನಗೆ ಭಾರೀ ಲುಕ್ಸಾನು."

ಕುರುಬನ ಮೇಲಿನ ಆ ಹುಡುಗಿಯ ನಿಷ್ಠೆ ಸಂಪೂರ್ಣವಾಗಿ ಮಾಯವಾಗಬೇಕಲ್ಲ. ಅದರ ಸಲುವಾಗಿಯೇ ವಿರಾಮವನ್ನು ಇಟ್ಟಂತೆ ನಮಗೆ ಭಾಸವಾಗಿತ್ತು. ಎರಡನೆಯ ಅಂಕದಲ್ಲಿ ನಮಗೆ ಅವಳನ್ನು ಗುರುತಿಸುವುದೇ ಕಷ್ಟವಾಯಿತು. ಅಸಹನೆ, ಕಳವಳ, ತುಮುಲಗಳಿಂದ ತುಂಬಿ, ನಿಶ್ಚಿತಾರ್ಥದ ವೇಳೆಯಲ್ಲಿ ಕುರುಬ ತನ್ನ ಬೆರಳಿಗೆ ತೊಡಿಸಿದ್ದ ಉಂಗುರವನ್ನು ಆಕೆ ಬಹಳ ಅವಸರದಲ್ಲಿ ಅವನಿಗೆ ವಾಪಸು ಮಾಡುತ್ತಾಳೆ.

ಆಗ ಅವನು ಜೀರ್ಣವೂ ವರ್ಣಲೇಪಿತವೂ ಆದ ಮೇರಿ ಕನ್ಯೆಯ ಒಂದು ವಿಗ್ರಹದ ಬಳಿಗೆ ಆ ಹುಡುಗಿಯನ್ನು ಕರೆದೊಯ್ದು, ಸಿಸಿಲಿಯ ದೇಸಿ ನುಡಿಯಲ್ಲಿ ಬೇಡುತ್ತಾನೆ:

"ಅಮ್ಮಣ್ಣಿ! ನಾನು ನಿನಗೆ ಹೇಳೋದನ್ನು ನೀನು ಕೇಳಿ, ಪರಿಪಾಲಿಸಬೇಕು ಅಂತ ಪೂಜ್ಯ ಮೇರಿ ಕನ್ಯೆ ಅಪೇಕ್ಷಿಸಿದ್ದಾಳೆ.. ಪಟ್ಟಣದಿಂದ ಬಂದಿರೋ ಜ್ವಾನಿಗೆ ಅವನು ಬಯಸಿದಷ್ಟು ಹೆಣ್ಣುಗಳನ್ನ ಮೇರಿ ಕನ್ಯೆ ಕೊಡಲು ಒಪ್ಪಿದ್ದಾಳೆ. ನನಗೆ ಮಾತ್ರ ನೀನೇ ಬೇಕು. ನಿನಗೆ ಅನುಮಾನವಿದ್ದರೆ ಕೇಳು. ಸ್ವತಃ ಮೇರಿಯೇ, ನಮ್ಮನ್ನ ಸಲಹುವ ಆ ಪರಿಶುದ್ಧಳೇ ಇದನ್ನ ಹೇಳ್ತಾಳೆ."

ಆ ವರ್ಣಲೇಪಿತ ಮೂರ್ತಿಗೆ ಬೆನ್ನುತೋರಿ ಹುಡುಗಿ ನಿಲ್ಲುತ್ತಾಳೆ. ಕುರುಬನ ಮಾತುಗಳನ್ನಾಲಿಸಿ ಅಸಹನೆ, ತಿರಸ್ಕಾರಗಳಿಂದ ಕಾಲನ್ನು ನೆಲಕ್ಕೆ ಅಪ್ಪಳಿಸುತ್ತಾಳೆ. ತನ್ನ ಅದೃಷ್ಟ ನಿರ್ಧರಿತವಾಗುವ ವೇಳೆಯಲ್ಲಿ, ಬುದ್ಧಿಯನ್ನು ಸ್ತಿಮಿತದಲ್ಲಿಟ್ಟುಕೊಳ್ಳುವಂಥ ಒಂದು ಹೆಣ್ಣಾದರೂ ಈ ಲೋಕದಲ್ಲಿ ಇಲ್ಲದಿರುವುದು ದುರ್ದೈವ !... ಅಂಥ ಸಮಯದಲ್ಲಿ ಅವಳು ಏಕಾಕಿಯಾಗಿ ಬಿಡುತ್ತಾಳೆ. ಮೇರಿ ಕನ್ಯೆಯೂ ಅವಳೊಂದಿಗಿರುವುದಿಲ್ಲ. ಮೇರಿ ಕನ್ನಿಕೆಯ ಸಲಹೆಯನ್ನು ಅವಳೆಂದೂ ಕೇಳುವುದಿಲ್ಲ.

ಮೂರನೆಯ ಅಂಕದಲ್ಲಿ ಪಟ್ಟಣದಿಂದ ಆಗಮಿಸಿರುವ ಜ್ವಾನಿಗೆ ಅವನ ವಿಧಿ ಎದುರಾಗ್ತದೆ. ಪುರುಷತ್ವ ಉಕ್ಕಿಸುವ ತನ್ನ ಮಾಂಸಲ ಕಾಲುಗಳನ್ನು ರಂಗದೀಪಗಳತ್ತ ಚಾಚಿ,

ಅವು ಹಳ್ಳಿಯ ಆಯುಷ್ಕರ್ಮ ಶಾಲೆಯಲ್ಲಿ ಕ್ಷೌರ ಮಾಡಿಸಿಕೊಳ್ಳುವ ದೃಶ್ಯ: ಸಿಸಿಲಿ ದ್ವೀಪದ ಹೊಂಬಿಸಿಲಿನಲ್ಲಿ ಅವನ ವೇಸ್ಟ್ ಕೋಟಿನ ಮಡಿಕೆಗಳು ಮಿರುಗುತ್ತಿವೆ. ಆಮೇಲೆ ಜಾತ್ರೆಯ ದೃಶ್ಯ: ಜಾತ್ರೆಯ ಗಜಿಬಿಜಿಯಲ್ಲಿ ಮೂಲೆಯೊಂದರಲ್ಲಿ ಕುರುಬ ಮೌನವಾಗಿ ನಿಂತಿದ್ದಾನೆ. ಬಾಗಿಸಿದ ತಲೆಯನ್ನು ನಿಧಾನವಾಗಿ ಎತ್ತುತ್ತಾನೆ. ಕುರುಬನ ಉರಿಕಾರುವ ಸ್ಥಿರ ನೋಟವನ್ನು ಗಮನಿಸಿದ ಜ್ಯವಾನಿ ಕುರ್ಚಿಯಲ್ಲಿ ಚಡಪಡಿಸತೊಡಗುತ್ತಾನೆ. ಬಳಿಕ ಕ್ಷೌರಿಕನನ್ನು ತಳ್ಳಿ ಗಾಬರಿಗೊಂಡು ನಿಲ್ಲುತ್ತಾನೆ. ದಡಬಡಿಸಿ ನಡೆದು ಪೊಲೀಸ್ ಪೇದೆಯೊಬ್ಬನ ಬಳಿಸಾರಿ, ಕುರುಬನನ್ನು ದೂರದಿಂದ ತೋರಿಸಿ, ಆ ಸಂದೇಹಾಸ್ಪದ ಅಸಾಮಿಯನ್ನು ಅಲ್ಲಿಂದ ಅಟ್ಟುವಂತೆ ಆಜ್ಞಾಪಿಸುತ್ತಾನೆ.

ಆಗ ಕುರುಬ–ಅವನ ಪಾತ್ರವನ್ನು ದಿಗ್ರಾಸ್ಸೊ ಅಭಿನಯಿಸುತ್ತಿದ್ದ – ಏನೋ ಯೋಚಿಸಿ, ಆಮೇಲೆ ಮುಗುಳ್ನಕ್ಕು ಮೇಲಕ್ಕೆ ನೆಗೆದು, ಮುನಿಸಿಪಲ್ ಥಿಯೇಟರಿನ ರಂಗಸ್ಥಳದ ಅಡ್ಡಹಾಯ್ದು, ಜ್ಯವಾನಿಯ ಭುಜಗಳ ಮೇಲೊರಗುತ್ತಾನೆ. ತನ್ನ ಹಲ್ಲುಗಳಿಂದ ಅವನ ಕುತ್ತಿಗೆಯನ್ನು ಕಚ್ಚಿ ಗಾಯಗೊಳಿಸುತ್ತ, ಏನನ್ನೋ ಗೊಣಗಿ ಕಣ್ಣು ಹೊರಳಿಸುತ್ತ, ರಕ್ತ ಹೀರಲು ತೊಡಗುತ್ತಾನೆ. ಇದಾದ ಮೇಲೆ ಜ್ಯವಾನಿ ಧೊಪ್ಪನೆ ಕೆಳಗುರುಳುತ್ತಾನೆ. ಆಗ ಅಮಂಗಳ ಸೂಚಕ ನೀರವತೆಯಿಂದ ಪರದೆ ಕೆಳಗಿಳಿದು ಕೊಲೆಗಾರನನ್ನೂ ಕೊಲೆಯಾದವನನ್ನೂ ಪ್ರೇಕ್ಷಕರ ಗಮನದಿಂದ ಮರೆಯಾಗಿಸುತ್ತದೆ.

ಅಲ್ಲಿ ಹೆಚ್ಚು ಕೂತಿರದೆ ನಾವು ಟಿಕೆಟ್ ಮಾರಾಟದ ಕಚೇರಿಯಿದ್ದ ಬೀದಿಗೆ ಧಾವಿಸಿದೆವು. ಮರುದಿನದ ಪ್ರದರ್ಶನಕ್ಕೋಸ್ಕರ ಆ ಕಚೇರಿ ತೆರೆದಿರಬೇಕಾಗಿತ್ತು. ಕೋಲ್ಯ ಷ್ವಾರ್ತ್ಸ್ ನಮಗಿಂತ ಮುಂಚೆ ಅಲ್ಲಿಗೆ ಓಡಿದ್ದ. ಮುಂಜಾವದ ಹೊತ್ತಿಗೆ "ಒಡೆಸ್ಸಾ ನ್ಯೂಸ್" ಪತ್ರಿಕೆ, ಕಳೆದ ರಾತ್ರಿ ನಾಟಕವನ್ನು ನೋಡಿದ್ದ ಕೆಲವೇ ಮಂದಿ ಪ್ರೇಕ್ಷಕರಿಗೆ ತಾವು ಈ ಶತಮಾನದ ಅತ್ಯದ್ಭುತ ನಟನನ್ನು ನೋಡಿದ್ದಾಗಿ ತಿಳಿಸಿತು.

ನಾಟಕ ತಂಡದ ಈ ಪ್ರವಾಸದಲ್ಲಿ ದಿಗ್ರಾಸ್ಸೊ 'ಕಿಂಗ್ ಲಿಯರ್', 'ಒಥೆಲ್ಲೋ' ಮತ್ತು ತುರ್ಗೇನಿವ್‌ನ 'ಆಶ್ರಿತ' ನಾಟಕದಲ್ಲಿ ಪಾತ್ರವಹಿಸಿದ್ದ, ತನ್ನ ಪ್ರತಿಯೊಂದು ಮಾತಿನಿಂದ ಮತ್ತು ಅಂಗಚಲನೆಯಿಂದ ಈ ಲೋಕದ ನೀರಸವೂ ಹರ್ಷಹೀನವೂ ಆದ ಕಾನೂನು ಕಟ್ಟಳೆಗಳಿಗಿಂತ ಉದಾತ್ತ ಚಿತ್ತೋದ್ವೇಗದ ಭ್ರಾಮಕ ಸ್ತಿತಿಯಲ್ಲಿ ಹೆಚ್ಚಿನ ನ್ಯಾಯದೃಷ್ಟಿ ಮತ್ತು ಭರವಸೆಯಿದೆ ಎಂಬುದನ್ನು ಆತ ಶ್ರುತಪಡಿಸಿದ್ದ.

ಈ ಪ್ರದರ್ಶನಗಳಿಗೆ ಟಿಕೆಟ್ಟುಗಳು ಐದುಪಟ್ಟು ಬೆಲೆಗೆ ಮಾರಾಟವಾಗಿದ್ದವು. ಟಿಕೆಟ್ ಸಿಕ್ಕದೆ ನಿರಾಶರಾಗಿ ದಳ್ಳಾಳಿಗಳನ್ನು ಅರಸುತ್ತ ಹೊರಟ ನಾಟಕಾಭಿಮಾನಿಗಳು ಅವರನ್ನು ಕಾಣುತ್ತಿದ್ದದ್ದು ಪಡಖಾನೆಯಲ್ಲಿ. ಅಲ್ಲಿ ದಳ್ಳಾಳಿಗಳು ಪಟ್ಟಾಗಿ ಕುಡಿದು, ಮುಖ ಕೆಂಪೇರಿ, ಆಗಾಗ ಗಟ್ಟಿಯಾಗಿ ಕೂಗುತ್ತ ನಿರುಪದ್ರವಿ ಹಡೆಮಾತುಗಳನ್ನು ಆಡುತ್ತ ಕುಳಿತಿರುತ್ತಿದ್ದರು.

ಥಿಯೇಟರಿದ್ದ ಬೀದಿ ಬೆಚ್ಚಗೆ ಉಲ್ಲಾಸಮಯವಾಗಿತ್ತು. ಅಂಗಡಿಯವರು ಹಸಿರು ಬಾಟಲಿಗಳಲ್ಲಿ ವೈನನ್ನು ತುಂಬಿ ತರುತ್ತಿದ್ದರು. ಅಂಗಡಿಗಳೆದುರು ಹಚ್ಚಿದ್ದ ಅಗ್ಗಿಷ್ಟಿಕೆಗಳಲ್ಲಿ ವ್ಯಂಜನ ಬೇಯುತ್ತ ಅದರ ಆವಿ ದೂರದವರೆಗೆ ಪಸರುತ್ತಿತ್ತು. ಗಂಡಸರ ಬೂಟುತೊಟ್ಟ ಮುದುಕಿಯರು ಕಪ್ಪೆಚಿಪ್ಪು ಶಂಖಗಳನ್ನು ಸಂಸ್ಮರಣಗಳನ್ನೂ ಮಾರುತ್ತಿದ್ದರು; ಒಲ್ಲದ ಮನಸ್ಸಿನ ಗಿರಾಕಿಗಳ ಹಿಂದೆ ಓಡುತ್ತಿದ್ದರು. ಬೈತಲೆ ತೆಗೆದಂತೆ ಚೆನ್ನಾಗಿ ಬಾಚಿದ ಗಡ್ಡದ ಯೆಹೂದಿ ಶ್ರೀಮಂತರು ತಮ್ಮ ಸಾರೋಟುಗಳಲ್ಲಿ ಹೋಟೆಲಿಗೆ ಸಾಗಿ, ಅಲ್ಲಿ ದಿಗ್ರಾಸ್ಸೊ

ಕಂಪೆನಿಯ ಕಪ್ಪುಗೂದಲಿನ ದಢೂತಿ ನಟಿಯರು ತಂಗಿದ್ದ ಕೋಣೆಗಳ ಕದವನ್ನು ಮೆಲ್ಲಗೆ ಬಡಿಯುತ್ತಿದ್ದರು. ಅಂತೂ, ನನ್ನೊಬ್ಬನನ್ನು ಬಿಟ್ಟು ಮಿಕ್ಕವರೆಲ್ಲ ಮಜವಾಗಿದ್ದರು. ಆಗ ದೊಡ್ಡದೊಂದು ವಿಪತ್ತು ನನಗಾಗಿ ಕಾದಿತ್ತು. ನಮ್ಮಪ್ಪನಿಗೆ ತಿಳಿಸದೆ ಅವನ ಕೈಗಡಿಯಾರವನ್ನು ಲಪಟಾಯಿಸಿ, ಅದನ್ನು ಕೋಲ್ಯ ಷ್ವಾರ್ತ್ಸ್‌ನ ಹತ್ತಿರ ನಾನು ಅಡವಿಟ್ಟಿದ್ದೆ. ಗಡಿಯಾರ ಮಾಯವಾದ ಸಂಗತಿ ಅಪ್ಪನಿಗೆ ಯಾವ ಕ್ಷಣದಲ್ಲಾದರೂ ಗೊತ್ತಾಗಬಹುದಿತ್ತು.

ಆದರೆ ಕೋಲ್ಯ, ಈ ಚಿನ್ನದ ಗಡಿಯಾರ ತನ್ನದೇ ಎನ್ನುವಷ್ಟರ ಮಟ್ಟಿಗೆ ಅದರ ಬಗ್ಗೆ ಆಸ್ಥೆ ಬೆಳೆಸಿಕೊಂಡುಬಿಟ್ಟಿದ್ದ. ಅವನು ಬೆಳಿಗ್ಗೆ ಎದ್ದಕೂಡಲೆ ಚಹದ ಬದಲು ವೈನ್ ಸೇವಿಸುವ ಜಾತಿಗೆ ಸೇರಿದ ವ್ಯಕ್ತಿಯಾಗಿದ್ದುದರಿಂದ, ಅವನ ಹಣವನ್ನು ನಾನು ವಾಪಸ್ಸು ಮಾಡಿದರೂ ಅವನು ಗಡಿಯಾರವನ್ನು ನನಗೆ ಮರಳಿಸುವ ಭರವಸೆ ಇರಲಿಲ್ಲ. ಅವನ ಸ್ವಭಾವವೇ ಅಂಥದು. ಇನ್ನು ನಮ್ಮಪ್ಪನ ಸ್ವಭಾವವೋ, ಅದನ್ನು ಮೀರಿಸುವಂಥದು. ಈ ಇಬ್ಬರ ನಡುವೆ ಸಿಕ್ಕಿಕೊಂಡಿದ್ದ ನಾನು, ದಾರಿತೋಚದನೆ, ಬೇರೆಯವರು ದಿಲ್ಲಗಿಯಾಗಿ ನಲಿದಾಡುತ್ತಿದ್ದುದ್ದನ್ನು ನೋಡುತ್ತ ಮನಸ್ಸನ್ನು ಬೇರೆ ದಿಕ್ಕಿಗೆ ಹೊರಳಿಸಲು ಪ್ರಯತ್ನಿಸುತ್ತಿದ್ದೆ. ನಾನು ಕಾನ್‌ಸ್ಟಾಂಟಿನೋಪಲ್‌ಗೆ ಓಡಿ ಹೋಗುವುದರ ಹೊರತು ಬೇರೆ ದಾರಿಯಿರಲಿಲ್ಲ. ಹಾಗೆ ನೋಡಿದರೆ, ಅಲ್ಲಿಗೆ ಹೋಗುವ ಪೂರ್ವಸಿದ್ಧತೆಗಳನ್ನು 'ಡ್ಯೂಕ್ ಆಫ್ ಕೆಂಟ್' ಎಂಬ ಹಡಗಿನ ಎಂಜಿನಿಯರನ ಹತ್ತಿರ ಈಗಾಗಲೇ ನಡೆಸಿದ್ದೆ. ಹಡಗನ್ನೇರುವ ಮುಂಚೆ ದಿಗ್ರಾಸ್ಸೊನನ್ನು ಕಂಡು ಮಾತಾಡಿಸಿ ಬರುವ ನಿರ್ಧಾರ ಮಾಡಿದೆ. ಅವನು ನೆಲದಿಂದ ಮೇಲೆ ಚಿಮ್ಮಿ, ಜ್ಯವಾನಿಯ ಮೇಲೆರಗುವ ಕುರುಬನ ಪಾತ್ರದ ಕೊನೆಯ ಪ್ರದರ್ಶನ ನಡೆಸಿದ್ದ. ಅಂದು ನಾಟಕ ನೋಡಲು ನೀಟಾಗಿ ಉಡುಪು ಧರಿಸಿದ ಬೊಕ್ಕತಲೆಯ ರಾಯಭಾರಿಯ ನೇತೃತ್ವದಲ್ಲಿ ಇಟಾಲಿಯನ್ ಕಾಲೋನಿಯವರು, ಭುಜಹಾರಿಸುವ ಗ್ರೀಕರು, ಗಡ್ಡಧಾರಿ ವೈದ್ಯಕೀಯ ವಿದ್ಯಾರ್ಥಿಗಳು ಬಂದಿದ್ದರು. ಇವರ ನಡುವೆ ರಷ್ಯದ ಪ್ರಪ್ರಥಮ ವಿಮಾನ ಚಾಲಕರಲ್ಲೊಬ್ಬನಾಗಿದ್ದ ಊತಚ್ಕಿನ್ ಸಹ ಇದ್ದ. ಕೋಲ್ಯ ಷ್ವಾರ್ತ್ಸ್ ಕೂಡ ಪತ್ನೀ ಸಮೇತನಾಗಿ ಬಂದಿದ. ನೇರಿಳೆ ಬಣ್ಣದ ಅಂಚಿನ ಶಾಲು ಹೊದ್ದಿದ್ದ ಆಕೆ ಎತ್ತರ ಮತ್ತು ಗಾತ್ರದಲ್ಲಿ ಸೇನೆಗೆ ಸೇರಲು ತಕ್ಕವಳಾಗಿದ್ದಳು. ಅವಳ ಹರಹು ಬಯಲುಭೂಮಿಯ ವಿಸ್ತಾರವನ್ನು ನೆನಪಿಸುವಂತಿತ್ತು. ಅದರ ಅಂಚಿನಲ್ಲಿ, ಚಪ್ಪಟೆಯಾದ ಒಂದು ಉರುಟು ಬಿಂಬದಂತೆ ತೂಕಡಿಸುತ್ತ ಕುಳಿತಿತ್ತು ಅವಳ ಚಿಕ್ಕ ಮುಖ, ಕೊನೆಯ ಅಂಕ ಮುಗಿದು ಪರದೆ ಕೆಳಗಿಳಿದಾಗ, ಆ ಮುಖ ಕಂಬನಿಯಿಂದ ತೊಯ್ದು ಹೋಗಿತ್ತು.

ಥಿಯೇಟರಿನಿಂದ ಹೊರಬರುವಾಗ ಅವಳು ಗಂಡನಿಗೆ ಹೇಳಿದಳು: "ದಡ್ಡ! ಪ್ರೇಮವೆಂದರೆ ಏನು ಅಂತ ಈಗ ನಿನಗೆ ಗೊತ್ತಾಯ್ತು ತಾನೆ?"

ಶ್ರೀಮತಿ ಷ್ವಾರ್ತ್ಸ್ ಭಾರವಾದ ಹೆಜ್ಜೆಯಿಡುತ್ತ ಲಾಂಜೆರೋನವ್‌ಸ್ಕಾಯ ಬೀದಿಯಲ್ಲಿ ಮುಂದೆ ಸಾಗಿದಳು. ಮೀನನ್ನು ಹೋಲುವ ಅವಳ ಕಣ್ಣುಗಳಿಂದ ನೀರು ಉಕ್ಕುತ್ತಲೇ ಇತ್ತು. ನಿಟ್ಟುಸಿರೆಳೆದಾಗಲೆಲ್ಲ ಶಾಲು ಭುಜದ ಮೇಲೆ ಕಂಪಿಸುತ್ತಿತ್ತು. ಗಂಡಸಿನಂತೆ ಕಾಲು ಹಾಕಿ ತಲೆಯಾಡಿಸುತ್ತ, ಇಡೀ ಬೀದಿಗೆ ಕೇಳಿಸುವ ಧ್ವನಿಯಲ್ಲಿ, ತನ್ನ ಪರಿಚಯದ ಹೆಣ್ಣುಗಳು ಗಂಡಂದಿರ ಜೊತೆ ಎಷ್ಟು ಸುಖವಾಗಿದ್ದಾರೆ ಎಂದು ಅವಳು ಬಣ್ಣಿಸತೊಡಗಿದಳು:

"ಆ ಗಂಡಸರು ತಮ್ಮ ಹೆಂಡತಿಯರನ್ನ ಕರೆಯೋದು ಹೇಗೆ ಗೊತ್ತೆ? ರನ್ನ, ಚಿನ್ನ, ಕಟ್ಟಾಣಿ ಅಂತ."

ಪಳಗಿದ ಪ್ರಾಣಿಯಂತೆ ಕೋಲ್ಯ ಮಡದಿಯೊಂದಿಗೆ ಬಾಯಿಮುಚ್ಚಿ ನಡೆಯುತ್ತಿದ್ದ. ಅವನ ರೇಸಿಮೆಯಂಥ ಮಿಸೆ ಅಲುಗುತ್ತಿತ್ತು. ಅಭ್ಯಾಸ ಬಲದಿಂದಾಗಿ ನಾನು ಗೋಳುಕರೆಯುತ್ತ ಅವರನ್ನು ಹಿಂಬಾಲಿಸಿದೆ. ಶ್ರೀಮತಿ ಷ್ವಾರ್ತ್ಸ್ ಒಂದು ಕ್ಷಣಕಾಲ ಮಾತು ನಿಲ್ಲಿಸಿದಳು. ಆಗ ಅವಳಿಗೆ ನಾನು ಅಳುವ ಸದ್ದು ಕೇಳಿಸಿತು. ಅವಳು ಥಟ್ಟನೆ ತಿರುಗಿ, ತನ್ನ ಮೀನುಗಣ್ಣುಗಳನ್ನು ಹೊರಚಾಚುವಂತೆ ಅರಳಿಸಿ ಗಂಡನಿಗೆ ಆಜ್ಞೆ ಮಾಡಿದಳು:

"ಆ ಹುಡುಗನಿಗೆ ಅವನ ಗಡಿಯಾರ ಕೊಟ್ಟುಬಿಡು !"

ಉಸಿರು ಸಿಕ್ಕಿಕೊಂಡವನ ಹಾಗೆ ಕೊಲ್ಯ ಸ್ತಂಭೀಭೂತನಾಗಿ ನಿಂತ. ಆಮೇಲೆ ತನ್ನನ್ನು ಸ್ತಿಮಿತಕ್ಕೆ ತಂದುಕೊಡು ನನ್ನನ್ನು ನೋವಾಗುವಂತೆ ಚಿವುಟಿ ಕೈಯಿಂದ ಗಡಿಯಾರ ಬಿಚ್ಚಿ ನನಗಿತ್ತ.

ನನ್ನಿಂದ ತುಸುಮುಂದೆ ನಡೆದಿದ್ದ ಶ್ರೀಮತಿ ಷ್ವಾರ್ತ್ಸ್ ಸಾಂತ್ವನಗೊಳಿಸಲು ಸಾಧ್ಯವಾಗದ ಆರ್ತಧ್ವನಿಯಿಂದ ಗಂಡನನ್ನು ತರಾಟೆಗೆ ತೆಗೆದುಕೊಂಡಳು :

"ನಿನ್ನಿಂದ ನಾನು ಪಡೆದ ಸುಖ ಅಷ್ಟರಲ್ಲೇ ಇದೆ! ಎದ್ದರೆ ಕುಚೋದ್ಯ. ಕೂತರೆ ಕುಚೋದ್ಯ – ಇದೇ ನಿನ್ನಿಂದ ನಾನು ಪಡೆದದ್ದು. ಇನ್ನೂ ಎಷ್ಟು ದಿನಾ ಅಂತ ಇದನ್ನು ಸಹಿಸಿಕೊಳ್ಳಲಿ !"

ಬೀದಿಯ ಮೂಲೆಯಲ್ಲಿ ತಿರುಗಿ ಅವರು ಪೂಷ್ಕಿನ್ ಚೌಕದ ಕಡೆ ಹೆಜ್ಜೆ ಹಾಕಿದ್ದರು. ಗಡಿಯಾರವನ್ನು ಕೈಯಲ್ಲೇ ಹಿಡಿದುಕೊಂಡು ನಾನು ಒಂಟಿಯಾಗಿ ನಿಂತಿದ್ದೆ. ಆಗ ಹಠಾತ್ತನೆ ಹಿಂದೆಂದೂ ನಾನು ಕಂಡಿರದ ಗೆಲುವು ಉಲ್ಲಾಸ ನನ್ನ ಮನಸ್ಸನ್ನಾವರಿಸಿದುವು. ಇಂಥ ಸುಪ್ರಸನ್ನ ಮನಃಸ್ಥಿತಿಯಲ್ಲಿ ದೂರದ ಶಾಸನ ಸಭಾಭವನವನ್ನು, ಅದರ ಮುಂದಿನ ಉದ್ಯಾನದ ದೀಪಾಲಂಕೃತ ಸಸ್ಯಗಳನ್ನು, ಬೆಳ್ದಿಂಗಳಲ್ಲಿ ಕ್ಷೀಣವಾಗಿ ಹೊಳೆಯುತ್ತಿದ್ದ ಪೂಷ್ಕಿನನ್ನ ಕಂಚಿನ ಪ್ರತಿಮೆಯ ಮೇಲ್ಭಾಗವನ್ನು ವೀಕ್ಷಿಸಿದೆ. ಮೊತ್ತಮೊದಲ ಬಾರಿಗೆ ನನ್ನ ಸುತ್ತಿನ ಸರ್ವಸ್ವವೂ ಪ್ರಶಾಂತವಾಗಿ, ಅನಿರ್ವಚನೀಯ ಚೆಲುವಿನಲ್ಲಿ ಮುಳುಗಿದ್ದಂತೆ ಭಾಸವಾಯಿತು. ಅದು ವಾಸ್ತವವಾಗಿ ಇದ್ದುದೂ ಹಾಗೆಯೇ.

❍ ಅಲ್‌ಬೆರ್ಟ್ ಬೆಲ್ಸ್

ಅಂತ್ಯವಿಲ್ಲದ ಪ್ರೇಮಗೀತೆ

ನಾನು ಆಕೆಯನ್ನು ಹಿಂದೆಂದೂ ಕಂಡಿರಲಿಲ್ಲ.

ಆ ಹುಡುಗಿ ಕಿಟಕಿಯಾಚೆಗೆ ನೋಡುತ್ತ ನಿಂತಿದ್ದಳು. ಇಳಿಜಾರಿನಂತಿದ್ದ ಅವಳ ಭುಜಗಳ ಮೇಲೆ ಸೊಗಸಾದ ತಲೆಗೂದಲು ಅಲೆಅಲೆಯಾಗಿ ಇಳಿದಿತ್ತು. ಬಿಳಿ ಬ್ಲೌಸ್, ಮಾಸಲು ಬಿಳಿ ಸ್ಕರ್ಟ್, ಕಂದು ಬಣ್ಣದ ಕಾಲುಚೀಲಗಳಿಂದ ಆಕೆ ಚೆಲುವಾಗಿ ಕಂಗೊಳಿಸುತ್ತಿದ್ದಳು. ಅವಳ ಸೊಂಟದ ಸುತ್ತ ಕರಿಯ ಬೆಲ್ಟ್ ಬಿಗಿದಿತ್ತು.

ನಾಟಕ ಸಿದ್ಧತೆ ನಡೆಸುವ ಶ್ವೇತಮಂದಿರಕ್ಕೆ ಬೆನ್ನು ಮಾಡಿ ಆ ಹುಡುಗಿ ನಿಂತಿದ್ದಳು.

ನಮ್ಮ ನಾಟಕ ತಂಡದ ಮೂವತ್ತು ಮಂದಿ ಸದಸ್ಯರು ಆವರಣವನ್ನು ಗೆಲವಾಗಿಸಿದ್ದರು. ಪತ್ರಿಕಾ ಸುದ್ದಿಯ ಚರ್ಚೆ, ಜೋಕುಗಳು, ಹಾಡು, ವಾಚನ, ಕುರ್ಚಿಗಳ ಮೇಲೆ ಜಿಗಿದಾಟ ಇತ್ಯಾದಿಗಳಲ್ಲಿ ತೊಡಗಿ ಬಲು ಖುಷಿಯಾಗಿದ್ದರು. ಅಲ್ಲಿ ಕೆಲಸದ ಮೇಲಿದ್ದವರು ಈ ಕಲಾಪದಲ್ಲಿ ಒಂದಷ್ಟು ಶಿಸ್ತನ್ನು ಮೂಡಿಸಲು ಶ್ರಮಿಸುತ್ತಿದ್ದರು.

ಕರೀಲಿಸ್ ನನ್ನ ಬಳಿ ಬಂದ. ಎಪ್ಪತ್ತೈದು ವಯಸ್ಸಿನ, ಕೂದಲು ನರೆತ ನಿವೃತ್ತ ಛಾಯಾಚಿತ್ರಗಾರ ಅವನು. ಮಾತನಾಡುವಾಗ ಕೊಂಚ ಉಗ್ಗುತ್ತಿದ್ದ. ಆದರೆ ತುಟಿಗಳ ಮೇಲೆ ಸದಾ ಮಂದಹಾಸ ಅರಳಿರುತ್ತಿತ್ತು. ಮನೆಯಲ್ಲಿ ಅವನು ಪಿಟೀಲು ನುಡಿಸುತ್ತ ತನಗಿಂತ ಇಪ್ಪತ್ತಾರು ವರ್ಷ ಚಿಕ್ಕವಳಾದ, ಅಸ್ವಸ್ಥ ಮಡದಿಯ ಶುಶ್ರೂಷೆ ಮಾಡುತ್ತ ಕಾಲ ಕಳೆಯುತ್ತಿದ್ದ.

ಕರೀಲಿಸ್ ಮೆಚ್ಚುಗೆಯ ಧ್ವನಿಯಲ್ಲಿ ನನ್ನನ್ನು ವಿಚಾರಿಸಿದ:

"ಕಿಟಿಕಿ ಹತ್ತಿರ ನಿಂತಿರೋ ಆ ಸೊಬಗಿನ ಕಣಿ ಯಾರಯ್ಯ?"

"ಹೊಸಬಳಿರಬೇಕು ಅಂತ ಕಾಣ್ತದೆ," ಎಂದೆ ನಾನು.

ಆಗಷ್ಟೇ ನಮ್ಮನ್ನು ಸೇರಿಕೊಂಡ ಉಲ್ದಿಸ್ ವಿರ್‌ಶ್ಕಿಯೆಕ್ಸ್ ಹೇಳಿದ: "ಪರವಾಗಿಲ್ಲ, ನೋಡೋಕೆ ಚೆನ್ನಾಗಿದ್ದಾಳೆ. ಅಲ್ಲದೆ ಅವಳ ಆಚೆಗೆ ಬೇರೆ ಇಬ್ಬರು ಹುಡುಗರಿದ್ದಾರೆ ನೋಡಿ. ಅವರು

ಇದಕ್ಕಿಂತ ಹಿಂದಿನ ತಂಡದವರು. ನಮ್ಮ ನಿರ್ಮಾಪಕ ಅವರನ್ನು ಇವೊತ್ತು ಪರೀಕ್ಷೆ ಮಾಡ್ತಾನಂತೆ."

ಉಲ್ದಿಸ್ ಸಪೂರ ದೇಹದ ಕ್ರಿಯಾಶಾಲಿ ಯುವಕ. ಅವನ ಕಣ್ಣಿನ ಕೆಳಗೆ ಕಪ್ಪು ಛಾಯೆ ಎದ್ದು ಕಾಣುತ್ತಿತ್ತು. ತುಟಿಗಳು ಕುಂಚದಿಂದ ಬಿಡಿಸಿದಂತಿದ್ದು, ಮುಖಕ್ಕೆ ಸೊಗಸಾಗಿ ಒಪ್ಪಿದ್ದವು. ಅವನು ಕೂದಲನ್ನು ಬಾಚಿ ಒಪ್ಪವಾಗಿ ಕೂರಿಸಿದ್ದ. ತನ್ನ ಸುಸ್ವರದಲ್ಲಿ ಇತ್ತೀಚೆಗೆ ಪ್ರಚಲಿತವಾಗಿದ್ದ ಹಾಸ್ಯದ ಚಟಾಕಿಯೊಂದನ್ನು ಹೇಳಲು ಆತ ಪ್ರಾರಂಭಿಸಿದ. ಫ್ಯಾಕ್ಟರಿಯೊಂದರಲ್ಲಿ ಕೆಲಸ ಮಾಡುತ್ತಿದ್ದ ಅವನಿಗೆ ಫ್ರೆಂಚ್ ಜರ್ಮನ್ ಭಾಷೆಗಳು ಬರುತ್ತಿದ್ದವು. ಅವನ ಬ್ರೀಫ್‌ಕೇಸಿನಲ್ಲಿ ಸದಾ ಒಂದು ವಿದೇಶೀ ಪುಸ್ತಕವೊ ಪತ್ರಿಕೆಯೊ ಇದ್ದೇ ಇರುತ್ತಿತ್ತು.

ನಿರ್ಮಾಪಕ ಪ್ರವೇಶಿಸಿದ.

ಹೊಸ ಹುಡುಗಿ ಎರಡನೆಯ ಸಾಲಿನಲ್ಲಿ ಕೂತಳು. ನಾನು ಅವಳ ಪಕ್ಕ ಕುಳಿತುಕೊಂಡೆ. ಅವಳ ಮುಖ ಪೇಲವವಾಗಿದ್ದು, ಬಾಯಿ ಅಗಲವಾಗಿ ಮೋಹಕವಾಗಿತ್ತು. ಬೂದು ಬಣ್ಣದ ನೀಳ ಎವೆಗಳಡಿಯಿಂದ ಅವಳು ನನ್ನತ್ತ ದೃಷ್ಟಿಬೀರಿದಳು. ಆಗ ಅವಳ ಕಣ್ಣಿನ ಬಣ್ಣ ನಸುಹಳದಿ ಎಂಬುದು ನನಗೆ ಗೊತ್ತಾಯಿತು. ಆಮೇಲೆ ಅವಳು ನಿರ್ಮಾಪಕನತ್ತ ದೃಷ್ಟಿ ಹಾಯಿಸಿದಳು.

"ಸರಿ, ನೀನು ಶುರುಮಾಡು." ಹೊಸ ಯುವಕರಲ್ಲಿ ಒಬ್ಬರನ್ನು ನಿರ್ದೇಶಿಸಿ ನಿರ್ಮಾಪಕ ನುಡಿದ.

ಆಗ ಥಟ್ಟನೆ ನೀಲಿ ಸೂಟ್ ತೊಟ್ಟ ತರುಣನೊಬ್ಬ ಎದ್ದುನಿಂತ. ಅವನ ಹಣೆಯ ಮೇಲೆ ಅಡ್ಡಲಾದ ಗೆರೆಗಳು ಸಾಲುಗೊಂಡಿದ್ದವು. ಅವುಗಳನ್ನು ಛೇದಿಸುವಂತೆ ಒಂದು ಊರ್ಧ್ವ ರೇಖೆ ಮೂಗಿನ ಮೇಲಿನಿಂದ ಎದ್ದಿತ್ತು.

ಯುವಕ, "ನನ್ನ ಹೆಸರು ಸ್ತಗುತಾಯಿಸ್" ಎಂದ.

"ಯಾವುದಾದರು ನಾಟಕದ ಭಾಗವನ್ನು ಬಾಯಿಪಾಠ ಮಾಡಿದ್ದೀಯ ?" ನಿರ್ಮಾಪಕ ಕೇಳಿದ.

'ಶ್ವೀಕ್' ಕೃತಿಯಿಂದ ಆಯ್ಕೆ ಮಾಡಿದ ಭಾಗಗಳನ್ನು ಹೇಳಬಲ್ಲೆ" ಸ್ತಗುತಾಯಿಸ್ ಉತ್ತರಿಸಿದಾಗ ಅವನ ಸ್ವರದಲ್ಲಿ ಒಂದು ತೆರನಾದ ತಾತ್ಸಾರ ಎದ್ದು ಕಾಣುತ್ತಿತ್ತು.

"ಎಲ್ಲಿ ಹೇಳು ನೋಡೋಣ."

ಸ್ತಗುತಾಯಿಸ್ ಹುಟ್ಟಾ ನಕಲಿಯಂತಿದ್ದ. ಇವನಿಗಿಂತ ಒಳ್ಳೆಯ ನಕಲಿಪಾತ್ರವನ್ನು ಸೃಷ್ಟಿಸುವುದು ಬಹುಶಃ ಶ್ವೀಕ್‌ನಿಂದಲೂ ಸಾಧ್ಯವಿರಲಿಲ್ಲ. ನಮಗೆ ನಗು ತಡೆಯಲಾಗಲಿಲ್ಲ. ನಮ್ಮೆಲ್ಲರ ನಗು, ಉರುಳುವ ಹಿಮದ ಉಂಡೆಯಂತೆ ವೃದ್ಧಿಯಾಗುತ್ತ ಹೋಗಿ ದೊಡ್ಡ ಬೊಬ್ಬೆಯಾಗಿ ಅನುರಣಿಸಿತು. ತತ್‌ಕ್ಷಣ ಸ್ತಗುತಾಯಿಸ್ ಮೌನವಾದ. ಆಮೇಲೆ ನಿಧಾನವಾಗಿ ಅಂದ :

"ನಾನು ಮುಂದರಿಸೋದಿಲ್ಲ."

"ಸರಿ, ಕೂತುಕೊ" ನಿರ್ಮಾಪಕ ಸೂಚಿಸಿದ.

"ಥ್ಯಾಂಕ್ಸ್!" ಎಂದು ಅವನು ಬಹಳ ತಮಾಷೆಯ ರೀತಿಯಲ್ಲಿ ಬಾಗಿ ವಂದಿಸಿದ.

"ಹೌದು, ಈತ ಆಗಬಹುದು" ನನ್ನ ಹಿಂದಿನಿಂದ ಮೆಲುದನಿಯೊಂದು ನುಡಿಯಿತು. ಹೌದು, ತಾನು ಒಪ್ಪಿಗೆಯಾದಂತೆಯೇ ಎಂದು ಸ್ತಗುತಾಯಿಸ್ ಪರಿಗಣಿಸಿಕೊಳ್ಳಲು ಅಡ್ಡಿಯಿರಲಿಲ್ಲ.

ಆಮೇಲೆ ಮತ್ತೊಬ್ಬ ಎದ್ದು ನಿಂತು,: "ನನ್ನ ಹೆಸರು ಹಕ್ಸ್" ಎಂದ. ಅವನ ವಯಸ್ಸು ಮೂವತ್ತಿದ್ದಿರಬಹುದು. ಗಿಡ್ಡಗೆ, ಡುಮ್ಮನಂತಿದ್ದ. ದೇಹಕ್ಕೆ ಮೀರಿದ ತಲೆ, ಒರಟಾದ ರೂಪುರೇಷೆ, ಮಂಕುನೋಟ, ಅಂದಗೆಟ್ಟ ನಡಿಗೆ ಅವನ ವಿಶೇಷತೆಗಳಾಗಿದ್ದವು

ಅಂಗಡಿಯೊಂದರ ಬಾಗಿಲಿನಲ್ಲಿ ಗುರುಗುಟ್ಟುತ್ತ ಮಲಗಿದ್ದ ಒಂದು ನಾಯಿಯ ಮತ್ತು ಅಲ್ಲಿಂದ ಹಾಯಬೇಕಿದ್ದ ಹುಡುಗನೊಬ್ಬ ಅದಕ್ಕೆ ಹೆದರಿ ನಿಂತಿದ್ದನ್ನು ಕುರಿತ ಒಂದು ಪದ್ಯವನ್ನು ಹಕ್ಸ್ ಚೆನ್ನಾಗಿಯೇ ನಟಿಸಿ ಹೇಳಿದ. ನಾಯಿ, ಹುಡುಗ – ಈ ಎರಡು ಪಾತ್ರಗಳನ್ನೂ ಆತ ಒಬ್ಬನೇ ಅಭಿನಯಿಸಿದ್ದ. ಅವನು ಮುಗಿಸಿದೊಡನೆ ಎಲ್ಲರೂ ಒಂದು ಸಲ ಚಪ್ಪಾಳೆ ತಟ್ಟಿದರು.

"ಏನು ಕೆಲಸದಲ್ಲಿದ್ದೀಯ ?" ನಿರ್ಮಾಪಕ ಅವನನ್ನು ಪ್ರಶ್ನಿಸಿದ,

"ಉಪಾಧ್ಯಾಯ ವೃತ್ತಿ" ಹಕ್ಸ್ ಉತ್ತರಿಸಿದ.

"ಲಿಂದ ಕಸ್ಪರ್‌ಸೋನ್ಯಾ" ನಿರ್ಮಾಪಕ ಕರೆದ.

ನನ್ನ ಪಕ್ಕ ಕೂತಿದ್ದ ಹುಡುಗಿ ಎದ್ದು ನಿಂತಳು. ತಲೆಯನ್ನು ಸ್ವಲ್ಪ ಅಲುಗಿಸಿ ಕೂದಲನ್ನು ಹಿಂದೆ ಕೊಡವಿದಳು. ಗ್ರೇ ಕೆಯ್ನ್‌ನ ಹಾಡುಗಬ್ಬವನ್ನು ಲಿಂದ ವಾಚಿಸಿದಳು. ಅವಳ ಧ್ವನಿ ಮೊದಲು ಕೊಳಲಿನ ಉಲ್ಲಾಸಕರ ಮೆಲು ಸ್ವರವನ್ನು, ಹೊಮ್ಮಿಸಿ, ಕ್ರಮೇಣ ಕಂಚುಗಂಟೆಯ ಶಬ್ದದಂತೆ ತಾರಕಕ್ಕೇರಿತು. ತನಗೇ ವಿಶಿಷ್ಟವಾದ ನಾದಗುಣವುಳ್ಳ ಮಾರ್ದವವೂ ನಿರ್ಮುಕ್ತವೂ ಆದ ಆ ಸ್ವರ ಮನಸ್ಸನ್ನು ರಸಾವಸ್ಥೆಗೇರಿಸಿ ಮಿಕ್ಕೆಲ್ಲವನ್ನೂ ಮರೆಸುವಂತಿತ್ತು.

ಅವಳು ವಾಚನ ಮುಗಿಸಿದ ಮೇಲೆ ಕೆಲವು ಕ್ಷಣ ನೀರವತೆಯಾವರಿಸಿತು.

ಹೀಗೇ ಹಲವರ ವಾಚನ ಅಭಿನಯನಗಳು ಮುಗಿದ ಮೇಲೆ ನಾನು ಶ್ವೇತಮಂದಿರದಲ್ಲಿ ಅಡ್ಡಾಡತೊಡಗಿದೆ. ಎರಡು ದೊಡ್ಡ ತೂಗುದೀಪಗಳು ಮಾತ್ರ ಹೊತ್ತಿದ್ದು, ಅವುಗಳ ಮಂದಪ್ರಕಾಶ ಗೋಡೆಯ ಕನ್ನಡಿಗಳಲ್ಲಿ ಪ್ರತಿಬಿಂಬಿತವಾಗಿ ನನ್ನ ಸಣಕಲ ಶರೀರದ ರೂಪುರೇಷೆ ಮಸಕಾಗಿ ಕಾಣುತ್ತಿತ್ತು.

ಮೆಟ್ಟಲಿನ ಕೆಳಗೆ, ಯಾರೋ ನನ್ನ ಹೆಸರು ಕರೆದು, "ಎಲ್ಲಿದ್ದೀಯ ಅಲೆಕ್ಸಾಂದರ್ಸ್?" ಎಂದದ್ದು ಕೇಳಿಸಿ, ನಾನು ದಡದಡ ಕೆಳಗಿಳಿದು ಬಂದೆ.

ಆ ಹೊತ್ತಿಗಾಗಲೇ ಲಿಂದ ಹೊರಟು ಹೋಗಿದ್ದಳು.

2

ಎರಡು ದಿನ ಕಳೆದವು.

ಅಂದು ಸಂಜೆ ಶ್ವೇತಮಂದಿರದಲ್ಲಿ ತಾಳಸ್ವರದ ಪಾಠ ನಡೆದಿತ್ತು. ಕುಳ್ಳಗೆ, ದಪ್ಪಕ್ಕಿದ್ದ, ಕಂದುಗೂದಲಿನ ನಮ್ಮ ಶಿಕ್ಷಕಿ ರೂಸಾ, ಪಿಯಾನೊ ಸ್ವರದ ತಾಳಕ್ಕೆ ತಕ್ಕಂತೆ ಎಣಿಸುತ್ತಿದ್ದಳು:

"ಒಂದು, ಎರಡು, ಮೂರು ! ಒಂದು, ಎರಡು, ಮೂರು !"

ಅವಳ ಪಾಠ ಸಾಗಿದ್ದಾಗ ನಾವು ಮಾತಾಡುವಂತಿರಲಿಲ್ಲ. ಇದು ಒಂದು ರೀತಿಯಲ್ಲಿ ನನಗೆ ವರವಾಗಿ ಪರಿಣಮಿಸಿತ್ತು: ನನ್ನ ಮುಂದೆ ಲಿಂದ ನಿಂತಿದ್ದಳು. ಇದರಿಂದ ನನ್ನ ತಲೆಯೆಲ್ಲ ಕದಡಿದಂತಾಗಿ, ನಾನು ಮಾತಾಡಲು ಬಾಯಿ ಬಿಚ್ಚಿದರೂ ಒಂದು ಅಕ್ಷರ ಕೂಡ ಹೊರಹೊಮ್ಮುವಂತಿರಲಿಲ್ಲ.

ನಾವು ನಿಧಾನಗತಿಯ ಸಾಲುನೃತ್ಯವನ್ನು ಅಭ್ಯಾಸ ಮಾಡುತ್ತಿದ್ದೆವು.

ರೂಸಾ ಬೇಸರದಿಂದ ಕಿರಿಚಿದಳು : "ಅಯ್ಯೋ ದೇವರೆ ! ನಿಮಗೇನಾಗಿದೆ ? ಚುರುಕೇ ಇಲ್ಲ. ರಂಗದ ಮೇಲೆ ನಿಮ್ಮ ನಡಿಗೆ ಹೇಗೆ ಕಾಣುವುದು ಗೊತ್ತೆ? ತಿದ್ದಿಕೊಳ್ಳಿ... ನೀವೆಲ್ಲ ರಾಜರು, ರಾಜಕುಮಾರರು, ರಾಜಕುಮಾರಿಯರು ಅಂತ ಕಲ್ಪಿಸಿಕೊಳ್ಳಿ. ನಿಮಗೆ ಕಷ್ಟ ವಾಗೋದಿದ್ದರೆ, ನೃತ್ಯದ ನಡುವೆ ಸ್ವಲ್ಪ ಮಾತಾಡಿ, ನಾನು ಬೇಡ ಅನ್ನೋದಿಲ್ಲ. ಮಾತಾಡುವಾಗ ಮಾತ್ರ ನಿಮ್ಮ ಪಾತ್ರಕ್ಕೆ ತಕ್ಕಂತೆ ಮಾತಾಡಿ. ಅದಕ್ಕೆ ಸಲ್ಲದ ರೀತಿಯಲ್ಲಿ ಮನಬಂದಂತೆ ಗಳಹಬೇಡಿ. ತೀರಾ ಬಿಗಿ, ಸೆಟೆತ ಬೇಡ; ಹಾಗೇಂತ ಘನತೆ ಕಳೆದುಕೊಳ್ಳೋ ಹಾಗೆ ವರ್ತಿಸಬೇಡಿ. ಸರಿ. ಮುಂದೆ ಸಾಗೋಣ..."

ಪಿಯಾನೊ ಪುನಃ ಶುರುವಾಯಿತು.

ನಾನೂ ಲಿಂದ ರಾಜಕುಮಾರ ರಾಜಕುಮಾರಿಯಾಗಿ ಸಂವಾದ ಪ್ರಾರಂಭಿಸಿದೆವು.

"ಸರಿ, ಲಿಂದ, ನನ್ನ ಕೋಟೆಮನೆ ನಿನಗೆ ಇಷ್ಟವಾಯಿತೆ ?" ನಾನು ಕೇಳಿದೆ.

"ಒಳಗೆ ಸ್ವಲ್ಪ ಚಳಿಯಾಗ್ತದೆ," ಲಿಂದ ಉತ್ತರಿಸಿದಳು.

"ಇದು ಚಳಿಗಾಲ ತಾನೆ ! ಕಿಟಕಿ ಗಾಜಿನ ಮೇಲೆ ಹಿಮ ಕುಂಚಿಸಿರೋ ಹೂವು ಗಳನ್ನ ನೋಡು."

"ನನ್ನ ಧೀರ ಸರದಾರ ! ನನಗೆ ಎಲ್ಲ ಹೂವುಗಳಿಗಿಂತ ಡೈಸಿಗಳೆಂದರೆ ಪ್ರಾಣ. ಆದರೆ ಅವು ನಿನ್ನ ಕೋಟೆಮನೆಯ ಒಳಗಿನ ಥಂಡಿಗೆ ಬಾಡಿ ಬೀಳ್ತವೆ... ಅದಿರಲಿ, ನಮ್ಮ ಹಿಂದಿನ ಜೋಡಿಯಲ್ಲಿರೋ ತರುಣ ಯಾರು ?"

ನಾನು ಅತ್ತ ತಿರುಗಿ ನೋಡಿ: "ಅವನೆ ? ಒಳ್ಳೆಯ ಸೈನಿಕ ಶ್ವೀಕ್ ಉರುಫ್ ಸ್ತಗುತಾಯಿಸ್. ಅವನು ನಿನಗೆ ಗೊತ್ತಿರಬೇಕಲ್ಲವೆ ?"

"ಗೊತ್ತಿದೆ. ನಾನಿರೋ ಜಿಲ್ಲೆಗೇ ಸೇರಿದವ ಅಂತ ತೋರ್ತದೆ."

"ಯಾವ ಜಿಲ್ಲೆ ?"

"ಕೆಂಪು ದೌಗವ."

ರೂಸಾ ನನ್ನ ಪಕ್ಕಕ್ಕೆ ಬಂದು : "ಮಾತು ನಿಲ್ಲಿಸು ! ನೀವು ನಡೆಸಿದ ಸಂವಾದದ ಸಾರಾಂಶವನ್ನ ಹೇಳು ರಾಜಕುಮಾರ," ಅಂದಳು.

"ಮ್ಯಾಡಮ್, ದೌಗವ ನದಿ ತೀರದ ನನ್ನ ಕೋಟೆಮನೆಯ ಬಳಿ ನಡೆದ ಮಹಾಕಾಳಗವನ್ನ ರಾಜಕುಮಾರಿಗೆ ತಿಳಿಸ್ತಿದ್ದೆ... ನದಿಯ ನೀರು ಕೆಂಪಾಗಿ ಹರಿದಿತ್ತು. ನಾನು ಇದನ್ನ ಬಣ್ಣಿಸಿದಾಗ ರಾಜಕುಮಾರಿ ಅಚ್ಚರಿಯಿಂದ 'ಕೆಂಪು ದೌಗವ' ಅಂತ ಉದ್ಗರಿಸಿದಳು."

ಮತ್ತೆ ಪಿಯಾನೊ ನುಡಿಯತೊಡಗಿತು. ಲಿಂದ ಹೇಳಿದಳು:

"ರಾಜಕುಮಾರ, ನೀನೊಬ್ಬ ಜಾಣ ಸಂಭಾಷಣಕಾರ ಅನ್ನಿಸ್ತದೆ !"

"ರಾಜಕುಮಾರಿ, ಎಲ್ಲ ಸಮಯಗಳಲ್ಲೂ ಅಲ್ಲ. ನಿನಗೆ ಏನೇನೋ ಹೇಳಬೇಕು ಅಂತ ಆಸೆಯಾಗ್ತದೆ, ಆದರೆ ಧೈರ್ಯ ಸಾಲದು "

"ಏನು ಹೇಳಬೇಕೆನ್ನಿಸ್ತದೆ ?"

ರೂಸಾ ಗಡಿಯಾರದ ಕಡೆ ನೋಡಿ ಚಪ್ಪಾಳೆ ತಟ್ಟಿ ಎಂದಳು:

"ಸಾಕು ನಿಲ್ಲಿಸಿ !... ಇವೊತ್ತಿನ ಪಾಠ ಮುಗೀತು. ನೀವೀಗ ಹೋಗಬಹುದು. ಉಲ್ದಿಸ್, ರೊಬೆರ್ಟ್ಸ್, ಅಲೆಕ್ಸಾಂಡರ್ಸ್ ನೀವು ಈ ಪಿಯಾನೊವನ್ನ ಸ್ವಲ್ಪ ಹಿಂದಕ್ಕೆ ಸರಿಸ್ತೀರ ?"

ನಾನು ಬಟ್ಟೆ ಬದಲಾಯಿಸುವ ಕೋಣೆಗೆ ಹೋದಾಗ, ಲಿಂದ ಇನ್ನೂ ಪಡಸಾಲೆಯಲ್ಲೇ

ಇದ್ದಳು. ಅವಳು ಸ್ತಗುತಾಯಿಸ್ ಜೊತೆ ಮಾತಾಡುತ್ತ ಆಗೀಗ ನನ್ನತ್ತ ದೃಷ್ಟಿ ಬೀರುತ್ತಿದ್ದಳು. ಕೋಟ್ ಧರಿಸಿಕೊಳ್ಳುವಾಗ, ನಾನು ಯಾಕಾದರೂ ಅವಳ ಜೊತೆ ಹಾಗೆ ಅಸಂಬದ್ಧವಾಗಿ ಮಾತಾಡಿದೆ ಅನ್ನಿಸಿತು. ಆದರೆ ಈಗ ಹಿಮ್ಮೆಟ್ಟಲು ಸಾಧ್ಯವಿರಲಿಲ್ಲ. ಹ್ಯಾಟ್ ಎತ್ತಿಕೊಂಡು ನಾನು ಮನಸ್ಸಿನಲ್ಲೇ ಅಂದುಕೊಂಡೆ:

"ಐದು ನಾಲ್ಕು ಮೂರು.. 'ಒಂದು' ಎನ್ನುವಾಗ ನಾನು ಲಿಂದಳ ಬಳಿ ಹೋಗಿ. ಸ್ತಗುತಾಯಿಸನ ಕ್ಷಮೆ ಕೇಳಿ, ಉಳಿದೆಲ್ಲರಿಗೂ ಹ್ಯಾಟ್ ಎತ್ತಿ ವಿನಯದಿಂದ ವಿದಾಯ ಸಲ್ಲಿಸಿ, ಅವಳ ಕೈಹಿಡಿದು ಆಚೆ ನಡೀಬೇಕು." ಹೀಗೆಂದು 'ಎರಡು' ಎನ್ನುವಾಗ ಯಾರೋ ಅರಚಿದರು:

"ಅಲೆಕ್ಸಾಂಡರ್ಸ್ ನೀನು ಹೊರಟು ಹೋಗಿದ್ದೀ ಅಂತ ಭಾವಿಸಿದ್ದೆ. ಸದ್ಯ, ಇನ್ನೂ ಇಲ್ಲೇ ಇದ್ದೀಯ. ನಿನ್ನ ಹತ್ತಿರ ಸ್ವಲ್ಪ ಮಾತಾಡ್ಬೇಕು."

ಅದು ಅವುಸ್ತ್ರಳ ಧ್ವನಿಯೆಂದು ನನಗೆ ತಿಳಿಯಿತು. ತುಟಿಗಳಿಗೆ ಬಣ್ಣ ಬಳಿದ, ತೆಳ್ಳಗಿನ ನಸುಗಪ್ಪು ಕೂದಲಿನ ಯುವತಿ ಅವಳು. ಯಾರೋ ಒಬ್ಬ ಪ್ರಮುಖ ವ್ಯಕ್ತಿಯ ಕಾರ್ಯದರ್ಶಿನಿ. ಹಿಂದೊಮ್ಮೆ ತಾಳಸ್ವರದ ಪಾಠದಲ್ಲಿ ನನ್ನ ಸಂಗಾತಿಯಾಗಿದ್ದವಳು. ನಾನು ಅವಳಿಂದ ತಪ್ಪಿಸಿಕೊಳ್ಳುವ ಪ್ರಯತ್ನ ನಡೆಸಿದೆ: "ಕ್ಷಮಿಸು ಅವುಸ್ತ್ರ, ನನಗೀಗ ಪುರಸೊತ್ತಿಲ್ಲ. ಅರ್ಜೆಂಟಾಗಿ ಎಲ್ಲಿಗೋ ಹೋಗಬೇಕಾಗಿದೆ."

"ಕೇವಲ ಐದೇ ನಿಮಿಷ " ಎಂದು ಅವಳು ನನ್ನ ಕೈಹಿಡಿದು, ಬಳಿಯಲ್ಲಿದ್ದ ಸೋಫಾಕ್ಕೆ ಒಯ್ದಳು. ನಾನು ಲಿಂದಳತ್ತ ಕಣ್ಣು ಹಾಯಿಸಿದೆ. ಸ್ತಗುತಾಯಿಸ್ ಬಾಗಿಲು ತೆರೆದಿದ್ದ. ಲಿಂದ 'ಥ್ಯಾಂಕ್ಸ್' ಹೇಳಿ ಆಚೆ ಹೊರಟಳು. ಸ್ತಗುತಾಯಿಸ್ ಅವಳನ್ನು ಹಿಂಬಾಲಿಸಿ ಹೋದ.

ಅವುಸ್ತ್ರ ಗಳಹಿದಳು: "ನಾವೊಂದು ಸಂತೋಷ ಕೂಟ ಏರ್ಪಡಿಸಲಿದ್ದೇವೆ. ಅದರಲ್ಲಿ ನೀನು ಕ್ಲಾರಿನೆಟ್ ಮತ್ತು ಸಾಕ್ಸೊಫೋನ್ ನುಡಿಸ್ಬೇಕು."

ನಾನು ಮುನಿಸಿನಿಂದ ಹೇಳಿದೆ: "ಈ ವಿಚಾರ ನಾಳೆ ಮಾತಾಡೋಣ. ನಾನು ಯಾವುದನ್ನೂ ಯೋಚಿಸಿ ನಾಳೆ ಹೇಳ್ತೇನೆ."

ನಾನು ಯಾವುದೋ ಕುತಂತ್ರಕ್ಕೆ ಸಿಕ್ಕಿಬಿದ್ದವನಂತೆ ಭಾಸವಾಯಿತು. ಯಾಕೆಂದರೆ ಅವುಸ್ತ್ರಳಲ್ಲದೆ ಇನ್ನೂ ಮೂರು ಜನ ಹುಡುಗಿಯರು, ನನ್ನೊಂದಿಗೆ ಜರೂರಾಗಿ ಈಗಲೇ ಏನನ್ನೊ ಚರ್ಚಿಸಬೇಕೆಂದು ಗಂಟುಬಿದ್ದರು.

ಆಗ ಅಲ್ಲಿಗೆ ವಿ.ಇ.ಎಫ್. ಫ್ಯಾಕ್ಟರಿಯ ಟರ್ನರ್ ಆಗಿದ್ದ, ವಿಶಾಲ ಭುಜದ ಐವರ್ಸ್ ಬಂದ, ಅವನೆಂದರೆ ಆ ಹುಡುಗಿಯರಿಗೆ ಪಂಚಪ್ರಾಣ. ಆದರೆ ಅವನಿಗೆ, ಮನೆಯಲ್ಲಿ ಕಾದಿದ್ದ ಮಡದಿಯನ್ನುಳಿದು ಬೇರೆ ಹೆಣ್ಣುಗಳ ಬಗ್ಗೆ ಆಸಕ್ತಿಯಿರಲಿಲ್ಲ. ಅವನೆಂದ:

"ಹುಡುಗಿಯರೇ, ಇತ್ತ ಬನ್ನಿ. ಆ ಬಡಪಾಯಿ ಅಲೆಕ್ಸಾಂಡರ್ಸ್‌ನನ್ನು ಅವನ ಪಾಡಿಗೆ ಬಿಡಿ. ಅವನು ಬೇಗ ಹೋಗದಿದ್ದರೆ ಅವನ ಕೈಗೆ ಲಿಂದ ಸಿಗೋದಿಲ್ಲ."

ಆದರೆ ಮನೆಗೆ ಹೋಗುವ ಕೊನೆಯ ಬಸ್ಸಿನಲ್ಲಿ ನಾನೊಬ್ಬನೇ ಪ್ರಯಾಣಿಕನಾಗಿದ್ದೆ.

3

ಒಂದು ವಾರ ಕಳೆಯಿತು.

ಶ್ವೇತ ಮಂದಿರ ಈಗ ಒಂದು ಇಗರ್ಜಿಯಾಗಿತ್ತು.

ಆರ್ಗನ್ ವಾದ್ಯ ನಿಟ್ಟುಸಿರು ಬಿಟ್ಟಿತು. ವೃಂದಗಾಯಕರು ಹಾಡಲಾರಂಭಿಸಿದರು. ಇಗರ್ಜಿಯ ಹಜಾರದಲ್ಲಿ ಒಂದು ಮದುವೆಯ ದಿಬ್ಬಣ ನಿಧಾನವಾಗಿ ಪ್ರಾರ್ಥನಾ ವೇದಿಕೆಯತ್ತ ಸಾಗತೊಡಗಿತು.

ನಾವು ಮಧ್ಯಯುಗದ ಹಿನ್ನೆಲೆಯ ಒಂದು ಗೀತನಾಟಕವನ್ನು ಅಭಿನಯಿಸುತ್ತಿದ್ದೆವು.

ಇದರಲ್ಲಿ ಕರೀಲಿಸ್ ಶ್ರೀಮಂತ ಮದುವಣಿಗನಾಗಿದ್ದ. ಲಿಂದ ವರದಕ್ಷಿಣೆ ನೀಡಲಾಗದ ಕನ್ಯೆ. ಸ್ತಗುತಾಯಿಸ್ ಪಾದ್ರಿಯಾಗಿ, ರೊಬೆರ್ಟ್ಸ್ ಅವನ ಸಹಾಯಕನಾಗಿ ಪಾತ್ರ ವಹಿಸಿದ್ದರು. ಮಿಕ್ಕವರು ವಧೂವರರ ಬಳಗದವರಂತೆ, ವೀಕ್ಷಕರಂತೆ, ಮುದುಕಿಯರಂತೆ ವೇಷ ಹಾಕಿದ್ದರು. ಹಕ್ಸ್ ಹರಕು ಚಿಂದಿಯುಟ್ಟ ಕೊಳಕು ಭಿಕ್ಷುಕನಾಗಿದ್ದ. ಸಾಂಗವಾಗಿ ನೆರವೇರಲಿದ್ದ ಈ ವಿವಾಹ ಸಮಾರಂಭಕ್ಕೆ ವಿಘ್ನ ತಂದೊಡ್ಡುವ ದರೋಡೆಕಾರರ ಪಾತ್ರಗಳನ್ನು ನಾನು ಉಲ್ದಿಸ್, ಐವರ್ಸ್ ವಹಿಸಿದ್ದೆವು.

ನಮ್ಮ ಕಾರ್ಯಾಚರಣೆಯ ವಿಧಾನವನ್ನು ಚರ್ಚಿಸಲು ನಾವು ಹೊರಬಂದೆವು. ಅಲ್ಲಿ ನೆರೆದಿದ್ದ ಶ್ರೀಮಂತರ ದುಡ್ಡು ಒಡವೆಗಳನ್ನು ಅಪಹರಿಸುವುದೆಂದು ನಿರ್ಧರಿಸಿ, ಮುಖವಾಡ ಗಳನ್ನು ತೊಟ್ಟು ನೇಪಥ್ಯದಿಂದ ಪಿಸ್ತೂಲನ್ನೆತ್ತಿಕೊಂಡೆವು.

ಕರೀಲಿಸ್‌ನನ್ನು ಪಾದ್ರಿ ಕೇಳಿದ: “ಈ ಹೆಣ್ಣನ್ನ ನಿನ್ನ ಜೀವನಸಂಗಾತಿಯಾಗಿ ನೀನು ಶಾಸ್ತ್ರೋಕ್ತವಾಗಿ ಅಂಗೀಕರಿಸ್ತೀಯ ?”

ಭಾವಾವೇಗದಿಂದ ಎಂಬಂತೆ ಕರೀಲಿಸ್ ಉತ್ತರಿಸಿದ: “ಅಂಗೀಕರಿಸ್ತೇನೆ.” ಸ್ವಲ್ಪ ಸಮಯ ಮೌನ ಆವರಿಸಿತ್ತು.

ಆಗ ನಾವು ಒಳಕ್ಕೆ ಧಾವಿಸಿದೆವು. ಉಲ್ದಿಸ್ ಗಾಳಿಯಲ್ಲಿ ಗುಂಡು ಹಾರಿಸಿದ. ಪಾದ್ರಿ ಗಾಬರಿಯಾದ. ಮುದುಕಿಯರು ದಿಗ್ಭ್ರಾಂತರಾಗಿ ಅಲ್ಲಿಂದಿಲ್ಲಿಗೆ ಓಡತೊಡಗಿದರು. ಕೆಲವರು ಪ್ರಜ್ಞೆ ತಪ್ಪಿದರು.

“ಎಲ್ಲಿದ್ದೀರೋ ಹಾಗೇ ನಿಲ್ಲಿ. ಅತ್ತಿತ್ತ ಕದಲಿದರೆ ನಿಮ್ಮ ಕಥೆ ಮುಗಿದಂತೆಯೆ !” ಎಂದು ನಾನು ಏರುಧ್ವನಿಯಲ್ಲಿ ಗುಡುಗಿದೆ.

“ದೇವರ ಹೆಸರಿನಲ್ಲಿ !” ಎನ್ನುತ್ತ ಪಾದ್ರಿ ಶಿಲುಬೆಯನ್ನು ಎತ್ತಿ ಐವರ್ಸ್ ಕಡೆ ನುಗ್ಗಿದ. ಐವರ್ಸ್ ಪಿಸ್ತೂಲಿನ ಕುದುರೆಯೆಳೆದಾಗ, ಪಾದ್ರಿ ನೆಲಕ್ಕುರುಳಿ, ಪ್ರಭೋ ! ನನ್ನನ್ನು ಕೈಬಿಡಬೇಡ” ಎಂದು ದೀನನಾಗಿ ಗೊಣಗಿದ.

ಇದೇ ವೇಳೆಗೆ ಉಲ್ದಿಸ್ ದೊಡ್ಡ ಕರವಸ್ತ್ರವನ್ನು ನೆಲದ ಮೇಲೆ ಹಾಸುತ್ತ, “ಬನ್ನಿ, ನಿಮ್ಮ ದುಡ್ಡು ಒಡವೆಗಳನ್ನು ಇದರಲ್ಲಿ ಹಾಕಿ !” ಎಂದು ಗರ್ಜಿಸಿದ.

ಅವನು ಆಜ್ಞಾಪಿಸಿದಂತೆ ಕುಲೀನ ಸ್ತ್ರೀಪುರುಷರು ತಮ್ಮಲ್ಲಿದ್ದ ಹಣ, ಆಭರಣಗಳನ್ನೆಲ್ಲ ತಂದು ಸುರಿದರು.

ಕರವಸ್ತ್ರವನ್ನು ಗಂಟು ಹಾಕಿ ಉಲ್ದಿಸ್ “ಸರಿ, ಹೊರಡೋಣ !” ಎಂದ. ಆಗ ನಾನು “ಸ್ವಲ್ಪ ಇರು”– ಎಂದೆ.

ಕರೀಲಿಸ್ ಭಯಗ್ರಸ್ತವಾಗಿ ವಧುವಿನ ಪಕ್ಕ ನಿಂತಿದ್ದ. ಅವನ ಮೋಟುದಾಡಿ ದಿಗಿಲಿಗೆ ಕಂಪಿಸುತ್ತಿತ್ತು. ಆತ ಏನನ್ನೋ ಗೊಣಗುತ್ತಿದ್ದ. ಲಿಂದ ಗಲಿಬಿಲಿಗೊಂಡು ಕೆಂಪೇರಿದ್ದಳು.

ನಾನು ಅವಳ ತೋಳು ಜಗ್ಗಿ “ಹೂಂ ! ನಡಿ” ಎಂದೆ.

ಅವಳು ಅತ್ತಳೇ ವಿನಾ ಪ್ರತಿಭಟಿಸಲಿಲ್ಲ.

ಬಾಗಿಲು ಸಿಡಿಲಿನ ಸದ್ದಿನಿಂದ ತೆರೆದುಕೊಂಡಿತು. ಉಲ್ದಿಸ್ ಭಿಕ್ಷುಕನ ವೇಷ ಧರಿಸಿದ್ದ ಹಕ್ಸ್‌ನತ್ತ ಸ್ವಲ್ಪ ಹಣ ಎಸೆದ. ನಾನು ಮಾತ್ರ ನನ್ನ ಕೈಸೇರಿದ್ದ ಅತ್ಯಮೂಲ್ಯ ಕೊಳ್ಳೆ ಲಿಂದಳನ್ನು ಭದ್ರವಾಗಿ ಹಿಡಿದಿದ್ದೆ. ಇದ್ದಕ್ಕಿದ್ದಂತೆ ಲಿಂದ ಅರಚಿದಳು:

"ಬಿಡು ! ನನ್ನ ತೋಳನ್ನು ಬಿಡು !"

"ಸರಿ, ಬಿಡ್ತೇನೆ. ಆದರೆ ತಪ್ಪಿಸಿಕೊಳ್ಳೋ ಪ್ರಯತ್ನ ಮಾಡೀಯ, ಹುಷಾರ್ !"

" ಈ ಕೋಡಂಗಿಯಾಟ ಸಾಕು ನಿಲ್ಲಿಸು !" ಎಂದು ಲಿಂದ ಸಿಡುಕಿದಳು. ಅವಳು ಸ್ವಲ್ಪ ವ್ಯಗ್ರಳಾಗಿದ್ದಳು. ನನಗೆ ಕಾರಣ ತಿಳಿಯಲಿಲ್ಲ.

ನಿರ್ಮಾಪಕ ನಮ್ಮನ್ನು ಶ್ವೇತಮಂದಿರಕ್ಕೆ ಬರಲು ಅಜ್ಞಾಪಿಸಿ, ಹೇಳಿದ: "ಒಟ್ಟಿನಲ್ಲಿ ನೀವೆಲ್ಲ ತುಂಬಾ ಸಹಜವಾಗಿ ನಟಿಸಿದಿರಿ. ಅದೂ ದರೋಡೆಕಾರರು ಒಳನುಗ್ಗಿ ನಿಮ್ಮ ಮೇಲೆರಗಿದಾಗ ನಿಮ್ಮ ನಟನೆ ಭೇಷಾಗಿತ್ತು. ಆದರೆ ಲಿಂದ ಒಬ್ಬಳೇ ಅಪವಾದ. ಅವಳು ಸ್ವಲ್ಪ ಪ್ರತಿಭಟನೆ ತೋರಬೇಕಿತ್ತು. ದರೋಡೆಕಾರನಿಗೆ ಅಷ್ಟು ಸುಲಭವಾಗಿ ಒಪ್ಪಿಸಿಕೊಳ್ಳಬಾರದಿತ್ತು."

"ಅದು ಪ್ರಾಯಶಃ ಅವರು ಮೊದಲೇ ಯೋಚಿಸಿ ಮಾಡಿದ ಕೆಲಸ!" ಎಂದ ಸ್ತಗುತಾಯಿಸ್.

ನಾನು ಲಿಂದಳತ್ತ ದೃಷ್ಟಿ ಹಾಯಿಸಿದಾಗ ಅವಳು ಮಾತಿಲ್ಲದೆ ಕೂತಿದ್ದಳು. ಆದ್ದರಿಂದ ನಾನು ಎದ್ದು ನಿಂತು ಹೇಳಿದೆ :

"ಅಲ್ಲ! ಅದು ಮೊದಲೇ ಯೋಚಿಸಿ ಮಾಡಿದ ಕೆಲಸವಲ್ಲ. ನಮ್ಮ ಧಣಿ ಗವಿಯಲ್ಲಿ ನಮ್ಮ ಬರವಿಗಾಗಿ ಕಾದಿದ್ದ. ಯೌವನದ ಹುಡುಗೀರು ಅಂದರೆ ಅವನಿಗೆ ಪ್ರಾಣ. ಅವನಿಗೆ ನಮ್ಮ ಲಿಂದಳನ್ನು ಕಾಣಿಕೆಯಾಗಿ ಒಪ್ಪಿಸೋಣ ಅಂತ ನಾನಂದುಕೊಂಡೆ."

ನನ್ನ ಮಾತು ನಗುವಿನ ದೊಡ್ಡ ಅಲೆಯನ್ನೇ ಎಬ್ಬಿಸಿತು. ಲಿಂದ ನನ್ನತ್ತ ತಿರಸ್ಕಾರದ ನೋಟ ಬೀರಿದಳು. ನಾನು ಮರುಮಾತಾಡದೆ ಕುಳಿತೆ. ನಿಜಕ್ಕೂ ನನಗೆ ಬಲು ಖುಷಿಯಾಗಿತ್ತು. "ಕೋಡಂಗಿಯಾಟ ನಿಲ್ಲಿಸು" ಎಂದು ಅವಳು ಹೇಳಿದ್ದಕ್ಕೆ ನಾನು ಸೇಡು ತೀರಿಸಿಕೊಂಡಿದ್ದೆ. ಆದರೆ ಅದು ಸ್ವಲ್ಪ ಅತಿಯಾಯಿತೇನೋ ಎಂದೂ ತೋರಿತು.

ಬಳಿಕ ಬಟ್ಟೆ ಬದಲಾಯಿಸುವ ಕೋಣೆಯಲ್ಲಿ ಅವಳೆಂದಳು:

"ಬರ್ತೇನೆ, ನಮಸ್ಕಾರ. ನನ್ನನ್ನ ಮನೆತನಕ ಬಿಡಲು ನೀನು ಬರಬೇಕಾಗಿಲ್ಲ."

ಸ್ತಗುತಾಯಿಸ್ ಅಲ್ಲೇ ನಿಂತಿದ್ದ. ಅವನತ್ತ ತಿರುಗಿ ನಾನು ಹೇಳಿದೆ:

"ಲಿಂದ ಹೇಳಿದ್ದು ಕೇಳಿಸಿತೇನಯ್ಯ? ಪಾಪ! ಇವೊತ್ತು ನೀನೊಬ್ಬನೇ ಮನೆಗೆ ಹೋಗಬೇಕು."

ಸ್ತಗುತಾಯಿಸ್ ಅವಾಕ್ಕಾಗಿ ಬಾಯಿತೆರೆದು ನಿಂತು, ಕಣ್ಣುಗುಡ್ಡೆ ಹೊರಬರುವಂತೆ ನನ್ನನ್ನು ದಿಟ್ಟಿಸಿದ. ನಾನು ಅವನ ಬೆನ್ನನ್ನು ಮೆಲ್ಲಗೆ ಗುದ್ದಿದ್ದಾಗ ಬಾಯಿ ಮುಚ್ಚಿಕೊಂಡಿತು.

ನಾನು ಲಿಂದಳನ್ನು ಸೇರಿಕೊಳ್ಳಲು ಓಡಿದೆ. ಅವಳೊಂದಿಗೆ ಬಸ್‌ಸ್ಟಾಪ್ ತನಕ ಹೋದೆ. ಅವಳು ನನ್ನೊಡನೆ ಒಂದು ಮಾತೂ ಆಡದೆ, ಬಸ್ ಬಂದಾಗ ಹತ್ತಿ "ಬರ್ತೇನೆ" ಎಂದು ತಲೆಯಾಡಿಸಿ ನಸುನಕ್ಕಳು.

ಅಬ್ಬ! ಎಂಥ ಮೋಹಕ ನಸುನಗೆ ಅದು !

4

ಮತ್ತೆ ನಾಲ್ಕು ದಿನ ಕಳೆದುವು.

ನಿನ್ನೆ ಲಿಂದ, ತಾನು ಕೆಲಸ ಮಾಡುತ್ತಿದ್ದ ಡಿಸ್ಸೈನ್ ಸಂಸ್ಥೆಯ ಫೋನ್ ನಂಬರ್ ಕೊಟ್ಟಳು. ಆ ಸಂಸ್ಥೆಯಲ್ಲಿ ಅವಳು ನಕ್ಷೆ ಬರೆಯುವ ಕೆಲಸದಲ್ಲಿದ್ದಳು.

ಇಂದು ಮಧ್ಯಾಹ್ನದ ಬಿಡುವಿನ ವೇಳೆಯಲ್ಲಿ ಅವಳಿಗೆ ನಾನು ಫೋನ್ ಮಾಡಿದೆ. ಲೆನಿನ್ ಸ್ಮಾರಕದ ಬಳಿಯಿದ್ದ ಕೆಫೆಯಲ್ಲಿ ನಾವು ಭೇಟಿಯಾಗುವುದೆಂದು ನಿಶ್ಚಯವಾಯಿತು.

ಕೆಫೆಯ ಮೂಲೆಯಲ್ಲಿದ್ದ ಮೇಜಿನೆದುರು ನಾನು ಕಾಯುತ್ತ ಕೂತೆ. ಮಾಣಿ ಕಾಫಿ ತಂದಿಟ್ಟ. ಅವನನ್ನು ನೋಡಿದರೆ ನಖಶಿಖಾಂತ ಗಂಜಿಹಾಕಿ ಗರಿಮುರಿಯಾಗಿ ಇಸ್ತ್ರಿ ಮಾಡಿದಂತಿದ್ದ. ಬೈತಲೆ ಬಿಡಿಸಿ ಅರೆ ನರೆತ ಕೂದಲನ್ನು ನೀಟಾಗಿ ಬಾಚಿದ್ದ. ಅವನ ಮಸಕು ಬಣ್ಣದ ಮುಖದಲ್ಲಿ ಯಾವ ಭಾವನೆಯೂ ಇರಲಿಲ್ಲ. ತುಟಿಗಳಲ್ಲಿ ತಾತ್ಸಾರದ ಮೆಲುನಗೆ ತುಳುಕುತ್ತಿತ್ತು. 'ಈ ಮೇಜಿನ ಎದುರು. ನೀನು ಕುಳಿತಿರೋ ಕುರ್ಚಿಯಲ್ಲೇ ಒಮ್ಮೆ ಒಬ್ಬ ಸಚಿವನೇ ಕೂತಿದ್ದ. ಅಂಥವನಿಗೆ ತಿಂಡಿ ತೀರ್ಥ ಒದಗಿಸಿದವ ನಾನು. ನೀನು ಯಾವ ಲೆಕ್ಕ!' ಎನ್ನುವಂತಿತ್ತು ಆ ಮೆಲುನಗು.

ಲಿಂದ ಬಂದಳು. ತನ್ನ ಕೋಟನ್ನೂ ಕಳಚದೆ ಅಂದಳು: "ಕೇವಲ ಐದು ನಿಮಿಷ ಮಾತ್ರ ನಿನ್ನ ಜೊತೆ ಇರಬಲ್ಲೆ!" ಕೋಟಿನ ಕಾಲರಿನ ಮೇಲಿದ್ದ ಹಿಮದ ಹಳಕುಗಳು ಅವಳ ಗುಲಾಬಿ ಕೆನ್ನೆಗಳನ್ನು ತಾಕಿದೊಡನೆ ಕರಗುತ್ತಿದ್ದವು.

ನಾನೆಂದೆ: "ಯಾಕೆ ಅವಸರ ? ಇವೊತ್ತು ನಾಟಕದ ಸಿದ್ಧತೆ ಇಲ್ಲವಲ್ಲ."

"ಹೌದು, ಗೊತ್ತಿದೆ."

"ಸರಿ ಮತ್ತೆ, ಎಲ್ಲಾದರೂ ಸ್ವಲ್ಪ ಅಡ್ಡಾಡೋಣ."

"ಎಲ್ಲಿ ?"

"ಚಳಿ ಕಡಿಮೆಯಾದರೆ ಸಂಜೆ ಈ ರಿಗ ನಗರದ ಹಳೆಪೇಟೆಯಲ್ಲಿ ಅಲೆಯಬಹುದು. ಅಥವಾ ನಮ್ಮ ಮನೆಗೆ ಹೋಗೋಣ. ನಿನಗೆ ಕ್ಲಾರಿನೆಟ್ ವಾದ್ಯ ನುಡಿಸ್ತೇನೆ. ಅದೂ ಬೇಡ ಅಂದರೆ ಥಿಯೇಟರ್‌ಗೊ ಪಾರ್ಕಿಗೊ ಹೋದರಾಯಿತು."

"ನಿಮ್ಮ ಮನೆಯಲ್ಲಿ ನೀನೊಬ್ಬನೇ ಇದ್ದೀಯ ?"

"ಹಾಗನ್ನಬಹುದು. ಅಲ್ಲಿ ನನಗೇ ಪ್ರತ್ಯೇಕ ಕೋಣೆಯಿದೆ."

"ನೀನು ಏನು ಕೆಲಸ ಮಾಡ್ತಿದ್ದೀಯ ?"

"ಕೆಲವು ಮೊದ್ದುಗಳಿಗೆ ಗಣಿತ ಹೇಳಿಕೊಡ್ತೇನೆ. ಡಿಸೆಂಬರ್ ಕಳೆಯೋ ಹೊತ್ತಿಗೆ ಸಾರ್ವಜನಿಕ ಸಂಗೀತ ಶಾಲೆಗೆ ಸೇರಬೇಕು ಅಂದುಕೊಂಡಿದ್ದೇನೆ. ಆದರೆ ಸೇರೋದಕ್ಕೆ ಸಾಧ್ಯವಾದೀತು ಅನ್ನೋ ಭರವಸೆ ನನಗಿಲ್ಲ."

ಸರಿ, ಆದಿನ ಸಂಜೆ ಆರು ಗಂಟೆಗೆ ನಾವು ಇದೇ ಕೆಫೆಯಲ್ಲಿ ಭೇಟಿಯಾಗುವುದೆಂದು ನಿಶ್ಚಯಮಾಡಿಕೊಂಡೆವು.

ನಾನು ಪೆದ್ದ ಹುಡುಗನೊಬ್ಬನಿಗೆ ಪಾಠ ಹೇಳಲು ಬೇಗ ಬೇಗೆ ಹೆಜ್ಜೆ ಹಾಕಿದೆ. ಅವನು ಅಪರೂಪಕ್ಕೊಮ್ಮೆಯಾದರೂ ಗಣಿತದಲ್ಲಿ ಒಳ್ಳೆಯ ಅಂಕಗಳನ್ನು ಗಳಿಸಬೇಕೆಂಬುದೇ ಅವನ ತಂದೆ ತಾಯಿಗಳ ಆಶಯವಾಗಿತ್ತು. ಒಂದು ಸಲ ಪಾಠ ಹೇಳಿದರೆ ಆ ದಡ್ಡ ಶಿಖಾಮಣಿಯ

ತಂದೆ ನನಗೆ ಒಂದು ರೂಬಲ್ ಕೊಡುತ್ತಿದ್ದ. ಈ ಊರಿನಲ್ಲಿ, ಅಂದರೆ ರಿಗದಲ್ಲಿ ಇತರ ಶಿಕ್ಷಕರಿಗೆ ನೀಡುತ್ತಿದ್ದ ಸಂಭಾವನೆಯೂ ಅಷ್ಟೆ. ಮುಂಜಾವಿನಿಂದ ಸಂಜೆಯವರೆಗೆ ಕಾಲ್ಚೆಂಡಿನ ಆಟವನ್ನು ನೋಡುವುದರಲ್ಲಿ ಆ ಪೋರನಿಗೆ ಎಷ್ಟು ಆಸಕ್ತಿ ಇತ್ತೊ, ಅಷ್ಟೇ ಆಸಕ್ತಿಯಿಂದ ಅವನು ಗಣಿತವನ್ನು ಕಲಿಯುವಂತೆ ನನ್ನ ಕೈಯಲ್ಲಾಗುವ ಪ್ರಯತ್ನ ನಡೆಸಿದ್ದೆ. ನನಗೆ ಒಟ್ಟು ಆರು ಶಿಷ್ಯರಿದ್ದರು. ಅವರಲ್ಲಿ ಮೂವರು ಹುಡುಗಿಯರು. ದೇವರ ದಯ! ಅವರಲ್ಲಿ ಇವನಷ್ಟು ಮೊದ್ದು ಯಾರೂ ಇರಲಿಲ್ಲ.

ನಾನು ಪಾಠವನ್ನು ಕೊನೆಯ ತನಕ ಹೇಗೋ ಎಳೆದೊಯ್ದೆ. ಹೊರಗಡೆ ಒಂದಷ್ಟು ಅಲೆದಾಡಲು ಸಮಯವಿತ್ತು. ಆಚೆ ಅಂಥ ಚಳಿಯೇನೂ ಇರದೆ, ತೆಂಕಣಗಾಳಿ ಮನಸ್ಸಿಗೆ ಹಿತವಾಗಿ ಕಂಡು, ವಸಂತ ಋತುವನ್ನು ನೆನಪಿಸುತ್ತಿತ್ತು.

ನನಗೆ ಈ ಸಲದ ಚಳಿಗಾಲ ಹಿಂದಿನದಕ್ಕಿಂತ ಬೇರೆಯಾಗಿಯೇ ತೋರಿತು – ಇದಕ್ಕೆ ಲಿಂದಳೇ ಕಾರಣ. ಇಂಥ ಸಂಪೂರ್ಣ ಸುಖಸಂತೃಪ್ತಿಗಳನ್ನು ನಾನು ಅನುಭವಿಸಿಯೇ ಇರಲಿಲ್ಲ. ಅವಳ ಪರಿಚಯವಾಗಿ ಕೇವಲ ಎರಡು ವಾರ ಮತ್ತು ನಾಲ್ಕು ದಿನಗಳು ಮಾತ್ರ ಆಗಿದ್ದರೂ ಕೂಡ, ಈ ರೇಸಿಮೆ ನುಣುಪು ಅಲೆಗೂದಲಿನ ಹುಡುಗಿಗೆ ಮಾರುಹೋದಂತೆ ಹಿಂದೆ ಯಾರನ್ನೂ ನಾನು ಮನಸ್ಸಿಗೆ ಹಚ್ಚಿಕೊಂಡಿರಲಿಲ್ಲ. ಅವಳು ನನ್ನನ್ನು ಪ್ರೀತಿಸುವುದಕ್ಕೆ ನನ್ನಲ್ಲಿರುವ ಅರ್ಹತೆಯಾದರೂ ಏನು? ಈಗ ತಾನೆ ಸೇನೆಯಲ್ಲಿ ಸೇವೆ ಸಲ್ಲಿಸಿ ಬಂದಿದ್ದೇನೆ. ಖಾಯಂ ಕೆಲಸವೂ ನನಗಿಲ್ಲ. ನನಗೀಗ ಇಪ್ಪತ್ತೆರಡು ವಯಸ್ಸು. ಮುಂದೇನು ಮಾಡಬೇಕೋ ತಿಳಿಯದು. ಸಾರ್ವಜನಿಕ ಸಂಗೀತ ಶಾಲೆಯನ್ನು ಪ್ರವೇಶಿಸಲು ಪ್ರಯತ್ನಿಸಿದ್ದೇನೋ ನಿಜ. ಆದರೆ ನನ್ನ ವಾದ್ಯವಾದನ ನಿಜವಾಗಿಯೂ ಸಾಕಷ್ಟು ಚೆನ್ನಾಗಿರಲಿಲ್ಲ. ಬರುವ ವರ್ಷ ಮತ್ತೆ ಪ್ರಯತ್ನಿಸುವ ಸಲುವಾಗಿ, ಬಿಡುವಿನ ಪ್ರತಿಕ್ಷಣವನ್ನೂ ವಾದ್ಯ ನುಡಿಸುವುದಕ್ಕೆ ಮೀಸಲಿಟ್ಟಿದ್ದೇನೆ. ನಾನು ಹಿಂದೆ ಒಂದು ಕೆಟ್ಟ ಜಾಸ್ ತಂಡದಲ್ಲಿ ವಾದ್ಯ ನುಡಿಸುತ್ತಿದ್ದುದೇ ನನಗೆ ಸಂಗೀತೋದ್ಯಮದಲ್ಲಿ ಕಂಟಕ ಪ್ರಾಯವಾಗಿ ಪರಿಣಮಿಸಿತ್ತು.

ಅಂಗಡಿಯೊಂದರ ಕಿಟಕಿಯೆದುರು ನಾನು ನಿಂತೆ. ಅದರ ಗಾಜು ನನ್ನ ಸಾದಾಸೀದ ಗಂಭೀರ ಮುಖವನ್ನು ಪ್ರತಿಬಿಂಬಿಸಿತ್ತು. ಅದು ಸ್ವಲ್ಪ ಮಂಕಾಗಿ ತೋರುತ್ತಿದ್ದ ಮುಖವೆಂದೇ ಹೇಳಬೇಕು. ಸೇನೆಯ ದಿನಗಳ ಮುಷ್ಟಿಯುದ್ಧವನ್ನು ಜ್ಞಾಪಿಸುವಂತೆ ನನ್ನ ಮೂಗು ಕೊಂಚ ಓರೆಯಾಗಿತ್ತು. ಹುಬ್ಬುಗಳು ನೇರವಾಗಿದ್ದುವು. ಬಾಯಿಯ ಎಡಭಾಗದ ಮೂಲೆಯಿಂದ ಸಣ್ಣಗಾಯದ ಗುರುತು ಹಾಯ್ದಿತ್ತು. ಹಿಂದೊಮ್ಮೆ ಕುಡುಕ ರೌಡಿಯೊಬ್ಬನ ಕೈಯಿಂದ ಚಾಕುವನ್ನು ಸೆಳೆದುಕೊಂಡದ್ದರ ಫಲ ಅದು. ನೀಳವೂ ದಟ್ಟವೂ ಆದ ಎವೆಗಳ ಕೆಳಗೆ ಕಣ್ಣುಗಳು ನೀಲಿಯಾಗಿ ಕಾಣುತ್ತಿದ್ದವು.

ಆದರೆ ಈಗಿನ ಕಾಲದಲ್ಲಿ ಕೇವಲ ಕಣ್ಣಿಗಾಗಿ ಒಬ್ಬ ವ್ಯಕ್ತಿಯನ್ನು ಯಾವ ಹುಡುಗಿ ತಾನೆ ಪ್ರೇಮಿಸಿಯಾಳು? ಅವನು ಜೀವನದಲ್ಲಿ ಏನನ್ನಾದರೂ ಸಾಧಿಸಿರಬೇಕು.

ಸರಿಯಪ್ಪ ಅಲೆಕ್ಸಾಂಡರ್ಸ್, ನಿನ್ನ ಸಾಧನೆಗಳಾದರೂ ಏನು?

ಆ ನಿಟ್ಟಿನಲ್ಲಿ ಹೆಜ್ಜೆ ಹಾಕಲು ನೀನಿನ್ನೂ ಶುರು ಮಾಡಿಯೇ ಇಲ್ಲವಲ್ಲ!

ಮಾತ್ರವಲ್ಲ, ಯಾವುದನ್ನು ಸಾಧಿಸಬೇಕೆಂಬುದೇ ನಿನಗೆ ತಿಳಿದಿಲ್ಲ. ಮನಸ್ಸಿನಲ್ಲಿ ನೀನು ದೊಡ್ಡ ಯೋಜನೆಗಳನ್ನು ಹಾಕಿಕೊಂಡಿರುವುದೇನೊ ನಿಜ. ಅವು ಮಾತ್ರ ಮಾತಿನ ಮಟ್ಟದಿಂದ ಕೃತಿಗಿಳಿದೇ ಇಲ್ಲ

ಆದರೆ ಇಂಥ ಅಪೂರ್ವ ದಿನದಲ್ಲಿ ಇದು ತಲೆ ಕೆಡಿಸಿಕೊಳ್ಳಬೇಕಾದ ಒಂದು ದೊಡ್ಡ ಸಂಗತಿಯೆಂದು ನನಗೆ ನಿಜವಾಗಿಯೂ ತೋರಲಿಲ್ಲ.

ಕೆಫೆಯಲ್ಲಿ ನಾನು ಲಿಂದ ಕೂತಿದ್ದೆವು. ಎದುರಿಗಿದ್ದ ಮೇಜು ಮಾತ್ರ ನಮ್ಮನ್ನು ಪ್ರತ್ಯೇಕಿಸಿತ್ತು. ನಾನು ಲಿಂದಳ ಕಣ್ಣುಗಳನ್ನು ದಿಟ್ಟಿಸಿದೆ. ಅವುಗಳ ಆಳದಲ್ಲಿ ಪ್ರೇಮ ಅಲೆಯಾಡುತ್ತಿದ್ದುದನ್ನು ಗುರುತಿಸಿ ಚಕಿತನಾದೆ.

ಹೊರಗೆ ಮಸುಕು ಆವರಿಸಿತ್ತು; ಹಿಮ ಕರಗಲಾರಂಭಿಸಿತ್ತು. ಮನೆಯ ಛಾವಣಿಗಳ ಮೇಲೆ ತೂಗಿದ್ದ ಮಂಜಿನ ಹರಳುಗಳು ಶರತ್ಕಾಲದ ನಿಷ್ಕ್ರಮಣಕ್ಕೆ ಅಳುವಂತಿತ್ತು. ಲಿಂದಳ ಕೈ ನನ್ನ ಕೈಯಲ್ಲಿತ್ತು. ಲೆನಿನ್ ಬೀದಿಯುದ್ದ ನಡೆದು, ರಿಗದ ಹಳೆಪೇಟೆಯತ್ತ ನಾವು ಸಾಗಿದೆವು.

ದೌಗವ ನದೀ ತೀರಕ್ಕೆ ನಾವು ಬಂದೆವು.

ಅಲ್ಲಿ ಅಕ್ಟೋಬರ್ ಸೇತುವೆಯ ಬಲಕ್ಕೆ ನೀರಿಗಿಳಿಯೆಲು ಕೆಲವು ಅಗಲವಾದ ಸೋಪಾನಗಳಿವೆ. ಮಂಜುಗಡ್ಡೆಗಳಿಂದ ಮುಕ್ತವಾಗಿದ್ದ ದೌಗವದ ನೀರಿನಲೆಗಳು ಸೀಸದಂತೆ ಹೊಳೆಯುತ್ತಿದ್ದವು. ತೀರದ ಹಿಮ ಬಿಳಿ ಸಾಮ್ರಾಜ್ಯದತ್ತ ನೆನಹಿನ ಕಪ್ಪು ತೊರೆಯಂತೆ ಅವು ನಿಧಾನವಾಗಿ ಚಲಿಸುತ್ತಿದ್ದವು.

"ನಿನ್ನ ಮನೆಯಿರೋದು ಆ ಕಡೆ ಅಲ್ಲವೆ ?" ಎಂದು ಕೈಚಾಚಿ ಲಿಂದ ಕೇಳಿದಳು.

"ಹೌದು, ಅಗೇನ್‌ಸ್ಕಲ್ನಾ ಪಿನ್ಯಸ್‌ನಲ್ಲಿ. ಅಲ್ಲಿಗೆ ಬರ್ತಿಯೇನು ? ಇಲ್ಲಿಂದ ಹೆಚ್ಚು ದೂರವೇನೂ ಇಲ್ಲ."

"ಇವತ್ತು ಬೇಡ."

"ನಿನ್ನ ವಯಸ್ಸೆಷ್ಟು ಲಿಂದ ?"

"ಹದಿನೆಂಟು."

ಸೂರ್ಯಾಸ್ತವನ್ನು ಮೆಚ್ಚುತ್ತ ಸ್ವಲ್ಪ ಸಮಯ ನಿಂತಿದ್ದು, ಬಳಿಕ ನದಿ ದಂಡೆಯ ಮೇಲೆ ನಾವು ಸುಮಾರು ಹೊತ್ತು ಅಡ್ಡಾಡಿದೆವು.

5

ಹೊಸ ದಿನ ಉದಯಿಸಿತು.

ಮುಂಜಾನೆ ಸ್ತಗುತಾಯಿಸ್ ಭೇಟಿಯಾದ. ಸ್ವಲ್ಪ ಹೊತ್ತು ಅದೂ ಇದೂ ಮಾತಾಡಿದ ಬಳಿಕ ತೀರಾ ಲೋಕಾಭಿರಾಮವೆನ್ನುವಂತೆ ಅವನೆಂದ:

"ನಿನ್ನೆ ರಾತ್ರಿ ನಾನು ಲಿಂದಳ ಜೊತೆ ತಿರುಗಾಡಲು ಹೋಗಿದ್ದೆ." ಅವನ ದೃಷ್ಟಿ ನನ್ನನ್ನು ಕೆದಕುವಂತಿತ್ತು.

"ನಿನ್ನೆ ರಾತ್ರಿ ಅಂದೆಯ ? ನಿನ್ನೆಯಲ್ಲ, ಮೊನ್ನೆಯಿರಬೇಕು ! ಸರಿಯಾಗಿ ನೆನಪು ಮಾಡಿಕೋ"–ನಾನು ತೀರಾ ನಿರ್ಲಕ್ಷ್ಯ, ಉದಾಸೀನಭಾವದಿಂದ ಮಾತಾಡಿದಂತಿದ್ದರೂ ನನ್ನ ಮನಸ್ಸು ವ್ಯಗ್ರವಾಗಿತ್ತು. ಅದಕ್ಕೆ ಅವನೆಂದ:

"ಇಲ್ಲಯ್ಯ, ನಿನ್ನೆ ರಾತ್ರಿ ತಾನೆ ಅವಳೊಂದಿಗೆ ಅವಳ ಮನೆಯವರೆಗೂ ಹೋಗಿಬಿಟ್ಟು ಬಂದೆ. ಒಳ್ಳೆಯ ಮಜಕೊಡುವಂತೆ ಚುಂಬಿಸುವುದು ಅವಳಿಗೆ ಚೆನ್ನಾಗಿ ಗೊತ್ತು."

ಭಲೆ, ಭಲೆ, ಭಲೆ ! ಸ್ತಗುತಾಯಿಸ್‌ನ ಮಾತಿಗೆ ನನಗೆ ಒಳಗೊಳಗೇ ನಗು. ಇವನ ನಟನೆ ಚೆನ್ನಾಗಿದೆ ! ನಿನ್ನೆ ಸಂಜೆ ಲಿಂದ ಜೊತೆ ಕಾಲ ಕಳೆದವ ನಾನು. ನಾವಿಬ್ಬರೂ ಬಹಳ

ಹೊತ್ತಿನ ತನಕ ದೌಗವ ನದಿಯ ಬಳಿ ಕೂತಿದ್ದೆವು. ಲಿಂದ ಹಾಡಿದ್ದಳು. ಆಮೇಲೆ ನಾನು ಅವಳನ್ನು ಮನೆವರೆಗೆ ಬಿಟ್ಟು ಬಂದಿದ್ದೆ. ಅವಳು ಒಮ್ಮೆಯೂ ನನ್ನನ್ನು ಚುಂಬಿಸಿರಲಿಲ್ಲ. ಬಹಳ ಹೊತ್ತಿನ ತನಕ ನಾನು ಅವಳ ಕಿಟಕಿಯ ಎದುರು ಬೀದಿಯಲ್ಲಿ ನಿಂತಿದ್ದೆ. ಅವಳು ದೀಪವಾರಿಸುವವರೆಗೆ ಅಲ್ಲೆ ಇದ್ದು. ಮನಸ್ಸಿನಲ್ಲೇ ಅವಳಿಗೆ ಶುಭರಾತ್ರಿ ಕೋರಿ ಮನೆ ತಲುಪಿದಾಗ ನಟ್ಟಿರುಳಾಗಿತ್ತು. ಅಂಥದ್ದರಲ್ಲಿ ಆ ಬಡಪಾಯಿ ಸ್ತಗುತಾಯಿಸ್ ತಾನು ಲಿಂದಳ ಜೊತೆಗಿದ್ದೆ ಎಂದಿದ್ದಾನೆ ಚೆನ್ನಾಗಿದೆ, ಭೇಷ್ !

"ಅದು ಸರಿ, ಅದಕ್ಕೂ ಮುಂಚೆ ನೀನೇನು ಮಾಡಿದೆ ?" ನಾನು ಪ್ರಶ್ನಿಸಿದೆ.

"ನಾವು ಕೆಫೆಗೆ ಹೋಗಿದ್ದೆವು. ಎರಡು ಗ್ಲಾಸ್ ಬ್ರಾಂದಿ ಹೀರಿದ ಮೇಲೆ, ಅವಳು ನನ್ನನ್ನು ಮೊಣಕಾಲಿನಿಂದ ತಿವಿದು 'ಹೋಗೋಣ ನಡಿ, ಸ್ವಲ್ಪ ಹೊತ್ತು ಡ್ಯಾನ್ಸ್ ಮಾಡೋಣ' ಎಂದಳು. ಅವಳಿಗೆ ಡ್ಯಾನ್ಸ್ ಕೂಡ ಸುಮಾರಾಗಿ ಬರ್ತದೆ."

ಓಹೋ, ಅವಳಿಗೆ ಡ್ಯಾನ್ಸ್ ಕೂಡ ಸುಮಾರಾಗಿ ಬರುತ್ತದೇನು ? ಹ್ಹಹ್ಹಹಾ ! ನಾನು ಸ್ತಗುತಾಯಿಸ್‌ನ ಕಾಲರನ್ನು ಹಿಡಿದು, ಅವನನ್ನು ನನ್ನತ್ತ ಜಗ್ಗಿ ಹೇಳಿದೆ:

"ನನ್ನ ಮೂಗಿನ ಆಕಾರವನ್ನ ಸರಿಯಾಗಿ ಗಮನಿಸಿದ್ದೀಯ ?"

"ಹೂಂ, ಅದು ಓರೆಯಾಗಿದೆ. ಅಂದ ಹಾಗೆ ಯಾಕೆ ?" ಕಣ್ಣುಗುಡ್ಡೆಗಳನ್ನು ಹೊರಳಿಸುತ್ತ ಆತ ಕೇಳಿದ.

"ಯಾಕೆ ಅಂದೆಯ ? ಲಿಂದಳ ಬಗ್ಗೆ ಇನ್ನು ಒಂದೇ ಒಂದು ಸುಳ್ಳನ್ನ ಹೇಳಿದರೂ ನಿನ್ನ ಮೂಗಿನ ಗತಿ ಸಹ ಹೀಗೇ ಆಗ್ತದೆ, ಹುಷಾರ್ !"

"ಆಹಾ ! ನಿನಗೆ ಅಸೂಯೆ ಆಗ್ತಾ ಇದೆ !"

ಒಂದು ಕೊಂಕು ನಗೆ ಬೀರುತ್ತ ಅವನೆಂದ. ನನ್ನ ಬೆದರಿಕೆ ಅವನಲ್ಲಿ ಯಾವ ಪ್ರತಿಕ್ರಿಯೆಯನ್ನೂ ಉಂಟುಮಾಡಿರಲಿಲ್ಲ. ಬಳಿಕ "ಸರಿ, ಬರ್ತೇನೆ" ಎಂದು ನನ್ನ ಕೈಕುಲುಕುಲು ಆತ ತನ್ನ ಕೈಚಾಚಿದ

ಒಂದು ಕ್ಷಣ ನಾನು ಹಿಂಜರಿದು. ಆಮೇಲೆ ಅವನ ಕೈಯನ್ನ ಎಷ್ಟು ಬಲವಾಗಿ ಅದುಮಿದೆನೆಂದರೆ, ಅವನ ಕಣ್ಣಲ್ಲಿ ನೀರು ಬಂದಿತು. ನನ್ನ ಹಿಡಿತದಿಂದ ಕೈಯನ್ನು ಬಿಡಿಸಿಕೊಳ್ಳಲು ಆತ ವ್ಯರ್ಥವಾಗಿ ಪ್ರಯತ್ನಿಸಿದ, ಕೊನೆಗೆ ನಾನೇ ಅವನ ಕೈಬಿಟ್ಟು ಅಲ್ಲಿಂದ ಹೊರಟು ಹೋದೆ. ಹಿಂದಿರುಗಿ ನೋಡಿದಾಗ ಸ್ತಗುತಾಯಿಸ್ ತನ್ನ ಪೇಲವ ಬೆರಳುಗಳನ್ನು ಝಾಡಿಸುತ್ತ ಅಲ್ಲೇ ನಿಂತಿದ್ದ. ಅವನ ಮನಸ್ಸು ಏನನ್ನೋ ಯೋಚಿಸುವಂತಿತ್ತು.

6

ದಿನಗಳುರುಳಿ, ವಾರಗಳು ಸಂದವು. ಲಿಂದ ಆ ಸಂಜೆ ನನ್ನನ್ನು ಭೇಟಿಯಾಗುವವಳಿದ್ದಳು. ಬಸ್ಸಿನಲ್ಲಿ ಭರ್ತಿ ಜನರಿದ್ದರು. ಇಳಿಯುವಾಗ ಇತರರು ಲಿಂದಳ ಕಾಲುಬೆರಳನ್ನು ತುಳಿಯದಂತೆ, ನೂಕದಂತೆ ನನ್ನ ಕೈಚಾಚಿ ಅವಳನ್ನು ಬಳಸಿದ್ದೆ. ಅಮ್ಮ ಮನೆಯಲ್ಲಿರಲಿಲ್ಲ. ಅವಳ ಸಹೋದ್ಯೋಗಿಯೊಬ್ಬಳು ಅಸ್ವಸ್ಥಳಾಗಿದ್ದರಿಂದ, ಅವಳ ಬದಲು ಕೆಲಸ ಮಾಡಲು ಅಮ್ಮ ಟೆಲಿಫೋನ್ ವಿನಿಮಯ ಕಚೇರಿಗೆ ಹೋಗಿದ್ದಳು. ಲಿಂದಳನ್ನು ಅಮ್ಮನಿಗೆ ಪರಿಚಯಿಸ ಬೇಕೆಂಬ ನನ್ನ ಆಸೆ ಫಲಿಸದಿದ್ದುದರಿಂದ ಬೇಜಾರಾಯಿತು.

ಅಪ್ಪ ತಮ್ಮ ಕೋಣೆಯಲ್ಲಿ ಕೂತಿದ್ದರು. ಕನ್ನಡಕದ ತುದಿಯಿಂದ ನಮ್ಮನ್ನು ನೋಡಿದರೂ

ನೋಡದಂತೆ ಸುಮ್ಮನಿದ್ದರು. ಎಲ್ಲ ನಿವೃತ್ತರಂತೆ ಅವರೂ ಪತ್ರಿಕೆಯಲ್ಲಿ ಮಗ್ನರಾಗಿ, ಯಾರೂ ತಮ್ಮ ಗೊಡವೆಗೆ ಬರಬಾರದೆಂದು ಆಶಿಸಿದ್ದಂತೆ ತೋರುತ್ತಿತ್ತು.

ನನ್ನ ಕೊಠಡಿಗೆ ಪಡಸಾಲೆಯಲ್ಲಿ ಬಾಗಿಲಿದೆ. ನಾನು ಇಕ್ಕಟ್ಟಾದ ಗಡಸು ಹಾಸಿಗೆಯಲ್ಲಿ ಮಲಗುತ್ತೇನೆ. ನನ್ನ ಮೇಜಿನ ಮೇಲೆ ಸಂಗೀತದ ಧ್ವನಿ ಮುದ್ರಿಕೆಗಳ ರಾಶಿಯೇ ಇದೆ. ಅದರ ಮೇಲೆ ಕರೇಲಿಯದ ಅರಣ್ಯ ಇಲಾಖೆಯಲ್ಲಿ ಕೆಲಸಕ್ಕಿರುವ ನನ್ನ ಗೆಳೆಯನ ಪತ್ರಗಳ ಕಟ್ಟಿದೆ. ನನ್ನ ಕ್ಲಾರಿನೆಟ್ ವಾದ್ಯ ಪೆಟ್ಟಿಗೆಯಲ್ಲಿದೆ. ಕೋಣೆಯಲ್ಲಿ ಎರಡು ಆರಾಮ ಕುರ್ಚಿಗಳಿವೆ. ಬೀರುವಿನಲ್ಲಿ ಪುಸ್ತಕಗಳನ್ನು ಎಷ್ಟರಮಟ್ಟಿಗೆ ಗಿಡಿದಿದ್ದೇನೆಂದರೆ, ಅವುಗಳ ನಡುವೆ ಎಕ್ಸರ್‌ಸೈಜ್ ಪುಸ್ತಕವನ್ನೂ ತೂರಿಸುವಷ್ಟು ಜಾಗವುಳಿದಿರಲಿಲ್ಲ. ನಾನು ಸೇನೆಯಲ್ಲಿ ಸೇವೆ ಸಲ್ಲಿಸಿದ ಕರೇಲಿಯವನ್ನು ನೆನಪಿಗೆ ತರುವಂತೆ ಗೋಡೆಯ ಮೇಲೆ ಕೆಲವು ಜಲವರ್ಣದ ಚಿತ್ರಗಳಿವೆ: ಹಳ್ಳಿಯ ಎರಡು ದೃಶ್ಯಗಳು, ಮಳೆಬೀಳುತ್ತಿರುವ ಒಂದು ಬೀದಿ ಹಾಗೂ ಮೂರು ಪರ್ವತ ಪಂಕ್ತಿಗಳು. ಕೈಪಳಗದ ವಿಲಾಸಿ ಕಲಾವಿದನ ಅಭ್ಯಾಸಕೃತಿಗಳು ಅವು. ಅವುಗಳನ್ನು ಗೋಡೆಯ ಮೇಲೆ ತೂಗಿಹಾಕಿದ್ದಕ್ಕೆ ಈಗ ನನಗೆ ನಾಚಿಕೆಯಾಗುತ್ತಿತ್ತು.

ಕೋಣೆಯಲ್ಲಿ ಥಂಡಿಯಿತ್ತು. ನಾನು ಅಗ್ಗಿಷ್ಟಿಕೆ ಹೊತ್ತಿಸಿ, ಚಹ ಮಾಡಲು ಪಾತ್ರೆಯಿಟ್ಟೆ. ಲಿಂದ ನಮ್ಮಮ್ಮನ ಬೂದುಬಣ್ಣದ ಶಾಲು ಹೊದ್ದು ಆರಾಮಕುರ್ಚಿಯಲ್ಲಿ ಕೂತಿದ್ದಳು. ಚಹದ ಪಾತ್ರೆಯಿಂದ ಆವಿ ಹೊರಹೊಮ್ಮುತ್ತಿತ್ತು. ಅಗ್ಗಿಷ್ಟಿಕೆಯ ಜ್ವಾಲೆ ಕೋಣೆಯನ್ನು ಕೆಂಪಗೆ ಬೆಳಗಿತ್ತು. ನಾನು ಕ್ಲಾರಿನೆಟ್ ಎತ್ತಿಕೊಂಡು ನುಡಿಸತೊಡಗಿದೆ.

ಅರೆಗತ್ತಲಿನಲ್ಲಿ ಲಿಂದಳ ಮುಖ ಯೋಚನೆಯಲ್ಲಿ ಮುಳುಗಿದಂತೆ ಕಾಣುತ್ತಿತ್ತು. ಕ್ಲಾರಿನೆಟ್ ವಾದ್ಯದ ಎಬನಿ ಮರದ ಕರಿಹಲಗೆ ವಿಚಿತ್ರವಾಗಿ ಹೊಳಪು ಸೂಸುತ್ತಿತ್ತು. "ನಿನ್ನನ್ನು ನಾನು ಪ್ರೀತಿಸುತ್ತೇನೆ" ಎನ್ನುವ ನನ್ನ ಸ್ವಂತ ಸಂಗೀತ ಕೃತಿಯೊಂದನ್ನು ನಾನು ನುಡಿಸಿದೆ. ಲಿಂದಳಿಗೆ ಇದು ಅರ್ಥವಾಗಬಹುದೇ ಇಲ್ಲವೆ ಎಂದು ನನಗೆ ಗೊತ್ತಿರಲಿಲ್ಲ. ಆದರೆ ಅಲ್ಲಿ ಮಾತು ಅತಿಯಾಗುತ್ತಿತ್ತು.

ಲಿಂದ ಪಿಸುಗುಟ್ಟಿದಳು: "ಕ್ಲಾರಿನೆಟ್ ನುಡಿಸುವಾಗ ನೀನು ಥೇಟ್ ಹಾವಾಡಿಗನಂತೆ ಕಾಣುತ್ತೀಯ !"

ಅವಳು ನನ್ನನ್ನು ಪರಿಹಾಸ್ಯ ಮಾಡುತ್ತಿದ್ದಳು !

ನನ್ನ ಪ್ರಯತ್ನ ವಿಫಲವಾಗಿತ್ತೆಂಬುದೇ ಇದರ ಅರ್ಥವಾಗಿದ್ದರೂ, ಅದು ನನಗೂ ತಮಾಷೆಯಾಗಿ ತೋರಿತು. ವಾದ್ಯ ನುಡಿಸುವಾಗ ನನ್ನ ಮುಖ ಎಷ್ಟು ಗಂಭೀರವಾಗಿತ್ತೆಂದು ನಾನು ಕಲ್ಪಿಸಿಕೊಳ್ಳಬಲ್ಲೆ.

ಕ್ಲಾರಿನೆಟ್ಟನ್ನು ಹಾಸಿಗೆಗೆ ಎಸೆದು, ನಾನೆಂದೆ: "ನಾನು ನಿನ್ನನ್ನ ಪ್ರೀತಿಸ್ತೇನೆ ಅಂತ ನಿನಗೆ ಗೊತ್ತಿರಬೇಕಲ್ಲವೆ ?"

ಅವಳು ಶಾಂತ ಸ್ವರದಲ್ಲಿ "ಗೊತ್ತು" ಅಂದಳು.

"ಹಾಗಿದ್ದರೆ ನೀನು ?" ಎಂದು ನಾನು ಕೇಳಿದೆ.

"ನಾನೂ ನಿನ್ನನ್ನ ಪ್ರೀತಿಸ್ತೇನೆ."

ಲಿಂದ ತನ್ನ ಕೂದಲನ್ನು ಕತ್ತರಿಸಿ ಹೊಸ ರೀತಿಯಲ್ಲಿ ಕೇಶಾಲಂಕಾರ ಮಾಡಿಸಿಕೊಂಡಿದ್ದಳು ಎಂಬುದನ್ನು ನಾನು ಗಮನಿಸಿದ್ದು ಆಗಲೇ. ಅವಳ ಕಿವಿಯ ಕೆಳಗೆ, ಕೊರಳ ಬಳಿ ನಾನು ಮುತ್ತಿಟ್ಟೆ. ಹಠಾತ್ತಾಗಿ ಕಾಲ ಹಿಂದಕ್ಕೆ ಜಿಗಿದ ಅನುಭವ ನನಗಾಯಿತು: ಇಪ್ಪತ್ತರ ದಶಕದಲ್ಲಿ

ಹೆಂಗಸರು ಹೀಗೆಯೇ ಕೇಶಾಲಂಕಾರ ಮಾಡಿಸಿಕೊಳ್ಳುತ್ತಿದ್ದರು. ನಾನು ವಾಸವಾಗಿರುವ ಮನೆ 1900ರಲ್ಲಿ ಕಟ್ಟಿದ್ದು. ನನಗಿಂತ ಮುಂಚೆ ಹಲವರು ಇಲ್ಲಿ ವಾಸವಾಗಿದ್ದರು. ನಾನು ಅವರಲ್ಲೊಬ್ಬನಾಗಿದ್ದಂತೆ, ಲಿಂಡ ಮತ್ತು ನಾನು ಆಗಿನ ಪ್ರೇಮಿಗಳಾಗಿದ್ದಂತೆ, ನಾನು ಬದುಕಿರುವುದು ಇಪ್ಪತ್ತನೆಯ ಶತಮಾನದ ಇಪ್ಪತ್ತನೆಯ ಸಂವತ್ಸರವಾಗಿದ್ದಂತೆ ಒಂದು ವಿಚಿತ್ರಭಾವನೆ ನನ್ನಲ್ಲಿ ಮೂಡಿತು. ಇದರಿಂದ ನನಗೆ ನಿಜಕ್ಕೂ ಗಾಬರಿಯಾಯಿತು. ಈ ಗಾಬರಿಗೆ ಕಾರಣ ನಾನು ತ್ರಿಕಾಲಜ್ಞಾನಿಯಾಗಿದ್ದಂತೆ ಭಾಸವಾದದ್ದು 1933ನೆಯ ಇಸವಿ ಮುಂಬರಲಿದ್ದು ನಾಜಿಗಳು ಜರ್ಮನಿಯಲ್ಲಿ ಅಧಿಕಾರ ವಹಿಸಿಕೊಳ್ಳುವುದು ನನಗೆ ಗೊತ್ತಿತ್ತು. 1934ರಲ್ಲಿ ಫಾಸಿಸ್ಟರು ಲಾತ್ವಿಯವನ್ನು ವಶಪಡಿಸಲಿದ್ದಾರೆಂದು ನನಗೆ ತಿಳಿದಿತ್ತು. ನಲವತ್ತರ ದಶಕ ಬಂದು, ದ್ವಿತೀಯ ಮಹಾಯುದ್ಧವು ಫಾಸಿಸ್ಟ್ ನೊಗವನ್ನು ಯುರೋಪಿನ ಅರ್ಧ ಭಾಗದ ಜನರ ಮೇಲೆ ಹೇರುವುದೆಂದು ನನಗೆ ಅರಿವಾಗಿತ್ತು. ಲಾತ್ವಿಯದಲ್ಲಿ ಸ್ವಲ್ಪ ಕಾಲದ ಮಟ್ಟಿಗೆ ಸೋವಿಯೆತ್ ಆಳ್ವಿಕೆ ಸ್ಥಾಪಿತವಾಗುತ್ತದೆ. ಆಮೇಲೆ ಸ್ವಸ್ತಿಕ ಲಾಂಛನವನ್ನು ಹೊತ್ತ ಟ್ಯಾಂಕುಗಳು ಲಾತ್ವಿಯಕ್ಕೆ ನುಗ್ಗುತ್ತವೆ. ನಾನು ನನ್ನ ದೇಶವನ್ನು ಬಿಟ್ಟು ಪೂರ್ವಕ್ಕೆ ನಡೆಯುತ್ತೇನೆ. ಕಾಪಿನ ತುಕಡಿಯಲ್ಲಿ ಫಿರಂಗಿಕಾರನಾಗಿ ಕಾದಾಡಿ, ನನ್ನ ಊರಿಗೆ ಮರಳದೆ, ನರಾಫ ಮೀನ್‌ಸ್ಕ್‌ನಲ್ಲಿ ಹತನಾಗುತ್ತೇನೆ... ಈ ಜಗತ್ತಿನಲ್ಲಿ ಮುಂದೆ ಜರುಗುವುದೆಲ್ಲ ನನಗೆ ಗೊತ್ತಾಗಿದ್ದುದೇ ನನ್ನ ಭೀತಿಗೆ ಕಾರಣವಾಗಿತ್ತು.

ಕಾಲದ ಪ್ರವಾಹವನ್ನು, ಘಟನಾವಳಿಗಳನ್ನು ತಡೆದು ನಿಲ್ಲಿಸುವುದು ನನ್ನಿಂದ ಅಶಕ್ಯವಾಗಿತ್ತು. ಅಥವಾ ಯಾವುದನ್ನೇ ಬದಲಾಯಿಸುವುದು ನನ್ನಿಂದ ಸಾಧ್ಯವಿರಲಿಲ್ಲ. ಇದು 1920ನೆಯ ಇಸವಿ ಮಾನವ ಕುಲ ಮುಂದೆ ಅನುಭವಿಸಬೇಕಾಗಿದ್ದ ಸಾವು ನೋವು, ಅನರ್ಥ ಪರಂಪರೆ ನನಗಷ್ಟೇ ತಿಳಿದಿತ್ತು. ಆದರೆ ದಿನಗಳು ಉರುಳುತ್ತವೆ. ಮುಂದೆ 1960ರ ದಶಕದ ಯಾವುದೋ ಒಂದು ವರ್ಷದಲ್ಲಿ ಅಲೆಕ್ಸಾಂಡರ್ ವೀತಲ್ಸ್ ಎಂಬ ವ್ಯಕ್ತಿ ನನ್ನ ಕೋಣೆಯಲ್ಲಿ ವಾಸವಾಗಿದ್ದು, ಅವನ ಪ್ರಿಯತಮೆಯಾದ ಲಿಂದಳನ್ನು ಆಲಿಂಗಿಸುತ್ತಾನೆ. ಬದುಕು ಯಾವುದನ್ನೂ ಲೆಕ್ಕಿಸದೆ ತನ್ನ ಮಾರ್ಗ ಹಿಡಿದು ಸಾಗುತ್ತದೆ. ಆ ಇಪ್ಪತ್ತನೆಯ ದಶಕದಲ್ಲಿದ್ದ ತರುಣನಿಗೆ ಹೇಗೆ ಅವನ ಭವಿಷ್ಯ ತಿಳಿದಿರಲಿಲ್ಲವೋ, ಹಾಗೆಯೇ ಅಲೆಕ್ಸಾಂಡರ್ ವೀತಲ್ಸ್‌ಗೆ ತನ್ನ ಭವಿಷ್ಯದ ಬಗ್ಗೆ ಏನೂ ಗೊತ್ತಿಲ್ಲ. ಆದರೆ ಎರಡು ಸಾವಿರದ ಇಸವಿಯಲ್ಲಿ ಅಥವಾ ಅದಕ್ಕಿಂತ ತುಸು ಹಿಂದೆ ಮುಂದೆ ಈ ಕೋಣೆಯಲ್ಲಿ ವಾಸವಾಗಿರಬಹುದಾದ ವ್ಯಕ್ತಿಗೆ ಅಲೆಕ್ಸಾಂಡರ್‌ನ ಭವಿಷ್ಯ ತಿಳಿದಿರುತ್ತದೆ. ಬಹುಶಃ ತನ್ನ ಪ್ರಿಯೆಯನ್ನು ಅವನು ಇದೇ ಕೋಣೆಯಲ್ಲಿ ಹೀಗೇ ಆಲಿಂಗಿಸಿರುವಾಗ, ತನ್ನ ನಲ್ಲೆಯ ಕೂದಲು ಬಲು ಹಿಂದೆ ಬದುಕಿದ್ದ ಹೆಣ್ಣುಗಳ ಕೂದಲಿನ ಶೈಲಿಯಂತೆಯೇ ಇರುವುದು ಅವನಿಗೆ ವೇದ್ಯವಾಗಬಹುದು. ಈ ಅರಿವಿನಿಂದ ಅವನು ಕೂಡ ಹೀಗೆಯೇ ಹಠಾತ್ತನೆ ಭಯಗೊಂಡು ತತ್ತರಿಸಿ ಹೋಗಲಿದ್ದಾನೆ. ಮುಂದೆ ಪ್ರತಿಯೊಂದೂ ಹೇಗೆ ಘಟಿಸುತ್ತದೆಂಬ ಜ್ಞಾನದಿಂದ ಹುಟ್ಟುವ ಭಯ ಅದು.

ಆದರೆ ಬಹುಶಃ ಭಯಪಡುವಂಥ ಪರಿಸ್ಥಿತಿಯೇನೂ ಅವನಿಗೆ ಇದಿರಾಗದು. ❍

○ ಫಜಿಲ್ ಇಸ್ಕಂದರ್

ನಿಷಿದ್ಧ ಫಲ

ಮುಸ್ಲಿಮ್ ಕಟ್ಟಳೆಯ ಅನುಸಾರ ನಮ್ಮ ಮನೆಯವರು ಹಂದಿಮಾಂಸವನ್ನು ಯಾವತ್ತೂ ತಿಂದಿದ್ದಿಲ್ಲ. ನನ್ನ ತಂದೆ ತಾಯಿ ಅದನ್ನು ತಾವೂ ಮುಟ್ಟದೆ, ನಮ್ಮನ್ನೂ ತಿನ್ನಗೊಡದಂತೆ ಎಚ್ಚರಿಕೆಯಿಂದ ನೋಡಿಕೊಂಡಿದ್ದರು. ಪ್ರವಾದಿ ಮೊಹಮ್ಮದರು ವಿಧಿಸಿದ್ದ ಇನ್ನೊಂದು ನಿಷೇಧವನ್ನು – ಅಂದರೆ ಮದ್ಯಸೇವನೆಯನ್ನು– ಅಗತ್ಯಕ್ಕಿಂತ ಹೆಚ್ಚಾಗಿಯೇ ನಾವು ಉಲ್ಲಂಘಿಸಿದರೂ, ಹಂದಿಮಾಂಸದ ಬಗ್ಗೆ ಮಾತ್ರ ಕಟ್ಟುನಿಟ್ಟಾಗಿದ್ದೆವು.

ಆ ಮಾಂಸ ನಿಷಿದ್ಧವಾದ್ದರಿಂದ ಅದರ ಬಗ್ಗೆ ತೀವ್ರವಾದ ಬಯಕೆಯೂ ಅದನ್ನು ತ್ಯಜಿಸಿದವ ಎಂಬ ಒಂದು ಬಗೆಯ ಹೆಮ್ಮೆಯೂ ನನ್ನಲ್ಲಿ ಮೂಡಿದ್ದವು. ಹುರಿಯುವ ಹಂದಿಮಾಂಸದ ವಾಸನೆ ನನ್ನ ಮೂಗಿಗೆ ಬಿದ್ದಾಗ ನಾನು ಕುಸಿದು ಬೀಳುವಷ್ಟು ತಲೆ ಸುತ್ತುತ್ತಿತ್ತು. ನಾನು ಅಂಗಡಿಯ ಕಿಟಿಕಿಗಳೆದುರು ಗಂಟೆಗಟ್ಟಲೆ ನಿಂತಿರುತ್ತಿದ್ದೆ. ಅಲ್ಲಿ ಕಣ್ಸೆಳೆಯುತ್ತಿದ್ದ ಹಂದಿಮಾಂಸದ ಹೂರಣ ತುಂಬಿದ ಸಮೋಸಾಗಳ ಸುಕ್ಕಿನ ಭಾಗಗಳನ್ನು, ಚುಕ್ಕೆ ಚುಕ್ಕೆಯಾದ ಕೊನೆಗಳನ್ನು ಎವೆಯಿಕ್ಕದೆ ನಿಟ್ಟಿಸುತ್ತಿದ್ದೆ. ಆ ಸಮೋಸಾಗಳ ಮೇಲ್ಪದರಗಳನ್ನು ಹಲ್ಲಿನಿಂದ ಕಚ್ಚಿ ಒಳಗಿನ ಎಳೆಯ ಮಾಂಸವನ್ನು ತಿನ್ನುತ್ತಿರುವವನಂತೆ ಭಾವಿಸಿಕೊಳ್ಳುತ್ತಿದ್ದೆ. ಇಂಥ ಸಮೋಸಾಗಳ ರುಚಿಯನ್ನು ನಾನು ಎಷ್ಟು ನಿಖರವಾಗಿ ಕಲ್ಪಿಸಿಕೊಂಡಿದ್ದೆನೆಂದರೆ, ಮುಂದೊಮ್ಮೆ ಅವುಗಳನ್ನು ತಿಂದಾಗ, ನಾನು ಭಾವಿಸಿಕೊಂಡಿದ್ದ ರುಚಿಗೂ ಸ್ವತಃ ಅನುಭವಿಸಿದ್ದಕ್ಕೂ ಸಂಪೂರ್ಣ ತಾಳೆಯಿದ್ದದ್ದನ್ನು ಕಂಡು ನನಗೆ ಸೋಜಿಗವಾಗಿತ್ತು.

ನರ್ಸರಿ ಶಾಲೆಯಲ್ಲೋ, ಸ್ನೇಹಿತರ ಮನೆಯಲ್ಲೋ ಆ ಮಾಂಸದ ರುಚಿ ನೋಡುವ ಹಲವು ಅವಕಾಶಗಳು ನನಗೆ ದೊರೆತಿದ್ದರೂ, ನಾನು ಧಾರ್ಮಿಕ ಕಟ್ಟಳೆಯನ್ನು ಒಮ್ಮೆಯೂ ಮುರಿದಿರಲಿಲ್ಲ.

ನರ್ಸರಿ ಶಾಲೆಯ ಉಪಾಹಾರ ಮಂದಿರದಲ್ಲಿ ಎಂದಾದರೊಮ್ಮೆ ಹಂದಿಮಾಂಸದ ಪುಲಾವ್ ಬಡಿಸಿದಾಗ ಅದರಿಂದ ಆ ಮಾಂಸದ ತುಂಡುಗಳನ್ನೆತ್ತಿ ಗೆಳೆಯರಿಗೆ ನಾನು ನೀಡುತ್ತಿದ್ದುದು ನನಗೆ ಇನ್ನೂ ನೆನಪಿದೆ. ಸ್ವಯಂತ್ಯಾಗದ

ಅರಿವಿನ ಸವಿಯೆದುರು ಹಸಿವಿನ ಚೆಲ್ಲಾಟ, ನರಳಿಕೆ ಸ್ತಬ್ಧವಾಗುತ್ತಿದ್ದವು. ಆ ಮಾಂಸವನ್ನು ತಿನ್ನದಿದ್ದುದರಿಂದ ನನ್ನ ಜೊತೆಗಾರರಿಗಿಂತ ನಾನು ಉಚ್ಚನೆಂಬ ಭಾವನೆಯೂ ನನ್ನಲ್ಲಿ ಮನೆ ಮಾಡಿತ್ತು. ಬೇರೆಯವರಿಗೆ ಇರದಂಥ ತಿಳಿವಳಿಕೆ ನನಗಿತ್ತೋ ಎಂಬಂತೆ, ಲೋಕದ ದೃಷ್ಟಿಯಲ್ಲಿ ಒಬ್ಬ ರಹಸ್ಯಮಯ ವ್ಯಕ್ತಿಯಾಗಿ ಕಾಣುವುದು ನನಗೆ ತೃಪ್ತಿ ನೀಡಿತ್ತು. ಆದರೆ ಅದೇ ಸಮಯದಲ್ಲಿ ಪಾಪವೆನ್ನಿಸುವ ಆ ಊಣಿಸಿನ ಬಗ್ಗೆ ನಾನು ಹೆಚ್ಚು ಹೆಚ್ಚು ತೀವ್ರವಾಗಿ ಹಾತೊರೆಯುವಂತೆಯೂ ಅದು ಮಾಡಿತ್ತು.

ನಮ್ಮ ವಠಾರದಲ್ಲಿ ಅನೇಕ ಮನೆಗಳಿದ್ದವು. ಅವುಗಳಲ್ಲಿ ಒಂದರಲ್ಲಿ ಒಬ್ಬ ನರ್ಸ್ ವಾಸವಾಗಿದ್ದಳು. ಅವಳ ಹೆಸರು ಸೋನ್ಯಾ. ನಾವು ಸೋನ್ಯಾ ಅತ್ತೆಯೆಂದು ಅವಳನ್ನು ಕರೆಯುತ್ತಿದ್ದೆವು. ಏನು ಕಾರಣವೋ ಕಾಣೆ ನಾನು ಆಕೆಯನ್ನು ಆಗ ಡಾಕ್ಟರೆಂದು ತಿಳಿದಿದ್ದೆ. ಸಾಮಾನ್ಯವಾಗಿ ನಾವು ಬೆಳೆಯುತ್ತ ಹೋದಂತೆ ಹಿರಿಯರ ಅಂತಸ್ತು ತಗ್ಗುತ್ತ ಹೋಗುತ್ತದೆ!

ಸೋನ್ಯಾ ಅತ್ತೆ ಗಿಡ್ಡದಾಗಿ ಕತ್ತರಿಸಿಕೊಂಡ ತಲೆಗೂದಲಿನ ಒಬ್ಬ ವೃದ್ಧ ಮಹಿಳೆ. ಅವಳ ಮುಖದ ಮೇಲೆ ಖಾಯಂ ಆದ ಒಂದು ನೋವಿನ ಭಾವ ಅಚ್ಚಾದಂತಿತ್ತು. ಆಕೆ ಸದಾ ಶಾಂತವಾಗಿ ಮೆಲುದನಿಯಲ್ಲಿ ಮಾತಾಡುತ್ತಿದ್ದಳು. ಅದನ್ನು ಗಮನಿಸಿದಾಗ, ಜೀವನದಲ್ಲಿ ದೊಡ್ಡ ಧ್ವನಿಯಿಂದ ಅರಚುವುದರಿಂದ ಯಾವ ಫಾಯಿದೆಯೂ ಇಲ್ಲವೆಂಬುದನ್ನು ಅವಳು ಬಹಳ ಹಿಂದೆಯೇ ಕಂಡುಕೊಂಡಂತಿತ್ತು.

ನಮ್ಮ ವಠಾರದಲ್ಲಿ ಆಗಾಗ ನಡೆಯುತ್ತಿದ್ದ ಕೋಮುವಾರು ಜಗಳಗಳಲ್ಲಿ ಆಕೆ ಧ್ವನಿಯೆತ್ತರಿಸಿ ಮಾತಾಡುತ್ತಿದ್ದುದು ಅಪರೂಪ. ಹೀಗಾಗಿ ಅವಳು ಏನು ಹೇಳಿದಳೆಂಬುದು ಅವಳ ವೈರಿಗಳಿಗೆ ಕೇಳಿಸದೆ, ಅವಳೊಂದಿಗೆ ಕಾಲುಕೆರೆದು ಜಗಳವಾಡುವುದು ಸಾಧ್ಯವಾಗುತ್ತಿರಲಿಲ್ಲ.

ನಮ್ಮ ಮನೆಯವರೊಂದಿಗೆ ಸೋನ್ಯಾ ಅನ್ಯೋನ್ಯವಾಗಿದ್ದಳು. ಆಕೆ ನನ್ನನ್ನು ಒಮ್ಮೆ ಸಾವಿನ ದವಡೆಯಿಂದ ಪಾರುಮಾಡಿದ್ದನ್ನು ಅಮ್ಮ ಜ್ಞಾಪಿಸಿಕೊಳ್ಳುತ್ತಿದ್ದಳು. ಬಾಲ್ಯದಲ್ಲಿ ನನಗೆ ಎಂಥದೋ ಭಯಂಕರ ರೋಗ ಬಂದಿದ್ದಾಗ, ಒಂದು ತಿಂಗಳಿನ ತನಕ ಅಮ್ಮ ಮತ್ತು ಸೋನ್ಯಾ ಅತ್ತೆ ಸರದಿಯ ಪ್ರಕಾರ ನನ್ನ ಪಕ್ಕದಲ್ಲಿದ್ದು ಶುಶ್ರೂಷೆ ಮಾಡಿದ್ದರಂತೆ. ಆದರೆ ಯಾಕೋ ಏನೋ, ಇದಕ್ಕಾಗಿ ನನ್ನಲ್ಲಿ ಆಕೆಯ ಬಗ್ಗೆ ಕೃತಜ್ಞತಾಭಾವ ತೀವ್ರವಾಗಿ ಮೂಡಿರಲಿಲ್ಲ. ಆದರೂ ಈ ವಿಷಯದ ಬಗ್ಗೆ ಅವರು ಮಾತಾಡುವಾಗ, ನಾನು ಬದುಕಿ ಉಳಿದಿದ್ದುದಕ್ಕೆ ಸಂತಸ ವ್ಯಕ್ತಪಡಿಸುವಂತೆ ಮಾಡುತ್ತಿತ್ತು ನನ್ನ ಸಭ್ಯಾಚಾರದ ಭಾವನೆ.

ಸಂಜೆಯ ಹೊತ್ತು ಸೋನ್ಯಾ ನಮ್ಮ ಮನೆಗೆ ಬಂದು, ಮಾತಿಗೆ ಕೂರುತ್ತಿದ್ದಳು. ಮಾತಿನ ನಡುವೆ ತನ್ನ ಜೀವನ ವೃತ್ತಾಂತವನ್ನು ನಿರೂಪಿಸುತ್ತಿದ್ದಳು. ಅದರಲ್ಲೂ ಅಂತರ್ಯುದ್ಧದಲ್ಲಿ ಮಡಿದ ತನ್ನ ಮೊದಲನೆಯ ಗಂಡನ ಬಗ್ಗೆ ಆಗಾಗ ಪ್ರಸ್ತಾಪಿಸುತ್ತಿದ್ದಳು. ಇದನ್ನು ನಾನು ಹಲವಾರು ಬಾರಿ ಕೇಳಿದ್ದರೂ ಅವಳು ಶವಗಳ ರಾಶಿಯಲ್ಲಿ ತನ್ನ ಅಕ್ಕರೆಯ ಗಂಡನ ಶವವನ್ನು ಹುಡುಕುತ್ತ ಹೋಗಿದ್ದನ್ನು ಬಣ್ಣಿಸಿದಾಗ ನಾನು ಭಯದಿಂದ ತತ್ತರಿಸುತ್ತಿದ್ದೆ. ಇವನ್ನು ಹೇಳುವಾಗ ಸೋನ್ಯಾ ಬಿಕ್ಕಿ ಅಳುತ್ತಿದ್ದಳು. ಅಮ್ಮ, ಅಕ್ಕ ಕೂಡ ಅಳುತ್ತ, ಆಮೇಲೆ ಅವಳನ್ನು ಸಂತೈಸುತ್ತಾ, ಅವಳಿಗೆ ನೀರು ಕೊಡುವುದೊ, ಚಹ ಕುಡಿಯಲು ಒತ್ತಾಯಿಸುವುದೊ ಮಾಡುತ್ತಿದ್ದರು. ಆಮೇಲೆ ಸೋನ್ಯಾ ಅತ್ತೆ, ತನಗೆ ದುಃಖವೇ ಆಗಿಲ್ಲವೆಂಬಂತೆ ಇತರ ವಿಷಯಗಳನ್ನು ಗೆಲುವಾಗಿ ಹೇಳುತ್ತಿದ್ದಳು. ಹೆಂಗಸರು ಎಷ್ಟು ಬೇಗ ಮನಸ್ಸಿನ ಸ್ತಿಮಿತವನ್ನು ಗಳಿಸಿಕೊಂಡು ಯಾವ ಯಾವುದೋ ಜುಜುಬಿ ವಿಷಯಗಳನ್ನು ಖುಷಿಯಾಗಿ ಗಳಹಬಲ್ಲರು

ಎಂಬುದು ನನಗೆ ವಿಸ್ಮಯ ಬರಿಸುತ್ತಿತ್ತು. ಹೀಗೆ ಬಹಳ ಹೊತ್ತು ಮಾತಾಡಿದ ಮೇಲೆ, ತನ್ನ ಗಂಡ ಮನೆಗೆ ಬರುವ ವೇಳೆಯಾಯಿತೆಂದು ಆಕೆ ಎದ್ದು ಮನೆಗೆ ನಡೆಯುತ್ತಿದ್ದಳು.

ಅವಳ ಎರಡನೆಯ ಗಂಡನ ಹೆಸರು ಷುರಾ. ನಾವು ಷುರಾ ಮಾವ ಅನ್ನುತ್ತಿದ್ದೆವು. ಅವನೆಂದರೆ ನನಗಂತೂ ಬಲು ಅಚ್ಚುಮೆಚ್ಚು. ಅವನ ಹಣೆಯ ಮೇಲೆ ಇಳಿದಿದ್ದ ಕಪ್ಪು ಮುಂಗುರುಳು ರಾಶಿ. ಅಂಗಿಯ ತೋಳನ್ನು ನೀಟಾಗಿ ಮಡಿಸಿದ್ದರಿಂದ ಎದ್ದು ಕಾಣುತ್ತಿದ್ದ ಮಾಂಸಖಂಡ, ಅವನು ನಸು ಬಾಗಿ ನಡೆಯುತ್ತಿದ್ದ ವೈಖರಿ ನನಗೆ ಹಿಡಿಸಿದ್ದವು. ಆ ನಡಿಗೆ, ಕಛೇರಿಯ ಗುಮಾಸ್ತನ ಗೂನಿನಂಥ ಬಾಗು ನಡಿಗೆಯಾಗಿರದೆ ವಯಸ್ಸಾದ ಶ್ರಮಜೀವಿಗಳ ದೃಢವೂ ನಿಶ್ಚಿತವೂ ಆದ ನಡೆಯನ್ನು ನೆನಪಿಗೆ ತರುತ್ತಿತ್ತು. ಹಾಗೆಂದು ಷುರಾ ಮಾವ ವಯಸ್ಸಾದವನೂ ಅಲ್ಲ, ಶ್ರಮಜೀವಿಯೂ ಅಲ್ಲ.

ಸಂಜೆ ಕೆಲಸದಿಂದ ಮನೆಗೆ ಮರಳಿದ ಮೇಲೆ ಅವನು, ಟೇಬಲ್ ಲ್ಯಾಂಪ್, ಇಸ್ತ್ರಿಪೆಟ್ಟಿಗೆ, ರೇಡಿಯೊ, ಗಡಿಯಾರ–ಏನಾದರೊಂದನ್ನು ರಿಪೇರಿ ಮಾಡುತ್ತ ಕೂತಿರುತ್ತಿದ್ದ. ಇವೆಲ್ಲ ನೆರೆಯವರು ತಂದುಕೊಡುತ್ತಿದ್ದ ವಸ್ತುಗಳು. ರಿಪೇರಿ ಮಾಡಿದ್ದಕ್ಕಾಗಿ ಅವರಿಂದ ಬಿಡಿಕಾಸನ್ನೂ ಅವನು ತೆಗೆದುಕೊಳ್ಳುತ್ತಿರಲಿಲ್ಲ.

ಸೋನ್ಯಾ ಅತ್ತೆ ಅವನೆದುರು, ಮೇಜಿನ ಇನ್ನೊಂದು ಬದಿಯಲ್ಲಿ ಕೂತು ಸಿಗರೇಟ್ ಸೇದುತ್ತ, ತನ್ನ ವೃತ್ತಿಗೆ ಸಂಬಂಧಿಸಿದ ಈ ರಿಪೇರಿಯ ಹವ್ಯಾಸದಲ್ಲಿ ತೊಡಗಿ, ವ್ಯರ್ಥ ಕಾಲಹರಣ ಮಾಡುತ್ತಿರುವುದಾಗಿ ಗಂಡನನ್ನು ಕಿಚಾಯಿಸುತ್ತಿದ್ದಳು.

"ನಾನು ಕಾಲಹರಣ ಮಾಡಿದ್ದೇನೋ ಇಲ್ಲವೋ ಆಮೇಲೆ ಹೇಳುವಿಯಂತೆ."

ಅವಳಂತೆಯೇ ಒಂದು ಸಿಗರೇಟನ್ನು ಹಲ್ಲುಗಳ ನಡುವೆ ಕಚ್ಚಿಕೊಂಡಿರುತ್ತಿದ್ದ ಷುರಾ ಮಾವ ಅಸ್ಪಷ್ಟವಾಗಿ ಗೊಣಗುತ್ತಿದ್ದ. ಒಂದು ಪದಾರ್ಥದ ರಿಪೇರಿ ಮುಗಿದೊಡನೆ ಮತ್ತೊಂದನ್ನು ಕೈಗೆತ್ತಿಕೊಂಡು, ಅದರ ಮೇಲಿನ ಧೂಳನ್ನು ಊದಿ, ತಜ್ಞನಂತೆ ಕೈಯಾಡಿಸಿ, ಹೊಸದಾದ ಅನಿರೀಕ್ಷಿತ ಕೋನದಿಂದ ಅದನ್ನು ಆತ ಪರೀಕ್ಷಿಸುತ್ತಿದ್ದ ರೀತಿ ನನಗೆ ಕುತೂಹಲಕರವಾಗಿ ಕಾಣುತ್ತಿತ್ತು. ಅಂಥ ಸಮಯದಲ್ಲಿ ಸೋನ್ಯಾ, ತುಟಿಗಳ ನಡುವೆ ದಟ್ಟ ಹೊಗೆ ಹೊಮ್ಮಿಸುತ್ತ, ಶಾಲನ್ನು ಸರಿಯಾಗಿ ಹೊದೆಯುತ್ತ ಹೇಳುತ್ತಿದ್ದಳು:

"ನೀನು ಕಾಲಹರಣ ಮಾಡ್ತಿರೋದಲ್ಲದೆ, ಮೂರ್ಖನಂತೆ ವರ್ತಿಸ್ತಾ ಇದ್ದೀಯ."

ಅವನ ರಿಪೇರಿಯ ಕೆಲಸ ಮುಗಿದಾಗ ಹಿಂದೆ ನಿಶ್ಚಲವಾಗಿದ್ದ ಗಡಿಯಾರ ಪುನಃ ಟಿಕ್ ಟಿಕ್ ಎನ್ನಲು ಪ್ರಾರಂಭಿಸುತ್ತಿತ್ತು. ರೇಡಿಯೊದಿಂದ ಗೊರಗೊರ ಸದ್ದು, ಸಂಗೀತದ ತುಣುಕುಗಳು ಕೇಳಿಸುತ್ತಿದ್ದುವು. ಆಗ ಅವನು ನನ್ನತ್ತ ಕಣ್ಣು ಮಿಟುಕಿಸಿ ಪ್ರಶ್ನಿಸುತ್ತಿದ್ದ:

"ಈಗ ನೀನೇ ಹೇಳು, ನಾನು ವ್ಯರ್ಥ ಕಾಲಹರಣ ಮಾಡಿದ್ದೆನೋ ಇಲ್ಲವೋ ಅಂತ."

ಷುರಾ ಮಾವ ರಿಪೇರಿಯನ್ನು ಸಮರ್ಪಕವಾಗಿ ಮುಗಿಸಿದಾಗ ನನಗೆ ಬಲು ಖುಷಿಯಾಗುತ್ತಿತ್ತು. ರಿಪೇರಿಗೊಳಗಾದ ಪದಾರ್ಥ ನನ್ನದಲ್ಲದಿದ್ದರೂ, ಅವನು ರಿಪೇರಿ ಮಾಡುವಾಗ ನಾನು ಜೊತೆಗೆ ಕೂತಿದ್ದದ್ದು ಹೆಮ್ಮೆಯೆನಿಸಿ, ಮುಗುಳ್ನಗುತ್ತಿದ್ದೆ.

"ನಿನ್ನ ಸ್ವಪ್ರಶಂಸೆಯನ್ನು ಸಾಕು ಮಾಡು. ಮೇಜಿನಿಂದ ನಿನ್ನ ಸರಕುಗಳನ್ನ ಎತ್ತಿ, ಖಾಲಿಮಾಡು. ಸ್ವಲ್ಪ ಚಹ ಕುಡಿಯೋಣ." ಎನ್ನುತ್ತಿದ್ದಳು ಸೋನ್ಯಾ ಅತ್ತೆ.

ಅವಳ ಅಣಕದಲ್ಲೂ ಗಂಡನ ಬಗೆಗೆ ಅಭಿಮಾನ ಹೆಮ್ಮೆಗಳು ಅಡಗಿರುತ್ತಿದ್ದವು. ಎಂದೆಂದೂ ಮರೆಯಲಾಗದ, ಯುದ್ಧದಲ್ಲಿ ಗತಿಸಿದ ತನ್ನ ಗಂಡನನ್ನು ಪ್ರೀತಿಸಿದ್ದಷ್ಟೆ

ಉತ್ಕಟವಾಗಿ ಷುರಾ ಮಾವನನ್ನೂ ಸೋನ್ಯಾ ಪ್ರೀತಿಸುತ್ತಿದ್ದಳೆಂಬ ನಿರ್ಧಾರಕ್ಕೆ ನಾನು ಬಂದಿದ್ದೆ.

ಒಂದು ಸಾಯಂಕಾಲ ನಾನು ಎಂದಿನಂತೆ ಅವರೊಡನೆ ಕೂತಿದ್ದೆ. ಆಗ ನನ್ನ ಅಕ್ಕ ಅಲ್ಲಿಗೆ ಬಂದಳು. ಸೋನ್ಯಾ ಅವಳಿಗೆ ಚಹ ಕುಡಿಯಲು ಒತ್ತಾಯಿಸಿದಳು. ಎಲ್ಲರೂ ಮೇಜಿನ ಸುತ್ತ ಕೂತೆವು. ಮೇಜಿನ ಮೇಲೆ ತಟ್ಟೆಯಲ್ಲಿ ರೋಜ ಬಣ್ಣದ, ಮೃದುವಾದ, ಉಪ್ಪು ಹಾಕಿದ್ದ ಹಂದಿಮಾಂಸದ ಕೊಬ್ಬಿನ ತುಂಡುಗಳಿದ್ದವು. ಪಕ್ಕದಲ್ಲಿ ಸ್ವಲ್ಪ ಸಾಸಿವೆಯಿತ್ತು. ಬಸಿಗಳಲ್ಲಿ ಚಹ ತುಂಬಿತ್ತು. ಇದಕ್ಕೂ ಮುಂಚೆ ಎಷ್ಟೋ ಸಲ ಅವರು ಈ ಕೊಬ್ಬನ್ನು ನನ್ನೆದುರು ತಿಂದಿದ್ದರು. ಪ್ರತಿಸಲ ನನಗೆ ನೀಡಿದ್ದರೂ ನಾನು ಖಡಾಖಂಡಿತವಾಗಿ ನಿರಾಕರಿಸಿದ್ದೆ. ಈ ನಿರಾಕರಣೆ ಷುರಾ ಮಾವನಿಗೆ ಮೋಜಾಗಿ ಕಾಣಿಸುತ್ತಿತ್ತು. ಇವತ್ತು ಕೂಡ ಅವನು ಕೊಬ್ಬನ್ನು ನೀಡಿದ. ಆದರೆ ಬಲಾತ್ಕರಿಸಲಿಲ್ಲ. ಬ್ರೆಡ್ಡಿನ ಮೇಲೆ ಕೊಬ್ಬಿನ ಕೆಲವು ತುಣುಕುಗಳನ್ನಿಟ್ಟು ಅಕ್ಕನಿಗೆ ಕೊಡಲು ಕೈಚಾಚಿದ. ಅವಳು ಮೊದಲು ಸಂಕೋಚಪಟ್ಟು ಬೇಡವೆಂದರೂ, ಸ್ವಲ್ಪ ಒತ್ತಾಯ ಮಾಡಿದೊಡನೆ ಆ ತುಚ್ಛ ಕಾಣಿಕೆಯನ್ನು ಸ್ವೀಕರಿಸಿ, ಯಾವ ಎಗ್ಗೂ ಇಲ್ಲದೆ ಅದನ್ನು ತಿನ್ನತೊಡಗಿದಳು. ಇದನ್ನು ನೋಡಿದಾಗ ನನಗೆ ಏನೋ ಇರಸುಮುರಸಾಗಿ, ಕುಡಿಯುತ್ತಿದ್ದ ಚಹ ಗಂಟಲಲ್ಲಿ ಇಳಿಯಲಿಲ್ಲ. ಷುರಾ ಮಾವ ನಸು ನಕ್ಕು ನುಡಿದ:

"ಲೋ ಸಂನ್ಯಾಸಿ, ನಿಮ್ಮಕ್ಕ ನಿನ್ನ ಹಾಗಲ್ಲ ನೋಡು. ಒಳ್ಳೇ ಹುಡುಗಿ."

ಅಕ್ಕ ಚೂರೂ ಮುಜುಗರ ತಾಳದೆ ಬ್ರೆಡ್ಡಿನ ಜೊತೆ ಕೊಬ್ಬಿನ ಚೂರುಗಳನ್ನು ಒಂದಾದ ಮೇಲೊಂದರಂತೆ ಕಬಳಿಸತೊಡಗಿದಳು. ಈ ನಿಷಿದ್ಧ ತಿನಿಸನ್ನು ಮೆಲ್ಲುತ್ತಿರುವಾಗ ಸಂತುಷ್ಟಳಾದವಳಂತೆ ನಾಲಗೆಯಿಂದ ತುಟಿಗಳನ್ನು ಒರಸುತ್ತಿದ್ದಳು. ಮೂರ್ಖಳಂತೆ ಅಚಲವಾಗಿ ಕೂತು, ಪ್ರತಿ ಚೂರನ್ನೂ ಚೆನ್ನಾಗಿ ಜಗಿದು ನುಂಗುತ್ತ, ನಡುವೆ ಗಂಟಲಲ್ಲಿ ಇಳಿಯುವಾಗ ಆಗುತ್ತಿದ್ದ ಶಬ್ದವನ್ನು ಆಲಿಸುತ್ತಿದ್ದಳು. ಕೊಬ್ಬು ತೆಳುವಾಗಿ ಲೇಪಿತವಾಗಿದ್ದ ಬ್ರೆಡ್ ಚೂರುಗಳನ್ನು ಅವಳು ಮೊದಲು ತಿನ್ನಲಾರಂಭಿಸಿ, ದಟ್ಟವಾಗಿ ಅಂಟಿದ್ದ ಭಾಗಗಳನ್ನು ಕೊನೆಗೆ ತಿನ್ನಲು ಉಳಿಸಿದ್ದಳು. ಅವಳಿಗೆ ಪ್ರತಿಯೊಂದು ತುತ್ತು ಕೂಡ ರುಚಿಕರವಾಗಿತ್ತು ಎಂಬುದಕ್ಕೆ ಬೇರೆ ಸಾಕ್ಷ್ಯ ಬೇಕಿರಲಿಲ್ಲ. ಯಾಕೆಂದರೆ ತಮಗೆ ಪ್ರಿಯವಾದ ಒಂದು ಪದಾರ್ಥವನ್ನು ತಿನ್ನುವಾಗ ಅದರ ಅತ್ಯುತ್ತಮ ಭಾಗವನ್ನು ಕೊನೆಯಲ್ಲಿ ತಿನ್ನಲೆಂದು ಉಳಿಸುವುದು ಎಲ್ಲ ಮಕ್ಕಳ ಅಭ್ಯಾಸ. ಆದುದರಿಂದ ಈ ಭಕ್ಷ್ಯವನ್ನು ಅವಳು ಬಹಳ ಆನಂದದಿಂದ ಸವಿಯುತ್ತಿದ್ದಳು ಎಂಬುದರಲ್ಲಿ ಸಂದೇಹವಿರಲಿಲ್ಲ.

ಈಗವಳು ಕೊಬ್ಬು ದಟ್ಟವಾಗಿದ್ದ ಬ್ರೆಡ್ಡಿನ ಭಾಗವನ್ನು ಸಮೀಪಿಸುತ್ತಿದ್ದಳು. ಅದರೊಂದಿಗೇ ಅವಳ ಹರ್ಷವೂ ಹೆಚ್ಚು ತೀವ್ರವಾಗುತ್ತಿತ್ತು ಅದೇ ಸಮಯದಲ್ಲಿ ಅವಳು ಸ್ತ್ರೀಸಹಜವಾದ ಬುದ್ಧಿವಂತಿಕೆಯಿಂದ, ನನ್ನ ತಮ್ಮನ ತುಂಟಾಟಿಕೆಯ ಬಗ್ಗೆ ದೂರು ಹೇಳಲು ಅವನ ಕ್ಲಾಸಿನ ಉಪಾಧ್ಯಾಯಿನಿ ನಮ್ಮ ಮನೆಗೆ ಬಂದಿದ್ದಾಗ, ಆತ ಹೇಗೆ ಕಿಟಕಿಯಿಂದ ಹಾರಿ ಓಡಿ ಹೋಗಿದ್ದ ಎಂಬುದನ್ನು ನಿರೂಪಿಸತೊಡಗಿದಳು. ಈ ಕಥನಕ್ಕೆ ಎರಡು ಉದ್ದೇಶಗಳಿದ್ದವು: ತಾನು ತಿನ್ನುತ್ತಿರುವುದರ ಕಡೆ ನಮ್ಮೆಲ್ಲರ ಗಮನ ಹರಿಯದಿರಲಿ ಎನ್ನುವುದೊಂದು. ನನ್ನನ್ನು ಸೂಕ್ಷ್ಮವಾಗಿ ಹೊಗಳುವುದು ಮತ್ತೊಂದು. ಯಾಕೆಂದರೆ ನನ್ನ ಬಗ್ಗೆ ದೂರು ಹೇಳಲು ನನ್ನ ಉಪಾಧ್ಯಾಯಿನಿ ನಮ್ಮ ಮನೆಗೆ ಯಾವತ್ತೂ ಬಂದಿರಲಿಲ್ಲವೆಂಬ ಸಂಗತಿ ಎಲ್ಲರಿಗೂ ಗೊತ್ತಿತ್ತು. ಒಂದು ವೇಳೆ ಬಂದಿದ್ದರೂ ಅವಳಿಂದ ತಪ್ಪಿಸಿಕೊಂಡು ಕಿಟಿಕಿಯ ಮೂಲಕ ಓಡಿಹೋಗಬೇಕಾದ ಅಗತ್ಯ ನನಗೆ ಖಚಿಡಿತವಾಗಿಯೂ ಇರಲಿಲ್ಲ. ಅಂಥದೇನನ್ನೂ ನಾನು

ಮಾಡಿರಲಿಲ್ಲ. ಹೀಗೆ ಪರೋಕ್ಷವಾಗಿ ನನ್ನನ್ನು ಹೊಗಳಿ ತಾನು ಹಂದಿ ಮಾಂಸ ತಿಂದ ವಿಷಯವನ್ನು ಮನೆಯಲ್ಲಿ ಹೇಳದಂತೆ ನನ್ನ ಬಾಯಿ ಮುಚ್ಚಿಸಬಹುದೆಂದು ಅವಳು ಯೋಚಿಸಿದ್ದಿರಬೇಕು.

ಈ ಕಥೆಯನ್ನು ಹೇಳುವಾಗ, ನಾನು ಅವಳನ್ನು ನೋಡುತ್ತಿದ್ದೆನೊ ಅಥವಾ ಅವಳ ನಿರೂಪಣೆಗೆ ಮಾರು ಹೋಗಿ ಅವಳು ತಿನ್ನುತ್ತಿದ್ದುದನ್ನು ಮರೆತು ಬಿಟ್ಟಿದ್ದೆನೊ ಎಂಬುದನ್ನು ತಿಳಿಯಲು ಆಕೆ ಪದೇ ಪದೇ ನನ್ನನ್ನು ವೀಕ್ಷಿಸುತ್ತಿದ್ದಳು. ಆದರೆ ನನ್ನ ನೋಟ ಅವಳು ತಿನ್ನುತ್ತಿದ್ದ ಕ್ರಿಯೆಯನ್ನು ಜಾಗರೂಕವಾಗಿ ಗಮನಿಸುತ್ತಿತ್ತು. ಇದನ್ನು ಕಂಡ ಅವಳು ಪ್ರತಿಕ್ರಿಯೆ ಸೂಚಿಸುವವಳಂತೆ ಕಣ್ಣುಗಳನ್ನು ದೊಡ್ಡದಾಗಿ ಅರಳಿಸಿ, ಇಂಥ ಒಂದು ಚಿಲ್ಲರೆ ವಿಷಯಕ್ಕೆ ಯಾಕೆ ಇಷ್ಟೆಲ್ಲ ತಲೆಕೆಡಿಸಿಕೊಳ್ಳುತ್ತಿದ್ದೀಯ ಎನ್ನುವಂತೆ ಆಶ್ಚರ್ಯ ವ್ಯಕ್ತಪಡಿಸಿದಳು. ಅವಳ ಪಾಪಕ್ಕೆ ತಕ್ಕ ಶಿಕ್ಷೆ ಕಾದಿದೆಯೆಂಬ ಸೂಚಕವಾಗಿ ನಾನು ಅವಳತ್ತ ಒಂದು ಮರುನಗೆ ಬೀರಿದೆ.

ಈ ಶಿಕ್ಷೆಯನ್ನು ಅಕ್ಕ ಅನುಭವಿಸುವ ಗಳಿಗೆ ಈಗಲೇ ಬಂದು ಬಿಟ್ಟಿತೇನೋ ಎಂದು ಒಂದು ಕ್ಷಣ ನನಗೆ ಅನ್ನಿಸಿತು. ಆಕೆ ಉಸಿರುಕಟ್ಟಿದಂತಾಗಿ ಕೆಮ್ಮಿ ಒದ್ದಾಡಿದಳು. ಮರುಕ್ಷಣ ಗಂಟಲನ್ನು ಸರಿಪಡಿಸಿಕೊಳ್ಳಲು ಪ್ರಯತ್ನಿಸಿದಳು. ಮುಂದೇನಾಗುವುದೋ ಎಂಬ ನಿರೀಕ್ಷಣೆಯಲ್ಲಿ ನಾನು ಕಾದೆ. ಷುರಾ ಮಾವ ಮೆತ್ತಗೆ ಅವಳ ಬೆನ್ನಿಗೆ ಗುದ್ದಿದ. ಅವಳು ಕೆಮ್ಮುವುದನ್ನು ನಿಲ್ಲಿಸಿ, ನಾಚಿಕೆಯಿಂದ ತಲೆ ತಗ್ಗಿಸಿದಳು. ಅವಳಿಗಾಗಿದ್ದ ತೊಂದರೆ ಕ್ಷಣ ಮಾತ್ರದ್ದೆನಿಸಿದರೂ, ಗಂಟಲಲ್ಲಿ ಕೊಬ್ಬಿನ ಚೂರು ಇನ್ನೂ ಸಿಕ್ಕಿಕೊಂಡಿದೆ ಅನ್ನಿಸಿತು. ತೊಂದರೆ ನಿವಾರಿತವಾದಂತೆ ನಟಿಸಿ ಅವಳು ಮತ್ತೊಂದು ಕೊಬ್ಬಿನ ತುಂಡನ್ನು ಬಾಯಿಗೆ ಹಾಕಿಕೊಂಡಳು. ಆಗ ನಾನಂದುಕೊಂಡೆ:

'ಜಗಿ, ಮಜವಾಗಿ, ಜಗಿ... ಅದು ಗಂಟಲೊಳಕ್ಕೆ ಹೇಗೆ ಇಳಿಯುತ್ತೋ ನೋಡ್ತೇನೆ.'

ಆದರೆ ದೇವರು ಅವಳ ಪಾಪಕಾರ್ಯಕ್ಕೆ ಶಿಕ್ಷೆಯನ್ನು ಮುಂದೂಡಿದಂತೆ ನನಗೆ ಭಾಸವಾಯಿತು. ಬಾಯಿಯಲ್ಲಿದ್ದ ಚೂರನ್ನು ಯಾವ ಉಪದ್ರವವೂ ಇಲ್ಲದೆ ಅವಳು ನುಂಗಿದಳು. ಬಹುಶಃ ಈ ಚೂರು ಗಂಟಲಲ್ಲಿ ಸಿಕ್ಕಿಕೊಂಡಿದ್ದ ಹಿಂದಿನ ಚೂರನ್ನು ನೂಕಿರಬೇಕು. ಅದಕ್ಕೇ ಅವಳು ಸರಾಗವಾಗಿ ಉಸಿರಾಡಿ ಪುನಃ ಗೆಲುವಾಗಿ ಕಂಡುಬಂದಳು. ಬಳಿಕ ಮತ್ತೂ ಹೆಚ್ಚಿನ ಶ್ರದ್ಧಾಸಕ್ತಿಗಳಿಂದ ಕೊಬ್ಬಿನ ತುಣುಕುಗಳನ್ನು ಮೆಲ್ಲತೊಡಗಿದಳು. ಒಂದೊಂದು ತುಂಡನ್ನು ತಿನ್ನುವಾಗಲೂ ಅವಳು ತನ್ನ ತುಟಿಯನ್ನೊರಸಲು ನಾಲಗೆಯನ್ನು ಎಷ್ಟು ಹೊರಚಾಚಿದ್ದಳೆಂದರೆ, ಅದು ನನ್ನನ್ನು ಮೂದಲಿಸುತ್ತಿರುವಂತೆ ತೋರುತ್ತಿತ್ತು.

ಕೊನೆಯಲ್ಲಿ ಅವಳು ತುಂಬ ದಟ್ಟವಾಗಿ ಕೊಬ್ಬು ಅಂಟಿದ್ದ ಬ್ರೆಡ್ ಚೂರನ್ನು ತಿನ್ನಲು ಎತ್ತಿಕೊಂಡಳು. ಅದನ್ನು ಬಾಯಿಗೆ ಹಾಕಿಕೊಳ್ಳುವ ಮೊದಲು, ಕೊಬ್ಬಿನ ಸುತ್ತ ಇದ್ದ ಬ್ರೆಡ್ಡಿನ ಅಂಚುಗಳನ್ನು ಕೊಂಚ ಕೊಂಚವಾಗಿ ಕಚ್ಚಿ ತಿಂದಳು–ಕೊನೆಯ ಚೂರಿನಿಂದ ದೊರೆಯಲಿದ್ದ ಆನಂದವನ್ನು ಮತ್ತಷ್ಟು ಹೆಚ್ಚಿಸುವ ಸಲುವಾಗಿ.

ಕೊನೆಗೆ ಆ ತುಣುಕನ್ನೂ ತಿಂದು ಮುಗಿಸಿ, ಆಕೆ ತನ್ನ ತುಟಿಗಳನ್ನು ನಾಲಗೆಯಿಂದ ಸವರಿಕೊಂಡಳು. ಒಂದು ಕಡೆ ಅವಳಿಗಾಗಿದ್ದ ಸಂತೋಷ ಸಂತೃಪ್ತಿಗಳನ್ನೂ, ಮತ್ತೊಂದು ಕಡೆ ತಾನು ಎಸಗಿದ ಪಾಪಕಾರ್ಯದ ಸರ್ವ ಸಾಕ್ಷ್ಯಗಳೂ ಮಾಯವಾಗಿವೆಯೆಂಬ ಕ್ಷೇಮ ಸೂಚಕ ಭಾವವನ್ನೂ ಆ ಕ್ರಿಯೆ ವ್ಯಕ್ತಗೊಳಿಸುವಂತಿತ್ತು.

ಈ ಎಲ್ಲ ಕಾರ್ಯಕಲಾಪಗಳೂ ನಾನು ವರ್ಣಿಸಿದ್ದಕ್ಕಿಂತ ಕಡಿಮೆ ಅವಧಿಯಲ್ಲಿ ಜರಗಿದ್ದವು.

ಇವುಗಳನ್ನು ಒಬ್ಬ ಸಾಮಾನ್ಯ ವೀಕ್ಷಕ ಗಮನಿಸುತ್ತಿದ್ದ ಸಂಭವವೂ ಕಡಿಮೆಯೇ. ಷುರಾ ಮಾವ ಆಗಲಿ ಅಥವಾ ಸೋನ್ಯಾ ಅತ್ತೆ ಆಗಲಿ ಇವುಗಳನ್ನು ಲಕ್ಷಿಸಿದಂತೆ ಕಾಣಲಿಲ್ಲ.

ಅಕ್ಕ, ಈಗ ಹೊಟ್ಟೆಗೆ ಚಹ ಸುರಿದುಕೊಳ್ಳಲು ಶುರುಮಾಡಿದಳು. ಅವಳನ್ನು ಯಾವುದೇ ಬಗೆಯ ಪಾಪಪ್ರಜ್ಞೆ ಬಾಧಿಸಿದ್ದಂತೆ ಕಂಡುಬರಲಿಲ್ಲ. ನಮ್ಮಿಬ್ಬರ ನಡುವೆ ಯಾವ ಸಾಮ್ಯವೂ ಇರಬಾರದೆಂದು ನಾನು, ಅವಳು ಚಹದ ಬಸಿಯನ್ನು ತುಟಿಗಿಟ್ಟ ಕೂಡಲೇ, ನನ್ನ ಪಾಲಿನ ಚಹವನ್ನು ಗಟಗಟ ಕುಡಿದೆ. ಅವಳೆದುರು ನನಗೆ ಸಾಧ್ಯವಾಗುವಂಥ ಪ್ರತಿಯೊಂದು ಸುಖವನ್ನೂ ತ್ಯಾಗ ಮಾಡಲು ನಿರ್ಧರಿಸಿದ್ದುದರಿಂದ, ನಾನು ಬಿಸ್ಕತ್ತನ್ನು ಸಹ ನಿರಾಕರಿಸಿದ್ದೆ. ಇದರ ಜೊತೆಗೇ, ಅಕ್ಕನನ್ನು ತಿನ್ನಲು ಒತ್ತಾಯಿಸಿದ್ದಂತೆ ನನ್ನನ್ನು ಒತ್ತಾಯಿಸಿರಲಿಲ್ಲವೆಂದು ಷುರಾ ಮಾವನ ಮೇಲೆ ನನಗೆ ತುಸು ಕೋಪವೂ ಬಂದಿತ್ತು.

ಸ್ವಲ್ಪದರಲ್ಲಿ ಹೇಳಬೇಕೆಂದರೆ ನನ್ನ ಮನಸ್ಸು ತೀರಾ ಕೆಟ್ಟಿತ್ತು. ನಾನು ಚಹ ಕುಡಿದೊಡನೆ ಮನೆಗೆ ಹೋಗಲು ಎದ್ದುನಿಂತೆ. ಸೋನ್ಯಾ, ಷುರಾ ಇನ್ನೂ ಸ್ವಲ್ಪ ಹೊತ್ತಿರಲು ಬಲವಂತ ಮಾಡಿದರು.

"ನಾನು ಹೋಂ ವರ್ಕ್ ಮಾಡಬೇಕಾಗಿದೆ" ಎಂದೆ. ಪಾಪದಲ್ಲಿ ತೊಡಗಲು ಇತರರಿಗೆ ಸಂಪೂರ್ಣ ಸ್ವಾತಂತ್ರ್ಯವನ್ನು ಕೊಡುವ ಸಂತನ ಭಾವವಿತ್ತು ನನ್ನ ದನಿಯಲ್ಲಿ. ಅಕ್ಕ ಹೋಗಬೇಕೆಂದು ದುಂಬಾಲು ಬಿದ್ದಳು. ಮನೆಗೆ ಕಾಲಿಟ್ಟೊಡನೆ ನಾನು ಅವಳನ್ನು ತರಾಟೆಗೆ ತೆಗೆದುಕೊಳ್ಳುವುದು ಅವಳಿಗೆ ಖಾತ್ರಿಯಾದಂತಿತ್ತು. ಜೊತೆಗೆ, ಕತ್ತಲಲ್ಲಿ ಒಬ್ಬಳೇ ಮನೆ ಸೇರಬೇಕಾದ ಭಯವು ಅವಳಿಗಿತ್ತು.

ಮನೆಗೆ ಬಂದೊಡನೆ ನಾನು ಬಟ್ಟೆ ಬದಲಾಯಿಸಿ–ಹಾಸಿಗೆಗೆ ಉರುಳಿದೆ. ಅಕ್ಕನ ಧರ್ಮ ಭ್ರಷ್ಟತೆಯ ಬಗೆಗೆ ಅಸೂಯಾಪರವೂ, ಹರ್ಷದಾಯಕವೂ ಆದ ಚಿಂತನೆಯಲ್ಲಿ ಮುಳುಗಿದೆ. ಮೆದುಳಿನಲ್ಲಿ ವಿಚಿತ್ರ ಕಾಣ್ಕೆಗಳು ಸುಳಿಯಲಾರಂಭಿಸಿದವು. ಅಂಥ ಒಂದು ದೃಶ್ಯದಲ್ಲಿ ನಾನು ಶ್ವೇತ ದಳದವರಿಂದ ಸೆರೆಹಿಡಿಯಲ್ಪಟ್ಟ ಒಬ್ಬ ಕೆಂಪು ಸೈನಿಕನಾಗಿದ್ದೆ. ಅವರು ನನಗೆ ಹಂದಿಮಾಂಸ ತಿನ್ನಿಸಲು ಶತಪ್ರಯತ್ನ ಮಾಡಿದರು. ನನ್ನನ್ನು ಚಿತ್ರಹಿಂಸೆಗೆ ಗುರಿಪಡಿಸಿದರು. ಆದರೂ ನಾನು ತಿನ್ನಲಿಲ್ಲ. ಇವನೆಂಥ ವಿಚಿತ್ರ ಮನುಷ್ಯ! ಎಂದು ಶ್ವೇತದಳದ ಅಧಿಕಾರಿಗಳು ಅಚ್ಚರಿಪಟ್ಟರು. ಅವರಿಗೇ ಯಾಕೆ, ನನಗೂ ನನ್ನ ಈ ಧೈರ್ಯ ಆಶ್ಚರ್ಯಕರವಾಗಿ ಕಂಡಿತ್ತು. ಅವರು ನನ್ನನ್ನು ಕೊಲ್ಲಬಹುದಿತ್ತೇ ವಿನಾ ಆ ನಿಷಿದ್ಧ ಮಾಂಸವನ್ನು ನಾನು ತಿನ್ನುವಂತೆ ಮಾಡುವುದು ಅವರಿಂದ ಖಂಡಿತ ಸಾಧ್ಯವಿರಲಿಲ್ಲ.

ಬಾಗಿಲು ಕಿರುಗುಟ್ಟಿತು. ಅಕ್ಕ ಒಳ ಬಂದಳು. ಬಂದವಳೇ ನನ್ನ ಬಗ್ಗೆ ಅಮ್ಮನ ಬಳಿ ವಿಚಾರಿಸಿದಳು.

ಅಮ್ಮ ನುಡಿದಳು: "ಮಲಗಿದ್ದಾನೆ. ಮನೆಗೆ ಬಂದಾಗ ಒಂದು ಥರಾ ಇದ್ದ. ಅವನಿಗೇನಾದರೂ ಆಯಿತೆ ?"

"ಏನೂ ಇಲ್ಲವಲ್ಲ!" ಎಂದುತ್ತರಿಸಿ ಅಕ್ಕ ನನ್ನ ಹಾಸಿಗೆಯ ಬಳಿ ಬಂದಳು. ಅವಳು ನನ್ನೊಡನೆ ವಾದ ಮಾಡಲು ಅಥವಾ ಬೇಡಿಕೊಳ್ಳಲು ಪ್ರಾರಂಭಿಸಬಹುದೆಂಬ ಭಯ ನನಗಾಯಿತು. ಅವಳನ್ನು ನಾನು ಕ್ಷಮಿಸುವ ಪ್ರಶ್ನೆಯೇ ಇರಲಿಲ್ಲ. ಸದ್ಯಕ್ಕೆ ನಾನಿದ್ದ ಮಾನಸಿಕಾವಸ್ಥೆಯ ಉತ್ಕಟತೆಯನ್ನು ಅವಳು ಕುಗ್ಗಿಸುವುದು ನನಗಿಷ್ಟವಿರಲಿಲ್ಲ. ಆದ್ದರಿಂದ ನಾನು ನಿದ್ದೆ ಹೋದವನಂತೆ ನಟಿಸಿದೆ. ಸ್ವಲ್ಪ ಹೊತ್ತು ನಿಂತಿದ್ದ ಅವಳು ನನ್ನ ತಲೆಯನ್ನು

ಮೆತ್ತಗೆ ನೇವರಿಸಿದಳು. ನಿದ್ದೆಯಲ್ಲಿದ್ದರೂ ನನ್ನಂಥ ಧರ್ಮಬೀರು ಪತಿತೆಯ ಹಸ್ತ ಸ್ಪರ್ಶವನ್ನು ಗ್ರಹಿಸಬಲ್ಲನೆನ್ನುವಂತೆ ನಾನು ಮಗ್ಗಲು ಬದಲಾಯಿಸಿ ಮಲಗಿಕೊಂಡೆ. ಅವಳು ಇನ್ನೂ ಸ್ವಲ್ಪ ಹೊತ್ತು ಹಾಗೇ ನಿಂತಿದ್ದು ಆಮೇಲೆ ಅಲ್ಲಿಂದ ಹೊರಟು ಹೋದಳು. ಅವಳು ತನ್ನ ಪಾಪಕ್ಕೆ ಕೊಂಚ ಪಶ್ಚಾತ್ತಾಪ ಪಡುತ್ತಿದ್ದರೂ, ಅದಕ್ಕೆ ತಕ್ಕ ಪ್ರಾಯಶ್ಚಿತ್ತ ಕಾಣದವಳಂತೆ ನನಗೆ ತೋರಿತು.

ಅವಳ ಬಗ್ಗೆ ನನ್ನಲ್ಲಿ ಸ್ವಲ್ಪ ಕನಿಕರ ಮೂಡಿತು. ಆದರೆ ಅದು ಕೇವಲ ಕ್ಷಣಮಾತ್ರ, ಆಮೇಲೆ ಅದು ತಪ್ಪೆನಿಸಿತು : ಯಾಕೆಂದರೆ ಅಕ್ಕ ಅಮ್ಮನೊಂದಿಗೆ ಏನೋ ಗುಸುಗುಸು ಮಾತಾಡುತ್ತಿದ್ದಳು. ಇಬ್ಬರೂ ಹೊಟ್ಟೆ ಬಿರಿಯ ನಗುತ್ತಿದ್ದರು. ನಾನು ಎಚ್ಚರಗೊಳ್ಳುವೆನೆಂಬ ಭಯದಿಂದ ಅವರು ಪ್ರಯತ್ನ ಪೂರ್ವಕವಾಗಿ ನಗುವನ್ನು ತಗ್ಗಿಸಿದ್ದೂ ನನಗೆ ತಿಳಿಯಿತು. ಕ್ರಮೇಣ ಅವರ ಮಾತು, ನಗೆ ನಿಂತು ಅವರು ಮಲಗಲು ಸಿದ್ಧರಾದರು.

ಅಂತೂ ಅಕ್ಕ ಸಂಜೆಯನ್ನು ಬಲು ದಿಲ್ಲಗಿಯಾಗಿ ಕಳೆದಿದ್ದದ್ದು ಸ್ಪಷ್ಟವಾಗಿತ್ತು. ಅವಳು ಹಂದಿಯ ಕೊಬ್ಬನ್ನು ಕಬಳಿಸಿದ್ದರೂ ನಾನು ಚಕಾರವೆತ್ತಿರಲಿಲ್ಲ. ಆದರೆ ನಡೆದ ಅಕಾರ್ಯಕ್ಕೆ ಕಿರೀಟ ವಿಟ್ಟಂತೆ ಅವಳು ಅಮ್ಮನನ್ನೂ ನಗಿಸಿದ್ದಳು. ಇರಲಿ. ನನಗೂ ಕಾಲ ಬರ್ತದೆ ಅಂದುಕೊಂಡೆ.

ಮರುದಿನ ಅಪ್ಪನ ಬರವನ್ನು ನಿರೀಕ್ಷಿಸುತ್ತ ನಮ್ಮ ಇಡೀ ಕುಟುಂಬ ಊಟದ ಮೇಜಿನೆದುರು ಕೂತಿತ್ತು. ಅಪ್ಪ ತಡವಾಗಿ ಬಂದು, ತನಗೋಸ್ಕರ ಮಕ್ಕಳನ್ನು ಕಾಯಿಸಿದ್ದಕ್ಕೆ ಅಮ್ಮನ ಮೇಲೆ ರೇಗಿದರು. ಈಚೆಗೆ ತಮ್ಮ ಉದ್ಯೋಗದಲ್ಲಿ ಏನೋ ತೊಂದರೆಯೊದಗಿ ಅವರು ಆಗಾಗ್ಗೆ ಅನ್ಯಮನಸ್ಕರಂತೆ ಮಂಕಾಗಿ ತೋರುತ್ತಿದ್ದರು.

ಊಟ ಮಾಡುವಾಗ ಅಕ್ಕನ ಅಕಾರ್ಯವನ್ನು ನಿವೇದಿಸುವ ಬಯಕೆ ನನಗಿತ್ತು. ಆದರೆ ಅದಕ್ಕೆ ಈ ಸಂದರ್ಭ ತಕ್ಕದ್ದಲ್ಲ ಎನ್ನಿಸಿತು. ಹೀಗಿದ್ದರೂ ಅವಳ ಅಪರಾಧವನ್ನು ಇನ್ನೇನು ಬಹಿರಂಗಪಡಿಸಲಿದ್ದೇನೆ ಎನ್ನುವಂತೆ ನಾನು ಅವಳತ್ತ ಪದೇ ಪದೇ ನೋಡುತ್ತಿದ್ದೆ. ನಿಜ ಹೇಳಬೇಕೆಂದರೆ, ಅದನ್ನು ಹೊರಗೆಡಹಲು ಮನಸ್ಸು ಮಾಡಿದಂತೆ ನಾನು ಬಾಯಿ ತೆರೆಯುತ್ತಿದ್ದೆ. ಆದರೆ ಬಳಿಕ ಬೇರೇನೋ ಹೇಳುತ್ತಿದ್ದೆ. ಅವಳು ಮಾತ್ರ, ಪ್ರತಿಸಲ ನಾನು ಮಾತಾಡಲು ತುಟಿ ಬಿರಿಸಿದಾಗ, ಪೆಟ್ಟನ್ನು ನಿರೀಕ್ಷಿಸಿದ್ದವಳಂತೆ ದಿಟ್ಟಿಯನ್ನು ಕೆಳಗೆ ನೆಟ್ಟು ತಲೆಬಾಗುತ್ತಿದ್ದಳು.

ಹೀಗೆ, ಅವಳ ಗುಟ್ಟನ್ನು ರಟ್ಟು ಮಾಡುವುದಕ್ಕಿಂತ, ಬಯಲು ಮಾಡುತ್ತೇನೆಂಬ ನಿರೀಕ್ಷೆ ಕಾತರಗಳಲ್ಲಿ ಅವಳನ್ನು ಇಟ್ಟಿರುವುದು ಹೆಚ್ಚು ಮೋಜಿನದಾಗಿ ಕಂಡಿತ್ತು. ಈ ಗಳಿಗೆ ಅವಳ ಮುಖ ಬಿಳಚಿಕೊಂಡರೆ, ಮರುಗಳಿಗೆ ಅದು ಕೆಂಪಗಾಗುತ್ತಿತ್ತು. ಒಮ್ಮೊಮ್ಮೆ ಅವಳು ಮೊಂಡು, ದಿಟ್ಟತನಗಳನ್ನು ತೋರುವಂತೆ ತಲೆಯನ್ನು ಝಾಡಿಸಿದರೂ, ತತ್‌ಕ್ಷಣ ಈ ಬಂಡಾಯದ ನಿಲುವಿಗೆ ನಾಚಿ, ಅವಳ ಕಣ್ಣಿನ ಭಾವ ಕ್ಷಮೆಕೋರುವಂತೆ ಕಾಣುತ್ತಿತ್ತು. ಅವಳಿಗೆ ಹಸಿವಾದಂತೆ ಕಾಣಲಿಲ್ಲ. ಮುಂದಿದ್ದ ಭಕ್ಷ್ಯವನ್ನು ಚೂರೂ ತಿನ್ನದೆ ದೂರ ಸರಿಸಿದಳು. ಆದರೆ ಅದನ್ನು ತಿಂದು ಮುಗಿಸಲು ಅಮ್ಮ ಅವಳನ್ನು ಒತ್ತಾಯಿಸಿದಳು. ನಾನು ನಸುನಗುತ್ತ ಹೇಳಿದೆ:

"ಅವಳನ್ನ ಯಾಕೆ ಒತ್ತಾಯ ಮಾಡ್ತೀಯ, ಅಮ್ಮ? ನಿನ್ನೆ ಸಾಯಂಕಾಲ ಷುರಾ ಮಾವನ ಮನೆಯಲ್ಲಿ ತಿಂದದ್ದು ಇನ್ನೂ ಜೀರ್ಣವಾಗಿಲ್ಲವೇನೋ !"

"ಏನು ತಿಂದಳು ?" ತಮ್ಮ ಕುತೂಹಲದಿಂದ ಕೇಳಿದ. ನನ್ನ ಮಾತಿನ ಮರ್ಮದ ತಲೆ ಬುಡ ಅವನಿಗೆ ಅರ್ಥವಾಗಿರಲಿಲ್ಲ.

ಅಮ್ಮ ನನ್ನತ್ತ ಆತಂಕದಿಂದ ನೋಡಿ ಸುಮ್ಮನಿರುವಂತೆ ತಲೆಯಾಡಿಸಿದಳು. ತಾನು

ತಲೆಯಾಡಿಸುವಾಗ, ಅಪ್ಪ ಅದನ್ನು ಗಮನಿಸದಿರುವಂತೆ ಅವಳು ಎಚ್ಚರ ವಹಿಸಿದ್ದಳು. ಅಕ್ಕ ಆ ಭಕ್ಷ್ಯದ ತಟ್ಟೆಯನ್ನು ಬಳಿಸೆಳೆದುಕೊಂಡು ಮೌನವಾಗಿ ತಿನ್ನಲಾರಂಭಿಸಿದಳು. ನನಗೆ ಬಹಳ ಸಂತೋಷವಾಗಿತ್ತು. ಬೇಯಿಸಿದ ಈರುಳ್ಳಿಯನ್ನು ಚಮಚದಿಂದ ಎತ್ತಿ ನನ್ನ ತಟ್ಟೆಯಿಂದ ಅವಳ ತಟ್ಟೆಗೆ ನಾನು ವರ್ಗಾಯಿಸಿದೆ. ಚಿಕ್ಕವರಿದ್ದಾಗ ಬೇಯಿಸಿದ ಈರುಳ್ಳಿ ಎಂದರೆ ನಮಗೆಲ್ಲ ತಾತ್ಸಾರ. ಅದನ್ನು ಕಂಡರೆ ಅಸಹ್ಯವಾಗುತ್ತಿತ್ತು. ನಾನು ಈರುಳ್ಳಿಯನ್ನು ಅಕ್ಕನ ತಟ್ಟೆಗೆ ರವಾನಿಸಿದಾಗ, ಅಮ್ಮ ಪ್ರಶ್ನಾರ್ಥಕವಾದ ಒಂದು ನಿಷ್ಠುರ ನೋಟವನ್ನು ನನ್ನತ್ತ ಹರಿಸಿದಳು.

"ಅವಳಿಗೆ ಈರುಳ್ಳಿಯೆಂದರೆ ಪ್ರಾಣ"ವೆಂದು ಅಮ್ಮನಿಗೆ ಹೇಳಿ ನಾನು ಅಕ್ಕನ ಕಡೆ ತಿರುಗಿ, "ಅಲ್ಲವೇ ಅಕ್ಕ ?" ಎಂದು ಬಲು ಮುದ್ದಿನಿಂದ ಕೇಳಿದೆ.

ನನ್ನ ಮಾತಿಗೆ ಅವಳು ತಟ್ಟೆಯೆದುರು ತಲೆಬಾಗಿಸುವುದರ ಹೊರತು ಬೇರೇನೂ ಪ್ರತಿಕ್ರಿಯೆ ಸೂಚಿಸಲಿಲ್ಲ.

"ನಿನಗೆ ಈರುಳ್ಳಿ ಅಷ್ಟೊಂದು ಇಷ್ಟವಾಗಿದ್ದರೆ, ನನ್ನ ಪಾಲಿನದನ್ನೂ ತೆಗೆದುಕೊ" ಎಂದು ತಮ್ಮ ಚಮಚದಿಂದ ತನ್ನ ತಟ್ಟೆಯಲ್ಲಿದ್ದ ಈರುಳ್ಳಿಯನ್ನೂ ಎತ್ತಿ, ಇನ್ನೇನು ಅಕ್ಕನ ತಟ್ಟೆಗೆ ಹಾಕಬೇಕು. ಆಗ, ಅಪ್ಪ ಅವನ ಕಡೆ ಎಂಥ ಸಿಟ್ಟಿನ ನೋಟ ಬೀರಿದರೆಂದರೆ, ಚಮಚ ಅಕ್ಕನ ತಟ್ಟೆಯ ಮೇಲೆ ಗಾಳಿಯಲ್ಲಿ ತಟಸ್ಥವಾಗಿ ನಿಂತು, ಅನಂತರ ಹೇಡಿಯಂತೆ ಹಿಂಜರಿದು ಅವನ ತಟ್ಟೆಗೇ ಮರಳಿತು !

ಮೊದಲನೆಯ ಮತ್ತು ಎರಡನೆಯ ಸಲ ಬಡಿಸಿಕೊಳ್ಳುವ ಮಧ್ಯಂತರ ಅವಧಿಯಲ್ಲಿ ನಾನು ಒಂದು ಹೊಸ ತಮಾಷೆಯನ್ನು ಕಂಡುಹಿಡಿದೆ. ಬ್ರೆಡ್ಡಿನ ತುಣುಕಿನಲ್ಲಿ ಸೌತೆಯ ಸಣ್ಣ ಹೋಳುಗಳನ್ನು ಒತ್ತಿ ಆಮೇಲೆ ಆ ಬ್ರೆಡ್ಡಿನ ತುದಿಗಳನ್ನು ನಿಧಾನವಾಗಿ, ಸ್ವಲ್ಪ ಸ್ವಲ್ಪವಾಗಿ ಮೆಲ್ಲುತ್ತ, ಆಗೀಗ ಆನಂದ ಪರವಶನಾದಂತೆ ನಟಿಸಿದೆ. ಅಕ್ಕನ ನಾಚಿಕೆಗೇಡಿನ ಅಧಃಪತನದ ದೃಶ್ಯವನ್ನು ಈ ಉಪಾಯ ಬಹಳ ಸೊಗಸಾಗಿ ಜಾಣತನದಿಂದ ಪುನರ್ನಿರ್ಮಿಸುವುದೆಂದು ಭಾವಿಸಿದೆ. ಆದರೆ ಅವಳ ಮೇಲೆ ಇದರಿಂದ ಯಾವ ಪರಿಣಾಮವೂ ಆದಂತಿರಲಿಲ್ಲ. ಬದಲು ನನ್ನನ್ನು ಆಶ್ಚರ್ಯದಿಂದ ದಿಟ್ಟಿಸಿದಳು. ನನ್ನ ಈ ಮೂಕಾಭಿನಯದಿಂದ ತನಗೇನೂ ಗಾಬರಿಯಾಗಿಲ್ಲವೆನ್ನುವಂತೆ, ಕೊನೆಯ ಪಕ್ಷ ತಾನು ಹಿಂದಿನ ಸಂಜೆ ಮಾಡಿದ್ದು ಲಜ್ಜಾಹೀನ ವಿಷಯವೇನಲ್ಲ ಎನ್ನುವಂತೆ ಅವಳ ನೋಟದ ಭಾವವಿತ್ತು. ಆದರೆ ಇದಕ್ಕಿಂತ ಹೆಚ್ಚುದೂರ ಪ್ರತಿಭಟನೆ ಸಾಗಲಿಲ್ಲ.

ಊಟ ನಿಜವಾಗಿಯೂ ಬಹಳ ಯಶಸ್ವಿಯಾಗಿತ್ತು. ಸದ್ಗುಣ ನಿಷ್ಕರುಣೆಯಿಂದ ಬೆದರಿಕೆ ಹಾಕಿತ್ತು. ದುಷ್ಟತನ ತಲೆ ತಗ್ಗಿಸಿ ಕೂತಿತ್ತು. ಊಟದ ಅನಂತರ ನಾವು ಚಹ ಸೇವಿಸಿದೆವು. ಈಗ ಅಪ್ಪ ಹೆಚ್ಚು ಗೆಲುವಾಗಿದ್ದರು. ಇದರಿಂದ ನಮಗೂ ಖುಷಿಯಾಗಿತ್ತು. ನಮಗೆಲ್ಲರಿಗಿಂತ ಅಕ್ಕ ಹೆಚ್ಚು ಸಂತೋಷವಾಗಿದ್ದಳು.

ಅವಳ ಕೆನ್ನೆಗಳು ರಂಗೇರಿ, ಕಣ್ಣು ಫಳಫಳಿಸಿದವು. ಶಾಲೆಯ ಯಾವುದೋ ಒಂದು ಘಟನೆಯನ್ನು ಅವಳು ನಿರೂಪಿಸತೊಡಗಿದಳು. ನಾನು ಆ ಘಟನೆಗೆ ಸಾಕ್ಷಿಯಾಗಿದ್ದೆ ಎನ್ನುವಂತೆ ಮತ್ತೆ ಮತ್ತೆ ನಿರೂಪಣೆಯಲ್ಲಿ ನನ್ನನ್ನು ಎಳೆದಳು. ಅವಳ ಮಾತಿನ ಭರಾಟೆಯನ್ನು ಗಮನಿಸಿದರೆ, ನಮ್ಮ ನಡುವೆ ಏನೂ ಜರಗಲಿಲ್ಲವೆನ್ನುವಂತಿತ್ತು. ಇದರಿಂದ ನನನಗೆ ಕೊಂಚ ಬೇಸರವಾಯಿತು. ತಾನು ಮಾಡಿದ್ದ ಧರ್ಮವಿರುದ್ಧ ಕಾರ್ಯಕ್ಕೆ ಅವಳು ಈಗ ಸ್ವಲ್ಪ ಸಂಕೋಚವನ್ನಾದರೂ ಪಟ್ಟಿದ್ದರೆ ಚೆನ್ನಾಗಿತ್ತು. ಅನ್ನಿಸತೊಡಗಿತು. ಅವಳಿಗೆ ಏನಾದರೊಂದು ಪುಟ್ಟ ಶಿಕ್ಷೆಯನ್ನು ನೀಡಬೇಕೆಂದು ಯೋಚಿಸುತ್ತಿರುವಾಗ, ಅಪ್ಪ ವೃತ್ತಪತ್ರಿಕೆಯ ರಟ್ಟೊಂದನ್ನು

ಬಿಚ್ಚಿ, ಒಳಗಿನಿಂದ ಹೊಸ ಎಕ್ಸರ್‌ಸೈಜ್ ಪುಸ್ತಕಗಳ ಕಟ್ಟನ್ನು ತೆಗೆದರು.

ಆ ಯುದ್ಧಪೂರ್ವ ಕಾಲದಲ್ಲಿ ಕೆಲವು ಆಹಾರ ಪದಾರ್ಥ, ಬಟ್ಟೆ ಬರೆಗಳಂತೆ ನೋಟ್‌ಬುಕ್ಕುಗಳೂ ದುರ್ಲಭವಾಗಿದ್ದವು. ಅಪ್ಪ ತಂದಿದ್ದ ಪುಸ್ತಕಗಳು ಅತ್ಯುತ್ತಮವಾಗಿದ್ದು. ಅವುಗಳ ತಿಳಿ ನೀಲಿ ಬಣ್ಣದ ಹಾಳೆಗಳು ಒಂದು ಬಗೆಯ ಹೊಳಪಿನಿಂದ ಕಂಗೊಳಿಸುತ್ತಿದ್ದವು. ಅವುಗಳ ಅಂಚಿನಲ್ಲಿ ಕೆಂಪು ಶಾಯಿಯ ಉದ್ದ ಗೆರೆಯಿತ್ತು. ಒಟ್ಟು ಒಂಬತ್ತು ನೋಟ್‌ಬುಕ್ಕುಗಳು ಇದ್ದವು. ತಲಾ ಮೂರರಂತೆ ಅವನ್ನು ಅಕ್ಕ, ತಮ್ಮ ಮತ್ತು ನನಗೆ ಹಂಚಲಾಯಿತು. ತತ್‌ಕ್ಷಣ ನನ್ನ ಉತ್ಸಾಹ ಕುಗ್ಗಿ ಹೋಯಿತು. ಈ ಸಮನಾದ ಹಂಚಿಕೆ ನಿಜಕ್ಕೂ ಅನ್ಯಾಯದ ಪರಮಾವಧಿ ಎನಿಸಿತು.

ಶಾಲೆಯಲ್ಲಿ ನಾನು ತುಂಬಾ ಜಾಣ ವಿದ್ಯಾರ್ಥಿಯಾಗಿದ್ದೆ. ಒಂದಲ್ಲ ಒಂದು ವಿಷಯದಲ್ಲಿ ಪ್ರಥಮ ದರ್ಜೆ ಗಿಟ್ಟಿಸುತ್ತಿದ್ದೆ. ನಾನು ಎಲ್ಲ ವಿಷಯಗಳಲ್ಲೂ ಅತ್ಯುತ್ತಮ ಅಂಕಗಳನ್ನು ಗಳಿಸುತ್ತಿರುವುದಾಗಿ ನೆಂಟರಿಷ್ಟರಲ್ಲಿ ಪ್ರಚಾರ ನಡೆದಿತ್ತು. ಓದದೆ ಉಂಡಾಡಿಯಾಗಿದ್ದ ನನ್ನ ತಮ್ಮನ ಬಗೆಗೆ ಅವರು ರೂಢಿಸಿಕೊಂಡಿದ್ದ ಅಭಿಪ್ರಾಯಕ್ಕೆ ಪ್ರತಿಯಾದ ಸದಭಿಪ್ರಾಯ ಮೂಡಲೆಂದು ಬಹುಶಃ ಈ ಪ್ರಚಾರ ನಡೆದಿರಬೇಕು.

ನನ್ನ ತಮ್ಮ ಮಹಾ ಸೋಂಭೇರಿಯೆಂದು ಹೆಸರು ಗಳಿಸಿದ್ದ. ಅವನನ ಸ್ವಭಾವಕ್ಕೂ, ತನ್ನ ಕ್ರಿಯೆಗಳನ್ನು ಪರಾಮರ್ಶಿಸುವ ಅವನ ಸಾಮರ್ಥ್ಯಕ್ಕೂ ತಾಳೆಯಿರಲಿಲ್ಲವೆಂದು ಅವನ ಉಪಾಧ್ಯಾಯ ಪದೇ ಪದೇ ನುಡಿಯುತ್ತಿದ್ದ. ಅವನ ಸ್ವಭಾವವನ್ನು ಕಲ್ಪಿಸಿಕೊಂಡಾಗ, ತುಂಟ ಮರಿದೆವ್ವದಂತೆ ಅದು ನನಗೆ ತೋರುತ್ತಿತ್ತು. ನನ್ನ ತಮ್ಮ ಅದನ್ನು ಹಿಮ್ಮೆಟ್ಟಿ ಸಾಗದಷ್ಟು ವೇಗವಾಗಿ ಅದು ಸದಾ ಅವನ ಮುಂದೆ ಓಡುತ್ತಿರುವಂತೆ ಭಾಸವಾಗುತ್ತಿತ್ತು. ಬಹುಶಃ ಆ ತುಂಟ ಮರಿದೆವ್ವವನ್ನು ಹಿಂದೆ ಹಾಕಲೆಂದೊ ಏನೊ, ಅವನು ತನ್ನ ಹನ್ನೊಂದನೆಯ ವಯಸ್ಸಿನಿಂದ ಬಸ್‌ಚಾಲಕನಾಗುವ ಕನಸು ಕಾಣುತ್ತಿದ್ದ. ಚೂರು ಕಾಗದ ಸಿಕ್ಕಿದರೂ ಸಾಕು, ಅದರಲ್ಲಿ ಎಲ್ಲೋ ಓದಿದ್ದ ಈ ನಮೂನೆಯ ಅರ್ಜಿಯನ್ನು ಗೀಚುತ್ತಿದ್ದ:

"ಸಾರಿಗೆ ಸಂಸ್ಥೆಯ ನಿರ್ದೇಶಕರಿಗೆ–

ಮಾನ್ಯರೇ,

ನೀವು ಮುಖ್ಯಸ್ಥರಾಗಿರುವ ಸಂಸ್ಥೆಯಲ್ಲಿ ನನ್ನನ್ನು ಕೆಲಸಕ್ಕೆ ನೇಮಿಸಿಕೊಳ್ಳಲು ಅರಿಕೆ ಮಾಡಿಕೊಳ್ಳುತ್ತಿದ್ದೇನೆ. ನಾನು ಅಧಿಕೃತವಾದ ಚಾಲಕ ಪರೀಕ್ಷೆಯಲ್ಲಿ ತೇರ್ಗಡೆಯಾಗಿ ಮೂರನೆಯ ಶ್ರೇಣಿಯ ಚಾಲಕನಾಗಿದ್ದೇನೆ."

(ಮುಂದೊಮ್ಮೆ ಅವನ ಈ ಹೆಬ್ಬಯಕೆ ಈಡೇರಿತ್ತು. ಯಾವುದೊ ಒಂದು ಸಾರಿಗೆ ಸಂಸ್ಥೆಯ ಮುಖ್ಯಸ್ಥ ಅವನನ್ನು ಚಾಲಕನಾಗಿ ನೇಮಿಸಿ, ಅವನ ಸುಪರ್ದಿಗೆ ಒಂದು ವಾಹನವನ್ನೂ ಕೊಟ್ಟ. ಆದರೆ ನನ್ನ ತಮ್ಮ ತನ್ನ ಸ್ವಭಾವವನ್ನು ಹಿಂದೆ ಹಾಕಿ ಮುಂದೆ ಸಾಗಲು, ನಿಗದಿಪಡಿಸಿದ್ದ ವೇಗಮಿತಿಯನ್ನು ಮೀರಬೇಕಾಗಿದ್ದರಿಂದ, ಆ ಉದ್ಯೋಗ ಕಳೆದುಕೊಂಡು ಮತ್ತೊಂದನ್ನು ಆರಿಸಿಕೊಳ್ಳಬೇಕಾಯಿತು).

ವಸ್ತುಸ್ಥಿತಿ ಹೀಗಿರುವಾಗ ನೋಟ್‌ಬುಕ್ಕುಗಳ ಹಂಚಿಕೆಯಲ್ಲಿ ನನ್ನಂತಹ ಅತಿ ಬುದ್ಧಿವಂತ ವಿದ್ಯಾರ್ಥಿಯನ್ನು ನನ್ನ ತಮ್ಮನಂಥ ಬೆಪ್ಪನೊಂದಿಗೆ ಸಮನಾಗಿಸಿದ್ದು ನನಗೆ ಬಹಳ ಬೇಸರ ಬರಿಸಿತ್ತು. ನನ್ನ ತಮ್ಮ ಈ ಸುಂದರವಾದ ಪುಸ್ತಕಗಳ ಕೊನೆಯ ಪುಟ ತೆಗೆದು ಅದರಲ್ಲಿ ಈ ಅಸಂಬದ್ಧ ಅರ್ಜಿಗಳನ್ನು ಗೀಚುವುದು ನನಗೆ ಗೊತ್ತಿತ್ತು.

ಇದರ ಜೊತೆಗೇ, ನಿನ್ನೆ ಸಾಯಂಕಾಲವಷ್ಟೇ ಸಕತ್ತಾಗಿ ಹಂದಿಕೊಬ್ಬನ್ನು ಕತ್ತರಿಸಿದ್ದ ಅಕ್ಕನಿಗೆ, ಇವೊತ್ತು ನನ್ನಂತಹ ಧರ್ಮಭೀರುವಿಗೆ ದಕ್ಕಿದಷ್ಟೇ ಪುಸ್ತಕ ದಕ್ಕುವುದೆಂದರೆ ಅನ್ಯಾಯ ವಲ್ಲದೆ ಮತ್ತೇನು!

ನಾನು ಆ ನೋಟ್‌ಬುಕ್ಕುಗಳನ್ನ ಪಕ್ಕಕ್ಕೆ ತಳ್ಳಿ, ಮುಖ ಸಿಂಡರಿಸಿ ಮೇಜನ್ನು ದಿಟ್ಟಿಸುತ್ತ ಕೂತೆ. ನನ್ನ ಕಣ್ಣು ತುಂಬಿ ಬಂದಿದ್ದವು; ಈಗಲೊ ಆಗಲೊ ಕಂಬನಿ ಉಕ್ಕುವಂತಿತ್ತು. ಅಪ್ಪ ಅಮ್ಮ ಇಬ್ಬರೂ ನನ್ನನ್ನು ಒಲಿಸಲು ಪ್ರಾರಂಭಿಸಿದರು. ಅಪ್ಪ ನನ್ನನ್ನು ಪುಸಲಾಯಿಸುತ್ತ ಪರೀಕ್ಷೆ ಮುಗಿದ ಮೇಲೆ ಮೀನು ಹಿಡಿಯಲು ನನ್ನನ್ನು ದೂರದ ಮಲೆನಾಡಿಗೆ ಕರೆದೊಯ್ಯು ವುದಾಗಿ ಆಶ್ವಾಸನೆ ನೀಡಿದರು. ಆದರೆ ಅವರು ನನ್ನನ್ನು ಸಂತೈಸಲು ಪ್ರಯತ್ನಿಸಿದಷ್ಟೂ ನನಗಾಗಿದ್ದ ಅನ್ಯಾಯ ಹೆಚ್ಚು ಹೆಚ್ಚು ಮನದಟ್ಟಾಗಹತ್ತಿತು.

ನೋಟ್‌ಬುಕ್ಕನ್ನು ತೆರೆದ ಅಕ್ಕ ರಾಗವಾಗಿ ಹೇಳಿದಳು: “ಅರೆ! ನನಗೆ ಎರಡು ಬ್ಲಾಟಿಂಗ್ ಕಾಗದ ಸಿಕ್ಕಿವೆ.” ಇದರಿಂದ ನನಗೆ, ಬಗ್ಗಿದವನ ಮೇಲೆ ಮತ್ತೊಂದು ಗುದ್ದು ಬಿದ್ದಂತಾಯಿತು. ನನಗೋ ಒಂದು ಬ್ಲಾಟಿಂಗ್ ಕಾಗದ ಮಾತ್ರ ದಕ್ಕಿತ್ತು. ಅಕ್ಕನಿಗೆ ನನಗಿಂತ ಒಂದು ಹೆಚ್ಚಿಗೆ ಸಿಗುವಂತೆ ವಿಧಿ ಎಸಗಿರದಿದ್ದರೆ, ಅನಂತರ ಏನು ನಡೆಯಿತೋ ಅದು ಬಹುಶಃ ಜರಗದೇ ಇರುತ್ತಿತ್ತು.

ಇನ್ನು ತಡೆಯಲಾಗದೆ ನಾನು ಎದ್ದು ನಿಂತು ನಡಗುವ ಸ್ವರದಲ್ಲಿ ಅಪ್ಪನಿಗೆ ಒದರಿದೆ:

“ಅಕ್ಕ ನಿನ್ನೆ ಹಂದಿಕೊಬ್ಬು ತಿಂದಳು!...”

ಅಸಭ್ಯ ನೀರವತೆ ಕೋಣೆಯನ್ನಾವರಿಸಿತು. ಇದರಿಂದ ನಾನು ಯಾವುದೋ ದೊಡ್ಡ ತಪ್ಪು ಮಾಡಿದಂತೆ ಕಂಡು, ಥರ ಥರ ಕಂಪಿಸತೊಡಗಿದೆ. ಬಹುಶಃ ನಾನು ಹೇಳಬೇಕಾಗಿದ್ದದ್ದನ್ನು ಸಮರ್ಪಕವಾಗಿ ಹೇಳಿರಲಿಲ್ಲ ಅಥವಾ ಪ್ರವಾದಿ ಮೊಹಮ್ಮದರು ವಿಧಿಸಿದ್ದ ಗುರುತರವಾದ ಕಟ್ಟಳೆಗಳಿಗೆ ಇತರರ ನೋಟ್‌ಬುಕ್ಕುಗಳ ಮೇಲೆ ಅಕ್ರಮವಾಗಿ ಕೈಹಾಕುವ ಹುಲು ಬಯಕೆಗೂ ಅತಿ ನಿಕಟ ಸಂಬಂಧವಿದ್ದಿರಬೇಕು.

ಕೊಂಚ ಊದಿಕೊಂಡಂತಿದ್ದ ಕಣ್ಣುಗಳಿಂದ ಅಪ್ಪ ದುರದುರನೆ ನನ್ನನ್ನು ದಿಟ್ಟಿಸಿದರು. ಅವರ ಕಣ್ಣುಗಳಲ್ಲಿ ನಿಧಾನವಾಗಿ ಕ್ರೋಧ ತುಂಬಿಕೊಳ್ಳುತ್ತಿತ್ತು. ನನಗೆ ಇದರಿಂದ ಬಹಳ ಗಲಿಬಿಲಿಯಾಯಿತು. ಅವರ ಕ್ರೋಧವನ್ನು ಬೇರೆ ದಿಕ್ಕಿಗೆ ಹರಿಸುವ ಮತ್ತೊಂದು ಕರುಣಾಜನಕ ಪ್ರಯತ್ನವನ್ನು ನಾನು ನಡೆಸಿದೆ;

“ಅಕ್ಕ ನಿನ್ನೆ ಸಾಯಂಕಾಲ ಷುರಾ ಮಾವನ ಮನೆಯಲ್ಲಿ ಹಂದಿಕೊಬ್ಬು ತಿಂದಳು.”

ನನ್ನ ದೂರು ಮಣ್ಣೂಡುವಂತೆ ಭಾಸವಾಗಿ ತುಂಬ ಹತಾಶೆಯಿಂದ ನಾನೆಂದೆ.

ತತ್‌ಕ್ಷಣ ಅಪ್ಪ ನನ್ನ ಕಿವಿಗಳನ್ನು ಬಲವಾಗಿ ಹಿಡಿದು, ತಲೆಯನ್ನು ಜೋರಾಗಿ ಅಲ್ಲಾಡಿಸಿ, ಅದು ಮುಂಡದಿಂದ ಕಳಚಿ ಬೀಳುವುದಿಲ್ಲವೆನ್ನುವುದನ್ನು ಅರಿತು, ನನ್ನನ್ನೆತ್ತಿ ನೆಲಕ್ಕೆ ಅಪ್ಪಳಿಸಿದರು. ನನಗೆ ಅತೀವ ನೋವು, ಅಪಮಾನ ಆಗಿದ್ದವು. ನನ್ನ ಕಿವಿಗಳು ಗಿಂವ್‌ಗುಟ್ಟ ತೊಡಗಿದ್ದವು. ಅಪ್ಪ ಕೋಪದಿಂದ ಕುದಿಯುತ್ತ ಗರ್ಜಿಸಿದರು.

“ನಾಯಿ ಮಗನೆ! ನನ್ನ ಸ್ವಂತ ಮನೆಯಲ್ಲೇ ಫಿತೂರಿಕಾರರನ್ನು, ದ್ರೋಹಿಗಳನ್ನು ನಾನು ಕಾಣಬೇಕಾಯಿತೆ!”

ಆಮೇಲೆ ಜರ್ಕಿನ್ ಎತ್ತಿಕೊಂಡು ಅಪ್ಪ ಮನೆಯಾಚೆ ನಡೆದರು. ಹೋಗುವಾಗ ಅವರು ಕದ ಬಡಿದುಕೊಂಡ ರಭಸಕ್ಕೆ ಒಂದಿಷ್ಟು ಗೋಡೆಯ ಗಾರೆ ಕಳಚಿ ಬಿದ್ದಿತು.

ನನಗಾದ ನೋವು ಅಪಮಾನಗಳಿಗಿಂತ, ಅವರು ನನ್ನ ಕಿವಿಗಳನ್ನು ಜಗ್ಗಿದಾಗ ಅವರ ನೋಟದಲ್ಲಿದ್ದ ಹೇವರಿಕೆ, ರೊಚ್ಚು ನನ್ನನ್ನು ಹೆಚ್ಚು ಬಾಧಿಸಿತ್ತು. ನಾಗರ ಹಾವನ್ನು ಇನ್ನೇನು ಹೊಡೆದು ಕೊಲ್ಲಬೇಕು ಎನ್ನುವ ಕ್ಷಣದಲ್ಲಿ ವ್ಯಕ್ತಿಯೊಬ್ಬ ತಾಳುವ ಭಾವದಂತಿತ್ತು ಆ ನೋಟ.

ನಡೆದ ಘಟನೆಯಿಂದ ನಾನು ದಿಗ್ಭ್ರಾಂತನಾಗಿ ಬಹಳ ಹೊತ್ತು ನೆಲದ ಮೇಲೆ ಬಿದ್ದುಕೊಂಡಿದ್ದೆ. ಅಮ್ಮ ನನ್ನನ್ನು ಎತ್ತುವ ಪ್ರಯತ್ನ ಮಾಡಿದಳು. ತಮ್ಮ ನನ್ನ ಸುತ್ತ ವೃತ್ತಾಕಾರದಲ್ಲಿ ಓಡುತ್ತ ನನ್ನ ಕಿವಿಗಳತ್ತ ಬೆರಳು ಮಾಡಿ ನಗುತ್ತ ಕೂಗುತ್ತಿದ್ದ:

"ಅಯ್ಯೊ ಪಾಪ ! ನಮ್ಮ ಅತಿ ಬುದ್ಧಿವಂತನ ಪಾಡು ಶತ್ರುವಿಗೂ ಬೇಡ !"

ಅಪ್ಪನನ್ನು ನಾನು ಬಹಳ ಪ್ರೀತಿಸುತ್ತಿದ್ದೆ. ಅವರು ನನ್ನನ್ನು ಶಿಕ್ಷಿಸಿದ್ದು ಇದೇ ಮೊದಲನೆಯ ಸಲ...

...ಇದೆಲ್ಲ ನಡೆದು ಇಂದಿಗೆ ಬಹಳ ಕಾಲ ಸಂದಿದೆ. ಈಗ ಎಲ್ಲರಿಗೂ ಸುಲಭವಾಗಿ ದಕ್ಕುತ್ತಿರುವ ಹಂದಿಮಾಂಸವನ್ನು ನಾನು ತಿನ್ನಲು ಪ್ರಾರಂಭಿಸಿ ಸುಮಾರು ಸಮಯವಾಗಿದೆ. ಆದರೆ ಇದರಿಂದ ನನ್ನ ಸಂತೋಷ ಹೆಚ್ಚಿದೆಯೆಂದು ನಾನು ಧೈರ್ಯವಾಗಿ ಹೇಳಲಾರೆ. ನಾನು ಕಲಿತ ಪಾಠ ಮಾತ್ರ ವ್ಯರ್ಥವಾಗಲಿಲ್ಲ: ಯಾವುದೇ ಉದಾತ್ತ ತತ್ವ ಸಣ್ಣತನ ದ್ರೋಹಗಳನ್ನು ಸಮರ್ಥಿಸುವುದಿಲ್ಲ. ಎಲ್ಲ ಬಗೆಯ ಫಿತೂರಿ ದ್ರೋಹಗಳೂ, ಅವು ದೊಡ್ಡ ತತ್ವಗಳ ಮರೆಯಲ್ಲಿದ್ದರೂ, ಬೆಳೆಯುತ್ತಾ ಹೋಗುತ್ತವೆ; ಸಣ್ಣ ಅಸೂಯೆಯಿಂದ ಪ್ರಾರಂಭವಾಗಿ ಕಂಬಳಿ ಹುಳುವಿನಂತೆ ದೊಡ್ಡದಾಗಿ ಬೆಳೆಯುತ್ತಾ ಹೋಗುತ್ತವೆ. ಈ ಪಾಠ, ನನ್ನ ಈವರೆಗಿನ ಬದುಕಿನುದ್ದಕ್ಕೂ ನನ್ನನ್ನು ತಿದ್ದುತ್ತ ಬಂದಿದೆ. ❍

○ ಯೂರಿಹ್ ಖುತ್‌ಹೆವು

ಹಾಯಿಪಟಗಳು

ಲೆನಿನ್‌ಗ್ರಾಡಿನ ಬೀದಿಗಳಲ್ಲಿ ಮಂಜು ಹಬ್ಬಿತ್ತು: ಉನ್ನತ ಸೌಧಗಳ ಮೇಲೆ ಪಟ್ಟಿ ಪಟ್ಟಿಯಾಗಿ ಲೇಪಿತವಾಗಿ ಟೆಲಿಗ್ರಾಫ್ ತಂತಿಗಳಿಂದ ಜೋತು, ಉದ್ಯಾನವನಗಳನ್ನು ಮುಚ್ಚುವಂತೆ ಆಚ್ಛಾದಿಸಿ ಮೆರೆದಿತ್ತು. ಗ್ರಿಬಯ್ಯೇದವ್ ಕಾಲುವೆಯ ಮೇಲೆ ಕಟ್ಟಿದ ಇಟಾಲಿಯನ್ ಮಾದರಿಯ ಸೇತುವೆಯ ವಿದ್ಯುದ್ದೀಪಗಳ ಸುತ್ತ ಪ್ರಖರ ಪ್ರಭಾವಲಯ ರಚಿಸಿ, ಇಡೀ ಪರಿಸರವನ್ನು ಮಾಂತ್ರಿಕಗೊಳಿಸಿತ್ತು.

ನಾನು ಸೇತುವೆ ದಾಟಿ, ರಾಖವ್ ಬೀದಿಯಲ್ಲಿ ನಡೆದು ಸಂಗೀತ ಸಭಾಭವನದತ್ತ ಸಾಗಿದ್ದೆ. ಭವನದೆದುರು ಟಿಕೆಟ್ಟಿಗಾಗಿ ನೆರೆದಿದ್ದ ಜನರ ದಟ್ಟಣೆ ದೂರದಿಂದ ಕಾಣುತ್ತಿತ್ತು. ನನ್ನ ಎಡಕ್ಕೆ, ಕಲಾಚೌಕದ ಹತ್ತಿರವಿರುವ ಉದ್ಯಾನದ ಮರಗಳ ನಡುವೆ ಪೂಷ್ಕಿನ್ನನ ಕಂಚಿನ ಪ್ರತಿಮೆ ಗೋಚರಿಸಿ, ಅದರ ಮೇಲೆ ಹಿಮ ಹೊಳೆಯುತ್ತಿತ್ತು...

ಸಂಗೀತ ಸಭಾಭವನದ ಉಡಿಗೆ ಕೋಣೆಯಲ್ಲಿ ನನ್ನ ನಿಲುವಂಗಿಯನ್ನು ಕಳಚಿ, ಎಡಗಡೆಯ ಬಾಲ್ಕನಿಗೆ ಹೋಗುವ ಮೆಟ್ಟಿಲೇರಿದೆ. ದೂರದಿಂದ ಮಸಕು ಮಸಕಾಗಿ ಕೇಳಿಸುವ ಸಮುದ್ರದಲೆಯ ಶಬ್ದದಂತೆ, ತಮ್ಮ ತಮ್ಮ ಸೀಟುಗಳಲ್ಲಿ ಕುಳಿತುಕೊಳ್ಳುತ್ತಿದ್ದ ಜನರ ಗುಜುಗುಜು ಕೆಳಗಿನ ಸಾಲುಗಳಿಂದ ತೇಲಿ ಬರುತ್ತಿತ್ತು.

ಭವನದ ವಿಶಾಲ ವೇದಿಕೆಯ ಮೇಲೆ ಸಂಗೀತಗಾರರು ಕೂರುವ ಕುರ್ಚಿಸಾಲು ಬರಿದಾಗಿತ್ತು. ಸ್ವಲ್ಪ ದೂರದಲ್ಲಿ ಕೆಲವು ಮಂದ್ರ ಸ್ವರದ ಜೋಡಿವಾದ್ಯಗಳು ಗೋಡೆಗೊರಗಿದ್ದವು.

ಸಭಾಂಗಣದಲ್ಲಿ ದೊಡ್ಡ ಗಾತ್ರದ ಬಿಳಿಯ ಕಂಬಗಳಿದ್ದು, ಹರಳಿನ ತೂಗುದೀಪಗಳು ಸುತ್ತ ಬೆಳಗಿದ್ದವು. ಶ್ರೋತೃಗಳು ಒಬ್ಬೊಬ್ಬರಾಗಿ ಬಂದು ಕೂರುತ್ತಿದ್ದರು. ನಾನು ಸುತ್ತ ಕಣ್ಣಾಡಿಸಿ ದಾಗ, ಹಿಂದಿನ ಗೋಡೆಯತನಕ ಕುರ್ಚಿಸಾಲುಗಳ ಹಿಂದೆ ಜನ ನಿಂತಿದ್ದರು.

ದೀಪಗಳ ಬೆಳಕು ಕ್ಷೀಣಿಸಿತು. ಒಂದು ಬೃಹತ್ ತೂಗುದೀಪ ವೇದಿಕೆಯ ಮೇಲೆ ಹೊತ್ತಿಕೊಂಡು, ಸಂಗೀತ ನುಡಿಸುವ

ಬಿಳಿಯ ಮುಂಚಿಕೆಗಳನ್ನು ಬೆಳಗಿ, ಕಂಚಿನ ತಾಳಗಳಿಂದ ಕಿಡಿಗಳಂಥ ಕೆಂಬೆಳಕು ಹೊಮ್ಮಿಸಿ, ದೊಡ್ಡ ಡೋಲಿನ ಬೆಳ್ಳನೆಯ ಚರ್ಮದ ಹೊದಿಕೆಗೆ ಪೇಲವ ಕಾಂತಿಯನ್ನು ನೀಡಿ ರಾರಾಜಿಸಿತು.

ವೇದಿಕೆಯ ಹಿಂಭಾಗದ ದ್ವಾರದ ಅಚ್ಚಗೆಂಪು ಪರದೆಗಳು ಸರಿದು, ಸಂಗೀತಗಾರರು ಎರಡು ಸಾಲುಗಳಲ್ಲಿ ರಂಗವನ್ನು ಪ್ರವೇಶಿಸಿದರು.

ಈ ಸುಂದರ ಸಭಾಭವನಕ್ಕೆ ನಾನು ಹಲವು ಸಲ ಬಂದಿದ್ದೆ. ಆದರೆ ಆ ರಾತ್ರಿ ಮಾತ್ರ ನಾನು ಹಿಂದೆಂದಿಗಿಂತಲೂ ಹೆಚ್ಚು ಉತ್ಕಂಠಿತನಾಗಿದ್ದೆ. ಸಂಗೀತ ಕಚೇರಿ ಯಾವಾಗ ಶುರು ವಾಗುವುದೋ ಎಂದು ಅಸಹನೆಯಿಂದ ಕಾಯುತ್ತಿದ್ದೆ. ಸ್ವರಮೇಳನದ ವಾದ್ಯಗೋಷ್ಠಿಯನ್ನು ನಾನು ಕೇಳಿ ಬಹಳ ದಿನಗಳಾಗಿದ್ದುದು ಈ ನನ್ನ ಉದ್ವೇಗಕ್ಕೆ ಕಾರಣವಿದ್ದಿರಬಹುದು. ಅದಕ್ಕೆ ಮತ್ತೊಂದು ಕಾರಣವೂ ಇದ್ದಿರಬಹುದು. ನಾನು ಮಿಖಾಯಿಲವ್‌ಸ್ಕಯದಿಂದ ಆಗಷ್ಟೆ ಮರಳಿದ್ದೆ. ಮೊನ್ನೆ ತಾನೆ ಅಲ್ಲಿನ ಹಿಮಾಚ್ಛಾದಿತ ಉದ್ಯಾನದಲ್ಲಿ ಅಡ್ಡಾಡಿದ್ದೆ. ಪೂಷ್ಕಿನ್ನನ ಸಮಾಧಿ ಬಳಿಯ ಶಾಸನಗಂಬಕ್ಕೆ ಕಲ್ಲಿನ ಮೆಟ್ಟಲೇರಿ ಹಲವಾರು ಸಲ ಹೋಗಿದ್ದೆ. ಅಲೆಅಲೆಯಾಗಿ ಚಾಚಿರುವ ರಷ್ಯದ ಬಯಲುಸೀಮೆಯ ಅದ್ಭುತ ದೃಶ್ಯ ಅಲ್ಲಿಂದ ಕಾಣುತ್ತದೆ, ಕಾಡಿನಾಚೆಯ ಮನೆಗಳ ಒಲೆಗಳಿಂದ ಏಳುವ ಹೊಗೆ, ಹಿಮಮಿಶ್ರಿತ ನೀಲಿ ಹವೆಯಲ್ಲಿ ಬೆರೆಯುವ ನೋಟ ಕಣ್ಸೆಳೆಯುತ್ತದೆ. ಅಲ್ಲಿಂದ ಹೊರಡಲು ನನಗೆ ಮನಸ್ಸೇ ಬಂದಿರಲಿಲ್ಲ.

ಈಗ ಚೇಕಾವ್‌ಸ್ಕಿಯ ಪ್ರಥಮ ಮೇಳರಾಗವನ್ನು ಆಲಿಸಿ, ಆ ನಿಸರ್ಗ ರಮಣೀಯತೆಯನ್ನು ಪುನರನುಭವಿಸಲು ಈ ಸಭಾಭವನಕ್ಕೆ ನಾನು ಬಂದಿದ್ದೆ. ಯಾಕೆಂದರೆ ಅಲ್ಲಿ ಪೂಷ್ಕಿನ್ ಬೆಟ್ಟಗಳ ಸುತ್ತಲಿನ ಕಾಡುಗುಡ್ಡಗಳಲ್ಲಿ, ಹೊಲ ಗದ್ದೆಗಳಲ್ಲಿ, ವಿಲಕ್ಷಣವೆನ್ನಿಸುವಂತಹ ರಷ್ಯದ ನಿರಾಭರಣ ಸೌಂದರ್ಯವನ್ನು ನಾನು ತುಂಬು ಹೃದಯದಿಂದ ಆಸ್ವಾದಿಸಿದ್ದೆ. ಆ ಹಳ್ಳಿಗಾಡಿನಲ್ಲಿ ನಾನು ಕಳೆದ ದಿನಗಳು ಫೆಬ್ರವರಿಯ ಎಳೆಬಿಸಲಿನ ಲೀಲೆಯಿಂದ, ಹಿಮದ ಹೊಳಪಿನಿಂದ, ಗಾಢ ಹಸಿರು ಅರಣ್ಯಗಳ ಮೋಹಕ ಮಾಯೆಯಿಂದ ರಂಗೇರಿದ್ದವು.

ನನ್ನ ಭಾವನಾಪ್ರಪಂಚ ಚಪ್ಪಾಳೆಯ ಧ್ವನಿಯಿಂದ ಮಾಯವಾಗಿ, ಮತ್ತೆ ವಾಸ್ತವ ಜಗತ್ತಿಗೆ ನಾನು ಮರಳಿದೆ. ಸಂಗೀತ ನಿರ್ದೇಶಕ ವೇದಿಕೆಗೆ ಬೇಗ ಬೇಗ ಹೆಜ್ಜೆ ಹಾಕುತ್ತಿದ್ದ. ಅವನ ಕೋಟಿನ ಹಿಂತುದಿಗಳು ನೆಲದ ಮೇಲೆ ಚಾಚಿ, ನೆರಳಿನಂತೆ ಅವನನ್ನು ಹಿಂಬಾಲಿಸಿದ್ದವು. ಮುಷ್ಟಿ ಬಿಗಿದಿತ್ತು. ಚಡಪಡಿಸುವಂತಿದ್ದ ಬೆರಳುಗಳಲ್ಲಿ ವಿಚಿತ್ರ ಸಾಮರ್ಥ್ಯವಿದ್ದಂತೆ ಭಾಸ ವಾಗುತ್ತಿತ್ತು. ಅವನು ವೇದಿಕೆಯನ್ನೇರಿ ತಾಳದಂಡವನ್ನೆತ್ತಿದ.

ವಾದ್ಯ ಸಂಗೀತವಾಲಿಸುತ್ತ, ನಾನು ರಷ್ಯದ ವಿಶಾಲ ಬಯಲುಗಳ ಹಾಗು ಮಂಜು ಮುಸುಕಿದ ಕಾರಡವಿಗಳ ಬಗೆಗಿನ ನನ್ನ ಸಂವೇದನೆಗಳನ್ನು ಪುನರನುಭವಿಸಲು ಪ್ರಯತ್ನಿಸಿದೆ.

ಆಗ ಇದ್ದಕ್ಕಿದ್ದಂತೆ ನನ್ನ ಮನಸ್ಸಿನ ಆಳದಲ್ಲಿ ಮತ್ತೊಂದು ಚಿತ್ರ ಮೂಡಿತು: ಕಡಲಗಾಳಿ ಉಬ್ಬಿಸಿದ್ದ, ಬೃಹದ್ಗಾತ್ರದ ಬಿಳಿಹಾಯಿಯ ಚಿತ್ರವದು. ಈ ಚಿತ್ರವೇಕೆ ಮೂಡಿತೋ ಎಂದು ನನಗೆ ಆಶ್ಚರ್ಯವಾಯಿತು. ಈ ಸಭಾಭವನದ ಅಲಂಕೃತ ಬಿಳಿಯ ಕಂಬಗಳು ಮಡಿಸಿದ ಹಾಯಿಪಟವನ್ನು ಕೊಂಚ ಹೋಲುತ್ತವೆಂದೆ? ಅಥವಾ ನಾನು ಆಲಿಸುತ್ತಿದ್ದ ಸಂಗೀತದಲ್ಲಿ ಸಮುದ್ರದಲೆಯ ಘೋಷವಿತ್ತೆ? ಪ್ರಾಯಶಃ, ಅದಕ್ಕೆ ಇನ್ನಾವುದೋ ಕಾರಣವಿರಬೇಕು. ಬಹಳ ಹಿಂದೆ ನನ್ನ ಬದುಕಿನಲ್ಲಿ ನಡೆದ ಘಟನೆ ಈಗ ಇದ್ದಕ್ಕಿದ್ದಂತೆ ಅಂತರಾಳದಿಂದ ಪ್ರಜ್ಞೆಯ ಮಟ್ಟಕ್ಕೆ ತೇಲಿ ಬಂದಿರಬೇಕು. ಈಗ ಆಲಿಸುತ್ತಿದ್ದ ರಾಗವನ್ನು, ನಾನು 'ಸಂಗೀತಸಭೆ' ಎನ್ನುವ

ಪದದ ಅರ್ಥ ತಿಳಿಯುವ ಮುಂಚೆ, ನನ್ನ ಬಾಲ್ಯದಲ್ಲಿ ಮೊದಲ ಬಾರಿಗೆ ಕೇಳಿದ್ದೆ. ಬಹುಶಃ ಈ ರಾಗ ಹಿಂದಿನ ನೆನಪನ್ನು ಮರುಕಳಿಸಿ ಹಾಯಿಪಟದ ಚಿತ್ರವನ್ನು ಮನಃಪಟಲದೆದುರು ಮೂಡಿಸಿರಬೇಕು.

ನನ್ನ ಬಾಲ್ಯ ಉಯಿಲೆನ್ ಹಳ್ಳಿಯಲ್ಲಿ ಕಳೆದಿತ್ತು. ಚರ್ಮದ ಛಾವಣಿ ಹೊದಿಸಿ ರಚಿಸಲಾಗಿದ್ದ ಗುಡಾರಗಳಲ್ಲಿ ಇಡೀ ಜಗತ್ತು ಹುದುಗಿತ್ತು.

ಆ ಕಾಲಕ್ಕೆ ಉಯಿಲೆನ್ ಗ್ರಾಮದಲ್ಲಿ ಚರ್ಮ ಹೊದಿಸಿದ್ದ ಎರಡು ಸಾಲು ಗುಡಾರಗಳಿದ್ದವು. ಜೊತೆಗೇ ಮರದ ಹಲಗೆಗಳಿಂದ ರಚಿಸಿದ ಮೂರು ಕಟ್ಟಡಗಳು ಬೆಟ್ಟದ ತಪ್ಪಲಲ್ಲಿದ್ದವು. ವಿಶಾಲವಾಗಿದ್ದ ಅವು ಜಿಲ್ಲಾ ಸೋವಿಯೆತ್ ಕಾರ್ಯಕಾರಿ ಸಮಿತಿಯ ಕಛೇರಿಗಳಾಗಿದ್ದವು. ಒಂದು ಶಾಲೆ, ಸಮುದ್ರದ ಹಿನ್ನೀರಿನ ಬಳಿ ಒಂದು ಸಣ್ಣ ಅಂಗಡಿ ಸಹ ಇದ್ದವು.

ಬಾನುಲಿ ನಿಲಯವಿದ್ದದ್ದು ಶಾಲೆಯ ಆವರಣದಲ್ಲಿ. ಒಮ್ಮೆ ಅಲ್ಲಿನ ವಿದ್ಯುತ್ತಂತಿಗಳ ಜಾಲದ ಕೆಳಗೆ ನಾನು ನಿಂತಿದ್ದೆ. ಆಗ ಬಾನುಲಿಯ ಕಾರ್ಯನಿರ್ವಾಹಕ ನಮ್ಮ ಚಿಕ್ಕಪ್ಪನಿಗೆ, ನಟರನ್ನು ಹೊತ್ತ ಹಡಗೊಂದು ನಮ್ಮ ಹಳ್ಳಿಗೆ ಬರಲಿದೆಯೆಂದು ತಿಳಿಸಿದ. ನನಗೆ ಹಡಗಿನ ಅರ್ಥ ಗೊತ್ತಿತ್ತು. ಆದರೆ, ಅದು ಹೊತ್ತು ತರುತ್ತಿದ್ದ ನಟರೆಂದರೆ ಏನೆಂದು ತಿಳಿದಿರಲಿಲ್ಲ.

ರಾತ್ರಿ ಊಟದ ಸಮಯದಲ್ಲಿ ಚಿಕ್ಕಪ್ಪ ಚಹ ಕುಡಿಯುತ್ತ ಕೂತಿದ್ದಾಗ ನಾನು ಪ್ರಶ್ನಿಸಿದೆ:

"ಚಿಕ್ಕಪ್ಪ, ನಟರು ಅಂದರೇನು ?"

ಚಹದ ಲೋಟವನ್ನು ಹುಷಾರಾಗಿ ಮೇಜಿನ ಮೇಲಿರಿಸುತ್ತ ಅವನು ಮರು ಪ್ರಶ್ನೆ ಹಾಕಿದ: "ಏನೆಂದೆ ?"

"ನಟರು ಎಂದರೇನು ಅಂತ ಕೇಳಿದೆ, ಅಷ್ಟೇ."

"ನನಗೆ ಗೊತ್ತಿಲ್ಲ" ಚಿಕ್ಕಪ್ಪ ಉತ್ತರಿಸಿದ.

ಈ ಉತ್ತರದಿಂದ ನಾನು ಚಕಿತನಾದೆ. ಚಿಕ್ಕಪ್ಪ ತುಂಬಾ ತಿಳಿವಳಿಕೆಯವನು ಎಂದು ನನಗನ್ನಿಸಿತ್ತು. ಕೊಂಚ ಕಷ್ಟವಾದರೂ ಆತ ರಷ್ಯನ್ ಭಾಷೆಯನ್ನು ಆಡುತ್ತಿದ್ದ. ಸಾಮೂಹಿಕ ಕೃಷಿಕ್ಷೇತ್ರದ ಸಭೆಗಳಲ್ಲಿ ಸೊಗಸಾಗಿ ಭಾಷಣ ಮಾಡುತ್ತಿದ್ದ. ಅಷ್ಟೇ ಅಲ್ಲ, ರಾತ್ರಿಯ ವೇಳೆ ಕೊಬ್ಬು ತುಂಬಿದ ಬೋಗುಣಿಯಲ್ಲಿ ದೀಪದ ಬತ್ತಿ ಆರಿದ ಮೇಲೆ ತನ್ನ ತಮಟೆಯನ್ನು ಬಾರಿಸುತ್ತ ಭೂತಪಿಶಾಚಿಗಳ ಜೊತೆ, ಅವುಗಳ ಭಾಷೆಯಲ್ಲೇ ಸಲೀಸಾಗಿ ಸಂವಾದ ನಡೆಸುತ್ತಿದ್ದ. ಅಂಥವನಿಗೆ ನಟರೆಂದರೇನು ಎನ್ನುವುದು ತಿಳಿದಿಲ್ಲವೆಂದರೆ ಆಶ್ಚರ್ಯವೇ.

ಹಡಗು ನಮ್ಮ ಹಳ್ಳಿಗೆ ಬರಲು ಇನ್ನೂ ಎರಡು ದಿನವಿದ್ದವು. ಹೀಗಾಗಿ ನಟರೆಂದರೆ ಏನೆಂಬುದನ್ನು ತಿಳಿದುಕೊಳ್ಳಲು ನನಗೆ ಸಾಕಷ್ಟು ಕಾಲಾವಕಾಶ ಇತ್ತು.

ಹಡಗುಗಳು ನಮ್ಮ ಹಳ್ಳಿಗೆ ಬಂದಾಗ, ಸಾಮಾನ್ಯ ಎಲ್ಲ ವಿಧದ ವಸ್ತುಗಳನ್ನೂ ತರುತ್ತಿದ್ದವು. ಎರಡು ವರ್ಷಗಳ ಹಿಂದೆ ನಮ್ಮ 'ಸೋವಿಯತ್ಸ್ಕಿ ಉಯಿಲೆನ್' ವೃತ್ತಪತ್ರಿಕೆಯನ್ನು ಅಚ್ಚು ಮಾಡುವ ಯಂತ್ರಗಳನ್ನು ಹೊತ್ತು ತಂದಿದ್ದವು. ಇದಲ್ಲದೆ, ನಾವು ಕಂಡರಿಯದ ಎಷ್ಟೋ ಹೊಸ ಪದಾರ್ಥಗಳೂ ಬಂದಿದ್ದವು. ಉದಾಹರಣೆಗೆ, ಗ್ರಾಮಾಫೋನುಗಳು, ತೈಲದ ಒಲೆಗಳು, ಮಡಿಸುವ ಚಾಕುಗಳು ಇತ್ಯಾದಿ. ಜೊತೆಗೇ ಎಷ್ಟೋ ಜನ ಹೊಸಬರು ನಮ್ಮ ಗ್ರಾಮದಲ್ಲಿ ವಾಸಮಾಡಲು ಬರುತ್ತಿದ್ದರು ! ಜಿಲ್ಲಾ ಕಾರ್ಯಕಾರಿ ಸಮಿತಿಯ ಅಧ್ಯಕ್ಷ, ಬಾನುಲಿಯ ಕಾರ್ಯನಿರ್ವಾಹಕ, ರೊಟ್ಟಿಯಂಗಡಿಯ ಮಾಲಿಕನಾದ ಪಾವ್ಲೋವ್ ಎಂಬ ರಷ್ಯನ್, ದಿನಸಿ ಅಂಗಡಿಯಿಟ್ಟಿದ್ದ ಎಸ್ಕಿಮೊ ಜನಾಂಗದ

ಎಮು ಎಂಬಾತ – ಇವರೆಲ್ಲ ಹೀಗೆ ಹೊರಗಿನಿಂದ ಬಂದಿದ್ದವರು.

ಧ್ರುವ ವೀಕ್ಷಣಾ ಕೇಂದ್ರಕ್ಕೂ ನಮ್ಮ ಹಳ್ಳಿಗೂ ನಡುವೆ ಒಂದು ಗಾಳಿ ಗಾಲಿ ಇದ್ದಿತು. ಅದನ್ನು ಸಹ ಒಂದು ಹಡಗು ತಂದಿತ್ತು.

ಬಾನುಲಿಯ ಕಾರ್ಯನಿವಾಹಕನಿಂದ ಸುದ್ದಿ ತಿಳಿದ ಮಾರನೆಯ ದಿನ, ನನಗೆ ನಟರೆಂದರೆ ಮನುಷ್ಯರೆಂದು ತಿಳಿಯಿತು. ಇದರಿಂದ ನಿಜಕ್ಕೂ ನನಗೆ ಸೋಜಿಗವಾಗಿತ್ತು.

ಹಡಗು ಉಯಿಲೆನ್‌ಗೆ ಹತ್ತಿರವಾಗುತ್ತಿರುವಾಗ ನಟರ ಬಗ್ಗೆ ಮಾತುಕತೆ, ಚರ್ಚೆ ಹೆಚ್ಚಾಗತೊಡಗಿದವು. ಅವರ ಬಗ್ಗೆ ಹಲವಾರು ಸಂಗತಿಗಳು ನನಗೆ ತಿಳಿದುಬಂದವು.

ನಮ್ಮ ಧ್ರುವ ವೀಕ್ಷಣಾ ಕೇಂದ್ರದ ಮೆಕ್ಯಾನಿಕ್ ಅಕಾರ್ಡಿಯನ್ ವಾದ್ಯವನ್ನು ಅಷ್ಟು ಸೊಗಸಾಗಿ ಬಾರಿಸುತ್ತಿದ್ದಾಗ, ಈ ನಮ್ಮ ಸಣ್ಣ ಹಳ್ಳಿಗೆ ಬೇರೆ ಊರಿನಿಂದ ಜನಪದ ವಾದ್ಯಗಳನ್ನು ನುಡಿಸುವ ಇಷ್ಟೊಂದು ಸಂಗೀತಗಾರರನ್ನು ಕರೆಸಿದ್ದ ಉದ್ದೇಶವೇನೆಂದು ಜನ ಸಂದೇಹ ಪಡತೊಡಗಿದರು. ಇವರಲ್ಲಿ ನಮ್ಮ ಸಾಮೂಹಿಕ ಕೃಷಿ ಕ್ಷೇತ್ರದ ಹವ್ಯಾಸಿ ಕಲಾವೃಂದವನ್ನು ನಡೆಸುತ್ತಿದ್ದ ರೈಪೆಲ್ ಪ್ರಮುಖ. ಆತ ಹಿಂದೆ ಒಬ್ಬ ಮಾಂತ್ರಿಕನಾಗಿದ್ದ. ಅವನು ಹೇಳಿದ:

"ಇಲ್ಲೇ ನೆಲೆನಿಲ್ಲೋ ಉದ್ದೇಶದಿಂದ ಅವರು ಬಂದಿದ್ದಾರೋ ಏನೋ."

ಅದಕ್ಕೆ ಲೆನಿನ್‌ಗ್ರಾಡಿನವರಾದ ನಮ್ಮೂರಿನ ಶಾಲೆಯ ಮುಖ್ಯೋಪಾಧ್ಯಾಯ ಉತ್ತರಿಸಿದ:

"ಇಲ್ಲ; ಒಂದು ದಿನ ಮಟ್ಟಿಗೆ ಇಲ್ಲಿದ್ದು ಆಮೇಲೆ ಹೋಗ್ತಾರೆ."

ನಮ್ಮೂರಿನಲ್ಲಿ ನೆಲೆಸಿದ್ದ ರಷ್ಯನರ ಪೈಕಿ ಚುಕೋತ್ ಭಾಷೆ ಗೊತ್ತಿದ್ದದ್ದು ಅವನೊಬ್ಬನಿಗೇ.

ವಾದ್ಯ ನುಡಿಸುವ ಕಲಾವಿದರಿಗೆ ಸಂಭಾವನೆ ಸಹ ನೀಡಲಾಗುವುದೆಂದು ಅರಿತ ರೈಪೆಲ್ ಸ್ವಲ್ಪ ಕರುಬಿನಿಂದಲೇ ಹೇಳಿದ:

"ಕೆಲವರು ಮಹಾ ಅದೃಷ್ಟಶಾಲಿಗಳು ಬಿಡಿ. ಅವರು ಮೈಕೈ ಮುರಿದು ಕೆಲಸ ಮಾಡ್ಬೇಕಾಗಿಲ್ಲ. ವಾದ್ಯ ನುಡಿಸಿದರೆ ಸಾಕು ಹೊಟ್ಟೆ ತುಂಬ್ತದೆ!"

ಆ ದಿವಸ ಚಿಕ್ಕಪ್ಪ ತನ್ನ ಗುಡಾರದ ಹಳೆಯ ಚರ್ಮದ ಹೊದಿಕೆಯನ್ನು ಕಿತ್ತು ಹೊಸದನ್ನು ಹಾಕಲು ನಿರ್ಧರಿಸಿದ್ದ. ಕಡಲ ಸಿಂಹದ ಪಕ್ಕೆಲಬುಗಳ ಗೂಟಕ್ಕೆ ಬಿಗಿದಿದ್ದ ಚರ್ಮ ನೆಲದ ಮೇಲೆ ಹಾಸಿದ್ದು, ಗುಡಾರದ ಮೇಲಕ್ಕೇರಲು ಸಿದ್ಧವಾಗಿತ್ತು. ಹಳೆಯ ಹೊದಿಕೆಯನ್ನು ಕಿತ್ತುಹಾಕಿದಾಗ, ಹೊಗೆಯಿಂದ ಕಪ್ಪಾಗಿದ್ದ ಗುಡಾರದ ಅಸ್ಥಿಪಂಜರ ಬತ್ತಲೆಯಾಗಿ ನಿಂತಿತು. ರವಿಕಿರಣಗಳು ಒಳಗೆ ಇಣಿಕಿ, ಮಣ್ಣಿನ ನೆಲದ ಮೇಲೆ ಮಾನವ ಪಾದಗಳಿಂದ ಒತ್ತಿ ಹಾಸಲ್ಪಟ್ಟಿದ್ದ ನಾಯಿ ರೋಮದ ಪದರಗಳ ಮೇಲೆ ಬೆಳಕು ಬೀರಿದವು. ಬೇಸಿಗೆಯ ಮಂದಮಾರುತ ಕದದ ಮೇಲಿನ ತುಪ್ಪುಳದ ತೆರೆಯೊಂದಿಗೆ ಆಡಿತು.

ಗುಡಾರದ ಪುನರ್ನಿರ್ಮಾಣ ಕಾರ್ಯದಲ್ಲಿ ನೆರೆಯವರು ಚಿಕ್ಕಪ್ಪನಿಗೆ ನೆರವಾದರು. ಇದರಿಂದ ಆ ಕೆಲಸ ಬೇಗ ಪೂರೈಸಿತು. ಗುಡಾರ ಹೊಕ್ಕಾಗ ಈಗ ಹಿತವೆನ್ನಿಸುತ್ತಿತ್ತು. ಮೇಲಿದ್ದ ಕಿಂಡಿಯೊಂದರಿಂದ ಬಿಸಿಲ್ಗೋಲು ಒಳಗೆ ಇಳಿದಿತ್ತು.

ಚಿಕ್ಕಪ್ಪ ಗುಡಾರದ ಹೊಸ ಹೊದಿಕೆಯ ಸುತ್ತ ನಡೆಯುತ್ತ, ಅಲ್ಲಿಲ್ಲಿ ಮೂಡಿದ್ದ ರಂಧ್ರಗಳನ್ನು ಸೀಲ್ ಪ್ರಾಣಿಯ ಭುಜದ ಮೂಳೆಗಳಿಂದ ಮುಚ್ಚುತ್ತಿದ್ದ. ಅವನ ನೀಳ ನೆರಳು, ಒಳಕ್ಕೆ ಬೆಳಕು ಪ್ರವೇಶಿಸದಂತೆ ಮಾಡಿತ್ತು. ಅವನು ಈ ಕೆಲಸವನ್ನು ಮಾಡುವಾಗ ಕೈತಪ್ಪಿ ಹೊಸ ಹೊದಿಕೆಯನ್ನು ಹರಿದು ಹಾಕಿ ಅಂದಗೆಡಿಸಬಹುದೆಂಬ ಅಂಜಿಕೆ ನನಗಾಯಿತು.

ಆದರೆ ಸದ್ಯಃ ಹಾಗಾಗಲಿಲ್ಲ. ಚಿಕ್ಕಪ್ಪ ಚೊಕ್ಕಟವಾಗಿ ಕೆಲಸ ಮುಗಿಸಿದ. ಬಳಿಕ ಚಹ ಸೇವಿಸಲು ನಾವೆಲ್ಲ ಗುಂಪುಗೂಡಿ ಕೂತೆವು.

"ಹಡಗು ಇದಕ್ಕೆ ಮೊದಲೇ ಇಲ್ಲಿ ಬಂದಿರ್ತಿದ್ದರೆ, ಈ ಚಹಾದ ಬದಲು ನಿಮಗೆ ನಿಜವಾದ ಉರಿನೀರು* ಕೊಡ್ತಿದ್ದೆ."– ಚಿಕ್ಕಪ್ಪ ತನಗೆ ನೆರವು ನೀಡಿದ ಮಿತ್ರರಿಗೆ ಹೇಳಿದ.

"ಆದರೆ ಹಡಗು ಹೊತ್ತುಕೊಂಡು ಬರ್ತಿರೋದು ನಟರನ್ನಲ್ವೆ?" ನಾನು ಕೇಳಿದೆ.

ಅಷ್ಟರಲ್ಲಿ ನನ್ನ ಮಾತಿಗೆ ಮಾರ್ದನಿಗೊಟ್ಟಂತೆ ದೂರದ ಸಿಳ್ಳಿನ ದನಿಯೊಂದು ಗುಡಾರದ ತುದಿಯ ಬೆಳಕುಗಂಡಿಯಿಂದ ಒಳಗೆ ತೂರಿ ನಮ್ಮ ಕಿವಿಗಳಿಗೆ ಬಡಿಯಿತು.

ನಾನು "ಹಡಗು ಬಂತು! ಹಡಗು ಬಂತು! ನಮ್ಮೂರಿಗೆ ನಟರು ಬರ್ತಿದ್ದಾರೆ." ಎಂದು ಕೂಗುತ್ತ ಅಲ್ಲಿಂದ ಓಡಿದೆ.

ಮೊದಲು ದಿಗಂತದಲ್ಲಿ ಬರೀ ಹೊಗೆ, ಆಮೇಲೆ ಹಡಗಿನ ಬಿಳಿ ಅಟ್ಟ, ತರುವಾಯ ಇಡೀ ಹಡಗು ಸ್ಪಷ್ಟವಾಗಿ ಗೋಚರಿಸಿದವು.

"ನಟರು ಬರ್ತಿದ್ದಾರೆ! ನಟರು!" ಎಂದು ಹುರುಪಿನಿಂದ ಕೂಗುತ್ತ ನಾನು ಕಡಲ ಕರೆಯತ್ತ ಧಾವಿಸಿದೆ. ತಿಮಿಂಗಿಲ ಹಿಡಿಯುವ ದೋಣಿಯೊಂದನ್ನು ಕೆಲವರು ಆಗತಾನೆ ದಂಡೆಯಿಂದ ನೀರಿಗೆ ತಳ್ಳುತ್ತಿದ್ದರು.

ಬೀದಿ ಬೀದಿಯಿಂದ ಜನ ಓಡಿ ಬರುತ್ತಿದ್ದರು. ಅರೆಕುರುಡನಾಗಿ, ಈಗ ಸ್ವರ ಬಿದ್ದುಹೋಗಿದ್ದ ಮುದಿ ಹಾಡುಗಾರ ರೆಂತಿಗಿರ್ಗಿನ್ ಕೂಡ ಅವರ ನಡುವೆ ಸೊಟ್ಟುಗಾಲು ಹಾಕುತ್ತಾ ಅಲ್ಲಿಗೆ ಬರುತ್ತಿದ್ದ. ಹಡಗನ್ನು ಕಾಣದಿದ್ದರೂ, ಅದರ ಸಿಳ್ಳಿನ ಧ್ವನಿಯನ್ನು ಕೇಳಿಸಿಕೊಳ್ಳಲು ತಲೆಯನ್ನು ತವಕದಿಂದ ಒಲೆದಾಡಿಸುತ್ತ ಆತ ಸಾಗುತ್ತಿದ್ದ.

ಹಡಗು ತೀರ ಮುಟ್ಟಿದಾಗ, ಅದರ ಅಟ್ಟದ ತುಂಬ ಜನವಿದ್ದದ್ದು ಕಾಣಿಸಿತು. ನಾನಿದ್ದ ಕಡೆಯಿಂದ ನಟರನ್ನು ಗುರುತು ಹಿಡಿಯುವುದು ಸಾಧ್ಯವಿರಲಿಲ್ಲ. ಅವರಿಗೂ ಸಾಮಾನ್ಯ ಜನರಿಗೂ ಇದ್ದ ವ್ಯತ್ಯಾಸ ಸಹ ನನಗೆ ತಿಳಿದಿರಲಿಲ್ಲ.

ಆ ಬೃಹದ್ಗಾತ್ರದ ಹಡಗಿನೆದುರು ತಿಮಿಂಗಿಲ ಹಿಡಿಯುವ ನಮ್ಮ ಸಾಮೂಹಿಕ ಕ್ಷೇತ್ರದ ದೋಣಿ ಒಂದು ಚುಕ್ಕೆಯಂತೆ ಕಾಣುತ್ತಿತ್ತು. ತಾಯಿಯನ್ನುಳಿದ ಮರಿತಿಮಿಂಗಿಲದಂತೆ ಅದು ಹಡಗಿನ ಪಕ್ಕದಿಂದ ದಡದ ಕಡೆ ಸಾಗಿತು. ಅದರಲ್ಲಿ ಪ್ರಯಾಣಿಕರು ಕಿಕ್ಕಿರಿದಿದ್ದರು.

ಪ್ರಯಾಣಿಕರ ನಡುವೆ ನಟರನ್ನು ಗುರುತಿಸಲು ನಾನು ಕಣ್ಣರಳಿಸಿ ನೆಟ್ಟ ದೃಷ್ಟಿಯಿಂದ ನೋಡಿದೆ. ಆದರೆ ದೋಣಿ ಹೆಚ್ಚು ಹತ್ತಿರವಾದಂತೆ ಉಯಿಲೆನ್‌ಗೆ ಆಗಮಿಸಿದ್ದ ಈ ವಿಶೇಷ ವ್ಯಕ್ತಿಗಳನ್ನು ಗುರುತಿಸಿದವರಲ್ಲಿ ಮೊದಲಿಗನಾಗಬೇಕೆಂದಿದ್ದ ನನ್ನ ಆಸೆ ಸಫಲವಾಗ ಲಾರದೆಂದು ನನಗೆ ಹೆಚ್ಚು ಹೆಚ್ಚು ಅನಿಸತೊಡಗಿತು. ಯಾಕೆಂದರೆ ದೋಣಿಯಲ್ಲಿದ್ದವರು ಕೇವಲ ಸಾಮಾನ್ಯ ಜನರು – ಚುಕ್‌ಚಿಗಳು** ಮತ್ತು ರಷ್ಯನರು--ಎಂಬುದನ್ನು ಎಲ್ಲರೂ ಕಾಣಬಹುದಾಗಿತ್ತು.

---

* ಉರಿನೀರು : ಗಂಟಲು ಸುಡುವಂಥ ಖಾರದ ಪಾನೀಯ; ಅಂದರೆ, ಬ್ರಾಂದಿ, ವೋಡ್ಕಾ ಅಥವಾ ಬೇರಾವುದಾದರೂ ಮದ್ಯ.

** ಚುಕ್‌ಚಿಗಳು : ಸೋವಿಯೆತ್ ಒಕ್ಕೂಟದ ಉತ್ತರ ಧ್ರುವ ಪ್ರದೇಶದಲ್ಲಿರುವ, ಚುಕೋತ್ ಭಾಷೆಯನ್ನಾಡುವ ಪುಟ್ಟ ಜನಾಂಗ.

ಅವರ ನಡುವೆ ನಟರಿದ್ದರು. ಆದರೆ ಅವರನ್ನು ಗುರುತಿಸಿದವ ನಾನಲ್ಲ. ನಮ್ಮ ಮುಖ್ಯೋಪಾಧ್ಯಾಯರು ಆ ಗುಂಪಿನಲ್ಲಿದ್ದ ಪ್ರಧಾನ ನಟನನ್ನು ಬೊಟ್ಟು ಮಾಡಿ ತೋರಿಸಿದರು – ಆತ ವಾದ್ಯಮೇಳದ ಮುಖಂಡ. ಆ ಮುಖಂಡ ಒಬ್ಬ ಯುವಕನಂತೆ ದೋಣಿಯಿಂದ ಮರಳದಂಡೆಗೆ ಚುರುಕಿನಿಂದ ಜಿಗಿದು, ಅಲ್ಲಿ ಕಾದಿದ್ದ ಜನರಿಗೆ ಬಾಗಿ ವಂದಿಸಿದ. ಅವನ ಮುಖ ತೆಳ್ಳಗೆ ಮೊನಚಾಗಿತ್ತು. ಆ ಎಳೆಯ ಮುಖಕ್ಕೆ ನರೆತ ಕೂದಲು ಒಪ್ಪುತ್ತಿರಲಿಲ್ಲ. ಆತ ಮರಳ ದಂಡೆಯ ಮೇಲೆ ವೇಗವಾಗಿ ಹೆಜ್ಜೆ ಹಾಕಿದ. ಅವನ ಹಿಂದೆ, ನಮ್ಮ ಹಳ್ಳಿಯ ಕಾರ್ಯಕಾರಿ ಸಮಿತಿಯ ಅಧ್ಯಕ್ಷ ಗೌರವ ಸೂಚಿಸುವಂತೆ, ಸರ ಸರ ನಡೆದ. ಬೆಟ್ಟದ ತಪ್ಪಲಿನಲ್ಲಿದ್ದ ಮರದ ಮೂರು ಕಟ್ಟಡಗಳನ್ನೂ, ಗೆಮಾಲ್‌ಕೋತ್ ಎಂಬವನಿಗೆ ಸೇರಿದ್ದ ಒಂದು ದೊಡ್ಡ ಚರ್ಮದ ಗುಡಾರವನ್ನೂ ಪರೀಕ್ಷಿಸಿಲು ಅವರಿಬ್ಬರು ಹೋದರು.

ಆಗ ಯಾರೋ, "ಎಲ್ಲ ನಟರೂ ಹಿಡಿಸುವಷ್ಟು ವಿಶಾಲವಾದ ಜಾಗ ಹುಡುಕ್ತಿದ್ದಾರೆ" ಎಂದರು.

ಇದನ್ನು ಕೇಳಿಸಿಕೊಂಡ ರೆಂತಿಗಿರ್ಗಿನ್ ಜನ ಸುತ್ತುವರಿದಿದ್ದ ಮುಖಂಡನ ಬಳಿ ಸಾರಿ, ಅವನ ಕೈಹಿಡಿದು ಚುಕೋತ್ ಭಾಷೆಯಲ್ಲಿ "ನನ್ನೊಡನೆ ಬಾ!" ಎಂದ. ಅವನ ಮಾತು ವಾದ್ಯಮೇಳದ ಮುಖಂಡನಿಗೆ ಅರ್ಥವಾದದ್ದನ್ನು ಕಂಡು ನಮಗೆಲ್ಲ ಆಶ್ಚರ್ಯವಾಯಿತು.

ಆರು ದೊಡ್ಡ ಬಂಡೆಕಲ್ಲುಗಳು ಭೂಮಿಯಲ್ಲಿ ಆಳವಾಗಿ ನೆಲೆಯೂರಿ ನಿಂತಿದ್ದ ಒಂದು ಜಾಗಕ್ಕೆ ರೆಂತಿಗಿರ್ಗಿನ್ ಮುಖಂಡನನ್ನು ಕರೆದೊಯ್ದ. ಆ ಬಂಡೆಕಲ್ಲುಗಳು ಕಾಲದ ಆದಿಯಿಂದಲೂ ಅಲ್ಲಿದ್ದುವು. ಹಿಂದೆ ಅವನ್ನು ಪವಿತ್ರವೆಂದು ಭಾವಿಸುತ್ತಿದ್ದರು. ಪ್ರೇತೋಪಾಸನೆಯ ವಿರುದ್ಧ ನಮ್ಮ ಹಳ್ಳಿಯಲ್ಲಿ ಚಳವಳಿ ನಡೆದಿದ್ದಾಗ, ಮರದಿಂದ ಮಾಡಿದ್ದ ಮೂರ್ತಿಗಳನ್ನು ಕಿತ್ತೆಸೆದಿದ್ದರು. ಆದರೆ ಆ ಬಂಡೆಕಲ್ಲುಗಳು ಭಾರವಾಗಿದ್ದುದರ ಜೊತೆಗೆ ನೆಲದಲ್ಲಿ ಬಹಳ ಆಳವಾಗಿ ಹೂತುಹೋಗಿದ್ದುದರಿಂದ ಅವನ್ನು ಕೀಳಲಾಗದೆ, ಹಾಗೆಯೇ ಬಿಟ್ಟಿದ್ದರು.

ರೆಂತಿಗಿರ್ಗಿನ್ ವಾದ್ಯಮೇಳದ ಮುಖಂಡನನ್ನು ಕುರಿತು "ನಾವು ಹಾಡು ಹೇಳೋದು ಈ ಜಾಗದಲ್ಲೇ" ಎಂದ.

ಜಿಲ್ಲಾ ಕಾರ್ಯಕಾರಿ ಸಮಿತಿಯ ಸದಸ್ಯ ಪಿಲೂರ ಆ ಮುದಿ ಹಾಡುಗಾರನ ಮಾತುಗಳನ್ನು ಅನುವಾದಿಸಿದ.

ಮುಖಂಡ ಬಂಡೆಕಲ್ಲುಗಳನ್ನು ವೀಕ್ಷಿಸಿ, ಬಳಿಯಲ್ಲಿದ್ದ ಸಮುದ್ರದ ಹಾಗೂ ಕನ್ನಡಿಯ ಮೇಲ್ಮೈಯಂತೆ ಹೊಳೆಯುತ್ತಿದ್ದ ಅದರ ಹಿನ್ನೀರಿನ ಕಡೆ ದೃಷ್ಟಿ ಹಾಯಿಸಿ, ಉದ್ಗರಿಸಿದ:

"ತುಂಬಾ ಸೊಗಸಾದ ಸ್ಥಳ. ನಮ್ಮ ಪ್ರದರ್ಶನವನ್ನು ಇಲ್ಲೇ ನಡೆಸೋಣ."

"ಹಾಗಿದ್ದರೆ, ಕೂರೋದಕ್ಕೆ ನಾವಿಲ್ಲಿ ಹಾಯಿಪಟಗಳನ್ನು ಹಾಸಿ ಕೊಡ್ತೇನೆ," ಎಂದ ರೆಂತಿಗಿರ್ಗಿನ್.

"ಬಹಳ ಒಳ್ಳೇದು!" ಮುಖಂಡ ಉತ್ತರಿಸಿದ.

ಹಡಗಿನಿಂದ ಉಳಿದ ಸಂಗೀತಗಾರರನ್ನು ಕರೆತರಲು ದೋಣಿ ಹೊರಟಿತು. ಇತ್ತ ರೆಂತಿಗಿರ್ಗಿನನ್ನನ ಉಸ್ತುವಾರಿಯಲ್ಲಿ ಆ ಪವಿತ್ರ ಶಿಲೆಗಳ ಬಳಿಯ ನೆಲದ ಮೇಲೆ ಎರಡು ದೊಡ್ಡ ಹಾಯಿಪಟಗಳನ್ನು ಹರಡಲಾಯಿತು.

* * *

ತೆಂಕಣಗಾಳಿ ಬೀಸಲು ಪ್ರಾರಂಭಿಸಿ, ಹಿನ್ನೀರಿನ ನುಣುಪು ಮೇಲ್ಮೈ ಕದಡಿಹೋಯಿತು. ಕಡಲನೊರೆ ತೀರದಲ್ಲಿ ಅಂಚುಗಟ್ಟಿತ್ತು. ಪ್ರಯಾಣಿಕರು ದೋಣಿಯಿಂದ ಮರಳ ದಂಡೆಗೆ ಜಿಗಿದರು. ಅವರ ಬೂಟುಗಳು ನೆನೆಯದಷ್ಟು ದಡಕ್ಕೆ ಹತ್ತಿರವಾಗಿ ದೋಣಿ ಬಂದು ನಿಂತಿತ್ತು. ಅವರೆಲ್ಲರೂ ಕಪ್ಪು ಕೋಟು ಧರಿಸಿದ್ದರು. ಅದರ ಹಿಂತುದಿ ಚುಂಗಿನಂತೆ ನೆಲವನ್ನು ಗುಡಿಸುತ್ತಿತ್ತು. ಜೊತೆಗೆ ಅವರು ಬಿಳಿ ಅಂಗಿ ತೊಟ್ಟಿದ್ದರು. ಹೀಗಾಗಿ ಅವರೆಲ್ಲ ಒಂದೇ ಥರ ಕಾಣಿಸುತ್ತಿದ್ದರು. ಆದರೆ ಒಬ್ಬೊಬ್ಬನ ಹತ್ತಿರ ಒಂದೊಂದು ಬಗೆಯ ವಾದ್ಯವಿತ್ತು! ಕರಿಯ ಮರದಿಂದ ಮಾಡಿದ ಪಿಟೀಲುಗಳು, ಮರ ಹಾಗೂ ಕಂಚಿನಿಂದ ರಚಿತವಾದ ತರಾವರಿ ಆಕಾರದ, ವಿವಿಧ ಬಗೆಯ ಕಹಳೆ ತುತೂರಿಗಳು, ಜೊತೆಗೆ ದೊಡ್ಡ ದೊಡ್ಡ ಡೋಲುಗಳು ಅವರ ಕೈಗಳಲ್ಲಿದ್ದವು. ಮಾಜಿ ಮಾಂತ್ರಿಕ ರೈಪೆಲ್ ಆ ಭಾರೀ ಡೋಲುಗಳನ್ನು ಕಂಡು ಮೂಕವಿಸ್ಮಿತನಾಗಿದ್ದ. ಅವನು ತನ್ನ ಜೀವಮಾನದಲ್ಲಿ ಹಲವಾರು ಬಗೆಯ ಡೋಲುಗಳನ್ನೂ, ತಮಟೆಗಳನ್ನೂ ಕಂಡಿದ್ದ; ಅಷ್ಟೇ ಅಲ್ಲ ನುಡಿಸಿಯೂ ಇದ್ದ. ಅವುಗಳ ವಿವಿಧ ಗಾತ್ರ, ಶಬ್ದಗಳ ಪರಿಜ್ಞಾನವೂ ಅವನಿಗಿತ್ತು. ಆದರೆ ಇಂಥ ಡಮರುಗಳನ್ನು ಅವನೆಂದೂ ಕಂಡಿರಲಿಲ್ಲ!

ವಾದ್ಯಗಾರರಲ್ಲಿ ಎಂಥದೋ ತ್ವರೆ ಎದ್ದು ಕಾಣುತ್ತಿತ್ತು. ಹಡಗಿನ ಕಪ್ತಾನ ಕೂಡ ಗಾಳಿ ಬೀಸುತ್ತಿದ್ದ ದಕ್ಷಿಣ ದಿಕ್ಕಿನ ಕಡೆ ಆಗಾಗ್ಗೆ ಕಾತರದಿಂದ ನೋಡುತ್ತಿದ್ದ. ಪವಿತ್ರ ಶಿಲೆಗಳಿದ್ದ ಕಡೆ, ಜಮಖಾನದಂತೆ ಹಾಸಿದ್ದ ಹಾಯಿಪಟಗಳ ಮೇಲೆ ಬೆಂಚು ಕುರ್ಚಿ, ಸ್ಟೂಲುಗಳನ್ನು ಜೋಡಿಸಲಾಯಿತು.

ಮುಖಂಡ ನಿಂತು ನಿರ್ದೇಶನ ಮಾಡಲು ಅನುಕೂಲವಾಗುವಂತೆ ರೆಂತಿಗಿರ್ಗಿನ್ ತಿಮಿಂಗಿಲದ ಒಂದು ಬೆನ್ನೆಲುಬನ್ನು ತಂದು, ವೇದಿಕೆ ಮಾಡಿ ಕೊಟ್ಟ. ಸಿದ್ಧತೆಗಳೆಲ್ಲ ಮುಗಿದು ವಾದ್ಯಗೋಷ್ಠಿ ಶುರುವಾಗಲಿತ್ತು. ಜನ ಕೂತರು. ಮುಖಂಡ ತಿಮಿಂಗಿಲದ ಬೆನ್ನೆಲುಬಿನ ಮೇಲೆ ನಿಂತು, ಕೈಯಲ್ಲಿ ತೆಳ್ಳಗಿನ ಸಣ್ಣ ತಾಳದಂಡವನ್ನು ಹಿಡಿದು ನಿರ್ದೇಶನಕ್ಕೆ ಅಣಿಯಾದ.

ನಾನು ಮುಂದಿನ ಸಾಲೊಂದರಲ್ಲಿ ಕೂತಿದ್ದೆ. ಕಪ್ಪುಕೋಟು, ಬಿಳಿಯಂಗಿಯ ವಾದ್ಯಗಾರರು, ನಾನು ಚಿಲೂಸ್ಕಿನ್ ಬೆಟ್ಟದ ಪಕ್ಷಿಧಾಮದಲ್ಲಿ ಕಂಡಿದ್ದ ಆಕ್ ಹಕ್ಕಿಗಳಂತೆ ತೋರುತ್ತಿದ್ದರು. ಮುಖಂಡನ ನರೆತ ಕೂದಲನ್ನೂ ಹಾಯಿಪಟದ ಅಂಚುಗಳನ್ನೂ ಗಾಳಿ ಅಲುಗಿಸಿತು.

ವಾದ್ಯಗೋಷ್ಠಿ ಪ್ರಾರಂಭವಾಯಿತು. ಪ್ರಥಮ ಸ್ವರಗಳು, ಗಾಳಿ ಹೊತ್ತು ಸಾಗಿಸಿದ್ದ ಸಹಸ್ರಾರು ಹಕ್ಕಿಗಳ ದನಿ ಬಗ್ಗಡದಂತಿತ್ತು. ಉಹುಂ! ಹಾಗೂ ಅಲ್ಲ, – ಬಿರುಗಾಳಿಗೆ ಸಿಕ್ಕಿದ ಹಕ್ಕಿಗಳ ಚೀರಾಟದಂತಿತ್ತು... ಸಮುದ್ರ ಅವುಗಳನ್ನು ಸುತ್ತುವರಿದಿದೆ. ದೂರದಲ್ಲಿ ನೀಲತೀರ ಅಸ್ಪಷ್ಟವಾಗಿ ಚಾಚಿದೆ. ಆ ತೀರ, ಬಿರುಗಾಳಿಯ ಹೊಡೆತದಿಂದ ಹಕ್ಕಿಗಳನ್ನು ರಕ್ಷಿಸಿ ಅವಕ್ಕೆ ಹಕ್ಕೆ ನೀಡುವ ಭರವಸೆಯಂತಿದೆ. ಸ್ವರಗಳು ಕ್ರಮೇಣ ಬೆಳೆದು ದೊಡ್ಡದಾಗಿ, ಭೂವ್ಯೋಮ ಸಮುದ್ರವನ್ನೆಲ್ಲ ವ್ಯಾಪಿಸಿ ಉಲ್ಲಾಸದಿಂದ ಮೊಳಗಿವೆ...

ಗಾಳಿ ಸಮುದ್ರದ ಮೇಲೆ ಪಕ್ಷಿಗಳ ಜಯಘೋಷವನ್ನು ಹೊತ್ತು ಬೀಸಿದೆ. ಅಲ್ಲಿಂದ ಮುಂದೆ ಹಾದು ಬೆಳ್ಳಿನರಿ ಹಾಗೂ ದೊರಗುಗೂದಲಿನ ಹಿಮತೋಳಗಳು ವಿಹರಿಸುವ, ಪಾಚಿ ಮತ್ತು ಹುರಿಹುಲ್ಲಿನಿಂದ ತುಂಬಿ ಜೌಗು ನೆಲ ಮೈಚಾಚಿ ಮಲಗಿರುವ ಎಲ್ಲೆಯಿರದ ತಂದ್ರಾ ಪ್ರದೇಶಕ್ಕೂ ಅದು ನುಗ್ಗಿದೆ. ಈ ಅಪರಿಚಿತ ಸ್ವರಗಳು ತೇಲಿ ಬರುತ್ತಿರುವುದು ಎಲ್ಲಿಂದ ಎನ್ನುವಂತೆ ಹಿಮಸಾರಂಗಗಳು ಕೊಂಬೆತ್ತಿ ನಿಂತಿವೆ. ಶತಶತಮಾನದಿಂದ ಕಡಲಿನ ಅಲೆಯ ಸದ್ದಿನ ವಿನಾ ಮತ್ತೇನನ್ನೂ ಆಲಿಸಿರದ ಈ ಸಮುದ್ರ ತೀರವು ಈಗ ಹೊಮ್ಮಿದ

ಹೊಸ ನಾದವನ್ನು ಕೇಳಿ ಆಶ್ಚರ್ಯಪಟ್ಟಿದೆ. ವಾದ್ಯಗಳಿಂದ ಹೊರಟ ಸಂಗೀತದ ಧ್ವನಿ ಇಕ್ಕಟ್ಟಿನ ಕಣಿವೆಗಳನ್ನು ಹೊಕ್ಕು, ಶಿಖರಾಗ್ರಗಳನ್ನೇರಿ. ಹಿಮಸಾರಂಗ ಸಾಕುವವರ ಶಿಬಿರಗಳ ಮೇಲೆ ಇಳಿದು, ನದಿ ಸರೋವರಗಳ ತೀರದಲ್ಲಿರುವ ಅವರ ಚರ್ಮದ ಗುಡಾರಗಳ ಒಳಗೆ ಹರಿದು ಹಬ್ಬಿತ್ತಿದೆ.

* * *

ತೆಂಕಣ ಗಾಳಿಗೆ ಆವೇಶ ಬಂತು. ಅದು ಶ್ರೋತೃಗಳ ಬೆನ್ನನ್ನು ಗುದ್ದುವಂತೆ ಒತ್ತುತ್ತ ವಾದ್ಯಗಳ ಧ್ವನಿಯೊಂದಿಗೆ ತನ್ನ ಸದ್ದನ್ನೂ ಸೇರಿಸುತ್ತಿತ್ತು. ಆದರೆ ಜನ ರಷ್ಯನ್ ಸಂಗೀತದಲ್ಲಿ ಮಾತ್ರ ಮಗ್ನರಾಗಿ, ಗಾಳಿಯ ಕಡೆಗಾಗಲಿ, ಕಿರಿ ಅಲೆಗಳಿಂದ ಪ್ರಕ್ಷುಬ್ಧಗೊಂಡಿದ್ದ ಹಿನ್ನೀರಿನ ಕಡೆಗಾಗಲಿ ಲಕ್ಷ್ಯ ಹರಿಸಿರಲಿಲ್ಲ.

ಪವಿತ್ರ ಶಿಲೆಗಳ ಮುಂದೆ ನಿಂತಿದ್ದ ನಮ್ಮೆಲ್ಲರನ್ನೂ ಆ ಸಂಗೀತವು ದ್ಯಜನೇವ್ ಭೂಶಿರದ ಪರ್ವತಗಳ ಮೇಲೆ, ಅಪರಂಪಾರ ಸಮುದ್ರದ ಮೇಲೆ ಚುಕೋತ್‌ನ ತಂದ್ರಾಪ್ರದೇಶದ ವಿಸ್ತಾರಕ್ಕೆ ಎತ್ತಿ ಒಯ್ದಿತ್ತು. ಎದುರಿಗಿದ್ದ ಕ್ಷಿತಿಜ ಹಿಂದು ಹಿಂದಕ್ಕೆ ಸರಿದು, ವಿಶ್ವ ತನ್ನೆಲ್ಲ ಅನಂತತೆಯೊಂದಿಗೆ ನಮ್ಮೆದುರು ವಿಕಸನಗೊಂಡು ಬರುತ್ತಿರುವಂತೆ ಭಾಸವಾಗಿತ್ತು. ನಮ್ಮೆಲ್ಲರ ಚೇತನಗಳು ಬೃಹದ್ಗಾತ್ರದ ಹಾಯಿ ಪಟವಿರುವ ಜಹಜಾಗಿ ಮಾರ್ಪಟ್ಟವೋ ಅನ್ನಿಸಿತ್ತು.

ಮುದುಕ ರೆಂತಿಗಿರ್ಗಿನ್ ನನ್ನ ಬಳಿಯೇ ಕೂತಿದ್ದ. ಅವನ ಕಡೆ ಗಮನ ಹರಿಸಿದಾಗ. ಅವನ ಗುರುತು ಹಿಡಿಯುವುದೇ ಕಷ್ಟವಾಗಿತ್ತು. ವಿಸ್ತೃತ ಸಮುದ್ರದಾಚೆಯ ಯಾವುದೋ ಒಂದು ಎಡೆಯಲ್ಲಿ ಅವ ದೃಷ್ಟಿ ನೆಟ್ಟಂತಿತ್ತು. ಧ್ರುವ ಪ್ರದೇಶದ ಕುರುಚಲು ಸಸ್ಯದ ಬೇರುಗಳಂತಿದ್ದ ಅವನ ಬಿಳಿಚಿಕೊಂಡ ಕಂದು ಬೆರಳುಗಳು ಊರುಗೋಲನ್ನು ಭದ್ರವಾಗಿ ಹಿಡಿದಿದ್ದವು. ಅವು ಏನನ್ನೋ ಪಿಸುಗುಟ್ಟುತ್ತಿದ್ದ. ಅವನ ದೇಹ ನೆಟ್ಟಗೆ ನಿಮಿರಿ, ಸಾಮಾನ್ಯವಾಗಿ ಕಾಣಿಸುತ್ತಿದ್ದುದಕ್ಕಿಂತ ಎತ್ತರವಾಗಿ, ಬಲಿಷ್ಠವಾಗಿ, ಎಳೆಯ ಪ್ರಾಯದವನಾಗಿ ಆತ ಬದಲಾಗಿ ಹೋಗಿದ್ದಂತೆ ನನಗೆ ತೋರಿತು.

ನಿಲುಗೆಯ ಮೇಲಿನ ಸ್ವರಪ್ರಸ್ತಾರ ಬರೆದ ಕಾಗದ ಗಾಳಿಗೆ ಥರ ಥರ ಅಲುಗುತ್ತಿತ್ತು. ಆದರೆ ಇದರಿಂದ ವಾದ್ಯಗಾರರ ನುಡಿಸುವಿಕೆಗೆ ಭಂಗ ಬರಲಿಲ್ಲ. ಕಾಲ ಹೇಗೆ ಕಳೆಯಿತೋ, ಜನಕ್ಕೆ ಗೊತ್ತಾಗಲಿಲ್ಲ. ಇಂಚೌನ್ ಬೆಟ್ಟದ ಮೇಲೆ ಏರಿದ್ದ ಸೂರ್ಯನ ಬಾಗುಕಿರಣಗಳು ನಮ್ಮ ಚರ್ಮದ ಗುಡಾರಗಳ ಸಾಲನ್ನು ಬೆಳಗಿ ಕಂಚಿನ ತುತೂರಿಗಳನ್ನು ಉರಿಸುವಂತೆ ತೊಳಗಿ, ಪಿಟೀಲಿನ ನಯವಾದ ಮರಕ್ಕೆ ಮತ್ತಷ್ಟು ಮೆರುಗನ್ನು ನೀಡಿದವು.

ಸಂಗೀತವು ನೆಲದ ಮೇಲಿದ್ದ ಹಾಯಿಪಟಗಳನ್ನು ಉಬ್ಬಿಸಿ. ಸ್ವತಃ ವಾದ್ಯಗಾರರನ್ನೇ ಸುಮಧುರ ಶಬ್ದದಲೆಗಳಲ್ಲಿ ತೇಲಿಸಿದಂತಿತ್ತು.

ಉಯಿಲೆನ್‌ನಲ್ಲಿ ಇಂಥದು ಹಿಂದೆಂದೂ ಜರುಗಿರಲಿಲ್ಲ. ವಾದ್ಯ ಗೋಷ್ಠಿ ಮುಗಿಯುತ್ತಿದ್ದಂತೆ ಜನರ ಮೆಚ್ಚಿಗೆಯ ಗುಸುಗುಸು ಹೆಚ್ಚತೊಡಗಿತು. ಯಾರೋ ಒಬ್ಬ ಚಪ್ಪಾಳೆ ತಟ್ಟಿದಾಗ, ಇತರರೂ ಅವನನ್ನು ಅನುಸರಿಸಿದರು. ಮುಖಂಡ ತಿಮಿಂಗಿಲದ ಬೆನ್ನೆಲುಬಿನ ವೇದಿಕೆಯಿಂದ ಕೆಳಗಿಳಿದು ಶ್ರೋತೃಗಳೆದುರು ಬಾಗಿ ವಂದಿಸಿದ.

ರೆಂತಿಗಿರ್ಗಿನ್ ಅವನ ಬಳಿಹೋಗಿ ಕೈಹಿಡಿದು:

"ಇದೀಗ ಸಂಗೀತ ! ಇದು ವಾಸ್ತವ ಬದುಕು !" ಎಂದ.

ವಾದ್ಯಗಾರರು ಸಂಜೆಯ ವೇಳೆಗೆ ನಮ್ಮ ಹಳ್ಳಿಯನ್ನು ಬಿಡುವವರಿದ್ದರು. ಸೂರ್ಯಾಸ್ತದ ಹೊತ್ತಿಗೆ ದೋಣಿಯ ಹಾಯಿಪಟವೇರಿತ್ತು.

ಅಸ್ತಂಗತ ರವಿಯ ಕಿರಣಗಳು ಬಣ್ಣ ಬಳಿದಿದ್ದ ಹಾಯಿಪಟವನ್ನು ನೋಡಿದಾಗ, ನನ್ನ ಅಂತರಂಗದ ತುಂಬ ಪಿಟೀಲಿನ ಮಂಜುಳ ಧ್ವನಿ ತುಳುಕುತ್ತಿತ್ತು. ಮಂದಿ ಹಾಡುಗಾರ ರೆಂತಿಗಿರ್ಗಿನ್ ನನ್ನ ಪಕ್ಕದಲ್ಲಿ ನಿಂತಿದ್ದ. ತೆಂಕಣಗಾಳಿಯ ತೀಟೆ ಜೋರಾಗಿತ್ತು. ಅದು ಹಾಯಿಪಟವನ್ನುಬ್ಬಿಸಿ, ತಾನು ಕೇಳಿದ್ದ ಸಂಗೀತ ಸ್ವರಗಳನ್ನು ಗುಣುಗುಣಿಸುವಂತೆ ತೋರುತ್ತಿತ್ತು.

ಗಾಳಿಯ ಮರ್ಮರದ ನಡುವೆ ರೆಂತಿಗಿರ್ಗಿನ್ ಏನೋ ಪಿಸುಗುಟ್ಟಿದ. ನಾನು ಲಕ್ಷ್ಯವಿಟ್ಟು ಕೇಳಿಸಿಕೊಂಡೆ: "ಅದು ಬದುಕು. ಅದೇ ವಾಸ್ತವವಾದ ಬದುಕು!"

* * *

ಇದೆಲ್ಲ ನಡೆದದ್ದು ಕಾಲು ಶತಮಾನದ ಹಿಂದೆ. ನನ್ನ ಹಾಗು ನನ್ನ ದೇಶದ ಅನೇಕರ ಜೀವಮಾನದಲ್ಲಿ ಅತ್ಯಂತ ಹರ್ಷಮಯ ದಿನಗಳು ಅವು. ಉಯಿಲೆನ್ ಈಗ ಹಳ್ಳಿಯಾಗಿ ಉಳಿದಿಲ್ಲ. ಹುಡುಕಿದರೂ ಒಂದು ಚರ್ಮದ ಗುಡಾರ ಅಲ್ಲಿ ಕಾಣುವುದಿಲ್ಲ. ಸಾಮೂಹಿಕ ಕೃಷಿಕ್ಷೇತ್ರದ ಕ್ಲಬ್ಬಿನಲ್ಲಿ ಈಗ ಒಂದು ದೊಡ್ಡ ವಾದ್ಯಗೋಷ್ಠಿಯನ್ನೇ ನಡೆಸಬಹುದಾದ ರಂಗವೇದಿಕೆ ನಿರ್ಮಿತವಾಗಿದೆ.

ಅಲ್ಪಾವಧಿಯ ಈ ಬಾಳಿನಲ್ಲಿ, ವ್ಯಕ್ತಿ ತನ್ನ ಜೀವನವನ್ನು ಸಾರ್ಥಕಗೊಳಿಸಿಕೊಳ್ಳುವ, ಭವಿಷ್ಯವನ್ನು ನಿರ್ಭೀತಿಯಿಂದ ಎದುರುಗೊಳ್ಳುವ ಪ್ರೇರಣೆಯನ್ನು ನನ್ನ ನಾಡಿನ ಜನಕ್ಕೆ ನೀಡಿದ್ದು, ಬಹುಶಃ ರಷ್ಯಾದ ಸಂಗೀತ ಸಂಯೋಜಕ ಪ್ಯೋತೋರ್ ಇಲಿಯಿಚ್ ಚೇಕಾವ್‌ಸ್ಕಿಯ ಪ್ರಥಮ ಮೇಳರಾಗ.

* * *

ನಾನು ಸಂಗೀತ ಸಭಾಭವನದಿಂದ ಹೊರಬಂದೆ. ಭವ್ಯವಾದ ಕಟ್ಟಡಗಳಿಗೆ ಉಡುಗೆ ತೊಡಿಸಿದಂತೆ ಮಂಜು ವಿರಾಜಿಸಿತ್ತು. ರಷ್ಯನ್ ವಸ್ತು ಸಂಗ್ರಹಾಲಯದ ಎದುರಿಗಿರುವ ಪೂಷ್ಕಿನ್ನನ ಕಂಚಿನ ಪ್ರತಿಮೆಯೆದುರು ಬಹಳ ಹೊತ್ತು ನಾನು ನಿಂತೆ. ಸಂಗೀತದಿಂದ ತುಂಬಿ ತುಳುಕಿದ್ದ ಹಾಯಿಪಟಗಳು ನನ್ನ ಅಂತರಾಳವನ್ನೂ ಭಾವನೆಗಳನ್ನೂ ಎತ್ತಿ ತೇಲಿಸಿಕೊಂಡು ಹೋದವು. ❍

○ ಚಿಂಗೀಜ್ ಐತ್‌ಮಾತವ್

ಸೈನಿಕನ ಮಗ

ಅವನು ತನ್ನ ತಂದೆಯನ್ನು ಮೊದಲ ಬಾರಿ ನೋಡಿದ್ದು ಸಿನಿಮದಲ್ಲಿ. ಆಗ ಅವನಿಗೆ ಐದು ವರ್ಷ. ಅವನ ಹೆಸರು ಅವಾಲ್‌ಬೈಕ್.

ಇದು ನಡೆದದ್ದು ಆ ಊರಿನ ದೊಡ್ಡ, ಬಿಳಿ ಬಣ್ಣದ ಕುರಿಹಟ್ಟಿಯಲ್ಲಿ. ವರ್ಷಕ್ಕೊಮ್ಮೆ ಕುರಿಮಂದೆಗಳ ಉಣ್ಣೆ ಕತ್ತರಿಸಲು ಉಪಯೋಗಿಸಲಾಗುತ್ತಿದ್ದ ಆ ರೊಪ್ಪದಲ್ಲಿ ಸಿನಿಮ ತೋರಿಸುವ ವಾಡಿಕೆಯಿತ್ತು. ಪದರಕಲ್ಲುಗಳ ಛಾವಣಿಯಿರುವ ವಿಶಾಲವಾದ ಆ ರೊಪ್ಪ ಈಗಲೂ ಇದೆ. ಸರಕಾರೀ ಕೃಷಿ ಕ್ಷೇತ್ರದ ರೈತರ ವಸತಿಗಳಿಂದ ಆಚೆಗೆ, ಬೆಟ್ಟದಡಿಯ ದಾರಿ ಬದಿಯಲ್ಲಿ ಅದು ನಿಂತಿದೆ.

ಆ ಹುಡುಗನ ತಾಯಿಯ ಹೆಸರು ಜೇಯೆಂಗುಲ್. ಅಕೆ ಸರಕಾರೀ ಕೃಷಿಕ್ಷೇತ್ರದ ಅಂಚೆಕಛೇರಿಯಲ್ಲಿ ಟೆಲಿಫೋನ್ ಕಾರ್ಯ ನಿರ್ವಾಹಕಿಯಾಗಿದ್ದಳು. ಪ್ರತಿ ಬೇಸಿಗೆಯಲ್ಲೂ ಉಣ್ಣೆಕತ್ತರಿಸುವ ಕಾಲದಲ್ಲಿ ಅವಳು ಈ ರೊಪ್ಪಕ್ಕೆ ಬರುತ್ತಿದ್ದಳು. ತನಗೆ ದಕ್ಕಿದ ರಜೆಗಳನ್ನೂ ಬಿತ್ತನೆಯ ಕಾಲದಲ್ಲಿ ಮತ್ತು ಕುರಿಗಳು ಮರಿಯಿಡುವ ಸಮಯದಲ್ಲಿ ಸ್ವಿಚ್ ಬೋರ್ಡಿನ ಮುಂದೆ ಹಗಲಿರುಳೆನ್ನದೆ ಅಧಿಕ ವೇಳೆ ದುಡಿದದ್ದರಿಂದ ಪಡೆದ ವಿರಾಮ ದಿನಗಳನ್ನೂ ಕೂಡಿಸಿ, ಇಲ್ಲಿಗೆ ಬಂದು ಉಣ್ಣೆ ಕತ್ತರಿಸುವ ಕೊನೆಯ ದಿನದವರೆಗೆ ಸಹಾಯಕಳಾಗಿ ಕೆಲಸಮಾಡಿ ಹಣ ಸಂಪಾದಿಸುತ್ತಿದ್ದಳು. ಇದು ಬಿಡಿ ಕೆಲಸವಾಗಿದ್ದು ಹಣ ಕೈತುಂಬ ಗಿಟ್ಟುತ್ತಿತ್ತು. ಜೇಯೆಂಗುಲ್, ಗಂಡನನ್ನು ಯುದ್ಧದಲ್ಲಿ ಕಳೆದು ಕೊಂಡ ವಿಧವೆ. ಮನೆಯಲ್ಲಿ ಅವಳು ಮತ್ತು ಸಣ್ಣವಯಸ್ಸಿನ ಮಗ ಅವಾಲ್‌ಬೈಕ್ ಇಬ್ಬರೇ ಇದ್ದರೂ ಖರ್ಚೇನೂ ಕಡಿಮೆ ಯಿರುತ್ತಿರಲಿಲ್ಲ. ಸಂಸಾರವೆಂದ ಮೇಲೆ, ಚಿಕ್ಕದಾಗಿರಲಿ ದೊಡ್ಡದಾಗಿರಲಿ, ಖರ್ಚಿಗೆ ಕೊರತೆಯೇ ? ಚಳಿಗಾಲಕ್ಕೆ ಕಟ್ಟಿಗೆ, ಬೆಲೆ ದುಬಾರಿಯಾಗುವುದಕ್ಕೆ ಮುಂಚೆ ರೊಟ್ಟಿಯ ಹಿಟ್ಟು, ಬಟ್ಟೆಬರೆ, ಪಾದರಕ್ಷೆ – ಹೀಗೆ ಹಲವಾರು ಪದಾರ್ಥಗಳನ್ನು ಕೊಳ್ಳಲೇಬೇಕಷ್ಟೆ ?

ಮನೆಯಲ್ಲಿ ಮಗನನ್ನು ಬಿಟ್ಟು ಬಂದರೆ ಅವನನ್ನು

ನೋಡಿಕೊಳ್ಳಲು ಯಾರೂ ಇರುತ್ತಿರಲಿಲ್ಲ. ಆದ್ದರಿಂದ ಅವಳು ಪ್ರತಿದಿವಸ ಬೆಳಿಗ್ಗೆ ಅವಾಲ್‌ಬೈಕ್‌ನನ್ನು ತನ್ನ ಸಂಗಡ ರೊಪ್ಪಕ್ಕೆ ಕರೆದುಕೊಂಡು ಬರುತ್ತಿದ್ದಳು. ಅವಳು ಕೆಲಸದಲ್ಲಿ ತೊಡಗಿದ್ದಾಗ, ಮಗ ಬಟ್ಟೆ ಕೊಳಕು ಮಾಡಿಕೊಂಡು, ಉಣ್ಣೆ ಕತ್ತರಿಸುವವರ, ಕುರುಬರ, ಜೂಲುನಾಯಿಗಳ ಜೊತೆ ಓಡಾಡಿಕೊಂಡಿರುತ್ತಿದ್ದ.

ಸಿನಿಮದ ಪ್ರೊಜೆಕ್ಟರ್, ರೀಲು ಇತ್ಯಾದಿಗಳನ್ನು ತಂದಿದ್ದ ವಾಹನವನ್ನು ಮೊತ್ತಮೊದಲು ಗುರುತಿಸಿ ಆ ಸುದ್ದಿಯನ್ನು ಅವಾಲ್‌ಬೈಕ್ ಸುತ್ತ ಸಾರಿದ್ದ: "ಸಿನಿಮ ವಾಹನ ಬಂದಿದೆ! ಸಿನಿಮ ವಾಹನ ಬಂದಿದೆ!"

ಹಗಲು ಮುಗಿದು ಕತ್ತಲಾವರಿಸುವವರೆಗೂ ಅವನು ಕಾಯುತ್ತ ಚಡಪಡಿಸಿದ್ದ. ಹಾಗವನು ಕಾದದ್ದು ವ್ಯರ್ಥವಾಗಿರಲಿಲ್ಲ. ಏಕೆಂದರೆ ಅವೊತ್ತು ತೋರಿಸಲಿದ್ದುದು ಯುದ್ಧದ ಸಿನಿಮ.

ರೊಪ್ಪದೊಳಗಿನ ಎರಡು ಕಂಬಗಳಿಗೆ ಬಿಳಿಪರದೆ ಕಟ್ಟಲಾಗಿತ್ತು. ಸಿನಿಮ ಶುರುವಾದಾಗ, ಭಯಂಕರವಾಗಿ ನಡೆಯುತ್ತಿದ್ದ ಯುದ್ಧದ ದೃಶ್ಯ ಪರದೆಯ ಮೇಲೆ ಕಾಣಿಸಿತು. ಸಿಡಿಮದ್ದಿನಿಂದ ಹರಿದುಹೋದಂತಿದ್ದ ಕಗ್ಗತ್ತಲೆಯಲ್ಲಿ, ಎಲ್ಲೆಲ್ಲೂ ಜ್ವಾಲೆ, ಗುಂಡಿನ ಸದ್ದು ಕವಿದಿತ್ತು. ಮುಂಚೂಣಿಯಲ್ಲಿದ್ದ ರಕ್ಷಕರು ನೆಲಕಚ್ಚಿ ಒರಗಿದ್ದರು. ಕೋರೈಸುವ ಜ್ವಾಲೆಯ ಬೆಳಕು ತಗ್ಗಿದೊಡನೆ ಅವರೆದ್ದು ಮುನ್ನುಗ್ಗುತ್ತಿದ್ದರು. ಮೆಷಿನ್‌ಗನ್ನುಗಳ ಸತತ ಸದ್ದಿಗೆ ಹುಡುಗನ ಎದೆ ತಲ್ಲಣಿಸಿಹೋಗಿತ್ತು. ಇಂಥ ಭೀಕರ ಯುದ್ಧದ ದೃಶ್ಯವನ್ನು ಅವನು ಕಂಡೇ ಇರಲಿಲ್ಲ.

ತಾಯಿಯ ಜೊತೆ ಅವಾಲ್‌ಬೈಕ್ ರೊಪ್ಪದ ಹಿಂದೆ ಪೇರಿಸಿದ್ದ ಉಣ್ಣೆಯ ಚೀಲಗಳನ್ನೇರಿ ಕೂತಿದ್ದ. ಅಲ್ಲಿಂದ ಪರದೆ ಚೆನ್ನಾಗಿ ಕಾಣಿಸುತ್ತಿತ್ತು. ತೀರಾ ಮುಂದೆ, ನೆಲದ ಮೇಲೆ ಕೂತಿದ್ದ ಕೃಷಿಕ್ಷೇತ್ರದ ಇತರ ಮಕ್ಕಳ ಜೊತೆ ಕೂರಲು ಹುಡುಗನಿಗೆ ಬಹಳ ಆಸೆಯಿತ್ತು. ಆದರೆ ತಾಯಿ ಅವನನ್ನು ತಡೆದು, ತನ್ನ ತೊಡೆಯ ಮೇಲೆ ಕೂರಿಸಿಕೊಂಡಿದ್ದಳು.

"ನೀನು ಇಡೀ ದಿನ ನನ್ನ ಜೊತೆಗಿರದೆ ಎಲ್ಲೆಲ್ಲೋ ಅಡ್ಡಾಡಿಕೊಂಡಿರ್ತೀಯ. ಈಗಲಾದರೂ ಸ್ವಲ್ಪ ಹೊತ್ತು ನನ್ನ ಹತ್ತಿರ ಇರು" ಎಂದು ಅವಳು ಸಮಾಧಾನ ಹೇಳಿದ್ದಳು.

ಸಿನಿಮ ಪ್ರೊಜೆಕ್ಟರ್ ರಟರಟ ಸದ್ದು ಮಾಡುತ್ತಿತ್ತು. ಯುದ್ಧ ಭೀಕರವಾಗಿ ನಡೆಯುತ್ತಿತ್ತು. ಅಲ್ಲಿ ಕೂತಿದ್ದವರೆಲ್ಲ ಅದರಲ್ಲಿ ತನ್ಮಯರಾಗಿದ್ದರು. ಜೇಯೆಂಗುಲ್ ದೀರ್ಘವಾದ ನಿಟ್ಟುಸಿರುಬಿಟ್ಟಳು. ಆಗೀಗ ಒಂದು ಟ್ಯಾಂಕ್ ನೇರ ಬರುತ್ತಿತ್ತು. ಆಗ ಅವಳು ಮಗನನ್ನು ಇನ್ನೂ ಹತ್ತಿರ ಸೆಳೆದು ತಬ್ಬಿ ಕೂರುತ್ತಿದ್ದಳು. ಅವರ ಪಕ್ಕದಲ್ಲಿ ಕೂತಿದ್ದ ಹೆಂಗಸೊಬ್ಬಳು ಹೆದರಿ "ಈ ಯುದ್ಧ ಎಷ್ಟು ಘೋರವಪ್ಪ, ದೇವರೆ!" ಎಂದು ಆಗಾಗ ಉದ್ಗರಿಸುತ್ತಿದ್ದಳು.

ಆದರೆ ಅವಾಲ್‌ಬೈಕ್ ಗಾಬರಿಗೊಂಡಿರಲಿಲ್ಲ. ಅಷ್ಟೇ ಅಲ್ಲ, ನಾಜಿ ಸೈನಿಕರು ನೆಲಕ್ಕುರುಳಿದಾಗ ಅವನಿಗೆ ತುಂಬಾ ಸಂತೋಷವಾಗುತ್ತಿತ್ತು. ನಮ್ಮ ಸಿಪಾಯಿಗಳು ಬಿದ್ದಾಗ, ಅವರು ಮತ್ತೆ ಮೇಲಕ್ಕೆ ಏಳುತ್ತಾರೆಂಬುದರಲ್ಲಿ ಅವನಿಗೆ ಸಂಶಯವೇ ಇರುತ್ತಿರಲಿಲ್ಲ.

ಯುದ್ಧದಲ್ಲಿ ಜನ ನೆಲಕ್ಕುರುಳಿ ಬೀಳುತ್ತಿದ್ದ ರೀತಿ ಬಹಳ ತಮಾಷೆಯಾಗಿತ್ತು. ತಾವು ಯುದ್ಧದಾಟ ಆಡುತ್ತಿದ್ದಾಗ ಹೇಗೋ ಹಾಗೆಯೇ ಎಂದುಕೊಂಡ ಅವಾಲ್‌ಬೈಕ್. ಯುದ್ಧದಾಟ ಆಡುವಾಗ, ಓಡುತ್ತಿದ್ದ ಹಾಗೆ ಥಟ್ಟನೆ ನೆಲಕ್ಕೆ ಬೀಳುವುದನ್ನು ಅವನು ಚೆನ್ನಾಗಿ ಕಲಿತಿದ್ದ. ಯಾರೋ ಇವನನ್ನು ಕೆಡವಿಸಿರಬೇಕು ಎನ್ನುವಷ್ಟು ಸಹಜವಾಗಿರುತ್ತಿತ್ತು ಅವನ ಬೀಳುವಿಕೆ. ಹೀಗೆ ಬಿದ್ದಾಗ ಮೈಕೈ ತರಚುತ್ತಿತ್ತು ನಿಜ. ಆದರೆ ಅದನ್ನು ಲೆಕ್ಕಿಸದೆ ಅವನು ಮತ್ತೆ ಎದ್ದುನಿಂತು ಶತ್ರುಗಳ ಕಡೆ ನುಗ್ಗುತ್ತಿದ್ದ.

ಆದರೆ ಸಿನಿಮಾದಲ್ಲಿ ಬಿದ್ದ ಸೈನಿಕರು ಮೇಲೆದ್ದಿರಲಿಲ್ಲ; ಕಪ್ಪನೆಯ ಕಿರು ದಿಬ್ಬಗಳಂತೆ ಬಿದ್ದಲ್ಲೆ ಬಿದ್ದಿದ್ದರು. ಅವಾಲ್‌ಬೈಕ್‌ಗೆ ಹೊಟ್ಟೆಗೆ ಗುಂಡು ತಾಕಿದವರಂತೆ ಇನ್ನೊಂದು ರೀತಿಯಲ್ಲಿ ಬೀಳುವುದೂ ಗೊತ್ತಿತ್ತು. ಹಾಗೆ ಬೀಳುವವರು ಥಟ್ಟನೆ ನೆಲಕ್ಕೆ ಬೀಳುತ್ತಿರಲಿಲ್ಲ. ಹೊಟ್ಟೆಯನ್ನು ಎರಡು ಕೈಗಳಿಂದ ಕವಚಿ ಹಿಡಿದು, ಅಡ್ಡತಿಡ್ಡ ಓಡುತ್ತ ನಿಧಾನವಾಗಿ ನೆಲಕ್ಕೆ ಕುಸಿಯುತ್ತಿದ್ದರು. ಅವರ ಕೈಯಲ್ಲಿದ್ದ ಬಂದೂಕು ಕೂಡ ಜಾರಿ ಬೀಳುತ್ತಿತ್ತು. ಅವಾಲ್‌ಬೈಕ್ ಹಾಗೆ ಬಿದ್ದಾಗ, ತಾನು ಸತ್ತಿಲ್ಲವೆಂದು ಆಟಗಾರರಿಗೆ ತಿಳಿಸಿ, ಎದ್ದುನಿಂತು ಅವರನ್ನು ಕೂಡಿಕೊಂಡು ಮತ್ತೆ ಕಾದಾಟದಲ್ಲಿ ಭಾಗಿಯಾಗುತ್ತಿದ್ದ. ಆದರೆ ಸಿನಿಮಾದಲ್ಲಿ ನೆಲಕ್ಕುರುಳಿದ ಮಂದಿ ಮೇಲಕ್ಕೆ ಎದ್ದೇ ಇರಲಿಲ್ಲ!

ಪ್ರೊಜೆಕ್ಟರ್ ಸದ್ದುಮಾಡಿದಾಗ, ಫಿರಂಗಿ ದಳದ ದೃಶ್ಯ ಕಣ್ಮುಂದೆ ಮೂಡಿತ್ತು. ಯುದ್ಧ ಬಿರುಸಾಗಿ ಸಾಗಿತ್ತು. ಕಣಿವೆಯೊಂದರ ಅಗಲವಾದ ಏರಿಯ ಮೇಲೆ, ಸಿಡಿಮದ್ದು ಬೆಂಕಿ ಹೊಗೆಗಳ ನಡುವೆ, ಏಳು ಜನ ಸೈನಿಕರು ಟ್ಯಾಂಕುಗಳನ್ನುರುಳಿಸುವ ಒಂದು ಫಿರಂಗಿಯನ್ನು ಎಳೆದೊಯ್ಯುತ್ತಿದ್ದರು. ಅವರ ಚಲನೆ ಹಾಗೂ ಚರ್ಯೆಗಳಲ್ಲಿ ಏನೋ ವಿಶೇಷತೆ ಇದ್ದಂತಿತ್ತು. ಅವರನ್ನು ಕಂಡಾಗ ಪ್ರೇಕ್ಷಕರ ಎದೆ ಬಡಿತ ಹೆಚ್ಚಾಗುತ್ತಿತ್ತು. ಒಂದು ಕಡೆ ಹೆಮ್ಮೆ ಅಭಿಮಾನ, ಮತ್ತೊಂದು ಕಡೆ ಭಯೋದ್ವೇಗ, ದುಃಖದ ನಿರೀಕ್ಷೆ, ಮನಸ್ಸನ್ನಾವರಿಸುತ್ತಿತ್ತು.

ಆ ಸೈನಿಕರ ಬಟ್ಟೆ ಕೊಳಕಾಗಿದ್ದವು: ಅಲ್ಲಲ್ಲಿ ಹರಿದಿದ್ದವು. ಆ ಏಳು ಜನರಲ್ಲಿ ಒಬ್ಬ ಮಾತ್ರ ರಷ್ಯನ್ ಆಗಿರಲಿಲ್ಲ. ಅವನನ್ನು ತೋರಿಸಿ ತಾಯಿ, "ಅಗೋ ನೋಡು! ಅವರೇ ನಿಮ್ಮಪ್ಪ!" ಎಂದು ಉದ್ಗರಿಸಿರದಿದ್ದರೆ, ಅವಾಲ್‌ಬೈಕ್ ಅವನತ್ತ ಗಮನ ಹರಿಸುತ್ತಿರಲಿಲ್ಲವೇನೊ! ಆ ಕ್ಷಣದಿಂದ ಪರದೆಯ ಮೇಲಿನ ವ್ಯಕ್ತಿ ಅವನ ಪಾಲಿಗೆ ತಂದೆಯಾಗಿ, ಹೃದಯ ಹೊಸ ಅನುಭವಕ್ಕೆ ಪಕ್ಕಾಗಿತ್ತು.

ಆಮೇಲಿನ ಯುದ್ಧದೃಶ್ಯದಲ್ಲಿ ಅವನ ತಂದೆ ಪ್ರಮುಖನಾಗಿದ್ದ. ಕಷ್ಟಪಟ್ಟು ದುಡಿಯುವ ಒಕ್ಕಲುಮಗನಂತೆ ಅವನು ದೃಢಕಾಯನೂ ತರುಣನೂ ಆಗಿ ಕಂಡಿದ್ದ. ದುಂಡನೆಯ ಮುಖದ, ಕ್ಷಿಪ್ರ ನೋಟದ ಅವನು ಹೆಚ್ಚು ಎತ್ತರದ ವ್ಯಕ್ತಿಯಾಗಿರಲಿಲ್ಲ. ಅವನ ಕಣ್ಣುಗಳಲ್ಲಿ ಉಕ್ಕಿನ ಗಡುಸುತನ ಎದ್ದು ಕಾಣುತ್ತಿತ್ತು. ಧೂಳು, ಹೊಗೆಯಿಂದ ಮುಖ ಕಪ್ಪಿಟ್ಟಿತು. ಚಲನೆಯಲ್ಲಿ ಬೆಕ್ಕಿನ ಚುರುಕು ಕಾಣುತ್ತಿತ್ತು. ಫಿರಂಗಿಯ ಚಕ್ರಕ್ಕೆ ಭುಜವಾನಿಸಿ ನಿಂತು ಅವು ಏರಿಯ ಕೆಳಗಿದ್ದ ಸೈನಿಕನಿಗೆ ಕೂಗಿ ಹೇಳಿದ: "ಬೇಗ ಸಿಡಿಮದ್ದು ತಗೊಂಡು ಬಾ!" ಅವನ ಧ್ವನಿ ಮತ್ತೊಂದು ಸ್ಫೋಟದ ಸದ್ದಿನಲ್ಲಿ ಮುಳುಗಿಹೋಯಿತು.

ಅವಾಲ್‌ಬೈಕ್ ಖಾತ್ರಿಮಾಡಿಕೊಳ್ಳುವವನಂತೆ ತಾಯಿಯನ್ನು ಕೇಳಿದ: "ನನ್ನಪ್ಪ ಅವನೇ ಏನಮ್ಮ?"

"ಏನಂದೆ? ಸುಮ್ಮನೆ ಸಿನಿಮ ನೋಡು."

"ಅಲ್ಲಮ್ಮ, ಅವನೇ ನನ್ನಪ್ಪ ಅಂತ ಹೇಳಿದೆಯಲ್ಲ?"

"ಹೌದು, ಖಂಡಿತವಾಗಿಯೂ ಅವನು ನಿನ್ನಪ್ಪ. ಆದರೆ ಈಗ ಸುಮ್ಮಗೆ ಸಿನಿಮ ನೋಡು, ಮಾತಾಡಿ ಬೇರೆಯವರಿಗೆಲ್ಲ ತೊಂದರೆ ಕೊಡ್ಬೇಡ."

ತಾಯಿ ಹೀಗೆ ಅಸಹನೆಯಿಂದ ಹೇಳಲು ಕಾರಣವೇನು? ಯಾವ ಪೂರ್ವಾಲೋಚನೆಯೂ ಇಲ್ಲದೆ, ಆ ಗಳಿಗೆಗೆ ಅನ್ನಿಸಿದ್ದನ್ನು ಹೇಳಿರಬಹುದೆ? ಅಥವಾ ತೀರಿಹೋಗಿದ್ದ ತನ್ನ ಗಂಡನ ನೆನಪುಗಳು ಸಿನಿಮದಿಂದಾಗಿ ಒಮ್ಮೆಲೇ ಮರುಕಳಿಸಿ ಅವಳ ಮನಸ್ಸು

ಕಸಿವಿಸಿಗೊಂಡಿರಬಹುದೆ? ಏನೇ ಇರಲಿ. ಆ ವ್ಯಕ್ತಿ ತನ್ನ ತಂದೆಯೆಂದು ಅವಾಲ್‌ಬೈಕ್ ನಂಬಿದ. ಇದರಿಂದ ಎಂಥ ಸುಖಾನುಭವವಾಯಿತು ಅವನಿಗೆ! ತನ್ನ ತಂದೆ ಒಬ್ಬ ಯೋಧನೆಂಬ ಹೆಮ್ಮೆಯಿಂದ ಹಿಂದೆಂದೂ ಅನುಭವಿಸಿರದಿದ್ದಂಥ ಆನಂದೋದ್ವೇಗಕ್ಕೆ ಆತ ಒಳಗಾದ. ತಂದೆಯೆಂದರೆ ಇಂಥ ತಂದೆಯಿರಬೇಕು! ಅಲ್ಲದೆ ಇವನು ತನ್ನ ಸ್ವಂತ ಅಪ್ಪ! ತನ್ನ ಜೊತೆಗಾರರು ತನ್ನನ್ನು ತಂದೆಯಿಲ್ಲದ ತಬ್ಬಲಿಯೆಂದು ತಮಾಷೆ ಮಾಡುತ್ತಿರುತ್ತಾರೆ. ಈಗ ಅವರು ತನ್ನ ತಂದೆಯನ್ನು ನೋಡಲಿ! ಇಲ್ಲಿ ನೆರೆದಿರುವ ಕುರಿಗಾಹಿಗಳೂ ನೋಡಲಿ!

ಅಡವಿ ಬೆಟ್ಟಗಳಲ್ಲಿ ಅಲೆಯುವ ಆ ಕುರಿಗಾಹಿಗಳಿಗೆ ಊರಿನ ಹುಡುಗರ ಪರಿಚಯ ವಿರದಿದ್ದರೆ ಆಶ್ಚರ್ಯವೇನಿಲ್ಲ. ಅವರಿಗೆ ಒಬ್ಬ ಹುಡುಗನನ್ನು ಇನ್ನೊಬ್ಬನಿಂದ ಪ್ರತ್ಯೇಕಿಸಿ ಗುರುತಿಸಲು ಸಾಧ್ಯವಾಗುತ್ತಿರಲಿಲ್ಲ. ಉಣ್ಣೆ ಕತ್ತರಿಸುವ ರೊಪ್ಪದ ಅಂಗಳಕ್ಕೆ ಅವಾಲ್‌ಬೈಕ್ ಕುರಿಗಳನ್ನು ದೂಡಿ ಅವರಿಗೆ ಸಹಾಯ ಮಾಡುತ್ತಿದ್ದ. ಕಚ್ಚಾಡುವ ನಾಯಿಗಳನ್ನು ಹೊಡೆದಟ್ಟಿ ಗಲಾಟೆ ನಿಲ್ಲಿಸುತ್ತಿದ್ದ. ಹೀಗಿದ್ದರೂ ಆ ಕುರಿಗಾಹಿಗಳು ಅವನನ್ನು ಅಪರಿಚಿತನಂತೆ ಕಾಣುತ್ತಿದ್ದರು. ಹಲವಾರು ಪ್ರಶ್ನೆ ಕೇಳಿ ಬೇಸರ ಬರಿಸುತ್ತಿದ್ದರು. ಪ್ರತಿಯೊಬ್ಬ ಕುರಿಗಾಹಿಯೂ ಕೇಳುತ್ತಿದ್ದ ಪ್ರಶ್ನೆ ಈ ರೀತಿಯದು:

"ಏಯ್ ಹುಡುಗ, ನಿನ್ನ ಹೆಸರೇನೊ?"

"ಅವಾಲ್‌ಬೈಕ್."

"ನಿಮ್ಮಪ್ಪನ ಹೆಸರೇನೊ?"

"ತೋಕ್ತಾಸುನ್."

ಆದರೆ ಆ ಕುರಿಗಾಹಿಗಳಿಗೆ ತೋಕ್ತಾಸುನ್ ಯಾರೆಂದು ತಕ್ಷಣ ಜ್ಞಾಪಕಕ್ಕೆ ಬರುತ್ತಿರಲಿಲ್ಲ. ತಾವು ಕುಳಿತಿದ್ದ ಕುದುರೆಗಳ ಮೇಲಿಂದ ಬಾಗಿ ಅವರು ಕೇಳುತ್ತಿದ್ದರು:

"ತೋಕ್ತಾಸುನ್? ಯಾವ ತೋಕ್ತಾಸುನ್?"

"ನಾನು ತೋಕ್ತಾಸುನ್ನನ ಮಗ" – ಅವನು ಪಟ್ಟು ಹಿಡಿದು ಹೇಳುತ್ತಿದ್ದ.

ಯಾರಾದರೂ ತಂದೆಯ ಹೆಸರು ಕೇಳಿದರೆ, ಹೀಗೆ ಹೇಳಬೇಕೆಂದು ತಾಯಿ ಹೇಳಿದ್ದಳು. ತಂದೆ ಹೆಸರನ್ನು ಮರೆಯದಿರುವಂತೆ ಕುರುಡಿಯಾದ ಅಜ್ಜಿ ಕೂಡ ಪದೇ ಪದೇ ಎಚ್ಚರಿಸುತ್ತಿದ್ದಳು. ಆ ಸಿಡುಕಿನ ಅಜ್ಜಿ, ತಂದೆಯ ಹೆಸರನ್ನು ಆತ ಮರೆತಾಗ ಅವನ ಕಿವಿ ಹಿಂಡುತ್ತಿದ್ದಳು.

"ಸರಿ ಸರಿ. ನೀನು ಅಂಚೆಕಛೇರಿಯ ಕಾರ್ಯನಿರ್ವಾಹಕಿಯ ಮಗ, ಅಲ್ಲವೆ?"

"ಅಲ್ಲ, ನಾನು ತೋಕ್ತಾಸುನ್‌ನ ಮಗ!"

ಕುರಿಗಾಹಿಗಳಿಗೆ ಕೊನೆಗೆ ಅರ್ಥವಾಗಲು ಪ್ರಾರಂಭವಾಗುತ್ತಿತ್ತು.

"ತಿಳೀತು ಬಿಡು. ನೀನು ತೋಕ್ತಾಸುನ್ನನ ಮಗ ಅಂತ ಈಗ ಗೊತ್ತಾಯ್ತು. ಬಹಳ ಒಳ್ಳೇದು. ನಿಮ್ಮಪ್ಪನನ್ನು ನೀನು ಕಂಡಿದ್ದೆಯೊ ಇಲ್ಲವೋ ಅಂತ ನಾನು ಹಾಗಂದದ್ದು. ಕೋಪ ಮಾಡಿಕೋಬೇಡಪ್ಪ, ನಾವು ಇಡೀ ವರ್ಷ ಬೆಟ್ಟಗುಡ್ಡಗಳಲ್ಲಿ ಅಲೆಯುತ್ತಿರ್ತೇವೆ. ನೀವು ಹುಡುಗರೋ, ಹೊಲದ ಕಳೆಯಂತೆ ಸರಸರ ಬೆಳೆದು ಬಿಡ್ತೀರಿ! ಹೀಗಾಗಿ ನಿಮ್ಮ ಗುರುತೇ ಸಿಕ್ಕೋದಿಲ್ಲ. ಒಬ್ಬೊಬ್ಬ ಹುಡುಗನ ಹೆಸರನ್ನೂ ನೆನಪಿಟ್ಟುಕೊಂಡಿರೋದು ಕಷ್ಟ."

ಆಮೇಲೆ ಕುರಿಗಾಹಿಗಳು ತಮ್ಮತಮ್ಮಲ್ಲೆ ಮಾತಾಡಿಕೊಳ್ಳುತ್ತಿದ್ದರು. ತನ್ನ ತಂದೆ ತಾರುಣ್ಯದಲ್ಲೇ ಯುದ್ಧಕ್ಕೆ ಹೋಗಿದ್ದನ್ನು ಅವರು ನೆನಪಿಸಿಕೊಳ್ಳುತ್ತಿದ್ದರು. ಅವನಿಗೆ ಒಬ್ಬ ಮಗ

ಇದ್ದದ್ದು ಬಹಳ ಒಳ್ಳೆಯ ಸಂಗತಿಯೆಂದು ಹೇಳುತ್ತಿದ್ದರು. ಯಾಕೆಂದರೆ ಎಷ್ಟೋ ಮಂದಿ ಯುವಕರು ಹೀಗೆ ಯುದ್ಧಕ್ಕೆ ಹೋಗುವ ಮುನ್ನ ವಿವಾಹವಾಗಿರಲಿಲ್ಲ. ಪರಿಣಾಮವಾಗಿ ಈಗ ಅವರ ಹೆಸರನ್ನು ಮುಂದುವರಿಸಲು ಯಾರೂ ಇರಲಿಲ್ಲ.

ಹುಡುಗ ಇದನ್ನೆಲ್ಲಾ ಜ್ಞಾಪಿಸುತ್ತ, ಸಿನಿಮಾದ ಮೇಲೆ ತನ್ನ ಗಮನವನ್ನು ಕೇಂದ್ರೀಕರಿಸಿದ. "ಅದೋ, ಅಲ್ಲಿ ಕಾಣ್ತಿರೋದು ನಿನ್ನ ತಂದೆ" ಎಂದು ಅವನ ತಾಯಿ ಹೇಳಿದ ಕ್ಷಣದಿಂದ ಸಿನಿಮದಲ್ಲಿನ ಸೈನಿಕ ಅವನ ತಂದೆಯಾಗಿದ್ದ. ಬೇರಾವ ದೃಷ್ಟಿಯಿಂದಲೂ ಅವನನ್ನು ನೋಡುವುದು ಹುಡುಗನಿಗೆ ಸಾಧ್ಯವಿರಲಿಲ್ಲ. ವಾಸ್ತವವಾಗಿ ಅವನ ತಾಯಿ ಮನೆಯ ಗೋಡೆಯಲ್ಲಿ ತೂಗ ಹಾಕಿದ್ದ ಸಮವಸ್ತ್ರಧಾರಿ ಯುವಕ ತೋಕ್ತಾಸುನ್ನನ ಭಾವಚಿತ್ರಕ್ಕೂ ಹುಡುಗನಿಗೂ ರೂಪದಲ್ಲಿ ಸಾಮ್ಯವಿತ್ತು.

ಈಗ ತುಂಬುಮಮತೆ, ಮಾರ್ದವತೆಗಳಿಂದ ಸಿನಿಮದಲ್ಲಿ ತಂದೆಯನ್ನು ನೋಡುತ್ತ ಅವಾಲ್‌ಬೈಕ್ ಕೂತ. ತಂದೆ ಕೂಡ ತನ್ನ ಕಣ್ಣಿನ ನೋಟವನ್ನು ಸಂಧಿಸುತ್ತಿರುವಂತೆ ಅವನಿಗೆ ತೋರಿತು. ತೆರೆಯ ಮೇಲಿನ ತನ್ನ ಜೀವನದ ಅತ್ಯಲ್ಪ ಸಮಯದೊಳಗೆ, ತನ್ನ ಮಗ ಅವನ ಕೊನೆಗಾಲದವರೆಗೆ ಹೆಮ್ಮೆಯಿಂದ ನೆನಪಿಸಿಕೊಳ್ಳಬಹುದಾದಂಥ ಒಬ್ಬ ವ್ಯಕ್ತಿಯನ್ನು, ಗತ ಯುದ್ಧದ ಒಬ್ಬ ಸೈನಿಕನನ್ನು, ತೋರಿಸಲು ಆತ ಕಾರತನಾಗಿದ್ದಂತೆ ಹುಡುಗನಿಗೆ ಭಾಸ ವಾಯಿತು. ಯುದ್ಧದಲ್ಲಿ ಜನ ನೆಲಕ್ಕುರುಳುವ ರೀತಿ ಇನ್ನೆಂದೂ ಅವನಿಗೆ ತಮಾಷೆಯಾಗಿ ಕಾಣಲಾರದು. ಅದನ್ನು ನೋಡಿ ಇನ್ನೆಂದೂ ಆತ ನಗಲಾರ. ಯುದ್ಧ ಅವನ ಪಾಲಿಗೆ ಈಗ ಮಹಾ ಅಪಾಯಕಾರಿಯಾದ, ಘೋರವಾದ ಒಂದು ಸಂಗತಿಯಾಗಿತ್ತು. ಬದುಕಿನಲ್ಲಿ ಮೊಟ್ಟಮೊದಲಿಗೆ ಅವನಿಗೆ, ತಾನು ಕಳೆದುಕೊಂಡು ತಬ್ಬಲಿಯಾಗಿದ್ದ ತಂದೆಯ ಬಗ್ಗೆ ಅಪಾರ ಪ್ರೀತಿಯೂ ಭಯ ಕಾತರಗಳೂ ಮೂಡತೊಡಗಿದವು.

ಯುದ್ಧ ತ್ವರಿತಗತಿಯಲ್ಲಿ ಸಾಗುತ್ತಿತ್ತು. ಟ್ಯಾಂಕುಗಳು ಪರದೆಯ ಮೇಲೆ ಕಾಣಿಸಿಕೊಂಡವು. ಅವು ನೆಲವನ್ನು ಮಥಿಸುತ್ತ ಭಯ ಬರಿಸುವಂತೆ ಮುನ್ನುಗ್ಗಿದವು. ಅವುಗಳ ತೋಫುಗಳು ಗುಂಡಿನ ಮಳೆ ಕರೆದವು. ಏರಿಯ ಮೇಲೆ ಫಿರಂಗಿಯನ್ನು ಸಾಗಿಸುತ್ತಿದ್ದ ನಮ್ಮ ತೋಫಿನ ದಳದವರು ತಮ್ಮೆಲ್ಲ ಶಕ್ತಿಯಿಂದಲೂ ಅದನ್ನು ಜಗ್ಗುತ್ತಿದ್ದರು.

ಅವಾಲ್‌ಬೈಕ್ ಉದ್ವೇಗದಿಂದ, "ಅಪ್ಪ! ಟ್ಯಾಂಕುಗಳು ಬರ್ತಿವೆ! ಬೇಗ ಬೇಗ ಹೆಜ್ಜೆಹಾಕು!" ಎಂದು ಉದ್ಗರಿಸಿದ.

ಫಿರಂಗಿಯನ್ನು ಏರಿಯ ಮೇಲ್ಭಾಗಕ್ಕೆ ತಂದು, ಒಂದು ಪೊದೆಯ ಮರೆಗೆ ನಿಲ್ಲಿಸಲಾಯಿತು. ಅಲ್ಲಿಂದ ನಮ್ಮ ಸೈನಿಕರು ಟ್ಯಾಂಕುಗಳ ಮೇಲೆ ಗುಂಡಿನ ದಾಳಿ ಶುರು ಮಾಡಿದರು. ಪ್ರತಿಯಾಗಿ ಟ್ಯಾಂಕುಗಳೂ ಗುಂಡು ಸಿಡಿಸಿದವು. ಪರಿಸ್ಥಿತಿ ತುಂಬ ಭೀಕರವಾಗಿತ್ತು.

ಅವಾಲ್‌ಬೈಕ್‌ನಿಗೆ ತಾನು ಯುದ್ಧದ ಗುಡುಗು ಮಿಂಚುಗಳ ನಡುವೆ ತಂದೆಯ ಪಕ್ಕದಲ್ಲಿ ನಿಂತಂತೆ ಭಾಸವಾಯಿತು. ಟ್ಯಾಂಕೊಂದಕ್ಕೆ ಬೆಂಕಿ ತಗಲಿ, ಅದು ಕರಿ ಹೊಗೆ ಹಬ್ಬಿಸುತ್ತ, ಹುಚ್ಚುಹುಚ್ಚಾಗಿ ಸುತ್ತತೊಡಗಿತು. ಇದನ್ನು ಕಂಡ ಅವಾಲ್‌ಬೈಕ್ ತಾಯಿಯ ಮಡಿಲಿನಲ್ಲಿ ಉದ್ವೇಗದಿಂದ ಚಡಪಡಿಸತೊಡಗಿದ. ಮರುಕ್ಷಣದಲ್ಲೇ ನಮ್ಮ ಸಿಪಾಯಿಗಳು ಕೆಳಗುರುಳಿದಾಗ ಆತ ನಿಶ್ಚಲನಾಗಿ ಸೆಟೆದು ಕೂತ. ಕ್ರಮೇಣ ಹೆಚ್ಚು ಹೆಚ್ಚು ಸಿಪಾಯಿಗಳು ಬಿದ್ದರು. ಬದುಕಿ ಉಳಿದವರ ಸಂಖ್ಯೆ ಕಡಿಮೆ ಕಡಿಮೆಯಾಗುತ್ತ ಬಂತು. ತಾಯಿಯ ಕಣ್ಣು ಹನಿದು, ಅವಳ ಕಪೋಲಗಳು ತೊಯ್ದುಹೋದವು.

ಪ್ರೊಜೆಕ್ಟರ್ ಮತ್ತೆ ಸದ್ದು ಮಾಡಿತು. ಯುದ್ಧ ಪರಾಕಾಷ್ಠೆಗೆ ಮುಟ್ಟಿತು. ಟ್ಯಾಂಕುಗಳು ಏರಿಯನ್ನೇರಿ ಹತ್ತಿರ ಹತ್ತಿರ ಬರುತ್ತಿದ್ದುವು. ಫಿರಂಗಿಯ ಬಳಿ ನೆಲದ ಮೇಲೆ ಒರಗಿದ್ದ ಅವನ ತಂದೆ ತನ್ನ ಕೈಯುಲ್ಲಿದ್ದ ಯುದ್ಧರಂಗದ ಟೆಲಿಫೋನಿನಲ್ಲಿ ಗಟ್ಟಿಯಾಗಿ ಏನನ್ನೋ ಅರಚುತ್ತಿದ್ದ. ಆದರೆ ಗುಂಡುಗಳ ಸದ್ದಿನಲ್ಲಿ ಅವನ ಧ್ವನಿ ಅಡಗಿಹೋಯಿತು. ಅವನ ಪಕ್ಕದಲ್ಲಿ ಮತ್ತೊಬ್ಬ ಸೈನಿಕ ಉರುಳಿ, ಮೇಲೇರಲು ಪ್ರಯತ್ನಿಸಿ ಮತ್ತೆ ನೆಲಕ್ಕೆ ಕುಸಿದ. ರಕ್ತ ಹೆಪ್ಪುಗಟ್ಟಿ ಅವನು ಬಿದ್ದಿದ್ದ ಜಾಗ ಕಪ್ಪಗಾಯಿತು. ಈಗ ಉಳಿದವರು ತನ್ನ ತಂದೆ ಹಾಗು ಇನ್ನೊಬ್ಬ ಸೈನಿಕ ಮಾತ್ರ. ಅವರಿಬ್ಬರೂ ಎಡೆಬಿಡದೆ ಗುಂಡು ಹಾರಿಸುತ್ತಿದ್ದರು. ಆದರೂ ಟ್ಯಾಂಕುಗಳು ಮುನ್ನುಗ್ಗುತ್ತಲೇ ಇದ್ದವು. ಫಿರಂಗಿಯ ಬಳಿ ಮತ್ತೊಂದು ಸಿಡಿಗುಂಡು ಸ್ಫೋಟಿಸಿ, ಉರಿ ಎದ್ದು ಹೊಗೆಯಾವರಿಸಿತು. ಆಗ ಬದುಕಿ ಉಳಿದವ ಒಬ್ಬ ಮಾತ್ರ. ಹೊಗೆ ತಗ್ಗಿದಾಗ ಅವನು ತನ್ನ ತಂದೆಯೆಂದು ಗೊತ್ತಾಯಿತು. ಆತ ಎದ್ದು ಫಿರಂಗಿ ಕಡೆ ಧಾವಿಸಿ ಗುಂಡು ತುಂಬಿ ಗುರಿಯಿಟ್ಟು ಹಾರಿಸಿದ. ಅದು ಅವನು ಹಾರಿಸಿದ ಕೊನೆಯ ಗುಂಡಾಗಿತ್ತು. ಮತ್ತೆ ಶತ್ರುಗಳ ಕಡೆಯಿಂದ ಸಿಡಿಗುಂಡೊಂದು ಹಾರಿಬಂದು ದಟ್ಟ ಹೊಗೆ ಕವಿಯಿತು. ಜ್ವಾಲೆ ಧಗಧಗ ಉರಿಯಿತು. ಫಿರಂಗಿ ನುಜ್ಜುಗುಜ್ಜಾಗಿ ಕೆಳಗುರುಳಿ ಬಿದ್ದಿತು. ಆದರೂ ತಂದೆ ಸತ್ತಿರಲಿಲ್ಲ. ಅವನು ನಿಧಾನವಾಗಿ ಎದ್ದು ಮುನ್ನಡೆದ. ಅವನ ಮುಖ ಗಾರೊಡೆದಂತೆ ಕಪ್ಪಾಗಿತ್ತು. ಬಟ್ಟೆಗಳು ಹರಿದು ಚಿಂದಿಯಾಗಿದ್ದವು. ಮುನ್ನುಗ್ಗುತ್ತಿದ್ದ ಟ್ಯಾಂಕಿನ ಕಡೆ ಅವನು ನೇರವಾಗಿ ನಡೆಯುತ್ತಿದ್ದ. ಕೈಯಲ್ಲಿ ಗ್ರೇನೇಡ್ ಇತ್ತು. ಅವನಿಗೆ ಸುತ್ತಲಿನ ಪರಿವೆಯೇ ಇರಲಿಲ್ಲ.

"ನಿಲ್ಲಿ! ಮುಂದೆ ಹೋಗಲು ನಿಮ್ಮನ್ನು ಬಿಡೆವು!" ಎಂದು ಮೈಮೇಲೆ ಬಂದವನಂತೆ ಅರಚುತ್ತ, ಗ್ರೇನೇಡನ್ನು ಎಸೆಯಲು ಆತ ತೋಳೆತ್ತಿದ. ನೋವು, ರೋಷಗಳಿಂದ ಅವನ ಮುಖ ರುದ್ರಭಯಂಕರವಾಗಿತ್ತು.

ಜೇಯೆಂಗುಲ್ ಮಗನ ಕೈಯನ್ನು ಜೋರಾಗಿ ಅದುಮಿದಳು. ಹೀಗಾಗಿ ನೋವಿನಿಂದ ಅವನ ಕಣ್ಣಲ್ಲಿ ನೀರೂರಿತು. ತಂದೆಯ ರಕ್ಷಣೆಗೆ ಓಡಲೇ ಎಂದುಕೊಂಡಾಗ, ಟ್ಯಾಂಕಿನಿಂದ ಹೊರಹೊಮ್ಮಿದ ಮೆಷಿನ್‌ಗನ್ನಿನ ಅವ್ಯಾಹತ ಗುಂಡಿನ ದಾಳಿ ತಂದೆಯನ್ನು ಕೆಡೆದುರುಳಿಸಿತು. ಬಿರುಗಾಳಿಗೆ ಸಿಕ್ಕ ಮರದಂತೆ ಅವನು ಕುಸಿದ. ಆಮೇಲೆ ಉರುಳುತ್ತ, ಏಳಲು ಪ್ರಯತ್ನಿಸಿ ಮತ್ತೆ ಧೊಪ್ಪನೆ ಬಿದ್ದ. ಅವನು ಕೈಗಳನ್ನು ಚಾಚಿ ಬಿದ್ದಿದ್ದ ರೀತಿ ರೆಕ್ಕೆ ಹರಡಿದ ಹದ್ದನ್ನು ಹೋಲುತ್ತಿತ್ತು.

ಪ್ರೊಜೆಕ್ಟರಿನ ಸದ್ದು ನಿಂತಿತು. ರೀಲು ಮುಗಿದಿದ್ದ ಕಾರಣ, ಯುದ್ಧದ ದೃಶ್ಯ ಹಠಾತ್ತಾಗಿ ಕೊನೆಗಂಡಿತ್ತು. ಪ್ರೊಜೆಕ್ಟರಿನ ಚಾಲಕ ಹೊಸ ರೀಲನ್ನು ಹಾಕಲು, ದೀಪ ಹೊತ್ತಿಸಿದ. ಹಠಾತ್ತನೆ ದೀಪ ಹೊತ್ತಿಕೊಂಡಾಗ, ರೊಪ್ಪದಲ್ಲಿದ್ದವರು ಕಣ್ಣು ಪಿಳಿಪಿಳಿ ಮಾಡುತ್ತ, ರಜತ ಪರದೆಯ ರಣಾಂಗಣದ ಲೋಕದಿಂದ ವಾಸ್ತವ ಜಗತ್ತಿಗೆ ಮರಳಿದರು. ಹುಡುಗ ಚೀಲಗಳ ಮೇಲಿನಿಂದ ಕೆಳಗಿಳಿದು ಹುಮ್ಮಸ್ಸಿನಿಂದ ಕಿರಿಚಿದ:

"ಲೋ ಹುಡುಗರಾ! ಈಗ ಸತ್ತು ಬಿದ್ದನಲ್ಲ. ಅವನೇ ನಮ್ಮಪ್ಪ! ನೋಡಿದಿರ?"

ಅವನ ಈ ಉದ್ಗಾರ ಅನಿರೀಕ್ಷಿತವಾಗಿದ್ದು, ಅಲ್ಲಿದ್ದವರಿಗೆ ಅವನು ಹೇಳಿದ್ದುದೇನೆಂದು ಮೊದಲು ಗೊತ್ತಾಗಲಿಲ್ಲ. ಆತ ಹೀಗೇ ಅರಚುತ್ತ ಮುಂದೆ ಕೂತಿದ್ದ ತನ್ನ ಸ್ನೇಹಿತರ ಬಳಿ ನಡೆದ. ಇತರ ಎಲ್ಲರ ಅಭಿಪ್ರಾಯಕ್ಕಿಂತಲೂ ಅವರ ಅಭಿಪ್ರಾಯಕ್ಕೆ ಅವಾಲ್‌ಬೈಕ್ ಹೆಚ್ಚು ಬೆಲೆ ಕೊಡುತ್ತಿದ್ದ.

ಪ್ರೇಕ್ಷಕರ ನಡುವೆ ಒಂದು ವಿಲಕ್ಷಣವಾದ, ಕಸಿವಿಸಿಯ ಮೌನ ಆವರಿಸಿತ್ತು. ಈ ತನಕ

ತನ್ನ ತಂದೆಯನ್ನು ನೋಡದಿದ್ದ ಆ ಪುಟ್ಟ ಹುಡುಗನ ಹರ್ಷೋದ್ವೇಗಗಳಲ್ಲಿ ಅಡಗಿದ್ದ ಅಸಮಂಜಸತೆ ಅವರಿಗೆ ಅರ್ಥವಾಗಿರಲಿಲ್ಲ. ಅವರು ಸೋಜಿಗದಿಂದ ಕೇವಲ ಭುಜ ಹಾರಿಸಿದ್ದರು. ಪ್ರೊಜೆಕ್ಟರಿನ ಚಾಲಕ ರೀಲಿನ ಕ್ಯಾನನ್ನು ಕೆಳಗೆ ಹಾಕಿದಾಗ, ಅದು ಠಣ್ಣೆಂದು ಸದ್ದು ಮಾಡಿತು. ಜೊತೆಗೇ ಅದರ ಎರಡು ಭಾಗಗಳು ಬೇರ್ಪಟ್ಟು ಉರುಳತೊಡಗಿದವು. ಆದರೆ ಇದನ್ನು ಯಾರೂ ಲಕ್ಷಿಸಲಿಲ್ಲ. ಚಾಲಕನೂ ಅದನ್ನು ಎತ್ತಿಕೊಳ್ಳಲಿಲ್ಲ.

ಈ ಮಧ್ಯೆ ಆ ಸೈನಿಕನ ಮಗ, ರಣರಂಗದಲ್ಲಿ ಕಾದುತ್ತಿದ್ದಾಗ ಹತನಾಗಿದ್ದ ಸೈನಿಕನ ಮಗ, ತನ್ನ ದೋಸ್ತಿಗಳಿಗೆ ಇನ್ನೂ ಹೇಳುತ್ತಲೇ ಇದ್ದ:

"ನೋಡಿದಿರಿ ತಾನೆ ? ಕೊನೆಯಲ್ಲಿ ಸತ್ತು ಬಿದ್ದನಲ್ಲ ಅವನೇ ನಮ್ಮಪ್ಪ!"

ರೊಪ್ಪದಲ್ಲಿ ಮೌನ ಗಾಢವಾಗುತ್ತಿತ್ತು. ಅವಾಲ್‌ಬೈಕ್‌ನಿಗೆ, ತನ್ನ ಸಂತೋಷದಲ್ಲಿ, ತನ್ನ ತಂದೆ ಬಗೆಗಿನ ಹೆಮ್ಮೆ ಅಭಿಮಾನಗಳಲ್ಲಿ ಇತರರೇಕೆ ಪಾಲ್ಗೊಳ್ಳುತ್ತಿಲ್ಲವೆಂದು ಅರ್ಥವಾಗದೆ, ಆತ ಮತ್ತಷ್ಟು ಉದ್ವಿಗ್ನನಾದ.

"ಶ್ ! ಸುಮ್ಮನಿರು... ಹಾಗೆಲ್ಲ ಅರಚಕೂಡದು !" ಎಂದು ಯಾರೋ ಸ್ವಲ್ಪ ಸಿಡುಕಿನಿಂದ ಹೇಳಿದರು.

ತತ್‌ಕ್ಷಣ ಇನ್ನೊಂದು ಧ್ವನಿ ಅಂದಿತು: "ಯಾಕೆ ಅರಚಕೂಡದು ? ಯುದ್ಧದಲ್ಲಿ ತೀರಿಕೊಂಡ ಅವನ ತಂದೆಯನ್ನ ನೋಡಿ ಅವನಿಗೆ ಉದ್ವೇಗವಾಗಿರೋದು ಸಹಜ."

ಪಕ್ಕದಲ್ಲಿದ್ದ ಶಾಲಾ ಬಾಲಕನೊಬ್ಬ ಸ್ವಲ್ಪ ಧೈರ್ಯ ತಂದುಕೊಂಡು ಅವಾಲ್‌ಬೈಕ್‌ನಿಗೆ ನಿಜಾಂಶ ತಿಳಿಸಿದ: "ಅವನು ನಿಮ್ಮಪ್ಪ ಅಲ್ಲ ಕಣೊ. ಖಂಡಿತಾ ನಿಮ್ಮಪ್ಪ ಅಲ್ಲ. ಅವನ ಪಾತ್ರ ವಹಿಸಿದ ಒಬ್ಬ ನಟ. ಬೇಕಾದರೆ, ಆ ಪ್ರೊಜೆಕ್ಟರಿನ ಚಾಲಕನನ್ನೇ ಕೇಳು."

ಅವಾಲ್‌ಬೈಕ್‌ಗೆ ಈ ಮಾತುಗಳಿಂದ ಸಿಡಿಲು ಬಡಿದಂತಾಯಿತು. ಕಹಿ–ಸಿಹಿ ಭ್ರಮೆಗಳನ್ನು ಕಟ್ಟಿಕೊಂಡಿದ್ದ ಅವನಿಗೆ ನಿಜ ತಿಳಿಸಿ ನೋವುಂಟು ಮಾಡಲು ಅಲ್ಲಿದ್ದ ದೊಡ್ಡವರಿಗೆ ಯಾರಿಗೂ ಮನಸ್ಸು ಬರಲಿಲ್ಲ. ಆದ್ದರಿಂದ ಅವರು ಸುಮ್ಮನಿದ್ದರು. ಈ ಊರಿಗೆ ಹೊಸಬ ನಾಗಿದ್ದ ಪ್ರೊಜೆಕ್ಟರ್ ಚಾಲಕ ಹುಡುಗನಿಗೆ ನೋವಾಗದ ರೀತಿಯಲ್ಲಿ ಸತ್ಯ ಸಂಗತಿಯನ್ನು ತಿಳಿಸಬಹುದೆಂದು, ಅವರು ಅವನತ್ತ ನೋಡಿದರು. ಅವನು ಮೌನತಾಳಿ, ಪ್ರೊಜೆಕ್ಟರಿನ ಮೇಲೆ ಬಾಗಿ ಕೆಲಸ ಮಾಡುತ್ತಿರುವವನಂತೆ ನಟಿಸಿದ. ಅವಾಲ್‌ಬೈಕ್ ಮತ್ತೆ ಸಾರಿದ:

"ಅವನು ನಮ್ಮಪ್ಪನೆ ! ಖಂಡಿತ ನಮ್ಮಪ್ಪನೇ !"

ಅದಕ್ಕೆ ಹಿಂದೆ ಮಾತಾಡಿದ್ದ ಆ ಹಿರಿಯ ಹುಡುಗ ಕೇಳಿದ:

" ಆ ಸೈನಿಕರಲ್ಲಿ ಯಾರು ? ಹೇಳು."

"ಅಯ್ಯೊ ! ನೀನು ನೋಡಲಿಲ್ಲವ ? ಕೊನೆಯಲ್ಲಿ ಗ್ರೆನೇಡ್ ಹಿಡಿದು ಟ್ಯಾಂಕಿನ ಕಡೆ ಮುನ್ನುಗ್ಗಿದ್ದನಲ್ಲ ಅವನೇ! ಆಮೇಲೆ ಗುಂಡು ತಾಕಿ, ಹೀಗೆ ಬಿದ್ದನಲ್ಲ ಅವನೇ!"

ಹೀಗೆನ್ನುತ್ತ ತನ್ನ ತಂದೆ ಕುಸಿದು ಬಿದ್ದದ್ದನ್ನು ಅವಾಲ್‌ಬೈಕ್ ತದ್ವತ್ತಾಗಿ ಅನುಕರಿಸುತ್ತ ಕೆಳಗುರುಳಿದ. ಅವನು ಪರದೆಯ ಎದುರು ರೆಕ್ಕೆ ಚಾಚಿದ ಹದ್ದಿನಂತೆ ಬಿದ್ದೇ ಇದ್ದ.

ಇದನ್ನು ಕಂಡ ಜನಕ್ಕೆ ನಗು ತಡೆಯಲಾಗಲಿಲ್ಲ. ಆದರ ಅವಾಲ್‌ಬೈಕ್ ಅದನ್ನು ಲೆಕ್ಕಿಸದೆ ಸತ್ತಂತೆ ಹಾಗೇ ಬಿದ್ದಿದ್ದ. ಮತ್ತೊಮ್ಮೆ ಕಸಿವಿಸಿಯ ಮೌನ ಪ್ರೇಕ್ಷಕರನ್ನು ಆವರಿಸಿತು.

ಆಗ ಮುದುಕಿಯೊಬ್ಬಳು: "ನಿನಗೇನಾಗಿದೆ ಜೇಯೆಂಗುಲ್ ? ಹೋಗಿ ನಿನ್ನ ಮಗನಿಗೆ ಸ್ವಲ್ಪ ಬುದ್ಧಿ ಹೇಳು" ಅಂದಳು.

ಜೇಯೆಂಗುಲ್ ನಿಧಾನವಾಗಿ ಮಗನ ಕಡೆ ನಡೆದಳು. ಜನ ಅವಳನ್ನೇ ನೋಡುತ್ತಿದ್ದರು. ಶೋಕದಿಂದ ಅವಳ ಮುಖ ಅಂದಗೆಟ್ಟಿತ್ತು. ಕಣ್ಣಲ್ಲಿ ನೀರು ಸುರಿಯುತ್ತಿತ್ತು. ಮಗನನ್ನು ಎತ್ತಿ ನಿಲ್ಲಿಸಿ, ಅಕ್ಕರೆ ತುಂಬಿದ ಮೆಲುದನಿಯಲ್ಲಿ ಅವಳು ಹೇಳಿದಳು: "ಬಾ ಮಗು, ಅವನೇ ನಿನ್ನ ತಂದೆ... ನಡಿ, ಹೋಗೋಣ."

ಇಬ್ಬರೂ ಆಚೆ ನಡೆದರು. ಚಂದ್ರ ನೆತ್ತಿಯ ಮೇಲೆ ಶೋಭಿಸಿದ್ದ. ಕಾರಿರುಳಿನ ಹಿನ್ನೆಲೆಯಲ್ಲಿ ಬೆಟ್ಟಗಳು ಬೆಳ್ಳಿಯ ಲೇಪ ತೊಟ್ಟಿದ್ದವು. ಅವುಗಳ ಕೆಳಗೆ, ಕಾಡು ಕಪ್ಪು ಕೋಳದಂತೆ ಕಾಣುತ್ತಿತ್ತು.

ಅವಾಲ್‌ಬೈಕ್‌ಗೆ ಈಗ ತನ್ನ ಜೀವನದಲ್ಲಿ ಮೊದಲ ಬಾರಿಗೆ ಪಿತೃವಿಯೋಗದ ಅರಿವಾಗಿತ್ತು. ಯುದ್ಧದಲ್ಲಿ ನೆಲಕ್ಕುರುಳಿದ ತಂದೆಯನ್ನು ನೆನೆದು, ತಾಳಲು ಅಸಾಧ್ಯವಾದ ವೇದನೆ, ದುಃಖ ಉಮ್ಮಳಿಸಿತು. ಅವನಿಗೆ ತಾಯಿಯನ್ನು ಅಪ್ಪಿಕೊಂಡು ಗಳಗಳ ಅಳಬೇಕೆನ್ನಿಸಿತು. ತಾಯಿಯೂ ತನ್ನ ಜೊತೆ ಅಳಬೇಕೆಂಬ ಬಯಕೆ ಉಂಟಾಯಿತು. ಆದರೆ ಅವಳು ಮೌನವಾಗಿದ್ದಳು. ಆದುದರಿಂದ ಅವನು ಕೂಡ ಮುಷ್ಟಿ ಬಿಗಿಹಿಡಿದು ಕಂಬನಿಯನ್ನು ಕಷ್ಟಪಟ್ಟು ತಡೆದು ಮುನ್ನಡೆದ.

ಯಾವಾಗಲೋ ಯುದ್ಧದಲ್ಲಿ ಮಡಿದಿದ್ದ ತಂದೆ. ಆ ಕ್ಷಣದಿಂದ ತನ್ನ ಮನಸ್ಸಿನಲ್ಲಿ ಪುನರ್ಜನ್ಮ ಪಡೆದು ತನ್ನ ಹೃದಯದಲ್ಲಿ ಬದುಕಲಾರಂಭಿಸಿದ್ದ ಎನ್ನುವುದು ಮಾತ್ರ ಅವಾಲ್‌ಬೈಕ್‌ನಿಗೆ ತಿಳಿದಿರಲಿಲ್ಲ. ☾

○ ಅನೀಲ್ಯುಸ್ ಮಾರ್ಕೇವಿಚೂಸ್

ದೇವಶಿಲ್ಪಿ

ಅಗೋತ ಜಮೀನಿನಲ್ಲಿ ದುಡಿದು ಮನೆಗೆ ಹಿಂತಿರುಗಿದಾಗ, ಮತ್ತಿಯೇಯುಸ್ ದೀಪ ಹಚ್ಚಿ, ಅದನ್ನು ಒಂದು ಮರದ ದಿಮ್ಮಿಯ ಮೇಲಿಟ್ಟ, ಅವನ ಕೆಲಸದ ಬೆಂಚಿನ ಮೇಲೆ ಅರ್ಧ ಕೆತ್ತಿದ್ದ ಮೂರ್ತಿಗಳು, ನಿಂಬೆ ಮರದ ತುಂಡುಗಳು, ಗಂಟು ಗಂಟಾಗಿ ತಿರುಚಿಕೊಂಡ ಹರೆಗಳು ಹರಡಿಕೊಂಡು, ಗೋಡೆಯ ಮೇಲೆ ನೆರಳು ಚೆಲ್ಲಿದ್ದವು. ಅಗೋತ ಒಲೆ ಹಚ್ಚಲು ನಡೆದಾಗ, ಮತ್ತಿಯೇಯುಸ್ ಕೆತ್ತನೆಯ ಕೆಲಸದಲ್ಲಿ ಪುನಃ ಮಗ್ನನಾದ.

ಒಂದು ಕಾಲಕ್ಕೆ ಮತ್ತಿಯೇಯುಸ್ ಮಹಾಕುಶಲ ಕೆತ್ತನೆಗಾರನೆಂದು ಸುತ್ತಮುತ್ತಲೆಲ್ಲ ಹೆಸರಾಗಿದ್ದ. ದೇವರ ವಿಗ್ರಹ ಕೆತ್ತುವವನೆಂದು ಜನ ಅವನನ್ನು ಗೌರವಿಸುತ್ತಿದ್ದರು. ಶಿಲುಬೆಗಳು, ಇಗರ್ಜಿಯ ವೇದಿಕೆಯನ್ನಲಂಕರಿಸುವ ವಿವಿಧ ಸಂತರು, ಲಿಥುವೇನಿಯಾದ ರಸ್ತೆಗಳ ಇಬ್ಬದಿಯಲ್ಲಿ ಮತ್ತು ಹೊಲಗದ್ದೆಗಳಲ್ಲಿ ನಿಂತಿರುತ್ತಿದ್ದ ಶೋಕವದನದ ಕ್ರಿಸ್ತನ ವಿಗ್ರಹಗಳು ಹೀಗೆ ಎಷ್ಟೋ ಕೆತ್ತನೆಗಳು ಅವನ ಹಸ್ತಕೌಶಲ್ಯಕ್ಕೆ ಸಾಕ್ಷಿಯಾಗಿ ಮೆರೆದಿದ್ದವು.

ಆದರೆ ಕಾಲಕ್ರಮೇಣ ಇಗರ್ಜಿಯಿಂದ ವಿಗ್ರಹಗಳಿಗೆ ಬೇಡಿಕೆ ತಗ್ಗಿತ್ತು. ಜೀವನ ನಿರ್ವಹಣೆಗಾಗಿ ಮತ್ತಿಯೇಯುಸ್ ಈಗ ಮರದಲ್ಲಿ ಪಶುಪಕ್ಷಿಗಳನ್ನು, ಟವೆಲ್ಲುಗಳಿಡುವ ಖಾನೆಗಳನ್ನು, ನೆಯ್ಗೆಯ ಲಾಳಿಗಳನ್ನು, ಹಾವು ಹಲ್ಲಿಗಳ ಚಿತ್ರ ಬಿಡಿಸಿದ ಬೆತ್ತಗಳನ್ನು ಕೆತ್ತಿ ಮಾರುತ್ತಿದ್ದ. ಅವಿರತವಾದ ಕೆಲಸದಿಂದ ಅವನು ಕೃಶನಾಗಿದ್ದ. ಇದರಿಂದ ಅವನನ್ನು ಯಾರಾದರೂ ಅಲುಗಿಸಿದರೆ, ಗೆದ್ದಲು ಹಿಡಿದ ಮರದ ಮೂರ್ತಿಯಂತೆ, ಎಲ್ಲಿ ಬಿದ್ದು ಪುಡಿಪುಡಿಯಾಗುವನೋ ಅನ್ನಿಸುತ್ತಿತ್ತು.

ಅವನಿಗೆ ಸುಮಾರು ಐವತ್ತು ವರ್ಷ ವಯಸ್ಸಾಗಿದ್ದರೂ ಅವನ ನೀಲ ಮುಖದ ಮೇಲೆ ಒಂದಾದರೂ ಸುಕ್ಕಿನ ಗೆರೆಯಿರಲಿಲ್ಲ. ಅದು ಮರದಿಂದ ಕೆತ್ತಿ ಮಾಡಿದಂತೆ ತೋರುತ್ತಿತ್ತು. ಹುಡುಗಿಯರಂತೆ ಕತ್ತರಿಸಿದ, ಒಣ ಹುಲ್ಲಿನ ಬಣ್ಣದ ಒರಟು ಕೂದಲು ಅವನ ಹಣೆಯನ್ನು ಮುಚ್ಚಿತ್ತು.

ಈಗ ಮತ್ತಿಯೇಯುಸ್ ಒಂದು ಹಿಮಸಾರಂಗದ

ಕೆತ್ತನೆಯಲ್ಲಿ ತೊಡಗಿದ್ದ. ಆ ಕೆತ್ತನೆಯನ್ನು ಕೆಲಸದ ಬೆಂಚಿನ ಮೇಲಿಟ್ಟು ಅದನ್ನು ನಾನಾ ಕೋನಗಳಿಂದ ಆಗಾಗ ನೋಡಿ ಆತ ಪರೀಕ್ಷಿಸುತ್ತಿದ್ದ. ಸಾರಂಗಕ್ಕೆ ಕವಲು ಕವಲಾದ ಕೊಂಬುಗಳಿದ್ದು, ತಲೆ ಹಿಂದಕ್ಕೆ ನಸುವಾಲಿತ್ತು. ಅದು ಗಾಳಿಯಲ್ಲಿ ಸೀನುತ್ತಿರುವಂತೆ ಮೂಗಿನ ಹೊಳ್ಳೆಗಳು ಸ್ವಲ್ಪ ಅರಳಿಕೊಂಡಿದ್ದವು. ಕಾಡಿನ ಕಣ್ಮಣಿಯಾದ ಆ ಸಾಧು ಪ್ರಾಣಿಯ ಭಂಗಿಯಲ್ಲಿ ಭವ್ಯತೆಯೊಂದಿಗೆ ಹುಡುಗಾಟಿಕೆಯೂ ಕೂಡಿಕೊಂಡು ಅದು ಕೊಂಬುಗಳನ್ನಾಡಿಸಿ ಇನ್ನೇನು ನಾಗಾಲೋಟ ಕೀಳುವುದೋ ಎನ್ನಿಸುತ್ತಿತ್ತು.

ಕೆಲಸದಲ್ಲಿ ತಲ್ಲೀನನಾಗಿದ್ದ ಮತ್ತಿಯೇಯುಸ್‌ನಿಗೆ ಆಚೆಯ ಬಾಗಿಲು ಶಬ್ದ ಮಾಡಿದ್ದು ಕೇಳಿಸಲಿಲ್ಲ. ಆದರೆ ಒಳಗೆ ಯಾರೋ ಸರಸರನೆ ನಡೆದು ಬರುತ್ತಿರುವುದು ಅರಿವಾಗಿ, ಆತ ತಿರುಗಿ ನೋಡಿದ. ಬಾಗಿಲು ತೆರೆಯಿತು. ಒಂದು ಟಾರ್ಚಿನ ಬೆಳಕು ವೃತ್ತಾಕಾರವಾಗಿ ನೆಲದ ಮೇಲೆ ಕಂಪಿಸಿತು. ಬೆತ್ತ ಹಿಡಿದು ಮೆಟ್ಟಿಲನ್ನೇರಿ ಯಾರೋ ಬರುತ್ತಿದ್ದರು. ಬರುತ್ತಿದ್ದವನು ಮೆಲುದನಿಯಲ್ಲಿ ಸ್ತೋತ್ರಗಳನ್ನು ಉಚ್ಚರಿಸುತ್ತಿದ್ದ. ಮತ್ತಿಯೇಯುಸ್‌ಗೆ, ಬಂದ ವ್ಯಕ್ತಿ ತಮ್ಮ ಇಗರ್ಜಿಯ ಅರ್ಚಕನೆಂದು ಗುರುತಾಯಿತು. ಅರ್ಚಕ ಪಾತ್ರೆ ಬೆಳಗುತ್ತಿದ್ದ ಅಗೋತಳ ಕುಶಲ ಕೇಳಿ ಮತ್ತಿಯೇಯುಸ್ ಬಳಿ ಬಂದ.

ಮತ್ತಿಯೇಯುಸ್‌ಗೆ ಬಹಳ ಕಾಲದಿಂದ ಅರ್ಚಕನ ಪರಿಚಯವಿತ್ತು. ಅರ್ಚಕನಿಗೆ ಅರವತ್ತು ತುಂಬಿತ್ತು. ಆತ ಯಕೃತ್ತಿನ ವ್ಯಾಧಿಯಿಂದ ನರಳುತ್ತಿದ್ದ. ಸಿಡುಕು ಮೋರೆಯ ಮೂಕ ಮುನಿಯಂತಿದ್ದ ಅವನನ್ನು ಕಂಡರೆ ಅತ್ಯಂತ ಧರ್ಮನಿಷ್ಠರು ಕೂಡ ಅಲ್ಲಿಂದ ಆದಷ್ಟು ದೂರ ಸರಿಯಲು ಪ್ರಯತ್ನಿಸುತ್ತಿದ್ದರು.

ಅರ್ಚಕ ಕೆಲಸದ ಬೆಂಚಿನ ಒಂದು ಮೂಲೆಯಲ್ಲಿ ಕೂತ. ಮೊಣಕಾಲಿನ ಮೇಲೆ ಬೆತ್ತವನ್ನು ಒರಗಿಸಿ, ಮುಂದಿದ್ದ ಸಾರಂಗದ ಕೆತ್ತನೆಯನ್ನು ನಿಟ್ಟಿಸಿ ನೋಡಿದ. ಕೆತ್ತನೆಯ ಮೂರ್ತಿಗಳೆಂದರೆ ಅವನಿಗೆ ಬಹಳ ಇಷ್ಟ. ಅಪರೂಪಕ್ಕೊಮ್ಮೆ ಆತ ಕೆಲವು ಲಘುಕೆತ್ತನೆಗಳನ್ನು ಮತ್ತಿಯೇಯುಸ್‌ನಿಂದ ಮಾಡಿಸುತ್ತಿದ್ದ. ಸುಮಾರು ಹೊತ್ತು ಸಾರಂಗವನ್ನು ಮೌನವಾಗಿ ನಿಟ್ಟಿಸಿ, ಬಳಿಕ ಬೆತ್ತದಿಂದ ಅದನ್ನು ನಿರ್ದೇಶಿಸಿ ಆತ ಕಹಿಯಾಗಿ ಹೇಳಿದ: "ಅದರ ಕೊಂಬುಗಳು ಬಹಳ ಉದ್ದವಾದವು. ಅಂಥದೊಂದು ಸಾರಂಗವನ್ನು ನಾನು ಹಿಂದೊಮ್ಮೆ ಸಾಕಿದ್ದೆ. ಅದು ದಾರಿ ತಪ್ಪಿ ಒಂಟಿಯಾಗಿದ್ದ ಒಂದು ಕರು."

ಮತ್ತಿಯೇಯುಸ್ ಸಾರಂಗವನ್ನು ಮತ್ತೊಮ್ಮೆ ಕೂಲಂಕುಷವಾಗಿ ಪರೀಕ್ಷಿಸಿ ನುಡಿದ:

"ನನಗೆ ಹಾಗನ್ನಿಸುತ್ತಿಲ್ಲ. ಸರಿಯಾಗಿದೆ ಅಂತ ನನ್ನ ಭಾವನೆ."

ಅರ್ಚಕನ ಮುಖ ಸುಕ್ಕುಗಟ್ಟಿತು. ಆದರೆ ತನ್ನ ಸಿಡುಕನ್ನು ಹತೋಟಿಗೆ ತಂದುಕೊಂಡು ಅವನೆಂದ:

"ಅಂದಹಾಗೆ, ನಾನೀಗ ನಿನ್ನ ಹತ್ತಿರ ಒಂದು ವ್ಯವಹಾರಕ್ಕಾಗಿ ಬಂದಿದ್ದೇನೆ ಮತ್ತಿಯೇಯುಸ್. ಈಚೆಗೆ ನೀನು ಇಗರ್ಜಿಗೆ ಏನೂ ಮಾಡಿಕೊಡ್ತಿಲ್ಲ. ನನ್ನ ಆ ಮೂರ್ಖ ಸೇವಕ, ಪ್ರಾರ್ಥನಾ ವೇದಿಕೆಯ ಧೂಳು ಒರೆಸುತ್ತಿದ್ದಾಗ ಯೇಸುಕ್ರಿಸ್ತನ ಪ್ರತಿಮೆಯನ್ನು ಬೀಳಿಸಿ, ಒಡೆದುಹಾಕಿದ. ಹಿಂದೆ ನೀನು ಮಾಡ್ತಿದ್ದಂತೆ ಈಗ ಅಂಥ ಒಂದು ವಿಗ್ರಹವನ್ನು ಕೆತ್ತಿಕೊಡ್ತೀಯ ?"

ಅರ್ಚಕ ಮತ್ತಿಯೇಯುಸ್‌ನ ಉತ್ತರಕ್ಕೆ ಕಾಯುತ್ತ, ಎದ್ದು ಶತಪಥ ಹಾಕಲಾರಂಭಿಸಿದ. ಮತ್ತಿಯೇಯುಸ್ ಉತ್ತರಿಸದೆ ಮೌನವಾಗಿದ್ದ. ಅವನ ಮುಖದಲ್ಲಿ ಮನೆಮಾಡಿದ್ದ ನಿರ್ಭಾವ,

ಮನಸ್ಸಿನ ಭಾವನೆಯನ್ನು ಹೊರಗೆಡಹುತ್ತಿರಲಿಲ್ಲ. ಅರ್ಚಕನ ಮಾತು ತನಗೆ ಕೇಳಿಸಲೇ ಇಲ್ಲವೇನೋ ಎಂಬಂತಿತ್ತು ಅವನ ಚಹರೆ.

ಅರ್ಚಕ ಬೆಂಚಿನ ಬಳಿ ನಿಂತು, ಅಲ್ಲಿ ಕೆತ್ತನೆ ಮುಗಿದಿದ್ದ ಪೆಟ್ಟಿಗೆಯೊಂದನ್ನು ನೋಡುತ್ತ ಮತ್ತೆ ಪ್ರಶ್ನಿಸಿದ:

"ನಾನು ಹೇಳಿದ್ದು ಕೇಳಿಸಿತೆ? ಪ್ರತಿಮೆಯಿಲ್ಲದೆ ಇಗರ್ಜಿಯ ವೇದಿಕೆ ಬಿಕೋ ಅನ್ತಿದೆ. ನೋಡೋದಕ್ಕಾಗದು. ಕೆತ್ತನೆಗೆ ಹೆಚ್ಚು ಕಾಲವೇನೂ ಬೇಕಾಗೋದಿಲ್ಲ ಅಲ್ಲವೆ?"

ಮತ್ತಿಯೇಯುಸ್ ಉತ್ತರಿಸಿದ:

"ಅಂಥ ಮೂರ್ತಿಗಳನ್ನು ನಾನು ಮಾಡಿ ಬಹಳ ದಿನಗಳಾಗಿವೆ. ಹೀಗಾಗಿ ಬಳಕೆ ತಪ್ಪಿದೆ. ಅಲ್ಲದೆ ಅಂಥ ಮೂರ್ತಿಗೆ ಬೇಕಾಗೋ ಮರ ಕೂಡ ನನ್ನಲ್ಲಿಲ್ಲ."

"ನಿನ್ನಂಥ ಪರಿಣತನಿಗೆ ಬಳಕೆ ತಪ್ಪೋದು ಅಂದರೇನು? ಸುಮ್ಮನೆ ನೆವ ಹೇಳಬೇಡ. ಅದಕ್ಕೆ ಬೇಕಾದ ಒಳ್ಳೆಯ ಜಾತಿಯ ಮರವನ್ನು ನಾನು ಕೊಡ್ತೇನೆ."

ಕೊನೆಗೆ, ಅರ್ಚಕನ ಒತ್ತಾಯಕ್ಕೆ ಮತ್ತಿಯೇಯುಸ್ ಮಣಿಯಲೇಬೇಕಾಯಿತು. ಅವನನ್ನು ಬೀಳ್ಕೊಟ್ಟು ಅರ್ಚಕ ಬಾಗಿಲ ಬಳಿ ನಿಂತು ಅಗೋತಳನ್ನು ವಿಚಾರಿಸಿದ:

"ಅಗೋತ, ನೀನು ಹೊಲದಲ್ಲಿ ಕಳೆದ ಶ್ರಮದಿನಗಳಿಗೆ ತಕ್ಕ ಪ್ರತಿಫಲ ಈ ಸಲವಾದರೂ, ನಿನಗೆ ದೊರೀತದೆಯೆ?" ಆತ ತಮಾಷೆಗೆ ಹೀಗೆ ಕೇಳಿದ್ದೇ ಅಥವಾ ಗಂಭೀರವಾಗಿಯೇ ಎಂಬುದನ್ನು ಹೇಳಲು ಸಾಧ್ಯವಿರಲಿಲ್ಲ.

ಗಟ್ಟಿ ಮುಟ್ಟಾಗಿದ್ದ ಅಗೋತಳಿಗೆ, ಸ್ವಂತ ಜಮೀನಿಲ್ಲದಿದ್ದರೂ, ಅವಳು ಸಾಮೂಹಿಕ ಕೃಷಿ ಕ್ಷೇತ್ರವನ್ನು ಸೇರಿಕೊಂಡು ಹಲವು ವರ್ಷಗಳಾಗಿದ್ದವು.

ಅವಳು ಗೆಲುವಾಗಿ ಹೇಳಿದಳು: "ಖಂಡಿತ ಸಿಗ್ತದೆ, ಫಾದರ್! ಈ ಸಲ ಒಳ್ಳೆಯ ಫಸಲು ಬರೋ ನಿರೀಕ್ಷೆಯಿದೆ."

"ಸರಿ, ಒಳ್ಳೆಯದು!"

ಭಕ್ತಿಪಾರಾಯಣೆ ಅಗೋತ ಭಾನುವಾರದ ಪ್ರಾರ್ಥನೆಯನ್ನು ಒಮ್ಮೆಯೂ ತಪ್ಪಿಸಿಕೊಳ್ಳುತ್ತಿರಲಿಲ್ಲ. ಇದನ್ನು ನೆನೆದ ಅರ್ಚಕನೆಂದ: "ನಿನ್ನ ಗಂಡನಿಗೆ ಆಗಾಗ್ಗೆ ಸ್ವಲ್ಪ ಜ್ಞಾಪಿಸ್ತಾ ಇರು, ಅಗೋತ. ಇಗರ್ಜಿಯ ವೇದಿಕೆಗೆ ಯೇಸುವಿನ ವಿಗ್ರಹ ಮಾಡಲು ಅವನನ್ನು ಒಪ್ಪಿಸಿ ಬಂದಿದ್ದೇನೆ."

ಅಗೋತ ಅವನ ಸಂದೇಹವನ್ನು ನಿವಾರಿಸುವಂತೆ ಹೇಳಿದಳು:

"ಹಾಗೇ ಆಗಲಿ ಫಾದರ್! ವಿಗ್ರಹ ಮಾಡ್ತಿರೋದು ನಮ್ಮ ಇಗರ್ಜಿಗೆ ತಾನೆ? ಅದರ ಬಗ್ಗೆ ನೀವು ಚಿಂತೆ ಬಿಡಿ."

ಊಟವಾದ ಮೇಲೆ ಮತ್ತಿಯೇಯುಸ್ ಕೆಲಸಕ್ಕೆ ಕೂತ. ಬಿಸಿಗೊಳವೆಯಿಂದ ಬೆಚ್ಚಗಾಗಿದ್ದ ಗೋಡೆಗೊರಗಿ ಅಗೋತ ಎಂದಿನಂತೆ ಅವನೆದುರು ಹೆಣಿಗೆ ಹಾಕುತ್ತ ಕೂತಳು. ಪಟ್ಟೆಪಟ್ಟೆಯ ಬೆಕ್ಕು ಅವಳ ಮಡಿಲನ್ನೇರಿ ಕೂತಿತು. ಒಂದೊಂದೇ ಹೆಣಿಗೆ ಹಾಕುತ್ತ ಆ ದಿನ ಜಮೀನಿನಲ್ಲಿ ನಡೆದದ್ದನ್ನು ಆಕೆ ಸವಿವರವಾಗಿ ಅವನಿಗೆ ನಿರೂಪಿಸಿದಳು. ಇದು ಅವಳಿಗೊಂದು ಪರಿಪಾಠವಾಗಿ ಪರಿಣಮಿಸಿತ್ತು. ಯಾಕೆಂದರೆ ಇಡೀ ದಿನ ಮೈಬಗ್ಗಿಸಿ ದುಡಿಯುತ್ತಿದ್ದುದರಿಂದ ಸಂಜೆಯ ಹೊತ್ತಿಗೆ ಅವಳು ಬಳಲಿ ತೂಕಡಿಸುತ್ತಿದ್ದಳು. ಗಂಡನ ಜೊತೆ ಮಾತಾಡುತ್ತ ಕೂತಿರುವಾಗ ಆ ತೂಕಡಿಕೆ ಮಾಯವಾಗುತ್ತಿತ್ತು. ಮೊದಮೊದಲು ಮತ್ತಿಯೇಯುಸ್ ಅವಳ

ಮಾತುಗಳಿಗೆ ಕಿವಿಗೊಡದೆ ಸುಮ್ಮನಿರುತ್ತಿದ್ದ. ಕಾಲಕ್ರಮೇಣ ಆ ಮಾತುಗಳನ್ನಾಲಿಸುವುದು ಅವನಿಗೆ ಅಭ್ಯಾಸವಾಗಿತ್ತು. ಅಷ್ಟೇ ಅಲ್ಲ, ಜಮೀನಿನ ಎಲ್ಲ ಚಟುವಟಿಕೆಗಳ ಬಗೆಗೂ ಅವನು ಆಸಕ್ತ ತಾಳಿ, ವಿಚಾರಿಸಿಕೊಳ್ಳುತ್ತಿದ್ದ. ಇದರಿಂದ ಅಲ್ಲಿ ನಡೆಯುತ್ತಿದ್ದ ಕೆಲಸದ ಪ್ರಗತಿ ಅವನಿಗೆ ತಿಳಿಯುತ್ತಿತ್ತು.

ಮರುದಿನ ಮತ್ತೆಯೇಯುಸ್ ಇಗರ್ಜಿಗೆ ಹೋಗಿ ವೇದಿಕೆಯನ್ನು ಪರೀಕ್ಷಿಸಿದ. ಆಮೇಲೆ ಅರ್ಚಕನ ಮನೆಗೆ ಹೋಗಿ ಒಂದು ಓಕ್ ಮರದ ತುಂಡನ್ನು ಆರಿಸಿ ಮನೆಗೆ ಕೊಂಡೊಯ್ದ. ಹಿಂದೆ ತಾನು ಕೆತ್ತಿದ್ದ ಕ್ರಿಸ್ತನ ವಿಗ್ರಹದ ನೆನಪು ಅವನಿಗೆ ಚೆನ್ನಾಗಿತ್ತು. ಹೊಸ ವಿಗ್ರಹವನ್ನು ಅದರಂತೆಯೇ ಮಾಡುವುದೆಂದು ಮನಸ್ಸಿನಲ್ಲಿ ನಿರ್ಧರಿಸಿ ಅವನು ಕೆಲಸಕ್ಕೆ ಕೂತ. ಆದರೆ ಉಳಿಯನ್ನು ಕೈಗೆತ್ತಿಕೊಂಡಾಗ ಏನೋ ತಡೆದಂತಾಯಿತು. ಓಕ್ ಮರದ ತುಂಡನ್ನು ಹಿಂದೆಮುಂದೆ ತಿರುಗಿಸಿ ಪರೀಕ್ಷಿಸುತ್ತ ಆತ ಬಹಳ ಹೊತ್ತು ನಿಶ್ಶಬ್ದವಾಗಿ ಕೂತ. ಕೆಲಸವನ್ನು ಪ್ರಾರಂಭಿಸಲು ಸಂಕಲ್ಪಿಸಿದಾಗ ಮಾತ್ರ ಕೈ ಮುಂದಕ್ಕೆ ಸಾಗುತ್ತಿರಲಿಲ್ಲ.

ಹಲವು ದಿನ ಕಳೆದವು. ನಿದ್ದೆ ಹತ್ತದೆ ಚಡಪಡಿಸುತ್ತ, ತೆರೆದ ಕಣ್ಣುಗಳಿಂದ ಒಂದು ವಿಧದ ಮಂಪರಿನಲ್ಲಿ ಎಷ್ಟೋ ರಾತ್ರಿಗಳನ್ನು ಕಳೆದ. ಅವನು ಬೆಳಿಗ್ಗೆ ಎದ್ದಾಗ ಮತ್ತಷ್ಟು ಮೌನಿಯಾಗಿ, ಅಂತರ್ಮುಖಿಯಾಗುತ್ತಿದ್ದ.

ಒಂದು ನಡುರಾತ್ರಿ ಅವನು ಹಾಸಿಗೆಯ ಮೇಲೆ ಬಿದ್ದುಕೊಂಡು ತನ್ನಲ್ಲಿ ತಾನು ಏನನ್ನೋ ಗೊಣಗಿಕೊಳ್ಳುತ್ತಿದ್ದ. ಅಗೋತಳಿಗೆ ಎಚ್ಚರವಾಗಿ ಗಂಡನ ಭುಜ ಅಲ್ಲಾಡಿಸಿ ಅವಳು ಆತಂಕದಿಂದ ಕೇಳಿದಳು:

"ಏನಾಗಿದೆ ನಿನಗೆ ? ನಿದ್ದೆ ಮಾಡಬಾರದೆ ?"

ಮತ್ತಿಯೇಯುಸ್ ಗಾಬರಿಗೊಂಡವನಂತೆ ಫಕ್ಕನೆ ಕಣ್ತೆರೆದು; "ಏನೂ ಆಗಿಲ್ಲ. ಚೆನ್ನಾಗಿದೇನೆ. ಏನೋ ಸ್ವಲ್ಪ ಯೋಚನೆ ಮಾಡ್ತಿದ್ದೆ, ಅಷ್ಟೆ. ನೀನು ಮಲಗಿಕೊ," ಎಂದ.

ಅಗೋತಳಿಗೆ ಗಂಡನ ಚಿಂತೆಯ ಸುಳಿವು ಸಿಕ್ಕಿ, ನಿದ್ದೆಗಣ್ಣಲ್ಲಿ ಕೇಳಿದಳು:

"ವಿಗ್ರಹದ ಕೆಲಸ ಶುರುಮಾಡಿದೆಯ ?"

"ಇಲ್ಲ." ಎಂದು ಮೆಲುದನಿಯಲ್ಲಿ ಅವನು ಉತ್ತರಿಸಿದ.

ಮತ್ತಿಯೇಯುಸ್‌ನ ಸ್ಥಿತಿಗೆ ಅವಳಲ್ಲಿ ಮರುಕವುಂಟಾಗಿತ್ತು. ಅವಳು ಎದ್ದು ಅವನ ಮೇಲೆ ರಗ್ಗನ್ನು ಸರಿಯಾಗಿ ಹೊದಿಸಿದಳು.

ಅವಳಿಗೆ ಇಂಥದೇ ಚಿಂತಾಕುಲವಾದ ವಿಸ್ಮಯಕಾರಕ ರಾತ್ರಿಗಳು ನೆನಪಾದವು. ಹಿಂದೆ ಅವರು ಊರಿಂದೂರಿಗೆ, ಹಳ್ಳಿಯಿಂದ ಹಳ್ಳಿಗೆ ಅಲೆದಿದ್ದರು. ಗಂಡ ಇಗರ್ಜಿಗಳಿಗೆ ಶಿಲುಬೆ, ಕ್ರಿಸ್ತ, ಸಂತರ ವಿಗ್ರಹಗಳನ್ನು ಕೆತ್ತಿದ್ದರೆ, ತಾನು ಶ್ರೀಮಂತ ಜಮೀನ್ದಾರರ ಹೊಲಗಳಲ್ಲಿ ಕೆಲಸ ಮಾಡಿದ್ದಳು. ಹೊಲ ಗದ್ದೆಗಳಲ್ಲಿ ದುಡಿಯುವುದೆಂದರೆ ಅವಳಿಗೆ ಬಹಳ ಇಷ್ಟ. ಕಷ್ಟದ ಜೀತ ಸದಾ ಅವಳಿಗೆ ಸುಖ ನೆಮ್ಮದಿ ನೀಡಿದ್ದವು. ತಮ್ಮ ಜೀವನನಿರ್ವಹಣ ಕಷ್ಟವಾಗಿರದಿದ್ದರೂ ಎಷ್ಟೋ ಸಲ ಇತರರಿಗೆ ನೆರವಾಗಲು ಅವಳು ದುಡಿದಿದ್ದಳು. ಕೆಲವು ಸಲ ಗಂಡ ಯಾವುದಾದರೊಂದು ಮೂರ್ತಿಯನ್ನು ಕೆತ್ತಿ ಅದು ಅವನ ಮನಸ್ಸಿಗೆ ಒಪ್ಪಿದಂತೆ ತೋರಿದಾಗ ಆತ ಬಲು ಖುಷಿಪಡುತ್ತಿದ್ದುದನ್ನು ಕಂಡು ಅವಳೂ ಸಂತೋಷಪಡುತ್ತಿದ್ದಳು. ಮೂರ್ತಿ ಚೆನ್ನಾಗಿ ಮೂಡಿಲ್ಲವೆನ್ನಿಸಿದಾಗ ಅವನು ರಾತ್ರಿಯಿಡೀ ನಿದ್ದೆಯಿಲ್ಲದೆ ಚಡಪಡಿಸುತ್ತಿದ್ದ. ಆಗ ಅವಳಿಗೂ ಎಚ್ಚರವಾಗಿ, ಅವನಿಗೆ ರಗ್ಗು ಹೊದಿಸಿ, ತನ್ನ ಕೋಮಲ ಕೈಗಳಿಂದ

ಅವನನ್ನು ಬರಸೆಳೆದು ಮಲಗುತ್ತಿದ್ದಳು. ಆಗ ಅವನಿಗೆ ನಿಧಾನವಾಗಿ ನಿದ್ದೆ ಹತ್ತುತ್ತಿತ್ತು.

ಓ, ತನ್ನ ಗಂಡನ ಮಾನಸಿಕ ತುಮುಲದ ಪರಿಚಯ ಅವಳಿಗೆ ಎಷ್ಟು ಚೆನ್ನಾಗಿ ಆಗಿತ್ತು!

ಗಂಡನನ್ನು ಸಂತೈಸುವಂತೆ ಅಗೋತ ಹೇಳಿದಳು:

"ಸುಮ್ಮನೆ ಕೊರಗಿದರೆ ಏನು ಸುಖ? ಹಿಂದೆ ಮಾಡಿದ್ದ ಹಾಗೆಯೆ ಈಗಲೂ ಯೇಸು ಸ್ವಾಮಿಯ ಮೂರ್ತಿಯನ್ನು ಕೆತ್ತು. ಅರ್ಚಕ ಅದನ್ನು ಆಶೀರ್ವದಿಸ್ತಾನೆ. ಎಲ್ಲ ಸರಿ ಹೋಗ್ತದೆ."

ಅಮೇಲೆ ಕೆಲ ಕ್ಷಣ ಮೌನ ತಳೆದು ಅವಳು ಮಾತು ಮುಂದುವರಿಸಿದಳು:

"ನೀನು ಅತ್ಯುತ್ತಮವಾಗಿ ಮೂರ್ತಿಯನ್ನು ನಿರ್ಮಿಸಬೇಕು ಅಂತ ಲೆಕ್ಕಾಚಾರ ಹಾಕಿಕೊಂಡಾಗಲೇ ತೊಂದರೆ ಶುರುವಾಗೋದು. ಹಿಂದೆ ನೀನು ಸ್ಟಕ್ಲಿಸ್ಕೆಸ್‌ನಲ್ಲಿ ಸಂತ ಜಾನ್‌ನ ವಿಗ್ರಹವನ್ನು ಪ್ರಾರಂಭಿಸಲು ಆಗದಿದ್ದದ್ದು ಹೀಗೆ ಲೆಕ್ಕಾಚಾರ ಹಾಕಿಕೊಂಡಿದ್ದರಿಂದಲೇ ಅಲ್ಲವೆ? ಆಗ ನೀನು ಎಷ್ಟೊಂದು ತಲೆ ಕೆಡಿಸಿಕೊಂಡಿದ್ದೆ! ಅದರ ಪರಿಣಾಮ ಏನಾಯ್ತು? ನೀನು ಕೆತ್ತಿದ್ದ ಸಂತ ಜಾನ್‌ನ ಮೂರ್ತಿ, ಪಾಪ, ಅರ್ಚಕನ ಹೊಲದಾಳು ಅನುಪ್ರಸ್ನ ತದ್ರೂಪವಾಗಿತ್ತು! ಅರ್ಚಕನಿಗೆ ಸಿಟ್ಟು ಬಂದು ಅನುಪ್ರಸ್‌ನನ್ನ ಕೆಲಸದಿಂದ ತೆಗೆದುಹಾಕಿದ್ದಲ್ಲದೆ, ನಿನಗೆ ಒಂದು ದಮ್ಮಡಿಯನ್ನೂ ಕೊಟ್ಟಿರಲಿಲ್ಲ. ಮೊನ್ನೆ ನಮ್ಮ ಜಮೀನಿಗೆ ಉತ್ತಮ ತಳಿಯ ಕೆಲವು ಕುರಿಮರಿಗಳನ್ನು ತೆಗೆದುಕೊಂಡು ಅನುಪ್ರಸ್ ಬಂದಿದ್ದ. ಆಗ ನಾನು ಅವನನ್ನು ಭೇಟಿಯಾಗಿದ್ದೆ. ಅವನ ಗುರುತೇ ಸಿಕ್ಕಲಿಲ್ಲ. ಆತ ಈಗ ಎಷ್ಟೊಂದು ಬದಲಾಯಿಸಿ ಬಿಟ್ಟಿದ್ದಾನೆ ಅಂತೀಯ!

"ಇನ್ನೊಂದು ಸಲ ಸ್ಮಲೆನ್ಯಾಯ್‌ನ ಪುಟ್ಟ ಇಗರ್ಜಿಯಲ್ಲಿ ನಡೆದದ್ದು ನಿನಗೆ ಜ್ಞಾಪಕವಿದೆಯೆ? ನೀನು ಕೆತ್ತಿದ್ದ ಜುದಾಸ್*. ಆ ಮುದಿ ಸಾಹುಕಾರ ನವಿಸ್ಕಿಸ್‌ನನ್ನು ಹೋಲಿತ್ತು. ಅದನ್ನು ಕಂಡು ಇಡೀ ಹಳ್ಳಿ ಹೊಟ್ಟೆ ಬಿರಿಯ ನಕ್ಕಿತ್ತು. ಇದನ್ನು ತಿಳಿದ ನವಿಸ್ಕಿನ್ ನಿನ್ನನ್ನು ಕೊಲ್ಲೋ ಬೆದರಿಕೆ ಹಾಕಿದ್ದ. ನಾವು ಅಲ್ಲಿಂದ ಹೇಗೋ ತಪ್ಪಿಸಿಕೊಂಡು ಓಡಿಬಂದಿದ್ದೆವು. ಹಾಗೆಯೇ ಆ ಮತ್ತೊಂದು ಘಟನೆಯನ್ನೂ ಜ್ಞಾಪಿಸಿಕೊ..."

ಅಗೋತ, ಕೊನೆಯ ಪದಗಳನ್ನು ತೊದಲಿ ನುಡಿಯುತ್ತ, ಮಾತನ್ನು ಪೂರ್ತಿ ಮಾಡದೆ, ಹಾಗೆಯೇ ನಿದ್ದೆಹೋದಳು.

ಮತ್ತಿಯೇಯುಸ್ ಮಾತ್ರ ಕತ್ತಲನ್ನು ದಿಟ್ಟಿಸುತ್ತ ಚಿಂತೆಯಲ್ಲಿ ಮುಳುಗಿದ್ದ. ಕ್ರಮೇಣ ಕಣ್ಣುಮುಚ್ಚಿದಾಗ ಅವನ ತುಟಿಗಳಲ್ಲಿ ಮಂದಹಾಸ ಅರಳಿತು. ಅವನಿಗೆ ಅಗೋತಳ ಮಾತಿನಿಂದ ತನ್ನ ಯೌವನದ ದಿನಗಳು ನೆನಪಾಗಿರಬೇಕು. ಇಲ್ಲವೆ ಕೆತ್ತನೆಯಲ್ಲಿ ಏನೋ ಹೊಸ ಮಾರ್ಗ ಹೊಳೆದಿರಬೇಕು.

ಮಾರನೆಯ ಬೆಳಿಗ್ಗೆ ಬೇಗ ಎದ್ದವನೇ ಆತ ಕೆಲಸದಲ್ಲಿ ತೊಡಗಿದ. ವಿಗ್ರಹದ ರೂಪರೇಷೆಗಳನ್ನು ಅವನು ಮೊದಲು ಮನಸ್ಸಿನಲ್ಲಿ ಚಿತ್ರಿಸಿ ಸ್ಪಷ್ಟಗೊಳಿಸಿಕೊಂಡ. ಆಮೇಲೆ ಉಳಿಯನ್ನು ಎತ್ತಿದ. ರಾತ್ರಿಯ ತನಕ ಒಂದೇ ಸಮನೆ ಕೆತ್ತುತ್ತ ಕೂತಿದ್ದ. ಬಳಿಕ ಅಗೋತ ತನ್ನ ಹೆಣಿಗೆಯ ಕಡ್ಡಿಗಳನ್ನು ಕೆಳಗಿಟ್ಟು, ಆಕಳಿಸುತ್ತಿದ್ದ ಬೆಕ್ಕನ್ನು ಮಡಿಲಿನಿಂದ ಇಳಿಸಿ, ಮಲಗಲು ಎದ್ದುಹೋದಳು.

---

* 30 ಬೆಳ್ಳಿ ನಾಣ್ಯಗಳಿಗೋಸ್ಕರ, ಯೇಸುಕ್ರಿಸ್ತನನ್ನು ಬಂಧಿಸಿ ವಿಚಾರಣೆಗೊಳಪಡಿಸಲು ಅವನ ವೈರಿಗಳಿಗೆ ನೆರವು ನೀಡಿದ ದ್ರೋಹಿ.

ಎರಡು ವಾರ ಕಳೆದವು. ಓಕ್ ಮರದ ತುಂಡಿಗೆ ಜೀವ ಬಂದಂತಿತ್ತು. ಮತ್ತಿಯೇಯುಸ್ ಕೂಡ ಚಿಂತೆ ಕಳವಳಗಳನ್ನು ನೀಗಿಕೊಂಡು ಗೆಲುವಾಗತೊಡಗಿದ. ಅವನಲ್ಲಿ ಮತ್ತೊಮ್ಮೆ ಆ ಹಳೆಯ 'ದೇವಶಿಲ್ಪಿ'–ಮರದಲ್ಲೂ ಪ್ರಾಣವನ್ನು ಸ್ಪಂದಿಸುತ್ತಿದ್ದ ಆ ಹುಟ್ಟು ಕಲಾವಿದ– ಜಾಗೃತನಾಗಿದ್ದ. ಆ ಹಳೆ ಮತ್ತಿಯೇಯುಸ್ ಕೆತ್ತುತ್ತಿದ್ದ ಸಂತರ ವಿಗ್ರಹಗಳು ಬೇರೆ ದೇಶದ ಪೋಷಾಕು ಧರಿಸಿದ್ದರೂ ಕೈಕಟ್ಟಿ ಪ್ರಾರ್ಥನಾ ಭಂಗಿಯಲ್ಲಿದ್ದರೂ ಅವರ ಕಣ್ಣುಗಳ ನೋಟ ಆಕಾಶದತ್ತ ಹಾಯ್ದಿದ್ದರೂ ಆತ ಸ್ವತಃ ಕಂಡಿದ್ದ, ಅರಿತಿದ್ದ ವ್ಯಕ್ತಿಗಳ ರೂಪುರೇಷೆ ಅವುಗಳಲ್ಲಿರುತ್ತಿತ್ತು.

ಮೂರನೆಯ ವಾರ ಪ್ರಾರಂಭವಾಗುವ ಹೊತ್ತಿಗೆ ವಿಗ್ರಹ ಸಿದ್ಧವಾಗಿತ್ತು. ಅರ್ಚಕ ಮತ್ತಿಯೇಯುಸ್‌ನ ಮನೆಗೆ ಬಂದ.

ಅರ್ಚಕನಿಗೆ ಕೊಂಚ ಗೂನು ಬಂದು ಆತ ಹೆಚ್ಚು ವಯಸ್ಸಾದವನಂತೆ ಕಾಣುತ್ತಿದ್ದ. ಅವನ ಮುಖದ ಮೇಲೆ ದಣಿವಿನ, ಅನಾರೋಗ್ಯದ ಗೆರೆಗಳು ಮೂಡಿದ್ದವು. ಅವನಿಗೆ ತನ್ನದೇ ಆದ ಅನೇಕ ಚಿಂತೆಗಳಿದ್ದವು: ತನ್ನ ಭಕ್ತರ ಮಂದೆಯನ್ನು ಉಳಿಸಿಕೊಳ್ಳುವುದು ಹೇಗೆ? ಜನರಲ್ಲಿ ದೇವರ ಮೇಲಿನ ನಂಬಿಕೆ ಮಾಯವಾಗದಂತೆ ನೋಡಿಕೊಳ್ಳುವುದು ಹೇಗೆ? ಹಳೆಯ ಮಣ್ಣಿನ ಪಾತ್ರೆಯಿಂದ ಉದುರಿ ಬೀಳುವ ಚೂರುಗಳಂತೆ ತನ್ನ ಪ್ರಾರ್ಥನಾ ಮಂಡಲಿಯಿಂದ ಕಳಚಿಕೊಳ್ಳುತ್ತಿದ್ದ ಧರ್ಮಭ್ರಷ್ಟರನ್ನೂ ಪುನಃ ದೈವಭಕ್ತಿಯ ದಾರಿಗೆ ಮರಳಿಸುವ ಬಗೆ ಯಾವುದು? ಈ ಚಿಂತೆಗಳು ಅವನನ್ನು ಘಾಸಿಗೊಳಿಸಿದ್ದವು.

ಅರ್ಚಕನಿಗೆ ಪ್ರತಿಯಾಗಿ ಮತ್ತಿಯೇಯುಸ್ ತನ್ನ ತಾರುಣ್ಯ ಮರುಕಳಿಸಿದಂತೆ ಕಳಕಳಿಸುತ್ತಿದ್ದ. ನಿದ್ರಾಹೀನ ರಾತ್ರಿಗಳಿಂದ ಕರಿದು ಹೋಗಿದ್ದ ಅವನ ಕೋನಾಕೃತಿಯ ಮುಖದಲ್ಲಿ ಯಾವುದೋ ಅಂತಃಸುಖದ, ಪ್ರಶಾಂತಿಯ ಭಾವ ಪ್ರದೀಪ್ತವಾಗಿತ್ತು.

ಅರ್ಚಕ ಬಂದಿದ್ದನ್ನು ಗಮನಿಸಿದ ಮತ್ತಿಯೇಯುಸ್ ವಿಗ್ರಹವನ್ನು ಮೂಲೆಯಿಂದೆತ್ತಿ, ಬೆಂಚಿನ ಮೇಲಿಟ್ಟು ಮಾತಿಲ್ಲದೆ ವಿನಮ್ರನಾಗಿ ಪಕ್ಕಕ್ಕೆ ಸರಿದ.

ಅರ್ಚಕ ವಿಗ್ರಹವನ್ನು ದಿಟ್ಟಿಸುತ್ತ ಅವಾಕ್ಕಾಗಿ ನಿಂತ. ಮಾತಾಡಲು ಬಾಯಿ ತೆರೆದಾಗ ಸ್ವರ ಹೊರಡಲಿಲ್ಲ. ಏನೇ ಮಾಡಿದರೂ ವಿಗ್ರಹದಿಂದ ಕಣ್ಣು ಕೀಳಲು ಅವನಿಗೆ ಸಾಧ್ಯವಾಗಲಿಲ್ಲ. ಅವನಿಗೆ ತನ್ನ ಪರಿಸರ, ಮತ್ತಿಯೇಯುಸ್, ಅಗೋತ ಎಲ್ಲ ಮರೆತಂತೆ ಕಾಣುತ್ತಿತ್ತು. ಅವನ ಗಮನವನ್ನು ಆ ವಿಗ್ರಹ ಸಂಪೂರ್ಣ ಸೆಳೆದಿತ್ತು: ಒಂದು ಕೈಯಲ್ಲಿ ಕುರಿ ಮರಿಯನ್ನು, ಇನ್ನೊಂದರಲ್ಲಿ ಗೋಧಿಯ ತೆನೆಯನ್ನು ಹಿಡಿದು ಹೊಲದ ನಡುವೆ ನಡೆಯುತ್ತಿದ್ದ ಒಬ್ಬ ಸರಳ ರೈತನ ವಿಗ್ರಹ ಅದು. ಅವನ ಮುಖ ತನಗೆ ಅಸ್ಪಷ್ಟವಾಗಿ ಪರಿಚಿತವಾಗಿದ್ದಂತೆ ಅರ್ಚಕನಿಗೆ ಅನಿಸಿತು. ಈ ರೈತನನ್ನು ಮನೆಯಲ್ಲಿ ನೇಯ್ದ ಒರಟು ಬಟ್ಟೆಯ ಅಂಗಿ ಧರಿಸಿದ್ದ, ಕಾಲಿಗೆ ಮರದ ಪಾದರಕ್ಷೆಗಳನ್ನು ತೊಟ್ಟಿದ್ದ, ತಲೆ ಮೇಲೆತ್ತಿ ಮುಗುಳ್ನಗೆ ಸೂಸಿ ನಡೆಯುತ್ತಿದ್ದ ಈ ಮೀಸೆಯ ಮನುಷ್ಯನನ್ನು ತಾನೆಲ್ಲಿಯೋ ಕಂಡಿದ್ದಂತೆ ಒಂದು ಕ್ಷಣ ಅವನಿಗೆ ತೋರಿತು.

ಸ್ವಲ್ಪ ಹೊತ್ತಿನ ಬಳಿಕ ಈ ದಿಗ್ಭ್ರಾಂತಿಯಿಂದ ಎಚ್ಚತ್ತ ಅರ್ಚಕ ಮೆಚ್ಚಿಕೆಯ ಧಾಟಿಯಲ್ಲಿ ಮೃದುವಾಗಿ ನುಡಿದ: "ನೀನೊಬ್ಬ ಮಹಾ ಕಲಾಕಾರ, ಮತ್ತಿಯೇಯುಸ್, ಮಹಾ ಕಲಾಕಾರ. ಅದರಲ್ಲಿ ಎಳ್ಳಷ್ಟೂ ಸಂಶಯವಿಲ್ಲ... ಆದರೆ ನಾನು ನಿನಗೆ ಮಾಡಲು ಹೇಳಿದ್ದ ಯೇಸುಕ್ರಿಸ್ತನ ವಿಗ್ರಹವೆಲ್ಲಿ? ಅದು ಮುಗಿದಿದ್ದರೆ ತೋರಿಸ್ತೀಯ?"

"ಇದೇ ಆ ವಿಗ್ರಹ, ಫಾದರ್! ನೀವೇ ಕೊಟ್ಟಿದ್ದ ಮರದ ತುಂಡಿನಿಂದ ಮಾಡಿದ್ದು."

ಅರ್ಚಕ ಸಂದೇಹ ವಿಸ್ಮಯಗಳಿಂದ ಮತ್ತಿಯೇಯುಸ್‌ನನ್ನು ನೋಡಿದ:

"ಏನು ಇದೆ? ಛೆ! ಇವನು ದೇವಪುತ್ರ ಯೇಸು ಖಂಡಿತ ಅಲ್ಲ. ಇವನೊಬ್ಬ ಅತಿಸಾಮಾನ್ಯ ಮನುಷ್ಯ. ಇವನನ್ನು ನಾನು ಈ ಹಿಂದೆ ಎಲ್ಲೊ ಕಂಡಿದ್ದೇನೆ ಅಂತ ಕೂಡ ನನಗೆ ತೋರ್‍ತದೆ."

"ನಿಜ, ಫಾದರ್! ಇವನೊಬ್ಬ ಸಾಮಾನ್ಯ ಮನುಷ್ಯನೇ. ಲೋಕದಲ್ಲಿ ಮನುಷ್ಯರಿಗೆ ಉಪಕಾರವಾಗುವ ಎಲ್ಲ ಒಳ್ಳೆಯ ವಸ್ತುಗಳನ್ನು ತನ್ನ ಸ್ವಂತ ಕೈಗಳಿಂದ ಮಾಡುವ ಸಾಮಾನ್ಯ ಮನುಷ್ಯ ಇವನು. ಈತ ನಮ್ಮ ಮನೆಗಳನ್ನು ಕಟ್ತಾನೆ, ನಮಗೆ ಆಹಾರ ಒದಗಿಸ್ತಾನೆ, ಬಟ್ಟೆಬರೆ ನೀಡ್ತಾನೆ, ನಾವು ಇವನನ್ನ ದಿನನಿತ್ಯ ಎಲ್ಲೆಲ್ಲಿಯೂ ನೋಡ್ತಾ ಇರ್‍ತೇವೆ. ಇವನು ನಮ್ಮ ವಿಮೋಚಕನಲ್ಲವೆ? ಯೇಸುವಲ್ಲವೆ? ದೇವರಲ್ಲವೆ?"

ಅರ್ಚಕ ಕ್ಷಣಕಾಲ ಮೌನತಾಳಿ, ಹುಬ್ಬು ಗಂಟಿಕ್ಕಿ, ಆಲೋಚನೆಯಲ್ಲಿ ಮುಳುಗಿದ. ಬಳಿಕ ಆ ದೇವಶಿಲ್ಪಿಯ ಕಡೆ ದೀರ್ಘವಾಗಿ ಶೂನ್ಯನೋಟ ಬೀರಿ, ಬೆಂಚಿನಿಂದ ಬೆತ್ತವನ್ನೆತ್ತಿಕೊಂಡು ಮರುಮಾತಿಲ್ಲದೆ ಬಾಗಿಲ ಕಡೆ ಹೆಜ್ಜೆ ಹಾಕಿದ.

ತನ್ನ ಬೆತ್ತವನ್ನು ಕೈಯಲ್ಲಿ ತಿರುಗಿಸುತ್ತ ಆತ ರಸ್ತೆ ದಾಟುತ್ತಿದ್ದಾಗ, ಆ ಸ್ಥೂಲ ಶರೀರದ ವ್ಯಕ್ತಿಯ ಬೆನ್ನು ಹಿಂದೆಂದಿಗಿಂತಲೂ ಹೆಚ್ಚು ಬಾಗಿದ್ದಂತೆ ಕಂಡಿತು.

ಈಗ ಏಕಾಕಿಯಾಗಿದ್ದ ಮತ್ತಿಯೇಯುಸ್ ಸ್ವಲ್ಪ ಸಮಯ ತನ್ನ ದೇವರನ್ನು ನೆಟ್ಟ ನೋಟದಿಂದ ನಿಟ್ಟಿಸಿದ. ಅನಂತರ ಬಹಳ ಎಚ್ಚರಿಕೆಯಿಂದ ಆ ವಿಗ್ರಹವನ್ನು ಬೆಂಚಿನ ಮೇಲಿಂದೆತ್ತಿ ಕೋಣೆಯ ಒಂದು ಮೂಲೆಗೊಯ್ದು, ತನ್ನ ಅತ್ಯುತ್ತಮ ಕಲಾಕೃತಿಗಳ ಜೊತೆ ಇರಿಸಿದ.

ವಿಶ್ವಕಥಾಕೋಶ

ಸಂಪುಟ - ೯

ಹೆಜ್ಜೆ ಗುರುತು

ಲೇಖಕರ ಪರಿಚಯ

ಹೆಜ್ಜೆ ಗುರುತು

ಲೆವ್ ತಲ್‌ಸ್ತೊಯ್ (1828–1910)

ವಿಶ್ವಖ್ಯಾತಿ ಪಡೆದ ಕಾದಂಬರಿಕಾರ, ನಾಟಕಕಾರ, ಸಣ್ಣಕಥೆಗಾರ. 'ಇಪ್ಪತ್ತಮೂರು ಕಥೆಗಳು' ಎಂಬ ಸಂಗ್ರಹ ಅತ್ಯಂತ ಜನಪ್ರಿಯ. 'ಯುದ್ಧ ಮತ್ತು ಶಾಂತಿ' ಮತ್ತು 'ಅನ್ನಾ ಕರೆನಿನಾ' ಸಾಹಿತ್ಯ ಲೋಕದಲ್ಲಿ ಸುಪ್ರಸಿದ್ಧ ಕಾದಂಬರಿಗಳು. ಮಹಾತ್ಮ ಗಾಂಧೀಜಿ ಅವರು ದಕ್ಷಿಣ ಆಫ್ರಿಕದಲ್ಲಿ ಇದ್ದಾಗ ತಲ್‌ಸ್ತೊಯ್ ಜತೆ ಪತ್ರ ವ್ಯವಹಾರ ನಡೆಸಿದ್ದರು. ತನ್ನ ದೇಶದ ಬಗ್ಗೆ ಜನರಿಗೆ ಸಾಹಿತ್ಯದ ಮೂಲಕ ಅರಿವು ಮೂಡಿಸಿದ ಮಹಾ ಮಾನವತಾವಾದಿ ಮತ್ತು ಶಾಂತಿವಾದಿ. ತನ್ನಲ್ಲಿ ಕೆಲಸ ಮಾಡುತ್ತಿದ್ದ ಜೀತಗಾರರಿಗೆ ಸ್ವಾತಂತ್ರ್ಯ ನೀಡಿದರು. ಕ್ರಾಂತಿಕಾರಿ ಆಲೋಚನೆಗಳನ್ನು ಹೊಂದಿದ್ದಾರೆ ಎಂದು ಅವರನ್ನು 1905ರಲ್ಲಿ ಕ್ರೈಸ್ತ ಧರ್ಮಪೀಠ ಬಹಿಷ್ಕರಿಸಿತು. ❍

ಕ್ರಿಸ್‌ಮಸ್ ವೃಕ್ಷ ಮತ್ತು ಮದುವೆ

ಫ್ಯೋದರ್ ದಸ್ತಯೆವ್‌ಸ್ಕಿ (1821–1881)

ಕಾದಂಬರಿಕಾರ ಮತ್ತು ಸಣ್ಣಕಥೆಗಾರ. ಯೌವನದಲ್ಲಿ ಕ್ರಾಂತಿಕಾರಿ ಚಟುವಟಿಕೆಗಳಿಗೆ ಖ್ಯಾತ. ಸೈಬೀರಿಯಕ್ಕೆ ಗಡೀಪಾರು. 'ಅಪರಾಧ ಮತ್ತು ಶಿಕ್ಷೆ', 'ಬುದ್ಧಿಹೀನ', 'ಕರಮಜೊವ್ ಸಹೋದರರು' ಮುಂತಾದ ಶ್ರೇಷ್ಠ ಕಾದಂಬರಿಗಳ ರಚನೆಯಿಂದ ಸಾಹಿತ್ಯಕ್ಕೆ ಅನನ್ಯ ಕೊಡುಗೆ. ಕಿರಿಯ ಪೀಳಿಗೆಯ ಬರಹಗಾರರಿಗೆ ಸ್ಫೂರ್ತಿ ಮತ್ತು ಪ್ರೇರಣೆ. ❍

ಗಂಟೆ ಬಾರಿಸುವ ಮುದುಕ

ವ್ಲದಿಮೀರ್ ಕರಲ್ಯೆಂಕ (1853–1921)

ಸಣ್ಣಕಥೆಗಳು ಮತ್ತು ಕಿರುಗತೆಗಳಿಗೆ ಖ್ಯಾತ. ಸೈಬೀರಿಯದಲ್ಲಿ ಗಡೀಪಾರಿನಲ್ಲಿ ಇದ್ದಾಗಿನ ಅನುಭವಗಳು ಮುಂದೆ ಅನೇಕ ಕಥೆಗಳಿಗೆ

ವಸ್ತುವಾಯಿತು. ಮನುಷ್ಯರಲ್ಲಿ ಅಸಮಾನತೆಯನ್ನು ಎಲ್ಲ ಬಗೆಯಲ್ಲಿ ವಿರೋಧಿಸಿದ ಶ್ರೇಷ್ಠ ಮಾನವತಾವಾದಿ. ❍

ಪಣ

ಆಂತೋನ್ ಚೇಹವ್ (1860–1904)

ವಿಶ್ವದಾದ್ಯಂತ ಖ್ಯಾತಿ ಪಡೆದ ನಾಟಕಕಾರ ಮತ್ತು ಕಥೆಗಾರ. ವೈದ್ಯಕೀಯ ವಿದ್ಯಾಭ್ಯಾಸ ಪಡೆದರೂ ಸಾಹಿತ್ಯವೇ ಪ್ರಧಾನ ವೃತ್ತಿಯಾಯಿತು. ಸಾಮಾಜಿಕ ವಾಸ್ತವವಾದ ಮತ್ತು ಮಾನವತಾವಾದಕ್ಕೆ ಆದ್ಯತೆ ನೀಡಿದ ಅವರ ಕೃತಿಗಳು ನಾನಾ ರಾಷ್ಟ್ರಗಳ ಬರಹಗಾರರ ಮೇಲೆ ಅಗಾಧ ಪ್ರಭಾವ ಬೀರಿವೆ. ❍

ಮಕರ್ ಚುದ್ರ

ಮಕ್ಸಿಮ್ ಗೋರ್ಕಿ (1868–1936)

ವಿಶ್ವ ಪ್ರಸಿದ್ಧಿ ಪಡೆದ ಸಾಹಿತಿ. ಕಾದಂಬರಿಕಾರ, ನಾಟಕಕಾರ, ಸಣ್ಣಕಥೆಗಾರ. ಅಲೆಕ್ಸಿ ಮಾಕ್ಸಿಮೋವಿಚ್ ಪೆಷ್ಕೋವ್ ಎನ್ನುವುದು ಮಕ್ಸಿಮ್ ಗೋರ್ಕಿಯ ನಿಜನಾಮಧೇಯ. 'ಗೋರ್ಕಿ' ಎಂದರೆ 'ಕಹಿ' ಎಂದು ಅರ್ಥ. ತ್ಸಾರ್ ಶಾಹಿಯ ದೌರ್ಜನ್ಯದ ವಿರುದ್ಧ ಪ್ರಚಾರಕ್ಕಾಗಿ ಅಮೆರಿಕ, ಬ್ರಿಟನ್ ಹಾಗೂ ಇತರ ದೇಶಗಳಲ್ಲಿ ಪ್ರವಾಸ. ಅಲ್ಲೆಲ್ಲ ಕ್ರಾಂತಿ ಸಂದೇಶದ ಪ್ರಸಾರ. ಲೆನಿನ್ ಅವರ ನಿಕಟವರ್ತಿ. 1892ರಲ್ಲಿ ಮೊದಲ ಕಥೆ 'ಮಕರ್ ಚುದ್ರ' ಪ್ರಕಟ. 1907ರಲ್ಲಿ ಪ್ರಕಟವಾದ 'ತಾಯಿ' ಕಾದಂಬರಿಗೆ ಶ್ರೇಷ್ಠ ಕೃತಿ ಎಂದು ಮಾನ್ಯತೆ. ವಿಶ್ವದ ನೂರಕ್ಕೂ ಹೆಚ್ಚು ಭಾಷೆಗಳಿಗೆ ಈ ಕಾದಂಬರಿಯ ಅನುವಾದವಾಗಿದೆ. ತಾಯಿ ಕಾದಂಬರಿ ಪ್ರಕಟವಾದ ನೂರನೆಯ ವರ್ಷದ ನೆನಪಿಗಾಗಿ ನವಕರ್ನಾಟಕ ಪ್ರಕಾಶನ ಇದನ್ನು ಕನ್ನಡದಲ್ಲಿ ತಂದಿದೆ. ಗೋರ್ಕಿ ಅವರ ಸುದೀರ್ಘ ಆತ್ಮಕಥೆಯೂ ಕಾದಂಬರಿಗಳಷ್ಟೇ ಪ್ರಸಿದ್ಧ. ❍

ಪ್ರಶಾಂತ ಹುಲ್ಲುಗಾವಲು

ಮಿಖೈಯಿಲ್ ಶೋಲಹೆವ್ (1905–1984)

ವಿಶ್ವಖ್ಯಾತಿ ಪಡೆದಿರುವ ಕಾದಂಬರಿಕಾರ, ಸಣ್ಣಕಥೆಗಾರ. ಅಂತರ್‌ಯುದ್ಧದ ಸಮಯದಲ್ಲಿ ಕೆಂಪುಸೇನೆಯಲ್ಲಿ ಸೇವೆ. 'ಪ್ರಶಾಂತವಾಗಿ ಹರಿಯುತ್ತಿದೆ ದೋನ್ ನದಿ' ಅತ್ಯಂತ ಪ್ರಸಿದ್ಧ ಕಾದಂಬರಿ. ಇದು ಕನ್ನಡದಲ್ಲಿ ಪ್ರಕಟವಾಗಿದೆ. 1964ರಲ್ಲಿ ನೊಬೆಲ್ ಸಾಹಿತ್ಯ ಪ್ರಶಸ್ತಿಯ ಗೌರವ. ❍

ಚಳಿಗಾಲದ ಒಂದು ರಾತ್ರಿ

ರುಸ್ತಮ್ ಇಬ್ರಗಿಂಬೈಕವ್

ಅಜರ್‌ಬೈಜಾನ್ ಮೂಲ. ಜನನ 1939ರಲ್ಲಿ ಪ್ರಮುಖ ಬರಹಗಾರ ಮತ್ತು ಚಲನಚಿತ್ರ ನಿರ್ದೇಶಕ. ವಿದ್ಯುತ್ ತಂತ್ರಜ್ಞನಾಗಿ ತರಬೇತಿ. ಆದರೆ ಸಾಹಿತ್ಯದಲ್ಲಿ ಆಸಕ್ತನಾಗಿ ಸಣ್ಣಕಥೆಗಳು, ನಾಟಕಗಳ ರಚನೆ. ಅವರು ನಿರ್ದೇಶಿಸಿದ ಚಲನಚಿತ್ರ 'ಉರ್ಗ, ಟೆರಿಟರಿ ಆಫ್ ಲವ್' ವೆನಿಸ್ ಚಿತ್ರೋತ್ಸವದಲ್ಲಿ ಗೋಲ್ಡನ್ ಲಯನ್ ಪ್ರಶಸ್ತಿ ಪಡೆದಿದೆ. ಅವರು ಚಿತ್ರಕಥೆ ಬರೆದ 'ಬರ್ನ್ಟ್ ಬೈ ಸನ್' ಚಲನಚಿತ್ರ 1992ರಲ್ಲಿ ಆಸ್ಕರ್ ಪ್ರಶಸ್ತಿಗೆ ನಾಮಾಂಕಿತ ಗೊಂಡಿತ್ತು. ಇಬ್ರಗಿಂಬೈಕವ್ ಅವರು ಪ್ರಸ್ತುತ, ಮೊದಲಿನ ಸೋವಿಯೆತ್ ಒಕ್ಕೂಟವನ್ನು ಪ್ರತಿನಿಧಿಸುವ ಸಿನಿಮಾ ಒಕ್ಕೂಟದ ಅಧ್ಯಕ್ಷರಾಗಿದ್ದಾರೆ. ಅಲ್ಲದೆ ಯೂರೋಪಿಯನ್ ಫಿಲ್ಮ್ ಅಕಾಡೆಮಿ ಮತ್ತು ಅಕಾಡೆಮಿ ಆಫ್ ಮೋಶನ್ ಪಿಕ್ಚರ್, ಆರ್ಟ್ ಅಂಡ್ ಸೈನ್ಸ್ ಇದರ ಸದಸ್ಯರೂ ಆಗಿದ್ದಾರೆ. ❍

ಮೂರನೆಯ ಸಹಾಯಕ

ಕಾನ್‌ಸ್ತಂತಿನ್ ಸಿಮನವ್ (1915–1979)

ಸಣ್ಣಕಥೆಗಾರ, ನಾಟಕಕಾರ ಮತ್ತು ಕವಿ. ಯುದ್ಧದ ಸಮಯದಲ್ಲಿ ಬರೆದ 'ಕಾದಿರು ನನಗಾಗಿ' ಕವನ ವಿಶ್ವವಿಖ್ಯಾತವಾಗಿದೆ. ಹಲವು ಸಾಹಿತ್ಯ ಪ್ರಶಸ್ತಿಗಳ ವಿಜೇತ. ❍

ಸೇಬಿನ ಮರ

ನಿಕಲೈ ತೀಖನವ್ (1896–1979)

ನಿಕಲೈ ಸೆಮೊನೋವಿಚ್ ತೀಖನವ್ ಸಣ್ಣಕಥೆಗಾರ, ಕವಿ ಮತ್ತು ಹಲವು ಕಿರುಕಾದಂಬರಿಗಳ ಕರ್ತೃ. ದೇಶ ವಿಮೋಚನಾ ಸಮರದಲ್ಲಿ ಭಾಗಿ. ಹಲವಾರು ಕೃತಿಗಳಿಗೆ ಪ್ರತಿಷ್ಠಿತ ಪ್ರಶಸ್ತಿಗಳ ಗೌರವ. ❍

ಗೇಟಿನ ಬಳಿ ಮೂವರು ಹುಡುಗರು

ವಿಯರ್‍ರಾ ಪನೋವ (1905–1973)

ಸಣ್ಣಕಥೆಗಳು ಮತ್ತು ಕಾದಂಬರಿಗಳ ಮೂಲಕ ಖ್ಯಾತಿ ಪಡೆದ ಲೇಖಕಿ. ಹದಿನೇಳನೆಯ ವಯಸ್ಸಿನಲ್ಲಿ ಪತ್ರಕರ್ತೆಯಾಗಿ ಜೀವನ ಆರಂಭ. ನಂತರ ಸಮರದಲ್ಲಿ ಸೇವೆ. ಕಿರಿಯರ ಬಗೆಗಿನ ಕಥೆಗಳು ಹೆಚ್ಚು ಜನಪ್ರಿಯ. ಮೂರು ಸಾಹಿತ್ಯ ಪ್ರಶಸ್ತಿಗಳು. ಐವತ್ತಕ್ಕೂ ಹೆಚ್ಚು ಭಾಷೆಗಳಿಗೆ ಅವರ ಕೃತಿಗಳು ಅನುವಾದಗೊಂಡಿವೆ. ❍

ದೃಷ್ಟಿದಾತ

ಅಬ್ದುಲ್ಲಾ ಕಹ್ಹಾರ್ (1907–1968)

ಉಜ್ಬೆಕಿಸ್ತಾನ್ ಮೂಲದ ಜನಪ್ರಿಯ ಕಥೆಗಾರ ಮತ್ತು ಕಾದಂಬರಿಕಾರ. ಉಜ್ಬೆಕ್ ಭಾಷೆಗೆ ರಷ್ಯನ್ ಸಾಹಿತ್ಯದ ಪ್ರಸಿದ್ಧ ಕೃತಿಗಳ ಅನುವಾದಕರಾಗಿಯೂ ಸಾಹಿತ್ಯ ಸೇವೆ. ❍

ದಿಗ್ರಾಸ್ಸೊ

ಇಸ್ಸಾಕ್ ಬಬಿಲ್ (1894–1941)

ಸಣ್ಣಕಥೆಗಾರ ಮತ್ತು ನಾಟಕಕಾರ. ಸಣ್ಣ ವಯಸ್ಸಿನಲ್ಲಿ ಖ್ಯಾತ ಸಾಹಿತಿ ಮಕ್ಸಿಮ್ ಗೋರ್ಕಿಯ ಸಹಾಯದಿಂದ ಉಪಕೃತ. ಹಲವು ಸಾಹಿತ್ಯ ಕೃತಿಗಳ ಪ್ರಕಟಣೆ. ❍

ಅಂತ್ಯವಿಲ್ಲದ ಪ್ರೇಮಗೀತೆ

ಅಲ್‌ಬೆರ್ತ್ ಬೆಲ್ಸ್

1938ರಲ್ಲಿ ಜನನ. ಎಸ್ತೋನಿಯದ ಕಿರುಗತೆಗಾರ ಮತ್ತು ಕಾದಂಬರಿಕಾರ. ಹಲವಾರು ವೃತ್ತಿಗಳಲ್ಲಿ ಅನುಭವ. ಮಾನವತಾವಾದದಲ್ಲಿ ದೃಢ ನಂಬಿಕೆ ಮತ್ತು ಅದು ಸಾಹಿತ್ಯದಲ್ಲಿ ವ್ಯಕ್ತ. ❍

ನಿಷಿದ್ಧ ಫಲ

ಫಜಿಲ್ ಇಸ್ಕಂದರ್

1929ರಲ್ಲಿ ಜನನ. ಕಾಕೇಷಿಯ ಪ್ರಾಂತ್ಯದ ಸಣ್ಣಕಥೆಗಾರ. ದಟ್ಟ ಜೀವನಾನುಭವದಿಂದ ಆಯ್ದ ವಸ್ತುಗಳು ಮತ್ತು ಕಾವ್ಯಾತ್ಮಕ ಶೈಲಿಗೆ ಪ್ರಸಿದ್ಧ. ❍

ಹಾಯಿಪಟಗಳು

ಯೂರಿಹ್ ಋತ್‌ಹೆವು (1930–2008)

ಚುಕೋತ್ಕ ಪರ್ಯಾಯ ದ್ವೀಪದಲ್ಲಿ ಜನನ. ಲೆನಿನ್‌ಗ್ರಾಡ್ ವಿಶ್ವವಿದ್ಯಾನಿಲಯದಲ್ಲಿ ವಿದ್ಯಾರ್ಥಿಯಾಗಿದ್ದಾಗ ಬರವಣಿಗೆಯ ಪ್ರಾರಂಭ. ಉತ್ತರ ದೇಶದ ಸಣ್ಣ, ಆದರೆ ವಿಶೇಷ ಸ್ವಾಭಿಮಾನದ ಚುಕ್ಚಿ ಜನಾಂಗದ ಬಗ್ಗೆ ಪ್ರಥಮ ಬರವಣಿಗೆ. ಚುಕ್ಚಿ ಭಾಷೆಗೆ ಲಿಪಿ ಬಂದದ್ದೇ ಸುಮಾರು 90 ವರ್ಷಗಳ ಕೆಳಗೆ. ಖ್ಯಾತಿ ಪಡೆದ ಸಣ್ಣಕಥೆಗಾರ, ಕಾದಂಬರಿಕಾರ ಮತ್ತು ಪ್ರಬಂಧಕಾರ. ❍

ಸೈನಿಕನ ಮಗ

ಜೆಂಗೀಜ್ ಐತ್‌ಮಾತವ್ (1928–2008)

ಕಿರ್ಗಿಜ್‌ನಲ್ಲಿ ಜನನ. ಸಣ್ಣಕಥೆಗಾರ. 1963ರಲ್ಲಿ ಲೆನಿನ್ ಪ್ರಶಸ್ತಿ. ಕಿರ್ಗಿಜ್ ಮತ್ತು ರಷ್ಯನ್ ಎರಡೂ ಭಾಷೆಗಳಲ್ಲಿ ಬರವಣಿಗೆ ಮಾಡಿ ಯಶಸ್ಸು ಮತ್ತು ಮಾನ್ಯತೆ ಗಳಿಕೆ. ಇವರ ಎರಡು ಪುಸ್ತಕಗಳು ಕನ್ನಡದಲ್ಲೂ ಬಂದಿವೆ. ❍

ದೇವಶಿಲ್ಪಿ

ಅನೀಲ್ಯುಸ್ ಮಾರ್ಕೇವಿಚೂಸ್

1923ರಲ್ಲಿ ಜನನ. ವಿಲ್‌ನಿಯಸ್ ವಿಶ್ವವಿದ್ಯಾನಿಲಯದಲ್ಲಿ ಶಿಕ್ಷಣ. ಅನಂತರ ನಿಯತಕಾಲಿಕದ ಸಂಪಾದಕನಾಗಿ ಪರಿಶ್ರಮ. ಲಿಥುವೇನಿಯದ ಜನಪ್ರಿಯ ಕಥೆಗಾರ. ಸಾವಧಾನದ ಗದ್ಯಶೈಲಿಯ ಗಮನಾರ್ಹ ಲೇಖಕ. ❍

ಈ ಸಂಪುಟದ ಅನುವಾದಕರು

ಕೆ. ಎಸ್. ನಿಸಾರ್ ಅಹಮದ್

1936ರಲ್ಲಿ ಬೆಂಗಳೂರಿನ ದೇವನಹಳ್ಳಿಯಲ್ಲಿ ಜನನ. ಭೂವಿಜ್ಞಾನದ ಪ್ರಾಧ್ಯಾಪಕ, ಆದರೆ ಸಾಹಿತ್ಯದಲ್ಲಿ ಗಮನಾರ್ಹ ಸಾಧನೆ. 'ಸಂಜೆ ಐದರ ಮಳೆ', 'ನಿತ್ಯೋತ್ಸವ' ಸೇರಿದಂತೆ ಹಲವು ಕಾವ್ಯ ಸಂಕಲನಗಳ ಪ್ರಕಟಣೆ ಮತ್ತು ಕನ್ನಡದ ಪ್ರಮುಖ ಕವಿಯಾಗಿ ಮಾನ್ಯತೆ. ಷೇಕ್ಸ್‌ಪಿಯರ್ ನಾಟಕಗಳ ಕನ್ನಡ ಅನುವಾದ. 1967ರಲ್ಲಿ ಗಣರಾಜ್ಯೋತ್ಸವ ಅಂಗವಾಗಿ ನವದೆಹಲಿ ಯಲ್ಲಿ ನಡೆದ ರಾಷ್ಟ್ರೀಯ ಕವಿ ಸಮ್ಮೇಳನದಲ್ಲಿ ಕನ್ನಡದ ಪ್ರತಿನಿಧಿ. 1978ರಲ್ಲಿ ಭಾರತೀಯ ಭಾಷೆಗಳಲ್ಲೇ ಪ್ರಥಮವಾಗಿ ಜನಪ್ರಿಯ ಕ್ಯಾಸೆಟ್ 'ನಿತ್ಯೋತ್ಸವ' ಬಿಡುಗಡೆ. ಹಲವು ಭಾಷೆಗಳಿಗೆ ಇವರ ಕವಿತೆಗಳ ಅನುವಾದ. 2006ರ ಕನ್ನಡ ಸಾಹಿತ್ಯ ಸಮ್ಮೇಳನದ ಅಧ್ಯಕ್ಷತೆಯ ಗೌರವ. ಕರ್ನಾಟಕ ರಾಜ್ಯೋತ್ಸವ ಪ್ರಶಸ್ತಿ, ಕನ್ನಡ ವಿಶ್ವವಿದ್ಯಾನಿಲಯದ ನಾಡೋಜ ಪ್ರಶಸ್ತಿ, ಕೇಂದ್ರ ಸರ್ಕಾರದ ಪದ್ಮಶ್ರೀ ಪ್ರಶಸ್ತಿ ಸೇರಿದಂತೆ ಹಲವಾರು ಪ್ರಶಸ್ತಿಗಳು. ಕುವೆಂಪು ವಿಶ್ವವಿದ್ಯಾನಿಲಯದಿಂದ ಗೌರವ ಡಾಕ್ಟರೇಟ್. 'ಹೆಜ್ಜೆ ಗುರುತು' ಅನುವಾದಕ್ಕಾಗಿ ಸೋವಿಯತ್ ಲ್ಯಾಂಡ್ ನೆಹರೂ ಪ್ರಶಸ್ತಿ. ❍

ವಿಶೇಷ ಕೃತಜ್ಞತೆ

ಈ ಸಂಪುಟದ ಕಥೆಗಳ ಆಯ್ಕೆಗಾಗಿ ಹಲವಾರು ಕಥಾ ಸಂಪುಟಗಳನ್ನು ಒದಗಿಸಿಕೊಟ್ಟು ಉಪಕರಿಸಿದ

— ಪ್ರಗತಿ ಪ್ರಕಾಶನ, ಮಾಸ್ಕೊ

ಈ ಸಂಪುಟದಲ್ಲಿ ಪ್ರಸ್ತಾಪಿತವಾಗಿರುವ ಎಲ್ಲ ಅಂಕಿತನಾಮಗಳ ಸರಿಯಾದ ಉಚ್ಚಾರವನ್ನು ತಿಳಿಸಿ ನೆರವಾದ

— ಬೆಂಗಳೂರಿನ ಇಂಡಿಯನ್ ಇನ್‌ಸ್ಟಿಟ್ಯೂಟ್ ಆಫ್ ಸೈನ್ಸ್‌ನಲ್ಲಿ ರಷ್ಯನ್ ಭಾಷಾ ಪ್ರಾಧ್ಯಾಪಕರಾಗಿರುವ ಶ್ರೀ ಅಲೆಕ್ಸಾಂದರ್ ಬತೋಫ್

ಸಂಪುಟಗಳ ಆಂಗ್ಲ ಮೂಲಪ್ರತಿಗಳ ಬೆರಳಚ್ಚು ತಯಾರಿಕೆ ಮತ್ತಿತರ ಸಂಪಾದಕೀಯ ನೆರವಿಗಾಗಿ

— ಕುಮಾರಿ ಸೀಮಂತಿನೀ ನಿರಂಜನ

ಇವರಿಗೆಲ್ಲ ನಮ್ಮ ವಿಶೇಷ ಕೃತಜ್ಞತೆ ಸಲ್ಲುತ್ತದೆ.